உ

ஜாதக கணிதம்

மூன்றாம் பாகமாகிய

ஜாதக ராஜ மனோரஞ்சிதம்

ஜோதிட பூஷண, கணித மேதை

C.G. ராஜன், B.A. Maths

அவர்களால் எழுதப்பட்டது.

பதிப்பகத்தார்

கிரி டிரேடிங் ஏஜென்ஸி பிரைவேட் லிமிடெட்

சென்னை

JATAKA GANITAM (PART - III)
(Tamil)
ISBN : 978-81-7950-239-6

1st Edition : 2002 | 7th Reprint : July 2022
Page 336 | Demi 1/8 | N.S. Maplitho | 500 Copies

Published by : **GIRI TRADING AGENCY PRIVATE LIMITED**
© Publisher | All rights reserved.
Regd. Office : Modi Niwas, Opp.Post Office, Matunga,
Mumbai - 19. © (022) 2412 1344
Admn. Office : No.372/1, Mangadu Pattur Koot Road, Mangadu,
Chennai - 600 122. © +91 44 66 93 93 93
(Multiple Lines), +91 44 2679 3190, 3100
www.giri.in ✉ sales@giri.in
SHOWROOMS :
MUMBAI · CHENNAI · KANCHIPURAM · COIMBATORE · MADURAI · TRICHY ·
SALEM · PUDUCHERRY · SECUNDERABAD · BENGALURU · NEW DELHI

பதிப்புரை

ஜோதிட சாஸ்திரத்தைப் பற்றிய நூல்களைக் கற்றறிந்தவர்கள் ஜோதிட பூஷணம், C.G. ராஜன் B.A. (Mathematics) என்ற பெயரை அறியாமல் இருக்க முடியாது. நாடி ஜோதிடம் முதல் ஹோரையை அடிப்படையாக வைத்துக் கணிக்ககூடிய ஜோதிடக் கிரந்தங்கள் வரையிலான பல்வேறு நூல்களை அவர் இயற்றி உள்ளார். சூரியனார் என தொடங்கி செளனகர் வரையிலான பதினெட்டு ரிஷிகள் வகுத்துள்ள அத்தனை கிரந்தங்களையும் கசடறக் கற்றவர். ஜோதிட கலை விற்பன்னர்கள் மட்டுமல்லாது இந்த சாஸ்திரத்தை பயிலத் தொடங்கும் மாணாக்கர்கள் வரை யாவரும் எளிதில் புரிந்து கொள்ளும் விதத்தில் மூலத்தினையும், அதற்கு தக்க விளக்கத்தினையும் எடுத்துக் கூறுவது இவருக்குக் கை வந்த கலை. இவரது பல்வேறு ஜோதிட நூல்கள் எங்களால் வெளியிடப்பட்டு நல்ல வரவேற்பைப் பெற்றுள்ளன. C.G. ராஜன் அவர்கள் மிகுந்த ஆராய்ச்சிகள் செய்து பல்வேறு சுவடிகள் பண்டைய கிரந்தங்கள் அவற்றிற்கான உரைகள் ஆகியவற்றைக் கண்டறிந்து ஜாதகக் கணிதம் என்னும் நூலை இரண்டு பாகங்களாக தொகுத்துள்ளார். முதற் பாகம் ஜோதிட கிரக ஷட்பலமும், ஆயுள் கணிதமும் கொண்டது, இரண்டாம் பாகத்தில் ஜாதக பலாபலன்கள் நிர்ணயம் உள்ளது. ஜாதக ராஜ மனோரஞ்சிதம் என்னும் இந்த நூல், ஜாதக கணிதத்தின் மூன்றாம் பாகம் ஆகும். இது ஜாதக கணிதத்தின் இரண்டாம் பாகமாகிய ஜாதக பலாபலன்கள் நிர்ணயம் எனும் நூலில் உள்ள துவாதச லக்ன ஜாதக பலன்கள் என்ற பகுதியின் விரிவான தொடர்ச்சியாகும். இதில் மேஷம் முதல் மீனம் வரையிலான பனிரெண்டு லக்ன ஜாதகங்களின் துவாதச பாவ பலன்கள் விஸ்தாரமாகச் சொல்லப்பட்டிருக்கின்றன. ஒவ்வொரு லக்னத்திற்கும் நூற்றறுபத்தைந்து முதல் இருநூற்றறுபத்து நான்கு வரையிலுள்ள விதிகள் அதாவது மொத்தத்தில் இரண்டாயிரத்து ஐந்நூற்றி பதினொன்றுவித கிரக அமைப்பு விதிகளும் அவற்றால் உண்டாகக்கூடிய பலாபலன்களும் விவரமாகக் கொடுக்கப் பட்டிருக்கின்றன. ஜாதகருடைய சர்வ பலன்களும், அவருடைய தாய், தந்தை, அவருடைய சகோதர, சகோதரி அவரது அம்மான், மாற்றாந்தாய், மாற்றாந்தாயின் புத்ர புத்ரிகள். அவருடைய மாமனார் ஆகிய இவர்களுடைய பலன்கள் அந்தந்த ஆதிபத்திய காரக கிரக நிலைகளையும், கிரக பார்வையையும், கிரக சம்பந்தத்தையும் அனுசரித்துக் கொடுக்கப்பட்டிருக்கின்றன. இப்பலாபலன்கள் வசிஷ்டர், பராசரர், நாரதர், காசிபர் ஆகிய முனிவர்கள் வகுத்த கொள்கைகளின் படி தரப்பட்டிருக்கின்றன. ஜோதிட சாஸ்திரத்தை ஒரு கலையாகக் கற்றவர்களுக்கும், கற்க முனைவோருக்கும் இந்நூல் ஒரு அரிய தகவல் களஞ்சியமாகும். இதன் இறுதிப் பகுதியில் கடின பதங்களின் விளக்கமும் மற்றும் தேவைப்படும் பல குறிப்புகளும் நூலாசிரியரால் கொடுக்கப்பட்டுள்ளது. ஆகவே ஜாதகங்கள் பார்த்து பலன் சொல்வோர் இந்நூலை ஊன்றிப் படித்துப் பார்ப்பது பிழையறப் பொருள் கூறுவதற்கு மிக்க உதவிகரமாக இருக்கும்.

ஜோதிட பூஷணம் C.G. ராஜன் அவர்களது ஜோதிட நூல்கள் அனைத்தும் தொடர்ந்து எங்களால் வெளியிடப்பட உள்ளன. ஜோதிடக் கலை ஆர்வலர்கள், வல்லுநர்கள் இந்நூலையும், இனி வெளிவர உள்ள நூல்களையும் வாங்கிப் படித்து பெருமளவில் பயன் பெற வேண்டுகிறோம்.

- பதிப்பகத்தார்

விஷய அட்டவணை

1. மேஷ லக்கின ஜாதக துவாதச பாவ பலன்கள் 5

2. ரிஷப லக்கின ஜாதக துவாதச பாவ பலன்கள் 29

3. மிதுன லக்கின ஜாதக துவாதச பாவ பலன்கள் 59

4. கடக லக்கின ஜாதக துவாதச பாவ பலன்கள் 86

5. சிம்ம லக்கின ஜாதக துவாதச பாவ பலன்கள் 112

6. கன்னியா லக்கின ஜாதக துவாதச பாவ பலன்கள் 140

7. துலா லக்கின ஜாதக துவாதச பாவ பலன்கள் 165

8. விருச்சிக லக்கின ஜாதக துவாதச பாவ பலன்கள் 192

9. தனுசு லக்கின ஜாதக துவாதச பாவ பலன்கள் 218

10. மகர லக்கின ஜாதக துவாதச பாவ பலன்கள் 249

11. கும்ப லக்கின ஜாதக துவாதச பாவ பலன்கள் 275

12. மீன லக்கின ஜாதக துவாதச பாவ பலன்கள் 306

13. கடின பதங்களின் விளக்கம் 332

11. யோக விளக்கம் 335

15. விளக்கமும் குறிப்புகளும் முதலியன 335

"ஜாதக கணிதம்"

என்ற புத்தகத்தின்

மூன்றாம் பாகம்

ஜாதக ராஜ மனோரஞ்சிதம்

இது சுக்கிர நாடி, கேரள நாடி, துருவ நாடி, சத்திய சம்ஹிதை பிருகு சம்ஹிதை, சர்வ சங்கிரஹ நாடி, யோக நாடி, முதலிய நாடிக் கிரந்தங்களில் ஜாதக பலாபலன்களை நிர்ணயம் செய்ய உபயோகப்படுத்தியுள்ள மூலக்கிரந்தங்களின் விதிகளின் திரட்டு.

(Astrological Dogmas employed in nadi Granthams)

துவாதச லக்கின ஜாதக பலன்கள்

மேஷ லக்கினம்

துவாதச பாவ பலன்கள்

(1) ஜென்ம லக்கினம் மேஷம் (மங்களாம்சம் அதாவது லக்கின ஸ்புடம் பாகை 18–12 கலை முதல் பாகை 18–24 கலை வரையிலும்) ஆகி சுக்கிரனும், செவ்வாயும், சேர்ந்திருந்தால் ஜாதகர் வடக்கு தெற்கு வீதியில் மேற்குப் பாகத்திலுள்ள வீட்டில் ஜெனித்துப் பின் சகோதர சகோதரிகளுடன் கூடினவராகயிருப்பார்.

(2) ஜென்ம லக்கினம் மேஷம் (மங்களாம்சம்) ஆகி சூரியனுக்குப் பத்தில் சனி யுக்மாம்சத்தில் (மிதுன நவாம்சத்தில்) இருந்தால் தகப்பன் ரோகமுள்ளவனாகவும், கருப்பு நிறமுள்ளவனாகவும், மெல்லிய சரீரமுள்ளவனாகவும், ஸ்ரீமானாகவுமிருப்பான். ஜாதகர் பாலிய வயதில் தரித்திரமடைந்தவர். மத்திய வயதில் பாக்கியமுடையவர், மானி, ஆசையுடையவர், பின் சகோதரமுடையவர், முன் சகோதரமில்லாதவர், இரண்டு சகோதரிகளையுடையவர், பூர்வ பாகத்தில் ஜனித்தவருக்கு ஒருத்தி விதவையாகிவிடுவாள், உத்தரபாகத்தில் ஜனித்தவருக்கு இருவரும் சுமங்கலியாகவே இருப்பார்கள். பூர்வ பாகத்தில் ஜனித்தவருக்கு ஒரு சகோதரி ஆயுள் இல்லாதவளாயிருப்பாள்.

(3) ஜென்ம லக்கினம் மேஷம் (மங்களாம்சம்) ஆகி எட்டாம் பாவாதிபதி ஆறாமிடத்திலிருந்து சூரியனிருக்குமிடத்துக்குப் பத்தாமிடத்தில் சனியிருந்தால் ஜாதகனுடைய தகப்பன் துர்பலமான தேகமுடையவன், சாது, கோபமுடையவன், சீக்கிரத்தில் சந்தோஷத்தையடைபவன், கொஞ்சகாலம் துராசாரமுள்ளவன், தேவப் பிராமணர், இவர்களை ரக்ஷிப்பான். ஜாதகன் பூர்வபாகத்தில் ஜனித்தவனானால் தன் பிதா சிவ அனுக்கிரமடைந்தவன், தாந்திரிகனுக்குப் பிரியன், நித்தியம் சிவார்ச்சனை செய்பவன், சுகத்துடன் கூடினவன், ஒரே சகோதரனுடன் கூடினவன், மானியாக இருப்பவன் ஆவான்.

(4) ஜென்ம லக்கினம் மேஷம் (மங்களாம்சம்) ஆகி பூர்வபாகத்தில் பிறந்தவனுக்கு ஒன்பதாம் பாவாதிபதி குரு சிம்மத்தில் மேஷாம்சத்திலிருந்து ஒன்பதாம் பாவத்தைக் குரு பார்த்தால் ஜாதகனுடைய பிதா பணமுடையவன், ஞான மார்க்கத்தில் ஆராய்ச்சியுடையவன். தாந்திரிகளுக்குப் பிரியத்தைச் செய்பவன், பாவியத்தில் தாமதமான காரியத்தைச் செய்வான், மத்திய அந்திய வயதுகளில் சாத்வீகமும் சுகமும் உள்ளவன். குளம்,

உத்தியானம் முதலியவற்றிற்குத் தர்மம் செய்பவன் அனேக சினேகிதர்களையுடையவன், அவர்களைத் தன் குழந்தைகளைப் போல் கொண்டாடுபவன் ஆவார்.

(5) ஜென்ம லக்கினம் மேஷம் (மங்களாம்சம்) ஆகி உத்தராம்சத்தில் ஜெனித்தவனுக்கு ஒன்பதாம் பாவாதிபதி ஆறாம் பாவத்தில் இருந்தால் ஜாதகன் சாத்வீக குணம் நிரம்பினவன், சுருதி, ஸ்மிருதிகளை நன்கு அறிந்தவன், யாசகனுக்குச் சந்தோஷத்தைச் செய்பவன், எப்போதும் தர்ம சாத்திரத்தைப் படிப்பவன் ஆவான்.

(6) ஜென்ம லக்கினம் மேஷம் (மங்களாம்சம்) ஆகி எட்டாம் பாவாதிபதி சுக்கிரனுடன் சேர்ந்திருந்து நான்காம் பாவாதிபதி சனியுடன் சேர்ந்திருந்தால் ஜாதகனுக்குப் பாலாரிஷ்டம் இல்லை.

(7) ஜென்ம லக்கினம் மேஷம் (மங்களாம்சம்) ஆகி பூர்வ பாகத்தில் பிறந்தவனுக்குச் சந்திரன் பாலாரிஷ்டத்தின் அம்சத்தை அடைந்திருக்க மிருத்து பாகத்தில் ஜனித்தவனுக்கு ஜென்ம திசையில் அல்லது ஜென்ம வருஷத்தில் வைசூரி, மாந்தசுரம், இரணம் முதலியவற்றால் பாலாரிஷ்ட கண்டமுண்டாகும்.

(8) ஜென்ம லக்கினம் மேஷம் (மங்களாம்சம்) ஆகி பூர்வ பாகத்தில் ஜெனித்தவனுக்குப் பதினோராம் பாவத்தில் சந்திரனிருந்து செவ்வாயால் பார்க்கப்பட்டு சந்திரன் சனியுடன் சேர்ந்திருந்தாலும் சனியால் பார்க்கப்பட்டாலும் பாலாரிஷ்டம் உண்டாகும்.

(9) ஜென்ம லக்கினம் மேஷம் (மங்களாம்சம்) ஆகி சந்திர லக்கினத்திற்கு எட்டாம்பாவாதிபன் இரண்டு பாபக்கிரகங்களுடன் சேர்ந்திருந்து சுபர் திருஷ்டி இல்லாமலிருந்தால் ஜாதகனுக்கு அற்ப ஆயுள்.

(10) ஜென்ம லக்கினம் மேஷம் (மங்களாம்சம்) ஆகி சந்திரன் சரராசி அல்லாத ராசியில் இருந்து அல்லது அம்சத்தில் விருச்சிகத்தில் இருந்து சந்திரன் குருவுடன் சேர்ந்திருந்தாலும் குருவால் பார்க்கப்பட்டாலும் பலாரிஷ்டமானது உண்டாகமாட்டாது.

(11) ஜென்ம லக்கினம் மேஷம் (மங்களாம்சம்) ஆகி லக்கின பாவாதிபதி சுக்கிரனுடன் கூடியிருக்க பூர்வ பாகத்தில் ஜனித்தவனுக்கு ஜென்ம தசை செவ்வாய் தசையானால் ஜன்ம தசையில் மத்தியிலாவது கடைசியிலாவது அல்லது இரண்டாவது தசையின் சுய புக்தியின் ஆரம்பத்திலாவது பாலாரிஷ்டம் நேரிடும். சாந்தி செய்வதாலும் பித்ரு புண்ணிய வசத்தாலும் காலசக்ர தானத்தாலும் மிருத்தியு ஜபம் பதினாயிரம் ஜபிப்பதாலும் வஜ்ராயுதத்தால் பிளக்கப்பட்ட மலைபோல் ஆயிரம் பாலாரிஷ்ட தோஷங்கள் விலகி சுகமுண்டாகும்.

(12) ஜென்ம லக்கினம் மேஷம் (மங்களாம்சம்) ஆகி மூன்றாம் பாவாதிபதி இரவியுடன் கூடி சனியின் அம்சத்தில் இருந்தால் ஜாதகனுக்கு எட்டு சகோதரர்கள் உண்டு, அவர்களில் இருவர் ராஜவல்லபர்கள், பிரபலமானவர்கள்.

(13) ஜென்ம லக்கினம் மேஷம் (மங்களாம்சம்) ஆகி பூர்வ பாகத்தில் ஜனித்தவனுக்குப் பத்தாம் பாவம் குருவால் பார்க்கப்பட்டிருந்து, லக்கின பாவாதிபதியும், அம்சாதிபதியும், புதனும், சுக்கிரன், அங்காரகன், இவர்களுடன் கூடியிருந்தால் ஜாதகன் ஜன்மத்திலிருந்து ஸ்ரீமானாயிருப்பவன், ஞானமுடையவன், பாக்கியமுடையவன்.

(14) ஜென்ம லக்கினம் மேஷம் (மங்களாம்சம்) ஆகி ஒன்பதாம் பாவாதிபதி மேஷ ராசியில் தனதாம்சத்தை அடைந்திருந்தால் ஜாதகன் ரகஸிய மனதுடையவனாகவும்

சந்தோஷமுடையவனாகவும், மறைவான காரியங்களைச் செய்பவனாகவும் சுகியாயும், அந்திய காலத்தில் மனோ சுத்தி உள்ளவனாகவும் இருப்பான். ராஜாங்க மூலம் பிரசித்தி பெற்றவன், பால்யத்தில் தரித்திரத்தை அடைந்தவன். சுயார்ஜிதயோக முடையவன். பிதுரார்ஜிதமில்லாதவன் இரண்டாயிரத்துக்கு அதிபதியான யோகமுடையவனாயிருப்பான்.

(15) ஜென்ம லக்கினம் மேஷம் (மங்களாம்சம்) ஆகி பூர்வ பாகத்தில் பிறந்தவனுக்குச் சந்திரன் சிம்மாம்சத்தில் நான்காம் பாவத்தில் இருந்தால் ஜாதகர் எழுத்து வேலையில் நிபுணனாகவும் கொஞ்சம் கொஞ்சம் மந்தபுத்தியுடையவனாகியிருப்பான்.

(16) ஜென்ம லக்கினம் மேஷம் (மங்களாம்சம்) ஆகி குரு, சனியால் பார்க்கப்பட்டிருந்தால் ஜாதகனுடைய வித்தைக்கு இடையூறுண்டாகும். ஜாதகன் அரசாங்கத்தில் பிரசித்தியுடையவன். மூன்றாம் திசையில் நரவாஹனம் முதலானவற்றையுடையவனாயிருப்பான்.

(17) ஜென்ம லக்கினம் மேஷம் (மங்களாம்சம்) ஆகி கன்னியாம்சத்தில் ஜெனித்தவனுக்கு ஏழாம் பாவாதிபதி சிம்மாம்சத்தில் இருந்தால் தான் ஜெனித்த தேசத்திலேயே விவாகம் நடக்கும் அல்லது தான் பிறந்தவிடத்திற்கு வடக்கிலாவது நடக்கும். ஏழாம் பாவாதி அம்சையில் இருக்கும் இராசியிலாவது அல்லது அந்த அம்ச ராசிக்குத் திரிகோணத்திலாவது அல்லது அவர் பார்க்கும் ராசிகளிலாவது ஜாதகனுடைய மனைவியினுடைய ஜெனன வீடு இருக்கும்.

(18) ஜென்ம லக்கினம் மேஷம் (மங்களாம்சம்) ஆகி மேஷாம்சத்தில் சிம்மத்தில் குருவும், விருச்சிகாம்சத்தில் கும்பத்தில் சனியுமிருந்தால் ஜாதகனுடைய விவாகத்திற்குத் தடை ஏற்படும். மூன்றாம் பாவாதிபதி பலத்துடன் கூடி சுபாம்சத்திலாவது சுபக்கிரகத்துடன் கூடியாவது இருந்தால் அந்தத் தோஷம் நீங்கி விவாகம் நடக்கும். ஜாதகனுடைய மாமனாருக்கும் சுபம் உண்டாகும்.

(19) ஜென்ம லக்கினம் மேஷம் (மங்களாம்சம்) ஆகி ஏழாம்பாவாதிபதியும் செவ்வாயும் மீனாம்சத்தில் இருந்தால் ஜாதகனுடைய மனைவி சிவப்பு நிறமுடையவளாயிருப்பாள். விவாகத்துக்குப் பிறகு சுகமுண்டாகும். ஜாதகன் எப்பொழுதும் லக்ஷ்மீ கடாக்ஷமுடையவனாயும் வீட்டில் பசுமாடு, தானியம் இவை விருத்தியுமுள்ளவனாகவு மிருப்பான், விவாகமான பின்பு நித்திய சம்பத்தும் எப்பொழுதும் மங்களமும் உண்டு.

(20) ஜென்ம லக்கினம் மேஷம் (மங்களாம்சம்) ஆகி நான்காம் பாவத்தில் மீனாம்சத்தில் செவ்வாயிருந்தால் ஜாதகனுடைய மாமனார் இரண்டு தாரமுடையவர், ஜாதகனுக்கு அம்மான் ஒருவனே, அவன் யோகமுடையவன், ஸம்பத்தாராதிபன் திசையின் முடிவில் ஆறாம் பாவாதிபதியின் அம்சத்திரிகோண ஸ்புடராசியைச் சனி அடையும்போது அந்த மாமன் ஒருவனுக்கும் பீடை யுண்டாகும்.

(21) ஜென்ம லக்னம் மேஷம் (மங்களாம்சம்) ஆகி ஐந்தாம் பாவாதிபதி கன்யாம்சத்தில் புதனுடன் கூடியிருந்தால் ஜாதகனுக்குப் பிருஹத்பீஜம் என்கிற ரோக முண்டாகும்.

(22) ஜென்ம லக்கினம் மேஷம் (மங்களாம்சம்) ஆகி ஒராம் பாவாதிபதி வாருணாம்சத்திலிருந்தாலும், ஏழாம்பாவாதிபதியுடன் சேர்ந்திருந்தாலும் ஜாதகனுடைய தாய் தகப்பனுக்கு நீண்ட ஆயுளுண்டாகும். ஜாதகனுக்கு இருபது வயதுக்குமேல் நல்ல பாக்கியப் பிராப்தியும் இருபத்தைந்து வயதுக்கு மேல் நல்ல வாஹன பிராப்தியுண்டாகும். பிற்பாடு தரித்திரத்தை அடைகிறான். அதிலிருந்து எட்டு வருஷத்திற்குப் பிறகு விபத்துண்டாகும்.

(23) ஜென்ம லக்கினம் மேஷம் (மங்களாம்சம்) ஆகி நான்காம் பாவத்தில் சுக்கிரனும், சிம்மராசியில் குருவும் இருந்து ஒன்பதாம் பாவாதிபதியும் பத்தாம் பாவாதிபதியும் ஒருவரையொருவர் பார்த்தால் ஜாதகன் தகப்பனார் சம்பாதிக்கப்பட்ட வாகனத்தையுடைவன், அரசாங்கத்தில் பிரசித்தியுடைவன், சகோதரர்களையுடையவன், மூத்த சகோதரனில்லாதவன், ஆசையுடையவன்.

(24) ஜென்ம லக்னம் மேஷம் (மங்களாம்சம்) ஆகி ஓராம் பாவாதிபதி லக்கினத்திலேயே வாருணாம்சத்திலும் ஒன்பதாம் பாவாதிபதி குமாரராம்சத்திலுமிருந்தால் ஜாதக்ன் சந்தேகமில்லாமல் பாக்கியமுடையவனாயிருப்பான். தன் பிதாவைக்காட்டிலும் அதிக பாக்கியத்தையடைவான், விவாகத்திற்குப் பிறகு சுகமுண்டாகும். பாலியத்தில் சுகமுடையவன், குமார வயதில் கொஞ்சம் சுகத்தையுடையவன், யௌவன, வயதில் பாக்கியத்தை அடைகிறான். மூன்றாம் திசையில் சம்பத்துடையவனாகிறான், ஜன்மதார திசையிலிருந்து சம்பத்தார திசை சுய புத்தி வரையிலும் அகால மரண பயமுண்டு. அந்த தோஷம் பரிகாரமாகும்படி காலசக்ர தானம் செய்யவேண்டியது.

(25) ஜென்ம லக்கினம் மேஷம் (மங்களாம்சம்) ஆகி சக்கிர யோகத்தில் ஜெனித்தவனுக்கு மேஷாம்சத்தில், சிம்மத்தில், ஒன்பதாம் பாவாதிபதியிருந்தால், விபத் திசையில் விசேஷ சம்பத்துண்டாகி ராஜயோகமும் உண்டாகி அரசனாகவாவது ஆகி சுகம்டைந்து நரவாஹன ஆபரணாதிகளடைந்து பிரபல உத்யோக ஜீவனமும், சந்தான உற்பத்தியும் சகோதரியின் சம்பத்தையும் அடைகிறான்.

(26) ஜென்ம லக்கினம் மேஷம் (மங்களாம்சம்) ஆகி சக்கிரயோகத்தில் ஜனித்தவனுக்கு வாருணாம்சத்தில் குரு இருந்து லக்கினாதிபதியின் அம்சத்திலாவது அவனுடைய திரிகோண ஸ்புடராசிகளிலாவது சனி வருங்காலம் விபத்திசையில் ஜாதகர் சேது யாத்திரை செய்வான். க்ஷேம திசையில் தனலாபம் உண்டாகும். தாய்க்கு மரணம் சனி புக்தியில் உண்டாகும்.

(27) ஜென்ம லக்கினம் மேஷம் (மங்களாம்சம்) ஆகி ஆறாவது பாவத்தில் ராகு இருந்தால் ஜாதகர் கங்கா ஸ்நாநம் முதலான புண்ணிய லாபத்தையும் அப்படியில்லாவிட்டால் மூன்று தரம்சேது யாத்திரையும் நிச்சம் அடைகிறான்.

(28) ஜென்ம லக்கினம் மேஷம் (மங்களாம்சம்) ஆகி ஒன்பதாம் பாவத்தைப் பத்தாம் பாவாதிபதி பார்த்தால் அவன் தசையில் ஜாதகனுக்கு மஹாதான பலனுண்டாகும். சுப, அசுப பலனிரண்டும் அவன் தசையில் சமமாக நடக்கும். க்ஷேமதார திசையில் எட்டாம் பாவாதிபதி புக்தியில் மிருத்யுபயமுண்டாகும், சாந்தி செய்தால் குணமுண்டாகும்.

(29) ஜென்ம லக்கினம் மேஷம் (மங்களாம்சம்) ஆகி ஜெனித்தவனுக்கு ஒன்பதாம் பாவாதிபதியின் திசையில் ஒன்பதாமாதிபதியின் அந்தர காலத்தில் மரணம் உண்டாகும்.

(30) ஜென்ம லக்கினம் மேஷம் (மங்களாம்சம்) ஆகி ஒன்பதாம் பாவாதிபதி வாருணாம்சத்திலும் ஐந்தாம் பாவாதிபதி குமாரம்சத்திலுமிருந்தால் இவனுடைய முன் ஜென்மமானது சூத்திர ஜென்மமாகும்.

(31) ஜென்ம லக்கினம் மேஷம் (மங்களாம்சம்) ஆகி சூரியன் கறாள ஷஷ்டி யம்சத்திலும் ஒன்பதாம் பாவாதிபதி வாருணாம்சத்திலுமிருந்தால் ஜாதகனுக்குப் புண்ணியம் பாபம் இரண்டும் சமமாயிருக்கும், ஜாதகன் புண்ணிய லோகத்தை அடைவான்.

(32) ஜென்ம லக்கினம் மேஷம் (மங்களாம்சம்) ஆகி விரய பாவாதிபன் தேவ ஷஷ்டி யம்சத்திலிருந்தால் ஜாதகனுக்கு அந்த விரயாதிபதிக்குரிய லோகப்ராப்தி உண்டாகும், அந்தியத்தில் ஜாதகன் ஞானத்துடன் இருப்பான்.

(33) ஜென்ம லக்கினம் மேஷம் (தனஞ்ஜயாம்சம்) அதாவது லக்கின ஸ்புடம் பாகை 24–00 கலை முதல் பாகை 24–12 கலை வரையிலும்) ஆகி பதினோராம் பாவத்தில் சுபாம்சத்தில் சுக்கிரனிருந்தாலும் தன்னுடைய உச்சத்தில் சந்திரனுடன் கூடியிருந்தாலும் ஓராம் பாவாதிபதி சுக்கிரனுடன் கூடியிருந்தாலும் பிராமண காலத்தில் பிறந்தவன், பிராமண சொரூபமுடையவனாயிருப்பான். ஐந்தாவது கர்ப்பத்தில் அல்லது ஆறாவது கர்ப்பத்தில் ஜனித்தவன், மூத்த சகோதரனுடன் கூடினவன், ஸ்ரீமான், பின் சகோதரனில்லாதவன், பூர்வ பாகத்தில் ஜெனனமானால் ஜாதகன் நதிப்பிராந்தியத்தில் பிறந்தவன், உத்தராம்சத்தில் ஜனனமானால் ஏழாவது கர்ப்பத்தில், அல்லது எட்டாவது கர்ப்பத்தில் பெரிய கிராமத்தில் ஜனித்தவனாகிறான்.

(34) ஜென்ம லக்கினம் மேஷம் (தனஞ்ஜயாம்சம்) ஆகி ஓராம் பாவத்தில் சனியிருந்தால் பிரசவ காலத்தில் தாய் அதிக வேதனையடைந்திருப்பாள். குரு பார்வையிருந்தால் சுகமுண்டாகும். பூர்வ பாகமானால் கொஞ்சம் வதையுண்டாகும்.

(35) ஜென்ம லக்கினம் மேஷம் (தனஞ்ஜயாம்சம்) ஆகி உத்தராம்சத்தில் பிறந்தவனுக்கு நான்காம் பாவாதிபதி பனிரெண்டாம் பாவத்திலிருந்தால் தாய்க்கு விசேஷ பிரசவ வேதனையும் ஸூதிதோஷத்தால் கொஞ்சம் பயமும் உண்டாகும்.

(36) ஜென்ம லக்கினம் மேஷம் (தனஞ்ஜயாம்சம்) ஆகி கேந்திரத்திரிகோணங்களில் பாபக்கிரகங்களிருந்தால் பாலாரிஷ்ட பயம் ரொம்பவும் உண்டாகும். மேற்சொன்ன லக்கினத்தைக் குரு பார்த்தால் பிற்பாடு ஆரோக்கியமும் சுகமும் உண்டாகும்.

(37) ஜென்ம லக்கினம் மேஷம் (தனஞ்ஜயாம்சம்) ஆகி ஓராவது பாவாதிபதி குருவின் ராசிகளான தனுசு, மீனம் இவற்றிலிருந்து எட்டாம் பாவாதிபதியும் அப்படியே குருவின் ராசிகளிலிருந்தாலும் சனி வர்க்கோத்த மாம்சத்திலிருந்தாலும் ஜாதகன் மத்தியாயுர் யோக முடையவன், அறுபத்தைந்து வயது பூர்ணமாக வுடையவன், இருபத்தொன்பதாவது வயதில் தாந்திரிக ஜ்வரத்தால் பீடையடைபவன், முப்பத்தேழாவது வயதில் இரண உபத்திரவ பயமுடையவன், ஐம்பத்திரண்டாவது வயதிலும் இப்படியே இரண உபத்திரவ பயமுண்டாகும். சாந்தி செய்தால் சுக முண்டாகும்.

(38) ஜென்ம லக்கினம் மேஷம் (தனஞ்ஜயாம்சம்) ஆகி ஓராம் பாவத்தில் சூரியன், புதனுடன் கூடியிருந்து ஒன்பதாம் பாவாதிபதி கேந்திர திரிகோணங்களிலிருந்தால் ஜாதகனுடைய தகப்பன் கொஞ்சமான பாக்கியத்தையுடையவன். தகப்பனைக்காட்டிலும் ஜாதகன் மேலான குணத்தையுடையவன், கொஞ்சம் தாமதமாக வேலைகளைச் செய்பவன், விஷ்ணு, சிவன் இவர்களிடத்தில் பக்தியுடையவன், பயிர்த் தொழில் செய்பவன், சுகமுடையவன், பாலியத்தில் அற்ப சுகமுடையவன், காமீ, மத்திய வயதில் சௌக்கியத்தையுடையவன், விருத்தாப்பிய காலத்தில் புத்திரன் மூலமாகப் பிதா சுகமடைவான், இந்தப்படியான தகப்பன் சாது, ஜாதகனுடைய ஸம்பத் திசையில் சனி புக்தியில் அல்லது புத புக்தியில் கோசரத்தில் துலா ராசியில் சனி வரும் சமயம் பிதா மரிப்பான், அதற்குப் பிறகு ஒன்பதாம் பாவாதிபதி எந்த ராசியில் இருக்கிறானோ அவ்விடத்தில் கோசரத்தில் சனி வரும் போதும் சந்திர லக்கினத்திலிருந்து அஷ்டம ஸ்தானத்தைச் சூரிய புத்திரனான சனி எப்போது அடைகிறானோ அப்போது மேஷம்

முதலான மூன்று மாதங்களிலும் ஜாதகனுடைய பிதா மரிப்பான். ஜன்ம காலத்தில் சூரியன் விருச்சிக ராசியில் துலாம்சத்தை அடைந்திருந்தால் ஜாதகன் பிதா முதலானவர்களை நாசம் செய்பவானகிறான்.

(39) ஜென்ம லக்கினம் மேஷம் (தனஞ்ஜயாம்சம்) ஆகி நான்காம் பாவாதிபதி பன்னிரண்டாம் பாவத்திலிருந்து ஜலாம்சத்தை அடைந்திருக்கும் செவ்வாயால் பார்க்கப்பட்டால் ஜாதகனுடைய தாய் அற்பாயுளுள்ளவள், குணவதி, மிகவும் நல்லவள், பந்துக்களுக்குப் பிரியமானதைச் செய்பவள். ஸதி முன் ஜன்மாந்திர பாப விசேஷத்தால் மரித்த குழந்தைகளைப் பிரசவிப்பாள். ஜன்மதிசையில் சந்திர புக்தியில் கோசரத்தில் விருஷப ராசியைச் சனி அடையும்போது கும்பம் முதலான இரண்டு மாதங்களில் தாய் மரணமடைவாள்.

(40) ஜென்ம லக்கினம் மேஷம் (தனஞ்ஜயாம்சம்) ஆகி எட்டாம் பாவத்தில் மூன்றாம்பாவாதிபதி சூரியனுடன் கூடியிருந்தாலும் ஏழாம் பாவத்தில் சனி கூடியிருந்தாலும் ஜாதகன் பின் சகோதர மில்லாதவன்.

(41) ஜென்ம லக்கினம் மேஷம் (தனஞ்ஜயாம்சம்) ஆகி பதினோராம் பாவாதிபதி வர்க்கோத்தமாம்சத்தில் லக்கின பாவத்திலிருந்து குருவால் பார்க்கப்பட்டிருந்தால் மூத்த சகோதரன் ஒருவன் ஆயுளுடையவன். எல்லோருக்கும் மூத்தவனான தன் சகோதரன் புத்திர புத்திரிகளுடனும் கூடியிருப்பான், ஏழுசகோதரர்கள் நாசமடைவார்கள்.

(42) ஜென்ம லக்கினம் மேஷம் (தனஞ்ஜயாம்சம்)ஆகி சனித்திரிம்சாம்சத்தில் பிறந்தவன் ரூபமுடையவன், கருப்பு நிறமானவன், காத்திரமுடையவன், சமதேக சொருப முடையவன், வாதம் நிறைந்த தேகி, கொஞ்சம் அதிக பித்தத்தினால் பீடிக்கப்பட்டவன், திட்டமாய்ப் புசிப்பவன், மர்மமான மனதுள்ளவன், காமியாயிருப்பான், பால்யத்தில் மந்தமான சுபாவமுடையவன், அதிர்ஷ்டசாலி, தர்மாத்துமா, விஷ்ணு சிவ பக்தியுடையவன், விசேஷ சிவபக்தியுடையவன், தியாகம் செய்யும் கம்பீர புத்தி உடையவன், ஸங்கீதப் பிரியமுடையவன், தேவர், பிராமணர் இவர்களிடத்தில் பக்தியுடையவன்.

(43) ஜென்ம லக்கினம் மேஷம் (தனஞ்ஜயாம்சம்) ஆகி நான்காம் பாவாதிபதி பன்னிரண்டாம் பாவத்திலிருந்து செவ்வாயால் பார்க்கப்பட்டால் ஜாதகர் கொஞ்சம் எழுத்து வித்தை தெரிந்தவராகவும் சாஸ்திர ஞானமில்லாதவராகவும் ஆகின்றார்.

(44) ஜென்ம லக்கினம் மேஷம் (தனஞ்சயாம்சம்) ஆகி சனி விருச்சிகத்தில் வர்க்கோத்தாம்சத்தை அடைந்திருந்தால் ஜாதகர் கிராமாதிகாரமுள்ளவனும் பயிர்த்தொழில் செய்பவனும், க்ஷேத்திர மூலத்தால் ஜீவிப்பவனும், வியாபாரத்தால் பொருள் சேர்ப்பவனும், அரசாங்கத்தில் புகழ்பெற்றவனும், சந்தேகமில்லாத கிராமாதிகாரியாகவும் பாலியத்தில் அல்ப சுகமுடையவனாகவும், ரோகமுள்ளவனாகவும் ஆகின்றான். மூன்றாம் வயதில் தாய் மரிப்பாள்.

(45) ஜென்ம லக்கினம் மேஷம் (தனஞ்ஜயாம்சம்) ஆகி ஒன்பதாம் பாவத்தில் ராகு இருந்து ஒன்பதாம் பாவாதிபதி எட்டாம் பாவத்தை அடைந்திருந்து, குரு சனியுடன் சேர்ந்திருந்தாலும் சனியால் பார்க்கப்பட்டிருந்தாலும் ஸீமந்த சிசு மரித்துவிடும்.

(46) ஜென்ம லக்கினம் மேஷம் (தனஞ்ஜயாம்சம்) ஆகி ஒன்பது ஐந்து முதலிய பாவங்களில் பாபக்கிரகங்கள் இருந்தால் ஸந்ததிக்குத் தடங்கல் உண்டாகும். அந்த தோஷத்துக்குப் பரிகாரமாக நாகசாந்தி செய்தால் ஜீவிய ஸந்தானம் உண்டாகும்.

(47) ஜென்ம லக்கினம் மேஷம் (சம்பகாம்சம்) ஆகி ஐந்தாம் பாவத்தில் சனியிருந்து யமளாம்சத்திலிருக்கப்பட்ட செவ்வாயினால் பார்க்கப்பட்டாலும் ஆறாம் பாவாதிபதி செவ்வாயினால் பார்க்கப்பட்டாலும் இரட்டைப் பிள்ளைகள் பிறக்கும்.

(48) ஜென்ம லக்கினம் மேஷம் (திரைலோக்யாம்சம்) ஆகி ஒன்பதாம் பாவாதிபதி கேதுவுடன் கூடியிருந்தால் தாயாதியினால் ஸ்வீகாரமாக எடுத்துக்கொள்ளப்படும்.

(49) ஜென்ம லக்கினம் மேஷம் (திரைலோக்யாம்சம்) ஆகி லக்ன பாவாதிபதி ஆறாம் பாவத்திலிருந்து நான்காம் பாவாதிபதியுடன் கூடியிருந்தால் தாயாதியின் பூமி, தனம் இவற்றையடைந்து சிற்றப்பனுடைய உத்திரகிரியைகளைச் செய்வான்.

(50) ஜென்ம லக்கினம் மேஷம் (திரைலோக்யாம்சம்) ஆகி ஐந்தாம் பாவத்தில் சனி ஆறாம் பாவாதிபதியுடன் கூடியிருந்தாலும் குரு ராகு, கேது இவர்களுடன் கூடியிருந்தாலும் ஜாதகனுக்குக் காலாந்திரத்தில் புத்திரன் பிறப்பான். ஜாதகன் புத்திரக்கிலேசம் கொஞ்சமும், மூத்த பிள்ளை விநாசமு முடையவனுமாவான்.

(51) ஜென்ம லக்கினம் மேஷம் (விகடாம்சம்) ஆகி ஒன்பதாம் பாவாதிபதி குரு, மீனத்திலிருந்து சனி, செவ்வாய் இவர்களால் பார்க்கப்பட்டால் ஜாதகனுடைய தகப்பன் தீர்க்க ஆயுளுடையவன்.

(52) ஜென்ம லக்கினம் மேஷம் (அபலாம்சம்) ஆகி ஒன்பதாம் பாவாதிபதி குரு மீனத்திலிருந்து விகடாம்சத்திலிருந்து சனி, செவ்வாய், இவர்களால் பார்க்கப்பட்டால் ஜாதகனுடைய பிதா தரித்ரமுடையவன், ஸ்திரீ மூலம் ஜீவனம் செய்பவன். அம்மானால் சுகமுடையவன்.

(53) ஜென்ம லக்கினம் மேஷம் (அபலாம்சம்) ஆகி ஒன்பதாம் பாவாதிபதி குரு (மீனத்தில்) விகடாம்சத்திலிருந்து சனி செவ்வாய் இவர்களால் பார்க்கப்பட்டால் ஜாதகனுடைய பிதாமஹி மர்மமாக விபசாரம் செய்பவள், காமத்தில் பீடிக்கப்பட்டவள், சுபமுள்ளவள், ஜாதகனுடைய தாய்ப்பாட்டான் புகழுடையவன், காமியாயிருப்பவள், விஷய லோலன் இரண்டு தாரமுடையவன், ஆசையுடையவன், விசேஷ புத்திரன், தனம் இவற்றையுடையவன் பாலியத்தில் தரித்திரத்தையடைந்தவன். அரசாங்க துவேஷத்தால் சோகமடைந்தவன். மத்திய வயதில் பாக்கிய விருத்தியுடையவன், புத்திரனால் வயோதிக வயதில் சுகத்தையும் தனத்தையுமடைவன்.

(54) ஜென்ம லக்கினம் மேஷம் (கரிகராம்சம்) ஆகி நான்காம் பாவாதிபதி நீசனாகி மகர நவாம்சத்திலிருந்தாலும் ஒன்பதாம் பாவாதிபதியால் பார்க்கப்பட்டாலும் துர்ப்பகாவஸ்தையில் பிறந்தவனுக்கு பின் சகோதரம் கிடையாது. தாய் தீர்க்காயுளுடையவள், சகோதரியும் ஒருத்தி, நீண்ட ஆயுளுடையவளாயிருப்பாள்.

(55) ஜென்ம லக்கினம் மேஷம் (மாலின்யாம்சம்) ஆகி சனி கடகாம்சத்தில் மீனராசியில் துலா நவாம்சத்திலுள்ள கிரகத்துடன் கூடியிருந்தால் சகோதரி மூலம் தனத்தை அடைவார். கொஞ்சம் சுயார்ச்சிதமும் சம்பாதிப்பார், பால்யத்தில் தன் பிதாவால் சம்பாதிக்கப்பட்ட பொருளுமுடையவர், தன் கோத்திர தயாதியின் தனமும் கொஞ்சமடைவார், சகோதரியினுடைய நேசத்தால் அறுநூறு அல்லது முன்னூறு அல்லது ஐந்நூறு வரையில் தனமடைந்து வியாபாரம் செய்து நித்தியம் பத்துக்கு மேல் லாபம் சம்பாதித்து அதனால் ஜீவனம் செய்வார்.

(56) ஜென்ம லக்கினம் மேஷம் (நிர்மலாம்சம்) ஆகி லக்கினத்தில் ராகு இருந்து ஆறு, எட்டு, பன்னிரண்டு முதலிய பாவங்களில் ரவியுமிருந்தால் சனிதிசை ஓராவது திசையாக வரும் சமயம் பிதா மரிப்பார்.

(57) ஜென்ம லக்கினம் மேஷம் (நிர்மலாம்சம்) ஆகி ஒன்பதாம் பாவத்தில் கேதுவும், குரு மேஷாம்சத்திலிருந்து ஏழாம் பாவத்தில் சனியுமிருந்தால் ஜாதகனுக்குப் புருஷக் குழந்தைகள் நாசமடையும்.

(58) ஜென்ம லக்கினம் மேஷம் (துர்துராம்சம்) ஆகி மூன்றாம் பாவத்தில் சூரியனிருந்து அந்தப் பாவாதிபதி விருஷபராசியிலுமிருந்து சுபக்கிரங்களுடன் கூடியிருந்தாலும் சுபக்கிரகங்களால் பார்க்கப்பட்டாலும் ஜாதகர் சுவல்பமான சகோதரபலனுடையவர், ஒரு சகோதரனும் இரண்டு சகோதரிகளுமுடையவர்.

(59) ஜென்ம லக்கினம் மேஷம் (துர்துராம்சம்) ஆகி வர்க்கோத்தமாம்சத்தில் மூன்றாம் பாவத்தில் புதனிருந்து குருவால் பார்க்கப்பட்டிருந்தால் ஜாதகனுடைய பின் சகோதரர் நல்ல யோகமுடையவனாகி அரசாங்கத்தில் புகழுடையவானயிருப்பார்.

(60) ஜென்ம லக்கினம் மேஷம் (அபலாம்சம்)ஆகி பதினோராம் பாவாதிபதி செவ்வாயுடன் கூடி ஆறாம்பாவத்தில் இருந்து குருவால் பார்க்கப்பட்டால் ஜாதகனுடைய மூத்த சகோதரிக்குத் தேக பீடையும் இரண உபத்திரவமும் உண்டாகும்.

(61) ஜென்ம லக்னம் மேஷம் (அம்புஜாம்சம்) ஆகி குரு காந்தாம்சத்தில் கடகத்திலும் நான்காம் பாவாதிபதி இரண்டாம் பாவத்திலுமிருந்தால் ஜாதகர் வேதாந்த பரிசீலனை செய்பவனும் நியாய சாஸ்திரத்தில பிரசித்தி உடையவனுமாயிருப்பார்.

(62) ஜென்ம லக்கினம் மேஷம் (சம்பகாம்சம்) ஆகி லக்கினபாவாதிபதி இரண்டாம் பாவத்திலும் நான்காம் பாவாதிபதி கேந்திரத்திலுமிருந்தால் ஆயுஸுள்ள வரையிலும் பாக்கியவானாயிருப்பார்.

(63) ஜென்ம லக்கினம் மேஷம் (ஸமாம்சம்) ஆகி ஒன்பதாம் பாவாதிபதி (கும்பராசியில்) கும்பாம்சத்திலிருந்து சூரியனால் பார்க்கப்பட்டிருந்தாலும் ராகுவுடன் சேர்ந்திருந்தாலும் ராகுவால் பார்க்கப்பட்டிருந்தாலும் ஜாதகர் சகோதரர்களில்லாதவனாகி யிருப்பார்.

(64) ஜென்ம லக்கினம் மேஷம் (ஸமாம்சம்) ஆகி இரண்டாம் பாவாதிபதி (துலா ராசியில்) துலாம்சத்திலிருந்து குருவால் பார்க்கப்பட்டிருந்தால் கோசாரத்தில் குரு ரிஷபராசியை அடையும் போது விவாகம் நடக்கும்.

(65) ஜென்ம லக்கினம் மேஷம் (பங்கஜாம்சம்) ஆகி லக்கின பாவாதிபதி பத்தாம் பாவத்திலும் அந்தப்பத்தாம் பாவாதிபதி ஏழாம் பாவத்திலுமிருந்தால் ஜாதகர் சிம்மாசனாபதியாகி சதுரங்கசேனா பலங்களுடையவனாகியிருப்பார்.

(66) ஜென்ம லக்கினம் மேஷம் (பாடலாம்சம்) ஆகி மூன்றாம் பாவாதிபதி பதினோராம் பாவத்தில் ரவியுடன் கூடியிருந்தால் கொஞ்சம் சகோதரத் துவேஷமுண்டாகி அதனால் ஜாதகர் வியாகூலமடைவார்.

(67) ஜென்ம லக்கினம் மேஷம் (காலகூடாம்சம்) ஆகி ஐந்தாம் பாவாதிபதி சுக்கிரனுடன் கூடியிருந்தாலும் ஐந்தாம் பாவத்தைக் குரு பார்த்தாலும் ஜாதகர் அரைப்வந்தான யோகமுடையவர், சாஸ்திரத்தில் சொல்லியபடி லிங்கதானம் (என்ற சிவலிங்கதானம்) செய்தால் புத்திரப்ராப்த்தியுண்டாகும்.

(68) ஜென்ம லக்கினம் மேஷம் (பாடலாம்சம்) ஆகி லக்ன பாவாதிபதி தனபாவத்திலும் தனபாவாதிபதி கேந்திர ராசியிலும் பதினோராம் பாவாதிபதி சுயக்ஷேத்திரத்திலுமிருந்தால் ஜாதகர் புதையல் தனத்தையடைவார்.

(69) ஜென்ம லக்கினம் மேஷம் (பாடலாம்சம்) ஆகி ஏழாம் பாவாதிபதி சுய க்ஷேத்திரத்திலிருந்து சுக்கிரன் பலத்துடனிருந்தால் ஜாதகர் ஒரே தாரமுடையவர். சிலர் இரண்டு தாரம் உண்டென்று சொல்லுகிறார்கள்.

(70) ஜென்ம லக்கினம் மேஷம் (ஸுமத்யாம்சம்) ஆகி நான்காம் பாவாதிபதி லாப பாவத்திலிருந்து சுக்கிரன் கேதுவுடன் கூடி கேந்திரத்திலிருந்து சந்திரன் செவ்வாயினால் பார்க்கப்பட்டால் ஜாதகர் தாய் விசேஷ சுகமுடையவள். ஜாதகர் இரண்டு தாய்களைக் காப்பாற்றுவார்.

(71) ஜென்ம லக்கினம் மேஷம் (ஸுமத்யாம்சம்) ஆகி பத்தாம் பாவாதிபதி புதனுடன் கூடியிருந்து குருவுடன் சேராமலிருந்தாலுங்கூட ஜாதகர் நல்ல செய்கை, ஆச்சாரபுத்தி இவையுடையவானகவும், ராஜ சேவையால் ஜீவனம் செய்பவனாவுமிருப்பார்.

(72) ஜென்ம லக்கினம் மேஷம் (ஸுமத்யாம்சம்) ஆகி பூர்வ பாகத்தில் குரு தன் உச்சத்தில் மீனாம்சத்தில் இருந்து (தானே ஒன்பதாம் பாவாதிபதியானாலும்) அல்லது ஒன்பதாம் பாவாதிபதியுடன் கூடியிருந்தாலும் ஜாதகர் சுகத்தையும் இருபத்தாறு வயதுக்குமேல் விசேஷ சுகத்தையும் அடைகிறார்.

(73) ஜென்ம லக்கினம் மேஷம் (சம்பகாம்சம்) ஆகி ஏழாம் பாவாதிபதியாகிய சுக்கிரன் மிதுனாம்சத்தில் மங்களாம்சத்தை அடைந்திருந்தால் ஜாதகர் சிவப்பு நிறமுடைய மனைவியை அடைவார். விவாகத்திற்குப் பிறகு சுகத்தை அடைவார். எப்பொழுதும் லக்ஷ்மி கடாக்ஷத்துடன் இருப்பார்.

(74) ஜென்ம லக்கினம் மேஷம் (சம்பகாம்சம்) ஆகி குரு (கடகராசியில்) புஷ்கராம்சத்தில் இருந்து பத்தாம் பாவாதிபதி செவ்வாயால் பார்க்கப்பட்டிருந்தாலும், நான்காம் பாவாதிபதியுடன் கூடியிருந்தாலும் வீட்டில் தான்ய சமிர்த்தியுடனும் விவாகத்திற்குப் பிறகு நித்திய சுபத்துடனும், நித்திய சம்பத்துடனும் கூடியிருப்பார்.

(75) ஜென்ம லக்கினம் மேஷம் (ஸ்நிக்தாம்சம்) ஆகி சுக்கிரன் ஒன்பதாம் பாவத்திலிருந்து, குசன், கேது, புதன் இவர்களுடன் கூடியிருந்தால் ஜாதகனுடைய தகப்பன் ஆபத்சன்னியாசி யோகமடைவார்.

(76) ஜென்ம லக்கினம் மேஷம் (ஸ்நிக்தாம்சம்) ஆகி ஸிம்மாம்சத்தில் லக்னபாவத்தில் சந்திரனிருந்து, குருவும் லக்னபாவத்திலிருந்தால், ஜாதகனுடைய தாய் மத்திய வயதுடையவள், குணவதி, பொறுமையுடையவள், கொஞ்சம் ரோகமுடையவள், அன்னதானம் செய்வதில் பிரியமுள்ளவள், சுத்தமுள்ளவள், வம்சவிருத்தியுடையவள், சுபமானவள், முன்ஜன்மாந்திர புண்ணிய வசத்தினால் மங்கிலியத்துடனேயே மரிப்பாள்.

(77) ஜென்ம லக்கினம் மேஷம் (ஸ்நிக்தாம்சம்) ஆகி புதன் பதினோராம் பாவத்திலும் நான்காம் பாவாதிபதி ஆறாம் பாவத்திலுமிருக்கப் பிறந்தவர் அல்பவித்தையுடையவனாகவும் தனத்தையுடையவனாகவும் எழுத்துவேலை கொஞ்சம் தெரிந்தவனாகவும் சாஸ்திர ஞானமில்லாதவனாகவும் வித்தியாஹீனனாகி யிருந்தாலும் தனத்தைச் சம்பாதிப்பவனாகவும் க்ஷேத்திர மூலம் நல்ல சௌக்கிய முள்ளவனாகவும் நாடக அலங்கார காவிய சாஸ்திரப் பிரியனாகவும் சங்கீத லோலனாகவும் இருப்பார்.

(78) ஜென்ம லக்கினம் மேஷம் (ஸ்நிக்தாம்சம்) ஆகி ஐந்தாம் பாவத்தில் ராகு இருந்து அந்தப் பாவாதிபதியுடன் கேது கூடியிருந்தால் விருத்தாப்பிய வயதில் ஜாதகர் புத்திர யோகமுடையவர்.

(79) ஜென்ம லக்கினம் மேஷம் (ஸ்நிக்தாம்சம்) ஆகி லக்கின பாவத்திலும் நான்காம் பாவத்திலும் பாபக் கிரகங்களிருந்தாலும் மேற்படி பாவங்களைப் பாபர்கள் பார்த்தாலும் ஜாதகன் நல்ல செய்கையுடையவனாகவும், நல்ல வழியில் நல்ல புண்ணியங்களைச் செய்பவனாகவும், தனாட்டியனாகவும் வெகுகாலம் ஆயுளுள்ளவனாகவும் இருப்பார்.

(80) ஜென்ம லக்கினம் மேஷம் (ஸ்நிக்தாம்சம்) ஆகி பதினோராம் பாவத்தில் புதன், சூரியன், சுக்கிரன் இவர்களிருந்தால் ஜாதகர் அற்ப புத்திரனுடனும் கூடியிருப்பார், வியாபாரத்தால் சம்பாதிக்கப்பட்ட பணத்தையுடையவர், அந்திய வயதில் சகோதரனுடன் பாகம் செய்து கொள்வார்.

(81) ஜென்ம லக்கினம் மேஷம் (குந்தாம்சம்) ஆகி ஆறு எட்டு பன்னிரண்டு முதலிய பாவங்களில் சந்திரனிருந்து சந்திரன் நின்ற ராசிநாதர் தன் உச்ச ராசியிலிருந்தால் கொஞ்சம் பாலாரிஷ்ட பயமுண்டாகும், ஆயினும் சீக்கிரமாகவே ஆரோக்கியமும் உண்டாகும், சுப திருஷ்டியிருந்தால் விசேஷ சௌக்கியம் உண்டாகும்.

(82) ஜென்ம லக்கினம் மேஷம் (குந்தாம்சம்) ஆகி குரு ஐந்தாம் பாவத்திலிருந்து அந்தப் பாவாதிபதி மீனராசியிலிருந்தாலும், குரு பன்னிரண்டாம் பாவத்திலிருந்தாலும் ஜாதகனுடைய தகப்பன் இங்கிதமறிந்தவர், விஷ்ணுவிடத்தில் பக்தியுடையவர், தேவப்பிராமண பக்தியுடையவர் வைதிகாசாரமுடையவர், தர்மாத்துமா, பணத்தைச் சம்பாதிப்பதில் வெகு சமர்த்தர், நல்ல புத்தியுடையவர், மத்திய வயதில் பாக்கியமுடையவர், மனைவிக்குப் பிறகு யோகமுடையவர், வேறு சிலர் ஜாதகனுடைய தாய் வெகுகாலம் ஜீவித்திருப்பாள் என்று சொல்லுகிறார்கள்.

(83) ஜென்ம லக்கினம் மேஷம் (குந்தாம்சம்) ஆகி ஒன்பதாம் பாவாதிபன் ஐந்தாம் பாவத்திலிருந்து பதினோராம் பாவாதிபதியுடன் கூடியிருந்தால் ஜாதகர் விபத்திசையில் சம்பத்தையும், க்ஷேமத்திசையில் விசேஷ தானத்தையும் அடைவார், ஜாதகர் தேசாந்திரத்தில் சஞ்சாரம் செய்பவனும், வித்தையுடையவனும் நாட்டியம் செய்பவனுமாகிறான்.

(84) ஜென்ம லக்கினம் மேஷம் (மங்களாம்சம்) ஆகி ஒன்பதாம் பாவத்தில் சந்திரனிருந்து செவ்வாயுடன் கூடியிருந்தாலும், செவ்வாயால் பார்க்கப்பட்டாலும் ஜாதகனுடைய.தாய்க்கு அரிஷ்ட முண்டாகும்.

(85) ஜென்ம லக்கினம் மேஷம் (மங்களாம்சம்) ஆகி பாக்கியாம்சத்தில் தன் உச்சராசியில் இருந்து நான்காம் பாவாதிபதி ஒன்பதாம் பாவத்தையடைந்து இருந்தாலும் அல்லது குரு சந்திரனுடன் கூடியிருந்தாலும் ஜாதகனுடைய தாய் தீர்க்காயுளுடையவளாயிருப்பாள்.

(86) ஜென்ம லக்கினம் மேஷம் (ஜகத்யாம்சம்) ஆகி லக்கினபாவாதிபதி ஐந்தாம் பாவத்தில் இருந்து நான்காம் பாவாதிபதியுடன் கூடியிருந்தால் ஜாதகர் வனப்பிராந்தியத்தில் பட்டினத்தில் அல்லது கிராமத்தில் ஜெனனமானவர்.

(87) ஜென்ம லக்கினம் மேஷம் (ஜகத்யாம்சம்) ஆகி சுபாம்சத்தில் ஜனித்தவனுக்கு குரு நீச்சத்திலிருந்தாலும் கூட தேக சௌக்யமும் சுபமும் உண்டாகும்.

(88) ஜென்ம லக்கினம் மேஷம் (காலகூடாம்சம்) ஆகி ஒன்பதாம் பாவாதிபதி லாபபாவத்தில் இருந்தால் ஜாதகர் சகோதர சௌக்கியமுடையவர். ஜாதகர் பிதா புகழுடையவனாயிருப்பார்.

(89) ஜென்ம லக்கினம் மேஷம் (காலகூடாம்சம்) ஆகி நான்காம் பாவாதிபதி வலுத்து லக்கின பாவத்திலிருந்தால் ஜாதகனுடைய தாய் விசேஷ சௌக்கியமுடையவளும், பதிபக்தியுடையவளுமாயிருப்பாள்.

(90) ஜென்ம லக்கினம் மேஷம் (காலகூடாம்சம்) ஆகி சனியும் ராகுவும் கூடியிருக்கப்பிறந்தவர் சுகியாகவும், மந்திர யந்திரங்களில் பிரியமுடையவனாகவும், பிறரை வஞ்சிப்பதில் சமர்த்தனாகவும், மிதமாய்ப் பேசுபவனாகவும் குருப்பிரிதியுடையவனாகவும் க்ஷேத்திரம் கிராமாதிபதியாகவும் பிதுரார்ஜிதத்தால் சுகமாயும், அரசாங்கத்தில் புகழுடையவனாகவும், உத்தியோகத்தால் தனத்தையடைபவனாகவும், பாலியத்திலிருந்து சுகத்தை யுடையவனாயுமிருப்பார்.

(91) ஜென்ம லக்கினம் மேஷம் (பாடலாம்சம்) ஆகி ஒன்பதாம் பாவத்தில் புதனிருந்தால் ஜாதகனுடைய தகப்பன் பாக்கிய யோகமுடையவர், சமிர்த்தியாகப் பணத்தைச் சம்பாதிப்பவர், விசேஷமாகப் பிள்ளைகளை உடையவர்.

(92) ஜென்ம லக்கினம் மேஷம் (ஸுமத்யாம்சம்) ஆகி லக்கின பாவாதிபதி சுய க்ஷேத்திரத்திலிருந்தாலும் குரு சனியுடன் கூடியிருந்தாலும் ஜாதகர் அதிருஷ்டசாலி, மேதாவி, பாக்கிய யோக அபிவிருத்தியுடையவர், சிவ பக்த மதாச்சாரமுடையவர், விஷ்ணு சில பக்தியுடையவர் ஸம தேகமுடையவர், அறிவாளி, தைரிய முடையவர், அழகிய முகமுங் கண்களுமுடையவர், தேவப் பிராமணவிசுவாசி, வித்தை புத்தி இவற்றையுடைய விவேகி, எழுதுவதில் சமர்த்தர், மூன்று பாஷைகளில் வல்லவர்.

(93) ஜென்ம லக்கினம் (ஸுமத்யாம்சம்) ஆகி நான்காம் பாவாதிபதி பதினோராம் பாவத்தில் பலத்துடனிருந்தால் ஜாதகர் வித்தையுடையவர். இனிமையாய்ப் பேசுவார் நன்றாய்த் தெலுங்கு பேசுபவர். ஸங்கீதப் பிரியமுடையவர், காமியாயிருப்பார், நல்ல வித்யா நிபுணனாயுமிருப்பார்.

(94) ஜென்ம லக்கினம் மேஷம் (ஸுமத்யாம்சம்) ஆகி இரண்டாம் பாவாதிபதி யாகிய சுக்கிரன் கேந்திரத்திலிருந்து குருவால் பார்க்கப்பட்டால் ஜாதகர் எல்லா சாமர்த்தியமும் உடையவனாகியும், வாசாலகனாகவும் யுக்தியாய்ப் பிரசங்கம் செய்பவனாகவும், மித்திர வஞ்சனபுத்தியுடையவனாகவும் தியாகியாயும் போக முடையவனாகவுமிருப்பார்.

(95) ஜென்ம லக்கினம் மேஷம் (ஸுமத்யாம்சம்) ஆகி லாபாதிபதி தனாதிபதி பத்தாம் பாவாதிபதி இவர்களும் இவர்களில் யாராவது ஒருவரும் சந்திர கேந்திரத்திலிருந்தாலும், அல்லது தன புத்திர லாபாதிபதிகள் குருவுடனிருந்தாலும் ஜாதகர் அகண்ட சாம்ராஜ்யத்தை அடைகிறார்.

(96) ஜென்ம லக்கினம் மேஷம் (சுமத்யாம்சம்) ஆகி நான்காம் பாவத்தில் செவ்வாயிருந்தால் ஜாதகனுடைய தாய்க்குச் சுக முண்டாகாது.

(97) ஜென்ம லக்கினம் மேஷம் (சுமத்யாம்சம்) ஆகி நான்காம் பாவத்தில் ராகு. இருந்தால் ஜாதகர் தன் தாயை இழந்து விடுவார், வளர்ப்புத் தாயால் சுகத்தையடைவார்.

(98) ஜென்ம லக்கினம் மேஷம் (சுமத்யாம்சம்) ஆகி மூன்றாம் பாவத்தில் சந்திரனிருந்தாலும் செவ்வாய் நீச்சத்தை அடைந்திருந்தாலும் ஜாதகர் சகோதரர்களுடன் கூடியவனாயிருந்தாலும் ஒண்டியாகவே ஆகிவிடுகிறார்.

(99) ஜென்ம லக்கினம் மேஷம் (சுமத்யாம்சம்) ஆகி குருத்திரிம்சாம்சத்தில் ஜனித்தவனுக்கு நீசபங்க ராஜயோகம் உண்டானால் ஜாதகர் மஹாராஜாவாக ஆகின்றார்.

(100) ஜென்ம லக்கினம் மேஷம் (சுமத்யாம்சம்) ஆகி நீச்ச பங்க ராஜயோக கிரகங்கள் உச்சாம்சத்தில் நீச்ச ராசியிலிருந்தால் ஜாதகர் தனிகனாகவும் நல்ல போகியாகவும் யோகாம்சத்தில் பாக்கிய குலத்தில் பிரவேசிப்பவனாகவும், மானம், கிலேசம் இவற்றைவிட்டவனாகவும், நல்ல தைர்ய புஷ்டியுடையவனாகவும், ஆசையுடையவனாகவும், எப்போதும் லோபகுணத்தைப் பிரதானமாக உடையவனாகவுமிருப்பார்.

(101) ஜென்ம லக்கினம் மேஷம் (சுமத்யாம்சம்) ஆகி நீச்சக் கிரகம் நீச்சராசியில் உச்சாம்சத்தில் இருந்தால் சுகியாயும், உச்சக்கிரகம் உச்ச ராசியில் நீச்சாம்சத்திலிருந்தால் துக்கியாயும், ஜாதகனிருப்பான். வர்க்கோத்தமாம்சத்திலிருந்தால் ஸௌக்யமும், ராஜயோகமும் உண்டாகும்.

(102) ஜென்ம லக்கினம் மேஷம் (சுமத்யாம்சம்) ஆகி புதன் வர்க்கோத்த மாம்சத்தில் சுபக்கிரகங்களுடன் கூடியிருந்தாலும் ராஜ்யாவஸ்தையிலிருக்கும்போது பிறந்தாலும் ராஜயோகம் உண்டாகும்.

(103) ஜென்ம லக்கினம் மேஷம் (சுமத்யாம்சம்) ஆகி சுக்கிர கேந்திரத்தில் குரு இருந்தாலும் குருவின் கேந்திரத்தில் சுக்கிரன் இருந்தாலும் ஒருவருக்கொருவர் பரஸ்பரம் க்ஷேத்திரம் மாறியிருந்தாலும் ஒரே அம்சத்திலிருந்தாலும் ஜாதகர் நல்லயோகத்தை யுடையவனாகவிருப்பார். அல்லது ராஜாவாகவாவது அவனுக்குச் சமமாகவாவது இருப்பார்.

(104) ஜென்ம லக்கினம் மேஷம் (சுமத்யாம்சம்) ஆகி செவ்வாய் கேந்திரத்தில் சுபாம்சத்தில் இருந்து சந்திரனுக்கு இரண்டில் பலமுடையவனாக இருந்தால் உசகம் என்கிற யோகமானது உண்டாகும். மேற்படி யோகத்தில் ஜனித்தவர், பலத்துடன் கூடிய சரீரத்தையும் ஸ்திரீ, கீர்த்தி, சீலம், இவற்றுடனும் கூடினவர், யோகத்தில் மந்திர ஜெப, மாந்திரீகம் முதலிய க்ஷேமத்தையுடையவர், அரசனாகவாவது, அரசனுக்குச் சமமாகவாவது இருப்பார்.

(105) ஜென்ம லக்கினம் மேஷம் (சுமத்யாம்சம்) ஆகி பத்தாம் பாவாதிபதி ...பதாம் பாவத்திலிருந்து அந்தக் கேந்திரத்தில் சுக்கிரனும் இருந்தால் ஜாதகர் பாக்கிய குலத்திலேயே ஜனித்தவர், ராஜயோகத்தையடைபவர், துர்க்காரணியப் பிராந்தியத்திலாவது, கிரிப் பிராந்தியத்திலாவது ஜனித்தவர். ஜனித்த இடத்திலேயே வசிப்பவர்.

(106) ஜென்ம லக்கினம் மேஷம் (சுமத்யாம்சம்) ஆகி பூர்வபாகத்தில் ஜனித்தவனுக்கு லக்கினபாவத்தில் கேது இருந்தால் ஜனன காலத்தில் ஜாதகனுடைய தாய் அதிக வேதனையடைவாள். உத்தராம்சத்தில் ஜனனமானால் விசேஷ வேதனையும் சூதி தோஷமும் உண்டாகும். சிலர் அபிப்பிராயப்படி குழந்தை கொடி சுற்றிப் பிறக்கும்.

(107) ஜென்ம லக்கினம் மேஷம் (சுமத்யாம்சம்) ஆகி தன் உச்சாம்சத்தில் நீச்ச ராசியில் செவ்வாயிருந்து குரு கேந்திரத் திரிகோணங்களிலிருந்தாலும் பதினோறாம் பாவத்தில் சுக்கிரன் இருந்தாலும் எல்லாத் தோஷங்களும் விலகி சுகமுண்டாகும்.

(108) ஜென்ம லக்கினம் மேஷம் (சுமத்யாம்சம்) ஆகி ஏழாம் பாவத்தில் ராகு இருந்தால் மனைவிக்குப் பீடையுண்டாகும். அந்த ராகு நின்ற பாவாதிபதி எந்த இடத்தில் பலவானாயிருந்தாலும் பாபக்கிரகங்களால் பார்க்கப்பட்டால் ஜாதகர் மூன்று மனைவிகளையடைவார். அப்படியில்லாமல் ஒரே தாரமாயிருந்தால் அவள் கிரக சேஷ்டைகளால் பீடிக்கப்பட்டோ அல்லது கர்பதோஷத்தால் பீடிக்கப்பட்டோ இருப்பாள்.

(109) ஐந்தாம் பாவாதிபதி சனியுடன் கூடி புத்திர பாவத்திற்கேழில் ராகுவும், ஐந்தாம் பாவத்திலேயே குருவுமிருந்தால் ஸந்தானம் நிலைக்காது, சாந்தி செய்தால் புத்திர ஸந்தானம் நிலைக்கும்.

(110) ஜென்ம லக்கினம் மேஷம் (சுமத்யாம்சம்) ஆகி நீச்சபங்க ராஜயோகத்தில் ஜனித்தவனுக்குச் சனி தசையில் தனமும், சுகமும் உண்டாகிப் பத்து லக்ஷாதிபதியான ஸ்ரீமானாகவும் இருப்பார்.

(111) ஜென்ம லக்கினம் மேஷம் (சுமத்யாம்சம்) ஆகி லக்கின பாவாதிபதி வர்க்கோத்தமாம்சத்திலிருந்தாலும், தன் உச்ச ராசியை அடைந்திருந்தாலும், குருவால் பார்க்கப்பட்டிருந்தாலும். ஜாதகர் நல்ல செய்கையுடையவனும், புண்ணிய கர்மங்களைச் செய்பவனும், தனத்தைச் சம்பாதிப்பவனும், லோகாந்திரத்தில் கீர்த்தியுடையவனுமாய் இருப்பார்.

(112) ஜென்ம லக்கினம் மேஷம் (சுமத்யாம்சம்) ஆகி பன்னிரண்டில் சூரியனும், குருவும் கூடி இருந்தால் ஜாதகனுடைய தகப்பனுக்குச் சௌக்கியம் உண்டாகாது.

(113) ஜென்ம லக்கினம் மேஷம் (பங்கஜாம்சம்) அதாவது லக்கின ஸ்புடம் பாகை 29–36 கலை முதல் பாகை 29–48 கலை வரையிலும்) ஆகி மாளவீ யோகத்தில் சுக்கிர திரிம்சாம்சத்தில் ஜனித்தவர் மகாராஜனாகலாம். அதிருஷ்டசாலியாகவும், மேதாவியாகவும், சமதேகியாகவும் கருப்பு நிறமாகவும் ராஜலக்ஷணங்கள் நிறைந்தவனாகவும் புத்திமானாகவும், வித்தையுடையவனாகவும் இருப்பார்.

(114) ஜென்ம லக்கினம் மேஷம் (பங்கஜாம்சம்) ஆகி மூன்றாம் பாவாதிபதியாகிய புதன் பதினோறாம் பாவத்தில் சூரியனுடன் கூடியிருந்து ஒன்பதாம் பாவாதிபதி வலுத்திருந்தால் லட்சுமியோகம் உண்டாகிறது. இந்த யோகத்தில் ஜனித்தவர் சுகியாகவும், வாசாலகனாகவும், நல்ல சுகுமார சரீரமுள்ளவாகவும், கம்பீரமனதுடையவனும், கொடையாளியாகவும், தேஜஸ்ஸுடையவனாகவும் நல்ல புத்தி யுள்ளவனாகவும் அன்னிய பாஷைகள் கற்றவனாகவும் போகியாகவும், ஆயுதத்தைத் தரிப்பவனாகவும் இருப்பார்.

(115) ஜென்ம லக்கினம் மேஷம் (பங்கஜாம்சம்) ஆகி லக்கின பாவாதிபதி பத்தாம் பாவத்திலிருந்து பத்தாம் பாவாதிபதி ஏழாம் பாவத்தில் இருந்தால் ஸிம்மாசனாதிபதியாகி சதுரங்க பலங்களுடன் கூடியும், யானை, குதிரை, தேர் முதலியவற்றுடன் கூடியும், அநேக வாகன சௌக்கியமுடையவனாகவும், சத்திர சாமராதிகளுடன் கூடியும் அரசர்களுக்கெல்லாம் மேலானவனாயுமிருப்பார்.

(116) ஜென்ம லக்கினம் மேஷம் (பங்கஜாம்சம்) ஆகி மூன்றாம் பாவாதிபதியாகிய புதன் பதினோராம் பாவத்தில் ரவியுடன் கூடியிருந்தாலும் ஜாதகனுக்குத் தன் சகோதரனுடன் கொஞ்சம் துவேஷம் உண்டாகும். அதனால் கொஞ்சம் வியாகூலமுண்டாகும், இவர்கள் ஒருவருக்கொருவர் கலகத்தால் கஷ்டமடைவார்கள், பிதாவும் நிச்சயமாக மரணமடைவார், பந்துக்கள் மூலமாகச் சகோதரர்களுக்குள் கலக நிவர்த்தியுண்டாகும். முப்பத்தெட்டு வயதிற்கு மேல் ஜாதகர் நல்ல கீர்த்தியுடையவர், ராஜ்ய

தந்திரத்தில் சுதந்திரமுடையவர். கொடுக்கும் கொடையாளி, போகி ராஜ்ய லக்ஷ்மியோகம், உண்டாகும், தன்ராஜ்யத்தை நல்லபுத்தியுடன் பரிபாலிப்பார், நாற்பதாவது வயதில் தனம் சம்பாதிப்பார், தன் புத்திரனும் பெரிய கீர்த்தியுடையவர், ஐம்பதாவது வயதிலும் இப்படியே யோகமுண்டாகும். ஆயுளுள்ளவரையிலும் பாக்கிய முள்ளவனாயிருப்பார்.

(117) ஜென்ம லக்கினம் மேஷம் (பங்கஜாம்சம்) ஆகி சுக்கிரன் தன்னுடைய உச்சராசியிலிருந்தால் ஜாதகர் இரண்டு அல்லது மூன்று விவாகத்தையுடையவர், விவாகத்திற்குப் பிறகு சுகமும், சுயப்பிரபலமும் உண்டாகும்.

(118) ஜென்ம லக்கினம் மேஷம் (ஸமாம்சம்) ஆகி ஒன்பதாம் பாவாதிபதி (கடக ராசியில்) கும்பாம்சத்திலிருந்து சூரியனால் பார்க்கப்பட்டாலும் ராகுவுடன் கூடியிருந்தாலும், ராகுவால் பார்க்கப்பட்டாலும் ஜாதகர் சகோதரர்களில்லாதவர், பாலியத்தில் சுவல்ப சுகமுடையவர், யௌவன காலத்தில் ருண பீடையுடையவர். மத்தியில் சொற்ப பலனுள்ளவர், வாசாலகர், வெகு புத்தியுடையவர்.

(119) ஜென்ம லக்கினம் மேஷம் (ஸமாம்சம்) ஆகி நான்காம் பாவாதிபதி யுக்மாம்சத்தில் (அதாவது மிதுன நவாம்சத்தில்) கேதுவுடன் கூடியிருந்து குருவால் பார்க்கப்பட்டிருந்தால் தாய் தீர்க்காயுளுடையவளாவாள்.

(120) ஜென்ம லக்கினம் மேஷம் (ஸமாம்சம்) ஆகி சனி தனுசுராசியில் இருபத்தாறாவது சஷ்டியம்சமாகிய அர்தாம்சத்தில் இருக்கப் பிறந்த ஜாதகனுக்கு மத்திய வயதில் பாக்கிய முண்டாகும்.

(121) ஜென்ம லக்கினம் மேஷம் (சம்பகாம்சம்) ஆகி பூர்வபாகத்தில் பிறந்தவனுக்குப் பதினோராம் பாவாதிபதி ஒன்பதாம் பாவத்தை அடைந்திருந்தால் ஸம்பத்தாராதி திசையில் பத்தாம் பாவாதிபதி அம்சை சக்கிரத்தில் இருக்கும் இராசிக்குத் திரிகோண ராசியில் கோட்சரத்தில் குரு வரும் போது ஜாதகனுக்கு விவாகம் நடக்கும்.

(122) ஜென்ம லக்கினம் மேஷம் (அம்புஜாம்சம்) ஆகி மூன்றாம் பாவாதிபதி கேந்திரத்திரிகோண லாப ராசிகளில் இருந்தால் ஜாதகனுடைய பின் சகோதரன் நீண்ட ஆயுளுடையவன், அவன் எப்போதும் லக்ஷ்மீ கடாக்ஷமுடையவன், தனதான்ய விருத்தியுடையவர். ஜாதகனுக்கு ஒரு சகோதரி நீண்ட காலம் ஆயுளுடையவள், அவள் அந்திய வயதில் நல்ல புத்தியுடையவள்.

(123) ஜென்ம லக்கினம் மேஷம் (அம்புஜாம்சம்) ஆகி சாமர யோகத்தில் குரு திரிம்சாம்சத்தில் ஜனித்தவர் வெளுப்பு நிறமுடையவர், சமர்த்தர், திட்டமாய்ப் புசிப்பவர், பித்ரு பாக்யமுடையவர், வித்தையினால் ஜீவிப்பவர், குணத்துடன் கூடினவர், பாலியத்தில் துஷ்டனாயிருப்பார், பதினாறு வயதில் இருந்த குணாதிகமுடையவனாவார், தாய் சௌக்கியங் குறைந்தவர், பிதா பிரபல யோகமுடையவர், கல்வியால் தினம் ஜீவிப்பார், காமியாயிருப்பார்.

(124) ஜென்ம லக்கினம் மேஷம் (அம்புஜாம்சம்) ஆகி நான்காம் பாவாதிபதி தன் உச்ச ராசியிலிருந்தாலும், புதன் லக்கின பாவகேந்திரங்களிலிருந்தாலும் ஜாதகன் வித்தை மூலம் நல்ல கீர்த்தியுடையவனும் சாஸ்திர ஞானபாராயணம் செய்பவனுமாவார்.

(125) ஜென்ம லக்கினம் மேஷம் (அம்புஜாம்சம்) ஆகி குரு வர்க்கோத்தமாம்சத்தை அடைந்திருந்தால் ஜாதகர் வேத சாஸ்திர புராண மறிந்தவனாகவும், வைதீகாசார முடையவனாகவும், தர்மாத்துமாவாகவும், பல தேசங்களிலும் புகழுடையவனாகவும் இருப்பார்.

(126) ஜென்ம லக்கினம் மேஷம் (அம்புஜாம்சம்) ஆகி ஐந்தாம் பாவத்தில் சுக்கிரனிருந்தால் சாமரயோகம் என்று பெயர். இந்த யோகத்தில் ஜனித்தவன் நல்ல பாக்கிய முடையவனாகிறான்.

(127) ஜென்ம லக்கினம் மேஷம் (அம்புஜாம்சம்) ஆகி பன்னிரண்டாம் பாவாதிபதி புதனுடன் கூடியிருந்தால் ஜாதகர் விஷ்ணு லோகத்தை அடைகிறான்.

(128) ஜென்ம லக்கினம் மேஷம் (திரைலோக்யாம்சம்) ஆகி லக்கின பாவாதிபதி ஆறாம் பாவத்திலிருந்து சுக்கிரன் கேந்திரத்திரிகோணங்களிலிருந்தால் ஜாதகர் எழுபது வயதுடையவனாகிறார்.

(129) ஜென்ம லக்கினம் மேஷம் (திரைலோக்யாம்சம்) ஆகி சூரியன் கேந்திரத் திரிகோணங்களிலிருந்தாலும் சுப க்ஷேத்திரத்தில் பித்ரு பாவாதிபதி இருந்தாலும் ஜாதகனுடைய தகப்பன் வெகு காலம் ஆயுளுடையவனாகவும் சுகியாயுமிருப்பார்.

(130) ஜென்ம லக்கினம் மேஷம் (திரைலோக்யாம்சம்) ஆகி ஒன்பதாம் பாவாதிபதி செவ்வாயால் பார்க்கப்பட்டிருந்தால் ஜாதகர் சத்துருக்களை அழிப்பவனும், பிரதாப முடையவனுமாகிறான்.

(131) ஜென்ம லக்கினம் மேஷம் (திரைலோக்யாம்சம்) ஆகி ஐந்தாம் பாவத்தில் புதன் இருந்தால் ஜாதகர் ரோகியாயும் துர்பலமான தேகமுடையவனுமாகிறான், சனி கூடியிருந்தால் சௌக்கியமுண்டாகும்.

(132) ஜென்ம லக்கினம் மேஷம் (திரைலோக்யாம்சம்) ஆகி மூன்றாம் பாவாதிபதி சிம்ம ராசியில் விருஷபாம்சத்திலிருந்து சனியால் பார்க்கப்பட்டாலும், தன் உச்சாம்சத்தில் ஆறாம் பாவத்தில் செவ்வாயிருந்தாலும், சகோதர பலம் அற்பமாயிருக்கும், ஒரு சகோதரன் தீர்க்காயுளுடனும், நான்கு சகோதரிகளும் இருப்பார்கள். அதிகம் இருந்தாலும் நாசமடைந்து விடுவார்கள்.

(133) ஜென்ம லக்கினம் மேஷம் (அபலாம்சம்) ஆகி, சூரியன் பிரபாம்சத்தில் ஸ்திர ராசியாகிய விருச்சிகத்திலிருந்து குருவால் பார்க்கப்பட்டிருந்தால் ஜாதகர் எல்லா சௌபாக்கியங்களுடன் கூடி, காமியாயும் தனத்துடன் கூடியும், சுகியுள்ளவனாயும் இருப்பர்.

(134) ஜென்ம லக்கினம் மேஷம் (அபலாம்சம்) ஆகி சூரியன் பிரபாம்சத்திலிருந்து கும்பாம்சத்திலுள்ளச் சனியாலும், குருவாலும் பார்க்கப்பட்டால் மத்தியானத்தில் ஜெனித்தவனுடைய தாய், தகப்பன் தீர்க்காயுளுடையவர்களாயிருப்பார்கள் தகப்பன் அசமர்த்தன், சகோதர சகோதரிகளுடன் கூடினவர், தாமதமான சுபாவமுடையவன், கல்வி சௌக்கியமில்லாதவன், அந்த ராகு சூரியனிடமிருந்து சூரியன் பாபக்கிரகங்களால் பார்க்கப்பட்டால் ஜாதகனுடைய பிதாமஹி கெட்ட ஒழுக்கமுடையவள், பிதா வம்சத்தில் களங்க முண்டாகும், ஜாதகருக்குத் தாய் வம்சத்தில் விவாகம் நடக்கும்.

(135) ஜென்ம லக்கினம் மேஷம் (அபலாம்சம்) ஆகி லக்கின பாவாதிபதி சனியுடன் கூடியிருந்து, குருவால் பார்க்கப்பட்டால் பூர்வ பாகத்தில் ஜனித்த ஜாதகனுடைய தாய்வம்சம் சீலமுடைய தாய் இருக்கும், ராகுவால் பார்க்கப்பட்டால் பிதாவினுடைய பாட்டியின் குணம் முன் சொல்லியபடி ஒழுக்கம் கெட்டதாயிருக்கும்.

(136) ஜென்ம லக்கினம் மேஷம் (அபலாம்சம்) ஆகி மீனத்தில் நீச்சாம்சத்தில் குரு இருந்து விகடாம்சத்தில் இருக்கிற செவ்வாயால் பார்க்கப்பட்டால் வம்சத்தில் களங்கமானது தனது பாட்டியால் உண்டாகும். தன் தகப்பனுடைய சகோதரியும் கூட பாட்டியைப் போலவே

யிருப்பாள். மேலும் பிதாமஹனுடைய சகோதரனுடைய பார்வை கூட வியபிசாரியாயிருப்பாள். ஜாதகனுடைய தாய் நல்ல குணவதி, பரிசுத்தமானவள், அப்ரபாம்சத்திலானால் பதிவிரதை என்கிற தாய் புத்திர பாக்யமுடையவள், பிராதுரு பாக்கியமுடையவள், சொற்ப புருஷ சுகத்துடன் கூடினவள், ஒரு சகோதரியுடையவள், தாய் சௌக்கியமில்லாதவள், பிதுரு சௌக்கியமுடையவள், இப்படிப்பட்ட தாய் வெகுகாலம் சுமங்கலியாயிருப்பாள்.

(137) ஜென்ம லக்கினம் மேஷம் (அபலாம்சம்) ஆகி விருச்சிக ராசியில் பிரபாம்சத்தில் சூரியனும் ஸிம்ம ராசியில் சனியுமிருக்க ஜனித்தவர், தன் பிதா சௌக்கியமில்லாதவர், சுயார்ஜிதமும் இல்லாதவர், பிதுரு பாக்யத்தால் அற்ப சந்தோஷி, மனைவி பாக்கியத்துடன் கூடினவர் கொஞ்சம் ரோக சரீரமுடையவர், கிரக சங்கையால் பிடிக்கப்பட்டவர், கெட்ட கனவின் பயனால் ஆபத்தையுடையவர், அக்கிரஹாரத்தில் வசிப்பவர், சகோதரனுடைய பிரபலயோக மூலமிவனும் மத்திய காலத்தில் பாக்கியம் அபிவிர்த்தியுடையவர், கிராமந்தரத்தில் சகோதரனாலும் கொஞ்சம் சோக மடைவார்.

(138) ஜென்ம லக்கினம் மேஷம் (அபலாம்சம்) ஆகி ஆறாம் பாவத்தில் சனி யிருந்தால் ஜாதகர் வாத தேகி, தனத்தைச் சம்பாதிப்பவர், தாயாதி வம்சத்தில் ஆபத்தை அடைவர், வயோதிக வயதில் சகோதரனால் சோகமும் அடைகின்றான். அம்மான் ஒருவர் ஆயுளுடையவர், ஜாதகர் ஒரு மாற்றாந்தாய் சகோதரனையுமுடையவர்.

(139) ஜென்ம லக்கினம் மேஷம் (அபலாம்சம்) ஆகி ஆறாம் பாவத்தில் சனி, செவ்வாய் இவர்களிருந்தால் ஜாதகனுக்கு எவ்வளவு பணமிருந்தாலும் அவன் புத்திரனில்லாதவனாகிறான், ஒரு சமயம் புத்திரன் பிறந்தாலும் இறந்துவிடும். புத்திர தோஷ முடையவனாகிறான். சம்பத்திசையில் அம்மானுடைய தகப்பனால் ஜாதகர் பாக்கியத்தை அடைகிறார்.

(140) ஜென்ம லக்கினம் மேஷம் (அபலாம்சம்) ஆகி தனுசுராசியில் குந்தாம்சத்தில் சனி இருந்து செவ்வாயால் பார்க்கப்பட்டால் பூர்வபாகத்தில் ஜனித்தவனுக்குச் சகோதரர்கள் உண்டு. இவனுடைய தகப்பனுக்கும் சகோதரர்கள் உண்டு. உத்கராம்சத்தில் பிறந்தால் ஜாதகனுடைய தகப்பனுக்குச் சகோதரனில்லை, ஜாதகனுக்கும் சகோதரனில்லை, இருவருக்கும் சகோதரிகள் அநேகர் உண்டு.

(141) ஜென்ம லக்கினம் மேஷம் (அபலாம்சம்) ஆகி சூரியன் பிரபாம்சத்தில் விருச்சிக ராசியிலிருந்து கன்னியா ராசியில் சனியிருந்தால் சகோதர பீடையும், தனுசு ராசியில் இருந்தால் சகோதர அரிஷ்டமும் உண்டாகும்.

(142) ஜென்ம லக்கினம் மேஷம் (மாலின்யாம்சம்) ஆகி குரு தன்னுச்ச ராசியிலாவது மேஷ ராசியிலாவது இருந்தாலும் சுக்கிரனுடன் கூடியிருந்தால் மதங்க யோகம் என்று சொல்லப்படுகிறது.

(143) ஜென்ம லக்கினம் மேஷம் (மாலின்யாம்சம்) ஆகி நீசமடைந்த பாபியான சனி சந்திர கேந்திரத் திரிகோணங்களிலிருந்தால் ஜாதகர் குலத்தில் ஏதோ ஒரு தோஷமுள்ளவனாகிறான்.

(144) ஜென்ம லக்கினம் மேஷம் (மாலின்யாம்சம்) ஆகி கலாகூடாம்சத்தில் குரு இருந்து மதங்க யோகத்தில் ஜனித்தவர் பெண்ணை விற்றுப் பணத்தையடைவார், சகோதரியினுடைய தனமும் கொஞ்சம் அடைவார்.

(145) ஜென்ம லக்கினம் மேஷம் (மாலின்யாம்சம்) ஆகி ஏழாம் பாவாதிபதி ராகுவுடன் கூடியிருந்தாலும், குரூரசஷ்டியம்சத்திலிருந்தாலும் ஜாதகனுடைய தாய் துர்மரணமாகவே மரிப்பார்.

தவிர ஜாதகனுடைய தகப்பன் பாலியத்திலேயே ஸ்த்ரீ காரணமாகக் கிலேசம் அடைந்து ஸாநிபாத ஜுரத்தால் தேசத்திலிருந்து வெளிதேசத்தில் மரிப்பார்.

(146) ஜென்ம லக்கினம் மேஷம் (மாலின்யாம்சம்) ஆகி மதங்காம்சத்தில் பன்னிரண்டாம் பாவத்தில் பாபக்கிரகங்களிலிருந்தால் ஜாதகர் துர்க்கதியே நிச்சயமாக அடைவார், மறுஜென்மங்கூடத் தாழ்மையானதாகவே உண்டாகும்.

(147)ஜென்ம லக்கினம் மேஷம் (ஜகத்யாம்சம்) ஆகி ஒராவது பாவத்தில் சூரியன சனியுடன் கூடியிருந்தாலும், பதினொன்று, ஒன்பது முதலிய பாவங்களில் கேது இருந்தாலும் ஜாதகனுடைய தகப்பனுக்கும் சௌக்கியம் உண்டாகாது. ஜாதகனுடைய தகப்பன், அற்ப பாக்கியமுடையவர், சகோதரனால் சௌக்கியமடைவார், அற்பாயுளுடையவர்.

(148) ஜென்ம லக்கினம் மேஷம் (ஜகத்யாம்சம்) ஆகி சந்திரன் பாப ராசியை அடைந்து குருவும் பாபக்ஷேத்திரத்தை அடைந்திருந்து ஜனித்தவனுக்குப் பாவச் சகடயோகம் ஏற்படுகிறது. மேற்படி சகட யோகத்தில் ஜனித்தவனுக்கு வழி வழியாக யோகபங்கம் உண்டாகும். ஜாதகர் இதரனுடைய மனதைக் கெடுப்பவர், இடையூறான வேலைகளைச் செய்பவர், பாபத்தையே தேடுவார். கிராமங்களிலும், தேசங்களிலும் பிராமணர்கள், அரசர்கள், இவர்களுடைய தனத்தை அபகரிப்பவர், அழுக்கடைந்த சரீரமுடையவனும், செய்ந்நன்றியை மறப்பவனுமாகிறான்.

(149) ஜென்ம லக்கினம் மேஷம் (துர்துராம்சம்) ஆகி சுக்கிரன் கேதுவுடன் கூடியிருந்தால் ஜெனன காலத்தில் ஜாதகனுடைய தாய்க்குப் பீடை யுண்டாகும்.

(150) ஜென்ம லக்கினம் மேஷம் (துர்துராம்சம்) ஆகி ஒன்பதாம் பாவாதிபதி துலாராசியில் கேந்திரத்தில் இருந்து மூன்றாம் பாவத்தில் சூரியனுமிருந்தால் ஜாதகனுடைய தாய், தகப்பனுக்குச் சுகமும், ஜாதகனுக்குச் சகோதர விருத்தியுமுண்டாகும்.

(151) ஜென்ம லக்கினம் மேஷம் (துர்துராம்சம்) ஆகி லக்கின பாவத்தின் அதிபதி இரண்டாம் பாவத்தில் புதனுடன் கூடியிருந்து மூன்றாம் பாவத்தில் பாபக்கிரக மிருந்தால் ஜாதகர் அரசாங்க முத்திரை தரித்து அதிகாரம் செய்பவனாகவாவது இருப்பார்.

(152) ஜென்ம லக்கினம் மேஷம் (துர்துராம்சம்) ஆகி ஏழாம் பாவத்தில் குரு அல்லது ஒன்பதாமாதிபதியிருந்தால் ஜாதகர் தன் புத்திரன் மூலமாகப் புகழும், அந்தக் கிரக திசையில் விசேஷ சுகத்தையும் அடைகிறான்.

(153) ஜென்ம லக்கினம் மேஷம் (துர்துராம்சம்) ஆகி லக்கினம் முதல் வரிசையாக இருக்கப்பட்ட கிரகங்கள் மூலம் ஏற்படும் லக்கினாதி மாலிகாயோகத்தில் ஜனித்தவன் நல்ல பாக்கியத்தை அடைவார். சாமர யோகத்தில் ஜனித்தால் பதினாறு வருஷம் வரையில் விடாமல் தொடர்ந்து யோகமாகவேயிருந்து யோகமுடிவில் அபமிருத்துவை அடைகிறார். அதன்படி இல்லாமல் பிழைத்திருந்தால் தீர்க்காயுளை உடைவனாயிருப்பார்.

(154) ஜென்ம லக்கினம் மேஷம் (துர்துராம்சம்) ஆகி கடக ராசியில் லக்கினாதிபதியிருந்து சாமாரோக முண்டானால் (அதாவது கேந்திர திரிகோணங்களில் சுக்கிரனிருந்தால்) ஜாதகர் ராஜயோக முடையவனாவார், பாலியத்தில் கிலேசம் முதலிய தரித்திரம், அதிக பாலாரிஷ்டமும் உண்டாகும், புண்ணிய வசத்தால் ஜீவித்தால் எண்பது

வயது வரையிலும் ஜீவித்திருப்பான். (சுக்கிரன் கேந்திர திரிகோணங்களிலிருந்தால் சாமரயோகம் என்று பெயர்)

(155) ஜென்ம லக்கினம் மேஷம் (துர்தூராம்சம்) ஆகி விரயபாவாதிபதி கேந்திர ராசிகளிலிருந்து லக்கின பாவாதிபதியுடன் கூடியிருந்தாலும் லக்கின பாவாதிபனால் பார்க்கப்பட்டாலும் ஜாதகர் மரணத்திற்குப் பிறகு நல்லகதி யடைவார்.

(156) ஜென்ம லக்கினம் மேஷம் (நிர்மலாம்சம்) ஆகி மதங்கயோகத்தில் ஜனித்தவனுக்குச் சந்திரன் (மேஷ ராசியில்) உச்சாம்சத்திலிருந்து சுய க்ஷேத்திரத்தில் எட்டாம் பாவாதிபதியும், ஐந்தாம் பாவத்தில் குருவுமிருந்தால் ஜாதகனுக்குப் பாலாரிஷ்டம் சம்பவிக்காது. மூன்று அல்லது ஐந்து, ஆறு வயதுகளில் பாலரோகத்தால் பீடையுண்டாகிப் பிறகு சுகமுண்டாகும்.

(157) ஜென்ம லக்கினம் மேஷம் (நிர்மலாம்சம்) ஆகி சந்திரன் கேந்திரத் திரிகோணங்களிலிருந்தாலும், நான்காம் பாவாதிபதி கேந்திரத் திரிகோணங்களி லிருந்தாலும், ஜாதகனுடைய தாய்க்குச் சௌக்யமும் விசேஷ சுகமும் உண்டாகும்.

(158) ஜென்ம லக்கினம் மேஷம் (ஸ்நிக்தாம்சம்) ஆகி லக்ன பாவாதிபதி செவ்வாய் தனுசாம்சத்தில் பதினோராம் பாவத்திலிருந்தால் ஜாதகன் பெரிய நதிப்பிராந்தியத்தில் அக்ரஹாரத்தில் ஜனித்தவனாகிறான், தேவாலயம் சமீபத்திலிருக்கும். வாஸமும் அப்படியே. உத்தராம்சத்தில் ஜனனமானால் பெரிய கிராமத்தில் தேவாலயமில்லாத இடத்தில் கிழக்கு மேற்கு வீதியில் தெற்கு வாயிற்படியுள்ள வீட்டில் ஜனிப்பான்.

(159) ஜென்ம லக்கினம் மேஷம் (ஸ்நிக்தாம்சம்) ஆகி நான்காம் பாவாதிபதி சிம்மாம்சத்தில் சத்துருராசியிலிருந்து, செவ்வாயால் பார்க்கப்பட்டால் ஜென்ம காலத்தில் ஜாதகனுடைய தாய்க்குப் பிரசவத்தில் வேதனை கொஞ்சமாயிருக்கும், உத்தராம்சத்தில் ஜெனனமானால் வேதனை அதிகமாகி மூன்று தினம் கஷ்டப்பட்டுப் பிரசவிப்பாள். தாய்க்குப் பீடையால் பயமுண்டாகும், வேறு சிலர் தாய் மரித்துவிடுவாள் என்று சொல்லுகிறார்கள். பூர்வபாகத்தில் தாய்க்குப் பீடையுண்டாகிப் அச்சமயம் தேக சுகமுண்டாம்.

(160) ஜென்ம லக்கினம் மேஷம் (ஸ்நிக்தாம்சம்) ஆகி நான்காம் பாவாதிபதியால் அடையப்பட்ட ராசிநாதன் பதினோராம் பாவத்தில் மித்ரக் கிரகத்துடன் கூடியிருந்தாலும், குருவுடன் அந்த பாவத்தில் கூடியிருந்தாலும் தாய்க்குச் சுகமும் சுபமுமுண்டாகும்.

(161) ஜென்ம லக்னம் மேஷம் (ஸ்நிக்தாம்சம்) ஆகி எட்டாம் பாவாதிபதி யிருக்கப்பட்ட ராசிநாதன் சுயக்ஷேத்திரத்தில் பலத்துடனிருந்தாலும், லக்கின பாவ்த்துக்கெட்டில் குரு இருந்தாலும் ஜாதகன் தீர்க்காயுளுடையவ்ள்.

(162) ஜென்ம லக்கினம் மேஷம் (ஸ்நிக்தாம்சம்) ஆகி ஏழாம் பாவாதிபதி கேதுவுடன் கூடியிருந்தாலும் ஆறாம் பாவாதிபதியுடன் கூடியிருந்தாலும் ஜாதகனுடைய மூத்த மனைவி மரித்துவிடுவார்.

(163) ஜென்ம லக்கினம் மேஷம் (ஸ்நிக்தாம்சம்) ஆகி கேது செவ்வாய் இவர்களுடன் சுக்கிரன் சேர்ந்திருந்தால் ஜாதகனுக்கு மூன்று தாரமுண்டாகும்.

(164) ஜென்ம லக்கினம் மேஷம் (ஸ்நிக்தாம்சம்) ஆகி ஐந்தாம் பாவத்தில் ராகு இருந்து அந்த பாவாதிபதி கேதுவுடன் கூடியிருந்தால் ஜாதகனுக்கு முதலில் எட்டுப் பெண்களும் கடைசியாகக் காலாந்தரத்தில் ஒரு புத்திரனும் உண்டாகும்.

(165) ஜென்ம லக்கினம் மேஷம் (சாங்கரியம்சம்) ஆகி குஜன் பதினோராமிடத்தில் பதினோராம் பாவாதிபதியுடன் கூடியிருந்தால் நல்ல ரூபமுள்ளவர். புத்தியுள்ளவர், பேசுந்திறமையுள்ளவர் அழகிய முகமுங் கண்களும் பொருந்தியவர், சிவப்பு நிறம் மத்திய காத்திரம் கொஞ்சம் ஸ்தூல தேகமுடையவனாவரா்.

(166) ஜென்ம லக்கினம் மேஷம் (சாங்கரியம்சம்) ஆகி குரு சந்திரனுடன் பத்தாமிடத்தில் இரண்டாமிடத்துக்குடைய சுக்கிரனுடன் கூடியிருந்தால் காவிய நாடக ஸார மறிந்தவன், வேத சாஸ்திர புராணங்களை அறிந்தவன், சம்ஸ்கிருதத்தைப் பிரியமாய்ப் பேசுபவர், பிரபு சிநேகமுடையவனாகிப் பணத்தைச் சம்பாதிப்பார், அயலார்களுக்கு இங்கிதம் செய்யத் தெரிந்தவர், மேதாவி, பிராமணனால் இடையூறு அடைவார்.

(167) ஜென்ம லக்கினம் மேஷம் (சாங்கரியம்சம்) ஆகி மூன்றாம் பாவாதிபதி மீனராசியில் சூரியன் ராகு இவர்களுடன் கூடியிருந்தால் மூத்த சகோதரர் இருவரையுடையவர். அவர்களில் ஒருவன் மரிப்பான், உடன் பிறந்த இளைய சகோதரன் இல்லை. கொஞ்ச காலம் சுமங்கலியான சகோதரி ஒருத்தியுடையவர், அவள் அநேக புத்திரிகளுடன் கூடியவள். காலாந்தரத்தில் நல்ல புத்திரியை அடைவாள்.

(168) ஜென்ம லக்கினம் மேஷம் (சாங்கரியம்சம்) ஆகி நாலாமிடத்திற்குடைய சந்திரன் ஏழாமிடத்தில் (காளாம்சத்தில்) இருக்கப் பிறந்தவனுடைய தாய் வெகு புண்ணியம் செய்தவள், ஜீவி புருஷனுடன் கூடினவளாயிருப்பாள், நல்ல வாழ்வில் வாழ்பவளாவாள்.

(169) ஜென்ம லக்கினம் மேஷம் (சாங்கரியம்சம்) ஆகி வாகன ஸ்தானாதிபதியான சந்திரன் பத்தாமிடத்தில் குரு சுக்கிரனுடன் கூடியிருந்தால் மூன்று வாகனங்களுள்ளவர், நரவாகனம் உள்ளவர், பாக்கியமுள்ளவர், பூமிலாப, தானியலாபமுள்ளவர், கொஞ்சம் வியாபாரம் செய்பவன்.

(170) ஜென்ம லக்கினம் மேஷம் (சாங்கரியாம்சம்) ஆகி ஐந்தாமிடத்துக்குடைய சூரியன் பன்னிரண்டாமிடமான மீனத்திலிருந்து புதன் ராகுவுடன் கூடி இருந்தால் புத்திரநாசம் உண்டாகும். அல்லது பிறந்து பிறந்து மரிக்கும். ஏகாதசியில் பசு தானம் செய்து அரசமரம் வைத்துப் பிரதிஷ்டை செய்து சிம்சுமார தானம் செய்தால் வெகு காலத்திற்குப் பிறகு புத்திரன் பிறப்பான். அல்லது காலாந்தரத்தில் பிறக்கும் என்று சிலரும் சொல்லுகிறார்கள். தனக்கு ஒரே புத்திரனுண்டாகும். சாந்தியாக சூரிய யந்திரதானம் முதலிய முயற்சிகளால் புத்திரர்கள் இருவர்களாவது, மூவர்களாவது முன் சொன்னபடி வெகு கஷ்டத்தால் உண்டாவர்.

(171) ஜென்ம லக்கினம் மேஷம் (சாங்கரியாம்சம்) ஆகி ஆறுக்குடைய புதன் பனிரெண்டாமிடத்தில் நீசமாகி சூரியன் ராகு இவர்களுடன் கூடியிருந்தால் எப்போதும் வாயுசரீர முள்ளவனாயும், பித்தம் உஷ்ணம் இவை அதிகமுள்ள தேகியாயுமிருப்பார். கொஞ்சம் விரைவாதம் உள்ளவனாயும், இருதய சூலை வியாதியால் கொஞ்சம் பீடையுள்ளவனாயும் இருப்பார்.

(172) ஜென்ம லக்கினம் மேஷம் (சாங்கரியாம்சம்) ஆகி ஏழாமிடத்திற்குடைய பத்தாமிடத்திலிருந்து, இரண்டாம் பாவமானது குருவால் பார்க்கப்பட்டால் தன் தேசத்திலேயே பத்தினி லாபமும், தன் கிராமத்திலேயே விவாஹமும் நடக்கும். சிவப்பு நிறமுள்ள மனைவியை யுடையவன், மறு களத்திரத்தினிடமாக புத்திர உற்பத்தியும், சனி திசையில் சுக்கிர புக்தியில் இரண்டு மனைவியருடன் கூடியிருப்பான் என்று சிலரும். ஒரே மனைவிதான் நிச்சயம் என்று சிலரும் சொல்லுகிறார்கள்.

(173) ஜென்ம லக்கினம் மேஷம் (சாங்கரியாம்சம்) ஆகி ஒன்பதிற்குடைய குரு பத்தாமிடத்தில் சுக்கிரன் சந்திரனுடன் கூடியிருந்தால் ஜாதகனுடைய தகப்பனானவன் பாக்கியம் உள்ளவன், சாது, புத்திரி, புத்திரன் இவர்களுடன் கூடினவன், ராகு திசையில் பத்து பதினொன்றுக்குடையவரான சனி புக்தியில் ஜாதக னுடைய பிதா நிச்சயமாய் மரண மடைவான்.

(174) ஜென்ம லக்கினம் மேஷம் (காளாம்சம்) ஆகி பத்தாமிடத்திற்கும் பதினோராமிடத்திற்குமுடைய சனி திசையில் சூரியன் ராகு, கேது, புக்திகளில் தேகபீடை மனஸ்தாபம் தனக்குச் சமமான ஜனங்களால் அவசியம் மேற்படி சனி திசையில் மூன்று, ஆறு, இரண்டு, ஏழு முதலிய ஸ்தானங்களின் அதிபதியான புதன், சுக்கிரன் புக்திகளில் கொஞ்சம் தேக பீடை, கஷ்டம், தனதான்யகுறைவு, சத்துரு ராஜா இவர்கள் மூலம் பயம் முதலியன உண்டாகும். முன் சொன்ன தோஷங்களுக்குப் பரிகாரம் சாந்தி தானம் முதலியன செய்ய வேண்டும்.

(175) ஜென்ம லக்கினம் மேஷம் (காலாம்சம்) ஆகி ஜென்மலக்கினாதிபதி மேஷத்தில் இருந்து ஒன்பது பனிரெண்டுக்குடைய குரு தன் உச்சராசியான நான்காமிடத்தையடைந்திருக்கும்போது பிறந்தவன் ரூபவான், புத்திமான், வாசாலகன், பேசுந்திறமையுள்ளவன், தெளிந்த முகமுங்கண்களுடையவன், அதிருஷ்டசாலி, தர்மாத்துமா, சிவப்பு நிறமுள்ளவன், நல்ல ஆகிருதி உடையவர், சாத்வீக குணம் நிரம்பினவன், ராஜயோகத்துடன் கூடினவன், சுகமுள்ளவர், சிவ பக்த குலத்தில் பிறந்தவர், போகி, ஸ்த்ரீ லோலன், பிராமண ஸ்த்ரீ சேர்க்கையுள்ளவர், தாமரை இதழ்போன்ற கண்களுள்ளவர், ஸங்கீத ரஸிகன், பிராக்ஞன், கந்தமாம்ஸரஸப்பிரியன், ஸ்நாநாசாரத்துடன் கூடினவர், மானி, விஷ்ணு, சிவன் முதலியவர்களிடத்தில் பக்தியுள்ளவர், நீசப் பிரபுவினிடத்தினின்று பாக்கியத்தை யடைபவர். உத்தியோக ஜீவனம் என்று சொல்லப்படுகிறது.

(176) ஜென்ம லக்கினம் மேஷம் (காலாம்சம்) ஆகி குரு சந்திரனுடன் கூடியிருந்தால் வாக்சாதுர்யமுள்ளவர் யுக்தி உள்ளவர், பரோபகாரி, தியாகம் செய்பவர், எல்லா ஜனங்களுக்கும் பிரிய முள்ளவர்.

(177) ஜென்ம லக்கினம் மேஷம் (காலாம்சம்) ஆகி இரண்டாமிடத்தைச் சனி பார்த்திருக்கப் பிறந்தவர், வைசூரி, ஜ்வரம் முதலிய கண்டம் உள்ளவர், பல்லில்வாவு பீடையுள்ளவர், பல்லிலிருந்து ரத்தம் வடிந்து கொண்டிருக்கும். இரண்டு பாஷைகள் அறிந்தவர், கல்வி கேள்விகளில் வல்லவர். கம்பீரத்தோற்றமுள்ளவர், தேன் போல் இனிமையாய்ப் பேசுபவர், பிரபுவைப்போல் லக்ஷணமுள்ளவர், உஷ்ண காத்திரம் உள்ளவர், மேதாவி. மெல்லிய சரீரமுள்ளவர், பித்தோஷ்ணம் அதிகமுள்ள தேகி, பித்தம் நிறைந்த தேகம் உள்ளவர், காமீ, பலஜாதி ஸ்த்ரீகளுடன் புணருபவர், ஹிருதய ரோகமுள்ளவர், கொஞ்சகாலம் ஆயிரத்துக்கு அதிகமாகச் சம்பாதிப்பவர்.

(178) ஜென்ம லக்கினம் மேஷம் (காலாம்சம்) ஆகி மூன்றாம் பாவாதிபதி புதன் விருச்சிகத்தில் இருந்து குருவால் பார்க்கப்பட்டால் ஜாதகர் மூத்த இளைய சகோதரர்களுடன் கூடினவனாயிருப்பார், மூன்று சகோதரிகளாவது இரண்டு சகோதரிகளாவது இருப்பார்கள், ஜாதகனுடைய மூத்தவர் பிள்ளை உடையவர், மூன்றாம் திசையில் மரிப்பார், தன்னுடைய சகோதரிகளில் மூத்தவள் விதவையாகி இருப்பாள்.

(179) ஜென்ம லக்கினம் மேஷம் (காலாம்சம்) ஆகி நான்காமிடத்துக்குடைய சந்திரன் தனுசில் சுக்கிரனுடன் கூடி செவ்வாயால் பார்க்கப்பட்டால் மாதா தீர்க்காயுள்

உள்ளவளாயிருப்பாள், குணத்துடன் கூடினவள், புண்ணியவதி, பிள்ளைக்குத் திருப்தியாய் வேண்டியதைச் செய்வாள், ஸதியாவாள், செவ்வாய் திசையில் ராகு புக்தி, சந்திர புக்திகளிலாவது, சனி கோச்சாரத்தில் தனுசின் அந்தியத்திலாவது, மகரத்திலாவது இருக்க மாதாவுக்குப் பீடை உண்டாகும், வைகாசி மாதத்திலாவது, புரட்டாசி மாதத்திலாவது மரணம் உண்டாகும், நாற்பத்தினாலாவது வயதிலாவது, நாற்பத்தாறாவது வயதிலாவது தாயாருக்குப் பீடையும், மரணமும் உண்டாகும்.

(180) ஜென்ம லக்கினம் மேஷம் (காலாம்சம்) ஆகி புத்திர ஸ்தானாதிபதி சூரியன் புதனுடன் கூடிப் பத்தாம் இடத்தில் இருந்தாலும், புத்திர ஸ்தானத்தில் சனியுடன் கூடினாலும் வளர்ப்புப் பிள்ளையால் சந்ததி உண்டாகும், ஏகாதசியில் கோதானமும், ஸந்தான பிரதிமை விஷ்ணு ரூபமாகவும் எண்பத்தோரு தானத்தாலும் அநேக புண்ணிய வசத்தாலும் அந்திய காலத்தில் புத்ர லாபமும் அல்லது வேறு களத்திரத்தினால் புத்ர லாபமும் உண்டாகும்.

(181) ஜென்ம லக்கினம் மேஷம் (காலாம்சம்) ஆகி ஏழுக்குடையவர் சந்திரனுடன் கூடி களத்திர ஸ்தானம் சனியால் பார்க்கப்பட்டால் தன பட்டனத்திலிருந்து வடக்குப் பாகத்தில் காட்டுக்குச் சமீபமாக களத்திர லாபம் உண்டாகும், பத்தினி மங்கின நிறம் உள்ளவள், எப்போதும் ரோக சரீரம் உள்ளவள், புத்திரருடன் கூடினவள், புண்யவதி, புருஷனிடத்தில் பக்தியுடன் கூடினவள்.

(182) ஜென்ம லக்னம் மேஷம் (காலாம்சம்) ஆகி ஒன்பதுக்குடைய குரு தன்னுடைய உச்ச ராசியான கடகத்தில் இருந்தால் முப்பத்திரண்டாவது வயதில் சித்திரை மாதத்தில் கலியாணம் நடக்கும், சூரியன் புதனுடன் கூடியிருந்தால் தன்னுடைய பிதா யோகவானாயும், குணமுள்ளவனாயுமாவார், இருபத்தொன்பதாவது வயதில் மாசி மாதத்தில் தகப்பன் மரணம் அடைவார், பித்த உஷ்ண பாண்டு, ரோகத்திலாவது அன்னத் துவேஷத்தாலாவ்து மரிப்பார்.

(183) ஜென்ம லக்கினம் மேஷம் (சுப்ரபாம்சம்) ஆகி ஜென்ம லக்கினாதிபதி லாபஸ்தானத்திலிருந்து சந்திரனுடன் கூடியிருந்தால் மாதா நீண்ட ஆயுளுடையவள், சகோதரர்களுடன் கூடினவள்.

(184) ஜென்ம லக்கினம் மேஷம் (சுப்ரபாம்சம்) ஆகி பித்ரு பாவாதிபதியாகிய குரு கேந்திர திரிகோணங்களில் இருந்து சுக்கிரன் சூரியன் இவர்களுடன் சேர்ந்திருந்தாலும், இவர்களால் பார்க்கப்பட்டாலும் ஜாதகனுடைய பிதா நீண்ட ஆயுஸுடையவன், சாத்வீகன், சாந்த குணமுடையவர், கிராம உத்தியோகத்தால் ஜீவனம் செய்பவர், தன் தகப்பனுடைய ஜனங்களுடன் கூடினவர், பிதாவின் வம்ச விருத்தியுடையவர்.

(185) ஜென்ம லக்கினம் மேஷம் (சுப்ரபாம்சம்) ஆகி லக்கின கேந்திரத்தில் புதனிருந்து தன்னுடைய அம்சத்தில் பலமுள்ளவனா யிருந்தாலும், குஜன் சந்திரனுடன் கூடி பதினோராமிடத்தில் இருந்தாலும், செவ்வாய் ரிஷபத்தில் இரண்டாம் பாவத்தில் இருந்தாலும் ஜாதகன் சகோதர பாக்கிய முடையவர், இவன் ஸீமந்த புத்திரனாவார், இரண்டு மூன்று சகோதரிகளையும் அதைப்போல சகோதரனையும் உடையவர், இவர்களில் கடைசியாகப் பிறந்தவர் ஒருவன் ராஜாங்கயோகமுடையவர்.

(186) ஜென்ம லக்கினம் மேஷம் (சுப்ரபாம்சம்) ஆகி எட்டுக்குடைய செவ்வாய் லாப ராசியையடைந்து அந்தப் பாவாதிபதி சுய க்ஷேத்திரத்தில் அம்புஜாம்சமேறினால் ஜாதகர் தீர்க்காயுளுள்ளவர்.

(187) ஜென்ம லக்கினம் மேஷம் (சுப்ரபாம்சம்) ஆகி சுயக்ஷேத்திரத்தில் சுக்கிரன் துணாம்சத்திலிருந்தாலும் குருவால் பார்க்கப்பட்டாலும் குருவுடன் கூடியிருந்தாலும் ஐந்தாம் பாவாதிபதியுடன் கூடியிருந்தாலும் லக்கின பாவத்தில் புதனுடன் கூடியிருந்தாலும் ஜாதகர் வெளுப்பு நிறம் உள்ளவர், நல்ல ஆகிருதி உடையவர், மாத்ரு பித்ருக்களிடம் விசுவாசியாயிருப்பார், எழுத்துமூலம் ஜீவனம் செய்வார், சாத்வீகனாயும் இனிமையாய்ப் பேசுபவனாகவும், கணிதம் தெரிந்தவனாகவும் பயிர் பசு இவை விருத்தி யுடையவனாயு மிருப்பார்.

(188) ஜென்ம லக்கினம் மேஷம் (சுராம்சம்) ஆகி குரு பன்னிரண்டாமிடத்தில் இருந்து சூரியனும் புதனும் லக்கின கேந்திரத்திலிருக்க தர்ம வழியைக் கடைப்பிடித்து நடப்பவனாகவும் சிவ பக்தமதத்தை அடைந்தும் இருப்பார்.

(189) ஜென்ம லக்கினம் மேஷம் (சுராம்சம்) ஆகி ஐந்தாம் பாவத்திற்குடைய சூரியன் ஒன்பதாம் பாவாதிபதியுடன் கூடி கர்மாதிபதியுடன் கூடியிருந்தாலும் அவனால் பார்க்கப்பட்டாலும் ஜாதகர் போக முடையவர். புகழுடையவர், வெகு சிநேகிதருடையவர், ராஜாதிகாரமும், நல்ல யோகமும் உள்ளவனாவார். அரசாங்க உத்தியோகத்திலிருக்கும் இவனுடைய தகப்பனுக்கு இவன் பிறந்த பின்பு அரசாங்கத்தில் கலகத்தினால் கொஞ்சம் திரவிய நஷ்டமும், மனத்துன்பமும், உண்டாகித் திரும்ப சௌக்கியமும் உண்டாகும், ஜாதகன் அநேக சினேகிதர்களையுடையவனாகி ராஜாதிகாரத்தை அடைவார்.

(190) ஜென்ம லக்கினம் மேஷம் (சுராம்சம்) ஆகி லக்கினபாவாதிபதி முத்காரம்சத்தில் இருந்தாலும் பதினோராம் பாவத்தில் விருஷபாம்சத்தில் இருந்தாலும் ஜாதகன் நதிப்பிராந்தியத்தில் சிறு கிராமத்தில் தாய் வீட்டில் ஜனித்தவர், தாய் வம்சம் விருத்தியுடையவர்.

(191) ஜென்ம லக்கினம் மேஷம் (சுராம்சம்) ஆகி நான்காம் பாவாதிபதி பதினோராம் பாவத்தில் லக்கின பாவாதிபதியுடன் கூடியிருந்தால் ஜாதகனுடைய தாய் தீர்க்க ஆயுளுடையவள், சகோதரப் பிராதாக்களுடன் கூடினவள்.

(192) ஜென்ம லக்கினம் மேஷம் (சுராம்சம்) ஆகி செவ்வாய் ஜென்ம தெசானாதனாகி உச்சராசியிலிருந்தால் அவனுடைய தெசையில் ஜாதகனுடைய தாய் தகப்பனுக்குச் சுகமுண்டாகும்.

(193) ஜென்ம லக்கினம் மேஷம் (சுராம்சம்) ஆகி குரு மூன்றாம் தாராதிபதியாகி சுப க்ஷேத்திரத்தில் ஐந்தாம் பாவாதிபதியுடன் கூடியிருந்து சுக்கிரனுடன் கூடியிருந்தால் ஜாதகர் அநேக திரவியத்திற்கு நாயகனாவான்.

(194) ஜென்ம லக்கினம் மேஷம் (சுராம்சம்) ஆகி செவ்வாயும் சந்திரனும் கூடி ஒரே அம்சத்தில் பத்தாம் பாவத்தில் இருந்தாலும் அல்லது சந்திரன் பத்தாம் பாவத்திலிருந்து செவ்வாயால் பார்க்கப்பட்டாலும் ஜாதகர் யோகவானாகவும் தனிகனாகவும் இருப்பார்.

(195) ஜென்ம லக்கினம் மேஷம் (மாலாம்சம் அதாவது லக்கின ஸ்புடம் பாகை 3–48 கலை முதல் பாகை 4–00 கலை வரையிலும்) ஆகி நான்காம் பாவாதிபதியாகிய சந்திரன் உச்சத்தில் இருந்து ஒன்பதாம் பாவாதிபதியாகிய குருவால் பார்க்கப்பட்டால் பிதா பிரபல யோகமுடையவர், தாய் சௌக்கியமுடையவள், வீட்டில் சுபகரமுள்ளவள்.

(196) ஜென்ம லக்கினம் மேஷம் (சுதாகரியம்சம் அதாவது லக்கின ஸ்புடம் பாகை 1–00 கலை முதல் பாகை 1–12 கலை வரையிலும்) ஆகி தெசானாதனாகிய ராகு

பதினோராம் பாவத்திலிருந்து, குருவுடன் கூடியிருந்தாலும் குருவால் பார்க்கப்பட்டாலும் அந்தத் தெசையில் பிதுர் மரணமும், சகோதரர்களின் மரணமும், தாய்க்குப் பீடையும் உண்டாகி வரவுக்கு மேல் செலவுண்டாகி, ஜாதகர் ஜீவனத்துக்கே கஷ்டப்படுவார்.

(197) ஜென்ம லக்கினம் மேஷம் (துருவாம்சம்) ஆகி ஜென்ம தெசானாதனாகிய கேது ஜன்ம லக்ன பாவாதியுடன் கூடியிருந்தால் ஜென்ம தெசையிலாவது ஜென்ம வருஷத்திலாவது ஜாதகனுடைய பித்ரு வர்க்கத்தில் கொஞ்சம் கஷ்டம் உண்டாகும்.

(198) ஜென்ம லக்கினம் மேஷம் (சுமத்யாம்சம்) ஆகி மூன்றாம் பாவாதிபதி புதன் ஐந்தாம் பாவத்தில் சூரியனுடன் கூடியிருக்க, குருவோடு சனியும், செவ்வாயும் சேர்ந்திருந்தால் ஜாதகர் சகோதர சகோதரிகளை யுடையவர். மூத்த சகோதரனில்லாதவர். அவனுக்குப் பின் சகோதரர் இருவர் உண்டு, ஜாதகனுடைய மூன்று சகோதரிகள் ஆயுளுடையவர்கள். இதற்கு மேல் அதிகமிருந்தாலும் இறந்துவிடும், இந்த சகோதரர்களில் தாரம் அடைவார், எழுதுவதில் சமர்த்தர், எப்பொழுதும் பணம் சம்பாதித்தபடியே யிருப்பார், தியாகி, கெம்பீர புத்தியுடையவர், வாகனம், கீர்த்தி முதலிய லாபமுடையவர், அரசாங்கத்தில் நல்ல யோகமுடையவர், வேறு ஒரு சகோதரர் நல்ல வாசாலகர், வீட்டு வேலைகளில் சுதந்திர முடையவர், எப்பொழுதும் பயிர்த்தொழிலுடையவர், மனைவி, புத்திரன் முதலிய சௌக்கியமுடையவர், பசுமாடு, எருமைமாடு, விருத்தியும் பயிர்த்தொழிலில் லாபமும் உடையவர், தானிய வியாபாரத்தில் லாபமும் கிரைய விக்ரயங்களில் ஒழுக்கமும் உடையவர், எப்பொழுதும் தனம் சம்பாதிப்பவர், லோப சுபாவ குணமுள்ளவர், ஜாதகனுடைய சகோதரிகளில் எவளாவது ஒருத்தி புத்திர சௌக்ய மில்லாதவள், விசேஷமாக நல்ல ஜீவன முடையவள், புத்ர, புத்ரிகளைப் பிரசவிப்பவளாவாள்,

(199) ஜென்ம லக்கினம் மேஷம் (சுமத்யாம்சம்) ஆகி ஏழாம் பாவாதிபதி கேதுவுடன் கூடி குருவால் பார்க்கப்பட்டிருந்தால் ஜாதகனுக்கு வேறு மனைவியால் கொஞ்சம் பலன் உண்டு, தன்னுடைய அந்தியவயதில் யோகமுள்ள மனைவியை அடைவார், மனைவி சௌக்யமும், நல்ல யோகமும் வாகன லாபமும், கீர்த்தி லாபமும், குதிரை வாகனமும் உள்ளவர், விசேஷமாக சுயப்பிரபல மடைபவர், தன் கையால் தனம் சம்பாதிப்பார், எழுதுவதால் நல்ல ஜீவன முடையவர், விவசாயத்தில் நல்ல பலனுடையவர்.

(200) ஜென்ம லக்கினம் மேஷம் (சுமத்யாம்சம்) ஆகி பூர்வபாகத்தில் ஜனித்தவனுக்கு லக்கின பாவாதிபதி குருவுடன் கூடி சுய க்ஷேத்திரத்தில் சனியுடன் கூடியிருந்தால் ஜாதகனுடைய தாய் பிரசவ காலத்தில் கொஞ்சமான வேதனை யுடையவள், உத்தராம்சத்தில் ஜனித்தவனுக்குச் சந்திரன் சூரியனால் பார்க்கப்பட்டால் ஜாதகனுடைய தாய் பிரசவத்தில் அதிக வேதனையடைவாள், தாய்க்குக் கொஞ்சம் பீடையுண்டாகும். குரு திருஷ்டியிருந்தால் சுக முண்டாகும், ஜாதகனுக்குப் பாலரோகம் முதலான குழந்தைகளுக்குரிய ரோகங்களால் பீடையுண்டாகும், மாந்த சுரம் முதலியவற்றால் அம்மை சுரத்தாலும் ஜாதகனுக்குப் பயமுண்டாகும்.

(201) ஜென்ம லக்கினம் மேஷம் (சுமத்யாம்சம்) ஆகி லக்கினத்துக்கும் எட்டாம் பாவத்துக்குமுடைய செவ்வாய், குரு சனி இவர்களுடன் கூடியிருக்க லக்கினத்திற்கு அல்லது இவர்களுக்குக் கேந்திர திரிகோணங்களில் சுக்கிரனிருந்தால் ஜாதகர் எல்லா தோஷங்களும் விலகி சுகமடைவார், அறுபத்தேழு வயதுவரை ஜீவித்திருப்பார், இருபத்தாறாவது வயதில் சுரபீதியும், முப்பத்திரண்டிலும் சுரபீதியும் உண்டாகும், நாற்பத்திரண்டாவது வயதில் பித்தவாயுவால் பீடை யுண்டாகும், ஐம்பத்தாறாவது வயதில் அபமிருத்து உடையவர், சாந்தியால் சுகமுண்டாகும். எண்ணெய்க்குடம், நெய், பதினாயிர

நாமத்தால் சிவார்ச்சனை, இரும்புதடி தானம் முதலிய தானங்கள் செய்தால் அபமிருத்து நீங்கிவிடும். அதன் பிறகு கும்பத்திரிகோணத்திலாவது, விருஷபராசியிலாவது விருஷப ராசியின் திரிகோணத்திலாவது கோச்சாரத்தில் சனி வரும் சமயம் ஜாதகர் ரோகத்தில் பீடையடைவார், தனக்குச் சமமான ஜனங்களின் நாசமும் தாய், தகப்பன் ஜனங்களுக்கு கெடுதியும் உண்டாகும். சனிப் பிரீதி செய்து நீலவஸ்திர தானம் செய்தால் சுகமுண்டாகும்.

(202) ஜென்ம லக்கினம் மேஷம் (பாடலாம்சம்) அதாவது லக்கின ஸ்புடம் பாகை 29–24 கலை முதல் பாகை 29–36 கலை வரையிலும்) ஆகி சூரியன் மித்திர க்ஷேத்திரத்திலும், ஒன்பதாம் பாவாதிபதி குரு மீன ராசியிலுமிருந்தால் ஜாதகனுடைய தகப்பன் சுகமுடையவர், தன் பிதாவைக் காட்டிலும் வெகு ஆயுளுடையவர், சிவபக்தி மதத்தை அடைபவர், எப்பொழுதும் வியாபாரத்தால் ஜீவனமுடையவர், தேவப்பிராமண பக்தியுடையவர்.

(203) ஜென்ம லக்கினம் மேஷம் (பங்கஜாம்சம் அதாவது பாகை 29-36 கலை முதல் பாகை 29–48 கலை வரையிலும்) ஆகி லக்கின பாவத்தில் சனி யிருந்தாலும், லக்கின பாவத்தைச் சனி பார்த்தாலும் ஜாதகனுடைய தாய் பிரசவத்தில் அற்ப வேதனையுடையவள், உத்தராம்சத்தில் விசேஷ வேதனையும், ஸூதி தோஷபயம் கொஞ்சமும் உண்டாகும், சந்திரன், சனியால் பார்க்கப்பட்டால் ஜாதகனுடைய தாய்க்குக் கொஞ்சம் பீடையும், ஜாதகனுக்கு மாந்தசுரம், வைசூரி முதலிய வற்றால் பயமும் உண்டாகும்.

(204) ஜென்ம லக்கினம் மேஷம் (பங்கஜாம்சம்) ஆகி லக்கின எட்டாம் பாவாதிபன் கேந்திரத்திலிருக்க பத்தாம் பாவாதிபதி குருவால் பார்க்கப்பட்டு, சந்திரன் கேந்திரத் திரிகோணங்களிலிருந்தால், எல்லா தோஷங்களும் விலகி ஜாதகர் சுகமடைவார், ஜாதகன் மத்திமாயுள் யோகமுடையவனாயிருந்தாலும் ஐம்பத்து மூன்று வயதுடையவனாவார், இருபது வயதுக்கு மேல் கொஞ்சம் பீடையும், முப்பத்திரண்டு வயதில் தேக பீடையும் முப்பத்தெட்டாவது வயதில் மனஸ்தாபமும், நாற்பதாவது வயதில் மிக்க பயமும், சன்னிபாத சுரத்தால் பீடையும், மேகரோக பயமும் உண்டாகும், கேதுப் பிரீதியும், சனி சக்ரதானமும், நவக்கிரக ஜபமும் செய்தால் சுகமுண்டாகும்.

குறிப்பு:–இந்தப்புத்தகத்தில் மேஷ லக்கினத்திற்கு இருநூற்றி நான்கு விதிகளும், ஜாதக கணிதத்தின் இரண்டாம் பாகத்தில் 7–வது அத்தியாயத்தில் மேஷ லக்கினத்திற்கு அறுபது விதிகளும் ஆக மொத்தம் மேஷ லக்கினத்திற்கு இருநூற்றியறுபத்தி நான்கு விதிகளும் இதுவரையிலும் கொடுக்கப்பட்டிருக்கின்றன. இன்னும் உள்ள சுமார் ஒரு ஆயிரத்திற்கு மேற்பட்ட மேஷ லக்கின விதிகள் நான்காம் பாகம் என்ற 2–வது மலர், ஐந்தாம் பாகம் என்ற மூன்றாவது மலர் முதலிய பாகங்களில் அல்லது மலர்களில் மேஷலக்கின பலனின் தொடர்ச்சியாக இனி கொடுக்கப்படும் என்று அறியவும்.

ரிஷப லக்கின ஜாதகம்

(1) ஜென்ம லக்கினம் ரிஷபம் (துருவாம்சம் அதாவது லக்கின ஸ்புடம் பாகை 55–24 கலை முதல் பாகை 55–36 கலை வரையிலும்) ஆகி லக்கினாதிபனான சுக்கிரன் லக்கினத்திற்குப் பத்திலிருந்து பத்தாமதிபனாகிய சனி லக்கினத்திலிருந்தால் ஜாதகர் பிறந்தது முதல் சம்பத்துடையவனாயும், வெகு போகம் அனுபவிப்பவனாயும் ராஜ லக்ஷ்மியின் கடாக்ஷம் பெற்றவனாயும், நல்ல ரூபமுடையவனாயுமிருப்பார், மேலும் நல்ல அறிவாளியாயும், வாசாலகனாயும், தெளிந்த முகமுங் கண்களு முடையவனாயும், அதிருஷ்ட முடையவனாயும், தர்மாத்துமாவாயும், சாத்விக குணமுடையவனாயும், நீதி சாஸ்திரமறிந்தவானாயும், பாலபாஷைகளில் சமர்த்தனாயும் தெய்வ பத்தியுடையவனாயும், நல்ல புத்தி சாலியாயும், வித்துவானாயுமிருப்பார்.

(2) ஜென்ம லக்கினம் ரிஷபம் (துருவாம்சம்) ஆகி குரு லக்கினத்திற்குப் பாக்கியஸ்தானமாகிய மகரத்திலமர்ந்து சந்திரனுடன் கூடி ராகுவால் பார்க்கப்பட்டாலும், அல்லது ஜென்ம லக்கினம் ரிஷபம் (துருவாம்சம்) ஆகி சூரியன் தன் உச்ச ஸ்தானமாகிய மேஷத்தில் குஜனுடன் கூடி மீனத்தில் புதன் நின்றாலும், ஜாதகர் நல்ல தேவாலயம், தடாகம், தோட்டம் முதலியவற்றை நிர்மாணம் செய்பவனாயும், பிராமணர், பெரியோர் முதலியோரைப் பணிபவனாயும், இந்திரியங்களை ஜெயித்தவனாயும், வேதாந்த ஞானம் நிரம்பினவனாயும், தர்மத்தில் ஆசையுடையவனாயும், ஏழு அங்கங்களுடன் கூடியவனாயும் நல்ல சுசி உடையவனாயுமிருப்பான், மேலும் ஜாதகன் சதுரங்க சேனைகளை யுடையவர், பலதேசத்துக்கு அரசனானவர், அனேக வித்யா பாக்யமுடையவர், காவிய நாடக சாரமறிந்தவர், வேத, சாஸ்திர, புராண மறிந்தவர், ஸமஸ்கிருதம் பிரியமாய்ப்பேசுபவர், முக்காலமுமுணர்ந்தவர், நற்குணமுடையவர், சத்துருக்களையழிப்பவர், புண்ணியாத்மா என ஜனங்களால் பூஜிக்கப்படுபவர், அதிக தைரியசாலி, சாது ஜனங்களால் விரும்பப்படுவர் ஆவர்.

(3) ஜென்ம லக்கினம் ரிஷபம் (துருவாம்சம்) ஆகி ஜென்ம லக்கினத்தைக் குரு பார்த்து, சனி (ரிஷபராசியில்) பாராவதாம்சத்திலிருந்து, சூரியன் மேஷத்தில் பரமோச்சத்திலிருந்தால் ஜாதகர் லக்ஷ்மி யோகமுடையவனாவார், நிலையுள்ள சம்பத்து, நிலையுள்ள மங்களம் உள்ளவர், நற்குணங்களால் அழகியவர், அனேக தேசங்களுக்கு அதிபனாவார், வித்தை அதிக புகழ் இவற்றால் பிரசித்தி பெற்றவர், அரசர்கள் வணங்கத்தகுந்த அரசர்க்கரசர், அனேக புத்திரரையும், மனைவியரையு முடையவர், தேவப் பிராமணர், சாதுக்கள் இவர்களை உபாசிப்பவர், தேவாலயப் பிரதிஷ்டை செய்பவர், மகான், சிவந்த சரீரமும், தாமரை நிகர்த்த கண்களும் உடையவர், காமத்தில் விருப்பமுடையவர், உதாரத்தன்மை வாய்ந்தவர், சாஸ்திரம், வித்தை இவற்றில் வல்லவர், தயைக்கு இருப்பிடமானவன், உயர்குலத்துதித்த அனேகப் பெண்களுக்கு நாயகன், சூரிய சந்திரர் உள்ளவரை குணங்களைப் பலர் கொண்டாடும் புகழுடையோர், சதுரங்க சேனையுடையவர், நற்குணவான், உலகில் உயர்ந்த உத்தமர் எனப் புகழப்பட்டவர், புத்ரீ புத்திரர்களால் உபசரிக்கப்பட்ட பாக்கிய முடையவர். சண்டைகளில் ஜயம்பெறும் தைரியசாலி.

(4) ஜென்ம லக்கினம் ரிஷபம் (துருவாம்சம்) ஆகி சூரியனுக்குக் கேந்திர ஸ்தானங்களாகிய 1,4,7, 10–ல் குஜன் இருக்கும்போது, குருவுக்குக் கேந்திரத்தில் குஜன் இருந்தாலும், அல்லது சந்திரனுக்குக் கேந்திரத்தில் குரு இருந்தாலும் ஜாதகனுக்கு அவதார ராஜயோக மென்பர். ஜாதகர் அம்சாவதாரமாகப் பிறந்தவர், பூவுலகில் தேவேந்திரனுக்குக்

சமானமானவர், அழகிய தேஜஜுடன் பாசம், அங்குசம், தாமரை, ஸ்ரீசக்கரம், தண்டம் இந்த ரேகைகளால் அடையாளம் செய்யப்பட்ட கைகால்களுடையவர், ஸ்ரீவத்ஸம் என்னும் மச்சத்தை மார்பிலுடையவர், அதிக கீர்த்தி குணங்களுடைய சீமான், தானம் செய்பவர், எதிர்த்துப் பேசுபவர், எல்லா ஆகமங்களுமறிந்தவர், தர்மத்துக்கதிகாரி, கண்களால் பார்க்க விரும்பத்தக்கவர், அயலார் இங்கிதமறிந்து அவர்கள் காரியத்தைச் செய்பவர், தன் கர்மத்தில் கருத்துடையவர், விரோதியற்றவர், தடையற்றவர், விஷ்ணு அம்சம் பெற்றவர், தீர்த்த யாத்திரை செய்பவர், கலை, வேதாந்தம் இவை அறிந்தவர், காமப்பற்றுடையவர், இந்தியங்களை ஜெயித்தவர், வேதசாஸ்திரத்தைப் பின்பற்றுபவர், ஆத்தும ஞான முடையவர், பிரம்மத்தை அறிந்தவர், பூத தயையுடையவர், எப்போதும் தர்ம சிந்தையுள்ளவர், பெரியோரைப் பூஜித்து அவர்களைப் பின்பற்றுபவர், காலமறிந்தவர், வாசாலகர்.

(5) ஜென்ம லக்கினம் ரிஷபம் (துருவாம்சம்) ஆகி ஜென்ம லக்கினத்தில் சனி இருந்தால் ஜாதகர் வாயு பீடையுடைய சரீரத்தையுடையவனாவார்.

(6) ஜென்ம லக்கினம் ரிஷபம் (துருவாம்சம்) ஆகி ஜென்மத்திற்கு மூன்றில் ராகு இருந்து மூன்றாமாதிபனான சந்திரன் குருவுடன் (மகரத்தில்) கூடில் ஜாதகர் மூத்த சகோதரனற்றவனாவான், அவனுக்கு இளைய சகோதரருமில்லை, ஆனால் மூத்த சகோதரிகள் இருவர் உண்டு, ஒருத்தி மாற்றந்தாய் மகள், மூன்று சகோதரிகளுமிருக்கலாம், மற்றவை நாசம்.

(7) ஜென்ம லக்கினம் ரிஷபம் (துருவாம்சம்) ஆகி ஜென்மத்திற்கு நாலாமதிபனான சூரியன் மேஷத்தில் உச்சத்திலிருந்தாலும், மாதுர் காரகனான சந்திரன் குருவுடன் (மகரத்தில்) கூடினாலும் ஜாதகனுடைய தாரம் நற்குணமுடையவளும், புண்ணியம் செய்தவளும், தீர்க்காயுளுடையவளுமாவாள்.

(8) ஜென்ம லக்கினம் ரிஷபம் (துருவாம்சம்) ஆகி ஜென்மத்திற்கு மூன்றில் ராகு இருந்தால் ஜாதகனுடைய தாயாரானவள் கர்மமற்றவளாவாள், காலத்தில் புத்திர சோக முடையவள், பெரியதாயும் புத்திர சோகத்தில் ஆழ்ந்தவளாவாள், இரண்டாம் தாய்க்குப் புத்திரனுண்டாவார், பெரிய தாயாரும் தீர்க்காயுளுடையவளாவாள், பெரிய தாயும் வேறிடத்தில் வசிக்கும்படி நேரிடும், பெரியவளும் இவன் மரணத்திற்குப் பிறகு வெகு காலம் வசிப்பாள், இரண்டு தாயும் பேரன்கள் பாக்ய மனுபவித்து கால யோகத்தால் தாய் கேந்திர பாதை யுடையவளாவாள்.

(9) ஜென்ம லக்கினம் ரிஷபம் (துருவாம்சம்) ஆகி லக்கினத்திற்கு ஐந்தாமதிபனான புதன் பதினொன்றில் அமர்ந்து புத்திரகாரகனான குரு ஒன்பதிலிருந்தால் ஜாதகர் ஆறு புத்திரர்களையும் இரண்டு பெண்களுக்கதிகமாக மக்களையும் பெறுவார், இருவர் அல்லது மூவர் இறப்பர், ஐந்து புத்திரர்களுடனும், ஒரு பெண்ணுடனுமிருப்பார். சாந்தி தான புண்ணித்தால் மக்களுக்கு ஆயுள் வளரும்.

(10) ஜென்ம லக்கினம் ரிஷபம் (துருவாம்சம்) ஆகி லக்கினத்திற்கு ஏழாமதிபனான அங்காரகன் பதினொன்றில் அமர்ந்து ஏழாமிடம் (மூன்றிலுள்ள) குருவால் பார்க்கப்பட்டாலும் அன்றி ஜென்ம லக்கினம் ரிஷபம் (துருவாம்சம்) ஆகி களத்திரகாரகனான சுக்கிரனைச் சனி பார்த்தாலும் ஏழாமிடம் சனியால் பார்க்கப்பட்டாலும் ஜாதகர் மூன்று மனைவியரை யுடையவனாவார், அவர்களில் இருவருக்குச் சந்ததி இல்லை. மூத்த மனைவி பாபி, சக்தியற்றவள், இரண்டாம் மனைவியோ ராஜ யோகமுடையவள், அனேக புத்திரருடையவள், தன் குலத்தைப் பெருகச் செய்பவள், நித்தம் தானத்தில்

விருப்பமுடையவள், மாநிறமேனியாள், வாய்வுபீடையுள்ள தேகமுடையவள், சமமான தேகமுடையவள், சில சமயம் தந்த வாய்வு பீடையாலும், சிலசமயம் வயிற்றுச் சூலையாலும் பீடிக்கப்படுபவள், இவள் குமாரன் அழியாச் சம்பத்துடையவர், தருமாத்மா, மூன்றாம் மனைவியோ புத்திர பாக்கியமற்றவளாய்த் துக்கமுடையவளாய் வாலிபத்திலேயே மரிப்பாள், ஜாதகனுக்குப் பதினைந்தாவது வயதில் விவாகம், பதினாறு அல்லது இருபத்து மூன்றில் விவாகமென்பது சிலர் மதம்.

(11) ஜென்ம லக்கினம் ரிஷபம் (துருவாம்சம்) ஆகி லக்கினத்திற்கு ஒன்பதாமதிபனான சனி பதினொன்றில் இருந்தால் ஜாதகனுடைய பிதா அனேக தேசாதிபனான அரசனைப் போல இருப்பார், ஜாதகர் பிறந்த பிறகு இவன் பிதா அதிக யோகமுடையவனாவார். இருபத்திரண்டாவது வயதில் பிதா அரிஷ்டம், இருபத்திரண்டில் புத்திரபேறு மென்மேலும் விருத்தியாகும்.

(12) ஜென்ம லக்கினம் ரிஷபம் (துருவாம்சம்) ஆகி குருபகவான் ஜென்ம லக்கினத்தைப் பார்த்தால் ஜாதகனுடைய பிதா அதிகயோகவான். ஜாதகர் பிறந்த பிறகு இவன் பிதா அதிக யோகமுடையவனாவார்.

(13) ஜென்ம லக்கினம் ரிஷபம் (துருவாம்சம்) ஆகி லக்கினத்திற்கு பன்னிரண்டில் சூரியன் குஜன் இருவரும் கூடி இருந்தால் ஜாதகனுக்கு நாற்பத்தைந்தாவது வயதில் பிராணபயம், மூல ஜுரத்தால் புத்திரன் எதிரில் மரணமாவார், முடிவில் ஞானம் பெற்று சுவர்க்க மெய்துவார்.

(14) ஜென்ம லக்கினம் ரிஷபம் (துருவாம்சம்) ஆகி குரு சந்திரனுடன் கூடி ராகுவால் பார்க்கப் பட்டால் நாற்பத்தைந்தாவது வயதில் பிராணபயம், மூலஜுரத்தால் புத்திரன் எதிரில் மரணமாவார், முடிவில் ஞானம் பெற்றுச் சுவர்க்க மெய்துவார்.

(15) ஜென்ம லக்கினம் ரிஷபம் (கமலாம்சம்) ஆகி ஜென்ம லக்கினத்திற்கு இரண்டில் குரு சுக்கிரர் கூடி இருப்பின் ஜாதகர் வேத சாஸ்திரார்த்தம் அறிந்தவர், மூன்று எழுத்துகளில் சமர்த்தர், பல பாஷைகள் அறிந்தவர், சங்கீத ஞானமுள்ளவர், சோதிட சாஸ்திர மறிந்தவர், அதிக தனவான், அதிகபோக முடையோர், அரி, சங்கரபக்தி யுடையவர்.

(16)(17) ஜென்ம லக்கினம் ரிஷபம் (கமலாம்சம்) ஆகி லக்கினத்தில் உச்சம் பெறுகிற கிரகமாகிய சந்திரன் பாபி சம்மந்தப்பட்டிருந்து ஜென்மத்திற்கு மூன்றாபதியன் பாபருடன் கூடியிருந்து மூன்றில் சூரியன் இருந்தால் ஜாதகனுக்கு ஒரு சகோதரி பால்யத்தில் விதவையாவள், பின்னால் இரு சகோதரரும் ஒரு சகோதரியும் உண்டு, விஷாதிசார தோஷத்தால் இளைய சகோதரர் மரிப்பார், அக்காலத்தில் கர்ப்பமான இளையோன் மனைவி அவனுக்குக் கொஞ்ச காலம் கழித்துப் புத்திரனைப் பிரசவிப்பாள், அதுமூலம் அனேக கலகம் உண்டாகும்.

(18) ஜென்ம லக்கினம் ரிஷபம் (கமலாம்சம்) ஆகி ஜென்மத்திற்கு நாலாமிடத்தில் ராகு புதன் இவர்கள் கூடியிருப்பின் ஜாதகர் மூன்று தாய்மாரை யுடையவர், இவன் இரண்டாவது தாயின் புத்திரனாவார், இவன் தாய் புத்திரர், புத்திரிகளை யுடையவளாவாள், இவன் தாய் விஷாதிசார தோஷத்தால் மரிப்பாள், தாய்க்கு சகோதரி ஒருத்தி, சகோதரர் ஒருவர் உண்டு. தாய் சகோதரர் சித்தப்பிரமை யுடையவனாவார், அவன் புத்திர தாரம் அற்றவர், ஜாதகனுடைய ஊருக்கு வட பக்கத்தில் அம்மான் வீடு உண்டு, அதுவும் கொஞ்ச காலத்தில் காலி ஆகும், பின்னால் அம்மான் மரிப்பார், இவர் அம்மானுக்குக் கர்மம் முதலியன செய்வார்,இவர் பெரிய தாய் புத்திரர் அற்றவள்.

(19) ஜென்ம லக்கினம் ரிஷபம் (கமலாம்சம்) ஆகி லக்கினத்திற்கு ஏழாமதிபனான செவ்வாய் விருச்சிகத்தில் சந்திரனுடன் கூடி இருப்பின் ஜாதகனுக்கு இரண்டு களத்திரமுண்டு. மூத்த மனைவி தன் பட்டணத்துக்கு வட பாரிசத்தில் ஓர் ஊரில் பிறந்தவள், அவளுக்கு ஒரு பெண்ணுண்டு, மூத்த மனைவி இறந்ததும், தென் மேற்கிலாவது, மேற்கிலாவது அழகிய ஒரு ஸ்த்ரீயை ஜாதகர் மறுமணம் செய்வார்.

(20) ஜென்ம லக்கினம் ரிஷபம் (கமலாம்சம்) ஆகி ஜென்ம லக்கினத்திற்கு ஒன்பதாம் அதிபனான சனி கேந்திர ஸ்தானங்களாகிய ஒன்று, நான்கு, ஏழு, பத்து இந்த ஸ்தானங்களில் சந்திரனுடனும் குஜனுடனும் கூடில் ஜாதகனுடைய தகப்பன் நல்ல ராஜயோகமுடையவனாவார், பிரபு லக்ஷணங்கள் பொருந்தியவர், தர்மாஸனாதிகாரி, அதாவது நியாயாதிபன், நீச அரசனை அடைவார், அனேக ஆயிரம் தனமுடையவனாவார், பெண் பிள்ளைகளை மிகுதியாயுடையவர். ஜாதகனோ பித்த நோயுடையவர், மெலிந்தவர், சில சமயம் உலோபி, எழுத்து வித்தையில் ஜீவனம் செய்வார், சூத்திரப்பிரபு விடம் எழுத்து வேலை செய்வார். பிதுர் பாக்கியம் நிறைந்தவர், தான் சம்பாதித்த பொருளுடையவர், நடு நடுவில் நீச அரசனிடம் நட்பு உண்டாகும், கிராமம், பூமிகளுக்கதிகாரி, வீடு பூமி, பொருள் இவை நிறைந்தவர்.

(21) ஜென்ம லக்கினம் ரிஷபம் (கமலாம்சம்) ஆகி ஏழாமிடமான விருச்சிகத்தில் நீசனான சந்திரன், சனி குஜன் இவர்களுடன் கூடி இருந்தால் ஜாதகர் நீசஸ்திரீ சங்கமம் அல்லது சூத்திர ஸ்த்ரீ சங்கமமுடையவனாவார். சில சமயம் இரகஸியத்தில் அயலார் மனைவியையும் சங்கமம் செய்வார். இவனுக்கு இரு புத்திரரும் இரு புத்திரிகளும் தீர்க்காயுளுடையவராயிருப்பார். அதிக மக்களும் உண்டாகும், சாந்தியாதிகளால் மக்களுக்கு சுகமுண்டு, இவன் தகப்பன் மந்திர சாஸ்திர மறிந்தவர், இவன் தந்தைக்கு மனைவியர் மூவர் உண்டு. ஜாதகனும் மந்திர சாஸ்திர மறிந்தவர், ஜபம் தியானம் செய்வார்.

(22) ஜென்ம லக்கினம் ரிஷபம் (கமலாம்சம்) ஆகி நான்காமிடத்தில் ராகு இருந்தால் ஜாதகர் எப்போதும் துக்கமுள்ள மனமுடையவர், பின்னால் பாபத்திற்குப் பயந்து பச்சாதாபப்படுபவர், சில காலம் வைதீகாசாரங்களைக் கைக்கொள்ளுவார்.

(23) ஜென்ம லக்கினம் ரிஷபம் (கமலாம்சம்) ஆகி ஜென்மத்திற்குப் பத்தாமதிபன், குஜனுடனும், நீச்ச சந்திரனுடனும், கூடி கும்பாம்சத்திலிருந்தால், ஜாதகனுக்கு நற்காரியம் செய்வதில் அடிக்கடி தடையுண்டாகும்.

(24) ஜென்ம லக்கினம் ரிஷபம் (கமலாம்சம்) ஆகி ஜென்மத்திற்குப் பன்னிரண்டாமதிபனான குஜன் சுக்கிரனுடன் கூடி விரையஸ்தானமாகிய பன்னிரண்டில் குருவால் சம்பந்தம் அடையப்பட்டால் ஜாதகனுக்குக் கட்டிலில் படுக்கை உண்டு, தருமத்தில் தனவிரையமாகும்.

(25) ஜென்ம லக்கினம் ரிஷபம் (கமலாம்சம்) ஆகி பன்னிரண்டாமதிபர் விரையஸ்தானமாகிய பன்னிரண்டில் குருவுடன் கூடியிருக்க சனி (விருச்சிக ராசியில்) கன்னியாம்சத்திலிருந்தால் ஜாதகர் புது வீடு கட்டுவார்.

(26) ஜென்ம லக்கினம் ரிஷபம் (கமலாம்சம் உத்தரபாகம்) ஆகி ஜென்மத்திற்கு மூன்றாமதிபர் பன்னிரண்டிலாவது அன்றி நீச்சஸ்தானத்திலாவது இருந்து சகோதர காரகனாகிய அங்காரனு மவ்விதமே பன்னிரண்டிலாவது அன்றி தன் நீச ஸ்தானமாகிய கடகத்திலாவது அமர்ந்தால் ஜாதகர் இரண்டு அல்லது மூன்றாவது கர்ப்பத்தில் பிறந்தவர், ஒரு மூத்த சகோதரி பாலியத்தில் மரணமடைவாள், இளைய சகோதரர் இருவரும், சகோதரிகளிருவரும் உண்டு.

(27) ஜென்ம லக்கினம் ரிஷபம் (கமலாம்சம் உத்திரபாகம்) ஆகி சந்திரன் நீசஸ்தான மடைந்தால் ஜாதகனுடைய தாய் புண்ணியவதி, பதிவிரதை. யாத்திரையில் ஜனமில்லா வழியில் இறப்பாள், ஜாதகனுக்கு அம்மானில்லை, இருந்தானென்று நினைவுண்டு.

(28) ஜென்ம லக்கினம் ரிஷபம் (கமலாம்சம் பூர்வ பகம்) ஆகி களத்திர காரகனான சுக்கிரன் குஜனுடன் சேர்ந்திடில் ஜாதகனுக்கு வாலிபத்திலேயே, விவாகமுண்டு. ஏக களத்திர சுகமுடையோர், அயல் பெண்கள் சங்கமுடையோன்.

(29) ஜென்ம லக்கினம் ரிஷபம் (கமலாம்சம் உத்தரபாகம்) ஆகி களத்திர காரகனான சுக்கிரனும் குஜனும் சேர்ந்து ஒரு ராசியிலிருந்தால் ஜாதகனுக்கு இருமனைவிகள் உண்டு, பாலியத்திலேயே விவாகமுண்டு, அயல் பெண்கள் சங்கமமுண்டு.

(30) ஜென்ம லக்கினம் ரிஷபம் (கமலாம்சம் உத்திரபாகம்) ஆகி ஒன்பதாமதிபனான சனி தன் சத்துரு ஸ்தானமாகிய சிம்மத்தில் குஹாராம்சத்திலிருந்தால் ஜாதகனுடைய தகப்பன் ஞானவானரவார், விவசாயம் செய்பவர், தனவான், அனேக சகோதரருடையவன், மானமுடையவர், சகோதரிகளும் அதிகமாக உண்டு, ஜாதகருடைய சிற்றப்பன்மார் ஐவர் அல்லது அறுவரும், சகோதரிகளும் அவ்விதமே உண்டு. இவனுக்குப் பெரிய தகப்பன் சகோதரிகள் மூவர், மற்றவை நாசம், அவர்களில் ஒருத்தி புத்திரனுடையவள், மற்ற இருவருக்கும் புத்திரரில்லை. ஜாதகனுடைய பாட்டான் பிரசித்தியுடையவர், யானை கட்டி வாழும் சம்பத்துடையவர், லக்ஷத்திற்கு அதிக தனமுடையவர், அதிக பூதனமுடையவர், ராஜ முத்திரை தரித்து எல்லோரையும் காத்து தண்டிக்கும் அதிகாரியாவார், ஜாதகனும் அதிருஷ்டம் வாய்ந்தவர். அரசாங்க உத்தியோகம் பெற்றுப் பொருளீட்டுவார், அயல் தேசத்தில் நீச்ச அரசனிடம் உத்தியோகம் பெறுவார். எழுபத்தைந்து வயதுடையனாவார்.

(31) ஜென்ம லக்கினம் ரிஷபம் (கமலாம்சம் உத்திரபாகம்) ஆகி ஜென்மத்திற்கு ஏழாமதிபனான குஜன் பன்னிரண்டில் அமர்ந்து சனி பகவான், சூரியன் புதன் இவர்களால் பார்க்கப்பட்டால் ஜாதகனுக்கு வாலிபத்திலேயே விவாகம் நடக்கும், இவன் மனைவி மலடியாவாள், சிலர் ஒரு மனைவி தான் உண்டென்பர், இரண்டு தார மென்பது சிலர் மதம்.

(32) ஜென்ம லக்கினம் ரிஷபம் (கமலாம்சம் உத்திரபாகம்) ஆகி ஜென்மத்திற்கு ஒன்பதாமதிபனான சனியானவர் சுக்கிரன் குஜனுடன் கூடி இருப்பதுடன் புத்திர ஸ்தானமாகிய ஐந்தாமிடத்தைக் குரு பார்த்தால் ஜாதகனுடைய தந்தைவெகு பாக்கியங்களுடையவர், ராஜயோகமுடையவர், அனேக தாயாதிகளுடையவர், அரசாங்க முத்திரை பெற்ற அதிகாரி ஜாதகனோ நற்குணம் வாய்ந்தவர், மிருதுவாய், இனிமையாய்ப் பேசுபவர், சத்துருக்களிடத்தில் பிரீதியையுடையவர், வேதாந்த ஞானமுடையவர், தாஸ தாஸ ஜனங்களால் சூழப்பட்டவர். பிரபலமான உத்தியோகமுடையவர், வெகு சுகமுடையோர், பிராமண ஸ்த்ரீ சங்கமமுடையோன், பல ஜாதிப் பெண்களை அணைத்தவர், கொஞ்சம் விதவை சங்கமமுண்டு.

(33) ஜென்ம லக்கினம் ரிஷபம் (கமலாம்சம் உத்திரபாகம்) ஆகி ஜென்ம லக்கினத்திற்கு ஒன்பதாமதிபனான சனி குஜனுடன் கூடி ஐந்தாமிடத்தை குரு பகவான் பார்ப்பதுடன், களத்திர காரகனான சுக்கர பகவான் கால கூடாம்சத்திலிருந்தால், ஜாதகர் சம்சாரத்தில் வெறுப்புள்ளவனாயும், ஜபம், தியானம், சமாதியுடையவனாவான்.

(34) ஜென்ம லக்கினம் ரிஷபம் (கமலாம்சம் உத்திரபாகம்) ஆகி லக்கினாதிபனான சுக்கிரன் சத்துரு ராசியில் புதனுடன் கூடி துர்ப்பலனாயிருந்து சனி பகவானால்

பார்க்கப்பட்டால் ஜாதகர் எப்போதும் துக்கப்படுவான், ஞாதி சத்துரு பாதையுடையோர், வெளிக்கு உரக்கப் பேசுவான், கஷ்ட முடையோன்.

(35) ஜென்ம லக்கினம் ரிஷபம் (கமலாம்சம் உத்திரபாகம்) ஆகி ஜென்மத்திற்கு இரண்டாமதிபனான புதன் ஆறில் சூரியனுடன் கும்பாம்சத்தில் அமர்ந்து சனியால் பார்க்கப்பட்டால் ஜாதகன் அதிக செலவுடையவர், ஞாதிகளால் வெகு கஷ்டப்படுகிறவர், தனத்தை அழிப்பவனாவார்.

(36) ஜென்ம லக்கினம் ரிஷபம் (கமலாம்சம் உத்திரபாகம்) ஆகி புதன் சூரிய பகவானோடு சம்பந்தப்பட்டால் ஜாதகனுக்கு ராஜ தண்டனையால் அதிகச் செலவும், வீண் கர்வத்தில் பூமி, பொருளழிவும் உண்டாகும். ஆனாலும் அரசனால் மிகமதிக்கத்தக்க பிரபல உத்தியோகத்திலிருப்பான்.

(37) ஜென்ம லக்கினம் ரிஷபம் (அபலாம்சம் அதாவது லக்கின ஸ்புடம் பாகை 56–36 கலை முதல் 56–48 கலை வரையிலும்) ஆகி ஜென்ம லக்கினத்தில் குருவும் சகோதரகாரகனான குஜனும் கூடி இருப்பின் ஜாதகனுக்கு இளைய சகோதரனில்லை, பிறந்தாலும் இறப்பன், ஜாதகன் இரண்டு சகோதரிகளையுடையவர், சகோதரிகளிடத்துப் பிரியமாயிருப்பார் ஒரு சகோதரனுடன் கூடியவர், தாயார் தகப்பனாருடைய சுக மற்றவனாவான்.

(38) ஜென்ம லக்கினம் ரிஷபம் (அபலாம்சம்) ஆகி லக்கினத்திற்குப் பதினோராம் பாவத்தில் சூரியன் சனியுடன் கூடி இருப்பின் ஜாதகனுக்கு இரண்டாந் திசையில் பிதா நாசமுறுவான், திரவியச் செலவு அதிக முண்டாகும்.

(39) ஜென்ம லக்கினம் ரிஷபம் (அபலாம்சம்) ஆகி லக்கினத்திற்கு ஏழாம் பாவமான களத்திர பாவத்தில் சந்திரனிருந்தால் ஜாதகனுக்கு மூன்று தாரயோக முண்டு என்பது சிலர் அபிப்பிராயம், மூன்று தாரமிருந்தும் ஜாதகன் தாரசுகமில்லாதவன்.

(40) ஜென்ம லக்கினம் ரிஷபம் (அபலாம்சம் பூர்வ பாகம்) ஆகி கள ந்திரபாவம் சனியால் பார்க்கப்பட்டால் ஜாதகனுக்கு இரண்டு தாரமென்பர். மூத்த தாரம் தரித்திரம் பொருந்தியவள்.

(41) ஜென்ம லக்கினம் ரிஷபம் (அபலாம்சம் பூர்வ பாகம்) ஆகி ஐந்தாம் பாவாதிபன் ராகுவுடன் கூடி, பதினோராம் பாவத்தில் குஜன் இருந்தால் ஜாதகனுக்குச் சந்தானத் தடையுண்டாகும்.

(42) ஜென்ம லக்கினம் ரிஷபம் (அபலாம்சம் உத்திராம்சம்) ஆகி ஐந்தாம் பாவாதிபன் ராகுவுடன் கூடி, பதினோராம் பாவத்தில் குஜனிருக்கில் ஜாதகர் மகா ரோகமுடையவர், ஜாதகனுடைய மூத்த தாரம் காக மலடியாவாள்.

(43) ஜென்ம லக்கினம் ரிஷபம் (அபலாம்சம் பூர்வபாகம்) ஆகி ஐந்தாம் பாவாதிபன் ராகுவுடன் கூடி, பதினோராம் பாவத்தில் குஜனிருக்கில், ஜாதகனுக்குப் புத்திரனில்லை என்கின்றனர். வேறு கிரந்தத்தில் வேறு மனைவியிடம் ஜாதகனுக்குப் புத்திரனுண்டென்கின்றனர்.

(44) ஜென்ம லக்கினம் ரிஷபம் (அபலாம்சம்) ஆகி ஜென்ம லக்கினத்திற்கு ஐந்தாம் பாவத்தில் குரு இரு பாபர்களால் பார்க்கப்பட்டிருந்தால் ஜாதகர் உத்தம பிராமணர்களால் சபிக்கப்பட்டவர், இதற்குப் பரிகாரமாக ஸேது ஸ்நானம், சிவபூஜை,

நாகேஸ்வர பூஜை இவற்றால் சந்தானமுண்டாகும், ஒரு பலம் அல்லது அரைப்பலம் பொன்னினால் சிவவுருவுசெய்து விசேஷமாக சோமவாரப் பிரதோஷ காலத்தில் விதிப்படி உபவாசமிருந்து பூஜித்து பிரதிமையை வஸ்திரத்துடன் சாயங்காலத்தில் தானம் செய்ய சாந்தி உண்டாகும்.

(45) ஜென்ம லக்கினம் ரிஷபம் (அபலாம்சம் பூர்வ பாகம்) ஆகி பதினோராம் பாவத்தில் சூரியன் இருந்தால், சூரியன் விரத புண்ணியத்தால் ஜாதகர் நிச்சயமாய் சந்தானமடைவார்.

(46) ஜென்ம லக்கினம் ரிஷபம் (அபலாம்சம்) ஆகி எட்டாம் பாவாதிபனான குரு ஐந்தாம் பாவாதிபனால் பார்க்கப்பட்டால் ஜாதகன் குறைந்த சந்ததியுடையவனாவார்.

(47) ஜென்ம லக்கினம் ரிஷபம் (அபலாம்சம் பூர்வபாகம்) ஆகி எட்டாம் பாவாதிபனான குரு ஐந்தாம் பாவாதிபனால் பார்க்கப்பட்டால் ஜாதகனுக்கு நாகேஸ்வரப் பிரசாதத்தால் காலாந்திரத்தில் (முதுமைப் பருவத்தில்) சந்தானம் சந்தேகமில்லாமல் உண்டாகும்.

(48) ஜென்ம லக்கினம் ரிஷபம் (அபலாம்சம்) ஆகி மூத்த சகோதர ஸ்தானமாகிய பதினோராம் பாவத்திற்கு ஐந்தாம் பாவாதிபனான சந்திரன் நீச்சாம்சத்தில் குஜனால் பார்க்கப்பட்டிருந்தால் ஜாதகனுடைய மூத்த சகோதரனுக்குப் புத்திரர் அரிஷ்டம் ஜல கண்டத்தால் நேரும்.

(49) ஜென்ம லக்கினம் ரிஷபம் (அபலாம்சம்) ஆகி மூன்றாம் பாவாதிபன் சந்திரன் விருச்சிகத்தில் நிர்மலாம்சத்திலிருந்தால் ஜாதகனுக்கு ஐந்து அல்லது ஏழு சகோதரருண்டு, அவர்களில் இருவர் அல்லது மூவர் தீர்க்காயுளுள்ளவராய் இருப்பர்.

(50) ஜென்ம லக்கினம் ரிஷபம் (அபலாம்சம் உத்திரபாகம்) ஆகி மூன்றாம் பாவாதிபனான சந்திரன் விருச்சிகத்தில் நிர்மலாம்சத்திலிருந்தால் ஜாதகனுடைய சகோதரி ஒருத்தி மாங்கலியத்துடனிருப்பாள்.

(51) ஜென்ம லக்கினம் ரிஷபம் (அபலாம்சம் பூர்வபாகம்) ஆகி மூன்றாம் பாவாதிபனான சந்திரன் விருச்சிகத்தில் நிர்மலாம்சத்திலுமிருந்தால் ஜாதகனுடைய சகோதரிகள் இருவர் விதவைகளாவார்.

(52) ஜென்ம லக்கினம் ரிஷபம் (அபலாம்சம்) ஆகி விருச்சிகத்திலுள்ள சந்திரனுக்கு ஏழாம் பாவத்தில் ரிஷபத்தில் குஜனிருந்து சுக்கிரனால் பார்க்கப்பட்டால் ஜாதகனுடைய தாயாருக்கு அரிஷ்டம் உண்டு.

(53) ஜென்ம லக்கினம் ரிஷபம் (அபலாம்சம்) ஆகி பத்தாம் பாவாதிபனான சனி தன்னுச்சாம்சத்திலிருந்து சந்திரன் நிர்மலாம்சத்திலிருந்தால் ஜாதகர் வேதாந்த தத்துவ ஞானமுடையவர், எப்போதும் குலாசாரத்திலிருப்பார், அதிதிகளிடம் பக்தியுடையவனாவார், சாத்துவீகன், குணவான், விஷ்ணு சங்கரபக்தியுடையவர் கலகத்தால் வெளியில் சென்று பத்து வருஷத்துக்குப் பிறகு ஆபத்து நேரிடும், பன்னிரண்டு வருஷத்துக்குப் பிறகு பல தேசம் திரிந்து மாதா பிதா நாசத்தால் அதிகத் துக்கமடைவான், பெரிய ஆற்றின் கரையிலுள்ள பட்டிணத்தில் இவனுக்கு வாச யோகமுண்டு.

(54) ஜென்ம லக்கினம் ரிஷபம் (சீதளாம்சம் அதாவது லக்கின ஸ்புடம் பாகை 48–36 கலை முதல் பாகை 48–48 கலை வரையிலும்) ஆகி குரு சூரியாம்சத்தில் கேந்திரத்திலிருந்து சுக்கிரன் தன்னுச்சாம்சத்தில் சந்திரனுடன் கூடியாவது,

பார்க்கப்பட்டாவது இருப்பதுடன் புதனும், குருவும் சம்பந்தப்பட்டால் ஜாதகர் சிவந்த நிறமுடையவர், அழகிய தேக முடையவனாவார்.

(55) ஜென்ம லக்கினம் ரிஷபம் (சீதளாம்சம்) ஆகி சுக்கிரன் மிதுனத்தில் மீனாம்சத்திலிருந்தால் ஜாதகனுக்கு மூத்த இளைய சகோதரன் கிடையாது.

(56) ஜென்ம லக்கினம் ரிஷபம் (சீதளாம்சம் பூர்வபாகம்) ஆகி சுக்கிரன் மிதுனத்தில் மீனாம்சத்திலிருந்தால் ஜாதகனுக்கு இரு சகோதரிகள் தீர்க்காயுளுடையோராயிருப்பர். உத்தராம்சத்தில் பிறந்தவனுக்குக் கூட இரண்டு சகோதரிகள் தீர்க்காயுளுள்ளவராயிருப்பார்.

(57) ஜென்ம லக்கினம் ரிஷபம் (சீதளாம்சம்) ஆகி சகோதர ஸ்தானாதிபனான சந்திரன் (மிதுன ராசியில்) துலாம்சத்திலிருந்தால் இரு சகோதரிகள் தீர்க்காயுளுள்ளவாயிருப்பர்.

(58) ஜென்ம லக்கினம் ரிஷம் (சீதளாம்சம் பூர்வபாகம்) ஆகி சகோதர ஸ்தானாதிபனான சந்திரன் (மிதுன ராசியில்) துலாம்சத்திலிருப்பதுடன் குருவுடன் கூடில் பேதப்பிராதா அதாவது மாற்றாந்தாய் புத்திரனுண்டு. இவன் தகப்பனுக்கு மூன்று தாரமுண்டு. தாய் தீர்க்காயுளுள்ளவர். சகோதரி துர்நடத்தை யுடையவள், ஜாதகனுடைய மாதா, பிதா தீர்க்காயுளுள்ளவர்கள்.

(59) ஜென்ம லக்கினம் ரிஷபம் (சீதளாம்சம்) ஆகி புதன் (மிதுனத்தில்) துலாம்சத்திலிருந்து தன்னுடன் சுக்கிரன் கூடி இருந்தால் ஜாதகர் நித்தம் விஷ்ணு பக்தியுடையவர் சகோதரர் இல்லாதவன்.

(60) ஜென்ம லக்கினம் ரிஷபம் (சீதளாம்சம்) ஆகி ஜென்மத்திற்குப் பன்னிரண்டாம் பாவத்தில், சனி குஜனுடன் கூடி, லக்கினத்தில் குரு இருந்தால் ஜாதகன் தைரியவான், சூரன், நல்ல புத்திமான்.

(61) ஜென்ம லக்கினம் ரிஷபம் (சீதளாம்சம்) ஆகி சனி (மேஷ ராசியில்) குரூர ஷஷ்டி யாம்சத்திலிருந்தால் ஜாதகர் உள்ளத்தில் கபடமுள்ளவர், தாமரை மலர் போன்ற கண்களுடையவர், சீக்கிரம் கோபமுடையவர், தெளிந்த மனதுடையவன், அரசன், மந்திரி முதலியோர் நேசமுடையவன்.

(62) ஜென்ம லக்கினம் ரிஷபம் (சீதளாம்சம்) ஆகி ஐந்தாம் பாவத்தில் சனி குஜனுடன் கூடி இருந்தால் ஜாதகர் வாலிபத்திலேயே தரித்திரன், ஐந்து வயதிற்குமேல் சுகமுண்டாகும்.

(63) ஜென்ம லக்கினம் ரிஷபம் (சீதளாம்சம்) ஆகி தனபாவம் என்கி ற இரண்டாம் பாவத்தில் சூரியன் மீனாம்சத்திலிருந்தால் ஜாதகர் வாலிபத்திலேயே சக்கிர முத்திரை அடையாளமுடையவர், வைணவ ஆசாரமுடையவனாவார்.

(64) ஜென்ம லக்கினம் ரிஷபம் (சீதளாம்சம்) ஆகி மாதுர் ஸ்தானாதிபனான சூரியன் இரண்டாம் பாவத்தில் மீனாம்சத்திலிருந்து, மாதுர்காரகனான சந்திரன் சுக்கிரனுடன் கூடி இருக்கில், ஜாதகனுடைய மாதாவுக்கு தீர்க்காயுளுண்டு.

(65) ஜென்ம லக்கினம் ரிஷபம் (சீதளாம்சம்) ஆகி ஜென்மத்தில் குரு இருந்து, இரண்டாம் பாவத்தில் சூரியன் மீனாம்சத்திலிருந்து சனியால் பார்க்கப்பட்டால், ஜாதகன் மூன்றெழுத்துகளில் சமர்த்தர், சங்கீத வித்தையில் தேர்ந்தவர், புகழப்பட்டவர், பிரியமாய்ப் பேசுபவர், தேவப்பிராமணர் இவர்களிடம் பக்தியுடையவர்.

(66) ஜென்ம லக்கினம் ரிஷபம் (சீதளாம்சம் பூர்வபாகம்) ஆகி சூரியன் (மிதுன ராசியில்) மீனாம்சத்திலிருந்து தன்னுடன் சுக்கிரன் கூடி இருந்தால் ஜாதகர் சில சமயம் மந்த புத்தியுடையவர்.

(67) ஜென்ம லக்கினம் ரிஷபம்(சீதளாம்சம்) ஆகி ஏழாம் பாவாதிபன் (மேஷ ராசியில்) ஸ்திராம்சத்தில் சனியுடன் கூடி லாபாதிபனான குருவால் பார்க்கப்பட்டால் ஜாதகர் ஒரே களத்திரமுடையவர்.

(68) ஜென்ம லக்கினம் ரிஷபம் (சீதளாம்சம்) ஆகி ஏழாம் பாவாதிபனான செவ்வாய் ஸ்திராம்சத்தில் சனியுடன் கூடி லாபாதிபனான குருவால் பார்க்கப்பட்டால் ஜாதகனுக்கு ஒரு தாரமுண்டு, ஜாதகனுடைய எட்டாம் பாவாதிபதினுடைய அம்சராசியில் அல்லது அதன் திரிகோண ராசியில் ஜாதகனுடைய மனைவி ஜென்ம என்பர், அல்லது ஜாதகனுடைய ஏழாம் பாவாதிபன் பார்த்த ராசியிலாவது மனைவி ஜென்ம என்று நிச்சயிக்கவும்.

(69) ஜென்ம லக்கினம் ரிஷபம் (சீதளாம்சம்) ஆகி சுகாதிபனான நான்காம் பாவாதிபன் இரண்டாம் பாவத்தில் மீனாம்சத்திலிருந்து சனியால் பார்க்கப்பட்டால் ஜாதகனுக்குத் தன் களத்திர மூலமாய் அதிக பாக்கியமுண்டாகும். விவாகத்திற்குப் பிறகு செளக்கியமுண்டாகும்.

(70) ஜென்ம லக்கினம் ரிஷபம் (சீதளாம்சம்) ஆகி ஏழாம் பாவத்தில் சுக்கிரன் சனியுடன் கூடியாவது, பார்க்கப்பட்டாவதிருந்தால் ஜாதகர் ஸ்திரீ மூலமாகப் பாக்கியவான், சுகமுடையவர்.

(71) ஜென்ம லக்கினம் ரிஷபம் (சீதளாம்சம் பூர்வபாகம்) ஆகி சந்திரன் மிதுனத்தில் நிர்மலாம்சத்திலிருக்க ஜாதகனுக்குத் தாய் வழியில் விவாகம் நடக்கும்.

(72) ஜென்ம லக்கினம் ரிஷபம் (சீதளாம்சம், உத்திராம்சம்) ஆகி சந்திரன் மிதுனத்தில் நிர்மலாம்சத்திலிருக்க ஜாதகனுக்குத் தாய் வழியில் விவாகமாகாது.

(73) ஜென்ம லக்கினம் ரிஷபம் (சீதளாம்சம்) ஆகி புத்திர ஸ்தானாதிபதியாகிய ஐந்தாம் பாவாதிபன் மிதுனத்தில் துலாம்சத்தில் இருந்து ராசிச் சக்கரத்தில் சுக்கிரனுடன் கூடி இருந்தால் ஜாதகனுடைய மனைவி கர்ப்ப சிராவமுடையவள், சந்தானத் தடையுடையவள்.

(74) ஜென்ம லக்கினம் ரிஷபம் (சீதளாம்சம்) ஆகி புத்திரஸ்தானமாகிய ஐந்தாம் பாவத்தில், சனி மிதுனாம்சத்தில் குஜனுடன் கூடில் ஜாதகனுக்குச் சந்ததித் தடையுண்டாகும். அந்தப் பாபப் பரிகாரத்துக்குச் சிம்சுமாரதானம் செய்யவும், தீர்க்காயுளுடையவனாவார், சந்தானமடைவார், இதில் சந்தேகமில்லை, இருபுத்திரர், இருபெண்கள் தீர்க்காயுளுள்ளவராயிருப்பார்.

(75) ஜென்ம லக்கினம் ரிஷபம் (சீதளாம்சம் பூர்வபாகம்) ஆகி சுகாதிபனான சூரியன் (மிதுன ராசியில்) மீனாம்சத்தில் இருந்தால் ஜாதகர் நரவாகனமுடையவனாவார், சேனை, மந்திரி முதலானவரின் நேசமுடையவர், அருவருப்புள்ள பிரபுவைச் சேவிப்பார், விஷ்ணு கைங்கர்யம் முதலிய தர்மம் செய்பவர், ஸ்மார்த்தப் பிரீதியுள்ளவர், வைஷ்ணவாசார பாக்கியமுடையவர், இருபத்தைந்திற்குமேல் பாக்கியம் உண்டு, தன் பிரபலத்தன்மையால் பொருள் விருத்தியுண்டு, அரசாங்க ஜன நேசமுடையவர், வாகனம், வஸ்திரம் முதலிய லாபமுடையவர்.

(76) ஜென்ம லக்கினம் ரிஷபம் (சீதளாம்சம்) ஆகி (மிதுனராசியில் சூரியனும் சந்திரனுமிருந்து) சூரியன் கராள சஷ்டியாம்சத்திலிருந்து,சந்திரன் மிதுனத்தில் நிர்மலாம்சத்திலிருந்தால் ஜாதகனுக்குப் புண்ணிய பாப பலனுண்டு, இந்த உலகில் புண்ணியாத்துமாவாயிருந்து முடிவில் சுவர்க்க மெய்துவார், ஆயுளுள்ள வரையில் பாக்கிய மனு பவிப்பார்.

(77) ஜென்ம லக்கினம் ரிஷபம் (சீதாளம்சம் பூர்வபாகம்) ஆகி சூரியன் கராள சடிஷ்யாம்சத்திலிருந்து சந்திரன் நிர்மலாம்சத்திலிருந்தால் ஜாதகர் ஜாதிக்குத் தகுந்த உலகத்தை முடிவில் அடைவார், ஞானவானாவான்.

(78) ஜென்ம லக்கினம் ரிஷபம் (கதாம்சம் அதாவது லக்கின ஸ்புடம் பாகை 42–48 கலை முதல் பாகை 43–00 கலை வரையிலும்) ஆகி மிதுனத்தில் குரு இருந்து அந்தப் பாவாதிபனான புதன் சூரியனுடன் கூடி இருந்தால் ஜாதகர் கருத்த மேனியன், அழகனாவான்.

(79) ஜென்ம லக்கினம் ரிஷபம் (கதாம்சம்) ஆகி மிதுனத்தில் குரு இருந்து ஏழாம் பாவாதிபன் ஐந்தாம் பாவத்திலிருந்து களத்திரகாரகனான சுக்கிரன் சனியால் பார்க்கப்பட்டால் ஜாதகனுக்கு ஜென்ம தேசத்திலேயே விவாகம் நடக்கும்.

(80) ஜென்ம லக்கினம் ரிஷபம் (கதாம்சம்) ஆகி சுக்கிரன் விரைய ஸ்தானத்தில் அதாவது பன்னிரெண்டாவது பாவத்தில் நீச்சாம்சத்திலிருந்து பாக்யாதிபனால் பார்க்கப்பட்டால் ஜாதகர் புதையல் எடுப்பார், சந்தேகமில்லை.

(81) ஜென்ம லக்கினம் ரிஷபம் (கதாம்சம்) ஆகி நாலாம் பாவாதிபன், பத்தாம் பாவத்தில் குருவால் பார்க்கப்பட்டிருந்தால் ஜாதகர் நரவாகன யோகமுடையவனாவார்.

(82) ஜென்ம லக்கினம் ரிஷபம் (கதாம்சம்) ஆகி நான்காம் பாவாதிபன், (கும்ப ராசியில்) ஹரிணாம்சத்திலிருந்து மூன்றாம் பாவாதிபன் ஸுராம்சத்திலிருந்தால் ஜாதகனுக்கு நாலாவது திசையில் அதிக சுகமுண்டு.

(83) ஜென்ம லக்கினம் ரிஷபம் (கதாம்சம்) ஆகி, பாக்யாதிபனான சனி ஆறாம் ராசியிலிருந்து, ஆறாம் பாவாதிபன் பன்னிரண்டாம் பாவத்திலிருந்து அல்லது பத்தாம் பாவத்தில் சூரியனிருந்தால் ஜாதகர் புத்திரனுடையவர், புத்திமான்

(84) ஜென்ம லக்கினம் ரிஷபம் (கதாம்சம்) ஆகி ஐந்தாம் பாவத்தில் பாபக்கிரகமிருந்து குரு ராகுவுடன் கூடி இருந்தால் ஜாதகனுக்கு முன் செய்த தீவினை தோஷத்தால் இறந்த சந்ததி உண்டாகும். அந்த தோஷ பரிகாரமாக சிம்சுமார சக்கர தானம் செய்தால் தீர்க்காயுளுள்ள சந்ததி அடைவார் என்பதில் சந்தேகமில்லை, நவக்கிரக தோஷ சாந்திக்காக எனது ஜாதக தெசாரிஷ்ட நிவாரணி என்னும் புத்தகத்தைப் பார்க்கவும்.

(85) ஜென்ம லக்கினம் ரிஷபம் (கதாம்சம்) ஆகி ஜென்மத்திற்குப் பன்னிரண்டாம் பாவாதிபன் தேவசஷ்டியாம்சத்திலும், சூரியன் ஹரிணாம்சத்திலும், குரு கதாம்சத்திலுமிருந்தால் ஜாதகர் இறுதியில் புண்ணிய லோகமடைவார், இந்த உலகில் புண்ணியாத்துமா, முடிவில் சுவர்க்க மெய்துவார், ஆயுளுள்ள வரையில் பாக்கிய மனுபவிப்பர்.

(86) ஜென்ம லக்கினம் ரிஷபம் (கமலாம்சம் அதாவது லக்கின ஸ்புடம் பாகை 53–48 கலை முதல் பாகை 45–00 கலை வரையிலும்) ஆகி லக்கினாதிபனான சுக்கிரன் உச்சஸ்தானம் பெற்றிடில் ஜாதகர் ஆற்றின் சமீபத்தில் பிறந்தவனாவார்.

(87) ஜென்ம லக்கினம் ரிஷபம் (கமலாம்சம்) ஆகி ஜென்மத்திற்கு ஐந்தாம் பாவமாகிய புத்திர ஸ்தானத்தின் அதிபனான புதன் சண்டாம்சத்தில் (அதாவது அலியாம்சத்தில்) சூரியனுடன் கூடினால் ஜாதகனுக்குச் சந்ததி க்ஷயமடையும்.

(88) ஜென்ம லக்கினம் ரிஷபம் (கமலாம்சம்) ஆகி ஜென்மத்திற்கு ஐந்தாம் பாவத்தில் சனி வந்தியாம்சத்திலிருந்தால் (அதாவது மலடியம்சத்திலிருந்தால்) ஜாதகர் மலடிக்கு நாயகனாவார்.

(89) ஜென்ம லக்கினம் ரிஷபம் (கமலாம்சம்) ஆகி ஜென்மத்திற்கு ஐந்தாம் பாவத்திலும், ஒன்பதாம் பாவத்திலும் , சனி வந்தியாம்சத்திலிருந்தால் (அதாவது மலடியாம்சத்தில் இருந்தால்) ஜாதகர் மலடிக்கு நாயகனாவார், அல்லது அவன் மனைவி மரித்த மகவைப் பெறுவாள்.

(90) ஜென்ம லக்கினம் ரிஷபம் (கமலாம்சம்) ஆகி சுக்கிரன் அங்காரகனுடன் கூடி சனியால் பார்க்கப்பட்டால் ஜாதகர் அதிருஷ்டப் பிராயத்தன யோகத்தால் காலாந்தரத்தில் புத்திரனுடையவனாவார்.

(91) ஜென்ம லக்கினம் ரிஷபம் (சிவதாம்சம் அதாவது லக்கின ஸ்புடம் பாகை 43–36 கலை முதல் பாகை 43–48 கலை வரையிலும்) ஆகி சனி கன்னியாம்சத்தில் விருச்சிக ராசியிலிருந்து, குஜனால் பார்க்கப்பட்டால் ஜாதகனுடைய பிதாமகன் பிரசித்தன், சூத்திரர் மூலம் வெகு பாக்கியமுடையவர், அப்படி இல்லாவிடில் மிலேச்சனைச் சேவிப்பார்.

(92) ஜென்ம லக்கினம் ரிஷபம் (சிவதாம்சம்) ஆகி லக்கினாதிபர், அம்சாதிபர், குரு இவர்கள் பாபக் கிரகத்துடன் கூடில் ஜாதகனுடைய ஜென்ம திசையில் ஜென்ம வருஷத்தில் தேக ஜாட்டியமுண்டு, தனக்கு நிகரான பிராமணர் சத்துருவாவார், அவன் மூலம் அதிக வியாகூலமடைவான்.

(93) ஜென்ம லக்கினம் ரிஷபம் (சிவதாம்சம்) ஆகி லக்கினத்தில் பாபக்கிரகங்கள் சேர்ந்தால் ஜாதகர் அற்பர்களை உபத்திரவம் செய்வதில் பயந்தவர், தாயாதி வர்க்க விரோதத்தால் அதிகம் வருந்துவார்.

(94) ஜென்ம லக்கினம் ரிஷபம் (சிவதாம்சம் பூர்வபாகம்) ஆகி ஐந்தாம் பாவாதிபன் (மீன ராசியில்) மங்களாம்சத்திலிருந்தால் ஜாதகருடைய தாய் தீர்காயுளுடையவளாவாள், தகப்பன் பால்யத்திலேயே மரணமடைவார்.

(95) ஜென்ம லக்கினம் ரிஷபம் (சிவதாம்சம்) ஆகி பிராதா ஸ்தானாதிபனான சந்திரன் (சிம்ம ராசியில்) சிம்மாம்சத்தில் இருந்து விருச்சிக ராசியிலுள்ள சனியால் பார்க்கப்பட்டால் ஜாதகர் பின் சகோதரமில்லாதவன்.

(96) ஜென்ம லக்கினம் ரிஷபம் (சிவதாம்சம்) ஆகி லக்கினாதிபனான சுக்கிரனுக்குக் கேந்திரத்தில் குரு இருந்து, ஐந்தாம் பாவாதிபதியுடன் கூடி இருந்து குஜனால் காணப்பட்டால், ஜாதகனுக்குப் பின் சகோதரர் அற்பாயுளுடையவராய் நாசமுறுவர்.

(97) ஜென்ம லக்கினம் ரிஷபம் (சிவதாம்சம்) ஆகி ஏழாம்பாவாதிபனாகிய குஜன் லக்கினத்தில் கேதுவுடன் கூடி இருந்தால் ஜாதகருக்குக் கருப்பு நிறமுள்ள மனைவி வாய்ப்பாள்.

(98) ஜென்ம லக்கினம் ரிஷபம் (சிவதாம்சம் உத்திராம்சம்) ஆகி ஏழாம்பாவாதிபனாகிய செவ்வாய் லக்கினத்தில் கேதுவுடன் கூடி இருந்தால் ஜாதகருக்கு இரண்டு தாரயோகமுண்டு.

(99) ஜென்ம லக்கினம் ரிஷபம் (சிவதாம்சம் பூர்வ பாகம்) ஆகி ஏழாம்பாவாதிபனாகிய செவ்வாய் லக்கினத்தில் கேதுவுடன் கூடி இருந்தால் ஜாதகனுக்கு ஒரே விவாகம் உண்டு. ஜாதகர் பரஸ்திரி சேர்க்கையையுடையவர்.

(100) ஜென்ம லக்கினம் ரிஷபம் (சிவதாம்சம்) ஆகி புத்திரஸ்தானாதிபனான புதன் நீசாம்சத்தில், நீச்ச ராசியிலிருந்தால், ஜாதகருக்குச் சந்தானத்தடை உண்டாகும், அதிருஷ்டப் பிரயத்தனத்தால் காலாந்தரத்தில் புத்திரர் உண்டாகும், கோபாலப் பிரதிமை தானம் ஞாயிற்றுக்கிழமை திரியம்பக ஜபம், வாழைத் தோட்ட தானம் இவற்றால் சந்தான முண்டாகும். இல்லாவிடில் புருஷனும் மனைவியும் கர்ப்ப நோயுடையவராவர். இவன் மனையாள் கர்ப்ப சங்கையால் பீடையடைவாள், அந்தப் பாபப் பரிகாரத்திற்கு விதிப்படி சாந்தி செய்யவும்.

(101) ஜென்ம லக்கினம் ரிஷபம் (சிவதாம்சம்) ஆகி ஏழாம் பாவாதிபன் செவ்வாய் லக்கினத்தில் பாபருடன் கூடி சனியுடன் கூடியாவது அன்றிச் சனியால் பார்க்கப்பட்டாவது இருந்தால், ஜாதகர் ரகஸ்யத்தில் காமம் பிடித்தவனாவார்.

(102) ஜென்ம லக்கினம் ரிஷபம் (சிவதாம்சம்) ஆகி பத்தாம் பாவாதிபன் (விருச்சிக ராசியில்) சோமவல்யம்சத்திலிருந்தால் ஜாதகருடைய மனைவி கர்ப்பம் கலைவதால் வருந்துவாள், சந்தானத் தடையுடையவளாவாள், கொஞ்சம் கர்ப்பம் கலையும் என்கிற பயமுண்டு, பானுவார விரதம் அனுஷ்டித்து ஏகாதசியில் பரிசுத்தனாய்க் கறுப்புப் பசு தானம் செய்து 3–பொன்னால் கிருஷ்ணன் போல் பிரதிமை செய்து ஜென்மம் முதலிய தினத்தில் விதிப்படி தானம் செய்தால் தீர்க்காயுளுடைய சந்தானம் உண்டாகும்.

(103) ஜென்ம லக்கினம் ரிஷபம் (சிவதாம்சம்) ஆகி பன்னிரண்டாம் பாவாதிபன் சுபனால் பார்க்கப்பட்டால் ஜாதகனுக்குப் புண்ணிய லோகப் பிராப்தி உண்டு.

(104) ஜென்ம லக்கினம் ரிஷபம் (சிவதாம்சம் பூர்வபாகம்) ஆகி நாலாம் பாவத்தில் சந்திரனும் பன்னிரண்டாம் பாவத்தில் சூரியனும் இருந்தால் ஜாதகர் ஆபத்சன்னியாச யோகமுடையவர், ஆயுளுள்ள வரையில் பாக்கியமனுபவிப்பார்.

(105) ஜென்ம லக்கினம் ரிஷபம் (சிவதாம்சம் உத்திரபாகம்) ஆகி நாலாம்பாவத்தில் சந்திரனும் பன்னிரண்டாம் பாவத்தில் சூரியனும் இருந்தால் ஜாதகர் புண்ணிய பலனும் பாவபலனும் சமமாயுடையவர், இந்த உலகில் புண்ணியாத்மாவாயிருப்பார், முடிவில் சுவர்க்கமடைவார், ஆயுளுள்ள வரையில் பாக்கியமனுபவிப்பார்.

(106) ஜென்ம லக்கினம் ரிஷபம் ஆகி பதினோராம் பாவத்தில் சுக்கிரன் சுபாம்சத்தில் தன் உச்சத்தில் சந்திரருடன் கூடியிருந்தால் ஜாதகர் இருபத்தைந்து வயதுக்கு மேல் சுகமுடையவனாவார்.

(107) ஜென்ம லக்கினம் ரிஷபம் ஆகி சுக்கிரன் தன்னுச்ச ராசியிலிருந்து லக்ஷ்மி சஷ்டியம்சத்தை அடைந்திருக்க சந்திரனுக்கு இரண்டில் குரு இருந்தால் நதிப்பிராந்தியத்தில் ஜனிப்பார். பூர்வ பாகத்தில் ஜெனனமானால் நகரத்தில் அக்ராஹாரத்தில் ஜனித்தவன். தான் மூன்றாவதாக ஜெனித்தவர், மூத்த சகோதரர் உண்டு, இளைய சகோதரனில்லாதவர், உத்தராம்சமானால் ஒரு சகோதரி உண்டாவார்.

(108) ஜென்ம லக்கினம் ரிஷபம் ஆகி நான்காம் பாவாதிபதி ராகுவுடன் மீனத்தில் கூடியிருந்து பதினோராம் பாவத்தில் சந்திரன் பலத்துடன் இருந்தால் ஜெனன காலத்தில் ஜாதகருடைய தாய் சொற்ப வேதனையடைவாள், உத்தராம்சமானால் ஜாதகர் நான்காவது கர்ப்பத்தில் ஜெனித்தவர், தாய் அதிக வேதனை அடைவாள்.

(109) ஜென்ம லக்கினம் ரிஷபம் ஆகி சந்திரன் சுக்கிரனுடன் கூடிப் பதினோராம் பாவத்தில் இருந்த லக்ஷ்மி சஷ்டி அம்சத்தில் ஜெனித்தவருக்குக் கொஞ்சம் பாலாரிஷ்ட பயமுண்டாகி சீக்கிரம் ஆரோக்கியமும், சௌக்கியமுமுண்டாகும்.

(110) ஜென்ம லக்கினம் ரிஷபம் ஆகி லக்கின பாவாதிபதி இரட்டை ராசியிலிருந்து எட்டாம் பாவாதிபதியும் அப்படியேயிருந்தால் லக்ஷ்மி யோகத்தில் ஜெனித்தவர் மத்திமாயுளுடையவனாவார்.

(111) ஜென்ம லக்கினம் ரிஷபம் ஆகி லக்ஷ்மி சஷ்டியம்சத்தில் ஜெனித்தவருக்கு ஒன்பதாம் பாவத்தில் கேது இருந்தால் ஜாதகருடைய பிதாவுக்குச் சௌக்கியமில்லை.

(112) ஜென்ம லக்கினம் ரிஷபம்ஆகி ஒன்பதாம் பாவத்தில் செவ்வாய் இருந்து சந்திரனுக்கு ஒன்பதில் கேது இருந்தால் ஜாதகர் பிறந்த வருஷத்தில் தகப்பன் அற்பாயுளால் மரித்துவிடுவார், ஆயினும் பிதா சகோதரர்களுடன் கூடினவர், விஷ்ணு, சிவன் இவர்களிடத்தில் பக்தியுடையவர், அரசாங்கத்தில் நல்ல யோகத்தை அடைந்தவர், தனிகன் ராஜ சேவையுடன் கூடினவர், ஜென்மத்திலிருந்து ஸ்ரீமானானவன், போகி மஹாராஜாவால் சந்தோஷத்தை அடைந்தவர், முன் ஜென்மாந்திர பாப விசேஷத்தால் ஜாதகர் பிறந்த வருஷத்திலேயே மரித்துவிடுவார்.

(113) ஜென்ம லக்கினம் ரிஷபம் ஆகி பதினோராம் பாவத்தில் சுக்கிரனுடன் சந்திரன் கூடியிருந்து, நான்காம் பாவாதிபதி புதனுடன் கூடியிருந்து லக்ஷ்மி யோகத்தில் பிறந்தவனுடைய தாய் விசேஷ சௌக்கியத்தையுடையவள், நல்ல குணமுள்ளவள், கணவனிடத்தில் பக்தியுடையவள், முன் ஜென்மாந்திர பாப விசேஷத்தால் விதவையாகித் துக்கப்படுவாள்.

(114) ஜென்ம லக்கினம் ரிஷபம் ஆகி லக்ஷ்மி சஷ்டியம்சத்தில் சுக்கிரனிருந்து செவ்வாய் பலத்துடனிருந்து சகோதர பாவத்தில் இருந்தால் ஜாதகனுடைய சகோதரருக்குச் சௌக்கியமுண்டாகாது, ஒரு சகோதரி நீண்ட ஆயுளுடையவளாயிருப்பாள், சிலர் ஜாதகர் சகோதரிகளேயில்லாமலும் இருப்பார் என்று சொல்லுகிறார்கள்.

(115) ஜென்ம லக்கினம் ரிஷபம் ஆகி பதினோராம் பாவத்தில் சுக்கிரன் தன் உச்ச ராசியிலிருந்து குருத் திரிம்சாம்சத்தில் ஜெனித்தவன் ராஜயோகமுடையவர், வெளுப்பு நிறம் உள்ளவர், காத்திரமுடையவர், சமர்த்தனாயிருப்பார்.

(116) ஜென்ம லக்கினம் ரிஷபம் ஆகி லாபாதிபதி லக்கின பாவத்திலிருந்து ஐந்தாம் பாவாதிபதி பதினோராம் பாவத்தில் இருந்தால் ஜாதகனுக்கு ராஜயோகம் உண்டாயின் ஜாதகர் அரசனாகவாவது, அல்லது அரசனுக்குச் சமமானவனாகவாவது இருப்பான், ஜாதகர் அழகுடையவர், அறிவாளி, வாசாலகர், எழுத்து வித்தை நன்றாய்த் தெரிந்தவர், ராஜ சேவை செய்பவன், பதினேழு வயதுக்கு மேல் யோகமுடையவர், சுயமாகப் பிரபலமடைபவன், அரசாங்கத்தில் பிரவேசிப்பவன், அரச மந்திரி மூலம் சந்தோஷம் அடைபவன், பிரபல உத்தியோக சௌக்யமுடையவன், இருபது வயதுக்கு மேல் பணத்தைச் சம்பாதிப்பான். ஐந்தாவது வயதில் வித்தியாப்பியாசமும், ஒன்பதாவது வயதில் அல்லது பத்தாவது வயதில் விவாகமும் நடக்கும், தன் ஜன்ம தேசத்திலேயே நடக்கும், ஜாதகனுக்கு மேற்குத்திக்கிலிருந்து மனைவி வருவாள்.

(117) ஜென்ம லக்கினம் ரிஷபம் ஆகி ஏழாம் பாவாதிபதி தன் உச்ச ராசியிலிருந்தால் பாக்கிய வம்சத்தில் மனைவியை அடைவார்.

(118) ஜென்ம லக்கினம் ரிஷபம் ஆகி ஏழாம் பாவத்தில் கேதுவும், இரண்டாம் பாவத்தில் பாபக்கிரகங்களுமிருந்தால் ஜாதகனுக்குப் பரஸ்த்ரீ சங்கமத்தால் தோஷம் உண்டாகும், மனைவி மரித்த பிறகு இந்த தோஷமுண்டாகும்.

(119) ஜென்ம லக்கினம் ரிஷபம் ஆகி இரண்டு கிரகங்கள் உச்சராசியிலிருக்க வேறு கிரகம் நீச்சமில்லாதிருந்தால் ஜாதகனுக்குப் பாலியத்தில் கிலேசமும், முப்பத்திரண்டாவது வயதிலிருந்து ராஜயோகமும், உலகத்தில் நல்ல கீர்த்தியுமுண்டாகும். ஜாதகர் பிதுரார்ஜித தனமுடையவன், பிரபல உத்யோக ஜீவனமுடையவனுமாவான்.

(120) ஜென்ம லக்கினம் ரிஷபம் ஆகி லக்கின பாவாதிபதி இருக்குமிடத்திற்கு இரண்டாம் பாவத்தில் குருவும் மூன்றாம் பாவத்தில் ராகுவும் இருந்தால் ஜாதகர் ராஜ முத்திரையால் அதிகாரமுடையவர், ஸ்ரீமான், ராஜசபை மத்தியில் சாதுரியமாகவும், யுக்தியாகவும், வாசாலகனாகவும், எல்லா சாமர்த்தியமுள்ளவனாகவும், தெய்வானுக்கிரக யோகமுடையவனாகவும், பல தேசங்களில் புகழுடையவனாகவும், பல்லக்கு முதலிய பாக்கிய முடையவனாகவுமிருப்பார்.

(121) ஜென்ம லக்கினம் ரிஷபம் ஆகி இரட்டை ராசியில் சந்திரனுடன் சுக்கிரன் கூடியிருந்தால் ஜாதகர் பணக்காரர், கீர்த்தியுடையவர்.

(122) ஜென்ம லக்கினம் ரிஷபம் ஆகி நான்காம் பாவாதிபதி லக்கின கேந்திரத்தில் ஐந்தாம் பாவாதிபதியுடன் கூடியிருக்க பதினோராம் பாவத்தில் சுக்கிரனிருந்தால் ஜாதகர் மூன்று வாகனமுடையவனாவார்.

(123) ஜென்ம லக்கினம் ரிஷபம் ஆகி சாமர யோகத்தில் பிறந்தவர் பன்னிரண்டு வருடம் யோகமுடையவனாயிருப்பார். இருபத்தேழு வயதுக்குமேல் அநேக வாகனமுடையவன், அரச சிநேகத்தால் பாக்கியத்தையும், லக்ஷத்தில் பாதியான தனத்தையும் சம்பாதிப்பான், யோகம் உண்டான பன்னிரண்டாவது வருஷக் கடைசியில் யோகபங்கமும், பிராமணனால் அதிக விரயமும், மகாராஜ விரோதமும், சிறைச்சாலை பயமும் (விபத்தசையில் கேது புக்தியில்) உண்டாகும், இரண்டு, மூன்றுவருஷம் கடந்து யோகம் மறுபடியும் உண்டாகும்.

(124) ஜென்ம லக்கினம் ரிஷபம் ஆகி சுக்கிரன் தன்னுச்சத்திலாவது, சுய க்ஷேத்திரத்திலாவது, கேந்திரங்களிலாவது பலத்துடன் கூடியிருந்தால் மாளவீ யோகம் என்று சொல்லப்படுகிறது. மேற்படி யோகத்தில் ஜெனித்தவன் யானை குதிரை, சேனை, பல்லக்கு முதலியன உடையவர், துர்க்கங்களுக்கும், பூமிக்கும் குணத்திற்கும், கூட்டத்திற்கும், சமுத்திரத்திற்கும் அதிபதியாவார், நல்ல மனைவியுடனும் கூடி அன்னிய ஸ்த்ரீகளை அணைய இச்சிப்பவனாகவும், என்றென்றும் போகசாலியாகவும், ராஜாவாகவும் விளங்குவான்.

(125) ஜென்ம லக்கினம் ரிஷபம் ஆகி சந்திரனுக்கு இரண்டிலாவது, நான்கிலாவது, ஆறிலாவது பாக்கியாம்சத்திலாவது பாபக் கிரகங்களில்லாமலிருந்து சந்திரனுக்குப் பத்தில் குரு இருந்தால் அமலாயோகமென்று சொல்லப்படுகிறது. அமலாயோகத்தில் ஜெனித்தவன் மத்திய வயதிற் பாக்கியமுடையவர், நித்யம் தர்மத்துடன் கூடினவன், பல தேசங்களில் பிரசித்தியடைவார், ஆயுளுள்ளவரை பாக்கியவந்தனாயிருப்பார்.

(126) ஜென்ம லக்கினம் ரிஷபம் (மங்களாம்சம் அதாவது லக்கின ஸ்புடம் பாகை 41–36 கலை முதல் பாகை 41–48 கலை வரையிலும்) ஆகி லக்கின பாவாதிபதி மீனாம்சத்தில் ஐந்தாம் பாவத்திலிருந்தால் மகாநதிப் பிராந்தியத்திலுள்ள தேசத்தில் அக்கிரஹாரத்தில் ஜாதகனுக்கு ஜெனனமுண்டாகும்.

(127) ஜென்ம லக்கினம் ரிஷபம் (மங்களாம்சம் உத்தரபாகம்) ஆகி லக்கின பாவாதிபதி நீச்ச ராசியை அடைந்திருக்கும் போது ஜெனி த்தவர் வனப்பிராந்தியத்திலுள்ள பட்டிணத்திலும், கிராமத்திலும் வாசஞ் செய்வான். ஜாதகன் வெளுப்பான இரண்டு ஆயுளுடைய சகோதரர்களுடனும் இரண்டு சகோதரிகளுடனும் கூடினவனாயிருப்பான்.

(128) ஜென்ம லக்கினம் ரிஷபம் (மங்களாம்சம்) ஆகி ஏழாம் பாவத்தில் சந்திரன் கும்பாம்சத்தில் நீச்சத்தை அடைந்திருந்தால் ஜாதகனுடைய தாய்க்கு ஸூதி தோஷம் அதிகம் உண்டாகும், தாய்க்குப் பீடையும், கொஞ்சம் பயமும் உண்டாகும், பிறகு சுகமுண்டாகும்.

(129) ஜென்ம லக்கினம் ரிஷபம் (மங்களாம்சம்) ஆகி நான்காம் பாவாதிபதி கேந்திரத்திலாவது, சுய க்ஷேத்திரத்திலாவது சுபர்களுடன் கூடியிருந்தால் ஜாதகனுடைய தாய்க்குச் சௌக்யமும், ஜாதகனுடைய தகப்பனுக்கு ஆரோக்யமும் உண்டாகும்.

(130) ஜென்ம லக்கினம் ரிஷபம் (மங்களாம்சம்) ஆகி சந்திரனுக்கு இரண்டு பக்கங்களிலும் பாபக்கிரகங்களிருந்தால் ஜாதகனுக்குப் பாலாரிஷ்டத்தினால் பீடையுண்டாகும். ஜாதகன் ஜென்ம வருஷத்திலாவது, இரண்டாவது வயதிலாவது பாலாரிஷ்டத்தினால் பீடிக்கப்படுவார், அந்தத் தோஷப் பரிகாரத்திற்கு வெள்ளியால் சந்திரப் பிரதிமை செய்து அர்ச்சித்து அந்த வெள்ளிப் பிரதிமையுடன் வஸ்திரம், வெண்கலப்பாத்திரம் இவற்றைக் குடும்பியான ஒரு ஜோதிஷனுக்குக் கொடுத்தால் ஜாதகனுக்குத் தேகாரோக்கியம் உண்டாகும்

(131) ஜென்ம லக்கினம் ரிஷபம் (மங்களாம்சம்) ஆகி சூரியன் கேந்திரத் திரிகோணங்களிலிருந்தாலும், சுய க்ஷேத்திரத்தில் சுபக்கிரகங்களுடன் கூடியிருந்தாலும், ஜாதகனுடைய தகப்பன் தீர்க்காயுளுடனிருப்பார், எட்டாம் பாவாதிபதியுடன் கூடியிருந்தால் பிதா மத்திமாயுளுள்ளவர், விஷ்ணு, சிவன் முதலியவர்களிடம் பக்தியுடையவர், பிராமணர்களிடம் பக்தி விசேஷமாயுள்ளவர், அற்ப வித்தையுடனும், அற்ப தனத்துடனும் கூடினவன், சிறிய கிராமாதிகாரி, பயிர்த்தொழிலில் கொஞ்சமான பலனுடையவர், அரசாங்க உத்தியோகஸ்தர்களுடைய சினேகத்தால் பாக்கியத்தையடைவார்.

(132) ஜென்ம லக்கினம் ரிஷபம் (மங்களாம்சம்) ஆகி ஒன்பதாம் பாவாதிபதி தன்னுடைய உச்ச ராசியிலிருந்தாலும். கேந்திரத்திலிருந்தாலும், பதினோராம் பாவத்திலிருந்தாலும் ஜாதகனுக்கு அதிகமான சுபமும் லாபமும் உண்டாகும். மேற்படி ஒன்பதாம் பாவாதிபதி ஆறு, எட்டு பன்னிரண்டிலிருந்தாலும் தன் நீச்சத்திலிருந்தாலும் ஜாதகனுடைய தகப்பன் நிதானமான பாக்கியத்தை உடையவர். ஜாதகனுடைய விபத்தசையில் ஜாதகனுடைய தகப்பன் மரிப்பார்; அல்லது நான்காம் பாவாதிபதியினுடைய அம்சத் திரிகோண ஸ்புட ராசியைச் சனி அடையும் போதாவது நான்காம் பாவாதிபதியின் பார்வையுற்ற ராசிகளிலாவது சனி வருங்காலம் பிதா மரிப்பார்; அல்லது அதற்குப் பிறகு சந்திர லக்னாஷ்டமத்தில் சனி வரும் சமயம் குரூரக் கிரக மாதத்தில் ஜாதகனுடைய பிதா மரிப்பார்.

(133) ஜென்ம லக்கினம் ரிஷபம் (மங்களாம்சம்) ஆகி சந்திரன் கேந்திரத் திரிகோணங்களிலிருந்தாலும், தன்னுச்சத்திலாவது, சுய க்ஷேத்திரத்திலாவது இருந்தாலும் ஜாதகனுடைய தாய் வெகுகாலம் ஜீவித்திருப்பாள். சந்திரன் நீச்சத்திலிருந்தாலும், நீ ச்சாம்சத்தை அடைந்திருந்தாலும் ஜாதகனுடைய தாய் மத்திய வயதுடையவளாவாள்.

(134) ஜென்ம லக்கினம் ரிஷபம் (மங்களாம்சம்) ஆகி நான்காம் பாவாதிபதி குருவுடன் கூடியிருந்தால் ஜாதகனுடைய தாய் நல்ல குணவதியாயிருப்பாள், தாய் வம்சத்தில் விசேஷ சௌக்யமும், தாய்க்குச் சௌக்கியமும் உண்டாகும். விபத் தெசையில் கோசரத்தில் விருச்சிக ராசியில் சனி வருங்காலம் ஜாதகனுடைய மாதா மரணமடைவாள்; அல்லது பதினோராம் பாவாதிபதியின் அம்சத்திலாவது, அவனுடைய ஸ்புடத் திரிகோண ராசிகளிலாவது பதினோராம் பாவாதிபதியின் திருஷ்டி ராசிகளிலாவது சனி வரும் சமயம் ஜாதகனுடைய மாதா மரிப்பாள்.

(135) ஜென்ம லக்கினம் ரிஷபம் (மங்களாம்சம்) ஆகி செவ்வாய் கேந்திரத் திரிகோணங்களிலிருந்தாலும், மூன்றாம் பாவாதிபதி கேந்திர திரிகோணங்களில் இருந்தாலும் அநேக சகோதரர்கள் உண்டாவார்கள்.

(136) ஜென்ம லக்கினம் ரிஷபம் (மங்களாம்சம்) ஆகி மூன்றாம் பாவாதிபதியும் செவ்வாயும், ஆறிலாவது எட்டிலாவது பன்னிரண்டிலாவது இருந்தாலும். நீச்சமாயிருந்தாலும் ஜாதகர் சொற்ப சகோதரர்களுடையவனாவார்.

(137) ஜென்ம லக்கினம் ரிஷபம் (மங்களாம்சம்) ஆகி பதினோராம் பாவாதிபதி கேந்திர பாவங்களிலிருந்தால் ஒரு மூத்த சகோதரன் ஆயுளுடையவனாகவும், ஒரு சகோதரி தீர்க்காயுளுடன் வைதவ்வியத்தால் பீடிக்கப்பட்டவளாயும் இருப்பார்கள் மற்ற சகோதரர்கள் நாசமடைவார்கள்.

(138) ஜென்ம லக்கினம் ரிஷபம் (மங்களாம்சம்) ஆகி செவ்வாய் இராசியில் நீச்சத்தை அடைந்து அம்சை சக்கிரத்தில் தனுசிலிருந்தால் ஜாதகர் பிதுரார்ஜித மில்லாதவர், சுயார்ஜித சம்பத் துடையவர் , அரசாங்கத்தில் பிரசித்தி பெறுவார்.

(139) ஜென்ம லக்கினம் ரிஷபம் (மங்களாம்சம்) ஆகி மாலிகாயோகத்தில் புதத் திரிம்சாம்சத்தில் ஜெனித்தவர் சிவந்த காத்திரமான சரீரமுடையவர், சமர்த்தர், தீரன், தியாகி, கெம்பீர புத்தியுடையவர், தன் பந்துஜனங்களை ரக்ஷிப்பவர், சிநேகிதர்களை வஞ்சிப்பதில் புத்தியுடையவர், நாடக அலங்கார காவியங்களிலும், ஸமஸ்கிருதத்திலும் பிரியமுள்ளவர், நல்ல அறிவாளி, சங்கீதப் பிரியன், காமி, பரஸ்த்ரீ சேர்க்கையால் பாபத்தை அடைபவர்.

(140) ஜென்ம லக்கினம் ரிஷபம் (மங்களாம்சம்) ஆகி ஐந்தாம் பாவத்தில் புதன் சுய, க்ஷேத்திரத்தில் சுக்கிரனுடன் கூடியிருந்தால் ஜாதகர் எழுதுவதில் நல்ல புத்தியும், விசேஷ கல்வியுமுடையவர்.

(141) ஜென்ம லக்கினம் ரிஷபம் (மங்களாம்சம்) ஆகி நான்காம் பாவாதிபதி கேந்திர ராசிகளில் எட்டாம் பாவாதிபதியுடன் கூடியிருந்தால் ஜாதகனுடைய கல்விக்கு இடையூறுண்டாகும், ஜாதகர் சாஸ்திர ஞானமில்லாதவனாகயிருப்பார்.

(142) ஜென்ம லக்கினம் ரிஷபம் (மங்களாம்சம்) ஆகி ஐந்தாம் பாவாதிபதி தன் உச்ச ராசியிலிருக்க எட்டாம் பாவாதிபதி நீச்சனுடன் கூடியிருந்தாலும், குரு ரவியுடன் கூடியிருந்தாலும், ஜாதகருக்குக் காலாந்திரத்தில் நல்ல புத்திரர் உண்டாவார், அல்லது

ஜாதகர் வேறு மனைவியிடத்திலாவது புத்திரனையடைவார், முதலில் பெண்குழந்தையும் அதன் பின் ஆண் குழந்தைகளும் ஜெனிப்பார்கள்.

(143) ஜென்ம லக்கினம் ரிஷபம் (மங்களாம்சம்) ஆகி பதினோராம் பாவாதிபதி சூரியனுடன் கூடியிருந்து ஏழாம்பாவாதிபதி நீச்சராசியை அடைந்திருக்க புதன் அஷ்டமாதியின் அம்சத்தை அடைந்திருந்தால் சந்தானத்துக்கு இடைஞ்சலுண்டாகும். அந்தத் தோஷத்திற்குப் பரிகாரமாக பால கோபாலப் பிரதிமையைத் தானம் செய்வதாலும், பால் சங்கு(பாலாடை) தானம் செய்வதாலும், ஞாயிற்றுக்கிழமையில் விரதமிருப்பதாலும், சேது ஸ்நானம் அவசியம் செய்து முதலில் கோதானத்தைச் செய்து மற்ற தானங்களைப் பின்பு செய்தாலும் நல்ல தீர்க்காயுளையுடைய புத்திரன் பிறப்பான், க்ஷேம திசையில் முன் பாகத்தில் விசேஷ பாக்கியத்தையடைவான் மூன்றாம் பாகத்தில் அரச சினேகத்தால் பாக்யமடைவார்.

(144) ஜென்ம லக்கினம் ரிஷபம் (மங்களாம்சம்) ஆகி இரண்டாம் பாவத்திலிருந்து ஆரம்பிக்கப்பட்ட கிரகமாலிகா யோகத்தில் மூன்றாம் பாவத்தில் பாபக்கிரகமிருந்து ஐந்தாம் பாவமானது சுபக்கிரகங்களுடன் கூடியிருந்தால் ஜாதகர் மத்திய வயதில் சௌக்கியத்தை அடைவார்.

(145) ஜென்ம லக்கினம் ரிஷபம் (மங்களாம்சம்) ஆகி லக்கின பாவாதிபதி தனஸ்தானத்தில் அல்லது தன் உச்சராசியிலிருக்க மூன்றாம் பாவத்தில் பாபக் கிரக மிருந்தால் ஜாதகன் அரசமுத்திரை தரித்து அதிகாரம் செய்வார். க்ஷேம திசையில் விசேஷ சுகமும், சுவர்ண வஸ்திர, பூஷணலாபமும், தன் வீட்டில் சுவர்ணபாத்திரம் முதலியனவும் உடையவனாவார், ஜாதகனுக்கு க்ஷேத்திர லாபமும் புது வீடு லாபமும் நற்புகழும் பல வழிகளிலும் தனவரவும் உண்டாகும்.

(146) ஜென்ம லக்கினம் ரிஷபம் (மங்களாம்சம்) ஆகி பன்னிரண்டாம் பாவாதிபதி சுபராசியை அடைந்திருந்தாலும் சுபாம்சத்தில் நீச்ச ராசியிலிருந்தாலும் பாப புண்ணிய மிரண்டும் சமமாக இருக்கும், அந்தியத்தில் ஞானம் உண்டாகும்.

(147) ஜென்ம லக்கினம் ரிஷபம் (அம்புஜாம்சம் அதாவது லக்கின ஸ்புடம் பாகை 35–00 கலை முதல் பாகை 35–12 கலை வரையிலும்) ஆகி லக்கின பாவாதிபதி சுய க்ஷேத்திரத்தில் அல்லது சுப க்ஷேத்திரத்தில் இருந்தால் ஜாதகர் பெரிய நதிப்பிராந்தியத்தில் வாசத்தையும் பிறப்பையும் அடைவார், உத்தராம்சத்தில் ஆனால் வனப்பிராந்தியத்தில் ஜெனனம் உண்டாகும், பிரசவ காலத்தில் தாய் அதிக வேதனையடைவாள். பூர்வ பாகமானால் சந்திரன் நான்காம் பாவத்தில் இருந்தால் சூதிகாரிஷ்டம் கொஞ்சம் உண்டாகும். ஜென்ம திசையில் அல்லது ஜென்ம வருஷத்தில் அல்லது சம்பத் திசையில் சுய புக்தியில் கொஞ்சம் பாலாரிஷ்டமுண்டாகும். சாந்தியால் சௌக்கியமும் ஆரோக்கியமும் உண்டாகும்.

(148) ஜென்ம லக்கினம் ரிஷபம் (அம்புஜாம்சம்) ஆகி லக்கின பாவாதிபதி சர ராசியிலிருக்க எட்டாம் பாவாதிபதி ஸ்திர ராசியிலிருக்க லக்கின கேந்திரத்தில் குரு இருந்தால் ஜாதகர் தீர்க்காயுளுடையவர், சுகமுடையவர், தாய் தகப்பன்களுக்குச் சுகமும், ஆரோக்கியமும் உண்டு. ஜாதகனுக்குத் தேகாரோக்கியமும் விசேஷ சுகமும் உண்டாகும்.

(149) ஜென்ம லக்கினம் ரிஷபம் (அம்புஜாம்சம்) ஆகி ஒன்பதாம் பாவாதிபதி ஐந்தாம் பாவத்தை அடைந்திருந்து ஒன்பதாம் பாவத்தில் குருவும் இருந்தால் ஜாதகருடைய தகப்பன் தீர்க்காயுளுடையவர், சிவ பக்தியுடையவர், தேவப் பிராம்மணர்களிடத்தில்

பக்தியுடையவர், பாலியத்தில் அற்ப சுகமுடையவர், காமி, மத்திய வயதில் பாக்கியமுடையவர், அரசாங்கத்தில் பிரசித்திப்பெற்றவர், தியாகம் செய்பவர், பந்துஜனங்களுக்கும் பிரியமானவர், க்ஷேத்திர மூலம் சுகமுடையவர், சகோதரிக்குப் பிரியமானவர், தனமுடையவர், இரண்டு தாரமுடையவர், போகி, பணம் சம்பாதிப்பதில் சமர்த்தன், புத்திரனால் கொஞ்சம் சுகம் அடைபவர், பயிர் செய்பவர், சுக முடையவர், பல தேசங்களிலும் புகழுடையவர், லோகத்தில் நிலையான கீர்த்தி உடையவர், தர்ம மார்க்கப்படி நித்தியம் நடப்பவர், தர்ம புத்தியுடையவர், உதார புத்தியுடையவர், இப்படிப்பட்ட ஜாதகனுடைய பிதா ஐந்தாம் தெசையில் மரிப்பார்.

(150) ஜென்ம லக்கினம் ரிஷபம் (அம்புசாம்சம்) ஆகி சந்திரன் கேந்திரத் திரிகோணங்களிலிருந்தால் ஜாதகனுடைய தாய் குணத்துடன் கூடினவள், கணவனுடைய மனதை அனுசரித்து நடப்பவள், மேற்படி லக்கினம் குருவால் நன்கு பார்க்கப்பட்டால் ஜாதகனுடைய தாய் வெகுகாலம் ஜீவித்திருப்பாள், கொஞ்சம் ரோகத்தையுடையவள், பாக்கிய வம்சத்திலுதித்தவள், மிக்க நல்ல நடத்தையுடையவள், பதிவிரதையானவள், இவளும் ஐந்தாம் திசையில் மரிப்பாள்.

(151) ஜென்ம லக்கினம் ரிஷபம் (அம்புஜாம்சம்) ஆகி கேஸரி யோகத்தில் புதத் திரிம்சாம்சத்தில் ஜெனித்தவர் வெளுப்பு நிறமுடையவர், நல்ல ஆகிருதி உடையவர், சூத்திர ஜன்மத்தில் பிறந்தவர், நல்ல மேதாவி, சகோதரப்ராதா இல்லாதவர். பேத சகோதரனுடன் கூடியிருப்பார், வாததேகி, பிதுர்பாக்கியத்துடன் கூடியவர், தாயிடம் விசேஷ பக்தியுடையவர், தகப்பனால் சம்பாதிக்கப்பட்ட நல்ல சம்பத்துடையவர், சுயார்ஜிதமும் சம்பாதிப்பார், தினம் பிதாவுக்குப் பிரியமானதைச் செய்வார், கல்வியுடையவர், தெளிவான புத்தியுடையவர், எழுதுவதில் சமர்த்தர், க்ஷேத்திரமூலம் நல்ல பாக்கியமுடையவர், கெம்பீர ஹிருதயமுடையவர், கொடையாளி, மத்திய அந்திய வயதுக்களில் பாக்கிய யோகமுடையவர், சகோதரியிடம் அன்புள்ளவர், தியாகம்செய்பவர்.

(152) ஜென்ம லக்கினம் ரிஷபம் (அம்புஜாம்சம்) ஆகி ஒன்பதாம் பாவாதிபதி ராகுவுடன் கூடியிருந்தால் ஜாதகர் தடாகம் உத்தியானம் முதலியவற்றிற்குத் தர்மம் செய்பவனாயிருப்பார்.

(153) ஜென்ம லக்கினம் ரிஷபம் (அம்புஜாம்சம்) ஆகி மூன்றாம் பாவாதிபதியாகிய சந்திரன் சனியுடன் கூடி லக்கின பாவத்தில் இருந்தால் பின் சகோதரி சௌக்கியம் உள்ளவளாயும் புத்திரன் புத்திரியுடன் கூடியவளாயுமிருப்பாள், அவளுடைய கணவர் பாக்கிய யோகமுடையவர், அரசாங்கத்தில் பிரசித்தியுடையவர். சகோதரியின் கணவன் மூலமாக ஜாதகர் கிராமம், பூமி முதலிய விசாரணையுடையவர்.

(154) ஜென்ம லக்கினம் ரிஷபம் (அம்புஜாம்சம்) ஆகி ஐந்தாம் பாவத்தில் சனியிருந்து ஐந்தாம் பாவாதிபதி தன் உச்ச ராசியை அடைந்திருந்து லக்கின கேந்திரத்தைக் குரு அடைந்திருந்தால் ஜாதகனுக்கு மத்திய வயதில் புத்திரனுண்டாவர். ஜாதகர் அற்ப ஸந்தான யோகமுடையவர், முதலில் பெண்குழந்தை உண்டாகும், சிலர் வேறு மனைவியிடம் புத்திரனுண்டாவார் என்றும், .இரண்டு மனைவியிடமும் புத்திரர் பிறப்பார் என்றும், இரண்டு ஆண் குழந்தைகளும், இரண்டு பெண் குழந்தைகளும் உண்டு என்றும் சொல்லுகிறார்கள்.

(155) ஜென்ம லக்கினம் ரிஷபம் (அம்புஜாம்சம்) ஆகி லக்கின பாவத்தில் ராகுவுடன் சந்திரன் கூடியிருந்தால் நல்ல பாக்யமுடையவனாக ஜாதகனிருப்பார்.

(156) ஜென்ம லக்கினம் ரிஷபம் (அம்புஜாம்சம்) ஆகி சந்திரனுக்குப் பத்தாமிடத்தில் குரு இருந்தால் அமலாயோக மென்று சொல்லப்படுகிறது. இந்த யோகத்தில் ஜெனித்தவர் வெகு க்ஷேத்திரம் தனம் முதலியவற்றைச் சம்பாதிப்பார், புத்திரப் பிரபலயோகம், மனித் வாகனம், முதலான பாக்கியமுடையவனாக ஜாதகனிருப்பார்.

(157) ஜென்ம லக்கினம் ரிஷபம் (அம்புஜாம்சம்) ஆகி இரண்டாம் பாவாதிபதி கேந்திரததில் பதினோராம் பாவாதிபதியுடன் பலத்துடன் கூடியிருந்து ஒன்பதாம் பாவாதிபதி ஐந்தாம் பாவத்தில் இருந்தால் ஜாதகர் இருபதாயிரம் தனமுடையவனாவார்.

(158) ஜென்ம லக்கினம் ரிஷபம் (அம்புஜாம்சம்) ஆகி லக்கின பாவாதிபதி சுப பலமுடையவனாகி லக்கின பாவத்தில் இருந்தால் மத்திய வயதில் ஜாதகர் சௌக்கியத்தை அடைவார்.

(159) ஜென்ம லக்கினம் ரிஷபம் (அம்புஜாம்சம்) ஆகி லக்கின பாவதிபதிக்கு இரண்டாமிடத்தில் புதனும், மூன்றாமிடத்தில் பாபக் கிரகமும் இருந்து, ஐந்தாம் பாவமானது சுபக்கிரகங்களால் நன்கு பார்க்கப்பட்டால், ஜாதகர் ஆயுளுள்ள வரை பாக்கியமுள்ளவனாய் இருப்பார்.

(160) ஜென்ம லக்கினம் ரிஷபம் (அம்புஜாம்சம்) ஆகி ஐந்தாம் பாவாதிபதி லக்கின கேந்திரத்திலிருந்து குருவும் கேந்திரத் திரிகோணங்களிலிருந்தால் ஜாதகர் புத்திரனால் நல்ல பாக்கியத்தையும், அனுகூல சௌக்கியத்தையும் அடைகிறான்.

(161) ஜென்ம லக்கினம் ரிஷபம் (அம்புஜாம்சம்) ஆகி பன்னிரண்டாம் பாவாதிபதி சுபக்கிரகங்களின் ராசியிலிருந்து, குரு லக்கின கேந்திரத்தை அடைந்திருந்தால் அந்தக் கிரக ஜாதிக்கனுகுணமான உலகத்தை ஜாதகர் அடைகிறான், நல்ல கதியும் உண்டாகும்.

(162) ஜென்ம லக்கினம் ரிஷபம் (சாங்கரியம்சம் அதாவது லக்கின ஸ்புடம் பாகை **59–00 கலை முதல் பாகை 59–12 கலை வரையிலும்)** ஆகி லக்கின பாவாதிபதி பாபக்கிரக ராசிகளிலிருந்து லக்கின பாவத்தில் பாபக்கிரகங்கள் இருந்தாலும் பாபர்கள் லக்கின பாவத்தைப் பார்த்தாலும் வனப்பிராந்தியத்திலாவது, கிரிப் பிராந்தியத்திலாவது ஜனனம் உண்டாகும், பூர்வ பாகமானால் அக்கிரஹாரத்தில் நதிப்பிராந்தியத்தில் பிரசவிக்கப்பட்டவர், சந்திரன் பாபக்கிரகங்களால் பார்க்கப்பட்டால் தாய்க்குத் தோஷம் உண்டாகும், பிரசவ சமயத்தில் ஜாதகர் தாய் அதிக வேதனையால் கஷ்டப்படுவாள், சந்திரன் நின்ற ராசியதிபதி சுபக்கிரகத்துடன் கூடியிருந்தால் சாந்திமூலம் ஆரோக்கியமும் சௌக்கியமும் உண்டாகும்.

(163) ஜென்ம லக்கினம் ரிஷபம் (சாங்கரியம்சம்) ஆகி சந்திரன் ஒன்பதாம் பாவத்தில் செவ்வாயுடன் கூடியிருந்தால் ஜாதகர் பாலக்கிரக தோஷத்தால் பீடிக்கப்படுவார்.

(164) ஜென்ம லக்கின ரிஷபம் (சாங்கரியம்சம்) ஆகி பத்தாம் பாவாத்தில் சுக்கிரன் சுபாம்சத்திலிருந்து மித்திரக்கிரகத்துடன் கூடியிருந்தாலும், மித்ரக்கிரகத்தால் பார்க்கப்பட்டாலும் ஜாதகர் தீர்க்காயுள் யோகமுடையவனாவார், சுக்கிரன் பத்தாம் பாவத்தில் எட்டாம் பாவாதிபதியுடன் கூடியிருந்தால் ஜாதகர் மத்தியாயுளுடையவர்,ஜெனன காலத்தில் ஜாதகனுக்குத் தாய் தகப்பனுக்கும் சுகமும், தேக சௌக்யமும் உண்டாகும்.

(165) ஜென்ம லக்கினம் ரிஷபம் (சாங்கரியம்சம்) ஆகி ஒன்பதாம் பாவாதிபதி கேந்திர பாவத்திலிருந்து சுப மித்ரக் கிரகங்களுடன் கூடியிருந்தாலும் எட்டாம் பாவத்தில் புதனுடன் சூரியன் கூடியிருந்தாலும் ஜாதகனுடைய தகப்பன் மத்திய வயதுடையவர், சிவபக்தியுடையவர், விஷ்ணு பக்தியுடையவர், சுகமுடையவர், வைதீக ஆசாரமுடையவர், தர்மாத்துமா, திரவியம் சம்பாதிப்பதில் சமர்த்தர், சொற்ப வித்யா சம்பத்துடையவர்,

சீக்கிரத்தில் கோபிப்பவர் தெளிந்த அறிவாளி, வாதம் நிறைந்த தேகமுடையவர், தர்ம புத்தியுடையவர், வேத சாஸ்திர புராணமறிந்தவர், இப்படிப்பட்ட தகப்பன் ஜாதகருடைய விபத்தெசையில் மரணமடைவார்.

(166) ஜென்ம லக்கினம் ரிஷபம் (சாங்கரியம்சம்) ஆகி நான்காம் பாவாதிபதி லக்கினத்திற்குக் கேந்திரத்திலாவது சந்திர லக்கினத்திற்குத் திரிகோணங்களிலாவது இருக்கப் பிறந்தவருடைய தாய் வெகு காலம் ஜீவித்திருப்பாள்.

(167) ஜென்ம லக்கினம் ரிஷபம் (சாங்கரியம்சம்) ஆகி ஆறு, எட்டு, பன்னிரண்டு முதலிய பாவங்களில் சூரியனிருந்து மாதுரு காரகனான சந்திரன் செவ்வாயுடன் கூடியிருந்தால், ஜாதகருடைய தாய் அற்பாயுளுடையவள், குணத்துடன் கூடியவள், கொஞ்சம் ரோகத்தையுடையவள், பதிவிரதையானவள், நற்புகழுடையவள்,

சகோதர பிராதாக்களுடன் கூடினவள், அற்ப பாக்கியத்துடன் கூடியவள், அன்னதானம் செய்வதில் பிரீதியுடையவள், நல்ல குணமுள்ளவள் மாதுரு வம்சத்தில் சொற்ப சௌக்கியமுடையவள், வம்ச பாக்ய விருத்தியு முடையவளாவாள்.

(168) ஜென்ம லக்கினம் ரிஷபம் (சாங்கரியம்சம்) ஆகி பன்னிரண்டாம் பாவாதிபதி சுபக்கிரகத்துடன் கூடியிருந்து எட்டாம் பாவாதிபதி கேந்திர ராசிகளை அடைந்திருந்தால் ஜாதகர் அந்தியத்தில் தியானத்துடனிருந்து பிறகு புண்ணிய லோகத்தை அடைவார்.

(169) ஜென்ம லக்கினம் ரிஷபம் (காலாம்சம் அதாவது லக்கின ஸ்புடம் பாகை 53–24 கலை முதல் பாகை 53–36 கலை வரையிலும்) ஆகி சூரியன் கேந்திரத் திரிகோணங்களிருந்தால் ஜாதகருடைய தகப்பன் சிவபக்தியுடையவர், சைவாசார மதத்தை அடைபவர், அரசாங்கத்தில் பிரசித்தியானவர், அரச மந்திரியால் சந்தோஷிக்கப்படுவர். மத்திய வயதில் சௌக்கியமுடையவர், சூத்திரர் மூலமாக நல்ல பாக்கியமுடையவர், சுயார்ஜிதம் சம்பாதிப்பவர், தெய்வ யோகத்தால் நல்ல புண்ணியவானாயிருப்பார்.

(170) ஜென்ம லக்கினம் ரிஷபம் (காலாம்சம்) ஆகி ஒன்பதாம் பாவத்தில் செவ்வாயிருக்கப் பிறந்தவருடைய தகப்பன் ஜாதகர் பிறந்த வருஷத்தில் வியாகூலத்தையும் கொடுக்கல் வாங்கல் மூலம் மனஸ்தாபத்தையும் கொஞ்சம் அடைகிறார், மூன்றிலுள்ள குரு திருஷ்டியிருந்தால் பிறகு சுகமும், ஸ்வஸ்தமும் உண்டாகும்.

(171) ஜென்ம லக்கினம் ரிஷபம் (காலாம்சம்) ஆகி நான்காம் பாவாதிபதி லக்கின பாவத்தின் கேந்திரத்திரிகோணங்களிலிருந்தாலும், சத்துரு க்ஷேத்திரத்தை அடைந்து இருந்தாலும் ஜாதகருடைய தாய்க்குக் கொஞ்சம் பீடையுண்டாகும், ஜென்ம திசையில் மூன்றாம் வருஷத்தில் தாய்க்குப் பீடையுண்டாகும், ஜாதகர் ஜென்ம திசையில் மாந்த ஜ்வர பயத்தால் பீடிக்கப்படுவார்.

(172) ஜென்ம லக்கினம் ரிஷபம் (காலாம்சம்) ஆகி அதாவது லக்கினம் சுபருடைய க்ஷேத்திரமாகி லக்கின பாவாதிபதி கேந்திரத்தை அடைந்திருந்தால் பெரிய நதிப் பிராந்தியத்தில் சிறு கிராமத்தில் ஜாதகர் ஜெனிப்பார்.

(173) ஜென்ம லக்கினம் ரிஷபம்(காலாம்சம்) ஆகி உத்தராம்சத்தில் லக்கின பாவாதிபதி ரவியுடன் கூடியிருக்கப் பிறந்தவருக்கு வனப்பிராந்தியத்தில் பட்டினத்தில் பிறப்பும், வாசமும் நேரிடும்.

(174) ஜென்ம லக்கினம் ரிஷபம் (காலாம்சம்) உத்திர பாகம் ஆகி சந்திரன் ராகுவுடன் கூடியிருந்தால் குழந்தை கொடிசுற்றிப் பிறக்கும். பூர்வ பாகத்தில் ஜெனனமானால் கொடிசுற்றியிராது.

(175) ஜென்ம லக்கினம் ரிஷபம் (சுாலாம்சம்) ஆகி சந்திரன் பாபக்கிரகத்துடன் கூடியிருந்தால் ஜாதகருடைய தாய்க்கு அரிஷ்ட தோஷம் சம்பவிக்கும், ஜெனன காலத்தில் தாய்க்குப் பீடையுண்டாகி சீக்கிரத்தில் ஆரோக்யம் உண்டாகும். ஜாதகருக்குக் கொஞ்சம் பாலாரிஷ்ட தோஷமுண்டு, சாந்தி செய்தால் ஆரோக்யத்தையும் சௌக்கியத்தையும் அடைவார். பத்து தினம் வரையில் அல்லது பத்து மாதம் வரையில் பாலாரிஷ்டம் உண்டு. சந்திரன் குருவால் பார்க்கப்பட்டாலும், குருவுடன் கூடியிருந்தாலும் அதற்குப் பிறகு சௌக்கியமுண்டாகும்.

(176) ஜென்ம லக்கினம் ரிஷபம் (காலாம்சம்) ஆகி லக்கின கேந்திர பாவத்தில் ஜன்ம லக்கின பாவாதிபதி இருந்து குரு தன் உச்ச ராசியிலிருக்கப் பிறந்தவருடைய தாய் தகப்பனுக்குச் சுகமும், ஜாதகருக்குத் தேக சுகமும் உண்டாகும்.

(177) ஜென்ம லக்கினம் ரிஷபம் (காலாம்சம்) ஆகி சுக்கிரத் திரிம்சாம்சத்தில் பிறந்தவர், ரூபமுடையவர், சுபமுடையவர், அழகிய மூக்கும் கண்களுமுடையவர்.

(178) ஜென்ம லக்கினம் ரிஷபம் (காலாம்சம்) ஆகி லக்கின பாவத்தில் கேது யிருக்கப் பிறந்தவர் மூர்க்க ஸ்வபாவமுடையவர் கோபமுடையவர், தகப்பனுடைய வார்த்தையைக் கேவலமாக நினைப்பவர், அயலார் சொற்படி நடப்பவர், கொஞ்சம் லோபகுணமுடையவர், க்ஷணத்தில் கோபிப்பவர், க்ஷணத்தில் பொறுமையடைபவர், ஸ்திரீகளிடத்தில் பிரியமுள்ளவர், நல்ல அழகான சரீரமுடையவர், அற்பவித்தையுடையவர், தாயிடமும், சகோதரரிடமும் கொஞ்சம் பிரீதியுடையவர், ஸம்பத் தாரதசையில் பிதாவுக்குச் சௌக்யமும், பணவரவும் உண்டாகும்.

(179) ஜென்ம லக்கினம் ரிஷபம் (குந்தாம்சம்) அதாவது லக்கின ஸ்புடம் பாகை 33–36 கலை முதல் பாகை 33–48 கலை வரையிலும் ஆகிப் பூர்வ பாகத்தில் பிறந்தவருக்கு லக்கின பாவாதிபதி ஐந்தாம் பாவத்தில் ஐந்தாம் பாவாதிபதியுடன் கூடியிருந்தால் நதிப் பிராந்தியத்தில் பட்டணத்திற்கு அடுத்த கிராமத்தில் ஜனனமும், வாஸமும் நேரிடும். உத்தராம்சத்திலானால் சிறிய கிராமத்தில் ஜனனம் நேரிடும். ஜாதகர் சீமந்த புத்திரர், தீர்க்காயுளுள்ளவர், பாலியத்தில் பிதா நாசமடைவார், ஜாதகர் கருப்பான தேகமுடையவர், ஒண்டியானவர், சகோதரனில்லாதவர்.

(180) ஜென்ம லக்கினம் ரிஷபம் (குந்தாம்சம்) ஆகி லக்கின பாவாதிபதி நீச்சத்தில் செவ்வாயுடன் கூடியிருந்தாலும், செவ்வாயால் பார்க்கப்பட்டாலும், பூர்வ பாகத்தில் ஜெனித்தவர் ரோகமுடையவர், துர்ப்பலமான தேகமுடையவர், பால்யத்தில் சௌக்கியத்தையும், சுகத்தையும் அடைவார், மத்தியத்தில் கொஞ்சம் தரித்திர முள்ளவனாவார்.

(181) ஜென்ம லக்கினம் ரிஷபம் (குந்தாம்சம்) ஆகி நான்காம் பாவத்தில் சூரியன், ஒன்பதாம் பாவாதிபதியுடன் கூடியிருந்தால் ஜாதகருடைய தகப்பன் விஷ்ணுபக்தியுடையவர் வைஷ்ணவாச்சார பாக்கியமுடையவன், தன் புஜத்தால் சம்பாதிக்கப்பட்ட பொருளுடையவர் வைதீகாசாரமுடையவர், தார்மிஷ்டன், மத்திய வயதில் பாக்கியத்தையுடையவர், புத்திர விசனத்தால் பீடிக்கப்பட்டவர், மத்திய ஆயுளுடையவர், இளைய சகோதரனுடன் கூடியிருப்பார். சூரியனால் எத்தனைப் பால்கள் அஷ்டவர்க்குக் கொடுக்கின்றதோ அத்தனைக் கணக்கான சகோதரர்கள் தகப்பனுக்கு உண்டு.

(182) ஜென்ம லக்கினம் ரிஷபம் (குந்தாம்சம்) ஆகி நான்காம் பாவாதிபதி சூரியனாகி சுய க்ஷேத்திரத்தில் சனியுடன் கூடியிருந்தால் ஜாதகனுடைய ஜென்ம திசையில் அல்லது ஜென்ம வருஷத்தில் தாய்க்கு ஜாட்டியம் உண்டாகும். மிகவும் கஷ்டமும், பீடை...

உண்டாகும். இப்படியிருக்கும்போது சந்திரன் ஜெனன காலத்தில் கேந்திர திரிகோணங்களிலிருந்தால் தாய்க்கு முதலில் கஷ்டமும் பிறகு சௌக்யமும் உண்டாகும்.

(183) ஜென்ம லக்கினம் ரிஷபம் (அபலாம்சம் அதாவது லக்கின ஸ்புடம் பாகை 56–36 கலை முதல் பாகை 56–48 கலை வரையிலும்) ஆகிப் பிறந்தவனுக்கு லக்கின பாவத்தில் செவ்வாயும், ஐந்தாம் பாவத்தில் குருவும் இருந்தால் ஜாதகனுக்குப் பின் சகோதரமில்லை, பிறந்தாலும் மரித்து விடும், ஜாதகர் இரண்டு சகோதரிகளையுடையவர், ஆசையுடையவர், ஒரு சகோதரனுடன் கூடியிருப்பார், தாய் தகப்பனுக்குச் சௌக்ய மில்லாதவனாவார், உத்தராம்சத்தில் பிறந்தவனுடைய தாயும், தகப்பனும் தீர்க்க ஆயுளுடையவர்களாவார்கள். ஜாதகர் ஜென்ம தேசத்திலேயே பாக்கியத்தை அடைவார். பூர்வ பாகத்தில் ஜெனித்தவனுக்கு மூத்த சகோதரன் தீர்க்க ஆயுளுடையவனாயிருப்பார். சிறு கிராமத்தில் பிறந்தவனாவார். ஸம்பத்திசையில் மேற்குச் சமுத்திர நல்லப் பிராந்தியத்தில் அல்லது கோகர்ணப் பிராந்திய தேசத்தில் பாலியத்தில் சஞ்சாரத்தை அடைவார், தரித்திரத்தினால் பீடிக்கப்படுவார், உபத்திரத்தினால் அந்தத் திக்கையும் விட்டு விட்டுப் பிறகு தன் இடத்துக்கே வருபவனாவார்.

(184) ஜென்ம லக்கினம் ரிஷபம் (அபலாம்சம்) ஆகிப் பிறந்தவனுக்குப் பதினோராம் பாவத்தில் சூரியன் சனியுடன் கூடியிருந்தால் ஸம்பத் தசையில் ஜாதகனுடைய பிதாவுக்கு அரிஷ்டமும் தேசத்தை விட்டு வேறிடம் போதலும் நேரிடும்.

(185) ஜென்ம லக்கினம் ரிஷபம் (அபலாம்சம்) ஆகிப் பூர்வ பாகத்தில் ஜனித்தவனுக்கு ஏழாம் பாவாதிபதி சனியால் பார்க்கப்பட்டால் இரண்டு விவாகம் நடக்கும். மூத்த மனைவி புத்திரனில்லாதவள் ஆவாள்.

(186) ஜென்ம லக்கினம் ரிஷபம் (அபலாம்சம்) ஆகி ஏழாம் பாவத்தில் சந்திரனிருந்தால் ஜாதகன் இரண்டு மனைவிகளை அடைவான். சிலர் மூன்று மனைவியரை அடைவானென்றும் மனைவி சௌக்கியமில்லாதவளென்றும் சொல்லுகிறார்கள்.

(187) ஜென்ம லக்கினம் ரிஷபம் (அபலாம்சம்) ஆகிப் பூர்வ பாகத்தில் ஜெனித்தவனுக்கு ஐந்தாம் பாவாதிபதி ராகுவுடன் கூடியிருந்து பதினோராம் பாவத்தில் சனியிருந்தால் சந்தானத்துக்கு இடைஞ்சல் உண்டாகும்.

(188) ஜென்ம லக்கினம் ரிஷபம் (அபலாம்சம்) ஆகி ஐந்தாம் பாவத்தில் குரு இருந்து இரண்டு பாபக்கிரகங்களால் பார்க்கப்பட்டால் ஜாதகர் முன் ஜென்மத்தில் பிராமண சாபத்தை அடைந்தவர், அந்தத் தோஷ. நிவர்த்திக்காக சேதுஸ்நானம், சிவார்ச்சனை, நாகப்பிரதிஷ்டை முதலியவற்றைச் செய்தால் ஸந்தானம் உண்டாகும். பூர்வபாகத்தில் ஜெனித்தவர் நாகப் பிரார்த்தனை செய்தால் காலாந்திரத்தில் சந்தேகமில்லாமல் புத்திரனை யடைவார்.

(189) ஜென்ம லக்கினம் ரிஷபம் (அபலாம்சம்) ஆகிப் பூர்வ பாகத்தில் பிறந்தவனுக்குப் பதினோராம் பாவத்தில் சூரியன் இருந்தால்,சூரிய விரதம் முதலிய புண்ணியத்தைச் செய்தால் சந்தேகமில்லாமல் புத்திரன் பிறப்பான்.

(190) ஜென்ம லக்கினம் ரிஷபம் (அபலாம்சம்) ஆகி எட்டாம் பாவாதிபதி ஐந்தாம் பாவத்தில் இருந்து சனியால் பார்க்கப்பட்டால் ஜாதகனுக்கு ஸந்ததி க்ஷிணமாய்விடும்.

(191) ஜென்ம லக்கினம் ரிஷபம் (அபலாம்சம்) ஆகி பூர்வ பாகமாகி மூத்த சகோதரனுடைய புத்திர ஸ்தானாதிபதியாகிய சந்திரன் நீச்சாம்சத்தில் இருந்து

செவ்வாயால் பார்க்கப்பட்டால், மூத்த சகோதரனுடைய பிள்ளைக்கு ஜல கண்டத்தால் அரிஷ்டம் உண்டாகும்.

(192) ஜென்ம லக்கினம் ரிஷபம் (அபலாம்சம்) ஆகி மூன்றாம் பாவாதிபதி நிர்மலாம்சத்தில் இருந்தால் ஜாதகர் ஐந்து, அல்லது ஏழு சகோதரர்களையுடைவன், இரண்டு மூன்று பேர் சௌக்கியத்தை அடைவார்கள், வெகு ஆயுளுடையவர்கள், உத்தராம்சத்தில் ஜனித்தவனுக்கு ஒரு சகோதரி விதவையாவாள். ஜாதகர் பூர்வ பாகத்தில் பிறந்தாலும் சகோதரிகள் வித்வையாவார்கள்.

(193) ஜென்ம லக்கினம் ரிஷபம் (அபலாம்சம்) ஆகி சந்திரனுக்கு ஏழாமிடத்தில் பாபக்கிரகங்களிருந்து சந்திரன் சனியால் பார்க்கப்பட்டால் ஜாதகனுடைய தாய்க்கு அரிஷ்டம் உண்டாகும்.

(194) ஜென்ம லக்கினம் ரிஷபம் (அபலாம்சம்) ஆகி உத்தராம்சத்தில் ஜெனித்தவனுக்கு (விருச்சிக ராசியிலுள்ள) சந்திரன் வர்கோத்தமத்திலிருந்தால், இரண்டாந் தசையும், மூன்றாம் தெசையும் சந்திக்கின்ற காலத்தில் தாய், தகப்பன் மரணமடைவார்கள். இவ்விதமாக சந்திரன் இருந்து ஜெனனம், பூர்வ பாகமானால் ஜென்ம தேசத்தைவிட்டு தேசாந்தரத்தில் தாய், தகப்பனுக்கு அரிஷ்டம் உண்டாகும்.

(195) ஜென்ம லக்கினம் ரிஷபம் (அபலாம்சம்) ஆகிப் பத்தாம் பாவாதிபதி தன உச்சாம்சத்தில் இருந்து, நிர்மலாம்சத்தில் சந்திரனும் இருந்தால் ஜாதகர் வேதாந்த தத்துவ ஞானம் அறிந்தவர், ஆஸ்திக கர்மத்தையுடையவர் ஆவார்.

(196) ஜென்ம லக்கினம் ரிஷபம் (பங்கஜாம்சம் அதாவது லக்கின ஸ்புடம் பாகை 30–12 கலை முதல் பாகை 30–24 கலை வரையிலும்) ஆகி லக்கின பாவாதிபதி சரராசியிலிருந்து, மீனாம்சத்தில் இருக்கிற புதனுடன் கூடியிருந்தால் ஜாதகர் முதல் கர்ப்பத்தில் அல்லது இரண்டாவது கர்ப்பத்தில் ஜெனித்தவர், பின் சகோதரமுடையவர், சுக முடையவர், பின் பிறப்பு சகோதரி யென்று சொல்லப்படுகிறது, சிலர் இரண்டு சகோதரிகள் உண்டு என்று சொல்லுகிறார்கள்.

(197) ஜென்ம லக்கினம் ரிஷபம் (பங்கஜாம்சம்) ஆகி நான்காம் பாவாதிபதி சரராசியிலிருந்து மீனாம்சத்திலிருக்கப்பட்ட புதனுடன் கூடியிருக்க சந்திரன் பதினோராம் பாவத்தை அடைந்திருந்தால் தாய்க்கு ஜாதகனுடைய பிரசவம் சீக்கிரமாக உண்டாகும். ஜாதகனுடைய தாய் தகப்பனுக்குச் சுகமும், ஜாதகனுக்குக் கொஞ்சம் பாலாரிஷ்ட பயமும் உண்டாகும். சந்திரன் மீனத்தின் அந்தியத்திலாவது மேஷ ராசியின் முதலிலாவது இருந்தால் பிரசவ காலத்தில் தாய்க்குக் கஷ்டமுண்டாகும். ஆனால் சந்திரன் சுபக்ஷேத்திரத்தில் இருந்தால் கண்டம் நிவர்த்தியாகி சுகமுண்டாகும்.

(198) ஜென்ம லக்கினம் ரிஷபம் (பங்கஜாம்சம்) ஆகி லக்கின பாவாதிபதி பங்கஜாம்சத்தில் இருந்து பத்தாம் பாவத்தில் குருவும் இருந்தால் சுய லக்கினத்தில் பிறந்தவனுக்குக் கண்ட தோஷம் கிடையாது.

(199) ஜென்ம லக்கினம் ரிஷபம் (பங்கஜாம்சம்) ஆகி லக்கின பாவாதிபதி ஸ்திராவஸ்தை யுடையவனாயிருக்க பத்தாம் பாவாதிபதி தன்னுடைய உச்சராசியிலிருந்து குரு பாக்யாம்சத்தை அடைந்திருந்தால் பால தோஷத்திலிருந்து ஜாதகனுக்குச் சுகமுண்டாகும்.

(200) ஜென்ம லக்கினம் ரிஷபம் (பங்கஜாம்சம்) ஆகி லக்கின பாவத்திற்கு இரண்டு பக்கங்களிலும் பாபக்கிரகங்களிருந்து லக்கின பாவாதிபதியும் சூரியனுடன்

கூடியிருந்தால் சந்திரன் அஸ்வனியில் இருந்தால் கேது திசையில் இரண்டு மூன்று வாரம் பாலரோகத்தால் ஜாதகர் பீடிக்கப்படுவார். அந்த தோஷ பரிகாரத்தின் பொருட்டு கேது பிரதமை தானம் செய்யவேண்டியது. சொர்ணத்தால் செய்யப்பட்ட கேதுப் பிரதிமையை பூஜித்து ஜோதிஷனுக்கே தானம் செய்யவேண்டும். அப்படிச் சாந்தி செய்தால் கேது திசையில் ஜாதகனுக்குச்சுகமுண்டாகும், சிலர் விருஷப லக்கினத்துக்கு இரண்டு பன்னிரண்டு முதலிய இரண்டு இடங்களில் பாபக்கிரகங்கள் இருந்து சந்திரன் அஸ்வனியிருந்தால் அந்தக் கிரக சக்கிரத்தைத் தானம் செய்தால் தேக சுகம் உண்டாகும் என்றும் ஏழுவருஷத்துக்குப் பின்பு லக்கின பாவாதிபன் புக்தியிலும் சுகம் உண்டாகும் என்றும் சொல்லுகிறார்கள்.

(201) ஜென்ம லக்கினம் ரிஷபம் (பங்கஜாம்சம்) ஆகி லக்கினாதிபதியிருக்கிற ராசிநாதன் தன்னுடைய உச்ச ஸ்வக்ஷேத்திர மித்திர ராசிகளை அடைந்திருந்தால் எல்லாத் தோஷங்களும் சீக்கிரமாக விலகி ஜாதகர் ஆயுளுடன் ஜீவிப்பவனாவார்.

(202) ஜென்ம லக்கினம் ரிஷபம் (பங்கஜாம்சம்) ஆகி லக்கின பாவாதிபதி பங்கஜாம்சத்திலிருந்து மித்திர க்ஷேத்திரத்தை ரவி அடைந்திருந்து ஒன்பதாம் பாவாதிபதியும் உச்சராசியிலிருந்தால் ஜாதகனுடைய தகப்பனுக்குத் தீர்க்காயுளுண்டாகும். ஜாதகர் பிதாவைப் போலவே கொடுக்கும் குணமுடையவர், தர்ம சிந்தனையுடையவர், தர்ம பாராயணம் செய்பவர், தயையுடையவர், தர்மிஷ்டர் இருந்தாலும் பணத்தைச் சம்பாதிப்பதில் ஸமர்த்தனாவார். ஜாதகனுடைய தாய் சர்ப்பத்தினால் ஆபத்தையடைவாள், தகப்பன் சௌக்கியத்துடன் கூடினவர். ஜாதகர் அற்பவித்தையுடையவர். திரவியத்தைச் சம்பாதித்துச் சுகமடையவர், அதிர்ஷ்டசாலி, மேதாவி தெய்வானுக்கிரகயோகம் அடைந்தவர், ஜாதகனுக்குப் பிதாவைக் கட்டிலும் அதிகமான பாக்கியம் உண்டாகும், பயிர்த்தொழிலில் அதிக பலனுண்டாகும்.

(203) ஜென்ம லக்கினம் ரிஷபம் (பங்கஜாம்சம்) ஆகி ஒன்பதாம் பாவத்தில் சந்திரன் வர்க்கோத்தமாம்சத்திலிருந்து லக்கின பாவத்தின் மூன்றாம் பாவத்தில் புதன் இருந்தால் ஜாதகனுடைய தாய் சுகத்தையடைவாள், குணவதியாய் இருப்பாள், சுத்தமுடையவள், சாதாரண குடும்பஸ்தன் வீட்டில் பிறந்தவளாவாள்.

(204) ஜென்ம லக்கினம் ரிஷபம் (பங்கஜாம்சம்) ஆகி செவ்வாய் கன்னியில் மிதுனாம்சத்தில் இருக்கப் பிறந்தவனுடைய சகோதரருக்குச் சௌக்யமுண்டாகும். ஜாதகனுக்கு இரண்டு சகோதரர்கள் தீர்க்காயுளுடனும், மூன்று சகோதரிகள் ஆயுளுடனும் இருப்பார்கள்.

(205) ஜென்ம லக்கினம் ரிஷபம் (பங்கஜாம்சம்) ஆகி ச்ந்திரன் மகரத்தில் சுபர்களுடன் கூடியோ அல்லது சுபர்களால் பார்க்கப்பட்டோ பங்கஜாம்சத்திலிருக்கும்போது பிறந்தவர் மூன்றாவதாக அல்லது நான்காவதாக ஜெனித்தவர், மூத்த சகோதரனில்லாதவர், இரண்டு சகோதரிகளையுடையவர், ஆசையுடையவர், கருப்பு நிறமான சரீரமுடையவர், மேதாவி அறிவாளி, போகி, பித்ரு சௌக்கியமுடையவர்.

(206) ஜென்ம லக்கினம் ரிஷபம் (பங்கஜாம்சம்) ஆகி சந்திரன் பங்கஜாம்சத்தில் சரராசியில் இருந்து அந்தப் பாவாதிபதி தன்னுச்சராசியிலிருந்து லக்கின பாவத்துக்கு இரண்டாமிடத்தில் குரு இருந்தால் ஜாதகர் நதிப்பிராந்தியத்தில் ஜெனித்தவனாவார்.

(207) ஜென்ம லக்கினம் ரிஷபம் (பங்கஜாம்சம்) ஆகி லக்கின பாவாதிபதி சரராசியிலிருந்து இரண்டு பாபக்கிரங்களால் பார்க்கப்பட்டு லக்கினத்தின் ஐந்தாம் பாவத்தில் செவ்வாய் இருந்தால் சிறு கிராமத்தில் ஜாதகர் ஜெனித்தவனாவார்.

பந்துக்களின் வீட்டில் ஜனனமும், ஜெனன காலத்தில் தாய்க்குப் பிரசவ வேதனை கொஞ்சமாகவும் இருக்கும்.

(208) ஜென்ம லக்கினம் ரிஷபம் (பங்கஜாம்சம்) ஆகி சந்திரன் சரராசியில் பாபக்கிரகத்துடன் கூடியிருந்தால் ஜாதகனுக்குப் பாலாரிஷ்ட பயம் கொஞ்சம் உண்டாகும்.

(209) ஜென்ம லக்கினம் ரிஷபம் (பங்கஜாம்சம்) ஆகி சந்திரன் கன்யாம்சத்தில் மகர ராசியில் செவ்வாயுடன் கூடியிருந்து லக்கின பாவத்துக்கு ஐந்தில் பாபக் கிரக மிருந்தால் ஜென்ம திசையாகிய செவ்வாய்த் திசையில் ஜனனமான இரண்டாவது, அல்லது மூன்றாவது வயதில் ஜாதகன் பாலாரிஷ்ட பயத்தினால் மரணத்துக்குச் சமமாக இருந்து பிழைப்பவனாவான்.

(210) ஜென்ம லக்கினம் ரிஷபம் (பங்கஜாம்சம்) ஆகி சூரியன் கேந்திரத் திரிகோணத்திலிருந்து ஒன்பதாம் பாவாதிபதி தன்னுடைய உச்சராசியிலிருந்தால் ஜாதகனுடைய தகப்பன் மெல்லிய சரீரமுடையவர், அரசாங்கத்தில் நல்ல புத்தி யுடையவர், மத்திய வயதில் பாக்கியமுடையவர், பணம் சம்பாதிப்பதில் சமர்த்துடையவர், சகோதரப் பிராதா இல்லாதவர், நித்திய ராஜ சேவையுடன் கூடினவர், பிரபல உத்தியோக ஜீவன முடையவனாயிருப்பார்.

(211) ஜென்ம லக்கினம் ரிஷபம் (பங்கஜாம்சம்) ஆகி ஒன்பதாம் பாவத்தில் சந்திரனிருந்தால் பாக்கியாம்சத்திலுள்ள புதனுடன் சேர்ந்திருந்தால் ஜாதகனுடைய தாய் குணமுடையவள், சுத்தமுடையவள், கணவனிடத்தில் பக்தியுடன் கூடியவள். நித்தியம் பந்துக்களுக்குப் பிரியத்தைச் செய்பவள், வம்சத்தில் பாக்கிய விருத்தியுடையவள் ஆவாள்.

(212) ஜென்ம லக்கினம் ரிஷபம் (பங்கஜாம்சம்) ஆகி சந்திரன் மகர ராசியில் பங்கஜாம்சத்திலிருக்கப் புதத் திரிம்சாம்சத்தில் பிறந்தவர், மூன்றாவது கர்ப்பத்தில் ஜெனித்தவனாவார், கருப்பு நிறமானவர், அக்கிரஹாரத்தில் வசிப்பவர், சகோதரனில்லாதவர். இரண்டு சகோதரிகளை யுடையவர், இவன் ஒருவன் வாத சிலேஷ்ம சுபாவமுடையவர், விஷ்ணு சிவ பக்தியுடன் தேவப் பிராமணப் பக்தியுமுடையவர், கொஞ்சம் உலோப குணம் உள்ளவர், மந்த சுபாவமுள்ளவர், குணமுள்ளவர், திரவிய சம்பாதனையில் சமர்த்துள்ளவர். உபாயத்தால் காரியசாதகம் செய்து கொள்பவர், முப்பத்தைந்து வயதுக்குமேல் சுகமுடையவர், சுயப்பிரபலம் அடைந்து சுகத்தையும் அடைவார்.

(213) ஜென்ம லக்கினம் ரிஷபம் (பங்கஜாம்சம்) ஆகி மகர ராசியில் பங்கஜாம்சத்தில் சந்திரனிருந்து, சந்திரனுக்கு இரண்டு, நான்கு,ஆறு.ஒன்பது முதலிய ராசிகளில் பாபர்கள் இல்லாமலிருந்து, சந்திரனுக்குப் பத்தாமிடத்தில் குரு இருந்தால் அம்லா யோகம் உண்டாகும். அந்த ஜாதகர் யோகமுடையவனாகவும், தனவானாகவும், சுகியாகவு மிருப்பார்.

(214) ஜென்ம லக்கினம் ரிஷபம் (பங்கஜாம்சம்) ஆகி இரண்டாம் பாவத்தில் குரு கதாம்சத்திலிருந்து சந்திரன் மகர ராசியில் பங்கஜாம்சத்திலிருந்தால் ஜாதகனுடைய விபத்தசையின் மத்தியில் ஜாதகனுடைய தகப்பன் அரிஷ்டமாவார்.

(215) ஜென்ம லக்கினம் ரிஷபம் (பங்கஜாம்சம்) ஆகி ஐந்தாம் பாவத்தில் பாபக்கிரகமிருந்து அந்த ஐந்தாம் பாவாதிபதி நீச்ச சத்துரு க்ஷேத்திரங்களை அடைந்து குருவும் பலக் குறைவுடையவராக இருந்தால் ஜாதகர் சந்தான நாசத்தால் சோகத்தை அடைவார்.

(216) ஜென்ம லக்கினம் ரிஷபம் (பங்கஜாம்சம்) ஆகி இரண்டாம் பாவத்தில் குரு இருந்து ஐந்தாம் பாவத்தில் செவ்வாய் இருந்து ஐந்தாம் பாவாதிபதி பாபியுடன் கூடியிருந்தால் ஜாதகனுக்குப் புத்திர சந்தானத்துக்கு இடைஞ்சல் உண்டாகும். அந்த தோஷத்திற்கு விதிப்படி சாந்தி செய்ய வேண்டும். அதாவது கோபால கிருஷ்ணப்பிரதிமை தானம், பதினாயிரம் சிவார்ச்சனை, நாகப்பிரதிஷ்டை, நாக சாந்தி முதலியன செய்தால் புத்திரப் ப்ராப்தி உண்டாகும்.

(217) ஜென்ம லக்கினம் ரிஷபம் (பங்கஜாம்சம்) ஆகி செவ்வாய் ஐந்தாம் பாவத்தில் இருக்க அந்த ஐந்தாம் பாவாதிபதி சுபக் கிரகத்துடன் கூடியிருக்க குரு சுபக்கிரகாம்சத்தில் இருந்தால் காலாந்தரத்தில் ஜாதகர் புத்திரனை அடைவார்.

(218) ஜென்ம லக்கினம் ரிஷபம் (பங்கஜாம்சம்) ஆகி ஒன்பதாம் பாவத்தில் சந்திரன் சுபாம்சத்திலிருந்து சகட யோகத்தில் பிறந்தவனுக்கு அந்திய வயதில் புத்திரர் பிறப்பார். ஜாதகர் ஒரு பிள்ளையும் அநேக பெண் குழந்தைகளையும் உடையவர், நான்காம் பரியாயத்தில் கோசாரத்தில் குரு விருஷப ராசியை அடையும் சமயம் நல்ல ஆயுளுள்ள புத்திரனைச் சந்தேகமில்லாமல் அடைவார்.

(219) ஜென்ம லக்கினம் ரிஷபம் (பங்கஜாம்சம்) ஆகி ஒன்பதாம் பாவாதிபதி தன் உச்ச ராசியிலிருந்து சுக்கிரனால் பார்க்கப்பட்டால் அவனுடைய திசையில் ஜாதகர் நல்ல பாக்கியத்தையும், தனவரவையும், சுயப்பிரபலத்தையும், நல்ல புகழையும், புண்ணிய லாபத்தையும் அடைவார்.

(220) ஜென்ம லக்கின ரிஷபம் (பங்கஜாம்சம்) ஆகி பன்னிரண்டாம் பாவத்தில் சுபக்கிரகமிருந்து அந்த விரயபாவாதிபதியும் சுப ராசியை அடைந்திருந்தால் சம்பூர்ண லோகபலன் பூர்ணமாக உண்டாகும். அந்தியத்தில் ஞானமும் உண்டாகும்.

(221) ஜென்ம லக்கின ரிஷபம் (சித்திராம்சம்) ஆகி பத்து ஒன்பது இரண்டு, ஏழு முதலிய பாவங்களில், குரு, சுக்கிரன் இவர்களிருந்தாலும் ஒன்பது, பத்துக்குடையவர் பதினோராம் பாவத்தில் அல்லது லக்கின பாவத்தில் இருந்து, சுபக்கிரகத்துடன் கூடியிருந்தாலும் லக்கினாதி யோகம் உண்டாகும். மேற்படி யோகத்தில் ஜனித்தவர் ஸ்ரீமான் பிரசித்தவைபவமுடையவர், மகான், பல்லக்கு, குதிரை முதலிய வாகன முடையவர். வீட்டில் எப்பொழுதும் லக்ஷ்மி கடாக்ஷமுடையவர். நல்ல புத்திரன், மனைவி முதலிய நல்ல பாக்கியமுடையவர், வெண்மையான சந்திரனைப் போல் அழகாகப் பிரகாசிக்கும் கீர்த்தியுடையவர். கீர்த்திப் பிரதாபம் சௌரியம் சாகஸம் உடையவர், தேசாந்திரத்திலும் கீர்த்தியுடையவர்.

(222) ஜென்ம லக்கின ரிஷபம் (சித்திராம்சம்) ஆகி ஆறுக்குடையவர் இருக்கப்பட்ட நவாம்சாதிபதியும் ஜென்ம லக்னாதிபதியும் பத்தாம் பாவத்தில் பலாட்டியனாயிருக்க, லக்கினத்தில் ஆறுக்குடைய வனுடைய பார்வை ஏற்பட்டிருந்தால் ஸ்ரீ சந்திரிகா என்கிற யோகம் உண்டாகும். இந்த யோக ஜாதகர் பிரசித்தனாகவும், சூரனாகவும் எழுத்து தனமுடையவனாகவும், ராஜ மந்திரியாயும் பெரிய கீர்த்தியுடையவானகவும் ஆயிரத்துக்கு அதிக தனமுடையவனாயும், ராஜயோக அபிவிருத்தி யுடையவனாகவும் அரசனாகவாவது, அவனுக்குச் சமமாகவாவது இருப்பான், அரசனுடைய ஐஸ்வர்யத்தையுடையவனாக இவன் லோகப் பிரக்யாதிபெற்று, அநேகமாக ராசாக்களுடைய நேசனாகி அநேக சிநேகிதர், தனம் முதலானவற்றுடன் அரச சபை மத்தியில் வாசாலகனாகவும், சாதுரியமான யுக்திகளால் நிறைந்த யுக்தியுள்ளவனாகவும், நாளுக்கு நாள் மேன்மேலும் விருத்தியடைந்தவனாகவும், சுக்கில பக்ஷ சந்திரனைப் போலவே இருப்பான்.

(223) ஜென்ம லக்கினம் ரிஷபம் (நளினியாம்சம் அதாவது லக்கின ஸ்புடம் பாகை 46–12 கலை முதல் பாகை 46–24 கலை வரையிலும்) ஆகி ஜென்ம தாராதிபதியான செவ்வாய் இரண்டாம் பாவத்தை அடைந்திருந்தால் அவனுடைய திசை புக்தி காலங்களில் தாய் தகப்பனுக்குச் சுகமுண்டாகும். சகோதர உற்பத்தி உண்டாகும்.

(224) ஜென்ம லக்கினம் ரிஷபம் (நளினியாம்சம்) ஆகி லக்கினாதிபதியான சுக்கிரன் உச்ச ராசியிலிருந்து லக்கினத்தில் சந்திரன் சுபாம்சத்தில் இருக்கப் பிறந்தவனுக்கு லக்ஷ்மியோகம் உண்டு. மேற்படி யோக ஜாதகன் கீர்த்தியுள்ளவனாகவிருப்பார். ராஜ குலத்தில் (சக்ரவர்த்தியின் குலத்தில்) பிறந்தவன் புகழுடனும் ரூபத்துடனும், உதாரகுணத்துடனும் கூடினவன். பிரக்கியாதி அடையப்பட்டவன் எழுதுவதில் வல்லவன். லக்ஷ்மி யோகப் பிரபாவத்தாலும், தெய்வானுக்கிரகத்தாலும், ராஜயோகம் விருத்தியடைந்து மகாலக்ஷ்மியின் கடாக்ஷத்தை அடைவார். பேரிகை, மிருதங்கம், குடை, சாமரம் முதலிய வைபவத்துடன் பலப்பலதேச ஆதிபத்யமும், ஜன பரிபாலனமும் நடத்துவான்.

(225) ஜென்ம லக்கினம் ரிஷபம் (நளினியாம்சம்) ஆகி ஜென்ம தாராதிபதியாகிய சந்திரன் லக்கினத்தில் உச்சனாகயிருந்து சுபாம்சத்திலும் சுபர்மத்தியிலுமிருந்து சுபக்கிரகங்களால் பார்க்கப்பட்டாலும், சுபக்கிரகங்களுடன் கூடியிருந்தாலும் அந்த தெசையானது சுப விருத்தியைக் கொடுக்கும்.

(226) ஜென்ம லக்கினம் ரிஷபம் (நளினியாம்சம்) ஆகி விபத்தாரதிபதியாகிய ராகு ஒன்பதாமிடத்தையடைந்து அந்த உச்ச ஸ்தானாதிபதியாகிய செவ்வாயுடன் கூடியிருந்தால் அந்த ராகு திசையில் நல்ல விருத்தியைக் கொடுக்கும். அந்த ராகு திசையில் மிலேச்ச ஜாதியில் பிறந்தவனுக்கு நல்ல பலனைக் கொடுப்பதும் தவிர பிதாவுக்கும், சிற்றப்பனுக்கும், அத்தியாப்த பந்துக்களுக்கும் மரணத்தைக் கொடுக்கும். மேலும் அந்த ராகு திசையில் மத்திய புக்தியில் குரு ஐந்தாமிடத்தில் வருங்காலத்தில் ராஜ்ய பட்டாபிஷேகம் நடக்கும், மந்திரிகளுடன் சேனைகளைப் பரிபாலிப்பான், தேசாந்தர சமுத்திரங்களை உடையவர். நியாயசீலன், அநேக தேச லாபம் அடைவார், அநேக ரத்ன லாபமும் அடைவார்.

(227) ஜென்ம லக்கினம் ரிஷபம் (சம்பகாம்சம்) ஆகி தர்ம கர்ம ஸ்தானாதிபதியாகிய சனி ஒன்பதாமிடத்தை அடைந்திருந்து லக்கினாதிபதியால் பார்க்கப்பட்டிருந்தால் கொஞ்சம் மனக்கவலையால் பைத்தியம் உள்ள மனமுடையவன், சித்த விகற்பமாய் இருந்தாலும் சீக்கிரத்திலேயே குணமடைவான்.

(228)ஜென்ம லக்கினம் ரிஷபம் (சம்பகாம்சம்) ஆகி ஜெனித்தவனுக்கு ஜென்ம தாராதிபதி குரு சுப ராசியிலிருந்தால் குருவினுடைய தசாரம்ப காலத்தில் ஜாதகனுடைய பிதுர் முதலானவர்களுக்குச் சுகம் உண்டாகும். ஜாதகனுக்குச் சகோதர உற்பத்தி உண்டாகும், தகப்பனுக்குப் பிரபலம் உண்டாகும், தகப்பன் வாசாலகன், பணமுடையவர் அழகாய்ப் பேசுவான், தன வஸ்திர லாபமுடையவர்.

(229) ஜென்ம லக்கினம் ரிஷபம் (நிர்மலாம்சம்) ஆகி ஒரு ராசியில் சூரியனும், புதனும், ஒரு அம்சத்தில் லக்கினாதிபதி சுக்கிரனும் ஒன்பதுக்குடைய சனியும், குரு சுய க்ஷேத்திரத்திலும், பதினோராமிடத்திலும் இருக்கப் பிறந்த ஜாதகன் பண்டித யோகமுள்ளவர், யதீந்திரனாவான், அரசர்களுடைய சம்மதப்படி சாஸ்திரத்தைப் பார்ப்பவர், வித்துவான், சொல் திறனுடையவர், அரசர்களால் துதிக்கப்படுவார், மறைவான ஞானமுடையவன், தர்மசீலன்.

(230) ஜென்ம லக்கினம் ரிஷபம் (நிர்மலாம்சம்) ஆகி சனி நான்காமிடத்திலிருக்க அவனுடைய திசை, புக்தி காலங்களில் மாதா பிதாவுக்கு யோகம் உண்டாகும்.

(231) ஜென்ம லக்கினம் ரிஷபம் (நிர்மலாம்சம்) ஆகி பாக்கிய கர்மாதிபதியாகிய சனி ஐந்துக்குடைய புதனுடன் கூடியிருந்தால் நல்ல காரியத்தை உடையவனாயும், தர்மாத்துமாவாகியும், ராஜயோகத்தையும், மடாதிபத்தியத்தையும் (சன்னியாசத்தையும்) பலதிறப்பட்ட யோகத்தையும் அடைகிறான்.

(232) ஜென்ம லக்கினம் ரிஷபம் (நிர்மலாம்சம்) ஆகி ஜென்ம தாராதிபதி சனியாகி அவன் நான்காமிடத்திலிருந்து அவனுடைய தெசைவருங்காலத்தில் ஜாதகனுடைய தாய், தகப்பனுக்குச் சுகமும், ஜாதகனுக்குச் சகோதர உற்பத்தியும் உண்டாகும்.

(233) ஜென்ம லக்கினம் ரிஷபம் (கமலாம்சம் அதாவது லக்கின ஸ்புடம் பாகை 53–48 கலை முதல் பாகை 54–00 கலை வரையிலும்) ஆகி மூன்றாம் பாவாதிபதி பன்னிரண்டாம் பாவத்திலிருந்தாலும், நீச்சத்திலிருந்தாலும் அல்லது சகோதர காரகன் அப்படியிருந்தாலும் ஜாதகன் இரண்டாவது கர்ப்பத்தில் அல்லது மூன்றாவது கர்ப்பத்தில் ஜனித்தவன். ஜாதகனுக்கு மூத்த சகோதரி ஒருத்தி பாலியத்திலேயே மரணமடைவாள், ஜாதகனுக்கு இளைய சகோதரர் இருவராவது, மூன்று சகோதரிகளாவது பிறப்பார்கள். அந்தச் சந்திரன் நீச்சத்திலிருந்தால் ஜாதகனுடைய தாய் புண்ணியவதியாகவும், கற்புடையவளாகவும், ஆவாள். நல்ல சகவாசமுடையவள், யாத்திரை வழியில் ஜனங்களால் விடப்பட்டு வழியில் மரணமடைவாள், ஜாதகனுக்கு அம்மானில்லை, இருந்தாலும் மரித்துவிடுவான்.

(234) ஜென்ம லக்கினம் ரிஷபம் (கமலாம்சம்) ஆகி பூர்வபாகத்திலும் உத்தராம்சத்திலும் சனி, சந்திரன் செவ்வாயிவர்கள் கூடி ஏழாம் பாவத்திலிருக்க ஜாதகனுடைய ஜனனமானது நான்காவது கர்ப்பமாகும்.

(235)ஜென்ம லக்கினம் ரிஷபம் (கமலாம்சம்) ஆகி இரண்டாமிடத்தில் குருவும், சுக்கிரனும் இருக்கும்போது பிறந்தவன், வேத சாஸ்திர அர்த்தமறிந்தவனும், நல்ல புத்தியுள்ளவனாயும், மூன்று பாஷைகளில் வல்லவனாயும், நானாவித பாஷைகளையும் அறிந்தவனாயும், ஸங்கீத ஞானியாயும், கொஞ்சம் சோதிட சாஸ்திரம் தெரிந்தவனாயு மிருப்பதுடன் பெரிய பணக்காரனாகவும், மஹா போகியாயும், விஷ்ணு சிவன் முதலியவர்களிடத்தில் பக்தி உள்ளவனாயும் இருப்பார்.

(236) ஜென்ம லக்கினம் ரிஷபம் (கமலாம்சம்) ஆகி லக்கினத்தின் உச்சனாதன் சந்திரன் பாபக் கிரகங்களுடன் கூடி மூன்றாமிடத்தில் சூரியனுடன் கூடியிருக்கப் பிறந்தவனுடைய சகோதரியானவள் பாலியத்திலேயே விதவையாய்விடுவாள், சந்தேகமே இல்லை என்று சிலர் சொல்லுகிறார்கள், ஜாதகன் இரண்டு சகோதரர்களை உடையவர், ஒருத்தி கொஞ்சகாலம் நல்ல ஸ்திதியிலிருப்பாள், விஷ அதிஸார தோஷத்தால் இளைய தம்பி நிச்சயம் மரணமடைவார். அப்போது இளையவனுடைய மனைவி கர்ப்பவதியா யிருப்பாள், பிறகு கொஞ்ச காலம் கர்ப்பவதியாயிருப்பாள், பிறகு பிள்ளை பெறுவாள், ஆண் பிள்ளை தான் பிறக்கும், அந்தப் பிள்ளையால் அநேக கலகங்கள் உண்டாகும்.

(237) ஜென்ம லக்கினம் ரிஷபம் (கமலாம்சம்) ஆகி பூர்வபாகத்தில் நான்காமிடத்தில் ராகு புதனுடன் கூடியிருந்தால் ஜாதகனுக்கு மூன்று தாயார்கள் இருப்பார்கள். ஜாதகன் இரண்டாவது தாயின் புத்திரனாவார், பெரிய தாய் அதி பால்யத்திலேயே மரிப்பாள், புத்திரி இல்லாதவள். தன் தாயார் புத்திரன். புத்திரி இவர்களுடன் கூடியிருப்பாள், சுக்கிர திசை சுய புக்தி அந்தியத்திலாவது, சூரிய புக்தி

கடைசியிலாவது ஜாதகன் பிறந்த இரண்டாவது வருஷத்தில் ஜாதகனுடைய தாய் மரிப்பாள். விஷம் அதிசாரம் ஆகிய இந்த தோஷங்களால் ஜாதகனுடைய தாய் மரணமடைவாள். தாயாருக்கு சகோதரி ஒருத்தி உண்டு, ஜாதகனுக்கு மாமன் ஒருவனே. அவனும் சித்தப் பிரமையுடன் கூடினவர். புத்திரர், மனைவி முதலியவர்களால் விடுபட்டவர். தன் மாமன் வீடு மேற்படி கிராமத்தில் கொஞ்ச காலம் ஒன்றுமில்லாமல் இருந்து மாமனும் பிறகு மரிப்பான், அவனுடைய கர்மம் முதலியவற்றையும், உத்திரகிரியை யாவற்றையும் இந்த ஜாதகன் செய்வான். உத்தராம்சத்தில் பிறந்தவனுக்கு மாமன் அநேக புத்திரன் முதலிய ஜனங்களுடன் கூடியிருப்பார்.

(238) ஜென்ம லக்கினம் ரிஷபம் (கமலாம்சம்) ஆகி பூர்வ பாகத்தில் ஜெனித்தவனுக்கு ஏழுக்குடைய செவ்வாய், நீச்சமடைந்த சந்திரன், சனி, இவர்களுடன் கூடியிருந்தால் ஜாதகர் இரண்டு தாரம் உடையவர். தன் பட்டணத்திலிருந்து வடக்கில் ஒரு கிராமத்தில் ஜேஷ்ட பத்தினி ஜெனித்தவள், அவள் ஒரு புத்திரியுடன் கூடினவள், பாலியத்தில் மரிப்பாள், பிறகு சுக்கர திசை சந்திர புக்தியில் ஜாதகர் தாய் மரிப்பாள், ஜாதகனுடைய பதினாலாவது வயதில் முதல் மனைவியைத் தானாகவே மணப்பான், அவள் மரித்த பின்பு ஜாதகர் தன் ஊருக்குத் தென்மேற்கிலாவது, மேற்குத் திக்கிலாவது இரண்டாவது மனைவியை அடைவார், அவள் மிகவும் நல்லவள், நல்ல ரூபமுள்ளவள், இருபத்தைந்தாவது வயதுக்குப் பிறகு இரண்டாவது பார்யையுடையவனாகவும் பெண்களுடனும் பிள்ளைகளுடனும் கூடியிருப்பார், தன்னுடைய சுக்கிர திசை கேது புக்தியில் இருபத்தைந்தாவது வயதில் குறையுண்டாகும், மூத்த மனைவி மரிப்பதால் இரண்டாவது விவாகம் நடக்கும். ஜாதகனுடைய இரண்டாம் மனைவி பதி பக்தியுடன் கூடி மிகவும் நல்லவளாய் இருப்பாள், அவளுடன் வெகு காலம் ஜாதகர் சுகிப்பார்.

(239) ஜென்ம லக்கினம் ரிஷபம் (கமலாம்சம்) ஆகி ஒன்பதாமிடத்துக்குடைய சனி, கேந்திரத்தில் சந்திரன், செவ்வாய் இவர்களுடன் கூடியிருந்தால் ஜாதகனுடைய தகப்பன் ராஜ யோகத்துடன் கூடி பிரபு லக்ஷணத்துடன் இருப்பார், ஸேவகனாவான், தர்மஸ்தானாதிகாரியாகி அநேக ஆயிரம் தனம் ஸம்பாதிப்பான், பிள்ளைகள் பெண்கள் சமர்த்தியா யுள்ளவனாகவும் இருப்பான்.

(240) ஜென்ம லக்கினம் ரிஷபம் (கமலாம்சம்) ஆகி பூர்வ பாகத்தில் நீச்ச சந்திரனுடன், சனி, செவ்வாய் இவர்கள் ஏழாமிடத்தில் கூடியிருக்கப் பிறந்தவர் நீச்சஸ்த்ரீ சேர்க்கை யுள்ளவனாகவாவது சூத்திரஸ்த்ரீ சங்கம முள்ளவனாகவாவது பரஸ்த்ரீ சேர்க்கையுள்வனாகவாவது அன்னிய ஸ்த்ரீ சேர்க்கையுள்ளவனாகாவது இருப்பான். ஜாதகர் தீர்க்க ஆயுளுள்ள இரண்டு பிள்ளைகளையும் நீண்ட ஆயுளையுடைய இரண்டு பெண்களுமுடையவர், ஜாதகனுக்கு அதிகமாயும் குழந்தைகள் பிறக்கும். சாந்திசெய்தால் புத்திர சுகம் உண்டாகும். தன் தகப்பன் மந்திர சாஸ்திர மறிந்தவனாயும், மூன்று மனைவியை உடையவனாயும் இருப்பார். ஜாதகனும் மந்திர சாஸ்திரம் அறிந்தவனாகவும், ஜபம், தியானம். பாராயணம், முதலியன செய்பவனாயுமிருப்பான்.

(241) ஜென்ம லக்கினம் ரிஷபம் (கமலாம்சம்) ஆகி நாலில் ராகு இருக்கப் பிறந்தவர் ஸதாகாலம் துக்கியாயும், பச்சாதாபியாயும். பாபம் செய்பவனாயும், கொஞ்சம் வைதீக ஆசாரம் உள்ள்வனாயும் இருப்பார்.

(242) ஜென்ம லக்கினம் ரிஷபம் (கமலாம்சம்) ஆகி பத்துக்குடைய சனியும், செவ்வாயும் நீச்ச சந்திரனுடன் கூடி கும்பாம்சத்தில் சேர்ந்து இருக்க மத்தியில் நல்ல கர்மத்தைச் செய்யும்போது அதற்கு வழிவழியாக விக்கினம் (அதாவது இடையூறு) உண்டாகும்.

(243) ஜென்ம லக்கினம் ரிஷபம் (கமலாம்சம்) ஆகி பன்னிரண்டுக்குடைய செவ்வாய் சுக்கிரனுடன் கூடியிருந்தால் பன்னிரண்டில் குருயிருந்தால் கட்டிலிலேயே தனக்குப் படுக்கையும், தர்மத்தால் பணச்செலவும், பால்யத்தில் குரு திசா காலத்தில் யாத்திரையு முண்டாகும்.

(244) ஜென்ம லக்கினம் ரிஷபம்(கமலாம்சம்) ஆகி மூன்றுக்குடைய சந்திரன் பன்னிரண்டிலாவது நீச்சத்திலாவது இருக்க சகோதரகாரகனும் அப்படியேயிருந்தால் தான் இரண்டாவது பிறப்பாகவாவது, அல்லது மூன்றாவதாகவாவது ஜெனித்தவன். இவனுடைய மூத்த சகோதரி ஒருத்தி கொஞ்ச காலத்திலேயே மரணமடைவாள். இரண்டு இளைய சகோதரர்களாவது மூன்று சகோதரிகளாவது இருப்பார்கள்.

(245) ஜென்ம லக்கினம் ரிஷபம் (கமலாம்சம்) ஆகி சந்திரன் நீச்சத்தை அடைந்திருக்க ஜாதகனுடைய தாயானவள் புண்ணியவதியாயும், சதியாயுமிருப்பாள், நல்ல வாஸி, யாத்திரையில் ஜனங்களால் விடப்பட்டு மரிப்பாள்.

(246) ஜென்ம லக்கினம் ரிஷபம் (கமலாம்சம்) ஆகி சுக்கிரன் செவ்வாய் இவர்கள் லக்கினத்திலிருந்தால் ஜாதகனுக்குப் பாலியத்தில் வெகு சுபமாகக் கலியாணம் நடக்கும். பிறந்த ஒன்பதாவது வயதில் அல்லது பத்தாவது வயதில் விவாகம் நடக்கும். பூர்வ பாகமானால் ஜாதகன் ஒரே தாரத்துடன் போகியாயும், அன்னிய ஸ்த்ரீ சேர்க்கையுள்ள பரஸ்த்ரீ லோலனாகவும் இருப்பான். உத்திர பாகத்தில் பிறந்தவனுக்கு இரண்டு தாரம் சந்தேகமில்லாமல் இருக்கும்.

(247) ஜென்ம லக்கினம் ரிஷபம் (கமலாம்சம்) ஆகி புத்திர ஸ்தானாதிபதி ஸ்வக்ஷேத்திரத்தில் சூரியனுடன் மித்திர நவாம்சத்தில் இருந்தால் ஜாதகனுக்கு முதலில் அநேக ஆண் குழந்தைகளும், பிறப்பாடு பெண் குழந்தைகளும் பிறக்கும். ஜாதகனுக்குப் பிள்ளைகள் ஐந்து அல்லது ஆறும், பெண்கள் ஐந்து அல்லது ஆறும் உண்டாகும்.

(248) ஜென்ம லக்கினம் ரிஷபம் (கமலாம்சம்) ஆகி ஒன்பதாமிடத்துக்குடைய சனி சிம்மத்தில் குகராம்சத்தில் இருந்தால் ஜாதகனுடைய தகப்பன் ஞானி, விவசாயி, தனமுள்ளவன், வெகு சகோதரர்களும், சகோதரிகளுமுடையவர், ஐந்து ஆறு சகோதரர்களுடையவன், இரண்டு தமயன்மார்கள் உடையவர் ஆவார். ஜாதகனுடைய தகப்பன் எல்லோருக்கும் கடைசியில் பிறந்தவர். ஜாதகனுடைய தகப்பனுடைய சகோதரிகளில் மூவர்கள் நிச்சயமாக விருப்பார்கள். மீதி சகோதரிகள் நாசமடைவார்கள், இந்த மூன்று சகோதரிகளில் ஒருத்தி பிள்ளையையுடையவள், கொஞ்ச காலம் பூமியிலிருப்பாள், மீதி இரண்டு சகோதரிகள் பிள்ளை இல்லாதவர்கள். ஜாதகனுடைய பாட்டன் பிரசித்தன், யானை முதலான ஐஸ்வரியங்களையுடையவர், லட்சத்திற்கு மேல் பணமுள்ளவர், அனேக வீடு, பூமி, க்ஷேத்திரங்களுடனும் கூடி ராஜமுத்திரையும் தரித்து சேனாதிபதியாயுமிருப்பார். ஜாதகன் மகா பாக்கியமுள்ளவன், நீச்ச ராஜ சேவையுடையவர், நீச்ச அரசனுடைய சைன்னியத்தில் உத்தியோகம் வகிப்பான், எழுபத்தைந்து வயதுடையவனாவார்.

குறிப்பு:– இந்தப் புத்தகத்தில் ரிஷப லக்கினத்திற்கு 248–விதிகள் கொடுக்கப் பட்டிருக்கின்றன. இன்னும் உள்ள சுமார் 1,000–க்கு மேற்பட்ட ரிஷப லக்கின விதிகள் நான்காம் பாகம், ஐந்தாம் பாகம் முதலிய பாகங்களில் ரிஷப லக்கின பலனின் தொடர்ச்சியாகக் கொடுக்கப்படும் என்று அறியவும்.

மிதுன லக்கின ஜாதகம்.

(1)ஜென்ம லக்கினம் மிதுனம் (முத்காராம்சம் அதாவது லக்கின ஸ்புடம் பாகை 79–48 கலை முதல் பாகை 80–00 கலை வரை) ஆகி குரு பத்தில் சுபாம்சத்தில் தன் சுய க்ஷேத்திரத்திலிருந்தால் ஜாதகன் அரசர்க்கரசனாவான்.

(2)ஜென்ம லக்கினம் மிதுனம் (முத்காராம்சம்) ஆகி லக்ஷ்மி சஷ்டி அம்சத்தில் ஜெனித்த ஜாதகனுக்கு குரு மீனத்தில் துலாம்சத்திலிருந்தால் ஜாதகன் பரந்த முகமுடையவன், போகமுடையவன், மனைவியிடம் அன்பாயிருப்பான், சுகமுடையவன், கருநிறமும், புகழத்தக்க குணமும் உள்ளவன், சமர்த்தன், வயிற்று வலியுடையவன், தாய் சகோதரி வம்சத்தில் பாக்கியமுடையவன், எப்போதும் அவன் மகனிடம் அன்புடையவனாவான், காட்டிலிடையிலுள்ள புரவாசமுடையவன். ஹரிசங்கர பக்தியுடையவர், சமர்த்தர், மந்திராலோசனை செய்பவர், ஆசையுடைய குண முடையவர். தர்மமான புண்ய கதை அறிந்தவர், வித்தையுடையவர். சரஸப்பிரியர், தடாகம், உத்தியானவனம் முதலிய தர்மம் செய்பவர், பந்துக்களிடம் பிரீதியுடையவர், தேவப் பிராம்மண பக்தி செய்பவர், சுசியானவர், வேதாந்த ஞானமுடையவர் அளவாய்ப் புசிப்பவர், ஆழ்ந்த நெஞ்சமுங்காமமுமுடையவர், பயந்தவர், கம்பீர பக்தியுடையவர், பின் சகோதர மற்றவர், அரசாங்கத்தில் அதிகாரமுடையவர்.

(3) ஜென்ம லக்கினம் மிதுனம் (முத்காராம்சம்) ஆகி குஜன் துலாத்தில் தன் உச்சாம்சத்திலிருந்தாலும் அல்லது சோராபஹ்ருத சேஷ்டையிலிருந்தாலும் ஜாதகர் திருடரால் களவாடப்படுவார்.

(4) ஜென்ம லக்கினம் மிதுனம் (முத்காராம்சம்) ஆகி சனி துலாத்தில் குரு அம் சத்திலிருந்தால் ஜாதகனுக்கு விவாக கலகமுண்டு, சத்துருபயம், மனோ துக்கம் முதலியவை நேரிடும்.

(5) ஜென்ம லக்கினம் மிதுனம் (முத்காராம்சம்) ஆகி லக்கினாதிபனான புதன் ஆறிலிருந்து ஆறாமதிபனான குஜன் ஐந்தில் எட்டாமதிபனுடன் கூடி இருந்தால் ஜாதகர் வயிற்றுச் சூலை முதலிய நோய்களால் வருந்துவார்.

(6) ஜென்ம லக்கினம் மிதுனம் (முத்காராம்சம்) ஆகி லக்கினத்திற்கு ஏழில் சுக்கிரனிருந்து குருவால் பார்க்கப்பட்டாவது, அன்றி கூடியாவது இருந்து ஜாதகர் மகா உஷ்ணவாயு நோயும், மல மூத்திர நோயுமுடையவனாவார், அத்தோஷத்திற்கு ஞாயிற்றுக் கிழமைகளில் விரதமிருக்கவும். ஞாயிற்றுக்கிழமை விரதமிருந்தால் தீராத மேக நோய், பித்த நோய், மூர்ச்சை வாயு நீங்கும். சூரிய விரதம் ஆரம்பிக்குங்கால் ஜோதிடனைத் தனத்தால் திருப்திசெய்து ஆரம்பிக்கப் பலனுண்டு. சிவந்த வஸ்திர தானத்தால் சரீரசுகம், சக்திக்குத் தக்கப்படி பொன்னால் கல்பத்தில் சொல்லிய விதிப்படி தியானம் ஆவாகனம். பூஜை தானம் இவை செய்யவும். பன்னிரண்டு ஆதித்தர் வாரமுடிவில் அல்லது மண்டல முடிவில் சூரிய பகவான் அருளால் சரீர சுகம் உண்டாகும், சந்தேகமில்லை ஒரு வருஷம் பழம் புசித்து மூன்று வருஷம் விரதமிருக்கவும்.

(7) ஜென்ம லக்கினம் மிதுனம் (கமலாம்சம் அதாவது லக்கின ஸ்புடம் பாகை 81–00 கலை முதல் பாகை 81–12 கலை வரை) ஆகி லக்கினத்திலிருந்து மூன்றில் சந்திரனிருந்து சனியால் பார்க்கப்பட்டால் ஜாதகர் ஜெனித்த காலத்தில் ஜென்ம தேசத்தில் அரசர்களுக்குள் கலக முண்டாகும், பிதா பாக்கிய மற்றவர், ஜாதகர் பிரபலத் தன்மையால் சத்ருவிடமிருந்து அரசைக் கைக்கொண்டு அரசயோக முடையவனாவார். தாய், தகப்பனும் அரசைக் கைக்கொண்ட மகனைப் பார்த்து சந்தோஷத்தால் பூரிப்பார்.

(8) ஜென்ம லக்கினம் மிதுனம் (கமலாம்சம்) ஆகி லக்கினத்துக்கு ஒன்பதில் குஜனிருந்தால் ஜாதகனுடைய தாய் அல்லது பிதா மரணமாவார், அப்பொழுது தேசத்தில் மழை இல்லாமல் துர்பிக்ஷ முண்டாகும்.

(9) ஜென்ம லக்கினம் மிதுனம் (கமலாம்சம்) ஆகி ஆறாமதிபனான குஜன் இரண்டில் கடகத்தில் நீசனாய் அமர்ந்து, ஆறில் சனி இருந்து லக்கினத்திற்கு ஏழில் ராகு இருந்து, லக்கினத்தில் சூரியனும் புதனும் கூடி இருந்து. இம்மாதிரி கிரகங்கள் அமைந்தால் ஜாதகனுக்கு ஐம்பத்தைந்தாவது வயதில் நீச்ச அரசனுடைய நேச முண்டாகும், அது முதல் அவன் நீச்ச அரச யோகமுடையவர், அநேக சேனையுடையவர். நீச்ச அரசனுக்குச் சகாயம் செய்து தனக்கு நிகரான அரசனுடன் கடும்போர் செய்து ஜெயிப்பார், அது மூலமாய் நீச்ச அரசனிடமிருந்து அனேக கிராமங்களைப் பெறுவான்.

(10) ஜென்ம லக்கினம் மிதுனம் (கமலாம்சம்) ஆகி (லக்கினத்திலுள்ள) சூரியனுக்கு இரண்டில் கடகத்தில் குஜனிருக்கில் ஜாதகன் பாபம் செய்வான், நியாமற்ற வழியில் சம்பாதித்த பொருளுடையவர், ஹிம்சை செய்பவர், ஈனர்க்குப் பிரியர், துஷ்டன் சூதுள்ளவன், அயலாரை நிந்திப்பவன், பாவத்தில் ருசியுடையவர், சாஸ்திரங்களைத் துர்வழியில் உபயோகிப்பவன், விகாரமான நீண்ட உருவமுடையவர், மங்கின புத்தியுடையவர், வித்தை அர்த்தம் குறைந்தவன் அபகீர்த்தியால் துக்கமடைந்த மனதுடையவர், சுகியற்றவர், முன் மோகத்தால் சத்ரு நாசம் செய்து யுத்தத்தில் களையால் சிரமமடைந்து பின்னால் தவித்தவனாய்ப் பாபத்திற்குப் பயந்தவனாய் அந்தியத்தில் யாகாதி கர்மம் செய்து, மகாதானம் செய்து, புண்ணியம் செய்து, தேவப் பிராமணர் காரணமாய் மிகுந்த தனம் செலவழிப்பான்.

(11) ஜென்ம லக்கினம் மிதுனம் (கமலாம்சம்) ஆகி மூன்றில் சந்திரனிருந்து, மூன்றாமதிபனான ரவி லக்கின கேந்திரத்திலிருந்து, சகோதர காரகனான குஜன் நீச்ச ராசியில் இருந்தால் ஜாதகனுக்குப் பத்துச் சகோதரர் உண்டு. ஆறு ஆண்களும், மூன்று பெண்களுமுண்டு, சாந்தியாலும் புண்ணிய வசத்தாலும் அதிகமும் உண்டாகும் சிலர் ஆறு சகோதரர் என்கின்றனர். ஒன்று அல்லது இருவர் வம்சவிருத்தி, மற்றவை நாசம் ஜாதகன் இறப்பதன் முன்னரே சகோதரர் மரணமாவார்.

(12) ஜென்ம லக்கினம் மிதுனம் (கமலாம்சம்) ஆகி மாதுர் ஆரூடபதி நின்ற ராசி நாதன் நீச்சனாய், மாதுர்காரகனான சந்திரன் சனியால் பார்க்கப்பட்டால் ஜாதகன் அனேக ஸ்த்ரீகளுக்கு நாயகன். அல்லது இருதாரமுடையவனாவான், ஜாதகருக்கு முப்பத்திரண்டாவது வயதில் தாய் நாசமென்பார், சிலர் முப்பது அல்லது இருபத்தைந்தில் தாய் நாசமென்கின்றனர்.

(13)ஜென்ம லக்கினம் மிதுனம் (கமலாம்சம்) ஆகி ஐந்தாமதிபனான சுக்கிரன் பதினொன்றிலும், பதினோராமதிபனான செவ்வாய் நீச்ச ராசியிலுமிருப்பின் ஜாதகருக்கு மூன்று பெண்ணும், ஒரு புத்திரனுமுண்டு, பாபத்தால் அதிகம் பிறந்தும் மரிக்கும், குழந்தைகள் அற்பாயுளாய் பாலியத்திலேயே மரிக்கும். மூத்த மனைவிக்கு ஒரு பெண தீர்க்காயுளுடனுண்டு, மூத்த மனைவி வம்ச ஹீனமாயினும் ஒரு பெண்ணுடையவள். மூத்த மனைவி இறந்த பிறகு அவள் பெண் கோபத்தால் வீட்டை விட்டேகும். இரண்டாம் மனைவியின் வம்சம் ராஜ்யம் வகிக்கும். ஜாதகன் இறந்த பிறகு இரு மனைவியரும் வெகு நாள் வசிப்பர். இரண்டாம் மனைவி கண்ணிழந்தவளாய்ப் புத்திர சோகத்தால் வாடி, பேரன் பாக்கியத்தை அனுபவிப்பாள் அவனும் புலிபோல் அயலாரால் நெருங்க முடியாமல் தீர்க்காயுளுடையோனாயிருப்பான்.

(14) ஜென்ம லக்கினம் மிதுனம் (கமலாம்சம்) ஆகி எட்டாமதிபன் ஆறிலிருந்து சுக்கிரனால் பார்க்கப்பட்டால் ஜாதகர் மார்பு நோய், விஷப் பாண்டு, அதிசாரம், மூலம் முதலிய நோய்களினால் வருந்தி புத்திரனருகில் மரிப்பார். எழுபத்திரண்டில் மரணமடைந்து தேவலோகம் செல்வார்.

(15) ஜென்ம லக்கினம் மிதுனம் (கமலாம்சம்) ஆகி லக்கினாதிபனான புதன் சூரியனுடன் லக்கினத்தில் தனுசு அம்சத்திலிருந்தால் ஜாதகன் கருத்த நிறமும், மெலிந்த தேகமுடையவன், அதிக புத்திமான், சூட்டுத் தேகமுடையவன், வித்தையுடையவர், தனவான், எழுத்து வித்தையில் நிபுணன், முக்கியமாய் யுக்தி விசேஷமுடையவன். வாயுபீடையுடைய இரட்டை நாடி சரீரம் உடையவர். சங்கீதம், நாடகமறிந்தவர், கந்தம், மாலை, வஸ்திரங்களில் பிரியர், அதிக தருமம் செய்பவர், மானி, வேதாந்த ஞானமுடையவர், சுசியுடையவர், தீனர்களிடம் தயையுடையவர், நல்ல வார்த்தை பேசுபவர், தேவப் பிராமண பக்தியுடையவர், ஹரிசங்கர பக்த்தன்,அனேக மாயிரம் தனமுள்ளவர், கொடையாளி, எல்லா ஜனங்களுக்கும் பிரியன், உத்தியோக ஜீவனம் செய்பவர், சில சமயம் பயிர்த்தொழிலும் செய்வான்.

(16) ஜென்ம லக்கினம் மிதுனம் (கமலாம்சம்) ஆகி இரண்டாமதிபனான சந்திரன் சனியால் பார்க்கப்பட்டால் ஜாதகன் நான்கு வித்தைகளில் சமர்த்தன், பல பாஷைகள் அறிந்தவன், அவனுக்கு வைசூரி சுர கண்டம் நேரும்.

(17) ஜென்ம லக்கினம் மிதுனம் (கமலாம்சம்) ஆகி இரண்டாமிடத்தைச் சனி பார்த்தால் ஜாதகருக்கு விந்தைக்குத் தடை உண்டாகும். அவன் அதிக தைரியம், அதிபோகம், குறைந்த வித்தை, முன்கோபம், தெளிந்த மனது இத்தகைய குணங்கள் அமைந்தவனாவான்.

(18) ஜென்ம லக்கினம் மிதுனம் (கமலாம்சம்) ஆகி செவ்வாய் இரண்டாமிடமாகிய கடகத்தில் நீச்சனாய் அமர்ந்திடில் ஜாதகன் நீச்ச ஸ்திரீ சேர்க்கையுடையவனாவான், அல்லது வீட்டு விலக்கமுள்ள தூரமாதரைச் சேருவான்.

(19) ஜென்ம லக்கினம் மிதுனம் (கமலாம்சம்) ஆகி பன்னிரண்டில் சுக்கிரன் ராகுவுடனிருந்தால் ஜாதகர் பிராமண ஸ்திரீகளின் சேர்க்கை உடையவனாவான், காட்டினிடையிலுள்ள புரத்தில் வாசம் செய்வார். அவன் தந்தவாயுவுடையவர், துர்ப்பலமான பற்களுடையவர், சில சமயம் விரைவாதம், வயிற்றுச் சூலை, இவற்றால் வருந்துவார்.

(20) ஜென்ம லக்கினம் மிதுனம் (கமலாம்சம்) ஆகி மூன்றாமதிபன் சூரியன் மிதுனத்தில் புதனுடன் கூடினால் பூர்வபாகத்தில் பிறந்த ஜாதகருக்கு மூத்த சகோதரர் இருவருண்டு, இளையவன் ஒருவனுண்டு, சகோதரி இருவர் அல்லது மூவர் நாசமுறுவர், ஜாதகன் பெண் சகோதர மற்றவர், புருஷ சகோதரமுடையவர், அதிகம் பிறந்தாலும் மரிக்கும், உத்திர பாகத்தில் பிறந்த ஜாதகருக்கு மூத்த சகோதரமில்லை, மூத்த சகோதரி ஒருத்தி உண்டு, இளைய சகோதரன் ஒருவனுண்டு, பூர்வ பாகத்தில் ஜெனித்த ஜாதகருக்குப் பிதாவின் பாக்கியம் அற்பம், தன்கையால் சம்பாதிக்கப்பட்ட பூமிமூலம் தனம், பசு, தானியம், வாகனம் இவை சமுர்த்தியாய் உண்டு.

(21) ஜென்ம லக்கினம் மிதுனம் (கமலாம்சம்) ஆகி மாதுர்காரகனான சந்திரன் கன்னியாம்சத்தில் மீனத்திலிருந்தால் ஜாதகருடைய தாய் தீர்க்காயுளுள்ளவள்.

(22) ஜென்ம லக்கினம் மிதுனம் (கமலாம்சம்) ஆகி ஐந்தாமதிபனான சுக்கிரன் பன்னிரண்டில் ராகுவுடனிருந்து, திரிகோண ஸ்தானமாகிய கும்பத்தில் குரு இருந்தால் ஜாதகருக்கு முதலில் ஸ்த்ரீ சந்தானம் உண்டு. புத்திரர் அற்பம்.

(23) ஜென்ம லக்கினம் மிதுனம் (கமலாம்சம்) ஆகி ஐந்தாமதிபனான சுக்கிரன் பன்னிரண்டில் ராகுவுடனிருந்து, திரிகோண ஸ்தானமாகிய கும்பத்தில் குரு சனியால் பார்க்கப்பட்டு இருந்தால் ஜாதகருக்குப் புருஷ சந்ததித் தடையுண்டாகும், சேது ஸ்நானத்தாலும், நாகப் பிரதிஷ்டையாலும் காலாந்திரத்தில் புத்திர லாபமுண்டு. சாந்தி செய்யாமல் புத்திரர் பிறக்கின் உடனே மறிக்கும். சாந்தி செய்தால் இரு புத்திரர் இருபெண் தீர்க்காயுளுடையவராய் இருப்பர்.

(24) ஜென்ம லக்கினம் மிதுனம் (வசுதாம்சம் அதாவது லக்கின ஸ்புடம் பாகை 75–00 கலை முதல் பாகை 75–12 கலை வரை) ஆகி லக்கினாதிபனான புதன் சுக்கிரனுடன் கூடி பன்னிரண்டிலிருந்து, குஜன் லக்கினத்திலும், ஏழில் குருவும் இருந்தால் ஜாதகர் ரூபவான், புத்திமான் வாசாலகன், தெளிந்த, முகமுங் கண்களுமுடையவர், அதிருஷ்ட சாலி, தர்மாத்துமா, சிவந்த நிறம், அழகிய பருத்த தேகம் உடையவர், பொறுமையாளர், சீமான், விஷ்ணு பக்தர் குலத்தில் பிறந்தவர், பித்த சுபாவ தேகம், எப்போதும் சூட்டுடல், வாதநோய், சொரி. சிரங்கு, தந்த, சூலை, கண் காது, இவை சூலம் மார்பு நோய் பல்லில் ரத்தப்பெருக்கு இத்தகைய நோய்களால் வருந்துவார், அரசனைப் போல் தன் பாட்டன் தகப்பன் இவர்களது பாக்கிய மனுபவிப்பார், மூன்று வாகன யோகமுண்டு, பிரபல உத்தியோகம் உண்டு, அனேக வியாபார பாக்கியம் உண்டு. நீச்ச அரசனால் வெகுவாக மதிக்கப்பட்டவர், சமுத்திர வஸ்து வியாபாரம் செய்வார், தீவாந்திர பொருள் வரவு உண்டு நீலம் பஞ்சு குதிரை துணி பொன் ரத்தினம் முதலியன விக்கிரையம் செய்வார், அனேக லக்ஷ தனமுடையவனாவார், ஞானி, சாத்துவீகன், மிருதுவாய்ப் பேசுவார்.

(25) ஜென்ம லக்கினம் மிதுனம் (வசுதாம்சம்) ஆகி இரண்டாமதிபனான சந்திரன் பத்திலிருந்தால் ஜாதகர் நான்கு வித்தைகளில் சமர்த்தனாவார், பல பாஷை. விசேஷமாயறிந்தவர், சுசியுடையவர், மிருதுவான அன்னம் புசிப்பவர். சுகமுடையவனாவார்.

(26) ஜென்ம லக்கினம் மிதுனம் (வசுதாம்சம்) ஆகி மூன்றாமதிபனான சூரியன் உச்ச ஸ்தானமாகிய மேஷத்திலமர்ந்து சகோதரகாரகனான செவ்வாய் குருவால் பார்க்கப்பட்டால் ஜாதகருக்கு மூத்த சகோதரனில்லை இரு இளைய சகோதரர் உண்டு. ஒரு சகோதரன் பிறந்து மறிப்பார், பெண் சகோதரமில்லை, ஜாதகர் தைரியம், வீர்யம், பாராக்கிரமம் இவையுடையவர் வெளிக்குத் திடவானாயினும் மனதில் பயமுடையவனாவார்.

(27) ஜென்ம லக்கினம் மிதுனம் (வசுதாம்சம்) ஆகி நான்காமாதிபன் பன்னிரண்டில் சுக்கிரனுடன் கூடி மாதுர்காரகனான சந்திரன் மீனத்திலிருந்தால் ஜாதகருடைய மாதாவுக்கு மத்திமாயுள், அவள் தன் புத்திரனுக்குப் பிரியம் செய்பவள், புண்ணியமுடையவள், சகோதரன் ஒருவர் தாயாருக்கு உண்டு, தாய் பதிபக்தி செய்பவள், மிகவும் நல்லவள்.

(28) ஜென்ம லக்கினம் மிதுனம் (வசுதாம்சம்) ஆகி ஐந்தாமதிபனான சுக்கிரன் புதனுடன் கூடிப் பன்னிரண்டிலிருந்து புத்திரகாரகனான குரு தன் சுய க்ஷேத்திரத்திலிருந்து ஐந்தாமிடம் சூரியன், ராகு இவர்களால் பார்க்கப்பட்டால் ஜாதகர் புத்திர பாவமுடையவனாயினும் ஜாதகனுக்குத் தத்துப் புத்திரனால் சந்ததி விருத்தி உண்டாகும். ஏகாதசியில் கோதானம் செய்தும், அரசமரப் பிரதிஷ்டை செய்தும், பொன் சந்தான கோபால மூர்த்தி தானம் செய்தும், மஞ்சள் லிங்கம் பூஜித்தும் பிரதிஷ்டை செய்தும், சேதுஸ்நானம் செய்தால் ஜாதகருக்குக் காலாந்தரத்தில் புத்திர லாபம் அல்லது வேறு மனைவியிடம் புத்திரப் பேறு உண்டாகும். ஜாதகருக்குச் சகோதரர் விரோதியாவார். ஜாதகருக்குச் சத்ரு பாதை உண்டு கொஞ்சம் விரைவாக பாதையும் நேரும்.

(29) ஜென்ம லக்கினம் மிதுனம் (வசுதாம்சம்) ஆகி ஏழமாதிபனான குரு தன் சொந்த அம்சத்தில் சுவ க்ஷேத்திரத்தில் இருந்து குஜனால் காணப்பட்டால் ஜாதகருக்குப் பத்தொன்பதாவது வயதில் சிவந்த நிறமும், புத்திர பாக்கியமுள்ள தாரமுண்டு.

(30) ஜென்ம லக்கினம் மிதுனம் (வசுதாம்சம்) ஆகி ஒன்பதாமதிபனான சனி சுவ க்ஷேத்திரத்தில் பலவானாயிருக்கப் பிதாகாரகனான சூரியன் உச்சராசியிலிருந்து, ராகு துலாம்சத்திலிருந்தால் ஜாதகருடைய தகப்பன் மத்திமாயுள் உள்ளவன், வைணவ மதம் பின்பற்றுபவர், சகோதரனுடையவர் வாசாலகர், மூன்று வாகன யோகமுடையவர், லக்ஷத்திற்கு அதிக தனமுடையவர் அதிக வியாபார பாக்கிய முடையவர். பொன் மாணிக்கம் முதலிய நவரத்தினம் விற்பவர், சமுத்திர வஸ்து நீலம் பஞ்சு முதலிய வியாபாரம் செய்பவர், நீச்ச அரசனால் வெகுமதிக்கப்பட்டவர். தீவாந்திரம் சென்று பொருள்தேடுபவர். ஜாதகருக்கு ஒரு சிற்றப்பன் தீர்க்காயுளுடையவனாயிருப்பார். பிதா பாக்கியம் அதிகமாக உண்டு.

(31) ஜென்ம லக்கினம் மிதுனம் (வசுதாம்சம்) ஆகி பத்தாமதிபனான குரு ஏழிலும், பத்தில் சந்திரனுமிருந்தால் ஜாதகர் நற்கர்ம நற்செய்கையுடையவர். சாது, ஜபத்தியானம் செய்வார், தாஸ, தாஸி ஜனமுடையவனாவார், வேதாந்தமறிந்தவர். தனவான்.

(32) ஜென்ம லக்கினம் மிதுனம் (சுராம்சம் அதாவது லக்கின ஸ்புடம் பாகை 76–36 கலை முதல் பாகை 76–48 கலை வரை) ஆகி குரு துலாத்திலிருந்து சனி குஜனால் பார்க்கப்பட்டு விப்பிரகாலத்தில் பிறந்த ஜாதகர் கருமை நிறமும், அழகிய தேகமுமுடையவனாவார்.

(33) ஜென்ம லக்கினம் மிதுனம் (சாரம்சம்) ஆகி சந்திர லக்கினாதிபதி சனி சுராம்சத்தில் இருக்க விப்பிரகாலத்தில் பிறந்த ஜாதகர் மூத்த சகோதரமில்லாதவர், பின் சகோதரமில்லாதவர் ஒரு சகோதரி சுமங்கலியாயிருப்பாள்.

(34) ஜென்ம லக்கினம் மிதுனம் (சுராம்சம்) ஆகி சந்திரன் மிதுனாம்சத்தில் ஸ்திர ராசியிலிருந்து குருவால் பார்க்கப்பட்டால் ஜாதகர் ஹரிசங்கர, பக்தியுடையவனாவார், தேவப் பிராமண பக்தன், தாய் தகப்பன்மாருக்குப் பிரியன், சுகமுடையவர், அரசாங்கத்தில் பிரசித்தர், இருவாகனயோகமுடையவர்.

(35) ஜென்ம லக்கினம் மிதுனம் (சுராம்சம்) ஆகி குரு ஐந்தாம் பாவத்தில் சுராம்சத்திலிருந்தால் ஜாதகர் அதிக தனமுடையவர், தாய் தகப்பன் தீர்க்காயுளுடையவர்கள், மாதாமகி ஆயுளற்றவள்.

(36) ஜென்ம லக்கினம் மிதுனம் (சுராம்சம்) ஆகி குரு ஐந்தாம் பாவத்தில் மிதுனாம்சத்தில் இருந்து குஜனால் பார்க்கப்பட்டால் ஜாதகருக்கு மாதாமகிக்குத் தீர்க்காயுள், இரு அம்மான்மார்கள் நாசமுறுவர்.

(37) ஜென்ம லக்கினம் மிதுனம் (சுராம்சம்) ஆகி குரு துலாத்திலிருந்து சனி அங்காரகனால் பார்க்கப்பட்டால் ஜாதகர் புத்திரப் பேறுக்கு யோகமுடையவர், புகழுடையவர், சுகவான்.

(38) ஜென்ம லக்கினம் மிதுனம் (சுராம்சம்) ஆகி குரு துலாராசியில் சுராம்சத்திலிருந்து ஆறாம் பாவாதிபனால் பார்க்கப்பட்டால் ஜாதகனுடைய மூன்றாந் திசையில் புத்திரப் பேறு உண்டு, அரசாங்கத்தில் பிரவேசம், வித்தை கிடைத்தல் முதலியவையுண்டாகும்.

(39) ஜென்ம லக்கினம் மிதுனம் (சுராம்சம்) ஆகி சூரியன் ஹரிணாம்சத்திலும், துலாத்தில் குருவுமிருந்தால் ஜாதகருக்கு இரண்டு தாரயோகமுண்டு, சிலர் ஏக தாரமென்பர்.

(40) ஜென்ம லக்கினம் மிதுனம் (சுராம்சம்) ஆகி பத்தாம்பாவாதிபன் துலா ராசியில் சுராம்சத்திலிருந்து ஐந்தாம் பாவம் சனியால் பார்க்கப்பட்டால் ஜாதகருக்கு நாலாம் திசையில் அதிக சுகமுண்டு, இருவாகன யோகமுண்டு, நல்ல புகழுமுண்டு.

(41) ஜென்ம லக்கினம் மிதுனம் (துருவாம்சம் அதாவது லக்கின ஸ்புடம் பாகை 79–24 கலை முதல் பாகை 79–36 கலை வரை) ஆகிச் சந்திரன் க்ஷீண சந்திரனாயிருந்து கும்ப ராசியில் தன்னுச்சாம்சத்தில் கேசரி யோகத்திலிருந்தால் ஜாதகர் தர்மவான், சீமான், மூன்று மூத்த சகோதரருடையவன், அம்சாதி யோகத்தில் சுபம் செய்வார், மூன்றாவது திசையில் நரவாகனம் கிடைக்கும், தம்பிகளுள் மூத்தவனால் பிரசித்தனாவார்.

(42) ஜென்ம லக்கினம் மிதுனம் (துருவாம்சம்) ஆகி சந்திரன் கும்பத்தில் திரிகோணம் பெற்று அமர்ந்து சூரியனுடன் கூடில் ஜாதகருக்கு யோகமில்லாத ஜாதகத்திலும் கூட ராஜயோகம் உண்டாகும்.

(43) ஜென்ம லக்கினம் மிதுனம் (துருவாம்சம்) ஆகி கும்பத்தில் சந்திரனிருந்தால் ஜாதகர் நல்ல வாசாலகர், இருதாரமுடையவர், சுக முடையவர்.

(44) ஜென்ம லக்கினம் மிதுனம் (துருவாம்சம்) ஆகி லக்கினத்தில் ஐந்து கிரக யோகமிருந்தால் ஜாதகருக்கு மரித்த சந்தானமதிகமுண்டு, மனையாள் கர்ப்ப சிராவத்தால் வருந்துவாள், ஜாதகர் சந்தானத் தடையுடையவனாவார்.

(45) ஜென்ம லக்கினம் மிதுனம் (துருவாம்சம்) ஆகி ஏழாம் பாவாதிபன் ஆறாம் பாவம் அல்லது ஆறாம் அம்சத்திலிருந்து நாலாம் பாவம் ராகுவால் பார்க்கப்பட்டால் ஜாதகருக்கு இரண்டு அல்லது மூன்று சந்தானம் நாசமாகும்.

(46) ஜென்ம லக்கினம் மிதுனம் (துருவாம்சம்) ஆகி ஏழாம் பாவாதிபன் ஆறாம் பாவம் அல்லது ஆறாம் அம்சத்திலிருந்து லக்கினத்திலிருந்து மூன்றாம் பாவத்தில் சனி இருந்தால் ஜாதகருக்கு இரண்டு அல்லது மூன்று சந்தானம் நாசமுண்டாகும்.

(47) ஜென்ம லக்கினம் மிதுனம் (துருவாம்சம்) ஆகி கேது லக்கினத்திலிருந்து அல்லது ஆறாம் பாவத்திலிருந்து அந்த பாவாதிபன் ராகுவால் பார்க்கப்பட்டால் ஜாதகருடைய மனைவிக்கு வயிற்றில் பீடை உண்டாகும், கர்ப்பப் பையில் புழு இருக்குமென்று கருதப்படுகிறது. அவ்விதமில்லாவிட்டால் தன் மனைவி கர்ப்ப சங்கை உடையவள்.

(48) ஜென்ம லக்கினம் மிதுனம் (துருவாம்சம்) ஆகி கன்னியில் குருவிருந்து விருச்சிகத்தில் செவ்வாய் இருந்தால் ஜாதகருக்கு முன் பின் சகோதரமில்லை.

(49) ஜென்ம லக்கினம் மிதுனம் (துருவாம்சம்) ஆகி சர ராசியில் சந்திரன் ராகுவுடன் கூடினால் ஜாதகர் தரித்திரனாவார்.

(50) ஜென்ம லக்கினம் மிதுனம் (துருவாம்சம்) ஆகி தன்னுச்சராசியும் சர ராசியும் நீங்கலாக இதர ராசிகளில் ராகு சந்திரனுடன் கூடில் ஜாதகர் நல்ல பாக்கிய முடையவனாவார்.

(51) ஜென்ம லக்கினம் மிதுனம் (துருவாம்சம்) ஆகி லக்கினத்திலிருந்து மூன்றாம் பாவத்தில் பாபர் இருந்து அந்த பாவாதிபன் பாபருடன் கூடில் ஜாதகருக்கு விவாகத்துக்குப் பிறகு கிலேசமுண்டு, தார் வம்சத்தில் பீடையுண்டு, சந்தான அரிஷ்டமடைவார், சாந்தி செய்ய சந்ததி உண்டாகும்.

(52) ஜென்ம லக்கினம் மிதுனம் (துருவாம்சம் பூர்வபாகம்) ஆகி லக்கினத்திலிருந்து மூன்றாம் பாவத்தில் பாபர் இருந்து அந்த பாவாதிபன் பாபருடன் கூடில் ஜாதகர்இரண்டு தாரமுடையவனாவார், குணமுடையவன்.

(53) ஜென்ம லக்கினம் மிதுனம் (துருவாம்சம்) ஆகி லக்கினத்திலிருந்து ஏழாம் பாவத்தில் பாபர் இருந்தால் ஜாதகர் தார பீடையால் விசாரமுள்ளவனாவார்.

(54) ஜென்ம லக்கினம் மிதுனம் (துருவாம்சம்) ஆகி லக்கினத்திலிருந்து ஏழாம் பாவத்தில் பாபர் இருந்து ஏழாம் பாவாதிபன் பலவானாயிருந்து பாபருடன் கூடிய ஜாதகருக்கு இரண்டு தாரமுண்டு, எழுத்து வித்தையில் ஜீவனம் செய்வார்.

(55) ஜென்ம லக்கினம் மிதுனம் (துருவாம்சம்) ஆகி மூன்றாம் பாவத்தில் சனி இருந்து அந்த பாவாதிபன் ராகுவுடன் கூடி இருந்தால் ஜாதகருடைய தாய் தீர்க்காயுளுடையவளாவாள், அவனுக்குத் தாய் வம்சத்தில் விவாகம் நடைபெறும்.

(56) ஜென்ம லக்கினம் மிதுனம் (கமலாம்சம் அதாவது லக்கின ஸ்புடம் பாகை 81–00 கலை முதல் பாகை 81–12 கலை வரையிலும்) ஆகி முற்பாகத்தில் ஜெனித்தவனுக்கு லக்கினாதிபதியான புதன் சூரியனுடன் ஏழாமிடமான தனுர் ராசியிலிருந்தால் ஜாதகன் சாம்பல் நிறமான தேகமுள்ளவனாயும், மெல்லிய காத்திர தேகம் உள்ளவனாயும், வெகு புத்திமானாயும், சூட்டுத் தேகியாயும் மேதாவியாயும், வித்தையுடையவனாகியும், பணக்காரனாகியும் இருப்பான். எழுத்து வித்தையில் வல்லவன், விசேஷ யுக்தியுடன் கூடினவன், வாயுதேகி, யமகாத்திர ஸ்வரூபி, சங்கீத நாடகமறிந்தவன், சந்தன புஷ்ப, வஸ்திராலங்காரப் பிரியன், மஹா தர்மிஷ்டன், மானி, சுசியுள்ளவர், வேதாந்த ஞானமுள்ளவர், கொடையாளி, கீர்த்தியுடையவர், சாது, வாசாலகர், தேவப் பிராமண பக்தியுள்ளவர், விஷ்ணு, சிவ பக்தி யுடையவர், அநேகமாயிரம் தனம் சம்பாதிப்பவர், தானம் செய்யும் தாதா, எல்லா ஜனங்களுக்கும் பிரியன், உத்தியோகஜீவனம் உண்டு, தானே பயிரிடுதலும், வியாபாரஞ் செய்தலுமுடையவர்.

(57) ஜென்ம லக்கினம் மிதுனம் (கமலாம்சம்) ஆகி சந்திரனைச் சனி பார்த்தால் ஜாதகர் வைசூரி, ஜுரம் முதலிய கண்டங்களையுடையவர். நான்கு வித்தையில் வல்லவர், பல பாஷை தெரிந்தவர்.

(58) ஜென்ம லக்கினம் மிதுனம் (கமலாம்சம்) ஆகி இரண்டாமிடத்தைச் சனி பார்த்தால் ஜாதகனுடைய வித்தைக்கு இடையூறுண்டு, ஜாதகர் மகா தைரியசாலி, மகாபோகி, கொஞ்சம் வித்தையுடையவர், தயையுடையவர், சீக்கிரகோபி, பிரஸன்ன முகம் உடையவர்.

(59) ஜென்ம லக்கினம் மிதுனம் (கமலாம்சம்) ஆகி செவ்வாய் நீச்சமடைந்து இரண்டாமிடத்தில் இருந்தால் ஜாதகர் நீச்ச ஸ்த்ரீ சேர்க்கையுடையவர், இல்லாவிட்டால் ருதுவுடன் கூடிய ஸ்த்ரீயை அனுபவிப்பார்.

(60) (61) ஜென்ம லக்கினம் மிதுனம் (கமலாம்சம்) ஆகி சுக்கிரன் ராகு இருவரும் கூடிப் பன்னிரண்டாமிடத்தில் இருக்க ஜாதகர் துவி ஜாதி என்ற பிராமண ஸ்த்ரீகளிடம்

கேளிக்கைப் பிரியன். ஜாதகனுக்குப் பட்டணத்தில் காட்டுக்குச் சமீபத்தில் வசித்தலும், ஜனனமும் ஏற்படும். ஜாதகர் கொஞ்சம் தந்த வாயு உடையவர், அதுவும் பல மில்லாத பல்லை உடையவர், கொஞ்சகாலம் விரைவாதத்தால் கஷ்டப்படுவார், வயிற்றில் சூலரோகத்தினால் பீடை உள்ளவர். பிற்பாதியில் ஜெனித்தவர், அனேக க்ஷேத்திரம், தனம், விவசாயம் விசேஷ பணத்தின் வரவு முதலானவற்றையுடையவர், தானம் செய்பவர்.

(62) (63) ஜென்ம லக்கினம் மிதுனம் (கமலாம்சம்) ஆகி முற்பாதியில் ஜனித்தவனுக்கு மூன்றாமிடத்துக்குடைய சூரியன் மிதுன ராசியில் புதனுடன் சம்பந்தப்பட்டிருந்தால் அவனே மூத்தவன், ஒரு இளைய சகோதர முள்ளவர், சகோதரிகள் உண்டு. இரண்டு அல்லது மூன்று சகோதரிகள் நாசமடைவார்கள், ஸ்த்ரீ சகோதரம் இருக்காது. புருஷ சகோதரர் இருப்பார். அவனும் இவனும் கூடியிருப்பார்கள், அதிகம் சகோதரர் பிறந்தாலும் மறித்துப் போவார்கள், பிற்பாதியில் ஜனித்தவர் மூத்த சகோதரனில்லாதவர், மூத்த சகோதரி கொஞ்சகாலம் இருப்பாள், இளைய சகோதரி சகோதரர்களையுடையவர், முற்பாதியில் ஜனித்தால் பிதா பாக்கியம் கொஞ்சம் இருக்கும் சுயார்ஜித சம்பத்துடையவர், க்ஷேத்திரத்துடன் கூடினவர், பசுக்களை உடையவர், தானிய சமிர்த்தி உள்ளவர், வாஹனாதிகளுடனிருப்பார்.

(64) ஜென்ம லக்கினம் மிதுனம் (கமலாம்சம்) ஆகி சந்திரன் கன்யாம்சத்தில் மீன ராசியில் இருந்தால் பூர்வ பாகத்தில் ஜாதகனுடைய தாய் வெகு காலம் வரை ஜீவித்திருப்பாள். ஐம்பத்தைந்தாவது வயதில் சுக்கிரதிசையில் சனி புக்தியிலாவது, அதற்கு முந்தியே கேது திசையில் முப்பத்து மூன்றாவது வயதிலாவது தாய் மரிப்பாள், கேது திசை சனி, ராகு, குஜ புக்தியிலாவது, சுக்கிர திசையில் சனி, ராகு, செவ்வாய் புக்திகளிலாகிலும் தாய்க்கு வெகு பீடையும், ஜ்வர, அதிஸார தோஷத்தாலும் மரண நேரிடும். உத்தரபாகத்தில் பிறந்தவனுடைய தாய்க்குக் கேது திசையில் சனி, செவ்வாய், ராகு புக்திகளில் முப்பத்தாறாம் வயதில் ஆபத்து உண்டு.

(65) ஜென்ம லக்கினம் மிதுனம் (கமலாம்சம்) ஆகி ஐந்தாமிடத்துக்குடைய சுக்கிரன் பன்னிரண்டாமிடத்தில் ராகுவுடன் கூடியிருந்தாலும் கும்பத் திரிகோணமான மிதுன துலா ராசிகளில் குரு இருந்து ஸ்த்ரீ காலத்தில் ஜாதகர் பிறந்தாலும் முதலில் ஸ்த்ரீ பிரஜையே பிறக்கும், புருஷப்பிரஜை ஸ்வல்பமென்று அறியவும்.

(66) ஜென்ம லக்கினம் மிதுனம் (கமலாம்சம்) ஆகி சனி, ராகு, இவர்களால் குரு பார்க்கப்பட்டால் ஆண் குழந்தை பிறப்பதற்கு தோஷம் ஏற்பட்டிருக்கும், இதற்குப் பரிகாரம் சேது ஸ்நானமும், நாகப்பிரதிஷ்டையும் செய்தால் காலாந்திரத்தில் புத்திர லாபம் உண்டாகும். இதில் சந்தேகமில்லை. சாந்தி செய்யாவிட்டால் புத்திரன் பிறந்தாலும் மரித்துவிடும். சாந்தி செய்தால் தீர்க்காயுள் உள்ள இரண்டு புத்திரிகளும் இரண்டு புத்திரர்களும் இருப்பார்கள்.

(67) ஜென்ம லக்கினம் மிதுனம் (வசுதாம்சம் அதாவது லக்கின ஸ்புடம் பாகை 75-00 கலை முதல் பாகை 75-12 கலை வரையிலும்) ஆகி பூர்வ பாகத்தில் ஜெனித்தவர் சூத்திர ஜென்மம், நித்திய சுகி. ஸ்மந்த புத்திரன், இல்லாவிடில் இரண்டாவது பிறப்பு ஆவன். இவனுக்கு மூத்த சகோதரனில்லை, சமுத்திர தீரத்தில் பட்டணத்தில் தெற்கு வடக்கு வீதியில் மேற்கு முக வாசற்படி உள்ள வீட்டில் பிறந்தவர், வெகு பாக்கியம் உள்ளவர்.

(68) ஜென்ம லக்கினம் மிதுனம் (வாசுதாம்சம்) ஆகி உத்தர பாகத்தில் ஜெனித்தவர் வைசிய ஜென்மம், மூன்றாவதான கர்ப்பத்தில் பிறந்தவர், பெரிய நதிப்பிராந்தியத்தில் கிழக்கு மேற்கு வீதியில் வடக்குப் பார்த்த வீட்டில் பிராமணாசாரம்

உள்ள வீட்டில் ஜெனித்து வெகு வியாபார பாக்கியமும், வீடு க்ஷேத்திர சமிர்த்தியுள்ளவனாயு பிருப்பார்.

(69) ஜென்ம லக்கினம் மிதுனம் (வசுதாம்சம்) ஆகி பூர்வபாகத்தில் மகராம்சத்தில் லக்கினாதிபதியான புதன் சுக்கிரனுடன் கூடி பன்னிரண்டாமிடத்திலும், லக்கினத்தில் செவ்வாயும், குரு தனுசில் ஏழாமிடத்திலும் இருக்கப் பிறந்தவர் ரூபவான், புத்திமான், பேசும் திறம் படைத்தவர், பிரஸன்ன முகமுங் கண்களும் உடையவர், அதிர்ஷ்டசாலி, தர்மாத்துமா சிவப்பு நிறம் உள்ளவர், சுபாகிருதி உடையவர், ஸ்தூல தேகம் உடையவர். பொறுமை உள்ளவர், பணக்காரன், விஷ்ணு, பக்த குலத்தில் உதித்தவர், பித்த தேகம் உள்ளவர், எப்போதும் அதிக உஷ்ண தேகம் உள்ளவர், வாயு தேகி, இரணகண்டம், மறைவிடரோகி, பல், கண், காது, மனம் இவற்றில் வியாதி உள்ளவர், பல்லில் ரத்தம் வடிந்து கொண்டே யிருக்கும். தகப்பன் பாட்டன் முதலானவர்களுடைய பாக்கியம் உள்ளவர், அரசனைப் போல அனுபவிப்பவர், மூன்று வாகனங்களை யுடையவர், பிறபல உத்தியோக சம்பாத்தியம் உண்டு. அனேக வியாபார பாக்கியமும் உண்டு. நீச்ச அரசனால் வெகுமானிக்கப்பட்டவர், சமுத்திர வஸ்து வியாபாரம் செய்பவர், தீவாந்திரத்தில் பணவரவுடையவர், நீலம், பஞ்சு, குதிரை, வஸ்திரம் ஸ்வர்ணம் ரத்தினம் முதலியன விற்பவர், அனேக லக்ஷாதிபதி, ஞானி, ஸாத்வீகன் மிருதுவாய்ப் பேசுபவன்.

(70) ஜென்ம லக்கினம் மிதுனம் (வசுதாம்சம்) ஆகி இரண்டாமிடத்துக்குடைய சந்திரன் மீன ராசியிலிருக்கப் பிறந்தவர், நான்கு வித்தையில் வித்துவானாகி யிருப்பார், நானாவித பாஷைகளைக் கற்றவர், சுசியுள்ளவர், மிருதுவான அன்னத்தைப் புசிப்பவர், சுகியாயிருப்பர்.

(71) ஜென்ம லக்கினம் மிதுனம் (வசுதாம்சம்) ஆகி மூன்றாமிடத்திற்குடைய சூரியன் தன்னுடைய உச்ச ராசியிலிருக்க சகோதரகாரகன் குருவால் பார்க்கப்பட்டால் ஜாதகர் மூத்த சகோதரனை இழந்தவனாகவும், இரண்டு இளைய சகோதரர்களை யுடையவனாயும், அவர்களுடன் கூடியேயிருப்பவனாயும், அல்லது ஒரே சகோதர னுடையவனாயுமிருந்து அந்தச் சகோதரனும் மரணத்தை அடைவார், சகோதரி இல்லாதவனாகவும் தைரிய வீரிய, பராக்கிரமமுள்ளவனாகவும், மனதில் திடமான யுக்தியை யுடையவனாயும், மனதில் பயத்தையுடையவனாயும் இருப்பார்.

(72) ஜென்ம லக்கினம் மிதுனம் (வசுதாம்சம்) ஆகி நான்காமிடத்துக்குடைய புதன் பன்னிரண்டாமிடத்தில் சுக்கிரனுடன் கூடி யிருந்து மாதுரு காரகனான சந்திரன் மீனத்தில் இருந்து பூர்வாம்சத்தில் பிறந்தவனுடைய ஜாதகனுடைய தாய் மத்திய வயதுடையவள், புத்திரனுக்குப் பிரியமானதைச் செயவுாள். புண்ணியவதி, சகோதரர்களுடன் கூடியிருப்பாள், கணவனிடத்தில் விசேஷ பக்தியுடையவள். சாத்வீகி, சுக்கிர தசையின் கடைசியில் மரிப்பாள், சுக்கிர தசையில் புதனுடைய புக்தியில் அந்தியத்திலாவது கேது புக்தியிலாவது பிறந்த முப்பதாவது வயதிலாவது, சீதள வாத ஜுரத்தாலாவது, விஷ அதிசார தோஷத்திலாவது ஜாதகனுடைய தாயாரானவள் மரணமடைவாள். ஒரு சமயம் அப்படி புண்ணிய வசத்தினால் ஜீவித்திருந்தால் அவனுடைய சகோதரனாவது மறிப்பார். அல்லது பத்தினியாவது நாசமடைவாள், அவனுடைய சகோதர வர்க்க பீடையும், தேக பாதையும் மனோவியாதியும், வியாபரத்தன நஷ்டமும், ராஜ மந்திரியுடன் விரோதமும் நான்கு கால் உள்ள பிராணிகளின் நாசமும், இவனுடைய பந்துக்களின் விரோதமும் ஏற்படும். உத்தராம்சத்தில் ஜனித்தவருடைய தாயார் வெகு காலம் வரை ஜீவித்திருப்பாள். ஜாதகர் உத்பானம், பூமி, கிருகம் முதலிய சமிர்த்தியுள்ளவர், பசு, தான்யம் முதலானவை சமர்த்தியம் உடையவர். தன் சொந்த வீட்டிலேயே (தன்னால் நிர்மாணிக்கப்பட்ட கிரகத்தில்) வசிப்பார். அநேகரை ரக்ஷிப்பார். மானி, ஜபம், தியானம் முதலியன செய்வார்.

(73) ஜென்ம லக்கினம் மிதுனம் (வசுதாம்சம்) ஆகி ஐந்தாமிடத்துக்குடைய சுக்கிரன் புதனுடன் பன்னிரண்டாமிடத்தை அடைந்திருந்தால் புத்திர ஸ்தானத்தை சூரியன், செவ்வாய் இவர்கள் பார்த்தால் புத்திர தோஷத்துடன் கூடின ஜாதகனான இவன் தத்துப் புத்திரனால் சந்ததி அடைவார். ஜன்மாந்திரத்தில் செய்த தோஷத்தாலும் பத்தினியின் திரவியத்தை அபகரித்ததாலும், அன்னியருடைய தனத்தை அபகரித்த தோஷத்தாலும் இந்த ஜன்மத்தில் புத்திரனில்லாதவனாவார். ஏகாதசியில் பசு தானமும், அரசமரத்தைப் பிரதிஷ்டை செய்வதாலும், தங்கத்தால் செய்த ஸந்தான கோபாலனுடைய விக்கிரகத்தைத் தானம் செய்வதாலும் எண்பத்தொரு வித தானங்களையும் செய்வதாலும், சிவலிங்க பூசை செய்வதாலும், நாகப்பிரதிஷ்டை செய்வதாலும், சேது ஸ்நானம் முதலிய புண்ணிய காரியங்களாலும் காலந் தப்பி புத்திர லாபமுண்டாகும். அல்லது மறுதாரத்தினிடமாக புத்திரன் பிறப்பார். ஜாதகருக்குச் சகோதரர் சத்ருவாய் விடுவார். ஜாதகர் சத்ருக்களால் அநேக துன்பப் படுவார், விரைவாதத்துடன் கூடினவர், கொஞ்சம் வயிற்றுநோயும், காது நோயும், ஹிருதய நோயும் உடையவர், (மறைவிடத்தில்) மர்ம ஸ்தானத்தில் வியாதியுடையவர், இரணத்தால் கண்டம் உடையவர், எப்போதும் துர்பல தேகியாயிருப்பார்.

(74) ஜென்ம லக்கினம் மிதுனம் (வசுதாம்சம்) ஆகி ஏழாமித்துக்குடைய குரு சுயக்ஷேத்திரத்திலிருக்க தன் அம்சத்தில் இருக்கப்பட்ட செவ்வாயால் பார்க்கப்பட்டால் இருபதாவது வயதிலாவது, பத்தொன்பதாவது வயதிலாவது விவாஹம் நடக்கும். ஜாதகர் சிவப்பு நிறமான பத்தினியடைவார், காலாந்தரத்தில் கஷ்டத்தினால் பெண் பிரஜை ஜெனிக்கும்.

(75) ஜென்ம லக்கினம் மிதுனம் (வசுதாம்சம்) ஆகி ஒன்பதாமிடத்துக்குடைய சனி தன் வீட்டில் பலத்துடன் கூடியிருக்க, பித்ரு காரகன் தன் உச்ச ராசியை அடைந்து ராகுவுடன் துலாம்சத்தில் இருந்தால் ஜாதகனுடைய தகப்பன் மத்திய வயதுடையவர், ஸ்ரீவைஷ்ணவ மதத்தைத் தழுவியவர், சகோதர சகோதரிகளையுடையவர், அழகாய்ப் பேசுபவர். மூன்று வாஹனங்களையுடையவர், லக்ஷத்துக்கு அதிகமான பணத்தைச் சம்பாதிப்பவர், அநேக வியாபாரம் செய்து பாக்கியத்தை அடைபவர், பொன், மாணிக்கம், முத்து, நவரத்தினம் முதலியவை விற்பவர். ஸமுத்திரவஸ்து வியாபாரம் செய்பவர். நீலம் முதலிய விற்பனை செய்பவர், நீச்சராஜனால் வெகுமதிக்கப்பட்டவர், தீவாந்திரத்தில் பணத்தைச் சம்பாதிப்பவர், இருபதாவது வயதிலாவது, பிற்பாடாவது பித்த பாண்டு முதலிய ரோகத்தால் பிதா மரிப்பார். ஜாதகருக்கு ஒரே சிறிய தகப்பன், நீண்ட ஆயுளுள்ளவர், பிதுரார்ச்சித சமிர்த்தி உடையவர்.

(76) ஜென்ம லக்கினம் மிதுனம் (வசுதாம்சம்) ஆகி பத்தாமிடத்துக்குடைய குரு ஏழாமிடத்திலாவது பத்தாமிடத்திலாவது சந்திரனுடன் கூடியிருந்தால் ஜாதகர் நல்ல கிரியைகளையுடையவர், ஆசாரமுடையவர், சாது, ஜபம், தியானம் முதலியன செய்பவர். வேலைக்காரி, வேலைக்காரர் முதலானவர்களால் கௌரவிக்கப்பட்டவர், வேதாந்த மறிந்தவர். தயாளமானவர், ஒவ்வொரு தெசைகளிலும் சனி, ராகு, சூரியன், செவ்வாய் கேது இவர்கள் புக்திகளின் முதலில் தனக்குச் சமமான ஜனங்களால் மனக்கிலேசமும் அதிக பண நாசமும், திருடர், நெருப்பு, ராஜன் முதலியவர்களால் பீடையும் விவகாரங்களில் கஷ்டமும், தாரம், புத்திரர், மூலம் பீடையும், நாற்கால் பிராணிகளின் நாசமும், பயிர், வியாபாரம் முதலானவை நாசமும் உண்டு. தன் இஷ்ட பந்துக்களால் விரோதம் உண்டாகும். இக்கிரகங்களின் புக்தி கடைசியில் சௌக்கியம், பயிர், வியாபரம் முதலிய பாக்கியமும், நித்யதேக சுகியாகவும், மனைவி வர்க்க தானத்தால் சுகமும், ராஜப்பிரீதியும், யோகமும், நஷ்டத் திரவிய லாபமும் உண்டாகும்.

(77) ஜென்ம லக்கினம் மிதுனம் (வசுதாம்சம்) ஆகிப் பிறந்தவனுக்கு எல்லா தெசைகளிலும் குரு, சுக்கிர, சந்திர, புத புக்திகளில் புக்தி முதலில் சுகமும் மனைவி, புத்திரன் சுகம், கீர்த்தி, பயிர், வியாபார லாபம், நாற்கால் ஜீவன லாபம், உத்தியோக சௌக்கியம், பண வரவு, சிநேகிதர்களின் வரவு, பிரபு சிநேகம் இவையும் உண்டாகும். புக்தி கடைசியில் கஷ்ட பலனும் அதிக தன நஷ்டமும், மறுபடியும் முன்போல மஹா நதிதீரத்தில் பட்டின வாசமும், நல்ல வாஹனப் பிராப்தியும், திடசரீரமும் உண்டாகும். அழகாய்ப் பேசுபவனாயும், பணத்தைச் சம்பாதிப்பவனாவான் புண்ணியம் சம்பாதித்து வாழ்வார்.

(78) ஜென்ம லக்கினம் மிதுனம் (காந்தாம்சம் அதாவது லக்கின ஸ்புடம் பாகை 81–12 கலை முதல் பாகை 81–24 கலை வரையிலும்) ஆகி சுக்கிரன் ஒன்பதாமிடத்திலிருக்க அவனுடைய தசை வந்தால் பிதாவுக்குப் பிரபல யோகமும் மகா சௌக்கியமும் உண்டாகும்.

(79) ஜென்ம லக்கினம் மிதுனம் (சித்திராம்சம்) ஆகி ஜென்ம லக்கினத்தில் புதனும் சுக்கிரனும் இருக்க ஒன்று, ஒன்பது, ஐந்து முதலிய இடங்களில் எவ்விடத்திலாவது குருவும் இருக்க ஜனித்தவர் குலத்தைப் பிரகாசிக்கச் செய்கிற நல்ல புத்திரனாக குல தீபமாய் விளங்குவார். அவர் அநேக பூமி உடையவர், அதிக பணமுடையவர், வாகனமுடையவர்.

(80) ஜென்ம லக்கினம் மிதுனம் (சித்திராம்சம்) ஆகி எட்டுக்குடையவர் இருக்கும் ராசிநாதர் லக்கின கேந்திர திரிகோணங்களிலிருந்து ஒன்பதுக்குடையவனால் பார்க்கப்பட்டால் ஜாதகர் மத்திமாயுள் உள்ளவர்.

(81) ஜென்ம லக்கினம் மிதுனம் (சித்திராம்சம்) ஆகி ஐந்தில் கேது இருந்து ஜனன கால தசை கேது தசையானால் அந்தத் தசையில் ஜாதகருடைய தாய் தகப்பனுக்கு மகத்தான சுகம் உண்டாகும்.

(82) ஜென்ம லக்கினம் மிதுனம் (சாங்கரியாம்சம் அதாவது லக்கின ஸ்புடம் பாகை 75–48 கலை முதல் பாகை 76–00 கலை வரையிலும்) ஆகி பூர்வ பாகத்தில் புத திரிம்சாம்சத்தில் ஜனித்தவர் கருப்பு நிறமுடையவர், நல்ல ஆகிருதி உடையவர். தான் ஐந்தாவது கர்ப்பத்தில் ஜெனித்தவர், மூத்த சகோதரனுடன் கூடினவனாவார். விப்பிர காலத்தில் ஜனித்தவர் சகோதரர்களில்லாதவர். நான்காவது, கர்ப்பத்தில் ஜனித்தவர் ஆயுளுள்ள மூன்று சகோதரிகளையுடையவனாவார். ராஜ வம்சத்தில் ஜனித்தவர், பால்யத்தில் ராஜ்யத்தையும், நல்ல பாக்கியத்தையும் அடைவார். வைசிய காலத்தில் பிறந்தவர். இரண்டு சகோதரர்களையுடையவர், சுகியாயிருப்பார், பாலியத்தில் கிலேசமடையார், பாலியத்திலேயே பிதா அரிஷ்டத்தை அடைவார், மத்திய வயதில் பாக்கியத்தை அடைந்து புத்திமானாகவும், ஞானவானாகியுமிருப்பார்.

(83) ஜென்ம லக்கினம் மிதுனம் (சாங்கரியாம்சம்) ஆகி லக்கின பாவாதிபதி சுபராசியிலிருந்து சுபக்கிரகங்களுடன் கூடியிருந்தால் ஜாதகர் புண்ணிய க்ஷேத்திரத்தில் பெரிய நதி தீரத்தில் நகரத்தில் பிறந்தவனாவர்.

(84) ஜென்ம லக்கினம் மிதுனம் (சாங்கரியம்சம்) ஆகி சனி ஐந்தாம் பாவத்தில் இருக்க சந்திரன் ஒன்பதாம் பாவத்திலிருந்து, பத்தாம் பாவாதிபதி நீச்ச ராசியிலிருந்தால் ஜாதகருடைய தாய்க்கு அரிஷ்டம் உண்டாகும்.

(85) ஜென்ம லக்கினம் மிதுனம் (சாங்கரியாம்சம்) ஆகி நான்காம் பாவாதிபதி சனியுடன் கூடியிருந்து சூரியன் நான்காம் பாவத்திலிருந்தாலும், ஐந்தாம் பாவத்தில் சனியுடன் கூடியிருந்தாலும் ஜாதகருடைய தாய் ஜாதகர் பிறந்த வருஷத்திலாவது, ஜென்ம தசையிலாவது கோசாரத்தில் துலா ராசியில் சனி வரும் சமயம் மரணமடைவாள்.

(86) ஜென்ம லக்கினம் மிதுனம் (சாங்கரியாம்சம்) ஆகி சூரியன் வர்க்கோத்தமாம்சத்திலிருக்க, ஒன்பதாம் பாவாதிபதி தன் உச்சராசியிலிருந்தால் ஜாதகருடைய தகப்பன் தீர்க்காயுளுடையவானகவும், சந்தோஷம், உடையவனாகவும், சகோதர, சகோதரிகளுடன் கூடியும், கொடுக்கல் வாங்கலில் உண்மையே பேசுபவனும் தேவர், பிராமணர்களிடத்தில் பக்தியுடையவனாகவும், கொஞ்ச காலம் சுதந்தரமில்லாதவனாகவும், பிறகு சுதந்தர பாக்கிய முடையவனாகவும் இருப்பார்.

(87) ஜென்ம லக்கினம் மிதுனம் (சாங்கரியாம்சம்) ஆகி ஒன்பதாம் பாவம் செவ்வாயால் பார்க்கப்பட்டால் ஜாதகர் பிறந்த வருஷத்தில் ஜாதகருடைய பிதா வியாகூலமடைவார், கொஞ்சம் பர ஸ்த்ரீ சேர்க்கை அடைவார். சந்தான, புஷ்பாலங்கார, வஸ்திரப்பிரியர், பச்சாத்தாபத்தையுடையவர், பாபம் நிறைந்தவர், தெய்வானுக்கிரக மனதுடையவர், தகப்பனுடைய வம்சத்தில் பாக்கிய முடையவர்.

(88) ஜென்ம லக்கினம் மிதுனம் (சாங்கரியாம்சம்) ஆகி நான்காம் பாவத்தில் பாபக்கிரகமிருந்து குரு நீச்ச ராசியிலிருந்தால் ஜாதகர் நீச்சவித்தையில் சமர்த்தனாகவும், மூன்று பாஷைகள் கற்றவனாகவும், கொஞ்சம் படிப்பிற்கு இடையூறுடையவனாகவும், மந்தபுத்தி யுடையவனாகவும் இருப்பார்.

(89) ஜென்ம லக்கினம் மிதுனம் (சாங்கரியாம்சம்) ஆகி குரு பாப ராசியிலிருந்தாலும், நீசனாகியிருந்தாலும், மற்ற புதன் முதலிய சுபக்கிரகங்கள் கேந்திரத் திரிகோணங்களிலிருந்தால் ஜாதகர் எழுத்து வேலையில் நல்ல நிபுணனாகவும், நல்ல வித்தையுடன் கூடியவனாகவும், சுகியாகவும் இருப்பார்.

(90) ஜென்ம லக்கினம் மிதுனம் (சாங்கரியாம்சம்) ஆகி ஐந்தாம் பாவத்தில் பாபக்கிரக மிருந்து அந்த பாவாதிபதி பாபக்கிரகத்துடன் கூடியிருக்க புத்திரகாரகன் நீச்ச ராசியிலிருந்தால் ஜாதகனுக்கு சந்தானத்துக்கு இடைஞ்சலுண்டாகும்.

(91) ஜென்ம லக்கினம் மிதுனம் (சாங்கரியாம்சம்) ஆகி குரு, லக்கினம், சந்திரன் இவற்றிற்கு ஐந்தில் பாபக்கிரகமிருந்தால் ஜாதகருக்குப் புத்திர சந்தானம் நாசமடையும். ஆகையால் சாந்தி செய்ய வேண்டியது. சகடயோகமிருந்தால் அற்ப சந்தானம், அதாவது ஒரே ஒரு சந்தானம் உண்டாகும்.

(92) ஜென்ம லக்கினம் மிதுனம் (சாங்கரியாம்சம்) ஆகி ஐந்தாம் பாவாதிபதி தன் உச்சத்தில் தன் நவாம்சத்திலிருந்தாலும், சுய க்ஷேத்திரத்தில் பலத்துடன் கூடி ஐந்தாம் பாவத்திலிருந்தாலும், நீச்சத்திலிருந்தாலும் ஜாதகருக்கு ராஜயோகம் உண்டாகி ஜாதகர் அரசனாகவாவது, அரசனுக்கு சமமான தனமுடையவனாகவாது ஆகி சுகமுடையவனாய் இருப்பார்.

(93) ஜென்ம லக்கினம் மிதுனம் (சுதாம்சம் அதாவது லக்கின ஸ்புடம் பாகை 63–36 கலை முதல் பாகை 63–48 கலை வரையிலும்) ஆகி லக்கின பாவாதிபதி சூரியனுடன் கூடியிருக்க லக்கின பாவத்தில் ராகு இருந்தாலும், ராகு லக்கினத்தைப் பார்த்தாலும் வனப்பிராந்தியத்தில் பட்டிணத்தில் ஜெனனமும், வாசமும் உண்டு.

(94) ஜென்ம லக்கினம் மிதுனம் (சுதாம்சம்) ஆகி சந்திரனுக்கு நான்கில் பாபக்கிரக மிருந்து அந்த ராசிநாதன் பாபக்கிரகத்துடன் கூடியிருந்தால் ஜாதகருக்கு வனாந்திரப் பட்டிணத்தில் ஜெனனம் நேரிடும். பாக்கிய காலத்தில் பிறந்தவர் பாக்கியத்தை யுடையவனாகியும் , முன் ஜென்மாந்திர புண்ணியத்தாலும், தகப்பனுடைய புண்ணியத்தாலும் [illegible] வார்.

(95) ஜென்ம லக்கினம் மிதுனம் (சுதாம்சம்) ஆகி லக்கின பாவாதிபதியும் இருப்பார். மனைவி மக்களுடன் கூடி ராஜயோகத்துடனும், விசேஷபதி தன்னுச்சத்திலாவது, கேந்திரங்களிலாவது தன் அம்சத்திலிருந்து எட்டாம் பாவாதிபதியும் தன் உச்ச ராசியிலிருந்தால் தீர்க்காயுளுடனும், யோகத்துடனும், சுகத்துடனும் ஜாதகர் இருப்பார். ஜாதகருடைய தகப்பனுக்குச் சுகமும், சுபமும் உண்டாகும். ஜாதகர் தனது தாயின் சுகமிழந்தவர், மாற்றாந் தாயால் ஜாதகர் சௌக்கியத்தை அடைவார், தகப்பன் வம்சத்தில் அதிக சுபமுள்ளவர். தன் பிதா விஷ்ணுவிடம் பக்தியுடையவர் வைஷ்ணவ ஆசார பாக்கிய முடையவர், தானம் செய்பவர், சத்தியவாதி, கர்ப்பத்திலிருந்தே சம்பத்துடையவர், சுகமுடையவர், நித்யம் தர்ம மார்கத்துடன் கூடினவர், பாக்கிய விருத்தியுடையவர், வாகன முடையவர், வயதின் மத்தியில் பணம் சம்பாதிப்பவர், வனாந்தர பட்டிண அதிபதியுடன் நேசமுடையவர், நல்ல பாக்யமுடையவர், மூன்று மனைவியுடையவர், போகீ சகோதரக் கிலேசத்தால் பீடிக்கப்பட்டவர், ஆயுள்வரையிலும் பாக்கிய முடையவர், தர்ம புத்தியுடையவர், இந்திரியங்களை ஜெயித்தவர், தன் பிதாவைவிட தீர்க்க காலம் ஆயுளுடையவனாவார்.

(96) ஜென்ம லக்கினம் மிதுனம் (சுதாம்சம்) ஆகிப் பிறந்தவருடைய சிற்றப்பனின் புத்திரஸ்தானாதிபதியாகிய சூரியன் சந்திர கேந்திர திரிகோணங்களில் இருந்தால் ஜாதகருடைய சிறிய தகப்பனுடைய புத்திரனும் சந்ததி பாக்கியம் இவற்றை உடையவனாயிருப்பார்.

(97) ஜென்ம லக்கினம் மிதுனம் (சுதாம்சம்) ஆகி லக்கினபாவத்தில் ராகுவும், ஐந்தாம் பாவத்தில் சனியும், ஏழாம் பாவத்தில் பாபக்கிரகங்களுமிருக்க ஜாதகருக்கு கொஞ்சம் பாலாரிஷ்ட பயம் உண்டாகும் ஜாதகர் பிதாவினுடைய புண்ணிய வசத்தால் சுகமடைவார், ஜென்ம தெசையில் மூன்றாம் வருஷத்தில் அல்லது நான்காவது வயதில் ஜாதகருக்கு பாலாரிஷ்ட பயம் உண்டாகும், சீக்கிரமாக ஆரோக்கியமும் உண்டாகும்.

(98) ஜென்ம லக்கினம் மிதுனம் (சுதாம்சம்) ஆகி புத திரிம்சாம்சத்தில் ஜெனித்தவருக்கு ஏழாம் பாவத்தில் பாபக்கிரகங்கள் கூடியிருந்தால் ஜாதகருடைய மனைவிக்குப் பீடையும், ஜாதகருக்கு விசாரமும் உண்டாகும். அந்த ஏழாம் பாவாதிபதி பலவானான பாபக்கிரகத்துடன் கூடி ஜாதகத்தில் எவ்விடத்தில் இருந்தாலும் ஜாதகர் இரண்டு மனைவியை அடைவார்.

(99) ஜென்ம லக்கினம் மிதுனம் (சுதாம்சம்) ஆகி சந்திரனுக்கு எட்டாமிடத்தில் குரு இருந்தால் சகட யோகமுண்டாகும். அப்படிப்பட்ட சகடயோகத்தில் ஜெனித்தவருக்கு மனைவியின் சௌக்கியம் இராது.

(100) ஜென்ம லக்கினம் மிதுனம் (சுதாம்சம்) ஆகி சந்திரன் சுபாம்சத்தில் இருக்க குருவும் சுபாம்சத்தில் இருந்தால் சுப க்ஷேத்திரத்தில் பிறந்தவனுக்குச் சகட யோகம் பங்கமாகும், யோகமுண்டாகும்.

(101) ஜென்ம லக்கினம் மிதுனம் (சுதாம்சம்) ஆகி சாம்ராஜ்ய சகட யோகத்தில் பிறந்தவர் அதிகமான பாக்கியத்தை யுடையவர், ஸந்தானம் நாசமடைவதால் துக்கிப்பவர், மனைவி பீடையால் விசாரமுடையவர், வேறு மனைவியிடம் பலனுண்டாகும், கருத்த சரீரமுடையவர், சகோதரனில்லாதவர் ஒண்டியானவர், இவனுக்குச் சனி ஒராவது பரியாயத்தில் மிதுன ராசியின் கடைசியிலல்லது கடக ராசியில் கோசாரத்தில் வரும் சமயம் எட்டாம் பாவாதிபதி தெசையில் மனைவி மரிப்பாள். சீக்கிரமாகவே விவாக யோகம் உண்டாகும், குரு கடக ராசியில் கோசாரத்தில் வரும் சமயம் மூன்றாம் தெசையில் இரண்டாவது விவாகம் சௌக்கியமாக உண்டாகும், தெசையின் மத்தியில் விசேஷ

சௌக்கியமும், பிதாவுக்குச் சௌக்கியமும் பணவரவும் உண்டாகும். விபத்தார தெசையில் வீட்டில் சுபம் உண்டு.

(102) ஜென்ம லக்கினம் மிதுனம் (சுதாம்சம்) ஆகி சகடயோகத்தில் ஜெனித்தவர் அநேக தனமுள்ள தனவானா யிருந்தாலும் சந்தானத்துக்கு இடைஞ்ச லுடையவர் ஆவார்.

(103) ஜென்ம லக்கினம் மிதுனம் (சுதாம்சம்) ஆகி ஐந்தாம் பாவத்தில் சனி யிருந்து, ஏழாம் பாவாதிபதி செவ்வாயுடன் சேர்ந்திருந்து லக்கின பாவத்துக்கு ஏழில் கேது இருந்தால் புத்திர சந்தானத்துக்கு இடைஞ்சலுண்டாகும். அந்த தோஷ பரிகாரமாகும்படி சொர்ணத்தால் செய்யப்பட்ட கேது பிரதிமையை அர்ச்சித்து, ஜோதிஷனுக்கே தானம் கொடுக்கவேண்டியது. அப்படிச் செய்தால் முன் ஜென்மாந்திர புண்ணியப் பிரபாவத்தாலும், பால கிருஷ்ணனுடைய அனுக்கிரகத்தாலும், சூரிய புக்தியில் கர்ப்பாதானம் சந்தேகமில்லாமல் உண்டாகும்.

(104) ஜென்ம லக்கினம் மிதுனம் (சுதாம்சம்) ஆகி ஐந்தாம் பாவத்தில் சனியிருக்க குரு, செவ்வாயால் பார்க்கப்பட்டாலும், செவ்வாயுடன் கூடியிருந்தாலும் துர்க்கா தானம் செய்யவேண்டியது.

(105) ஜென்ம லக்கினம் மிதுனம் (சுதாம்சம்) ஆகி ஐந்தாம் பாவத்தில் பாபக்கிரகமிருக்க அந்த பாவாதிபதியும் பாபக் கிரகத்துடன் கூடியிருந்து, குருவானவர் செவ்வாயுடன் கூடி யிருந்தாலும், செவ்வாயால் பார்க்கப்பட்டாலும், தங்கத்தால் சிவலிங்கம் செய்து அதைத் தானம் செய்ய வேண்டும். விபத்தார தசையில் சந்திர புக்தியில் விசேஷ தனம் உண்டாகும். புத்திரி பிறப்பாள், பிறகு புத்திர லாபமுண்டாகும்.

(106) ஜென்ம லக்கினம் மிதுனம் (சுராம்சம் அதாவது லக்கின ஸ்புடம் பாகை 76–36 கலை முதல் பாகை 76–48 கலை வரையிலும்) ஆகி லக்கின பாவாதிபதி வர்க்கோத்தமத்திலிருந்து சூத்திர காலத்தில் பிறந்தவர் சூத்திர வம்சத்தில் ஜனனம் அடைவார், சம்பத்துடையவர் மூன்றாவது அல்லது இரண்டாவது கர்ப்பத்தில் ஜனித்தவர். பின் சகோதரனில்லாதவர், கருப்பு நிறமுடையவனாவார்.

(107) ஜென்ம லக்கினம் மிதுனம் (சுராம்சம்) ஆகி லக்கினபாவாதிபதி சுப க்ஷேத்திரத்தில், அல்லது சுப ராசியிலிருந்து பூர்வ பாகத்தில் ஜனித்த ஜாதகர் நதி தீரத்தில் பெரிய கிராமத்திலாவது பட்டிணத்திலாவது ஜனித்தவனாவார். உத்தராம்சத்தில் ஜாதகனுக்கு பிறப்பிடமானது நதிப் பிராந்தியத்திலிருக்கும் சிறு கிராமத்தில் உண்டாகும்.

(108) ஜென்ம லக்கினம் மிதுனம் (சுராம்சம்) ஆகி லக்கின பாவத்தில் ராகு இருக்கப் பிறந்தவனுடைய தாய்க்குப் பிரசவ வேதனை கொஞ்சமாக உண்டாகும். ஜாதகனுக்குப் பாலாரிஷ்ட பயமும் கொஞ்சம் உண்டாகும். குரு திருஷ்டி லக்கினத்திற்கு இருந்தால் சுகமுண்டாகும். குரு திருஷ்டி பூரணமாக இருந்தால் பாலாரிஷ்டமும் விலகி சீக்கிரமாக ஆரோக்யமும், சௌக்யமும் உண்டாகும்.

(109) ஜென்ம லக்கினம் மிதுனம் (சுராம்சம்) ஆகி ஒன்பதாம் பாவாதிபதி செவ்வாயுடன் கூடி சுப க்ஷேத்திரமாகிய ஜென்ம லக்கினத்திலிருந்து நான்காம் பாவாதிபதி சனியால் பார்க்கப்பட்டால் ஜாதகர் தன் கோத்திரத்தில் தத்துக் கொடுக்கப் படுபவனாவார்.

(110) ஜென்ம லக்கினம் மிதுனம் (சுராம்சம்) ஆகி ஒன்பதாம் பாவாதிபதி தன் உச்ச ராசியில் சர ராசியில், வர்க்கோத்தமாம்சத்தில் இருக்கப் பிறந்தவர், இரண்டு தகப்பனுடன் அதாவது சுய தகப்பன் ஒன்று ஸ்வீகாரத் தகப்பன் ஒன்று கூடி சுகியாயிருப்பார். இரண்டு தாய்களுடன் (அதாவது சுய தாயும் ஸ்வீகாரத்தையும்) கூடி சுகமாய் இருப்பார்.

(111) ஜென்ம லக்கினம் மிதுனம் (சுராம்சம்) ஆகி லக்கின பாவாதிபதி சுராம்சத்தில் இருந்து சனியால் பார்க்கப்பட்டு, ஒன்பதாம் பாவாதிபதி தன் உச்ச ராசியிலிருந்தால் தன் பிதா சிவ பக்தியை யுடையவர் சகோதரர்களுடன், தேவப்பிராமண பக்தியுடையவர், பாலியத்தில் அற்ப சுகமுள்ளவர், காமி, கொஞ்ச காலம் சுதந்திர மில்லாமல் இருப்பவர், பாலியத்திலிருந்து தரித்திரமுயைடவர், புத்திரனால் கொஞ்சம் சுகத்தை அடைவார்.

(112) ஜென்ம லக்கினம் மிதுனம் (சுராம்சம்) ஆகி ஒன்பதாம் பாவாதிபதி தன் உச்சராசியிலிருந்தால் ஜாதகனுடைய பிதா வெகு காலம் ஆயுளுடையவனாவார். ஜாதகருடைய தகப்பனுக்குத் தகப்பன் (பாட்டன்)ஜாதகருடைய க்ஷேம தெசையில் மரிப்பார்.

(113) ஜென்ம லக்கினம் மிதுனம் (சுராம்சம்) ஆகி நான்காம் பாவாதிபதி புதனாகி, இரண்டாம் பாவத்தில் வர்க்கோத்தமாம்சத்திலிருக்க, விருஷப ராசியில் கன்யாம்சத்தில் குரு இருந்தால் ஜாதகருடைய தாய் வெகு காலம் ஆயுளுடையவள், தன் தாய் குணத்துடன் கூடியவள், சாதாரண குடும்பஸ்தன் வம்சத்தில் ஜனித்தவள், சகோதரப் பிராதாக்ளுடன் கூடியவள், தாய் வம்சத்தில் கொஞ்சம் சுகமும் உடையவர். எட்டாம் பாவாதிபதியினுடைய தசையின் நடுவில் ஜாதகருடைய தாய் மரித்து விடுவாள்.

(114) ஜென்ம லக்கினம் மிதுனம் (சுராம்சம்) ஆகி நான்காம் பாவாதிபதியாகிய புதன் இரண்டாவது பாவத்தில் வர்க்கோத்தமாம்சத்தில் இருந்தால் ஜாதகர் தன் ஜாதிக்குத் தகுந்த வித்தையடைவார், காமபோகம் தெரிந்தவர், சுகமுடையவர்.

(115) ஜென்ம லக்கினம் மிதுனம் (சுராம்சம்) ஆகி நான்காம் பாவாதிபதி சனியால் பார்க்கப்பட்டால் ஜாதகருக்குப் படிப்புக்குக் கொஞ்சந் தடங்கலுண்டாகும்.

(116) ஜென்ம லக்கினம் மிதுனம் (சுராம்சம்) ஆகி ஒன்பதாம் பாவாதிபதி செவ்வாயுடன் கூடியிருக்க சனி வர்க்கோத்தமாம்சத்திலிருந்தால் ஜாதகர் தன் தாயாதியின் திரவியத்தை அடைவார்.

(117)ஜென்ம லக்கினம் மிதுனம் சுராம்சம் ஆகி சந்திரன் ராகுவுடன் கூடி சர ராசியிலிருந்தால் ஜாதகர் நல்ல பாக்கியமுடையவனாயிருப்பார், தன் உச்ச ராசியில் சந்திரனிருந்து ராகுவும் கூடியிருந்தாலும், அல்லது உச்ச ராசியில் ராகுவுடன் சந்திரன் கூடியிருந்தாலும் நல்ல பாக்கியமுடையவனாயிருப்பார், விபத் தெசையில் சந்திரன் புக்தியில் ஸ்வீகார பிதாவின் பாக்கியத்தை அடைவார். ஜாதகருடைய ஸ்வீகார தகப்பன் செல்வமுடையவர், பணம் சம்பாதிப்பதில் சமர்த்தன், பிரபுவால் புகழுடையவர், தேவப் பிராமண பக்தியுடையவர், வைதீக ஆசாரமுடையவர். புண்ணியாத்துமா, நியாயமாய்ச் சம்பாதித்து நல்ல ஜீவனம் செய்பவர், நல்ல செய்கையுடையவர், எப்பொழுதும் ஆசாரமுடையவர், சுய புஜத்தால் சம்பாதிக்கப்பட்ட யோகமுடையவர், வியாபார ஜீவனமுடையவர். எப்போதும் தர்ம, புண்ணிய புராணத்தை அறிவதில் ஆசையுடையவர், சத்தியம் உள்ளவர், தர்மமறிந்தவர், கொடையாளி, திடமான நல்ல மனதுடையவர், ஏதாவதொரு தர்மத்தைச் சித்தியாய்ச் செய்வார், அன்னியர்களுக்கு உபகாரம் செய்வார், முன் ஜென்மாந்தர பாபத்தால் புத்திர சோகத்தால் பீடிக்கப்படுவார், வளர்ப்புப் பிள்ளையால் சௌக்கியமும், குணமுடைய கன்னிகையுமுடையவர், குணவான் ஜாதகருடைய தகப்பன் ஜாதகருடைய க்ஷேம தெசையில் மரித்து விடுவார்.

(118) ஜென்ம லக்கினம் மிதுனம் (சுராம்சம்) ஆகி ராகு சந்திரனுடன் தன்னுச்ச ராசியில் இருந்தால் ஜாதகருடைய ஸ்வீகாரத் தாய் சுகமுடையவள். ஸ்வீகாரத் தாய் சுத்தமுள்ளவள், பதிவிரதை, கணவனிடத்தில் பக்தியுடன் கூடினவள். நல்ல புகழுடையவள், அன்னதானப் பிரிய குணம் உள்ளவள், பாக்கிய வம்சத்திலுற்பவித்தவள். தன் வம்சத்தில் பாக்ய அபிவிருத்தி உடையவளாவாள்.

(119) ஜென்ம லக்கினம் மிதுனம் (சுராம்சம்) ஆகி ஐந்தாம் பாவாதிபதி லக்கினத்தில் சூரியனுடன் கூடியிருந்து, ஐந்தாம் பாவத்தில் பாபக்கிரகமிருந்தால் ஸந்தானத்துக்கு இடைஞ்சல் உண்டாகும். அந்த தோஷம் பரிகாரம் ஆகும்படி சிம்சுமார தானம் செய்யவேண்டும்.

(120) ஜென்ம லக்கினம் மிதுனம் (சுராம்சம்) ஆகி ஐந்தாம் பாவத்தில் குரு இருந்து, ஐந்தாம் பாவாதிபதி இரவியுடன் கூடியிருந்தால் ஜாதக்ருக்குக் காலந்தள்ளி குழந்தைகள் விருத்தியுண்டாகும். முதலில் பெண்குழந்தை ஜனிக்கும். அற்ப சந்தான யோகமுடையவர், ஆயுளுடைய மூன்று கன்னிகைகளை அடைவார். விபத்தெசையில் ராகு புக்தியில் கோட்சாரத்தில் கடக ராசியில் குரு வரும் சமயம் ஜாதகருக்கு குரு தசையில் புத்திரப் பிராப்தி உண்டாகும்.

(121) ஜென்ம லக்கினம் மிதுனம் (சுராம்சம்) ஆகி ஆறாம் பாவாதிபதி வர்க்கோத்தமாம்சத்தில் தன் உச்ச ராசியிலிருந்து குருவால் பார்க்கப்பட்டால் ஜாதகர் நல்ல காரியத்தைச் செய்பவானயும், புண்ணியம் செய்பவனாகவும், பணம் சம்பாதிப்பவனாகவும், கீர்த்தியுடையவனாகவும் இருப்பார் என்று முன்னோர்கள் சொல்லுகிறார்கள்.

(122) ஜென்ம லக்கினம் மிதுனம் (க்ஷமாம்சம்) அதாவது லக்கின ஸ்புடம் பாகை 81–48 கலை முதல் பாகை 82–00 கலை வரையிலும்) ஆகி க்ஷமாம்சத்தில் மிதுன லக்கினத்தில் லக்கின பாவாதிபதி இருக்க சூத்திர குலத்தில் பிறந்தவர். சூத்திர ஜென்மத்தில் பிறந்து எப்பொழுதும் சுகியாக இருப்பார். ஜாதகர் ஒராவது அல்லது இரண்டாவது கர்ப்பத்தில் ஜெனித்தவனாவார்.

(123) ஜென்ம லக்கினம் மிதுனம் (க்ஷமாம்சம்) ஆகி பூர்வபாகத்தில் ஜெனித்தவருக்கு லக்கினம் பாவத்தில் ராகு, கேது இருந்தால் துர்காரண்ணியப் பிரதேசத்தில் அல்லது பெரிய கிராமத்தில் துர்க்க மத்தியில் வடக்கு தெற்கு வீதியில், மேற்கு முகம் வாயிற்படியுள்ள வீட்டில் மிலேச்சபட்டிணத்தில் தேவாலய சமீபத்தில் ஜாதகருடைய ஜெனனம் பிதாவின் வீட்டில் நேரிடும். உத்தராம்சத்தில் பிறந்தவனானால் சாதாரண கிராமத்தில் புண்ணிய க்ஷேத்திரத்தின் சமீபத்தில் தேவாலய மில்லாத இடத்தில் கிழக்கு மேற்கு வீதியில் தெற்கு முகம் வாயிற்படி உள்ள வீட்டில் ஜாதகனுக்கு ஜெனனம் நேரிடும். உத்தர பூர்வ பாகங்களில் பலன்கள் கொஞ்சம் வித்தியாசம் உண்டாகும்.

(124) ஜென்ம லக்கினம் மிதுனம் (க்ஷமாம்சம்) ஆகி சுபர்களுடன் லக்கின பாவாதிபதி கூடியிருக்க லக்கின பாவத்தில் பாபக்கிரகமிருந்தாலும். பாபர்கள் லக்கின பாவத்தைப் பார்த்தாலும் பூர்வ பாகத்தில் ஜனித்தவனனுடைய தாய் பிரசவ காலத்தில் அதிக வேதனையடைவாள். உத்தராம்சத்தில் ஜனனமானால் மேற்படி வேதனை கொஞ்சமாயிருக்கும். லக்கினத்திற்குக் குரு திருஷ்டியிருந்தால் சுக முண்டாகும்.

(125) ஜென்ம லக்கினம் மிதுனம் (க்ஷமாம்சம்) ஆகி ஏழாம் பாவத்தில் பாபக்கிரகம் இருந்தால் ஜாதகருடைய தாய்க்குக் கொஞ்சம் பீடையுண்டாகும். ஜாதகர் பாலாரிஷ்ட பீடையால் ஐந்து வயது வரையில் அவதியும், மாந்த ஜுரத்தினாலும், இரணத்தாலும், வைசூரியாலும், ஜுர பயத்தாலும் பிடிக்கப்படுவார்.

(126) ஜென்ம லக்கினம் மிதுனம் (க்ஷமாம்சம்) ஆகி லக்கின பாவாதிபதி எட்டாமிடத்தில் சுப பாபக்கிரகங்களுடன் கூடியிருக்க, எட்டாம் பாவாதிபதி, சனி மித்திர ராசியை அடைந்து தன் நவாம்சத்தில் சுபக்கிரகத்துடன் கூடியிருக்க லக்கினத்தின் இரண்டாம் பாவத்தில் குருவும் இருந்தால் எல்லாத் தோஷங்களும் விலகி சுகமுண்டாகும்.

(127) ஜென்ம லக்கினம் மிதுனம் (க்ஷமாம்சம்) ஆகி சூரியன் லக்கின பாவத்தில் ராகுவுடன் கூடியிருக்க ஒன்பதாம் பாவாதிபதி மித்திர ராசியிலிருந்தால் ஜாதகருடைய பிதா

விசேஷ சௌக்கியமுடையவர். தகப்பனைப் போலவே குணமுடையவர்,விஷ்ணு பக்த மதத்தில் ஆச்ரயித்தவர், ஒருவனே, சகோதரனில்லாதவர், சகோதரர் பிறந்தாலும், மரித்துவிடும், வித்தை புத்தியுடைய விவேகி, குணத்துடன் கூடினவன், தேவப்பிராமண விசுவாசி, விஷ்ணு, சிவபக்தியுடையவர், எழுதுவதில் சமர்த்தன், வேறு பாஷையில் மிகவும் சிரமப்படுவார்.

(128) ஜென்ம லக்கினம் மிதுனம் (க்ஷமாம்சம்) ஆகி ஒன்பதாம் பாவத்தின் ஒன்பதாம் பாவாதிபதியாகிய சுக்கிரன் எட்டாம் பாவத்தில் மூன்று கிரகங்களுடன் கூடியிருந்தால் ஜாதகருடைய தகப்பன் சேர்க்கவும் கலைக்கவும் ஸாமர்த்தியம் உள்ளவர், வாசாலகன், பிரசங்கம் செய்யும் யுக்தியுடையவர், இரண்டு மனைவி உடையவர், யோகமுடையவர், போகி, தாமதமாகக் காரியம் செய்பவர், திரவிய சம்பாதனையில் சமர்த்தன், நியாய வாதம் புரிபவர், குருப் பிரியர்.

(129) ஜென்ம லக்கின மிதுனம் (க்ஷமாம்சம்) ஆகி சூரியன் ராகுவுடன் கூடியிருந்தாலும், ராகுவால் சூரியன் பார்க்கப்பட்டாலும் ஜாதகருடைய பிதா மிலேச்சனை அண்டிப் பிழைப்பவர், பூமி விவசாயத்துடன் கூடியிருப்பார், எப்பொழுதும் பிரபுக்கள் வசியமுடையவர், பிரபுக்குக் கார்யம் செய்வதில் சமர்த்தர். சுயார்ஜிதமாய்ச் சம்பாதிப்பவர், அரசனால் வெகுமானிக்கப்பட்டவர், சந்தோஷத்தை உடையவர், பாலியத்தில் அற்ப சுகமுடையவர், மத்திய, அந்திய வயதுகளில் யோகப் பெருக்குடையவர், அரசாங்கத்தினாலும், மிலேச்சப் பிரபுவினாலும் சுகமுண்டாகும், எப்பொழுதும் ராஜசேவை செய்பவர், வாகனாதிகளை நடத்துபவர், வயோதிக வயதில் ரோகபீதியை உடையவர், வாயு சூலை, உஷ்ணம் முதலியன சம்பவிக்கும், வயோதிக வயதில் புத்தியினால் சுகமுண்டாகும், புண்ணியம் முதலிய தர்மத்தைக் கிரகித்து நடத்துவார், சாந்தமான தகப்பன் ஜாதகருடைய மூன்றாம் தெசையில் மரிப்பார்.

(130) ஜென்ம லக்கினம் மிதுனம் (க்ஷமாம்சம்) ஆகி நான்காம் பாவாதிபதி எட்டாம் பாவத்திலிருந்து செவ்வாய், சுக்கிரன் இவர்களுடன் கூடியிருக்க சந்திரன் குருவுடன் கூடியிருந்தாலும், குருவால் பார்க்கப்பட்டாலும் ஜாதகருடைய தாய் விசேஷ சௌக்யமுடையவள். குணத்துடன் கூடினவள், சாந்தமுள்ளவள், கணவரிடம் பக்தி, குணம், முதலியவற்றுடன் கூடினவள், அன்னதானம் செய்வதில் பிரியமுள்ளவள், புண்ணியவதி வம்சத்தில் பாக்கிய அபிவிருத்தியுடையவள், தகப்பனுக்குப் பிரியமானதைச் செய்பவள், சமர்த்தை, கடிந்து பேசுபவள், முன் பாப விசேஷத்தால் புத்திர சோகத்தால் பீடிக்கப்படுபவள், ஜாதகருடைய தாய் மூன்றாம் திசையில் மரிப்பாள்.

(131) ஜென்ம லக்கினம் மிதுனம் (க்ஷமாம்சம்) ஆகி மூன்றாம்பாவாதிபதி சூரியன் ஏழாம் பாவத்தில் ராகுவுடன் கூடியிருந்து சகோதர காரகன் தன் உச்சராசியில் எட்டாம் பாவத்தில் மூன்று கிரகங்களுடன் கூடியிருந்து குருவால் பார்க்கப்பட்டால் ஜாதகருக்கு சகோதர சௌக்யம் விசேஷமாய் உண்டாகும். ஜாதகர் மூத்த சகோதரனில்லாதவர், பின் சகோதரர்கள் மூன்று பேர் சுகத்துடனும், இரண்டும் சகோதரிகள் ஆயுளுடையவர்களாகி புத்திரன், புத்திரி இவர்களுடன் கூடியிருப்பார்கள், அதிக சகோதரம் ஜாதகருடன் பிறந்தாலும் மரித்துவிடும், இந்த சகோதரர்களில் எவனாவது ஒருவன் வித்தை, பத்தி விவாகம் இவையுடையவனாகியிருப்பார், மனைவி. புத்திரன் முதலிய சுகமுடையவர், யோகவான், அரசாங்கத்தில் உத்தியோக முடையவர். வேறொரு சகோதரர் வீட்டு வேலைகளைச் சுதந்திரமுடன் கவனித்துச் சகியாவார். பயிர் தொழிலில் சமர்த்தர். தனதானியம் முதலிய விருத்தியுடையவர், திரவியத்தைச் சம்பாதிப்பதில் சமர்த்தர், புத்திர, புத்திரியுடையவர், நல்ல போகியாவார், க்ஷேத்திர மூலம் நல்ல லாபமுடையவர், அவனுடைய சகோதரர் சுகஜீவி, அரசாங்கத்தில் புகழுடையவர், திரவியம் சம்பாதிப்பதில் சமர்த்தர் தியாகி, கெம்பீரமுடையவர் புத்திமான், மூன்று பாஷைகளில் வல்லவர், ராஜ வசியமுள்ளவர். இரண்டு மனைவியோகமுடையவர், வேறு மனைவியிடம் நல்ல புத்திரருடையவனாவர்.

(132) ஜென்ம லக்கினம் மிதுனம் (க்ஷமாம்சம்) ஆகி சனி திரிம்சாம்சத்தில் கேஸரி யோகத்தில் ஜெனித்தவர். வெளுப்பு நிறமுள்ளவர். விசேஷ அறிவாளி, பித்தம் நிறைந்த தேகமுடையவர், கொஞ்சம் வாயு அதிகமுடையவர். சமதேகமுடையவர். அறிவாளி, தீரன் அழகிய முகமுங்கண்களும் பொருந்தியவர், அதிர்ஷ்டசாலி, வாசாலகர், விஷ்ணு பக்தி மாதசார முடையவர், உபாயமுள்ளவர், நான்கும் அறிந்தவர், கல்வி, புத்தி இவற்றில் விவேகமுள்ளவர். இரண்டு பாஷைகளை நன்றாய்ப் பேசுவார். அன்னிய பாஷைகளை நன்கறிந்தவர், நியாயவாதம் புரிவார், தகப்பனுக்குப் பிரியமாயிருப்பார்.

(133) ஜென்ம லக்கினம் மிதுனம் (க்ஷமாம்சம்) ஆகி பத்தாம் பாவாதிபதி தன் உச்சராசியிலிருந்தால் ஜீவனம் அரசாங்கத்தினாலும், க்ஷேத்திர மூலத்தாலும், விவசாயத்தாலும் உண்டு. அதனால் அதிக லாபமடைந்து சுகியாயிருப்பார்.

(134) ஜென்ம லக்கினம் மிதுனம் (க்ஷமாம்சம்) ஆகி இரண்டு, பதினொன்று முதலிய இரண்டு பாவாதிபதிகள் எட்டாம் பாவத்தில் நான்காம் பாவாதிபதியுடன் கூடியிருந்தால் ஜாதகர் வாலிபப் பருவம் முதல் சௌக்யமும், யோகமும் உடையவனாகி சுக ஜீவியாயிருப்பார், மிலேச்சப் பிரபுவால் ஜீவிப்பவர், அந்த பிரபுவால் பெருமை அடைவார்.

(135) ஜென்ம லக்கினம் மிதுனம் (க்ஷம்மாம்சம்) ஆகி ஏழாம் பாவாதிபதி தன் உச்ச ராசியிலிருந்து. இரண்டாம் பாவாதிபதியால் பார்க்கப்பட்டால் மனைவி வெளுப்பு நிறமுடையவள், மனைவி தன் கணவனிடம் பக்தியுடையவள்.

(136) ஜென்ம லக்கினம் மிதுனம் (க்ஷமாம்சம்) ஆகி ஏழாம்பாவத்தில் பாபக்கிரகமிருந்து ஏழாம் பாவாதிபதி சனியால் பார்க்கப்பட்டால் ஜாதகருக்கு வேறு மனையாளால் பலனுண்டாகும் என்று சிலரும், ஒரே தாரம் என்று சிலரும் சொல்லுகிறார்கள்.

(137) ஜென்ம லக்கினம் மிதுனம் (க்ஷமாம்சம்) ஆகி சுக்கிரன் அதிமித்துராம்சத்தில் இருந்தால் நல்ல மனைவியை ஜாதகர் அடைவார், விவாகத்திற்குப் பிறகு சௌக்கியமும், வீட்டில் லக்ஷ்மீ கடாக்ஷமும் உண்டாகும். பிதா மூலமாக ஜாதகர் பிரபலமடைவார், புகழையுமடைவார்.

(138) ஜென்ம லக்கினம் மிதுனம்(க்ஷமாம்சம்) ஆகி ஒன்பதாம் பாவாதிபதி சனி செவ்வாயுடன் கூடி குருவால் பார்க்கப்பட்டால் தன் பிதா சிவ பக்தியுடையவர், தேவப் பிராமண பக்தியுடையவர். தன் ஜனங்களிடத்தில் புகழுடையவர், மத்திய அந்திய வயதுக்களில் நல்ல கீர்த்தியடைபவர். புத்திரி மூலம் சுகமுடையவர், பாலியத்தில் ஜாதகருடைய சம்பத்தெசையில் பிதா மரணமடைவார்.

(139) ஜென்ம லக்கினம் மிதுனம்(மாயாம்சம் அதாவத லக்கின ஸ்புடம் பாகை 76–48 கலை முதல் பாகை 77–00 கலை வரையிலும்) ஆகி லக்கின பாவத்தைக் குரு பார்த்தாலும், குரு லக்கினத்தில் இருந்தாலும், பூர்வ பாகத்தில் பிறந்தவருடைய தாய்க்குப் பிரசவத்தில் வேதனை அற்பமாயிருக்கும். உத்தராம்சத்தில் வேதனை விசேஷ மாயிருக்கும், தாய்க்குக் கொஞ்சம் சூதி தோஷ பயமுண்டாகும்.

(140) ஜென்ம லக்கினம் மிதுனம் (மாயாம்சம்) ஆகி குரு சனியால் பார்க்கப்பட்டால் ஜாதகருடைய தாய்க்குப் பீடை கொஞ்சம் உண்டாகும். ஜாதகருக்கு மாந்த சுரத்தாலும், ரணத்தாலும் அம்மையாலும் பயமுண்டு.

(141) ஜென்ம லக்கினம் மிதுனம் (மாயாம்சம்) ஆகி லக்கின பாவாதிபதி உச்ச ராசியிலிருந்து அல்லது கேந்திரத்தில் சுக்கிரனுடன் கூடியிருந்து லக்கின கேந்திரத்தில் குரு இருக்க, எட்டாம் பாவாதிபதி லாப ராசியை அடைந்திருந்தால் எல்லா தோஷங்களின்றும் விலகி

அறுபத்தைந்து வயதுடையவனாக ஜாதகனிருப்பார். இவனுக்கு இருபத்தோராவது வயதில் மிருக பயமும், முப்பத்திரண்டாவது வயதில் தேகபீடையும், நாற்பதாவது வயதிலும் முப்பத்திரண்டாவது வயதைப் போலவேயும் ஐம்பத்திரண்டாவது வயதில் மிக பீதியும், அறுபதாவது வயது காலத்தில் அபமிருத்துவும் உண்டாகும். சாந்தி செய்தால் சுகமுண்டாகும். சாந்தி எண்ணெய்க் குடமும், நெய்யும் தானம்செய்து மிருத்துஞ்ஜய ஜபம் ஜெபித்து இரும்புத்தடி தானம் செய்து சிவார்ச்சனை பதினாயிரம் செய்து வைத்து, சனி சக்கிரத்தைத் தானம் செய்தாலும், அபமிருத்தி நிவாரணம் உண்டாகும். அந்தச் சாந்தி செய்தால் தேக சௌக்யம் சந்தேகமில்லாமல் உண்டு.

(142) ஜென்ம லக்கினம் மிதுனம் (மாயாம்சம்) ஆகி சூரியன், சுய க்ஷேத்திரத்திலிருந்தால் ஒன்பதாம் பாவாதிபதி நீச்ச ராசியிலிருந்தாலும் ஜாதகருடைய தகப்பன் விசேஷ சுகமுடையவனாயிருப்பார். சகோதரனில்லாதவர். ஒண்டியானவர் மாத்ரு ஹீனமுள்ளவர். சகோதரி ஜனவிருத்தியுடையவர். இரண்டு மூன்று சகோதரியையுடையவர். சிவ பக்த மதாசாரமுடையவர், விஷ்ணு, சிவபக்தியுடையவர், தேவப்பிராமண விசுவாச முடையவர் உபாயமுடையவர், பலவும் கற்றவர் சொற்ப கல்வியுமுடையவர். எப்போதும் விவசாயம் செய்பவர். சுகமுடையவர், பாலிய வயதில் அற்ப சுகமுடையவர் காமி. மத்திய, அந்திய வயதுகளில் யோகவிருத்தியுடையவனாவார்.

(143) ஜென்ம லக்கின்ம மிதுனம் (மாயாம்சம்) ஆகி ஒன்பதாம் பாவத்தில் சூரியன் இருந்தாலும், அல்லது ஒன்பதாம் பாவத்தைச் சூரியன் பார்த்தாலும் ஜாதகருடைய தகப்பன் மித்திர வஞ்சனை செய்யும் புத்தியுடையவர், வாசாலகன் சமர்த்துள்ளவர். யுக்தியுடையவர், கோபி, துஷ்ட புத்தியுடையவர், சீலமுடையவர், தயையுடன் கூடியவர், பரஸ்த்ரீ சங்கம முடையவர், போகி, வரவுமேல் வரவால் சந்தோஷமுடையவர், பணம் சம்பாதிப்பதில் சமர்த்தன், உபகாரி, கெம்பீர புத்தியுடையவர். சூரியன் கின்னராம்சத்தில் இருந்தால் ஜாதகருடைய தகப்பன் அரசாங்கத்தில் சேவை செய்து ஜீவிப்பார், எப்பொழுதும் விவசாயத்தில் ருசியுள்ளவர் அரசாங்கத்தில் புகழுடையவர். பிராமணப்பிரபுவால் சௌக்கியமுடையவர், அரச மந்திரியால் சந்தோஷிக்கப்படுவார், பயிர்த்தொழிலால் அதிக லாபமுடையவர், கிராமாதிகாரியக ஆவார், அரசாங்க உத்யோகஸ்தராய் சுகம் அடைவார், பல கிராமங்களில் புகழடைவார். அதன் பிறகு பாக்கியமடைவார், வாகன, உத்யோக லாபமடைவார்,அரச சன்மானத்தால் கிர்த்தியுடையவர், சில கிராமாதிகாரியாவார், குதிரை வாகனமுடையவர், வீட்டில் லக்ஷ்மிவிலாசமுள்ளவர், எப்பொழுதும் ராஜவசியமுடையவர் கிரக க்ஷேத்திரம் முதலிய சித்தியுடையவர். க்ஷேத்திர லாபமும், கீர்த்தி விருத்தியுமுண்டாகி அநேக கிராமங்களுக்கு அதிகாரியாவார், எப்பொழுதும் பணம் சம்பாதித்தபடியே இருப்பார், வேறு அரசனாலும் சுகமடைவார், க்ஷேத்திரமூலம் அதிக சுகமுண்டாகும் . தன தானிய அபிவிருத்தி உண்டரகும், நாற்கால் ஜீவ விருத்தியும் உண்டாகும், எப்பொழுதும் ராஜ ஸ்த்ரியிடம் இஷ்டமுள்ளவர், வியாபாரத்தால் விருத்தி செய்யப்பட்ட பொருளடையவர், புது வீடு கட்டுவார், மத்திய, அந்தய வயதில் கீர்த்தியுடையவர், எப்பொழுதும் தன் பிரபுவுக்கு இஷ்டமானதைச் செய்பவர், வெளிதேசத்தில் கீர்த்தி சம்பிரமம் உண்டாகும், ஒன்பதாம் பாவத்தில் இரவி இருந்தாலும், பார்த்தாலும் வழி வழியாகப் பின் வயதில் போக பங்கம் உண்டாகிவிடும். ராஜ கோபம் உண்டாகும், விரயம் அதிகம் உண்டாகும், துன்பமும் மனோவியாதியும் உண்டாகும். அரச மந்திரி மூலம் சுகமுண்டாகும். வாகனாதிகளுடன் நல்லயோகம் உண்டாகும். தர்ம விருத்தியுடையவர், வாவி. கிணறு, குளம், நந்தவனம், பூமி முதலிய சித்தியுடையவர், சிவ கைங்கரிய சித்தியுடையவர், சொர்ண, வஸ்திர, பூஷண லாபமுடையவர், கொஞ்சம் பிராமணர்களுக்கும் தர்மம்செய்வார், வயோதிக வயதில் தர்மத்தைக் கிரகிப்பார். புத்திரனால் சுகமுடையவர், கிழ வயதிலும் தனத்தை அடைவார். தகப்பன் ஜாதகனுடைய ராகு தசையில் மரிப்பார்.

(144) ஜென்ம லக்கினம் மிதுனம் (மாயாம்சம்) ஆகி மூன்றாம் பாவாதிபதி சுயக்ஷேத்திரத்தில் மூன்றாம் பாவத்தில் இருந்து நவாம்சத்தில் செவ்வாய் நீச்சமடைந்து ராகு, கேதுவுடன் கூடியிருந்தாலும் ராகு, கேதுக்களால் பார்க்கப்பட்டு கதா சாவஸ்தையில் இருந்தாலும் ஜாதகருடைய தாய்க்குச் சௌக்யமிராது, ஜாதகருடைய மூத்த சகோதரி புத்திர, புத்திரியுடன் சுகத்துடன் கூடியிருப்பாள், பின் சகோதரி ஒருத்தி சுமங்கலியாகவே மரிப்பாள், அவள் ஜென்மாந்திர பாபத்தால் அற்பாயுசுடையவள்.

(145) ஜென்ம லக்கினம் மிதுனம் (மாயாம்சம்) ஆகி குரு லக்ன கேந்திரத்திலிருக்கப் பிறந்தவர். பாலியத்தில் மந்தமான சுபாவமுடையவர், யௌவன வயதில் நல்ல தீக்ஷண்ணியமுள்ள புத்தியை உடையவர். உபாயத்தால் கெட்டிக்காரனா யிருப்பார்.

(146) ஜென்ம லக்கினம் மிதுனம் (மாயாம்சம்) ஆகி பத்தாம் பாவாதிபதி கேந்திர பாவத்திலிருந்தால் ஜாதகர் அரசாங்கத்தினாலும், க்ஷேத்திரத்தினாலும், பயிர்த் தொழிலாலும் பிழைப்பவனாவார்.

(147) ஜென்ம லக்கினம் மிதுனம் (மாயாம்சம்) ஆகி செவ்வாய் ராகுவுடன் கூடியிருந்தாலும், ராகுவால் பார்க்கப்பட்டாலும் ஜாதகர் துராலோசனை செய்யும் புத்தியுடையவர், கெம்பீர முடையவர், தியாகியாவார்.

(148) ஜென்ம லக்கினம் மிதுனம் (மாயாம்சம்) ஆகி லக்ன பாவாதிபதி சுக்கிரனுடன் கூடியிருந்தும், பத்தாம் பாவாதிபதி கேந்திரத்திலிருந்து, ஒன்பதாம் பாவாதிபதியால் பார்க்கப் பட்ட ால் ஜாதகர் சங்கீதப் பிரியர், ராஜ பக்தியுடையவர், தகப்பனிட த்திலும், அப்படியே பக்தியுடையவனாயிருப்பார்.

(149) ஜென்ம லக்கினம் மிதுனம் (மாயாம்சம்) ஆகி ஏழாம் பாவாதிபதி கேந்திர ராசியிலிருந்து இரண்டாம் பாவாதிபதி தன் உச்ச ராசியிலிருந்தால் ஜாதகர் இரண்டு மனைவியிடம் சுகமும், புத்திர புத்திரிகளையு முடையவனும் ஆவார். அன்றி சுயப்பிரபலமும், இருபத்திரண்டாவது வயதில் பித்ரு மரணத்திற்குப் பின்பு கடன்காரர்கள் மூலமாகவும் சத்துருக்களாலும் தன நஷ்டமும், பயமும் உண்டு. நாற்கால் ஜீவன்கள் குறைவுண்டாகும், அரசாங்கத்தில் உபத்திரவமும், பயமும் உண்டாகும், மூலதனத்துக்கு நாசமுண்டாவதால் வெகுவான கிலேசம் உண்டு. பயிர்த்தொழிலில் பலன் நஷ்டமும், வரவுக்கு மேல் செலவும் அற்ப சுகமும் உண்டாகும். பிற்பாடு சுகம் உண்டாகும்.

(150) ஜென்ம லக்கினம் மிதுனம் (மாயாம்சம்) ஆகி பன்னிரண்டாம் பாவாதிபதி புதனுடன் கூடியிருக்க, விரய பாவத்தில் சந்திரனிருந்தால் ஜாதகனுக்குப் புண்ணியம், பாபம் இரண்டும் சமமாயிருக்கும் ஜாதகனுக்கு மறு ஜென்மம் க்ஷத்திரிய ஜனனமாகும்.

(151) ஜென்ம லக்கினம் மிதுனம் (துருவாம்சம் அதாவது லக்கின ஸ்புடம் பாகை 79–24 கலை முதல் பாகை 79–36 கலை வரையிலும்) ஆகி லக்ன பாவாதிபதி சூரியனுடன் கூடியிருந்து, சூத்திர காலத்தில் ஜெனித்தவர் சூத்திர ஜென்மமாகும். மஹா நதிப்பிராந்தியத் தேசத்தில் (பூர்வ பாகத்திலானால்) தேவாலயத்துடன் கூடிய இடத்தில் ஜனனமும், வாசமும் உடையவர், உத்தராம்சத்தில் நதிப்பிராந்தியத்தில் கிழக்குப் பாகத்தில் தாய் வீட்டில் ஜெனித்தவனாவார். ஜாதகர் சகோதரர்களுடன் கூடியவர்.

(152) ஜென்ம லக்கினம் மிதுனம் (துருவாம்சம்) ஆகி லக்ன பாவத்தில் சந்திரன் செவ்வாயுடன் கூடி குரு திருஷ்டி பெற்றிருந்தால் பிரசவ காலத்தில் ஜாதகர் தாய் கொஞ்சம் வேதனையடைவாள். உத்தராம்சத்தில் விசேஷ வேதனை உண்டாகும், குரு திருஷ்டியிருந்தால் சுகமுண்டாகும்.

(153) ஜென்ம லக்கினம் மிதுனம் (துருவாம்சம்) ஆகி சனியால் சந்திரன் பார்க்கப்பட்டால் தாய்க்குக் கொஞ்சம் பயம் உண்டாகும். ஜாதகனுக்குப் பால தோஷபயமிருந்தாலும் தாயின் புண்ணிய வசத்தால் சுகமுண்டு.

(154) ஜென்ம லக்கினம் மிதுனம் (துருவாம்சம்) ஆகி லக்ன பாவாதிபதி பதினோராம் பாவத்தில் இருந்து எட்டாம் பாவாதிபதி கேந்திர ராசியிலிருக்க பத்தாம் பாவாதிபதி ராகுவுடன் கூடியிருந்தால் சகல தோஷங்களும் விலகி ஜாதகர் சுகமடைவார், மத்தியாயுள் யோகமுடையவர், அறுபத்தொரு வயதுடையவர், முப்பத்தாவது வயதில் ஜாதகனுக்குத் தேகபீடையுண்டாகும்.

(155) ஜென்ம லக்கினம் மிதுனம் (துருவாம்சம்) ஆகி சூரியன் லாப பாவத்தில் தன் உச்ச ராசியில் இருக்க ஒன்பதாம் பாவத்தில் குரு, ராகுவுடன் கூடியிருந்தால் ஜாதகனுடைய தகப்பனுக்குச் சௌக்ய முண்டாகாது. தன் பிதா மத்திய வயதுடையவர், விஷ்ணுபக்த மதத்தை அடைபவர், தேவப்பிராமண விஸ்வாசி, தன் பிதா நடுநிலையான பாக்கியமுடையவர், பாலியத்தில் தரித்திரத்தை அடைந்தவர், மத்தியாந்தியத்தில் சௌக்யமுடையவர், பிதா சேவகத் தொழில் செய்பவர். மிலேச்சர் மூலம் சுகமுண்டாகும். வேலையினால் மிலேச்ச காரியார்த்தமாக தீவாந்திரத்தில் சஞ்சாரம் செய்பவர். அதன் மூலம் புகழுடையவனாவார். தனம் சம்பாதிப்பதில் சமர்த்தர், வயோதிக வயதில் தர்மம் செய்வார், தகப்பன் ஜாதகனுடைய ஜென்ம தெசையில் மரிப்பார்.

(156) ஜென்ம லக்கினம் மிதுனம் (துருவாம்சம்) ஆகி சந்திரன் லக்கின பாவத்திலிருக்க நான்காம் பாவாதிபதி லாப பாவத்தில் இருந்தால் ஜாதகனுடைய தாய் விசேஷ சௌக்யமுடையவள், குணமுள்ளவள், சுத்தியானவள், கணவனிடம் பக்தி, குணத்துடன் கூடினவள். அன்னதானம் செய்வதில் பிரீதியுடையவள், ஜாதகனுடைய விபத்தெசையில் தாய் மரித்து விடுவாள்.

(157) ஜென்ம லக்கினம் மிதுனம் (துருவாம்சம்) ஆகி மூன்றாம் பாவாதிபதி தன் உச்ச ராசியில் இருக்க செவ்வாய் கேந்திர திரிகோணங்களிலிருந்தால் ஜாதகர் இரண்டு சகோதரர்களையும், கொஞ்ச காலம் சுகமுடைய ஒரு சகோதரியையும் உடையவர், மூத்த சகோதரன் பிரசித்தனாகவும், பணம் சம்பாதிப்பதில் சமர்த்தனாகவும் இருப்பார். ஜாதகர் பல கிராமங்களிலும் புகழுடையவர், வியாபாரத்தால் பணம் சம்பாதிப்பவர், நரவாகனத்துடன் கூடியவர், மூத்த சகோதரன் நல்லயோக முடையவர், மத்தியாரம்ப வயதுடையவர். ஜாதகனுடைய சம்பத்தெசையில் மரிப்பவனாகிறார்.

(158) ஜென்ம லக்கினம் மிதுனம் (துருவாம்சம்) ஆகி மங்கள யோகத்தில் குரு திரிம்சாம்சத்தில் ஜெனித்தவர், கருப்பு நிறம் உள்ளவர். சம ஆகிருதி உடையவர், சூத்திர ஜென்மத்தில் பிறந்தவர், நல்ல அறிவாளி, சூட்டுத் தேகி, நல்ல லக்ஷணமுடையவர். பித்தம் நிறைந்தவர், கொஞ்சம் பித்ரு சௌக்யமுடையவர், விஷ்ணு பக்தி மதத்தை அடைபவர், பாலியத்தில் ஜாதகனுடைய பிதா மரித்துவிடுவார். ஜாதகர் தன் மூத்த சகோதரனால் சுகமடைவார், தாய் சௌக்யம் விசேஷ முடையவர், கல்வி அறிவுடைய விவேகியாவார்.

(159) ஜென்ம லக்கினம் மிதுனம் (துருவாம்சம்) ஆகி ஒன்பதாம் பாவத்தில் குரு, ராகுவுடன் கூடியிருக்கப் பிறந்தவர். கொஞ்சம் அனாசாரமுடையவனாவார்.

(160) ஜென்ம லக்கினம் மிதுனம் (துருவாம்சம்) ஆகி பூர்வபாகத்தில் குரு, ராகுடன் கூடியிருக்கப் பிறந்தவர். பாலியத்தில் தரித்திரத்தையும், கிலேசத்தையும் அடைவார், மூத்த சகோதரனை அடையப்பட்டவர், பாலியத்தில் தரித்திர யோகமுடையவர், மூத்த சகோதரனால் சௌக்யத்தை அடைவார், உத்தராம்சத்தில் பிறந்தவனுக்குச் சுகமும், பாக்கிய யோகமும் உண்டாகும்.

(161) ஜென்ம லக்கினம் மிதுனம் (துருவாம்சம்) ஆகி ஐந்தாம் பாவம் பாபக்கிரகத்தால் பார்க்கப்பட்டிருந்து அந்த ஐந்தாம் பாவாதிபதி இரட்டைப்பட்ட ராசியிலிருந்தால் ஜாதகனுக்கு முதலில் ஸ்த்ரீ பிரஜையும், பிறகு புருஷப் பிரஜையும் ஜெனிக்கும்.

(162) ஜென்ம லக்கினம் மிதுனம் (சௌம்யாம்சம் அதாவது லக்கின ஸ்புடம் பாகை 76–24 கலை முதல் பாகை 76–36 கலை வரையிலும்) ஆகி லக்ன பாவத்தில் செவ்வாயிருந்தாலும் லக்ன பாவத்தைப் பார்த்தாலும் பிரசவத்தில் ஜாதகர் தாய்க்கு வேதனை கொஞ்சமாயிருக்கும்.

(163) ஜென்ம லக்கினம் மிதுனம் (சௌம்யாம்சம்) ஆகி சந்திரன் நீச்ச ராசியில் பாபக்கிரகத்துடன் கூடியிருந்தால் ஜாதகனுடைய தாயாக்கு கொஞ்சம் பீடையும், ஜாதகருக்குப் பாலாரிஷ்டபீடையும் நிச்சயமாக ஜென்ம தெசையில் உண்டாகும். முன் புண்ணிய வசத்தால் சிறிய தகப்பனால் சுகமுண்டாகும்.

(164) ஜென்ம லக்கினம் மிதுனம் (சௌம்யாம்சம்) ஆகி லக்கின பாவாதிபதி சுக்கிரனுடன் கூடி கேந்திரத்தில் இருந்து குருவால் பார்க்கப்பட்டாலும், குரு பதினோராமிடத்தில் இருந்தாலும் ஜாதகனுக்குச் சகல தோஷமும் நீங்கி சுகமுண்டாகும். ஜாதகர் அறுபத்தைந்து வயது பூர்ணமாக உடையவனாவார்.

(165) ஜென்ம லக்கினம் மிதுனம் (சௌம்யாம்சம்) ஆகி சூரியன் கேந்திரத்தில் சுபருடன் கூடியிருந்து, ஒன்பதாம் பாவாதிபதி சுபராசியில் இருந்தால் ஜாதகருடைய தகப்பனுக்குச் சௌக்யம் உண்டாகும்.

(166) ஜென்ம லக்கினம் மிதுனம் (சௌம்யாம்சம்) ஆகி சந்திரன் நீச்ச ராசியில் பாபக் கிரகத்துடன் கூடியிருந்து, நான்காம் பாவம் சனியால் பார்க்கப்பட்டால் ஜாதகருடைய தாய்க்குக் கொஞ்சம் சௌக்யம் உண்டாகும், தாய் குணவதியாய் கணவனிடம் பக்தியுடன் கூடியிருந்தாலும் கொஞ்சம் தோஷமுடையவள், சுமங்கலியாகவே மரிப்பாள்.

(167) ஜென்ம லக்கினம் மிதுனம் (சௌம்யாம்சம்) ஆகி மூன்றாம் பாவமானது குருவால் பார்க்கப்பட்டு செவ்வாய் கேந்திரத்திரிகோணங்களிலிருந்தால் ஜாதகர் அற்ப சகோதரனை உடையவர். வேறு சிலர் சகோதரர்கள் கிடையாது என்று சொல்லுகிறார்கள், மாற்றந்தாய் சகோதரனிருப்பார், அவனால் சுகமுண்டாகும்.

(168) ஜென்ம லக்கினம் மிதுனம் (சௌம்யம்சம்) ஆகி ஐந்தாம் பாவாதிபதி சூரியனுடன் கூடியிருக்க, குரு செவ்வாயின் க்ஷேத்திரத்தில் இருந்து, ஐந்தாம் பாவத்தைச் செவ்வாய் பார்த்தால் ஜாதகருக்கு மரித்த குழந்தைகள் சில உண்டாகும். இரண்டு, மூன்று நாசமாயினும் ஜாதகருக்கு இரண்டு புத்திரர் மூலம் சுகமுண்டாகும். பெண்களும் அப்படியே, ஆனாலும் வேறு சிலர் அதிகமும் உண்டாகலாம் என்றும் சொல்லுகிறார்கள்.

(169) ஜென்ம லக்கினம் மிதுனம்(சௌம்யாம்சம்) ஆகி மூன்றாம் பாவத்தைக் குரு பார்த்தால் ஜாதகருக்கு மனைவி வம்சத்தில் சுகமுண்டாகும். ஜாதகருடைய மாமனாருக்கு மூன்று மனைவிகள் உண்டாவார்கள், ஜாதகர் அந்திய காலத்தில் நற்புத்திரனை உடையவனாவார்.

(170) ஜென்ம லக்கினம் மிதுனம் (சௌம்யாம்சம்) ஆகி இரண்டாம் பாவாதிபதி நீச்சராசியில் பாபக்கிரகத்துடன் கூடியிருந்தால் இரண்டாம் பாவாதிபதி தசையில் பூர்வ பாகத்தில் சம்பலயோகமும், உத்திர பாதியல் சுகமும் உண்டாகும். அந்தத் தசை ஐந்தாம் தசையாகி வரும்போது சகோதரர்களுக்குள் கலகம் உண்டாகி பங்குப் பிரிவினை உண்டாகும். ஜாதகர் புத்திரர் மூலமாக சுகம் அடைவார்.

(171) ஜென்ம லக்கினம் மிதுனம் (நளினி அம்சம அதாவது லக்ன ஸ்புடம் பாகை 88–36 கலை முதல் பாகை 88–48 கலை வரையிலும்) ஆகி சந்திரன் சனியுடன் கூடியிருந்தாலுஞ், சனியால் பார்க்கப்பட்டாலும், பிரசவத்தில் ஜாதகர் தாய்க்கு வேதனை அதிகம் உண்டாகும். உத்தராம்சத்தில் வேதனையுடன் சூதி தோஷ பயமும் உண்டாகும். பூர்வ பாகத்தில் ஜனனமாகி சந்திரன் வர்க்கோத்தமாம்சத்தில் இருந்தால் பாதை சிறிது கொஞ்சமாயிருக்கும் ஜென்ம தெசையில் அல்லது சந்திர தெசையில் தாய்க்குப் பீடையுண்டாகும். ஜாதகருக்கு ஜென்ம தெசையில் பாலரோகத்தால் பீடையுண்டாகும்.

(172) ஜென்ம லக்கினம் மிதுனம் (நளினி அம்சம்) ஆகி சூரியன் இரண்டாம் பாவத்தில் சுபக்கிரகத்துடன், கூடியிருக்க, ஒன்பதாம் பாவத்தில் ராகு இருந்தால் ஜாதகருடைய பிதா அற்ப சுகமுடையவர், தன் பிதா விஷ்ணு பக்தியுடையவர், உத்தியோகத்தால் ஜீவனம் செய்பவனாவார்.

(173) ஜென்ம லக்கினம் மிதுனம் (நளினி அம்சம்) ஆகி ஒன்பதாம் பாவாதிபதி கேந்திர ராசியிலிருந்தால் ஜாதகருடைய தகப்பன் அரசாங்கத்தில் புகழுடையவர், பாலியத்தில் அற்ப சுகமுடையவர், ஆயினும் மத்திய வயதில் கீர்த்தி உண்டாகும்.

(174) ஜென்ம லக்கினம் மிதுனம் (நளினிஅம்சம்) ஆகி நான்காம் பாவாதிபதி சூரியனுடன் கூடியிருக்க சனியுடன் சந்திரன் கூடியிருந்தால் ஜாதகருடைய தாய் சுகமுடையவள். தன் தாய் கணவனிடம் பக்தியுடையவள், இந்த ஜாதகருடைய சம்பத் தெசையாகி வரும்போது சந்திர தெசையில் தாய் மரணமடைவாள் என்று சிலரும் செவ்வாய் தெசையில் மரணமடை வாள் என்று சிலரும் சொல்லுகிறார்கள்.

(175) ஜென்ம லக்கினம் மிதுனம் (நளினி அம்சம்) ஆகி மூன்றாம் பாவம் சுபர்களால் பார்க்கப்பட்டிருந்து மூன்றாம் பாவாதிபதி அம்சத்தில் சுபருடன் கூடியிருந்தால் ஜாதகர் பின் சகோதரமில்லாதவர். ஜாதகனுடைய மூத்த சகோதரன் பிரசித்தியுடையவர், ஜாதகர் எட்டு பேர்கள் அல்லது பத்து பேர்கள் உடன் பிறந்தவனவார்.

(176) ஜென்ம லக்கினம் மிதுனம் (நளினி அம்சம்) ஆகி செவ்வாய் ராகு,கேது இவர்களுடன் கூடியிருந்தால் ஜாதகருடைய மூத்த சகோதரன் கொஞ்சம் சுகமுள்ளவனாயிருப்பார். ஜாதகர் ஒரே சகோதரியுடையவர், மற்ற சகோதரர்கள் நாசமடைவார்கள். மூத்த சகோதரன் மட்டும் அரசாங்கத்தில் புகழுடையவனாகி, நல்ல யோகமுடையவனாயிருப்பார், வாகனம் முதலிய நல்ல யோகமுடையவன், அரசனால் சன்மானிக்கப்படுவார், முன் ஜென்மாந்திர பாபவசத்தால் அற்பாயுளாய் மரிப்பார்.

(177) ஜென்ம லக்கினம் மிதுனம் (நளினி அம்சம்) ஆகி சனி பத்தாம் பாவாதிபதியுடன் கூடியிருந்தால் ஜாதகர் அரசமந்திரியாவார்.

(178) ஜென்ம லக்னம் மிதுனம் (நளினி அம்சம்) ஆகி இரண்டாம் பாவத்தில் சுக்கிரன் இருந்தால் ஜாதகர் குடும்பியாயும் ஜனரக்ஷகனாகவும் இருப்பார்.

(179) ஜென்ம லக்கினம் மிதுனம் (நளினி அம்சம்) ஆகி ஏழாம் பாவத்தில் சனி இருந்தால் ஜாதகர் மனைவி மூலமாக விசார முடையவர், அந்த சப்தம பாவாதிபதி பலமுடையவனாகி ஜாதகத்தில் எங்கிருந்தாலும் இரண்டு மனைவியுடையவனென்று வாக்கால் சொல்லப்படுகிறது. அப்படியில்லாவிடில் தன் மனைவி கர்ப்பகாலத்தில் சங்கையால் பீடிக்கப்படுவாள், தன் மனைவியின் சோகத்தாலும், துக்கத்தாலும் ஜாதகர் பரஸ்திரீ கமனம் செய்பவனாவார்.

(180) ஜென்ம லக்கினம் மிதுனம் (நளினி அம்சம்) ஆகி ஐந்தாம் பாவாதிபதி சூரியனுடன் கூடியிருந்து குரு, ராகுவுடன் கூடியிருந்தால் ஜாதகருக்கு கால விளம்பத்தில் புத்திர

உற்பத்தி உண்டாகும். முதலில் பெண் குழந்தை ஜனிக்கும். பிறகு ஆண் குழந்தையும் பிறக்கும், எப்பொழுதாவது. அந்த புத்திரன் காலவசத்தால் உண்டாவார்.

(181) ஜென்ம லக்கினம் மிதுனம் (நளினி அம்சம்) ஆகி விரய பாவாதிபதி சுபக்கிரகத்துடன் கூடி குருவுடன் ராகு கூடியிருந்து ஏழாம் பாவத்தில் சனியிருந்தால் ஜாதகருடைய புண்ணியம், பாவம் இரண்டும் சமமாயிருக்கும்.

(182) ஜென்ம லக்னம் மிதுனம் (மீனாம்சம்) ஆகி லக்ன பாவத்தைக் குரு பார்த்தாலும், குரு மேற்படி பாவத்தில் இருந்தாலும் சந்திரனும் குருவால் பார்க்கப்பட்டு சுக்கிரன் கேந்திர திரிகோணங்களில் இருந்தால் ஜாதகர் எல்லா தோஷங்களினின்றும் நீங்கிச் சுகத்தை அடைவார்.

(183) ஜென்ம லக்கினம் மிதுனம் (மீனாம்சம்) ஆகி லக்ன பாவாதிபதி ஸ்ரீதராம்சத்தில் இருக்க, எட்டாம் பாவாதிபதி சுபராசியிலிருந்து நிர்மலாம்சத்தில் சனியுமிருந்தால் சம்சய மில்லாமல் ஜாதகர் ஆயுள் விருத்தியுடையவர், கொஞ்சம் குறைவான மத்தியாயுளுடையவர், ஆயினும் அறுபத்தொரு வயதுடையவனாவார்.

(184) ஜென்ம லக்கினம் மிதுனம் (மீனாம்சம்) ஆகி சூரியன் மாந்தியுடன் கூடியிருந்தாலும், மாந்தியால் சூரியன் பார்க்கப்பட்டாலும் சூத்திர காலத்தில் ஜெனித்தவர் நல்ல சகோதரிகளையுடைய சூத்திரனாவார்.

(185) ஜென்ம லக்கினம் மிதுனம் (மீனாம்சம்) ஆகி லக்கின பாவாதிபதி லாப ராசியிலிருந்தால் விஷ்ணு பக்தியுடைய குலத்தில் ஜெனித்து வெகு காலம் நன்றாக வாழ்வார், ஜாதகனுடைய தகப்பன் விஷ்ணு பக்த மதத்தை அடைந்து மத்தியாயுளுடையவனாவார், பாலியத்தில் தரித்திரத்தையடைந்து மத்திய, அந்திய வயது காலத்தில் சௌக்ய மடைபவனாயிருப்பார்.

(186) ஜென்ம லக்கினம் மிதுனம் (மீனாம்சம்) ஆகி தன் உச்சத்தில் இருக்கப்பட்ட ஒன்பதாம் பாவாதிபதியாகிய சனியால் சுக்கிரன் பார்க்கப்பட்டால் வயதின் மத்தியிலும், விருத்தாப்பிய வயதிலும் ஜாதகருடைய தகப்பன் தன் பிதாவைக் காட்டிலும் பிரசித்தி அடைவார். எழுதுவதினால் ஜீவிப்பார். மிலேச்சப் பிரபுவால் தீவாந்திரங்களில் சஞ்சாரம் செய்து ஜீவிப்பார்.

(187) ஜென்ம லக்கினம் மிதுனம் (கலுஷாம்சம் அதாவது லக்ன ஸ்புடம் பாகை 80–48 கலை முதல் பாகை 81–00 கலை வரையிலும்) ஆகி லக்ன பாவாதிபதி தன் உச்சராசியில் எட்டாம் பாவாதிபதியுடன் கூடியிருக்க சந்திரன் கேந்திரத் திரிகோணங்களிலிருந்தால் ஜாதகர் தோஷங்கள் விலகிச் சுகமடைவார், மத்தியாயுள் போகமுடையவர், எழுபத்து நான்கு வயதுவரை ஜீவிப்பார்.

(188) ஜென்ம லக்கினம் மிதுனம் (கலுஷாம்சம்) ஆகி ஒன்பதாம் பாவாதிபதி செவ்வாயுடன் கூடியிருந்தால் ஜாதகருடைய தகப்பன் கொஞ்சம் பஞ்சாங்கத் தொழிலாலும், புரோகிதம் செய்துவைப்பதாலும் ஜீவனம் செய்வார், க்ஷேத்திர மூலம் ஜீவிப்பார். பலஜாதிகளாலும் சுகமடைவார், பணம் சம்பாதிப்பதில் சமர்த்தர், எப்பொழுதும் சூத்திரர்களால் ஆச்ரயிக்கப்படுபவர். சூத்திர திரவியத்தால் ஜீவிப்பார்.

(189) ஜென்ம லக்கினம் மிதுனம் (கலுஷாம்சம்) ஆகி ஒன்பதாம் பாவாதிபதி புதனுடன் கூடியிருந்தால் ஜாதகனுடைய தகப்பன் ஜோதிட சாஸ்திரத்தில் வெகு சிரமப்படுவார். பரஸ்த்ரீ சேர்க்கையடைவார், ஆயினும் பச்சாத்தாபத்தால் சுத்தமாய் விடுவார். பல கிராமங்களிலும் புகழடைந்து பிரபு மூலமும் பிரசித்தியடைவார். ஜாதகனுடைய தகப்பன் ஜாதகருடைய சம்பத் தசையில் மரித்துவிடுவார்.

(190) ஜென்ம லக்கினம் மிதுனம் (கலுஷாம்சம்) ஆகி நான்காம் பாவாதிபதி தன் உச்சராசியில் மூன்று கிரகங்களுடன் கூடி கேந்திராசியிலிருக்க சுக காரகனான சந்திரன் பாபியுடன் கூடியிருந்தாலும் ஜாதகருடைய தாய்க்கு விசேஷ சௌக்கியமுண்டாகும். தாய் குணவதி, சாது தன் புருஷனிடம் பக்தியுடையவள், அன்னதானம் செய்வதில் பிரியமுள்ளவள், சாந்தமுள்ளவள், வைதவ்வியத்தால் துக்கத்தையுடையவளாவாள்.

(191) ஜென்ம லக்கினம் மிதுனம் (கலுஷாம்சம்) ஆகி ஏழாம் பாவத்தில் ராகு இருந்து இரண்டாம் பாவாதிபதியால் பார்க்கப்பட்டு களத்திரகாரகன் சுக்கிரன் நீச்சராசியிலிருந்தால் விவாகத்துக்கு இடைஞ்சல் உண்டாகும். சுக்கிரன் அதிமித்திராம்சத்தில் இருந்தால் ஒரே தாரமென்று சிலர் சொல்லுகிறார்கள்.

(192) ஜென்ம லக்கினம் மிதுனம் (சமாம்சம் அதாவத லக்ன ஸ்புடம் பாகை 76–12 கலை முதல் பாகை 76–24 கலை வரையிலும்) ஆகி லக்ன பாவாதிபதி நீச்சராசியிலிருந்து நான்காம் பாவத்தில் குரு இருந்தால் நதிப்பிராந்தியத்திலும் ஜாதகருடைய ஜனனமானது பூர்வ பாகத்திலானால் அக்கிரஹாரத்திலும், உத்தராம்சத்தில் புண்ணிய க்ஷேத்திரம்இல்லாத சிறிய கிராமத்திலும் உண்டாகும்.

(193) ஜென்ம லக்கினம் மிதுனம் (சமாம்சம்) ஆகி லக்ன பாவாதிபதி சுக்கிரனுடன் கூடி கேந்திராதிபதியுடன் கூடியிருந்தாலும், கேந்திராதிபதியால் பார்க்கப்பட்டாலும், எட்டாம் பாவாதிபதி மித்திர ராசியிலிருந்தால் ஜாதகருக்கு எல்லா தோஷங்களும் விலகி ஜாதகர் சுகமடைவார்.

(194) ஜென்ம லக்கினம் மிதுனம் (சமாம்சம்) ஆகி லக்ன பாவாதிபதி வாருணாம்சத்தில் இருக்க எட்டாம்பாவாதிபதி கோகிலாம்சத்தில் இருந்து சனி திரிம்சாம்சத்தில் ஜனித்தவருக்கு எழுபத்தேழு வயதுண்டு.

(195) ஜென்ம லக்கினம் மிதுனம் (சமாம்சம்) ஆகி சனி திரிம்சாம்சத்தில் பாபகேஸரீ யோகத்தில் ஜனித்தவர் கருப்பு நிறமுடையவர், குணமுடையவர்,பித்ததேகி, மதுப்பிரீதியுடையவர், சாத்வீகர், குணம் நிரம்பியவர், தாய்க்குப் பிரியர், தாய்க்கு ஹிதத்தைச் செய்பவர்.

(196) ஜென்ம லக்கினம் மிதுனம் (சமாம்சம்) ஆகி நான்காம் பாவாதிபதி நீச்சனாகியிருந்தால் ஜாதகர் கல்வி சொற்பமுடையவர். க்ஷேத்திர மூலத்தால் ஜீவிப்பார், சந்நியாசி மூலம் விசேஷமடைவார்.

(197) ஜென்ம லக்கினம் மிதுனம்(சமாம்சம்) ஆகி பத்தாம் பாவத்தில் சுக்கிரன், புதன் சேர்ந்து இருந்தால் ஜாதகர் குருவினுடைய திரவியம்கொஞ்சம் அடைவார், ரோகியாகவும் விதேச வாசியாகவும்ஆவார். மருந்து மூலம் கொஞ்சம் சுகமுடையவனாகவும் இருப்பார், குரு இருக்கப்பட்ட இடமறிந்து அவனால் கொஞ்சம் சுகமுடையவனாவார்.

(198) ஜென்ம லக்கின்ம மிதுனம் (பிரபாம்சம் அதாவது லக்ன ஸ்புடம் பாகை 78–12 கலை முதல் பாகை 78–24 வரையிலும் ஆகி ஒன்பதாம் பாவாதிபதி ராகுவால் நன்கு பார்க்கப்பட்டால் ஜாதகர் களத்திராந்தரம்யோகமுடையவர், சந்தன புஷ்ப வஸ்திரப் பிரியமுடையவர். அன்னிய ஸ்த்ரீ சேர்க்கையுடையவர், யுக்தி சாதுரியமுடையவர், வக்கீல் தொழில் செய்வார். குருவுக்குப் பிரியமானவர்.

(199) ஜென்ம லக்கினம் மிதுனம் (பிரபாம்சம்) ஆகி பிறந்த ஜாதகனுக்கு ஒன்பதாம் பாவாதிபதி கேதுவுடன் கூடியிருந்தால் ராஜ துவேஷ ஜனங்களுக்கு விரோதமான காரியம் செய்வார். அரசனால் சன்மானிக்கப்படுவார், கீர்த்தியுடையவர், வாகன முதலிய நல்ல

போகமுடையவர், அன்னிய தேசங்களிலும் புகழுண்டாகும். வெகு காரிய சமர்த்தர். தன லாபமுடையவர், நீச்சராஜ்யத்தில் அரசனுக்கனுகூலமான காரியம்செய்வார், பாலியத்தில் அற்ப சுகமுடையவர், வஸ்திர, வாஹன, பூஷணங்களுடையவர், பலவழிகளிலும் தனம் சம்பாதிப்பார். மத்திய அந்திய வயதுகளில் கொண்டாடப்பட்ட புகழுடையவர். வயோதிக வயதில் புத்திரன் மூலமாக சுகமடைவார், தர்மம் செய்வார், சாந்த குணமுடைய தகப்பன் ஜாதகனுடைய பிரத்தியத் தசையில் மரிப்பார்.

(200) ஜென்ம லக்கினம் மிதுனம் (பிரபாம்சம்) ஆகி நான்காம் பாவாதிபதி தன்னுச்ச ராசியில் கேந்திரத்தில் இரவியுடன் கூடி சுககாரகனான சந்திரன் விரய பாவத்தில் சனி, ராகு இவர்களுடன் கூடியிருந்தாலும், இவர்களால் பார்க்கப்பட்டாலும் சந்திரன் காதாம்சா வஸ்தையிலுமிருக்க ஜாதகருக்கு தாய் சௌக்யமுண்டாகாது, ஜாதகர் வளர்ப்புத் தாயால் சௌக்யத்தைஅடைவார். தாய்ப் பாட்டி மூலம் ஜாதகனுக்கு சுகம் உண்டாகும். ஜாதகருடைய தாய் குணவதி, பூஜிக்கத் தக்கவள், கணவனிடம் பக்தியுடைவள் அன்னதானப் பிரியமுள்ளவள், சாது, வம்ச பாக்கிய விருத்தியுடையவள். தாய் ஜாதகன் பிறந்த தெசையில் பிரசவத்தில் மரித்து விடுவாள்.

(201) ஜென்ம லக்கினம் மிதுனம் (பிரபாம்சம்) ஆகி ஏழாம் பாவாதிபதி பாபக் கிரகத்துடன் கூடியிருந்து சந்திரனும் பாபக் கிரகத்துடன் கூடியிருந்தால் வேறு மனைவியிடம் பலன் என்று சிலரும் ஒரே தாரம் என்று சிலரும் சொல்லுகிறார்கள்.

(202) ஜென்ம லக்கினம் மிதுனம் (சாங்கரியம்சம்) அதாவது லக்ன ஸ்புடம் பாகை 75–48 கலை முதல் பாகை 76–00 கலை வரையிலும்) ஆகி நான்காம் பாவாதிபதி சனியுடன் கூடியிருந்தாலும் நான்காம் பாவத்தில் சூரியன் இருக்க ஐந்தாம்பாவத்தில் சனியிருந்தாலும் ஜாதகனுடைய தாய்க்கு அரிஷ்டமுண்டாகும்.

(203) ஜென்ம லக்கினம் மிதுனம் (கமலாகரசஷ்டியம்சம்) ஆகி குரு கேந்திரத் திரிகோணங்களிருந்தால் பின் சகோதரர்களுடன் ஜாதகன் கூடியிருப்பான்.

(204) ஜென்ம லக்கினம் மிதுனம் (கமலாகரசஷ்டியம்சம்) ஆகி லக்ன பாவாதிபதி பாப ராசியிலிருந்து பாபக்கிரகத்துடன் கூடியிருந்தால் ஜாதகர் வனப்பிராந்தியத்தில் பிறந்தவனாவார், அல்லது இருளுடைந்த வனப்பிராந்தியத்தில் மலைப்பிராந்தியத்தில் பிறந்தவனாவார். உத்தராம்சத்திலானால் நதிப்பிராந்தியத்தில் ஜெனித்தவனாவார்.

(205) ஜென்ம லக்கினம் மிதுனம் (கமலாகரஷ்டியம்சம்) ஆகி லக்ன பாவத்தில் சந்திரனும், தனபாவத்தில் பாபக்கிரகமும், ஒன்பதாம் பாவத்தில் செவ்வாயும் இருந்தால் ஜாதகனுக்கு பாலாரிஷ்ட பயம் உண்டாகும். இருந்தாலும் சீக்கிரமாக ஆரோக்ய முண்டாகும்.

(206) ஜென்ம லக்கினம் மிதுனம் (கமலாகரசஷ்டியம்சம்) ஆகி ஐந்து ஒன்பது முதலிய பாவங்களில் பாபக்கிரகமிருந்தால் ஜாதகனுக்கு கொஞ்சம் தேக பீடையுண்டாகும், ஆயினும் சீக்கிரமாக ஆரோக்யமுண்டாகும், சுகமும் உண்டாகும்.

(207) ஜென்ம லக்கினம் மிதுனம் (கமலாகரசஷ்டியம்சம்) ஆகி ஒன்பதாம் பாவத்தில் செவ்வாய் இருந்தால் ஜாதகர் ஜெனித்த வருஷத்தில் பிதாவுக்கு
ரடாகும். கொடுக்கல் வாங்கலில் மனஸ்தாபமும், தன் பிதாவுக்குக் கிலேசமும்
பிதாவுக்குப் பல தேசங்களில் சஞ்சாரமும், அரச விரோதமும் சிறைச்சாலை
ரால் உபத்திரவமும் உண்டாகும். பிறகு சுகமுண்டாகும். இது செவ்வாயின்

(208) ஜென்ம லக்கினம் மிதுனம் (கமலாகரசஷ்டியம்சம்) ஆகி ஒன்பதாம் பாவாதிபதி சுய க்ஷேத்திரத்தில் ராகுவுடன் கூடியிருந்தால் தன் பிதா சாத்துவீக முடையவர். ஸ்ரீமானானவர், விஷ்ணு, சிவ பக்தியுடையவர், திட்டமாய்ப் புசிப்பவர், இரகசிய மனதுடையவர், காமி, கொஞ்ச காலம் சுதந்திரமில்லாதவர், கொஞ்சம் லோப குணமுடையவர். இவனுடைய சாயன அதாவது 17-வது வருஷத்திற்குப் பிறகு பிதாவுக்குக் கொஞ்சம் சுகமுண்டாகும்.

(209) ஜென்ம லக்கினம் மிதுனம் (கமலாகரசஷ்டியம்சம்) ஆகி புத்திர பாவாதிபதி சுய க்ஷேத்திரத்திலிருந்து செவ்வாயால் பார்க்கப்பட்டால் ஜாதகனுக்கு முதலில் ஸ்த்ரிப் பிரஜை பிறக்கும், பிறகு புத்திரன் பிறந்தால் அந்த புத்திரன் மரித்துவிடுவார். அதற்குப் பிறகு இருபத்தேழாம் வயதில் அல்லது ஜாதகனுக்கு இருபத்தாறாவது வயதிலேயே புத்திரன் பிறப்பார் ஆயுள் தீர்க்கமுடைய இரண்டு புத்திரனும், மூன்று புத்திரிகளும் பிறப்பார்கள். மற்றவை மறித்துவிடும்.

(210) ஜென்ம லக்கினம் மிதுனம் (கமலாகரசஷ்டியம்சம்) ஆகி ஒன்பதாம் பாவாதிபதி யிருக்கப்பட்ட ராசியிலிருந்து உண்டாகும் மாலிகா யோகத்தில் அல்லது எட்டாமிடத்தில் இருந்து ஆரம்பிக்கப்பட்டமாலிகா யோகத்தில் எட்டாம் பாவத்தில் பாபக்கிரக மிருந்தால் ஜாதகனுக்கு இருபத்தேழு வயதுக்குப் பிறகு பாக்யம் உண்டாகும், அரசாங்க மூலம் விசேஷ அதிக பலன் கிடைக்கும், பிரபல உத்தியோக பாக்ய முண்டாகும்.

(211) ஜென்ம லக்கினம் மிதுனம் (ஸுதாம்சம்) ஆகி சந்திரனுக்கு ஆறில் குருவிருந்து உண்டாகிற சகடயோக ஜாதகருக்கு மனைவி சௌக்யம் உண்டாகாது.

(212) ஜென்ம லக்கினம் மிதுனம் (சாங்கரியம்சம்) ஆகி லக்ன பாவாதிபதி சுபராசியிலிருந்து சுபக்கிரகத்துடன் கூடியிருந்தால் புண்ணியக்ஷேத்திரத்தில் மஹா நதிப் பிராந்தியத்திலுள்ள நகரத்தில் ஜாதகனுடைய ஜெனனமானது உண்டாகும்.

(213) ஜென்ம லக்கினம் மிதுனம் (சாங்கரியம்சம்) ஆகி பூர்வ பாகத்தில் புத திரிம்சாம்சத்தில் ஜெனித்தவர் ரூபமுடையவர், நல்ல புகழுடையவர், அழகுடையவர், வசியமுள்ளவர், தாமரை இதழ்போன்ற கண்களுடையவர், கருப்பு நிறமுடையவர், குணத்தைக் கிரகிப்பவர், க்ஷேமமுடையவர். எல்லாவற்றையும் தூஷிப்பவர், சங்கீதப் பிரியமுடையவர், காமி, பரஸ்த்ரீ கமனம் செய்பவர் இரண்டு தாரமுடையவர், அன்னிய பாஷையில் வெகுவாய் சிரமப்படுவார், கொஞ்சம் மூர்க்க குணமுடையவர், சீக்கிரத்தில் கோபமடைவார், சீக்கிரத்தில் சாந்தியடைவார், பரோபகாரம் உள்ளவர், தியாகம் செய்வார், பந்து ஜனங்களிடத்தில் பிரியர். எப்போதும் அநாசாரம் உடையவர், பணம் சம்பாதித்தபடியே இருப்பார், மூத்த சகோதரனால் சுக்மடைவார், தகப்பனுக்குப் பிரியத்தைச் செய்வார், நல்ல அறிவாளியாயுமிருப்பார்.

(214) ஜென்ம லக்கினம் மிதுனம் (சாங்கரியம்சம்) ஆகி பத்தாம் பாவாதிபதி நீச்ச ராசியிலிருந்தால் ஜென்ம தெசையில் நான்காவது வருஷத்தில் அல்லது ஸம்பத் தெசையில் சுய புக்தியில் ஜாதகனுக்கு மாந்த ஜுர பயமும், வைசூரி ஜுரபயமும் கொஞ்சம் உண்டாகும், சுக்கிரன் மேற்படி நீச்சமடைந்த குருவுடன் கூடியிருந்தால் சௌக்ய முண்டாகும். கொஞ்சம் சாந்தியும் செய்யவேண்டும். குருப்ரீதியும் ஜெபமும் செய்து சனிப்பிரீதியும் செய்யவேண்டும். வெள்ளியால் சந்திரபிம்பம் செய்து அதை விதிப்படி பூஜித்து குடும்பியான கற்றறிந்த ஜோதிஷனுக்கே அக்குழந்தையின் ஜென்ம நக்ஷத்திரத்தில் தானம் செய்தால் பாலாரிஷ்டம் நிவர்த்தியாகி க்ஷேமம் உண்டாகும்.

(215) ஜென்ம லக்கினம் மிதுனம் (மாயாம்சம்) ஆகி பூர்வ பாகத்தில் லக்ன பாவாதிபதி தன்னுடைய உச்ச ராசியிலிருக்க சூத்திர காலத்தில் ஜெனித்தவர் இரண்டாவது கர்ப்பத்தில் அல்லது மூன்றாவது கர்ப்பத்தில் துர்க்காரண்ணிய மலைப் பிராந்திய சமீபத்தில் புண்ணிய க்ஷேத்திரத்தில் பெரிய கிராமத்தில் கிழக்கு மேற்கு வீதியில் வடக்குப் பார்த்த வீட்டில் தன் பிதா சமீபத்திலில்லாத போது சூத்திர வம்சத்தில் தேவாலயத்துடன் கூடிய கிராமத்தில் சகோதர ஹீனனாக ஜெனித்தவனாவார், உத்தராம்சத்தில் ஜெனனமானால் நதி தீரத்தில் சிறிய கிராமத்தில் வடக்கு தெற்கு வீதியில் கிழக்கு பாகத்திலுள்ள வீட்டில் தாய் வீட்டில் ஜாதகர் ஜெனித்தவனாவார்.

குறிப்பு:-இந்தப் புத்தகத்தில் மிதுன லக்கினத்திற்கு 215-விதிகள் கொடுக்கப்பட்டிருக்கின்றன. இன்னும் உள்ள சுமார் 1,000-க்கு மேற்பட்ட மிதுன லக்கின விதிகள் நான்காம் பாகம் ஐந்தாம் பாகம் முதலிய பாகங்களில் மிதுன லக்கின பலனின் தொடர்ச்சியாகக் கொடுக்கப்படும் என்று அறியவும்.

கடக லக்கின ஜாதகம்.

(1) ஜென்ம லக்கினம் கடகம் (மஞ்சுளாம்சம் அதாவது லக்ன ஸ்புடம் பாகை 92-24 கலை முதல் பாகை 92-36 கலை வரையிலும்) ஆகி லக்கினத்தில் சுக்கிரனிருந்து இரண்டில் சந்திரனிருந்தால் ஜாதகர் அதிக போகமுடையவர், அரசர்க்கரசன், வெளுத்த, பருத்த தேகமும், பரந்த கண்களும் உடையவர், புத்திமான், மிகுந்த பூமி பொருளுடையவர், மூன்று வாகன யோக முடையவர், நரவாகன பாக்கியமுடையவர், நீச்சப்பிரபுவால் சுகமுண்டு, உத்தியோக ஜீவனம் உடையவர், வேறு பாஷைகள் அறிந்தவர், தேசக்கிராமாதிபன், சூட்டு தேகமுடையவர், வித்தையுடையவர்.

(2) ஜென்ம லக்கினம் கடகம் (மஞ்சுளாம்சம்) ஆகி இரண்டாமதிபனான சூரியன் மிதுனத்தில் புதனுடன் கூடில் ஜாதகர் வாசாலகர், சாதுர்ய புத்தியுடையவர், யுக்தா யுக்த விசேஷமறிந்தவர், பல தேசத்தில் பிரசித்தியுடையவர், காவிய நாடக சாரமறிந்தவர், வேதசாஸ்திர புராணங்கள் அறிந்தவர், சமஸ்கிருதம் பிரியமாய் பேசுபவர், பிரபுக்கள் நேசத்தால் பணம் சம்பாதிப்பவர்.

(3) ஜென்ம லக்கினம் கடகம் (மஞ்சுளாம்சம்) ஆகி இரண்டாமிடம் சனியால் பார்க்கப்பட்டால் ஜாதகனுக்கு வித்தைக்குத் தடையுண்டு, இவர் பல்லில் இரத்தப் பெருக்குடையவர், தந்தவாயு பீடையுடையவர்.

(4) ஜென்ம லக்கினம்கடகம் (மஞ்சுளாம்சம்) ஆகி மூன்றில் ராகு இருந்து சகோதரகாரகனான செவ்வாய் பன்னிரண்டில் இருந்தால் ஜாதகனுக்கு மூத்த சகோதரமில்லை. இளைய சகோதரர் ஒருவர் அல்லது இருவருண்டு. சகோதரிகள் இருவர் அல்லது மூவர் உண்டு, இளையவர் பயிர் தொழில் முதலிய வீட்டு வேலை செய்வார்.

(5) ஜென்ம லக்கினம் கடகம் (மஞ்சுளாம்சம்) ஆகி மூன்றாமதிபனான புதன் செவ்வாயுடன் கூடி இருந்தால், ஜாதகர் அதிக தைரியவான், அதிக தனவான், பதினாயிரத்துக்கு அதிக தனமுடைய பிரபுத் தன்மையை உடையவர், குதிரை ஏறுவதில் சமர்த்தர், சங்கீதப் பிரியர், நற்குணமுடையவர்.

(6) ஜென்ம லக்கினம் கடகம் (மஞ்சுளாம்சம்) ஆகி நான்காமதிபனான சுக்கிரன் லக்னத்தில் மகராம்சத்திலிருந்தால் ஜாதகனுடைய தாய் புண்ணியவதி. நற்குண

முடையவள், நற்செய்கை ஆசாரமுடையவள், வெளுத்த காந்தியுடையவள், தீர்க்காயுளுடைவளாய் வெகு காலம் சுமங்கலியாக இருப்பாள்.

(7) ஜென்ம லக்கினம் கடகம் (மஞ்சுளாம்சம்) ஆகி ஐந்தாமதிபனான செவ்வாய் மிதுனத்திலிருந்து, மகராம்சத்தில் சுக்கிரனுடன் கூடி இருந்தால் ஜாதகர் புத்திரனற்றவர், தத்து புத்திரனால் சந்ததியுண்டாகும், கஷ்டத்தால் இரண்டு அல்லது மூன்று பெண் சந்ததியுண்டாகும், துர்தேவதை பீடையால் புருஷ சந்ததி இல்லை, அரசமரப் பிரதிஷ்டை எண்பத்தொரு சக்ரதானம் பொன் சந்தான கோபால மூர்த்திப் பிரதிமைதானம் முதலிய சாந்திகளால் காலாந்தரத்தில் வேறு மனைவியிடம் புத்திர லாபமுண்டு, இல்லாவிட்டால் குழந்தை பிறந்தாவது மரிக்கும், அன்றி இல்லாமலாவது இருக்கும்.

(8)ஜென்ம லக்கினம் கடகம் (மஞ்சுளாம்சம்) ஆகி ஏழாமதிபனான சனி பன்னிரண்டில் இருந்தால் ஜாதகனுக்கு இரு மனைவிகள் உண்டு.

(9) ஜென்ம லக்கினம் கடகம் (மஞ்சுளாம்சம்) ஆகி லக்கினத்தில் ராகு இருந்தால் ஜாதகனுக்கு இருமனைவிகள் உண்டு.

(10) ஜென்ம லக்கினம் கடகம் (மஞ்சுளாம்சம்) ஆகி ஆறாமதிபனான குரு விருஷபத்திலிருந்து சனியால் பார்க்கப்பட்டால் ஜாதகனுக்கு வயிற்றில் குன்மக் கட்டி யுண்டாகும், வாயு பீடையுள்ள தேகம், விரை பருத்து கொஞ்சம் அண்ட வாயு பீடையுடையோன், மார்பு நோய், வாதபீடை, புண், மூலம், அதிசாரம், சிலகாலம் மூத்திர ரோகம், பல்நோய் முதலியவற்றால் வருந்துவார்.

(11) ஜென்ம லக்கினம் கடகம் (மஞ்சுளாம்சம்) ஆகி ஒன்பதாமதிபனான குரு ரிஷபத்தில் மகர நவாம்சத்திலும், பிதாகாரகனான சூரியன் மிதுனத்தில் மேஷ நவாம்சத்திலும், கேது மீனத்திலும் இருந்திடில் ஜாதகனுடைய பிதா சாத்வீகன், தர்மாத்மா, தேவப்பிராமண பக்தியுடையவர், வைஷ்ணவ குலத்தில் பிறந்து வைஷ்ணவ கைங்கரியம் புரிவார், தேவப் பிராமண பக்தியுடையவர், அரசாங்கத்தில் பிரசித்தர், சிவந்த நீண்ட பருத்த சரீரமுடையவர், உஷ்ண வாயு பீடை உடையவர், மானி, வாயுபீடை, குன்மசூலை, இவற்றால் வருந்துவான், அதிகப் பிரசித்தனாய் ராஜயோகத்தால் பிரசித்தமானவர், மூன்று வாகன யோகமுடையவர், ஜாதகனோ நீச்சப் பிரபுவால் தனமுடையவர், பிதா பாக்யம் விசேஷமாக உடையவர், அயல் பெண்டிர் சேர்க்கை யுடையவர்.

(12) ஜென்ம லக்கினம் கடகம் (மஞ்சுளாம்சம்) ஆகி இரண்டில் சந்திரன் நின்றால் ஜாதகர் புகழுடன் கூடிய கொடையாளி, அன்னதானப் பிரியர், அழகிய சரீரமுடைய குணவான், அதி மேதாவி, குளம், தோட்டம் முதலிய தர்மம் செய்வார்.

(13) ஜென்ம லக்கினம் கடகம் (குடிலாம்சம் அதாவது லக்கின ஸ்புடம் பாகை 93–00 கலை முதல் பாகை 93–12 கலை வரையிலும்) ஆகி சுக்கிரன் கும்பாம்சத்தில் ரிஷபத்தில் இருந்தால் ஜாதகனுக்கு இருபத்தேழு வயதுக்கு மேல் சுகமுண்டாகும்.

(14) ஜென்ம லக்கினம் கடகம் (குடிலாம்சம்) ஆகி லக்கினத்துக்கும், ஒன்பதாம் பாவத்துக்கும், பன்னிரெண்டாவது, 7–வது பாவங்களாகிய பன்னிரெண்டாவது. ஏழாவது, எட்டாவது, மூன்றாவது பாவங்களில் சுக்கிரன் இருந்தாலும், அல்லது பார்த்தாலும் ஜாதகனுக்கு ராஜயோகம் என்று சொல்லப்படுகிறது. இந்த யோகமுடையவர் அரசனாகவாவது, அல்லது அவனுக்குச் சமானமானவனாகவாவது இருப்பர், சூரனும் தைரியவானுமாவார், காவியம், அலங்காரம், நாட்டியம் இவற்றில் பிரியர், உதார குண முடையவர்.

(15) ஜென்ம லக்கினம் கடகம் (குடிலாம்சம்) ஆகி விருச்சிகாம்சத்தில் நீச்சத்தில் செவ்வாய் இருந்து லக்கினத்திலிருந்து மூன்றாம் பாவத்தில் சந்திரன் இருந்தால் ஜாதகர் நோயுடையவர், துர்ப்பல தேகமுடையவர், இரத்தகாச, க்ஷய ரோகத்தால் யோக காலத்தில் பீடிக்கப்படுவார்.

(16) ஜென்ம லக்கினம் கடகம் (குடிலாம்சம்) ஆகி லக்கினாதிபன் கன்னியா ராசியில் மகராம்சத்திலிருந்தால் ஜாதகர் மூர்க்க சுபாவமுடையவனாயும், கோபமுடையவனாகவுமாவார்.

(17) ஜென்ம லக்கினம் கடகம்(குடிலாம்சம்) ஆகி சூரியன் சிம்மாம்சத்தில் மேஷத்தில் குரு கேது இவர்களுடன் கூடி இருந்தால் இதற்கு விஷ்ணு யோகம் என்று பெயர். ஜாதகர் வைஷ்ணவ ஆசார பாக்கியமுடையவர்.

(18) ஜென்ம லக்கினம் கடகம் (குடிலாம்சம்) ஆகி சூரியன் சிம்மாம்சத்தில் மேஷத்தில் குரு, கேது இவர்களுடன் கூடி இருப்பதுடன் லக்கினத்தில் குஜனும், பன்னிரண்டாம் பாவத்தில் சனியும் இருந்தால் ஜாதகனுக்கு வாலிபத்திலேயே இருபத்தேழு வயதுவரையில் கிலேசம், தரித்திரத்தன்மை உண்டு. மெலிந்த தேகமுண்டு, கருமை நிறமானவர், தயவுக்கு இருப்பிடமானவர், பிரம்மத்தை அறிந்தவர், தனவான், சூரன், புத்திமான், கலகப்பிரியன், இவனுக்குச் சகோதரர் பத்துபேர் உண்டு, அவர்களில் இருவர் பிரபலமானவர்களாகி அரசாங்கத்தில் பிரபுத் தன்மை வாய்ந்தவர்காளவார்கள், இரண்டு சகோதரிகள் தீர்க்காயுளுள்ளவராய் இருப்பர், ஒருஇளைய சகோதரனுமுண்டு.

(19) ஜென்ம லக்கினம் கடகம் (குடிலாம்சம்) ஆகி சுக்கிரன், ராஜயோகாம்சத்தில் பதினோராம் பாவத்தில் கும்ப நவாம்சத்திலிருந்தால் ஜாதகர் இளைய சகோதரனுடையவர், ஆசையுடையவர், மூத்த சகோதரருடன் கூடியவர் இருபத்தேழு வயது வரையில் கஷ்ட ஜீவனம், அதற்கு மேல் ராஜயோக முண்டு, முப்பதுக்குமேல் அதிக யோகமுண்டு.

(20) ஜென்ம லக்கினம் கடகம்(குடிலாம்சம்) ஆகி சந்திரன் கன்னியில் ஹாஸ்யாவஸ்தையிலிருக்கவும் சூரியன் சிம்மாம்சத்தில் மேஷத்தில் குரு, கேது இவர்களுடன் கூடியிருந்தால் ஜாதகர் கிலேசம் முதலிய தரித்திரத் தன்மையுடையவன் ஆவார், கதை சொல்லுந் தொழிலுடையவனாவார், சந்திரன் யாஸ்யானஸ்தை யிலிருந்தால் ஜாதகர் எப்போதும் ஹாஸ்யக் கதைகள் செய்வதில் சமர்த்தர், அயலார் இங்கித மறிந்தவர், சமர்த்தர் தோழரை வஞ்சனை செய்யும் தொழிலுடையவர், தன் காரியத்தில் சமத்தர், செல்வானாகவாவது அல்லது அழகுடையவனாகவாவது இருப்பார் விரோதியின் காரியங்களை அழிப்பர். தானே ராஜாவாக இருப்பவர் லோபி, அயலார் காரியங்களைக் கெடுப்பவர்.

(21) ஜென்ம லக்கினம் கடகம் (குடிலாம்சம்)ஆகி ஐந்தாம் பாவாதிபன் தனுசு அம்சத்தில் நீச்ச ராசியில் இருந்து ராகுவால் பார்கசுப்பட்டு இருந்தால் ஜாதகனுக்கு அதிகமான அவயவமுடைய புத்திரன் பிறப்பார். அல்லது குறைந்த அவயவத்துடன் புத்திரன் பிறப்பார்.

(22) ஜென்ம லக்கினம் கடகம் (குடிலாம்சம்) ஆகி சூரியன் சிம்மாம்சத்தில் மேஷத்தில் குரு, கேது இவர்களுடன் கூடி இருந்தால் ஜாதகனுடைய மூத்த சகோதரன் இரண்டு தாரமுடையவர், கர்மரோகமுடையவனாவார், மலடிக்குக் கணவனாவார், சந்தானத் தடையுள்ளவர். ஜாதகனுடைய இளைய சகோதரர் நல்ல தாரம் ஒருவளுடையவர், பாக்கியவான், சகோதரன் மூலம் பிரசித்தியுடையவர், அனேக புத்திர சம்பத்துடையவர்.

(23) ஜென்ம லக்கினம் கடகம் (குடிலாம்சம்) ஆகி பன்னிரண்டாம் பாவத்தில் சனி இருந்து விஷ்ணு யோகமுடைய ஜாதகனோ புத்திரஸமஸ்காரமில்லாதவன், தனக்கு அந்திய காலத்தில் பிறக்கும் தன்மகனோ ஜாதகர் மரணகாலத்தில் வேறு கிராமத்தில் குழந்தையாய் இருந்து வசிப்பார்.

(24) ஜென்ம லக்கினம் கடகம் (சம்பகாம்சம் அதாவது லக்ன ஸ்புடம் பாகை 95–12 கலை முதல் பாகை 95–24 கலை வரையிலும்) ஆகி லக்கினாதிபன் விருச்சிக ராசியில் தனுர் அம்சத்திலிருந்தால் பூர்வ பாகத்தில் ஜனித்த ஜாதகர் தயை யுடையவர், புத்திமான், வாசாலகர், தெளிந்த முகமும் கண்களுடையவர், அதிருஷ்டசாலி தர்மாத்துமா, சிவந்தநிறமுடையவர்,மெலிந்த தேகமுடையவர், சாத்துவீக குணமுடையவர், வைதீகாசாரம் கைக்கொண்டவர், அயலார் இங்கித மறிந்தவர், சமர்த்தர், பலவித பாஷைகளில் வல்லவர், தெய்வ பக்தியுடையவர், விசேஷ சிவபக்தி உடையவர், தியாகவான், சூடும் சிறுகசப்பும், தித்திப்பும், துவர்ப்புமுள்ள வஸ்துக்களைச் சாப்பிடுவதில் பிரியன்.

(25) ஜென்ம லக்கினம் கடகம் (சம்பகாம்சம் பூர்வபாகம்) ஆகி சூரியன் விருச்சிக ராசியில் மீனாம்சத்திலிருந்தால் ஜாதகர் உண்மை பேசுபவர், பெரியோரிடம் பிரியமுடையவர், சகோதரர் ஒன்பது அல்லது பத்துக்கு மேற்பட்டவர் உண்டு, ஐவர் அல்லது அறுவர் தீர்க்காயுளுள்ளவர், நல்ல சகோதரி ஒருத்தி புத்திரிகள், புத்திரர்களுடன் கூடியவளாயும், அதிக கிலேசமுடையவளாயும், புத்திரன் மூலம் அதிக விசாரமுடையவளாயும், வயிற்றில் வியாதியாலும், கர்ப்பபையில் வியாதியாலும் பீடிக்கப்படுவாள், அத்தோஷத்திற்கு நாகப்பிரார்த்தனை செய்யவும், ஜாதகர் பின்னால் சகோதரனும், நடுவயதில் பாக்கிய முடையவனாயும், தேசாந்திரம் முதலிய இடங்களில் சஞ்சரிப்பவனாயும், அதிக புத்திரர், பொருள் முதலிய பாக்யமுடையவனுமாவார், தம்பியின் யோகத்தால் கிராமம், பூமி இவற்றுக்கு அதிகாரமுடையவனாவார். இருபத்தாறு வயதுக்கு மேல் பாக்யமுண்டு, அயல் பெண்டுகளின் சேர்க்கையுடையவனுமாவார், காமி, நல்ல புத்திரனுடையவனாவார்.

(26) ஜென்ம லக்கினம் கடகம் (சம்பகாம்சம்) ஆகி சந்திரன் தனுசில் தனுசு அம்சத்திலிருந்து எட்டாம் பாவாதிபனுடன் கூடினால் ஜாதகனுக்குக் குஜ, புத அந்தர காலங்களில் சூரியன் சிம்மாயனத்திலிருக்கும் போது தாய்க்கு மரணமுண்டாகும், இவன் தாய்க்குச் சகோதரிகள் எழுவர் உண்டு மாற்றாந்தாய் அதிக யோகமுடையவளாவள்.

(27) ஜென்ம லக்கினம் கடகம் (சம்பகாம்சம் பூர்வபாகம்) ஆகி நாலாம் பாவ அம்சமாகிய வாகன அம்சத்தில் சுக பாவாதிபன் (நாலாம் பாவாதிபன்) இருந்தால் ஜாதகர் நரவாகன யோகமுடையவர், சேனை, மந்திரி, ஜனங்கள் இவர்களிடம் நேசமுடையவனாய் இருப்பான், மூன்று அரசரை அடைந்தவனாவார்.

(28) ஜென்ம லக்கினம் கடகம் (சம்பகாம்சம் பூர்வபாகம்) ஆகி ஸாம்ராஜ்யாம்சத்தில் சுகபாவாதிபன் இருந்தால் ஜாதகர் கேஸரி மகா யோகத்தில் பிறந்தவனாவார். சுகி, பண்டிதன், மனைவி போகத்தில் பற்றுள்ளவர், பெரிய (பிரசித்த ஆறுகள் முதலிய புண்ணிய தீர்த்த யாத்திரை செய்வார். சுகவான், தித்திப்பு, துவர்ப்பு, இவற்றில் பிரியன் சகோரனுடன் கூடியவர். பெரியோர்களை உபசரிப்பவர். தனவான், தியாகம் செய்பவர், வாகனமுடையவர், பிரசித்தமான பெருமை யுடையவர், இரண்டு தாரத்திட்டம் பற்றுடையவர், நித்தம் அன்னதானம் செய்பவர். வெகு மானத்தால் ஜீவிப்பவர், பெருந்தன்மை இனிமையான சொல் இவற்றால் புகழப்பட்டவன், மெலிந்த வாயு சரீர முடையவர், நல்ல புத்திரனுடைவர், அரச சபையில் பூஜிக்கப்பட்டர், சுகமுடையவர்.

(29) ஜென்ம லக்கினம் கடகம் (சம்பகாம்சம் பூர்வபாகம்) ஆகி சந்திராதிபனான எட்டாம் பாவாதிபதி ஆறாம் ராசியிலிருந்தால் ஜாதகனுடைய மாதாமகன் பிரசித்தனாயும்

உலகில் பிரசித்தமான புகழுடையவனாயும் இருப்பார், அவனுடைய புத்திரரில் எவனாவது ஒருவன் சந்நியாசியின் தனத்தை அபகரிப்பார். அபகரித்த தோஷத்தால் அவன் தரித்திரத்தால் வருந்துவான்.

(30) ஜென்ம லக்கினம் கடகம் (சம்பகாம்சம்) ஆகி சூரியன் விருச்சிக ராசியில் காந்தாம்சத்திலும், கேது தனுசு ராசியில் காமின்யாம்சத்திலுமிருந்தால் ஜாதகனுடைய பிதா பாலியத்தில் யோகமுடையவனாவார்.

(31) ஜென்ம லக்கினம் கடகம் (சம்பகாம்சம்) ஆகி இரண்டாம் பாவாதிபன் ஐந்தாம் பாவ ராசியிலிருந்து குஜனுடன் கூடி சந்திரன் ஆறாம் பாவ ஸ்தானமாகிய குரு க்ஷேத்திரத்தில் புதன், சுக்கிரன் இவர்களுடன் கூடி இருந்து குருவால் பார்க்கப்பட்டால் ஜாதகனுக்கு மத்திமாயுள், தனவான், இரண்டு தாரத்துடன் கூடியவர், கிராமத்துக்கு அதிபன், பண்டிதன், தியாகம் செய்பவர், போகத்துடன் கூடியவர், பூமியிலும் சுவர்கத்திலும் பரவிய புகழுடையவர்.

(32) ஜென்ம லக்கினம் கடகம் (சம்பகாம்சம் பூர்வபாகம்) ஆகி பதினோராம் பாவாதிபன் ஆறாம் பாவத்திலிருந்தால் ஜாதகனுடைய தகப்பனுக்கு சகோதரர் எட்டுபேர், சமலக்ஷணமுடையவராவார், சிற்றப்பல் அதிக புத்திமான், கங்கா ஸ்நானம் செய்தவர், இருதாரமுடையவர், சிறிது மனைவிக்கு அபவாதமுடையவர், புத்திரனில்லாதவர், அல்பாயுளுடையவர், ஜாதகர் இளைய சகோதரர் மூலம் கொஞ்சம் சரீர விகாரமடைந்தவர், இவன் தகப்பனுக்கு இரு சகோதரிகளில் ஒருவன் வாலிபத்தில் துக்கமடைந்தவளாயும், புத்திரனில்லாதவளுமாவள், இவன் தகப்பன் அரிஷ்டத்திற்கு முந்தி சிற்றப்பனுக்கு அரிஷ்டமுண்டாகும்.

(33) ஜென்ம லக்கினம் கடகம் (சம்பகாம்சம்) ஆகி சூரியன் விருச்சிக ராசியில் குஜனுடன் கூடி இருந்தால் ஜாதகர் அரசாங்கத்தில் பிரவேசிப்பன்.

(34) ஜென்ம லக்கினம் கடகம் (சம்பகாம்சம்) ஆகி சூரியன் குஜனுடன் ஏழாம் பாவத்தில் கூடி இருந்தால் ஜாதகர் எப்போதும் காமி. எப்போதும் போகி, ஜாரனும் திருடனுமாவார், காவியம் நாடகம் இவற்றின் சாரமறிந்தவர், அயல்பெண்டீர்களைச் சேர விரும்புவார், உதாரத்தன்மையுடையவர், உண்மையே பேசுபவர், வாசனை, புஷ்பம், வஸ்திரங்கள் இவற்றில் பிரியர், போகமாதர் சேர்க்கையில் சுற்றுபவர், தன் மனைவியின் சகோதரி சேர்க்கையுடையவர், இருபத்தைந்தாவது வய்தில் ராஜ யோகமுண்டு.

(35) ஜென்ம லக்னம் கடகம் (சம்பகாம்சம்) ஆகி சூரியன் குஜனுடன் கூடி நாலாம் பாவத்தில் இருந்தால் ஜாதகர் காமி, போகி, அயல் பெண்களை விரும்புதல் முதலிய குணங்களுடையவர். போகமாதர்பின் சுற்றுவார், இன்னும் சூரியனும் குஜனும் ஏழாம் பாவத்திலிருப்பதற்குமேலே சொல்லிய பலன்களுமுண்டு.

(36) ஜென்ம லக்னம் கடகம் (சம்பகாம்சம்) ஆகி சூரியனும் செவ்வாயும் கூடி ஏழாவது அல்லது நாலாவது பாவத்திலிருக்கும்போது சூரியன் காந்தாம்சத்தில் இருந்தால் ஜாதகர் பெண்களைக் கூடுங்காலத்தில் வினோதமுடையவனாவார், அரச சபை மத்தியில் வாக்குச்சாதுர்யமாய் பேசுவார், புத்தி யுக்திகளில் வல்லவர். ஜீவானுக்கிரக காரணமாய் சேராததைச் சேர்க்க சாமர்த்தியம் வாய்ந்தவர், லக்ஷம் குதிரைகளுக்கும், லக்ஷம் பொன்னுக்கும் அதிகாரியாவார்.

(37) ஜென்ம லக்னம் கடகம் (சம்பகாம்சம்) ஆகி லக்ன பாவாதிபன் வர்க்கோத்தமாம்சத்தில் குருவால் பார்க்கப் பட்டிருந்தால் ஜாதகர் அத்வைத மார்க்கத்தில் பற்றுடையவர், வேதாந்தத்தில் நிலையாயிருந்து பரமாத்மாவை அறிந்தவனாவார்.

(38) ஜென்ம லக்னம் கடகம் (சம்பகாம்சம்) ஆகி சூரியன் உத்தராயணத்தில் காந்தாம்சத்திலிருந்தால் ஜாதகனுடைய தகப்பன் வாதரோகத்தால் வருந்துவார்.

(39) ஜென்ம லக்னம் கடகம் (சம்பகாம்சம் பூர்வபாகம்) ஆகி குஜன் சூரியனுடன் கூடி இருக்கில் ஜாதகருடைய பிதா அரிஷ்ட ஸம்ஸ்கார பிரதான தினத்தை விடுவார். இருபத்திரண்டாவது வயதில் வேறு தேசத்தில் இவன் பிதா மரணமாவார், இவன் பிதா புத்திரனுக்குப் பயந்த அரசனைப் பார்க்கப் போய் வருவார். இருபத்து மூன்றாவது வயதில் ஜாதகருக்குச் சந்தான உற்பத்தி நாசமடையும்.

(40) ஜென்ம லக்னம் கடகம் (சம்பகாம்சம்) ஆகி லக்கினாதிபன் இரண்டாம் பாவத்திலிருந்து பதினோராம் பாவாதிபனால் பார்க்கப்பட்டால் ஜாதகருக்கு முப்பது வயதிற்குமேல் பாக்ய முண்டு, ஜாதகர் நோயற்ற திட சரீர முடையவனாவார்.

(41) ஜென்ம லக்னம் கடகம் (சம்பகாம்சம்) பூர்வபாகம் ஆகி சந்திரன் இந்திராம்ச நாடியிருந்தால் ஜாதகர் நல்ல ரூபமுடையவர், புத்திமான், வாசாலகர் தெளிந்த முகமும், கண்களுமடையுவர், அதிஷ்டவான், தர்மவான் ராஜயோகமுடையவர், சிவந்த நிறம், நடுத்தர தேகமுடையவர், குட்டையான தேக உருவமைந்தவர், உயர்ந்த சந்நியாசியினிடம் பிரியமுடையவர். தேவப்பிராம்மணர்களைப் போஷிப்பவர். தானம் செய்பவர், அளவாய்ப் புசித்து அளவாகப் பேசி, அளவாய்த் தூங்கி அளவாய் விழிப்பவர். அயலார் இங்கிதமறிந்த சமர்த்தர். தூஷிப்பவர், அலங்காரங்களில் பிரியமானவர், துஷ்டர்களிடம் துஷ்ட புத்தியும், சத்ருக்களிடம் கடுமையான செய்கையுமுடையவர், பிதா பாக்யமற்றவர். தன் கையால் சம்பாதித்த பொருளுடையவர் தர்ம சாஸ்திரங்களின் பொருள் உண்மை உணர்ந்தவர்.

(42) ஜென்ம லக்னம் கடகம் (சம்பகாம்சம்) ஆகி நாலாம் பாவாதிபன் ஞானாம்சத்திலிருந்தால் ஜாதகர் எல்லோருக்கும் உபகாரம் செய்பவர். பராக்கிரமத்தில் சந்தோஷமும், புகழுடையவர், நல்லகதைகள் கேட்பதில் விருப்பமானவர், செல்வமுடையவர், ஏழை ஜனங்களுக்குப் பிரியமானவர். சிவ விரத உபவாசமிருப்பவர். விஷ்ணு சங்கர பக்தி மிஞ்சியவர், நன்மார்க்க நற்செய்கைகளைக் கைக்கொண்டு நல்ல தர்மங்களைப் பரிபாலிப்பவர். பொன் முதலிய விசேஷ பொருளுடையவர், கிராமங்களுக்கு அதிகாரி.

(43) ஜென்ம லக்னம் கடகம் (சம்பகாம்சம்) ஆகி லக்கினாதிபனான சந்திரன் குஜனால் பார்க்கப்பட்டால் ஜாதகர் இஷ்டமான சத்கரும சித்தியுடையவர், வேறு அரசனிடம் விசேஷ பலமுடையவனாயும் ராஜமுத்திரை தரித்த அரசனாயுமிருப்பார்.

(44) ஜென்ம லக்னம் கடகம் (சம்பகாம்சம்) ஆகி மூன்றாம் பாவாதிபனான புதன் லக்னத்திலிருந்து ஆறாம் பாவத்தில் அல்லது திரிகோணத்திலிருந்தால் ஜாதகருக்கு எல்லா மூத்த சகோதரரும் நாசமுறுவர், ஆனால் இளைய சகோதர பாக்யமுண்டு, மூன்று சகோதரிகள் தீர்க்காயுளுடையவராய் இருப்பார்கள், ஒருத்தி கிலேசமுடையவளாய் வாலிபத்திலேயே விதவைத் தன்மையடைந்து ஞான தர்ம விசாரமுள்ளவளாவள். ஒருத்தி நல்லவளாய் மரிப்பாள். புத்திரி, புத்திரர்களுடன் கூடியவளாவள்.

(45) ஜென்ம லக்னம் கடகம் (சம்பகாம்சம்) ஆகி மாதா ஸ்தானாதிபனான சுக்கிரன், சுதேசனான ஐந்தாம் பாவாதிபனுக்கு எட்டாம் பாவமான நிதனத்திலிருந்து (அதாவது எட்டிலிருந்து) ஏழாம் பாவாதிபனால் பார்க்கப்பட்டால் ஜாதகருடைய தாய் தீர்க்காயுளுடையவளாவள், வெகுகாலம் சுகமாய் வசிப்பாள், வாலிபத்திலே கிலேசமுடையவளாவாள்.

(46) ஜென்ம லக்னம் கடகம் (சம்பகாம்சம்) ஆகி நாலாம் பாவாதிபதி நாலாம் பாவத்திலேயே இருந்து ஐந்தாம் பாவாதிபன் தன்னுச்ச ராசியிலிருந்தால் ஜாதகர் யானை முதலிய ஐஸ்வரியமுடையவனாயிருப்பார்.

(47) ஜென்ம லக்னம் கடகம் சம்பகாம்சம் ஆகி லக்கினாதிபன், பதினோறாம் பாவாதிபன் நாலாம் பாவாதிபர் பாக்ய ஸ்தானத்திலாவது கர்ம ஸ்தானத்திலாவது இருந்தால் நல்லதர்மவான், வாகனாதிலாபமுடையவர்.

(48) ஜென்ம லக்னம் கடகம் (சம்பகாம்சம்) ஆகி லக்கினாதிபனான சந்திரன் பதினோராம் பாவாதிபன், நாலாம் பாவாதிபன், பாக்ய ஸ்தானத்திலாவது, அன்றி கர்ம ஸ்தானத்திலாவது இருந்து சுக்கிரனுடன் கூடினால் ஜாதகர் பல்லக்கேறுவார்.

(49) ஜென்ம லக்னம் கடகம் (சம்பகாம்சம்) ஆகி குரு குஜனுடன் கூடினால் ஜாதகருக்குச் சாமரமென்கிற யோகமுண்டு, இந்த யோகத்தில் பிறந்தவனுக்கு முப்பத்திரண்டு வயதுக்குமேல் சுகமுண்டு, பேரி, மிருதங்கம் முதலிய வாத்திய சுகங்களை அனுபவிப்பார்.

(50) ஜென்ம லக்னம் கடகம் (சம்பகாம்சம்) ஆகி பதினோராம் பாவம், ஒன்பதாவது பாவம், எட்டாவது பாவம், ஐந்தாவது பாவம், சப்தம பாவம் இவற்றில் சூரியன் முதலிய கிரகங்கள் இருந்தால் ஜாதகருக்கு உண்டாகும் யோகத்திற்குக் கேந்திராதி யோகம் என்று பெயர். ஜாதகர் புகழுடையவனாயும், செல்வவானாயும், பிரசித்தனாயுமிருப்பார். பல்லக்கு முதலிய வாகனமுடையவர், சதாமங்களகரமாய் நற்புத்திரர் மனைவிகளுடன் கூடி இருப்பார்.

(51) ஜென்ம லக்கினம் கடகம் (சம்பகாம்சம்) ஆகி ராஜ்ய ஸ்தானாதிபனான குஜன் தன்னுச்சத்தில் வர்க்கோத்தமாம்சத்தில் பாக்யாதிபனுடன் கூடி இருந்தால் ஜாதகருக்குக் காஹள யோகமுண்டென்பர், இதன் பலன் அதிக தனதானிய சமிர்த்தி, வாசனை, பூச்சு, மாலை முதலிய அலங்காரமுண்டு, வாகன யோகமுண்டு; யௌவனத்தில் பாக்யம், சுகம், வாலிபத்தில் அற்ப சுகம் உண்டு. ஜாதகர் வாலிபத்தில் தரித்திரமடைந்தவனாயும் நல்ல மனையாளிடம் பிரியமுள்ளவனாகவும் இருப்பார்.

(52) ஜென்ம லக்னம் கடகம் (சம்பகாம்சம்) ஆகி குரு கடகத்தில் குஜனுடன் கூடி இருக்கில் ஜாதகர் மகான், யானை, குதிரை பல்லக்கு முதலியவை ஏறும் கோட்டைக்கு அதிபதி. யானை தந்தத்தால் செய்த பல்லக்கேறுபவனாயும், அனேக சிற்றரசர்களால் வணங்கப்படுகின்ற முடியுடைய மன்னவனுமார்.

(53) ஜென்ம லக்னம் கடகம் (சம்பகாம்சம்) ஆகி குரு சுய க்ஷேத்திரத்தில் குஜனுடன் கூடி இருந்தால் ஜாதகர் மேல் கண்ட பலன்களை அனுபவிப்பான்.

(54) ஜென்ம லக்னம் கடகம் (சம்பகாம்சம்) ஆகி குரு கேந்திரத்தில் குஜனுடன் கூடி இருந்தாலும் மேல்கண்ட பலன்களை ஜாதகர் அனுபவிப்பார்.

(55) ஜென்ம லக்னம் கடகம் (சம்பகாம்சம்) ஆகி குரு நீச்சத்தில் தன்னுச்சாம்சத்தில் ஐந்தாம் பாவாதிபனுடன் கூடி இருந்தால் ஜாதகர் புத்திர புத்திரிகளுடன் கூடியவள், புருஷப்பிரஜை மூன்றும் தீர்க்காயுளாயிருக்கும், பெண்களில் ஒருத்தி சுக ஜீவியாக இருப்பாள்.

(56) ஜென்ம லக்கினம் கடகம் (சம்பகாம்சம்) ஆகி சுக்கிரன் ஆறாம் பாவத்திலிருந்து பன்னிரண்டாம் பாவாதிபனால் பார்க்கப்பட்டிருப்பதுடன் ஆறாம் பாவாதிபன் குஜனுடன் கூடினால் ஜாதகர் சத்ருக்களையழிப்பவனாயும், பராக்கிரமமுடைய வனாயும், அளவான தாயாதிகளுடன் கூடியவனுமாவார்.

(57) ஜென்ம லக்னம் கடகம் (சம்பகாம்சம்) ஆகி ஆறாம் பாவாதிபன் குரு மகரத்தில் கடகாம்சத்திலிருந்தால் ஜாதகருடைய தகப்பன் மூன்று சகோதரர்களுடன் கூடியவனாவார்.

(58) ஜென்ம லக்னம் கடகம் (சம்பகாம்சம்) ஆகி ஏழாம்பாவாதிபனான சனி ஸ்திராம்சத்தில் ஸ்திர லக்கினத்திலிருந்து களத்திரகாரகனான சுக்கிரன் ஸ்திர ராசியிலிருந்தால் ஜாதகர் நல்ல களத்திர யோகமுடையவனாவார்.

(59) ஜென்ம லக்னம் கடகம் (கமலாம்சம் அதாவது லக்ன ஸ்புடம் பாகை 96–00 கலை முதல் பாகை 96–12 கலை வரையிலும்) ஆகி வர்க்கோத்தம்மசத்தில் சந்திரன் இருந்தாலும், லக்னத்தைக் குரு பார்த்தாலும் காட்டுக்குச் சமீபத்தில் உள்ள தேசத்தில் பூர்வபாகத்தில் பிறந்தவனாவார்.

(60) ஜென்ம லக்னம் கடகம் (கமலாம்சம்) ஆகி லக்ன கேந்திரத்தில் சுக்கிரனிருந்து குஜன், ராகு இவர்களுடன் கூடியிருந்தாலும் அல்லது சுக்கிரன் இவர்களால் பார்க்கப்பட்டாலும் பூர்வ பாகத்தில் பிறந்தவனுடைய தாய் ஜாதகர் பிறந்த காலத்தில் அதிக பிரஸவ வேதனையை அடைந்திருப்பாள். மேற்படி லக்னத்தில் குஜனும் ராகுவும் கூடி இருந்தால் குழந்தை கொடி சுற்றிப்பிறக்கும். பூர்வ பாகத்தில் ஜெனித்தவருக்குக் கொடிசுற்றப்பட்டிராது, லக்னத்தைக் குரு பார்த்தால் சௌக்யம் உண்டாகும். சுக்கிரன் குஜனுடன் கூடியிருந்தால் தாய்க்குப் பீடை (அரிஷ்டம்) உண்டாகும், ஜென்ம தெசையில் தாய்க்குப் அரிஷ்டம் சம்பவிக்கும். உத்தராம்சத்தில் பிறந்தவர் தாயினால் சோகமுடையவனாவார். ஸூதிகா கிரக தோஷத்தால் தாய் மரணத்துக்குச் சமமாகக் கிடந்து பிழைப்பாள், பிறகு தாய்க்குச் சௌக்யமும், தகப்பனுக்குச் சௌக்யமுண்டாகும். பாலாரிஷ்ட தோஷம் ஜென்ம தெசையில் விசேஷமாயிருக்கும்.

(61) ஜென்ம லக்னம் கடகம் (கமலாம்சம்) ஆகி சந்திரன் மீனாம்சத்தில் மீனத்திலும், எட்டாம் பாவாதிபதி பதினோராம் பாவத்திலும், லக்னத்திலிருந்து ஏழாம் பாவத்தில் குருவும் இருந்தால் ஜாதகருக்குப் பூர்ணாரம்ப வயது நிச்சயம் உண்டாகும். சிலர் எழுபத்துமூன்று வயதுஉண்டு என்று சொல்லுகிறார்கள். சிலர் அறுபத்தைந்து வயது என்று சொல்லுகிறார்கள். ஐம்பத்து மூன்றாம் வயதில் மிருக பயமும் முப்பது வயதில் கொஞ்சம் பீடையும் உண்டு. சாந்தி செய்து கொண்டால் சுகமுண்டாகும். எட்டாம் பாவாதிபதி கின்னராம்சத்தில் இருந்து சந்திரன் வர்க்கோத்தமாம்சத்தில் இருந்தால் அறுபத்தைந்து வயது நிச்சயம்.

(62) ஜென்ம லக்னம் கடகம் (கமலாம்சம்) ஆகி குரு நீச்ச ராசியடைந்திருந்து, சூரியன் ராகுவுடன் கூடியிருந்தாலும் அல்லது ராகுவால் பார்க்கப்பட்டாலும் ஜாதகருடைய தகப்பனுக்குச் சுகமில்லை. ஜாதகருடைய தகப்பன் சகோதரமில்லாதவர், விஷ்ணு பக்தியுடைய மதத்தை அடைபவர். சூரியன் ராகு, குஜன் இவர்களுடன் கூடியிருந்தால் ஜாதகருடைய தகப்பன் சமர்த்தில்லாதவர், சுகி, தன் தகப்பனால் சம்பாதிக்கப்பட்ட பொருளுடையவர், பாலியத்தில் சௌக்கியத்துடனும், சுபத்துடனும் கூடியவர், ஜாதகருடைய பாட்டன் பிரசித்திபெற்றவர், தனதானியாதிகமுள்ள பிரபு, வெகு ரத்தினங்களையும் பணத்தையும், சம்பாதித்தவர், சுகயோகமுள்ளவர், பாட்டனால் சாம்பாதிக்கப்பட்ட தனத்தை ஜாதகருடை தகப்பன் நாசம் செய்து விடுவார். அவன் மத்திய வயதில் சௌக்யத்தை அடைந்து பாக்ய நாசத்தால் பீடிக்கப்பட்டவனாவார், குரு, நீச்ச ராசியிலிருந்தால் ஜாதகருடைய தகப்பன் ஜீவனத்துக்கு வெகு கிலேசமடைவார், விருத்தாப்பிய வயதில் அற்ப சுகமுடையவர், புத்திரனால் சுகமில்லாதவர் ஜாதகருடைய கேது தெசையில் சூரிய புக்தியில் அல்லது ராகு புக்தியில் கோசாரத்தில் கடகத்தில் அந்தியமாக சனி வருங்காலத்தில் ஜாதகருடைய பிதா மரிப்பார். உத்தராம்சத்தில் பிறந்தவனுக்கு குரு புக்தியில் பிதா மரிப்பார்.

(63) ஜென்ம லக்னம் கடகம் (கமலாம்சம்) ஆகி சந்திரன் வர்க்கோத்தமாம்சத்தை யடைந்து சுகாதிபதி ராகுடன் கூடியிருந்தால் தாயும் தகப்பனைப் போலவே அற்ப

ஆயுளுடையவள் ஜென்ம தெசையில் விருஷப ராசியின் கடைசியில் அல்லது மிதுனத்தில் சனி கோசாரத்தில் வருங்காலம் ஜாதகருடைய பாலிய வயதிலேயே ஸம்பத் தசையிலாவது, அதற்கு முன்பே ஜென்ம தெசையிலாவது மரித்து விடுவாள்.

(64) ஜென்ம லக்னம் கடகம் (கமலாம்சம்) ஆகி லக்ன கேந்திரத்தில் சூரியன் காதாம்சத்திலிருக்கப் பிறந்தவர். தாய் தகப்பனால் சௌக்யமிழந்தவனாகவும், தகப்பனால் சோகமுடையவனாகவும் ஆவார்.

(65) ஜென்ம லக்னம் கடகம் (கமலாம்சம்) ஆகி புதன் லக்ன கேந்திரத்தில் ராகுவுடன் கூடியிருந்து, செவ்வாய் நீச்சமடைந்திருந்தால் சுவல்பமான சகோதரர்கள் உண்டு. மூத்த சகோதரர்கிடையாது, ஒரு சகோதரி கொஞ்சம் சௌக்கியமுள்ளவள், அவளும் விதவையாகித் துக்கியாயிருப்பாள்.

(66) ஜென்ம லக்னம் கடகம் (கமலாம்சம்) ஆகி லக்னத்தில் ஐந்து கிரகங்களிருக்கப் பிறந்தவர். பாலியத்தில் மிகவும் துக்கமுடையவர், சந்திரன் நிர்மலாம்சத்தில் இருந்தால் அழகிய முகமும் கண்களுமுடையவர். நான்காம் பாவாதிபதி அநேக கிரகங்களுடன் சேர்ந்திருந்தால் மூன்று பாஷைகளில் வல்லவர். பல பாஷை விசாரனையுள்ளவர், தன் சுய ஜாதி வித்தையில் கெட்டிக்காரர், ஸ்ரீமான், நீச்ச பாஷையில் வல்லவர் புதன். நீச்சனுடன் சம்மந்தப்பட்டிருந்தால் நீச்ச வித்தையில் தேறினவர், சுக்கிரன் ராகுவுடன் கூடியிருந்தால் ஜாதகர் காவிய, நாடக, அலங்காரப் பிரியர்,ஸங்கீத லோலன், போகத்தில் இச்சையுள்ளவர், அயலார் மனைவிகளைப் புணர இஷ்டமுள்ளவர். பல ஜாதி ஸ்த்ரீகளை அணைவார், வித்தையினால் நல்ல யோகமுடையவர், அரசாங்கத்தில் பிரசித்தியுள்ளவர், பிதா சௌக்யமில்லாதவர், தாய் சுகமில்லாதவர், ஜென்ம தசையில் அற்ப சுகமும் சம்பததெசையில் அப்படியே அற்பசுகமும் உண்டு. கேது தசையில் அதிக கஷ்டமும், பிக்ஷான்னம் (பிச்சை எடுத்து உண்பது) கெட்ட உணவு புசிப்பதும், தன் ஜனங்களின் நாசத்தால் எற்பட்ட சோகத்தால் வேறு தேசம் போதலும், மூத்த சகோதரனுடன் மனக்கிலேசத்துடன் பல தேசங்களில் சஞ்சாரம் செய்தலும் உண்டு. ஸம்பத் தார தெசையில் பிற்பாதியில் தன்னிட ஜன சமுகத்தில் பிரபுவாயிருக்கப் பட்டவருடைய தரிசனம் உண்டாகி அவர் மூலம் விசேஷ சுப சௌக்கியங்களும், அவரால் தன் புத்திரனைப் போலவே பாவிக்கப் பட்டு போஷிக்கப்டுவார், அந்தப் பிரபு போஷகர், நல்ல தர்மாத்துமா, அனேக தேசாதி காரமுள்ளவர். அந்த தேகாதியினால் ஸர்வாத்தியக்ஷகனாயும் சுதந்திரம் உள்ளவனாகவும் இருப்பார், பல தேசங்களிலும் பிரசித்திபெற்றவர், மூன்று வாகனமுடையவர், வெகு பணத்துடன் பணம் சம்பாதிப்பவர், க்ஷேத்திர கிராமாதிபதி, பிரபு, அப்படிப்பட்ட பிரபுவின் கிருபையை அடைந்து ஜாதகர் யோகவானாயும், பணக்காரனாகவும், உள்ள புருஷனாகிறார். ஸம்பத் தெசையில் பிற்பாதியில் எழுத்து தியானம் உண்டாகும். கேது தெசையில் குரு புக்தியில் உபநயனம் முதலிய பிராமண ஜாதிக்குரிய சடங்குகளை அடைகிறான் (சனி புக்தியில்) இருந்து கேது தசையில் சுகம் உண்டாகும். தினந்தோறும் இஷ்டமான சமிர்த்தியுள்ள பலவித ஆகார, அன்ன சௌக்யமும், புத்தியுடனும், வித்தையுடனும் கூடியிருப்பார், விபத் தசையிலும் அப்படியே உண்டாகும். ரக்ஷிப்பவருடைய தகப்பன் சுகி, விபத்தெசையில் சுக்கிர புக்தியில் அல்லது சூரிய புக்தியில் ஜாதகருக்கு விவாகம் நடக்கும். சிலர் சந்திர புக்தியில் அயல் தேசத்தில் நடக்கும் என்று அபிப்ராயப்படுகிறார்கள்.

(67) ஜென்ம லக்கினம் கடகம் (கமலாம்சம்) ஆகி கடகத்தில் சுக்கிரன் கடகராசியில் ராகுவுடன் கூடியிருந்தாலும், ராகுவால் பார்க்கப்பட்டாலும் ஜாதகர் இரண்டு தாரம் உடையவர் என்று சிலரும், ஒரே தாரம் என்று சிலரும்; விவாகத்துக்குப் பிறகு சௌக்யமும், தன்னுடைய பிரபுவுக்கு அதிக சுபமும் உண்டாகும் என்று சொல்லுகிறார்கள்.

ஜாதகர் விபத்தார தசையில் நீச்ச வித்தையில் வல்லவனாகவும், பிற்பாதியில் நல்ல யோகம் உள்ளவனாகவும், இருபது வயதுக்கு மேல் பணத்தை சம்பாதித்தலும், எழுத்து மூல ஜீவனமும் அரசாங்க உத்தியோகர்களை அடைதலும், இருபத்தைந்து வயதுக்கு மேல் யோகமும் அநேக கிராம அதிகாரமும் உண்டாகும். தன் ஜனப்பிரபு மூலமாக உத்தரோத்தரமான பிரபலமடைதலும் தன்பிரபுவுக்குச் சுபாதிகமும் பல்லக்கு முதலான வாகனங்களுடனும், பூஷணங்களுடனும், கூடி இருப்பார்.

(68) ஜென்ம ல்க்கினம் கடகம் (கமலாம்சம்) ஆகி செவ்வாய் நீச்சமடைந்து குரு, கேது இவர்களுடன் கூடியிருந்தாலும், இவர்களால் பார்க்கப்பட்டாலும் ஜாதகருக்குக் காலாந்திரத்தில் அற்ப சந்தானம் உண்டாகும், அல்லது வேறு மனைவியிடத்திலாவது சந்ததி உண்டாகும். குரு நீச்ச மடைந்திருந்தால் பிறந்து பிறந்து மரித்து விடும். அந்த தோஷ சாந்திக்காக நாகப்பிரதிஷ்டை, நாகதானம் முதலிய சாந்தி செய்தால் காலங்கடந்து புத்திர சந்தானமுண்டாகும். அல்லது வேறு மனைவியிடம் ஸந்ததி உண்டாகும். க்ஷேம தசையில் நல்ல புத்திரர் பிறத்தலும் உண்டாகும். மூத்த மனைவி பிரஸவத்தில் மரித்த பிள்ளையைப் பிரசவிப்பாள்.

(69) ஜென்ம லக்கினம் கடகம் (காலாம்சம் அதாவது லக்ன ஸ்புடம் பாகை 96–24 கலை முதல் பாகை 96–36 கலை வரையிலும்) ஆகி கேந்திரத் திரிகோணங்களில் சுக்கிரனிருந்து அந்த சுக்கிரனுடைய கேந்திரத்தில் குரு இருந்து சந்திரன் வர்க்கோத்தமாம்சத்தை அடைந்திருந்தால் இந்திர யோகம் உண்டாகும்.

(70) ஜென்ம லக்கினம் கடகம் (பரமேஸ்வரியம்சம்) அதாவது லக்கின ஸ்புடம் பாகை 119–48 கலை முதல் பாகை 120–00 கலை வரையிலும்) ஆகி லக்கினாதிபதி பத்தாம் பாவத்திலிருந்து கன்யாம்சத்தில் இருக்கப்பட்ட சனியால் பார்க்கப்பட்டால் சுக்கிரத் திரிம்சாம்சத்தில் ஜனித்தவர். இரண்டாவதாக அல்லது மூன்றாவதாகப் பிறந்தவர், பெரிய சமுத்திரத்தின் ஸமீபத்திலுள்ள பட்டிணத்தில் தேவாலயத்தின் சமீபத்தில் பிறந்தவர், தாய் பிரசவகாலத்தில் கொஞ்சம் வேதனையே அடைந்திருப்பாள், உத்தராம்சத்தில் பிறந்தவர் நதிப் பிரதேசத்தில் ஒரு சிறிய கிராமத்தில் ஜனித்தவனாவார், தாய் பிரசவ காலத்தில் அதிக வேதனையை அடைந்திருப்பாள். சந்திரன் சனியால் பார்க்கப்பட்டால் கொஞ்சம் ஸூதி தோஷ பயமுண்டாகும்.

(71) ஜென்ம லக்கினம் கடகம் (பரமேஸ்வரியம்சம்) ஆகி பூர்வ பாகத்தில் ஐந்தாம் பாவத்தில் புதன் பாபக் கிரகத்துடன் கூடியிருந்தாலும் குரு கேந்திரத் திரிகோணங்களில் இருந்தாலும், அல்லது சந்திர கேந்திரத்திலாவது குரு தன் உச்சத்திலாவது இருந்தாலும், கொஞ்சம் பாலரோகமுண்டாயிருக்கும், சந்திரனைப் புதன் பார்த்தால் சுகமும், குரு சந்திரனைப் பார்த்தால் சர்வதோஷமும் நிவர்த்தி உண்டாகி சுகியாயும் தன்னுடைய உச்சஸ்தானத்தில் துலாம்சத்தில் இருக்கப்பட்ட குருவால் தீர்க்காயுளையும், அப்படியே தனுசாம்சத்தில் இருக்கப்பட்ட எட்டாம் பாவாதிபதி மூலம் பூர்ண ஆயுளையும் அடைகிறான்.

(72) ஜென்ம லக்கினம் கடகம் (பரமேஸ்வரியம்சம்) ஆகி ஒன்பது, பத்து இந்த பாவாதிபதிகள் கேந்திரத்திலாவது அல்லது துலாம்சத்தில் திரிகோணத்திலாவது இருந்தாலும், எட்டாம் பாவாதிபதி சிரசீவாம்சத்திலிருந்தாலும் ஆயுளின் முடிவு அறிய முடியாது.

(73) ஜென்ம லக்கினம் கடகம் (பரமேஸ்வரியம்சம்) ஆகி பத்தாம் பாவாதிபதியுடன் ராகு கூடியிருந்து லக்கினத்தில் குருவுமிருந்தால் ஜாதகர் முன்னூறுக்குச் சமமான ஆயுளையுடையவர்.

(74) ஜென்ம லக்கினம் கடகம் (பரமேஸ்வரியம்சம்) ஆகி ஒன்பதாம் பாவாதிபதி தன்னுடைய உச்ச ராசியிலிருந்து சூரியன் கேந்திரத் திரிகோணங்களிலிருந்தால் ஜாதகருடைய பிதா பாக்கியமுள்ளவர், சிவபக்தி செய்யும் மதத்தை அடைபவர், சோதர பிராதாக்களுடன் கூடியிருப்பவர், க்ஷேத்திர மூலம் ஜீவன முள்ளவர்.

(75) ஜென்ம லக்கினம் கடகம் (பரமேஸ்வரியம்சம்) ஆகி சூரியன் ராகுவுடன் கூடியிருந்தாலும், ராகுவால் பார்க்கப்பட்டிருந்தாலும் ஜாதகருடைய தகப்பன் கிராமத்தில் யாசிப்பவனாகவும், புரோகிதத்தில் பிரசித்தி பெற்றும், கொஞ்ச காலமே ஜீவிப்பவனுமாவார். ஜென்ம தார தசையில் பன்னிரண்டாம் பாவாதிபதியினுடைய புக்தியில் கோசாரத்தில் சனி கடகத்தில் வரும் காலம் ஜாதகருடைய பிதா மரணமடைவார், அதன் பிறகு சுகாதிபதியான நான்காம் பாவாதிபதியின் தெசையில் விரய பாவாதிபதியின் புக்தி காலத்திலாவது மரணமடைவார், பித்ரு பாவத்துக்குப் பாக்ய பாவத்திலும் அப்படியே, அந்தந்த பாவங்களின் அஷ்டம பாவத்தினுடைய தசையும், புக்தியையும், காரகனுடைய தசையும், புக்தியையும் லக்ன பாவத்திலிருந்து கிரமமாக யோசித்துச் சனியின் சஞ்சாரத்தினால் சுபா சுபங்களை அறியவும்.

(76) ஜென்ம லக்கினம் கடகம் (பரமேஸ்வரியம்சம்) ஆகி சுக்கிரன் நீச்ச ஸ்தானத்தில் தன்னுடைய உச்சாம்சத்திலிருந்தாலும், சந்திர கேந்திரத் திரிகோணங்களிலிருந்தாலும் பரமேஸ்வரியம்சத்தில் ஜெனித்தவருடைய தாய் தீர்க்காயுளுடையவள்.

(77) ஜென்ம லக்கினம் கடகம் (பரமேஸ்வரியம்சம்) ஆகி புதன் நான்காம் பாவத்திலிருந்து சந்திரன் சுபரால் பார்க்கப்பட்டிருந்தால் ஜாதகனுடைய தாயானவள். குணவதியாயும், கொஞ்சம் ரோக சரீரமுடையவளாயும், பதிவிரதையாயும், சுபமுள்ளவளாயும், நல்லவளாயும், வம்ச விருத்தியுடையவளாயும், சுபத்துடன் கூடினவளாயுமாவாள். ஜன்மாந்தர புண்ணியத்தினால் நல்ல கீர்த்தியுள்ள புத்திரனைப் பெற்றவள். க்ஷேம தெசை, சந்திர புக்தியில் அல்லது பிரத்தியக்தார தசையில் மேஷத்தின் கடைசியில் கோசாரத்தில் சனி வருங்காலம் தாயார் மரணத்தை அடைவாள், மாத்ரு காரகர் இருக்கப்பட்ட ராசி நாதனுடைய தசையிலும், தாய்க்கு மரணம் உண்டாகும். கோசாரத்தில் சந்திர லக்னத்தில் சனி வருங்காலம் அல்லது சந்திரனுடைய திரிகோண ஸ்தானங்களில் சனியிருக்கும்போதும் தாய்க்கு மரண சமமான அரிஷ்டம் அல்லது மரணமும், தாய்க்குச் சமமான ஜனங்களுக்கு கெடுதியும் உண்டாகும்.

(78) ஜென்ம லக்கினம் கடகம் (பரமேஸ்வரியம்சம்) ஆகி சகோதர பாவத்தில் ராகு இருந்தாலும், செவ்வய் கூட சேர்ந்திருந்தாலும் உடன் பிறந்த சகோதரர்களுக்குச் சுகமில்லை, ஜாதகர் சகோதரிகளுடன் கூடினவர் இரண்டு அல்லது மூன்று சகோதரிகள் தீர்க்காயுளுடன் இருப்பார்கள். அவர்களில் தன்னுடைய மூத்த சகோதரி ஒருத்தி பாக்யமுள்ளவளாகவும், ஆபரணலங்கிருதையும், கொண்டாடப்பட்டவளாயும், இருப்பாள். சகோதர பாவத்தில் ராகு இருந்தால் ஒருத்தி விதவையாயும், மற்றொரு சகோதரி சுவல்ப பாக்யமுள்ளவளாகவும் இருப்பார்கள்.

(79) ஜென்ம லக்கினம் (பரமேஸ்வரியம்சம்) ஆகி லக்ன பாவத்தில் குரு இருந்தால் மதங்க யோகம் உண்டு, மேற்படி மதங்க யோகத்தில் ஜனித்தவர் வெளுப்பான சரீரமுள்ளவர், சகோதர மில்லாதவர், தான் ஒருவனே ஆவார். தாமரை போன்ற கண்களுடையவர், சமதேகி, புத்திசாலி, சாது, தகப்பனால் அற்ப சுகமுள்ளவர், குரு இரண்டு அல்லது பதினொன்று, மூன்று முதலிய பாவங்களிலிருந்தால் குரு லாபமுடையவர், முன் ஜென்மாந்திர அதிருஷ்டவசத்தால் மகா புருஷனுடைய தரிசனம் உண்டாகும்.

(80)ஜென்ம லக்கினம் கடகம் (பரமேஸ்வரியம்சம்) ஆகி ஒன்பதாம் பவாதிபதி கின்னராம்சத்திலாவது ஸத்யாம்சத்தில் ஐந்தாம் பாவத்திலாவது இருந்தால் சித்த புருஷனுடைய அனுக்கிரகப் பாக்யம் அடைவார், தன்னுடைய குரு பெரிய மஹாத்துமா ஆவார். விஷயத்தில் ஆசையை அகற்றியவர், மூவாசையும் வெறுத்தவர், எல்லா லோகங்களுக்கும் உபகாரியனாவர், ஸ்ரீமான், ஜனங்களுக்குப் பிரியமானவர், மறைவான புதையல் போன்ற வித்தையுடையவர், ஆகாயத்தில் சஞ்சரிக்கக் கூடிய பாதுகைகளை உடையவர், ஸந்துஷ்டியுடையவர், தன்னிச்சையாய்ச் சஞ்சரிப்பவர், விநாயகர் முதலிய தேவதைகளின் அனுக்கிரக மடைந்தவர், ஸித்த புருஷர்களுக்கெல்லாம் முதன்மையானவர், ஸ்ரீமான், பத்தியுடன் கூடின ஜனங்களுடையவர், அப்படிப்பட்ட குருவினுடைய கிருபையை அடைந்து ஸித்தி முதலிய சித்த வித்தையையுடைய புருஷனாகிறார். ஜாதகர் குணம் நிறைந்த அறிவாளி, பல தேசங்களிலும், சஞ்சரிப்பவர், லக்கினாதிபதி ஹாஸ்யாவத்தையிலிருந்தால் எப்போதும் ஹாஸ்யம் செய்வதிலேயே பிரியமுள்ளவர். முப்பத்திரண்டு வயதுக்குமேல் யோகியாவர், தன்னுடைய குருவினுடைய் கிருபாபலத்தால் முப்பத்தைந்து வயதுக்குமேல் சித்தனாகி, மகாபுருஷர்களுடைய சேர்க்கை அடைகிறார், நானாவித தேசங்களிலும் பிரசித்தியாகி சித்தாச்சிரம வழியை அடைகிறார். சில காலம் கொஞ்சமேனும் ஆகாரமே இல்லாமலும், கொஞ்ச காலம் பழங்களைப் புசித்தும் குளிகா பாதுகையினுடைய் பலத்தினாலே நானாலோகங்களிலும் சஞ்சரிக்கிறார். தேவி சக்தியினுடைய அனுக்கிரகத்தினால் அறியக்கூடாத கலைகளை அறிகிறார். பைரவருடைய அனுக்கிரகத்தையும், சாமுண்டியின் அனுக்கிரகத்தையும் பெற்றுச் சீதோஷ்ணாதிகளைச் சமனம் செய்தும் நிக்ரஹாநுக்கிரகங்கள் செய்தும் தாது, வாத, ரஸ வாத வேலைகள் முதலானதும் செய்வார். வெகு காலம் ஜீவிக்கிறார். ஆயுளுள்ளவர்.

(81) ஜென்ம லக்கினம் கடகம் (சுப்ரபாம்சம் அதாவது லக்ன ஸ்புடம் பாகை 105–36 கலை முதல் பாகை 105–48 கலை வரையிலும்) ஆகி குருத் திரிம்சாம்சத்தில் பூர்வ பாகத்தில் ஜனித்தவர். பிராமணனாகவும், பத்தாவது கர்ப்ப ஜனனமாகவும், நித்திய சுகியாகவும், ஆகிறார். உத்தர பாகத்தில் பிறந்தவர் சூத்திர ஜென்மமாகவும், நல்ல பாக்ய முடையவனுமாகிறார். பூர்வ பாகத்துக்கும் உத்தர பாகத்துக்கும் பலனில் கூட கொஞ்சம் பேதமுண்டு.

(82) ஜென்ம லக்கினம் கடகம் (சுப்ரபாம்சம்) ஆகி நான்காவது பாவத்தில் சனி இருந்தால் குக்கிராமத்தில் ஜனித்தவர், நான்காம் பாவத்தில் சனியும், அந்த சனி நின்ற ராசியதிபதி எட்டாம் பாவத்திலும் இருந்தால் குக்கிராமத்தில் அக்கிரஹாரத்தில் வாசஞ் செய்வார். கிழக்கு மேற்கு வீதியில் வடக்குப் பாகத்தில் பிறந்தவர், தாய் பிரசவ காலத்தில் அதிக வேதனையை அடைந்திருப்பாள்.

(83) ஜென்ம லக்கினம் கடகம் (சுப்ரபாம்சம்) ஆகி இரண்டாம் பாவத்தில் சந்திரனிருந்து சுபர் அசுபர் இவர்களால் பார்க்கப்பட்டால் தாய்க்கு அரிஷ்டமுண்டாகும், அல்லது ஒரு மாதம் வரையிலாவது, மூன்று தினங்களாவது பத்து தினம் வரையிலாவது அரிஷ்ட தோஷம் உண்டு.

(84) ஜென்ம லக்கினம் கடகம் (சுப்ரபாம்சம்) ஆகி வர்க்கோத்தமாம்சத்தில் இரண்டாம் பாவத்தில் சந்திரனிருந்து குரு, சுக்கிரன் இவர்களால் பார்க்கப்பட்டால் ஜாதகருக்குப் பாலாரிஷ்ட தோஷம் சொல்லப்படுவதில்லை, தாய், தகப்பன், அம்மான் முதலானவர்கள் ஆயுள் தீர்க்கமுடையவர்கள். ஜென்ம தசையில் மூன்றாவது வயதில் கோசாரத்தில் துலாராசியில் சனி வருங்காலம் சகோதர அரிஷ்டமுண்டாகும்.

(85) ஜென்ம லக்கினம் கடகம் (சுப்ரபாம்சம்) ஆகி சனி கர்மேசனுடைய அம்சத்திலாவது, அவனுடைய திரிகோணத்திலாவது, சனி ஸ்புட ராசியிலாவது, பத்தாம் பாவாதிபதியினுடைய திருஷ்டி ராசிகளிலாவது சனி வரும் சமயம் சகோதர பீடையுண்டாகும், மேற்படி குருத்திரிம்சாம்சத்தில் ஜனித்தவருக்கு இரண்டு சகோதரிகளும் ஒரு மூத்த சகோதரனும் உண்டு. ஸ்ரீமானாயும் இருப்பார்.

(86) ஜென்ம லக்னம் கடகம் (சுப்ரபாம்சம்) ஆகி குருத் திரிம்சாம்சத்தில் பிறந்தவனுக்கு மூன்றாம் பாவாதிபதி நீச்சத்திலாவது, ஆறாம் பாவத்திலாவது இருந்தால் இரண்டு சகோதரரும், இரண்டு சகோதரிகளும் உண்டு. மற்ற சகோதரம் நாசம் அடையும், ஜாதகர் மானி.

(87) ஜென்ம லக்னம் கடகம் (சுப்ரபாம்சம்) ஆகி பூர்வபாகத்தில் ஜனித்தவருக்கு லக்கினத்துக்கு இரண்டிலும் பன்னிரெண்டிலும் பாபக்கிரகங்கள் இருந்தாலும் சந்திரனுடன் கிரகமில்லாதிருந்தாலும் சந்திரனுக்கு இரண்டிலும், பன்னிரண்டிலும் பாபக்கிரகம் இருந்தாலும், கர்த்தரி யோகம் என்று சொல்லப்படும். மேற்படி கர்த்தரியோகத்தில் பிறந்தவனுக்கு மத்திமாயுள் என்றும் தார புத்திர விருத்தி உண்டென்றும் சுபாம்சத்தில் பூர்ண சந்திரன் இருந்தால் தாய், தகப்பன் தீர்க்க காலம் ஆயுள் உள்ளவர்கள் என்றும், சகோதர, சகோதரிகள், உண்டென்றும் செல்லப்படும். பாலியத்தில் கிலேசம் தரித்திரம் முதலிய கஷ்டமும், பதினாலு வயது வரை சமகஷ்டமும், அதன் பிறகு பாக்கியமுண்டு, பன்னிரண்டு வயதில் விவாகம் நடக்கும், இருபது வயதுக்குமேல் விசேஷ யோக முண்டு, இருபத்திரண்டாவது வயதில் சம்பத் தாராதிபதியின் தசையில் அல்லது இருபத்தோராவது வயதிலேயே பிதாவுக்கு அரிஷ்டம் உண்டாகும். அன்றியும் கர்த்தரியோக ஜாதகருக்கு தாயாதிகள் சத்ரு கலாபம் உண்டாகும். அதனால் சேர்த்து வைக்கப்பட்டிருக்கிற திரவியத்திற்கு நாசமுண்டாகும். ஜாதகர் மிகவும் மனக்கிலேசத்தைஅடைவார்.

(88) ஜென்ம லக்கினம் கடகம் (சுப்ரபாம்சம்) ஆகி ஒன்று ஏழு, ஒன்பது முதலிய பாகங்களில் சுக்கிரன் இருந்தாலும், அல்லது இந்த பாவங்களைப் பார்த்தாலும் ராஜயோகம் உண்டாகும். அல்லது இந்த ஸ்தானங்கள் இதர கிரகங்களுடன் சேர்ந்திருந்தாலும், அவர்களால் பார்க்கப்பட்டாலும் சொற்ப பாக்யமுடையவர் குரு பார்த்தால் பூரண பலன் உண்டாகும். புத்தியும், வித்தையும் உடையவனாவார்.

(89) ஜென்ம லக்கினம் கடகம் (சுப்ரபாம்கம்) ஆகி சந்திரன் சுபக்கிரகத்துடன் கூடியாவது, சுபக்கிரகத்தால் பார்க்கப்பட்டாவது இருந்தாலும், வர்க்கோத்தமாம்சத்தில் சந்திரன் நான்கு கிரகங்களுடன் கூடியிருந்தாலும், பார்க்கப்பட்டாலும், லக்கினத்திலிருந்து இரண்டாம் பாவத்திலிருந்தாலும் ஸ்ரீமானாயும், ராஜயோக விருத்தியுடையவனாயும், பன்னிரண்டாவது வயதில் விவாகமும், அல்லது பதினாறாவது வயதில் விவாகமும் நடக்கும். அரசனுக்குச் சமமான கீர்த்தியும், அரசனால் வெகுமானிக்கப்பட்டும், பிரபல உத்தியோகமும் சுகமும், முப்பத்தைந்தாவது வயதில் மத்தியில் கிலேசத்தால் பீடிக்கப்பட்டும், வேறு அரசனால் சுகமும் அரசர் வழியில் சுபமும், ஸம்பத்தெசையில் நல்லயோகமும், பிரபல உத்தியோக ஜீவனமும், புத்திரன் பிறப்பதால் உண்டான சந்தோஷமும், வீட்டில் பசு, தனவிருத்தியும், பல வழிகளில் தன வரவும், க்ஷேத்திர லாபமும் உண்டாகும்.

(90) ஜென்ம லக்கினம் கடகம்(சுப்ரபாம்சம்) ஆகி பூர்வ பாகத்தில் ஜெனித்தவருக்கு ஏழாம் பாவாதிபதி கேந்திரத்திலாவது, ஸ்வ க்ஷேத்திரத்திலாவது, தன் உச்சத்திலாவது இருந்தால் மனைவியால் சுகமுண்டாகும், பணக்கார வீட்டில் கலியாணம் நடக்கும். தகப்பனில்லாத கன்னிகை மனைவியாவாள். மனைவி சிவப்பு நிறமுள்ளவள். விவாகமான பிறகு ஜாதகருக்கு சுபமும் உண்டாகும்.

(91)ஜென்ம லக்கினம் கடகம் (சுப்ரபாம்சம்) ஆகி சூரியனும் ராகுவும் கூடியிருந்தால் ஜாதகருடைய மனைவி ரூபம், குணம், நிறைந்தவளாகவும் இருப்பாள், அவளுக்கு ஒரே பெண் வெகுகாலம் ஆயுளுள்ளவளாயிருப்பாள். அவளுக்கு ஜென்ம தெசையில் இரண்டு அல்லது மூன்று வாரங்கள் தேகபீடையும் உண்டு, பித்ருபீடை கொஞ்சமும் உண்டாகும். மீனத் திரிகோணத்தில் சனி வருங்காலம் தேகபீடையும் ஜுரப்பீடையும் உண்டாகும். பக்திமான், அக்காலம் யத்தனத்தால் சாந்தி செய்து கொண்டால் சுகமுண்டாகும். கும்பத் திரிகோணத்தில் சனி வருங்காலம் தாய்க்குத் தேக ஜாட்டியமும், கொஞ்சம் பித்ரு பீடையும் உண்டாகும். ஜென்ம தெசையில் பிதாவுக்கு இரண்டு மூன்று வாரங்கள் பீடையை உண்டு பண்ணும். ஸம்பத் தெசையில் முற்பாதியில் மிதுனத்தில் கோசாரத்தில் சனி வருங்காலம் இருபத்திரண்டாவது வயதில் பிதா மரிப்பார். விபத்தெசையில் ராஜயோகமும் (பல்லக்கு) நரவாகனம் முதலியனவும், இருபத்தைந்து வயதுக்குமேல் தன் பிரபலத்தால் பாக்கியமும் உண்டு.

(92)ஜென்ம லக்கினம் கடகம் (சுப்ரபாம்சம்) ஆகி லக்கினாதிபதியாகிய சந்திரனாவது வர்க்கோத்தமத்திலாவது, யோககாலம்ச பாகத்திலாவது, கேந்திரத் திரிகோண உபசய ஸ்தானங்களிலாவது பலமுள்ளவர்களாயிருந்தால் ஜாதகர் அரசனாகவும், நல்ல வித்துவானாகவும், நல்ல யோகியாயுமிருப்பார். புத்திமானாகவும் ராஜஸேவகனாகவும், மந்திராலோசனை செய்பவனாகவும், நல்ல குணமுள்ளவனாகவும், தன்னுடைய குலத்தில் யோகமுள்ளவனாகவும், விபத்தெசையில் நல்ல யோகவனாகவுமிருப்பார்.

(93) ஜென்ம லக்கினம் கடகம் (சுப்ரபாம்சம்) ஆகி நான்காம் பாவாதிபதியும். சரீராதிபதியும் ஒன்பதாம் பாவாதிபதியும் லக்கினத்திலாவது பத்தாம் பாவத்திலாவது இருந்து. சுக்கிரன் நான்கு, பதினொன்று முதலிய பாவங்களிலிருந்தாலும். சம்மந்தப்பட்டாலும் சதுரங்க பல சேனைகளுடன் கூடியிருப்பார்.

(94) ஜென்ம லக்னம் கடகம் (சுப்ரபாம்சம்) ஆகி நான்காம் பாவாதிபதி சந்திர கேந்திரத் திரிகோணங்களி லிருந்தாலும், சந்திரனால் பார்க்கப்பட்டிருந்தாலும் இரண்டு வாகனமுடையவர். க்ஷேம தார தெசையில் சுபா சுப பலன்கள் சமமாக இருக்கும்.

(95) ஜென்ம லக்னம் கடகம் (கமலாம்சம் அதாவது லக்ன ஸ்புடம் பாகை 96-00 கலை முதல் பாகை 96-12கலை வரையிலும்) ஆகி பூர்வ பாகத்தில் பிறந்தவருக்கு சுப க்ஷேத்திரத்திலும், சுப ராசியிலும் லக்கினாதிபதியிருந்தால் புண்ணிய பூமியில் ஜனனமானவர். உத்தராம்சத்தில் ஜெனித்தவர் காட்டுப் பிரதேசத்தில் சமுத்திர சமீபமான பட்டிணத்தில் ஜெனித்தவன்.

(96) ஜென்ம லக்கினம் கடகம் (கமலாம்சம்) ஆகி நான்காம் பாவத்தில் சந்திரனிருந்து பத்தாம் பாவாதிபதியுடன் கூடியிருந்தாலும் பத்தாம் பாவாதிபதியால் பார்க்கப்பட்டிருந்தாலும், நான்காம் பாவாதிபதி குருவுடன் கூடியிருந்தாலும். தாய்க்குச் சுகமுண்டாகும். பூர்வ பாகத்தில் கொஞ்சம் பீடையும், உத்தர பாகத்தில் சுகமுமுண்டாகும்.

(97) ஜென்ம லக்கினம் கடகம் (கமலாம்சம்) ஆகிப் பிறந்தவனுக்கு இரண்டாம் பாவத்தில் குரு இருந்தாலும் லக்ன பாவாதிபதியாவது, குருவாவது, ஒன்பதாம் பாவாதிபதியாவது இரண்டாம் பாவத்தில் பலமுடையவனாயிருந்தாலும், தேக சுகத்துடனும், வித்தையுடனும் கூடியவர் ஜெனன காலத்தில் தாய்க்குச் சுகமும், குழந்தைக்குச் சுகமும், தகப்பனுக்குச் சுகமும், ஜென்ம தார தசையில் மூன்றாம் வருஷத்தில் மாந்த ஜுர பயம் கொஞ்சமும் வைசூரி ஜுர பயத்தால் பீடிக்கப்பட்டும் இருப்பான்.

(98) ஜென்ம லக்கினம் கடகம் (கமலாம்சம்) ஆகி நான்காம் பாவாதிபதி இரண்டாம் பாவத்தில் சுபருடன் சேர்ந்திருந்தாலும் தாய் குணவதி, சுத்தை, ஸாத்வி, வம்ச விருத்தியுடையவள்.

(99) ஜென்ம லக்கினம் கடகம்(கமலாம்சம்) ஆகி பன்னிரண்டாம் பாவத்தில் குரு இருந்தாலும் ஒன்பதாம் பாவாதிபதி குருவுடன் சேர்ந்திருந்தாலும் ஜாதகருடைய தகப்பன் சகோதரருடன் கூடினவனாயிருப்பார். விஷ்ணு, சிவன் முதலியோரிடத்தில் பக்தியுடனும் மத்தியாயுளுள்ளவனாகவும், சிவபக்தி விசேஷமுள்ளவனாகவும், நித்தியம் வியாபாரத்தால் ஜீவிப்பவனாகவும், பிரபு மூலம் பிரசித்தி பெற்றவனாகவும், எழுத்து வேலையில் சமர்த்தனாகவும், பணத்தைச் சம்பாதிப்பதில் ஆஸ்தையுள்ளவனாகவும், ஸ்ரீமானாகவும் இரண்டு தாரமுடையவனுமாகவும் ஆகிறார்.

(100) ஜென்ம லக்கினம் கடகம் (கமலாம்சம்) ஆகி புதத் திரிம்சாம்சத்தில் பிறந்தவர். ரூபம், குணம். வித்தை இவை நிறைந்தவர். சுகத்துடன் கூடினவர், வாதம் நிறைந்த தேகமுடையவர், இனிமையாய்ப் பேசுபவர், தித்திப்பில் பிரியமுள்ளவர், அரசாங்கத்தில் பிரசித்தி உள்ளவர், தன் ஜனங்களால் பூஜிக்கப்பட்டவர், உடன் பிறந்த சகோதரமுள்ளவர், குணமுள்ளவர், மத்திய, அந்திய காலங்களில் சுகமுடையவர், பிதுரார்ச்சித தனத்துடன் கூடினவர், தன் கையினாலும் பணவிருத்தியுடையவர், வித்தையுடன் கூடினவர். தேவப் பிராம்மண பக்தியுடையவர், திட்டமாய்ப் புசிப்பவர், மிதமாய்ப் பேசுபவர், சிநேக துரோக பத்தியுடையவர், பதினெட்டு வயதிலிருந்து சுகம் உள்ளவர், சுபமுள்ளவர், தானே பிரபலமடைவார், பேத(மாற்றாந்தாய்) சகோதரனுடன் கூடியிருப்பார். ஸ்ரீமான், சொந்த சகோதரனுடன் துவேஷம் கலகம், உள்ளவர், சண்டையிடுபவர், ஜென்ம தாரதிசையில் பிதாவுக்குச் சுகமும் தனவரவும் வித்யாலாபமும் சகோதர விருத்தியும். பேத சகோதர சுகமும், ஸம்பத்தசையில் சுய புக்தியில் பாக்யவிருத்தியும், சனிபுக்தியிலும் சுயபுக்தியைப் போலவேயும் கொஞ்சம் தேக பீடையும். சீக்கிரத்தில் ஆரோக்யமும், சுகமும், புத புக்தியில் கொஞ்சம் தேகபீடையும் , சீக்கிரத்தில் ஆரோக்யமும், சுகமும், புத புக்தியில் கொஞ்சம் சுகமும், புக்தியின் அந்திபத்தில் பிதா நாசமும், தன் தேசத்தில் பெரிய கலமும், அதற்குப் பிறகு நான்காம் பாவாதிபதியுடன் கூடியிருக்கப்பட்ட கிரகத்தினுடைய தெசையில் பிதாரிஷ்டமும் , ஆறாம் பாவாதிபதியின் தெசையில் விரய பாவாதிபதியின் புக்தியிலும், துலாந்திய, விருச்சிக கோசார சனி சஞ்சார காலையில், வெளிதேசத்தில் பிதா மரணமும், பிதாவின் மரணத்தின் பின்பு கஷ்டமும் பலவழிகளிலும் கஷ்டமும், மிகத்துக்கமும், கலகத்தால் ஜனங்களுக்குக் கெடுதியும் உண்டாகும். கேது புக்தியிலும்இதுபோலவேயும், சுக்கிர புக்தியின் கடைசியில் தான லாபமும், அல்லது ரவி புக்தியிலாவதும் இரண்டாம் பரியாயத்தில் கும்பத்தில் குரு கோசரத்தில் வருங்காலம் விவாஹோத்ஸவமும் சம்சயமில்லாமல் நடக்கும். ஜென்ம தேசத்திலேயே விவாகமும், அற்பசுகமும். மூத்த மனைவியிடம் அற்பசுகமும் உண்டாகும். அவள் கும்பத்தில் சனி கோசாரத்தில் முதல் பரியாயத்தில் வரும் சமயம் அற்பாயுள் அடைந்து மரித்து விடுவாள். ஜென்ம பூமிக்குக் கிழக்கில், இரண்டாவது மனைவி கிடைக்கும், அவள் கிரகஸ்தனுடைய வீட்டில் பிறந்து தாய் தகப்பனாருடன் உள்ளவள், அவள் பாக்ய வம்சத்திலுதித்தவள், குணம், ரூபம் நிறைந்தவள், அப்படிப்பட்டவளைச் சீக்கிரமாக மணந்த கொள்கிறான். அவள் சகோதர பிராதாக்களை உடையவள். பதி பக்தியுடன் கூடினவர், சுபாசுபபலன் இந்த சம்பத்தெசையில் சமம் என்றும்,விபத்தார தசையில் முற்பாதியில் சுகம் கொஞ்சமும், வியாபாரத்தில் தனவிருத்தியும், நல்ல சௌக்கியமும், தாரசுகமும், மனோ தைரியமும், தன்வீட்டில் சுகத்தையும் அபரார்த்தத்தில் விசேஷமும், தசைமுடிவில் தாய் மடைதலும்,எட்டாம், பாவாதி தசையில் அந்தியத்தில் இரண்டாம் பரியாயத்தில் சனி

கோசாரத்தில் துலாந்திய விருச்சிக ராசியில் வரும்போது தாய்க்கு அரிஷ்டமும் அதன் பிறகு வரவுக்கு மிஞ்சின செலவும் உண்டாகும். புக்தி அந்தியத்தில் பல பல வியாகூலமும், ராஜ பீதியும், க்ஷேம தசை சுயபுக்தியில் பிற்பாதியில் சொற்ப சுகமும், கேது புக்தியில் இருந்து உத்தமான விசேஷ சம்பத்தை அடைதலும் சுக்கிர புக்தியில் அப்படியேயும், ரவி யுக்தியில் சமமாயும், க்ஷேம தெசை முதற் பாதியில் விசேஷ தனவரவும், மத்தியில் வியாகூல காரியங்களும், யுத்திர விசாரமும் உண்டாகும்.

(101) ஜென்ம லக்கினம் கடகம் (கமலாம்சம்)ஆகி ஐந்தாம் பாவாதிபதி நீச்சமடைந்து பாபக்கிரகங்களுடன் சேர்ந்தாலும், குரு வந்தியாம்சத்தை அடைந்து இருந்தாலும் மலட்டு ஸ்திரியின் கணவனாவார்.

(102) ஜென்ம லக்கினம் கடகம் (கமலாம்சம்) ஆகி ஐந்தாம் பாவத்தில் குரு இருந்தாலும், வந்தியாம்சத்தை அடைந்திருந்தாலும், லக்கினத்திற்கு விரயபாவத்தில் சனியிருந்தாலும், ஐந்தாம் பாவாதிபதி நீச்ச ராசியை அடைந்திருந்தாலும், ஸந்தான பிரதிபந்தம் உண்டாகும். அந்த தோஷ நிவர்த்திக்குச் சுப்ரமணிய விரதமும், நாக சாந்தியும் செய்து ஹரிவாஸர நாளில் பசுதானமும் செய்து, ஞாயிற்றுக்கிழமைகளில் பாநுவார விரதமும் ஒரு வருஷம் வரை அனுஷ்டித்தால் ஜென்மாந்தர சுகிருதத்தாலும் இப்போது செய்யும் வெகு புண்ணியா நுஸாரத்தாலும் சந்ததி உண்டாகும். க்ஷேம தெசையில் சேது ஸ்நானம் செய்து இச்சாந்திகளைச் செய்தால் புத்திரனுண்டாகும். சிலர் வேறு மனைவியினிடத்தில் புத்திரன் உண்டென்றும் அல்லது தத்துப் புத்திரன் தான் உண்டு என்றும் அபிப்பிராயப் படுகிறார்.

(103) ஜென்ம லக்கினம் கடகம் (அம்புஜாம்சம்) ஆகி லக்கினாதிபதி லாபபாவத்தில் லாப பாவாதிபதியுடன் கூடியிருந்தால் பெரிய நதிப் பிராந்தியத்தில் நகரத்தில் ஜனித்தவனாகிறார். உத்தராம்சத்தில் ஜனித்தால் நதிப்பிராந்திய சமீபமான பட்டிண சமீப கிராமத்தில் தேவாலய சமீபத்தில் ஜனனமும், வாசமும் என்றும், மூத்த சகோதர னில்லாதவனுமாகிறார். இரண்டு அம்சத்திலும் கொஞ்சம் பலன்கள் பேதப்படும், பிரஸவ காலத்தில் தாய்க்குச் சீக்கிரம் பிரஸவம் உண்டாயிருக்கும். பூர்வ பாகத்தில் ஜனித்தால் தாய் அதிக வேதனையை அடைந்திருப்பாள் என்று எண்ணவும்.

(104) ஜென்ம லக்கினம் கடகம் (அம்புஜாம்சம்) ஆகி நான்காம் பாவத்தில் சனி யிருந்து ரவியுடன் சேர்ந்திருந்தாலும், ரவியால் பார்க்கப்பட்டாலும், சுபயோகவசத்தால் சௌக்கியத்தையும், சீக்கிரம் ஆரோக்கியத்தையுமடைகிறார். கொஞ்சம் பாலாரிஷ்டம் இருந்தாலும் சுபர் யோகத்தினால் சுகமடைவார், ஸம்பத் தசையில் மூன்றாம் வயதில் கொஞ்சம் மாந்த ஜுரபயமும், லக்கினாதிபதி உச்சத்திலிருந்தால் சீக்கிரத்தில் ஆரோக்கியமும், தாய், தகப்பனுக்குச் சுகமும் உண்டாகும். தேகபுஷ்டியும் உண்டு.

(105) ஜென்ம லக்கினம் கடகம் (அம்புஜாம்சம்) ஆகி லக்கின பாவ்கேந்திரங்களில் சூரியன் சாபாம்சத்தில் உச்சனாயிருந்தாலும் சனியால் பார்க்கப்பட்டாலும் ஜாதகருடைய தகப்பன் தேவப் பிராமணர் சிவன் இவர்களிடம் பக்தியுள்ளவனாகவும், இவனுடைய பாலியத்தில் தரித்திரனாகவும், மத்திய வயதில் கொஞ்சம் சுகத்துடன் கூடியும், துர்ப்பலமுள்ள தேகமுடையவனாகவும், கொஞ்ச காலம் அற்ப யோகத்துடன் அற்ப பாக்கியமும் அடைந்து மத்திம வயதையும் அடைகிறார்.

(106) ஜென்ம லக்கினம் கடகம் (அம்புஜாம்சம்) ஆகிப் பிறந்தவனுக்கு நான்காம் பாவாதிபதி ஸ்வக்ஷேத்திரத்தில் சந்திரனுடன் கூடியிருந்தால் தாய் வெகு காலம் ஜீவித்திருப்பாள், குணவதி, சாந்தம் உள்ளவள், பந்து ஜனங்களுக்குப் பிரியமானதைச்

செய்பவள், பதிவிரதை, ஸதி, அன்னதானம் நித்தியம்செய்வதில் பிரியம் உள்ளவள், வம்சத்தில் பாக்ய விருத்தியுடையவள்,சகோதர பிராதாக்களுடன் கூடினவள், வெகுகாலம் ஜீவித்திருப்பவள், தாய் வம்சத்தில் கொஞ்சம் சுகமுள்ளவள், ஜாதகர் மாதுல பிரபல முள்ளவர், சுபமுள்ளவர்.

(107)ஜென்ம லக்கினம் கடகம் (அம்புஜாம்சம்) ஆகி மூன்றாம் பாவாதிபதி பதினோராம் பாவத்தில் சுக்கிரனுடன் சேர்ந்திருந்தாலும், சந்திரனிருக்குமிடமிருந்து மூன்றாமிடத்தில் குரு இருந்தாலும் சகோதர விருத்தியுண்டாகும். நான்கு சகோதரர்களும் இரண்டு சகோதரிகளும் ஆயுளுடன் கூடியும் இருப்பார்கள். ஒன்று, இரண்டு, அல்லது மூன்று சகோதரர் நாசமடையும்.

(108) ஜென்ம லக்கினம் கடகம் (அம்புஜாம்சம்) ஆகி மூன்றாம் பாவத்தில் புதன் இருந்தால் சகோதர நாசமடையும். சந்திரனுக்கு மூன்றில் குருவும், அல்லது லக்கினத்திற்கு மூன்றாம் பாவத்தில் செவ்வாயும் இருந்தால் சகோதர சௌக்கிய முண்டாகும். அவர்களில் எவனாவது ஒரு சகோதரர் அனேகம் மரிக்கப்பட்ட பிரஜைகளை உடையவர்.

(109) ஜென்ம லக்னம் கடகம் (அம்புஜாம்சம்) ஆகி குருத் திரிம்சாம்சத்தில் பிறந்தவர் ரூபமுடையவர், சுபத்துடன் கூடினவர், பிரசன்னமான முகமுங் கண்களுமுடையவர், மெலிந்த தேகி, கருப்பு நிறமுள்ளவர் , எழுத்து வித்தையில் சமர்த்தர், தன் வேலையில் கவனமுள்ளவர், ஸ்ரீமான் பிறருடைய வேலைக்கு இடையூறு செய்பவர், சீக்கிரத்தில் கோபிப்பவர், சந்தோஷ மனதுள்ளவர், கொஞ்சம் லோபகுணம் உள்ளவர், பாலியத்தில் தரித்திரத்தை அடைகிறவர், சுயார்ஜித யோகமுள்ளவர், முப்பத்தைந்து வயதுக்கு மேல் சுகியாயும் விசேஷ சம்பத்துள்ளவனாயுமிருப்பார், இரண்டு தாரம் உடையவர், ஆசையுள்ளவர் சிவபக்தி விசேஷமுடையவர். ஸம்பத்தார தெசையில் பிதாவுக்குச் சுகமும், சுபவரவும், தாய் சௌக்கியமும் சகோதர விருத்தியும், சுபா சுப பலன் சமமாகவும், ஆறாவது வயதில் அக்ஷராப்பியாஸமும், ஏழாவது வயதில் தேஹபீடையும், வீபத்தார தெசையில் சுபவரவும், சுயப்பிரபலமும், சூத்திரப்பிரபுவால் சௌக்கியமும், சேவத்தொழிலால் ஜீவனமும், பதினாறு வயதுக்கு மேல் எழுத்து வித்தையால் ஜீவனமும், சுகமும் உண்டாகும்.

(110) ஜென்ம லக்கினம் கடகம் (அம்புஜாம்சம்) ஆகி நான்காம் பாவாதிபதி சுயக்ஷேத்திரத்தில் புதனுடன் சேர்ந்திருந்தால் ஜாதிக்கனுகுணமான வித்தையை அடைதலும், சுகியாயும், ஊகிப்பதிலும், விலக்குவதிலும் வல்லவனாயும் இருப்பார். க்ஷேமதார தெசையில் முன்காலத்தில் கொஞ்சம் சௌக்யமும் சுயபுக்தியில் தேகசுகமும், எஜமானப் பிரபுவுக்குச் சௌக்கியமும் உண்டாகும். இரண்டாவது பரியாயத்தில் குரு மீனத்தில் கோசரத்தில் வரும் சமயம். க்ஷேம தெசை குரு புக்தியில் நிச்சயமாகவிவாகம் நடக்கும். இரண்டு மூன்று தடவைகள் பிரயத்தினப்பட்ட பின்பு விவாகயோகமடைவார்.

(111) ஜென்ம லக்னம் கடகம் (அம்புஜாம்சம்) ஆகி மூன்றாம் பாவத்தில் பாபக்கிரகமிருந்தால் விவாகத்துக்கு இடையூறு உண்டாகும், கன்னிகாதானத்துக்குப் பிறகு இவனுடைய மாமனாருக்குக் கொஞ்சம் கஷ்டம் உண்டாகும். விவாஹத்துக்குப் பிறகு இவனுக்குச் சுயப்பிரபலமும், சுகமும் உண்டாகும்.

(112) ஜென்ம லக்னம் கடகம் (ஸசிவாமசம்) ஆகி பூர்வபாகமானால் லக்ன பாவாதிபதி பன்னிரண்டாம் பாவத்திலும் விரய பாவாதிபதி மீன ராசியிலும் இருந்தால் பெரிய நதி பிராந்தியமான தேசத்தில் குக்கிராமதில் ஜாதகர் ஜெனிப்பர்.

(113) ஜென்ம லக்கினம் கடகம் (ஸசிவாம்சம்) ஆகி உத்தரபாகத்தில் பிறந்தவனுக்கு நான்காம் பாவாதிபதி குருவுடன் சேர்ந்திருந்தால் ஜாதகர்

வனப்பிராந்தியத்தில் பட்டிணத்தில் ஜெனித்தவர் ஆவார். தாய் ஜாதகர் பிறக்கும் சமயத்தில் அதிக வேதனை அடைந்திருப்பாள். கொஞ்சம் ஸூதிகாரிஷ்டம் உண்டாகும். சீக்கிரமாக ஆரோக்கியமும், சுகமும் உண்டாகும். பூர்வபாகத்தில் பிறந்தவர். தாய்க்குப் பிரஸவ வேதனை கொஞ்சமாக விருக்கும்.

(114) ஜென்ம லக்கினம் கடகம் (ஸசிவாம்சம்) ஆகி லக்கின பாவாதிபதியைச் சனி பார்த்தால் ஜென்ம தெசையில் இரண்டாவது வயதில் ஜாதகருக்கு மாந்த ஜுரத்தினால் பயமுண்டாகும்.

(115) ஜென்ம லக்கினம் கடகம் (ஸசிவாம்சம்) ஆகி லக்கின பாவத்தில் குருவிருந்தாலும், நான்காம் பாவாதியுடன் கூடியிருந்தாலும் ஜாதகர் தீர்க்காயுள் யோகத்தை அடைகிறார். தனக்கும், தாய்க்கும், தகப்பனுக்கும் தேக சுகம் உண்டாகும்.

(116) ஜென்ம லக்கினம் கடகம் (ஸசிவாம்சம்) ஆகி கேந்திரத்திரிகோணங்களில் சூரியன் இருந்து ஒன்பதாம் பாவாதிபதி பத்தாம் பாவத்திலிருந்தால் ஜாதகருடைய பிதா தீர்க்காயுளை அடைகிறார். ஜாதகர் பிதாவானவர் பூர்வவயதில் தரித்திரத்தினால் பீடிக்கப்பட்டவர், கொஞ்சகாலம் குதிரை தந்திரம் கற்று மத்திய வயதில் சௌக்கியத்தை அடைகிறார், இரண்டு தாரம் உள்ளவர், புத்திரன் பிறந்த பிறகு போகியாயும், சுகமாயும் இருப்பார், கர்ப்பதானத்துக்குப் பிறகே சுகத்தையும் அடைகிறார், அரசாங்கத்தில் பிரசித்தியும், ராஜ மந்திரியின் சந்தோஷத்தையும் அன்பையும் அனுக்கிரகத்தையும் அடைகிறார்.

(117) ஜென்ம லக்கினம் கடகம் (ஸசிவாம்சம்) ஆகி சந்திரனுக்கு நாலில் சனியிருந்தால் தாய்க்குச் சுகமில்லை என்றும் தாய் அற்ப சுகமுள்ளவளென்றும் சொல்லப்படுகின்றது.

(118) ஜென்ம லக்கினம் கடகம் (ஸசிவாம்சம்) ஆகி நான்காம் பாவாதிபதி கேந்திரத்திலிருந்தாலும், சந்திரனிருக்குமிடத்திலிருந்து நாலாமிடத்தில் சனியிருந்தாலும் மாத்ரு வம்சத்தில் அரிஷ்டமுண்டாகும், மாற்றாந்தாய் மூலம் சௌக்யம் உண்டாகும், ஜென்ம தெசையில் மூன்றாம் வருஷத்தில் அல்லது நான்காம் வருஷத்தில் சனி கன்னியா ராசியில் கோசாரத்தில் வருங்காலம் தன் தாய் அரிஷ்டமாவாள், ஐந்தாவது வயதில் குரு சிம்மராசியில் கோசாரத்தில் வருங்காலம் இளைய தாயார் (மறு தாயார்) ஏற்படுவாள், பேத சகோதரனால் சௌக்கியமும், தேகாரோக்யமும், சுகமும் உண்டாகும், ஜென்ம தசையில் இரண்டு, மூன்று தடவைகளில் கொஞ்சம் சரீர பீடை ஏற்படும். ஜென்ம தாராதிபதி ராகுவாகி அந்த ராகு இரண்டாம் பாவத்தில் சூரியனுடன் சேர்ந்திருந்தால் அந்த ராகு தசையில் ஜாதகருக்குக் கொஞ்சம் தேக பீடை உண்டாகும். அம்மை, ஜுரம் முதலியவற்றால் அற்ப பயமும், ஜன்மத்தார தசையின் முடிவில் சனி ஒராம் ப்ரியாத்தில் கோசாரத்தில் விருச்சிகத்தில் சஞ்சரிக்கும் சமயம், வைசூரி ஜுரம் முதலிய பீடையும், சாந்தி செய்தால் ஆரோக்கியமும் உண்டாகும். ஆறாவது வயதில் கோசாரத்தில் கன்னியா ராசியில் குரு வருங்காலம் அக்ஷராப்பியாசமும் ஜென்மத்தார தசையின் பிற்பாதியில் சம்பத்தும் உண்டாகும், பேத பிராதுரு அபிவிருத்தியும், தனக்குத் தேகசுகமும் உண்டாகும், ஸம்பத்தார தெசையில் சுய புக்தியிலும் சம்பத் உண்டாகும். குரு கோசாரத்தில் இரண்டாம் பரியாயத்தில் துலா ராசியில் சஞ்சார சமயம் விவாகம் நடக்கும். ஜென்ம பூமிக்குத் தெற்கு அல்லது மேற்கில் விவாகமுண்டு, கருப்பு நிறமான மனைவியுடையவர், விவாகத்தின் பிறகு சுகமடைவார்.

(119) ஜென்ம லக்கினம் கடகம் (சசிவாம்சம்) ஆகி மூன்றாம் பாவத்தில் சனி யிருந்தால் விவாகத்திற்கு இடையூறுண்டாகும், இரண்டு மூன்று தடவை பிரயத்தனத்தால் விவாகம் நடக்கும், மூன்றாம் பாவம் மாமனார் பாவமானதால் பாபக்கிரகம் மூன்றாம்

பாவத்திலிருந்தால் ஜாதகருக்குப் பெண்ணைக் கன்னிகாதானம் செய்து கொடுப்பதால் மாமனாருக்குப் பெரிய ஆபத்துண்டாகும். அந்த மூன்றாம் பாவமானது சுபாம்சமாகி சுபர்களால் பார்க்கப்பட்டிருந்தால் பெண்ணைக் கொடுக்கும் மாமனாருக்குச் சுபம் உண்டாகும்.

(120) ஜென்ம லக்கினம் கடகம் (பங்கஜாம்சம் அதாவது லக்கின ஸ்புடம் பாகை 119–36 முதல் பாகை 119–48 வரை) ஆகி குரு பாக்யம்சத்தில் விருச்சிகத்தில் இருந்து அந்தக் குரு புதனுடன் சேர்ந்திருந்தாலுமல்லது புதனால் பார்க்கப்பட்டாலும் ஜாதகருக்கு இருபத்தேழு வயதுக்கு மேல் சுகமுண்டாகும்.

(121) ஜென்ம லக்கினம் கடகம் (பங்கஜாம்சம்) ஆகி லக்கினாதிபதி லக்கினமாகிய சுப க்ஷேத்திரத்தில் சுக்கிரனுடன் கூடினாலும், பார்க்கப்பட்டாலும், அல்லது லக்கினாதிபதி தனுசு ராசியிலிருந்த சுக்கிரனுடன் சேர்ந்திருந்தாலும், பார்க்கப்பட்டாலும் "சுபம்" என்கிற யோகா யோகமுண்டாகும், இந்தச் சுபயோகத்தில் ஜனித்தவர் மூன்றாவது அல்லது நான்காவது கர்ப்பத்தில் ஜனித்தவனாவார், பிரசித்தனாவார், மூத்த சகோதரனில்லாதவர், இளைய சகோதர சுகமுடையவர், ஒரு சகோதரி தீர்க்காயுளை உடையவள், அவள் வைதவ்விய மடைந்துவிடுவாள்.

(122) ஜென்ம லக்கினம் கடகம் (பங்கஜாம்சம்) ஆகி மேற் சொல்லிய "சுப" யோகத்தில் ஜெனித்தவருக்கு லக்கின பாவாதிபதி சுபராசி அடைந்து குருவால் பார்க்கப்பட்டாலும், குருவுடன் சேர்ந்திருந்தாலும் ஜாதகர் நதிப்பிராந்தியத்தில் பூர்வ பாகத்திலானால் அக்கிரகாரத்திலும், உத்தர பாகமானால் பட்டிணத்திலும் ஜனிப்பார், பிரசவ காலத்தில் தாய்க்குச் சுகப் பிரசவமுண்டு உத்தராம்சத்தில் தாய்க்குக் கொஞ்சம் தோஷமும் உண்டாகும்.

(123) ஜென்ம லக்கினம் கடகம் (பங்கஜாம்சம்) ஆகி சந்திரன் ஆறாம்பாவத்தில் இருந்து பாபருடன் கூடியும், பாபரால் பார்க்கப்பட்டுமிருந்தால் பிரசவ காலத்தில் தாய் அதிக வேதனையை அடைந்தவள் ஆகிறாள், சந்திரன் சுபாம்சத்திலிருந்து சுபரால் பார்க்கப்பட்டால் பிறகு சுகம் உண்டாகும், கொஞ்சம் சூதிகாரிஷ்டம் ஜாதகர் பிறந்த ஐந்தாவது ஒன்பதாவது தினத்தில் தாய்க்கு உண்டாகும்.

(124) ஜென்ம லக்கினம் கடகம் (பங்கஜாம்சம்) ஆகி ஐந்தாம் பாவத்தில் சுக்கிரன் சுபக்கிரகங்களுடன் கூடியிருந்தால் சீக்கிரமாக பாலாரிஷ்டம் நிவர்த்தியாகும். தாய் தகப்பனுக்குச் சுகமும் உண்டாகும். சூரியன் பாக்கியாம்சத்திலாவது, கேந்திரத்திலாவது இருந்தால் பிதா தீர்க்க வயதுடையவர், விஷ்ணுவிடத்தில் பக்தி மிகுந்தவர்.

(125) ஜென்ம லக்கினம் கடகம் (பங்க்ஜாம்சம்) ஆகி ரவி பாக்கியாம்சத்திலாவது விருச்சிகாம்சத்திலாவது இருந்தாலும், அல்லது பன்னிரண்டாம் பாவத்தில் இருந்து கேதுவுடன் கூடியிருந்தாலும் ஜாதகருடைய பிதா பாலிய வயதில் கொஞ்சமான சுகத்துடன் கூடியவர், மத்திய வயதில் சௌக்யமுடையவர், தன சுயார்ஜிதமாய் சம்பாதிக்கும் யோகமுடையவர். அரசாங்க ஜன சிநேகமும், வீட்டில் லக்ஷ்மிகடாக்ஷம் உள்ளவனாகவும் பிரபல உத்தியோக சித்தியும், நரவாஹன பாக்கியமுடையவனாகியும், பல வழிகளிலும் தனத்தைச் சம்பாதிப்பவனாகியும் தன் பிதாவின் க்ஷேத்திர லாபத்தையுடையவனாகியும், பெரிய பிரபுவினுடைய வழியாக தேசத்தின் ஸர்வாதிகாரங்களும் அனுகூலமும் அடைந்தும் இருப்பார். சூரியன் புதனுடைய அம்சத்தில் துலா ராசியிலிருந்தால் ஜாதகருடைய பிதா தர்ம சித்தியுடையவனாகியும், அக்கிரஹாரப் பிரதிஷ்டை செய்தும், உலகத்தில் தர்ம புத்தியுடையவனாயும், தன் மதாசாரத்தை யுடையவனாயும், நித்தியம் பிராம்மணனால் நல்ல பாக்கியமுடையவனாயும், எக்காலமும் சுகியாயுமிருப்பான்.

(126) ஜென்ம லக்னம் கடகம் (பங்கஜாம்சம்) ஆகி நான்காம் பாவாதிபதியாகிய சுக்கிரன் ஐந்தாம் பாவத்தில் புதனுடன் சேர்ந்திருந்தால் குஜத்திரிம்சாம்சத்தில் ஜனித்தவருக்கு

மாதா தீர்க்காயுளுள்ளவள், தாய் வம்சத்தில் சொற்ப சுகமுள்ளவள். நித்தியம் அன்னதானம் செய்வதில் பிரியமுள்ளவள், பந்துக்களுக்கு உபகாரம்செய்பவள். ஜாதகர் அழகுடையவர், புத்திமான், அழகாய்ப் பேசுபவர். (அழகிய) தெளிந்த முகமுங்கண்களுமுடையவர், மிதமாய்ப் புசிப்பவர், மிதமாய்ப் பேசுபவர், பயப்படத்தக்கவர் கம்பீர புத்தியுடையவர். கர்ப்ப ஸ்ரீமான் மகாபோகி, தனிகன், கீர்த்தியுடையவர், சுகி, எழுதுவதில் சமர்த்தன், வித்தியா சௌக்கியத்துடன் கூடினவர், சங்கீதப்பிரியன் காமமுடையவர். பரஸ்த்ரீசங்கமத்தால் பாபத்தையுடையவர், பாலியத்தில் சுகி சுகமுடையவர். பிறகு கொஞ்சம் செலவுடையவர் கொஞ்சரேகாயோக பலனுடையவர், பிற்பாடு சுகமுடையவர். அதிபாலியத்தில் விவாகத்தை அடைவார். இருபத்தேழு வயதுக்கு மேல் சுகமுண்டாகும், முப்பத்தைந்து வயதுக்கு மேல் நல்ல வாகன மடைவார், நாற்பதில் விசேஷமுடையவர், முதிர்ந்த வயதில் சுகமுடையவர், லோகத்தில் நல்ல பிரசித்தமான கீர்த்தியுடையவன்.

(127) ஜென்ம லக்னம் கடகம் (பங்கஜாம்சம்) ஆகி ஐந்தாம் பாவாதிபதியாகிய செவ்வாய் லக்கின கேந்திரத்தில் இருந்தால் ஜாதகருடைய பின் சகோதரன் நல்ல கீர்த்தியுடையவர். அவன் கிராமம், பூமி அதிகாரமுடையவர், அரசாங்கத்தில் பிரசித்தியுடையவர், அரசாங்கஜன சிநேகமுடையவர், ஜன்மாந்தர தெசையில் பிதாவுக்குச் சுகமும் தனவரவும் தேக சுகமும் ஜாதகருக்குச் சகோதர விருத்தியும், கொஞ்சம் சரீர பீடையும், பிறகு சுகமும், சுபப்ராப்தியும் உண்டாகும். ஸம்பத் தெசையில் கொஞ்சமுண்டாகும். ஆறாவது வயதில் அக்ஷராப்பியாயசமும், ஏழாவது வயதில் உபநயனமும், ஸம்பத் தசையில் சுய புக்தியில் குரு தனுசு ராசியில் கோசாரத்தில் சஞ்சாரகாலம் பிரம்மோபதேசத்தை சந்தேகமில்லாமல் அடைகிறார். பிரம்மோபதேசகாலத்தில் விசேஷ பாக்கியவிருத்தி உண்டு. தாய், தகப்பன் ராஜனால் நன்கு கொண்டாடப்படுவார்கள். விவாக காலத்தில் ஜாதகர் மிகவும் அதிகமான சம்பத்தையும் அடைவார். மாமனாருக்குச் சம்பத் தசையில் சௌக்யமுண்டு.

(128) ஜென்ம லக்கினம் கடகம் (பங்கஜாம்சம்) ஆகி நான்காம் பாவாதிபதி ஐந்தாம் பாவத்தில் புதனுடன் சேர்ந்திருந்தாலும், புதனால் பார்க்கப்பட்டாலும் ஜாதகருக்கு ஸம்பத் தசையில் சுக்கிர புக்தியில் வித்தியா லாபம் உண்டாகும், ஜாதகர் எழுதுவதில் சமர்த்தர் மூன்று பாஷைகளில் பயிற்சியுடையவர். பிரம்மவித்தை அறிந்தவர். தெளிந்தவர், சேர்க்கவும், விலக்கவும் தெரிந்தவர். சுகமுள்ளவர், ஸம்பத்தசையில் சூரிய புக்தியில் அல்லது சுக்கிர புக்தியிலேயாவது குரு, மேஷ ராசியில் கோசாரத்தில் இருக்கும்போது விவாகப் பிராப்தியானது தன் ஜென்ம தேசத்திலேயே ஜென்ம பூமிக்குத் தெற்கில் அல்லது மேற்கில் மாமன், மாமி முதலியவர்கள் சுகத்தையுடையவனாய் விவாகத்தை அடைவார். குடும்பத்திலேயே இருப்பவனுடைய வீட்டில் விவாகம்நேரிடும். மனைவி ரூபலக்ஷணத்துடன் கூடியவளாயும் சகோதர பிராதாக்களுடன் கூடினவளாயம் வம்சத்தில் விருத்தியுடையவளாயுமிருப்பாள். விவாகத்துக்குப் பின்பு சுபப் பிராப்தியும் பிதாவுக்குச் சுகமும் தனக்குச் சுகமும் உண்டாகும்.

(129) ஜென்ம லக்னம் கடகம் (பங்கஜாம்சம்) ஆகி ஏழாம் பாவத்தில் பாபக்கிரக மிருந்தாலும், அந்த ஏழாம் பாவாதிபதி பலமுள்ள பாபருடன் கூடியிருந்தாலும் ஜாதகருக்கு கொஞ்சம் தார பீடையுண்டாகும். ஜாதகர் இரண்டு தாரமுடையவர் அல்லது அவன் மனைவி சங்காதேவாதத்தால் பீடிக்கப்படுவாள். சுக்கிரன் பலத்துடன் இந்தக் கிரகங்களுடன் கூடியிருந்தாலும், சுக்கிரனால் மேற்படி ஏழாம் பாவாதிபதி பார்க்கப்பட்டாலும் தாரத்துக்குச் சுகமுண்டாகும்.

(130) ஜென்ம லக்கினம் கடகம் (பங்கஜாம்சம்) ஆகி ஏழாம் பாவாதிபதி செவ்வாயால் பார்க்கப்பட்டால் ஜாதகர் கொஞ்சம் பரஸ்த்ரீ சங்கமம் செய்வார். பச்சாத்தாப்பட்டுப் பிறகு ஜீதேந்திரியவனாவார். பதினாறாம் வயதில் அல்லது பதினேழாம் வயதில் மனைவியால்

சௌக்கியம் உண்டாகும், ஸம்பத்தார தெசையில் சுப, அசுப பலனிரண்டும் சமமாயிருக்கும். சேர்த்துவைக்கப்பட்ட மூலதனத்தில் செல்வ அதிகமும் வரவுக்கு மிஞ்சின செலவும் ஏற்படும்.

(131)ஜென்ம லக்னம் கடகம் (பங்கஜாம்சம்) ஆகி ஐந்தாம் பாவாதிபதி நீச்ச ராசியிலிருந்து புத்திரகாரகர் கேதுவுடன் கூடியிருந்தால் பெண்குழந்தை தீர்க்கமாயிருக்கும், புருஷக்குழந்தையால் சோகம் உண்டாகும். புத்திர ராசியானது சனியால் பார்க்கப்பட்டால் சந்தானப் பிரதி பந்தமுண்டாகும். ஸம்பத் தெசையில் குரு பக்தியில் குரு கோசாரத்தில் விருச்சிக ராசியில் இருக்க கர்ப்போற்பத்தி உண்டாகும். புத்திர ஸ்தானாதிபதி நீச்ச ராசியிலிருந்தால் சீமந்த சிசுவானது மரித்துவிடும். இந்த தோஷத்துக்குச் சாந்தி செய்தால் ஜீவசந்தானம் உண்டாகும். சாந்தியாகச் சேது ஸ்நாநம் அவசியம் செய்து நாகசாந்தி. சிம்கமாரதானம் செய்ய வேண்டியது. பின்பு இரண்டு புத்திரர்களும் இரண்டு புத்திரிகளும் தீர்க்க ஜீவியாய் இருப்பார்கள்.

(132) ஜென்ம லக்கினம் கடகம் (பங்கஜாம்சம்) ஆகி பிறந்தவனுக்குச் சந்திரன் உபயராசியில்லாத பீதி ராசியில் ராகுடன் கூடியிருந்தால் ஜாதகர் தரித்திரனாவார். உபய ராசியில் சந்திரனும் ராகுவும் கூடியிருந்தால் ஜாதகர் நல்ல பாக்கியமுடையவர், பதினாயிரத்துக்கதிகமான பணத்தையுடையவர், அந்த சந்திர ராகு தசையில் ஜாதகர் வெகு சுகமுள்ளவர். பிரத்தியத்தார தசையில் பிரபல உத்தியோக ஜீவனமும், ராகு தெசையில் குரு புக்தியில் கொஞ்சம் யோகபங்கமும், முன்னால் ஏற்பட்ட விரோதத்தால் சேர்த்து வைக்கப்பட்ட தன நாசமும் ஏற்படும். ராகு தெசையில் புத புக்தியிலிருந்து கொஞ்சம் சுகமும், நானா மார்க்கத்திலும் சுபமும் க்ஷேத்திரமூலம் சுகமும் உண்டு. சுக்திரபுக்தியில் விசேஷ சுகமுண்டு, ஜாதகர் தர்ம மார்க்கத்தில் நடந்து சுகியாவும் விசேஷ தர்ம சித்தியுடையவனாகவும் இருப்பார். சூரிய புக்தியில் விசேஷ சுகமுண்டு. பிரத்தியத்கார தசையில் சுகமும், கஷ்டமும் இரண்டும் கொஞ்சம் கொஞ்சம் உண்டாகும். இரண்டாம் பரியாயத்தில் கோசாரத்தில் விருஷப ராசியில் சனி வரும் சமயம் தாய்க்குப் பீடையும் உண்டாகும்.

(133) ஜென்ம லக்னம் கடகம் (அம்புஜாம்சம் அதாவது லக்ன ஸ்புடம் பாகை 114–48 கலை முதல் பாகை 115–00 கலை வரையிலும்) ஆகி பன்னிரண்டாம் பாவாதிபதி சுபருடன் கூடியிருந்தாலும், விரைய பாவத்தில் குருவுடன் கூடியிருந்தாலும் அந்திய காலத்தில் ஜாதகர் தியானத்துடன் இருந்து புண்ணிய லோகப் பிராப்தி அடைவர்.

(134) ஜென்ம லக்னம் கடகம் (வாருணாம்சம் அதாவது லக்ன ஸ்புடம் பாகை 112–48 கலை முதல் பாகை 113–00 கலை வரையில்) ஆகி குரு லக்கின கேந்திர, திரிகோணங்களில் ஸுதா ஷஷ்டியம்சத்திலிருந்தால் ஜாதகர் பத்தாவது கர்ப்பத்தில் மூத்த சகோதருடன் கூடினவர். பின் சகோதர மில்லாதவர் இரண்டு சகோதரிகள் நீண்ட ஆயுளுடையுவர்கள். ஜாதகர் வெளுப்பு நிறமுள்ளவர். நல்ல ஆகிருதி உடையவர். லக்கினாதிபதி மேஷாம்சத்திலிருந்து பாக்கியஸ்தானாதிபதி பத்திலிருந்தால் மகாநதிக்கு சமீபமான தேசத்தில் நகரத்தில் ஜெனித்தவர். உத்தராம்சமானால் வனப்பிராந்தியத்தில் சிறு கிராமத்தில் ஜனனமானவர், பூர்வ பாகத்தில் பிறந்தவனுடைய தாய்க்குப் பிரசவகால வேதனை கொஞ்சமாயிருக்கும், உத்தராம்சத்தில் தாய் அதிக வேதனையை அடைந்திருப்பாள்.

(135) ஜென்ம லக்னம் கடகம் (வாருணாம்சம்) ஆகிப் பிறந்தவனுக்குச் சந்திரன் சுபருடன் கூடியிருந்தாலும், சுபரால் பார்க்கப்பட்டாலும், குரு ஸுதாஷஷ்டியம்சத்தில் இருந்து சந்திர சுக்கிரருடன் கூடியிருந்தாலும், ஜாதகருண்டய தாய் தீர்க்காயுளுள்ளவள், குணவதி சுத்தமானவள் பதிவிரதை வம்ச விருத்தியுடையவள்.

(136) ஜென்ம லக்கினம் கடகம் (வாருணாம்சம்) ஆகி பிதுரு காரகனான சூரியன் பித்ருஸ்தானத்திலிருந்து சனி காலகூடாம்சத்திலிருந்து சூரியனைப் பார்த்தால் ஜாதகருடைய பிதாவுக்குச் சுகமில்லை என்று சொல்லப்படுகிறது. பிதா விஷ்ணு பக்தியுடையவர் வைஷ்ணவ ஆசாரத்துடன் கூடியவர், அற்ப பாக்கிய தனத்துடன் கூடினவர் அற்பாயுளுள்ளவர்.

(137) ஜென்ம லக்கினம் கடகம் (வாருணாம்சம்) ஆகி மூன்றாம் பாவத்தில் செவ்வாயிருந்தாலும், லாப பாவத்தில் ரவியுடன் கூடியிருந்தாலும் சகோதர உற்பத்தி நாசம் ஆகும். இரண்டு அல்லது மூன்று சகோதரர்கள் தீர்க்க ஆயுளுடன் இருப்பார்கள்.

(138) ஜென்ம லக்கினம் கடகம் (வாருணாம்சம்) ஆகி பதினோராம் பாவாதிபதி புதனுடனிருந்தால் மூத்த சகோதரனுடன் கூடியிருப்பான்.

(139) ஜென்ம லக்கினம் கடகம்(வாருணாம்சம்) ஆகி நான்காம் பாவாதிபதி பன்னிரண்டாம் பாவத்தில் புதனுடன் சேர்ந்திருந்தால் ஜாதிக்கனுகுணமான படிப்பை அடைவதும், ஊஹம், அபோஹம் தெரிந்தவனும். சுகியும் ஆகிறான்.

(140) ஜென்ம லககினம் கடகம் (வாருணாம்சம்) ஆகி ஸுதாஷஷ்டியம்சத்தில் குருயிருந்து புத்திர ஸ்தானாதிபதியால் பார்க்கப்பட்டாலும் புத்திர ஸ்தானாதிபதியுடன் கூடியிருந்தாலும், சனி, மீன ராசியிலிருந்தாலும் வெகுபுத்திரயோகம் உண்டு. பிராதுருநாசத்துக்குப் பிறகு துக்கமும், பலவழிகளில் தன நஷ்டமும், பிறகு சௌக்கியமும், சுபபிராப்தியும் உண்டு. க்ஷேம தெசையில் சுகத்தையும் அடைகிறார்.

(141) ஜென்ம லக்கினம் கடகம் (வாருணாம்சம்) ஆகி ஐந்தாம் பாவாதிபதி சனியால் பார்க்கப்பட்டால் ஜேஷ்ட புத்திரி நாசமடைவாள், பிறகு புத்திர சுகம் உண்டாகும்.

(142) ஜென்ம லக்கினம் கடகம் (மாலாம்சம் அதாவது லக்ன ஸ்புடம் பாகை 93–48 கலை முதல் பாகை 94–00 கலை வரையிலும்) ஆகி லக்கின பாவாதிபதி இரண்டாம் பாவத்திலிருந்து சுபாம்சத்தில் பலத்துடன் கூடியிருந்தால் மஹா நதிப்பிராந்தியத்தில் புண்ணிய க்ஷேத்திரத்தில் ஜாதகர் பிறந்தவனாவார், சுப ஆகிருதியும், நித்திய சுகியாயும் சிவப்பு நிறம் உள்ளவனாயுமிருப்பார்.

(143) ஜென்ம லக்கினம் கடகம் (திரைலோக்யாம்சம் அதாவதுலக்கின ஸ்புடம் பாகை 104–48 கலை முதல் பாகை 105–00 கலை வரை) ஆகி பூர்வ பாகத்தில் ஜனனமாகி ஜென்ம லக்கினாதிபதி சுப க்ஷேத்திரத்தில் பாக்கியாம்சத்தில் இருந்தால் பெரிய நதிப்பிராந்தியத்தில் விப்ரவமிசத்தில் புண்ய க்ஷேத்திரத்தில் ஜனித்தவனாவார். துலாம்சத்தில் பாக்கிய பாவத்தில் சந்திரனிருந்து பாபக்கிரகங்களுடன் சேர்ந்தோ, பார்க்கப்பட்டோ இருந்தால் தாய்க்குச் சூதிகா தோஷம் உண்டாகும், சாந்தியால் சுகமுண்டாகும். பிரசவ சமயத்தில் தாய் வேதனை கொஞ்சம் உடையவளாயிருந்திருப்பாள். உத்தராம்சத்தில் ஜனித்தால் தாய்க்குப் பிரசவ வேதனை அதிகமும் மரணத்துக்குச் சமானமாகிப் பிழைப்பாள்.

(144) ஜென்ம லக்னம் கடகம் (திரைலோக்யாம்சம்) ஆகி நான்காம் பாவாதிபதி சுப க்ஷேத்திரத்தில் இருந்தாலும், சுபாம்சத்தில் சுபராசியை அடைந்திருந்தாலும் மாதாவுக்கு சௌக்கியமுண்டாகும்.

(145) ஜென்ம லக்னம் கடகம் (திரைலோக்யாம்சம்) ஆகி எட்டாம் பாவத்தில் குரு இருந்து எட்டாம் பாவாதிபதியால் பார்க்கப் பட்டால் ஜாதகர் மத்தியாயுளுள்ளவர்.

(146) ஜென்ம லக்னம் கடகம் (திரைலோக்யாம்சம்) ஆகி லக்கின பாவாதிபதி சுதாம்சத்திலிருந்து காந்தாம்சத்திலிருக்கும் சனியால் பார்க்கப்பட்டாலும், பத்தாம் பாவாதிபதி

குருவுடன் சேர்ந்திருந்தாலும் தீர்க்காரம்ப வயதுடையவர். அதாவது எழுபது வயதுள்ளவர், ஐம்பதிலும், ஐம்பத்தாறாவது வயதிலும் அபமிருத்து பயம் உள்ளவர், நாற்பதில் கொஞ்ச அபமிருத்து பயமுண்டு, சாந்தியால் சௌக்கியம் உண்டாகும், அப்போது தனக்குச் சமமான ஜனாரிஷ்டமும், தேக பீடையும், மனோவியாதியும் உண்டாகும்.

(147) ஜென்ம லக்கினம் கடகம் (திரைலோக்யாம்சம்) ஆகி எட்டாம் பாவாதிபன் சிம்ம ராசியில் காந்தாம்சத்தில் இருக்கும்போது பிறந்தவர் அறுபத்தைந்து வயது வரை ஜீவித்திருப்பார் என்றும் சிலர் எழுபத்திரண்டு வயது வரைக்கும் ஜீவித்திருப்பார் என்றும் சொல்லுகிறார்கள்.

(148) ஜென்ம லக்னம் கடகம் (திரைலோக்யாம்சம்) ஆகி பிறந்தவனுக்கு ஒன்பதாம் பாவாதிபதி எட்டாம் பாவத்திலிருந்து, சூரியன் கேந்திர திரிகோணங்களிலும் புதன் வைஷ்ணவாம்சத்திலும் இருந்தால் பிதா அற்ப சுகமுடையவர், விஷ்ணு பக்தியுடையவர், மிதமான வித்யா சம்பத்துடையவர். ஸம்பத் தசையில் ரவிபுக்தியிலல்லது குஜபுக்தியில் சனி விருச்சிக ராசியில் கோசாரத்தில் சஞ்சார காலம் பிதா மரிப்பார். அல்லது அதன் பிறகு பன்னிரெண்டாம் பாவாதிபதி தசையில் பிதாவுக்குக் கிலேசமும் நான்காம் பாவாதிபதியின் அம்சத்திலாவது அவனுடைய திரிகோணத்திலாவது சனி கோசாரத்திலிருக்கும் சமயமும், நான்காம் பாவாதிபதியின் திருஷ்டி ராசியிலும் சனி வரும் சமயம் அரிஷ்டமும் நேரிடும் என்றும் சிலர் தனுசு ராசியில் சனி வந்ததும் அரிஷ்டம் நேரிடும் என்றும் அபிப்பிராயப் படுகிறார்கள்.

(149) ஜென்ம லக்னம் கடகம் (திரைலோக்யாம்சம்) ஆகிச் சந்திரன் கேந்திரத் திரிகோணங்களிலிருந்தாலும், சுதாம்சத்தில் பாக்கிய ராசியில் இருந்தாலும், சுகாதிபதி சுய க்ஷேத்திரத்திலிருக்கப் பாபர்களால் பார்க்கப்பட்டிருந்தாலும் கூட தாய் விசேஷ சுகமுள்ளவளாகவும் சுத்தமுள்ளவளாகவும், குணவதியாயும், அன்னதானம் செய்வதில் ப்ரீதியுள்ளவளாயும் நற்குணங்களுடன் கூடியவளாயும், ஜென்மாந்தரத்திய பாபவிசேஷத்தால் விருத்தாப்பிய காலத்தில் புத்திர சோகமுடையவளாயுமிருப்பாள். ஜாதகர் தன் தாயின் புண்ணியப் பிரபாவத்தால் வம்சபாக்ய விருத்தியுள்ளவர் க்ஷேம தசையில் புத புக்தியில் அல்லது கேது புக்தியில் கோசாரத்தில் கும்ப ராசியில் சனியிருக்கும் சமயம் மாதா மரணத்தை அடைவாள், அல்லது பதினோராம் பாவாதிபதியின் அம்சத்திலாவது அவன் திரிகோண ஸ்புடராசிகளிலாவது சனி கோச்சாரத்தில் இருக்கும் சமயம் அல்லது சனி மகர ராசியின் கடைசியில் அல்லது கும்பத்திலிருக்கும் சமயம் சனி புக்தியிலேயே மாதாவுக்கு மரணத்தைச் சொல்லவும்.

(150) ஜென்ம லக்கினம் கடகம் (திரைலோக்யாம்சம்) ஆகி லக்கின பாவத்தில் செவ்வாய் குருவுடன் கூடியிருந்தாலும் மூன்றாம் பாவாதிபதி நீச்சனாயிருந்தாலும் அற்ப சகோதரம் உண்டு, ஜாதகர் மூத்த சகோதரனில்லாதவர், இளைய சகோதரர் அற்ப சுகி, ஒரு சகோதரி வெகு காலம் ஆயுளுடையவள், அவளுக்குச் சகோதர சௌக்கியமுண்டு, கர்மேசனுடைய அம்சத்தில் அல்லது அவனுடைய திரிகோணத்தில் கோசாரத்தில் சனி விருச்சிக ராசிக்கு வரும் சமயம் சகோதரவர்கத்தில் அரிஷ்டம் சம்பவிக்கும்.

(151) ஜென்ம லக்னம் கடகம் (திரைலோக்யாம்சம்) ஆகி புத திரிம்சாம்சத்தில் ஜனித்த சகடயோக ஜாதகர் வெளுப்பு நிற தேகமுடையவர், அறிவாளி, தீரன், எழுத்து வித்தையில் சமர்த்தர். லக்ன பாவாதிபதி ரவியுடன் கூடியிருந்தால் உஷ்ண தேகமுடையவனா யிருப்பார், பாலியத்தில் அற்ப சுகமுடையவர், காமீ, பாலியத்தில் கிலேசமுடையவர், பிதா அரிஷ்டமானவர், அம்மானால் சுகமுடையவர். இருபத்தைந்து வயதுக்கு மேல் சுகமுடையவர், லக்கினத்திற்கு ஏழாம் பாவாதிபதியால் சுக்கிரன் பார்க்கப்பட்டிருக்கப் பிறந்தவர், ரவியுடன் மதியும் கூடியிருந்தால் அழகுடையவர், நல்ல சுகமுடையவர், காந்தியுடையவர், அழகிய முகமும்

கண்களுமுடையவர், அதிர்ஷ்டசாலி, மேதாவி, ராஜயோகத்துடன் கூடினவர், சூரன் நாடகாலங்காரப்பிரியர், காவியத்திலும் இஷ்டமுடைய லோலன்,விஷய போகத்தில் இச்சையுடையவர்.

(152) ஜென்ம லக்னம் கடகம் (திரைலோக்யாம்சம்) ஆகி லக்கின பாவாதிபதி நீச்சக் கிரகத்துடன் சம்மந்தப்பட்டிருந்தாலும், இரண்டாம் பாவத்தில் சனியிருந்தாலும், லக்னாதிபதியுடன் கூடியிருந்தாலும் அநாசாரன், தியாகி, கம்பீர புத்தியுள்ளவர், எப்போதும் அன்னதானத்துடன் கூடினவர், பரோபகாரமுடையவர், தர்மாத்துமாவாயிருப்பார், லக்கினாதிபதி புதனுடன் சேர்ந்திருந்தால் விசேஷ விஷ்ணு பக்தியுடையவர். நித்தியம் அரசாங்க மூலம் சுகமுடையவர், அன்னிய தேசத்தில் பாக்யமுடையவர். மீனாம்சத்தில் இருந்தால் ராஜசேவையால் ஜீவனம், முப்பதுவயதில் யோகமுடையவர், ராஜயோகமுண்டாகும், நிச்சயமாய் உண்டாகும். இருபத்தேழு வயது வரையிலும் கிலேசத்துடன் ஜீவனம் செய்வார், அதற்குப் பிறகு பாக்ய யோகமுடையவர், இருபத்து நான்கு வருஷம் யோகமாயிருக்கும், இதில் பாதியில் தேகபீடையும் உண்டாகும். தனக்குச் சமமான ஜனங்கள் நாசமாவார்கள், அதற்குப் பிறகு ஆயுள் காலம் பூராகவும் சுகவானாயிருப்பான். ஜென்ம தசையில் இவனுக்கு அற்ப சுகமும், தகப்பனால் அற்ப சுகமும், பாலரோக பீடையும் பிதா புண்ணியத்தினால் சுகமும், ஸம்பத் தசையில் சொற்ப சௌக்கியமும், முற்பாதியில் கெடுதியும் சுக்கிர புக்தியிலாவது, கேது புக்தியிலாவது உபாயமும், ரவி புக்தியில் பிதா மரணமும் ஸம்பத் தசையில் மத்திய பாகத்தில் தேசாந்திரம் போதலும் அம்மானால் சுகமும், சம்பத்தார தசையின் முடிவில் குரு புக்தியில் விவாகமும் நடக்கும். வேறு தேசத்தில் விவாகம் நடக்கும், பார்வை பாக்கிய வம்சத்தில் பிறந்த கன்னிகையாவள். விவாகத்திற்குப் பிறகு சுகமும், சுயப் பிரபலமும், தன சம்பாத்தியமும், அரசாங்க ஜன சிநேகமும், பல வழிகளில் தனவரவும், மனைவியின் புண்ணியப் பிரபாவத்தால் விபத்தசையில் விசேஷ சம்பத்தும், முற்பாதியில் சுகமும் புத்திரனில்லாத விசாரமும், வேசிஸ்த்ரீ, பரஸ்த்ரீ சேர்க்கையும் உள்ளவனாகி தசையின் முடிவில் புத்திரப் பிராப்தியும் கோசரத்தில் குரு கடகராசியில் வருங்காலம் கர்ப்பாதானமும், புத்திரோற்பத்தியும் உண்டாகும். புத்திரன் பிறந்த பிறகு ராஜயோகாதி விருத்தியும், சகடயோகத்தால் புத்திரக் கிலேசமும் உண்டு.

(153) ஜென்ம லக்னம் கடகம் (திரைலோக்யாம்சம்) ஆகி செவ்வாயின் அம்சத்தில் செவ்வாயும் குருவும் கூடியிருந்தாலும், சனியால் பார்க்கப்பட்டாலும், நான்காம் பாவத்தில் ராகு இருந்தாலும் புத்திரன் பிறந்து மரித்து விடுவதால் சோகத்தால் பீடிக்கப்பட்டவனாகவும், தேசாந்திரத்தில் சுகமுள்ளவனாகவும் இருப்பான். க்ஷேம தசையில் ராஜயோகமும், லக்ன பாக்கியத்தில் நீச்ச கிரகம் சம்பவித்தால் நீச்ச பிரபுவால் சுகமும், நீச்ச அரசனுடைய ராஜியத்தில் நீச்ச பிரபுவால் ஜீவனமும், ரவி புக்தியிலிருந்து க்ஷேம தசையில் விசேஷமும், சுயார்ஜிதமும், கிருகத்தில் லக்ஷ்மி கடாக்ஷமுண்டாகும், நித்தியம் அன்னதானம் செய்பவனாகவும், சந்தோஷமுள்ளவனாகவும், புண்ணிய க்ஷேத்திர வாஸமுள்ளவனாகவும் இருப்பான். சுக்கிர தசையில் விசேஷ பாக்கியமும், போகஸ்த்ரீ சேர்க்கையும் உண்டாகும்.

(154) ஜென்ம லக்னம் கடகம் (திரைலோக்யாம்சம்) ஆகி பத்து, ஒன்பது, ஏழு, எட்டு முதலிய ஸ்தானங்களில் ரவி முதலான கிரகங்களிருந்தால் கேந்திராதி யோகம் என்ற பெரிய யோகம் உண்டாகும், அந்த யோகத்தில் பிறந்தவர் ஆயுள் பூராவும் சௌக்கியமுடையவர் கீர்த்தியுடையவர், ஸ்ரீமானாயிருப்பார், பிரசித்தியுள்ளவர், பிரபு, குதிரை, பல்லக்கு முதலிய வாகனங்களுடையவர், நித்தியம் வீட்டில் வைபத்துடன் கூடினவர், நித்திய சம்பத்துடன் கூடினவர், நல்ல மனைவி புத்திரர் பாக்கியமுடையவர், கீர்த்தியுடையவனாயிருப்பார், இதை போலவே யோகத்திலும் கொஞ்சம் வித்தியாசமானது மாளவி யோகம் அதாவது சுக்கிரன் கேந்திரத்திரிகோண ஸ்வக்ஷேத்திர உச்சத்தில் இருந்தால் யானை, குதிரை.

சமுத்திரம், தூக்கம், குணம், கூட்டம் நல்ல களத்திரம் அன்னிய ஸ்த்ரீ போகமுள்ள அரசனாகவும், போகசாலியாகவும் விளங்குவார்.

(155) ஜென்ம லக்கினம் கடகம் (திரைலோக்யாம்சம்) ஆகிக் குருவும் செவ்வாயும் சேர்ந்திருந்தாலும், கடக ராசியிலிருந்தாலும், சுய க்ஷேத்திரத்திலிருந்தாலும், யாதொரு கேந்திரத்திலிருந்தாலும் குதிரையின் மேலும், யானையின் மேலும், மலையிலும், தூகங்களிலும், வெகு விரைவாக ஏறத்தெரிந்தவனாகவும், துக்கங்களுக்கு அதிபதியாகவும், பூர்ணாயுள் உடையவனாகவும், சுவர்ணம் தந்தம், முதலியவற்றால் செய்யப்பட்ட பல்லக்குடையவன் ஆகவும், மணி ரத்னமிழைத்த கிரீடத்தைத் தரித்த அரசர்கள் பேட்டிக்காக அதாவது சேவைக்காக வீட்டின் வாசற்படியில் காத்துக் கொண்டிருக்கக் கூடிய அரசனாவார்.

(156) ஜென்ம லக்னம் கடகம் (சௌம்யாம்சம் அதாவது லக்கின ஸ்புடம் பாகை 91–24 கலை முதல் பாகை 91–86 கலை வரையிலும்) ஆகி பூர்வ பாகத்தில் பிறந்தவனுக்கு லக்கின பாவத்தில் சனியும், செவ்வாயும் கூடியிருந்து, லக்கின பாவாதிபதி மேஷராசியை அடைந்திருந்தால் வனப்பிராந்தியமான பிரதேசங்களில் பட்டிணத்தில் ஜனனம் சம்பவிக்கும், உத்தராம்சத்தில் ஜனித்தவனானால் நதிப்பிராந்தியத்தில் சிறு கிராமம் என்றும், சீக்கிரமாகப் பிரசவமானவன் என்றும் பூர்வ பாகமானால் தாய் அதிகம் பிரசவ வேதனை அடைந்தவள் என்றும் ஆகும்.

(157) ஜென்ம லக்னம் கடகம் (சௌம்யாம்சம்) ஆகி சந்திரன் சனியுடன் சேர்ந்திருந்தாலும், சனியால் பார்க்கப்பட்டாலும் தாய்க்குக் கொஞ்சம் பீடையுண்டாகும், ஜென்மாந்திர புண்ணியவசத்தால் அக்காலம் மாதா சுகமடைவாள், லக்கினாதிபதி பாப ராசியை அடைந்திருந்தாலும் கொஞ்சம் பாலாரிஷ்ட தோஷமுண்டாகும்.

(158) ஜென்ம லக்னம் கடகம் (சௌம்யாம்சம்) ஆகி சந்திரன் கேந்திரத்திலிருந்தாலும், சந்திரனுக்கு மூன்றில் ராகு இருந்தாலும் பாலாரிஷ்டம் நிவர்த்தியாகும், ஜென்மாந்தர தசையில் தாய் தகப்பனுக்குக் கொஞ்சம் சுகம் உண்டாகும், ஜாதகருக்கும் தேக சுகம் உண்டாகும்.

(159) ஜென்ம லக்னம் கடகம் (சௌம்யாம்சம்) ஆகி ஆறு, எட்டு, பன்னிரண்டு முதலிய பாவங்களில் ரவி யிருந்தாலும், ஒன்பதாம் பாவாதிபதி பாபருடன் கூடியிருந்தாலும், ஜாதகனுடைய பிதா தரித்திரமுடையவர், சிவபக்தி உள்ளவர், பாலியத்தில் கொஞ்சம் சுகத்துடன் கூடினவர், மத்திய வயதிலும் அற்ப சுகி, கொஞ்சம் அஸ்வ தந்திரம் தெரிந்தவர் தாரித்ரியவச மடைந்தவர், விபத்தசையில் மறிப்பார்.

(160) ஜென்ம லக்னம் கடகம் (சௌம்யாம்சம்) ஆகி நான்காம் பாவாதிபதி லக்கின கேந்திர திரிகோணங்களிலிருந்து மாதுரு காரகன் கேந்திர ராசி களிலிருந்தால் தாய் வம்சத்தில் கொஞ்சம் சுகமுண்டாகும், தாய் குணவதி கிருஹஸ்தன் வீட்டில் பிறந்தவள், ஜாதகர் அற்ப பாக்கியத்துடன் கூடினவர் அற்ப காலம் ஜீவிப்பவர்.

(161)ஜென்ம லக்கினம் கடகம் (சௌம்யாம்சம்) ஆகி குருத் திரிம்சாம்சத்தில் ஜெனித்தவர், ரூபவான், நல்ல காந்தியுள்ளவர், வெளுப்பு நிறமுள்ளவர், நல்ல ஆகிருதி உடையவர், சூத்திர ஜென்மம் நல்ல புத்திமான் ஸ்ரீமான், சத்ரு பீடையில்லதவர், பரோபகாரம்செய்பவர், நியாயவாதி, இந்திரியங்களை ஜெயித்தவர், சுயார்ஜிதமாய்ச் சம்பாதிப்பவர், மத்திய வயதில் பாக்கியமுடையவர், வைதீக ஆசாரத்துடன் கூடினவர், இதர தேவதைகளிடத்தில் பக்தியுள்ளவர், பிராமண பக்தி விசேஷமாயுள்ளவர், உண்மையே பேசுபவர், குருவுக்கும் பிரியமானவர் குருவினிடத்தில் பிரியமுள்ளவர், இளம் வயதில் தரித்திர

முள்ளவர், தேசாந்திரம் போனபின்பு சுகமடைவார், சாதுக்களுக்கும் உபகாரம் செய்பவர், வயதின் கடைசியில் (கிழவயதில்) சுகத்தையுடைய பணக்காரன், இருபத்தைந்து வயதுக்கு மேல் யோகமுள்ளவர், சுயமாக பிரபலமடைவார், சுகத்துடன் கூடினவர், நாற்பதுக்குமேல் நல்ல விசேஷமும் உள்ளவர், தனக்குச் சமமான ஜனங்களால் ஆச்ரயிக்கப்பட்டவர், பந்து மூலம் நல்ல பாக்கியத்தை அடைவார், கிரைய விக்ரயத்தால் ஜீவனமுள்ளவர், பலதேசங்களிலும் பிரசித்தமுடையவர், நல்ல கீர்த்தியுடையவர், விருத்தாப்பிய வயதில் புத்திரசோகமுள்ளவர், தத்து புத்திரனால் ஸந்ததி விருத்தியுள்ளவர், இப்படிப்பட்ட சுத்தமானவர் ஏழாம் தசையில் மரணமடைவார், இவர் எழுபது வயதுள்ளவர்,

(162) ஜென்ம லக்கினம் கடகம் (சௌம்யாம்சம்) ஆகி ஏழாம் பாவாதிபதி செவ்வாயுடன் சேர்ந்திருந்தால் அங்கக் குறைவுள்ள களத்திரம் விவாகமாகும்.

(163) ஜென்ம லக்னம் கடகம் (சௌம்யாம்சம்) ஆகி சந்திரன் கேந்திர திரிகோணங்களிலிருந்து அவனுடைய தசை நான்காவது தெசையானால் பாக்கிய விருத்தியும், சௌக்கியமும், தனவரவும், சுயப்பிரா பல்யமும் உண்டாகும்.

(164)ஜென்ம லக்னம் கடகம் (சௌம்யாம்சம்) ஆகி ஐந்தாம் பாவாதிபதி நீச்சனாகி சனியுடன் சேர்ந்திருந்தாலும், சனியால் பார்க்கப்பட்டாலும், ஒன்பதாம் பாவாதிபதி ராகுவுடன் சேர்ந்திருந்தாலும் ஸந்தானத்துக்கு இடையூறுண்டாகும், ஐந்தாம் பாவத்தில் சுக்கிரன், இருந்தாலும், ஸ்த்ரீ கால ஜாதகத்தில் முதலில் பெண் குழந்தையும், கன்னிகை விருத்தியும் சொல்லவும், குரு மிருத புத்ராம்சத்தில் இருந்தாலும் பிறக்கும். புருஷ ஸந்தானம் நாசமடையும், க்ஷேமதார தசையில் ஸ்த்ரீ பிரஜைகளினுடைய விருத்தியுண்டாகும், ஐந்தாவது தசையில் சௌக்கியமும், விசேஷ சம்பத்தும் உண்டாகும். கடக லக்கினத்தில் ஜனித்தவனுக்குச் செவ்வாய் தசையில் சுப விருத்தி உண்டாகும், நூதனமான புது வீடு கட்டுதலும், வீட்டில் லக்ஷ்மி கடாக்ஷமும் உண்டாகும், சாதனாதி தெசையில் அதாவது ஆறாவது தசையில் சுயபுக்தியில் புத்திர உற்பத்தி உண்டாகும், சந்திரனுக்கு மூன்றாமிடத்தில் ராகு இருந்தால் அவனுடைய தெசையில் விசேஷ சுக முண்டாகும்.

(165) ஜென்ம லக்கினம் கடகம் (சௌம்யாம்சம்) ஆகி பன்னிரண்டாம் பாவாதிபதி சுக்கிரனுடன் கூடியிருந்தால் ஜாதகருக்கு அந்திய காலத்தில் நல்ல கதியுண்டாகும்.

குறிப்பு:– இந்தப் புத்தகத்தில் கடக லக்கினத்திற்கு 165–விதிகள் கொடுக்கப் பட்டிருக்கின்றன. இன்னும் உள்ள சுமார் 1,000–க்கு மேற்பட்ட கடக லக்கின விதிகள் நான்காம் பாகம், ஐந்தாம் பாகம் முதலிய பாகங்களில் கடக லக்கின பலனின் தொடர்ச்சியாகக் கொடுக்கப்படும் என்று அறியவும்.

நெ. 5–வது அத்தியாயம்.

சிம்ம லக்கின ஜாதகம்

(1) ஜென்ம லக்கினம் சிம்மம் (மாயாம்சம் அதாவது லக்கின ஸ்புடம் பாகை 148–00 கலை முதல் பாகை 148–12 கலை வரையிலும்) ஆகி லக்கினாதிபதி பத்தாம் பாவத்திலிருந்தால் ஜாதகர் மூத்த சகோதரனுடையவர், மானி, இரு சகோதரிகள் மத்தியில் விதவைத் தன்மையால் வருந்துவர், வாலிபத்திலே பிதா நாசமடைவர், தாய் தீர்க்காயுடையவளாயிருப்பாள்.

(2) ஜென்ம லக்னம் சிம்மம் (மாயாம்சம்) ஆகி சிற்றப்பன் ஸ்தானாதிபனான புதன் லக்கினத்திற்குக் கர்ம ஸ்தானத்திற்குத் திரிகோணத்திலிருந்தால் ஜாதகருக்குச் சிற்றப்பனில்லை.

(3) ஜென்ம லக்னம் சிம்மம் (மாயாம்சம்) ஆகி சூரியன் லக்கினத்திற்குப் பத்தாம் பாவத்தில் மிதுனாம்சத்தில் புதனுடன் இருந்தால் ஜாதகர் சீக்கிரம் தயை உடையவர், ஜாதகருக்கு இரு தாரமுண்டு.

(4) ஜென்ம லக்கினம் சிம்மம் (மாயாம்சம்) ஆகி லக்கினாதிபன் ரிஷபத்திலிருந்தால் இரு சகோதரிகள் தீர்க்காயுளுடையவராயிருப்பர், மூத்த சகோதரி தீர்க்காயுளுடையவளாய் இருப்பாள், இவனுக்கும் மூத்த சகோதரனுக்கும் உத்தியோக ஜீவனமுண்டு. இவன் தகப்பன் ாந்திரீகன், இங்கிதமறிந்த குணவான், வித்தை சுகமில்லாதவர். ஜாதகனோ கருமை ிறமுள்ளவர், புத்திமான், பரோபகாரி, இரு எழுத்தறிந்தவர், நல்ல ஆஸ்தியுடையவர்.

(5) ஜென்ம லக்னம் சிம்மம் (மாயாம்சம்) ஆகி லாபாதிபன் சூரியனுடன் கூடினால் ஜாதகர் இரண்டாயிரம் ரூபாய் சம்பாதனையுடையவனாவார், மகா நதிக்கரையிலும், நகரத்திலும் வாசம் செய்வார், அவனுக்கு அரசர் வீட்டிலிருந்து அதிக தனலாபமுண்டு.

(6) ஜென்ம லக்னம் சிம்மம் (சிவதாம்சம் அதாவது லக்ன ஸ்புடம் பாகை 133–36 கலை முதல் பாகை 133–48 கலை வரையிலும்) ஆகி லக்னத்தில் குரு ராகுவுடன் கூடில் ஜாதகர் நல்ல தேகமுடையவர், தர்மாத்துமா ராஜ பூஜிதன், புகழுடையவர், காலாந்தரத்தில் துர்ப்பல தேகமுடையவனுமாவார், தாய், தகப்பனார் சுகமாயிருப்பார், மந்திரி அரசன் இவர்களுக்குப் பிரியனாயிருப்பார். லக்னம் வர்க்கோத்தமமில்லாமல் இருந்து லக்கினத்தில், குரு, ராகுவுடன் கூடினால் ஜாதகர் அற்பாயுளுடையவனாவார்.

(7) ஜென்ம லக்னம் சிம்மம் (சிவதாம்சம்) ஆகி சிம்மத்தில் சிம்மாம்சத்தில் குருவும் சிம்ம ராசியில் கன்னியாம்சத்தில் ராகுவுமிருந்தால் ஜாதகர் அரசாங்கத்தில் நல்ல புகழுடையவானயும், வாலிபத்திலே பிதா புகழுடையவனுமாவார்.

(8) ஜென்ம லக்னம் சிம்மம் (சிவதாம்சம்) ஆகி லக்கினத்தில் குரு, ராகுவுடன் சிம்மாம்சத்திலிருந்தால் ஜாதகர் ராஜபூஜிதனாவார்.

(9)ஜென்ம லக்கினம் சிம்மம் (சிவதாம்சம்) ஆகி குரு சிம்ம ராசியில் சிம்மாம்சத்திலும், சிம்ம ராசியில் கன்னியாம்சத்தில் ராகுவும் கூடி இருந்தால் ஜாதகர் எழுதுவதில் நிபுணர், மூன்று எழுத்துக்களில் சமர்த்தர், தர்ம சீலன், புத்திமான், கபடமுடையவர், உள்ளில் கோபமுடையவர். கொஞ்சம் கோப சுபாவமுடையவர், இவன் தகப்பன் அரசனுக் கருகில் காரியம் செய்பவர், உள்ளத்தில் கபடமுள்ளவர், தன் அரசாங்க ஜனங்களை வஞ்சிப்பவனாவார்.

(10) ஜென்ம லக்னம் சிம்மம் (சிவதாம்சம்) ஆகி லக்கினத்தில் கன்னியாம்சத்தில் ராகு இருந்து சூரியன் சுக்கிரனுடன் கூடியிருந்தால் ஜாதகர் பேராசையுடையவனாவார், புகழுடையவர், துக்கமுடையவர், பிரசித்தர், காமி, தகப்பனைக் காட்டிலும் அதிக தனமுடையவர், ஜாதகர் நடு வயதில் துக்க முடையவானகவும், யுக்தியுடையவனாகவு மிருப்பார், தர்ம சீலன், பொறுமையுடையவர், த்ஷவானாகவும், ஹரிசங்கர பக்தியுடைய வனாகவுமாவார்.

(11) ஜென்ம லக்கினம் சிம்மம் (சிவதாம்சம்) ஆகி சந்திரன் துலாத்தில் கும்பாம்சத்தில் இருந்தால் ஜாதகர் துஷ்டர். பாப புத்தியுடையவர்.

(12) ஜென்ம லக்கினம் சிம்மம் (சிவதாம்சம்) ஆகி சந்திரன் துலாத்தில் கும்பாம்சத்தில் இருந்து சுக்கிரனுடன் கூடினால் ஜாதகர் ரோகி, வாதரோகமுடையவர், சமர்த்தர், ஆலோசனை சொல்பவனாவார், நீதிமான், பரதார சம்பந்தமுடையவர், இங்கித மறிந்தவர், எப்போதும் கோபமுடையவர்.

(13) ஜென்ம லக்கினம் சிம்மம் (சிவதாம்சம்) ஆகி துலாத்தில் சந்திரன் சுக்கிரனுடன் கூடினால் ஜாதகருடைய பிதா மாதா தீர்க்காயுளுடையவராவர், ஜாதகருடைய தகப்பனுக்குச் சகோதரருண்டு. ஜாதகனுடைய பிதாவின் சகோதரி ஒருத்தி புத்திரனுடையவளாவள். அவள் காலாந்திரத்தில் அவள் கணவன் சகோதர துக்கமடைவார். அவள் தன் பர்த்தாவுக்கு முன் மரிப்பாள்.

(14) ஜென்ம லக்கினம் சிம்மம் (சிவதாம்சம்) ஆகி குரு சிம்மத்தில் சிம்மாம்சத்திலும், சுக்கிரன் தேவ ஷஷ்டியாம்சத்திலு மிருந்தால் ஜாதகர் யோகமுடையவர், புகழுடையவர், சுகி, மாதா, பிதா தீர்க்காயுளுடையவராயிருப்பார். ஜாதகர் சிவகைங்கரியம் செய்பவர், மானமுடையவர், தீர்க்காயுளுடைய பாட்டனுடையவர். ஜாதகருடைய மாற்றாந்தாய் சுமங்கலி, அவள் இவன் பிதாமகியைப் போஷிப்பாள். அவள் புத்திரனுடையவள், பதிபக்தியுடையவள், மூத்த சகோதரனிடம் அன்புடையவள், அவள் சகோதரி அதிபாக்கியமுடையவள், அவள் குணவதி.

(15) ஜென்ம லக்னம் சிம்மம் (சிவதாம்சம்) ஆகிச் சந்திரன் துலாராசியில் மோஹனாம்சத்திலிருந்தாலும், சுக்கிரனுடன் கூடினாலும் ஜாதகனுடைய தாய்க்கு மூன்று சகோதரர் உண்டு. அவள் பர்த்தா பாக்கியத்தால் சந்தோஷமடைந்தவள், புத்திரனிடம் அன்புள்ளவள்,தனக்குப்பின் வந்த மனைவி (சக்களத்தியின்) புத்திரன் முதலியவரிடம் துவேஷ முடையவளாவாள், அவள் காலாந்திரத்தில் வீட்டில் சச்சாவு உண்டு, அவள் சகோதர நாசத்தால் துக்கமடைவாள்.

(16) ஜென்ம லக்னம் சிம்மம் (சிவதாம்சம்) ஆகி புதன் மகரத்தில் மேஷாம்சத்திலிருந்தாலும், சுக ஸ்தானமாகிய நாலாம் ஸ்தானத்தில் கும்பாம்சத்தில் குஜன் இருந்தாலும் ஜாதகருக்கு மூன்று அம்மான்மார் உண்டு. ஜாதகர் சுகமுடையவனாவார், தாய் வம்சத்தில் தரித்திரத் தன்மையால் தாய் சகோதரி துக்கமடைவாள், தாய் சகோதரி ஒருவள் சுமங்கலி, புண்ணியசாலி, மற்றவள் துக்கமுடையவளாவாள்.

(17) ஜென்ம லக்னம் சிம்மம் (சிவதாம்சம்) ஆகி சிற்றப்பன் ஸ்தானாதிபனான புதன் சிம்மத்திற்கு ஏழில் மேஷாம்சத்திலிருந்தாலும், லக்கினாதிபன் பாபருடன் கூடினாலும் ஜாதகருக்கு இரு சிற்றப்பன்மார் இருமனைவியரையுடையவராவார். பிதா ஞானவான் பிதா மூத்த சகோதரமற்றவர் அவருக்குச் சகோதரியுடன் மூன்று இளைய சகோதரம் தீர்க்காயுளுடையவராய் இருப்பார்கள்.

(18) ஜென்ம லக்கினம் சிம்மம் (சிவதாம்சம்) ஆகி ஐந்தாமதிபன் பாபருடன் சம்பந்தப்பட்டு மூன்றாம் பாவத்தில் சனி இருந்தால் ஜாதகருடைய சிற்றப்பன்மாரில் எவனாவது ஒருவன் இறந்த சந்தான யோகமுடையவர். ஜாதகருடைய இருசிற்றப்பன்மார், இரு மாமன்மார்கள் மகா பாபிகளாயிருப்பார்.

(19) ஜென்ம லக்னம் சிம்மம் (சிவதாம்சம்) ஆகி கும்பத்தில் துலாம்சத்தில் சூரியனிருந்தால் ஜாதகருக்கு பாலரிஷ்டமில்லை. அந்த பாவாதிபன் பலவானாகில் தீர்க்காயுள்.

(20) ஜென்ம லக்னம் சிம்மம் (சிவதாம்சம்) ஆகிச் சந்திரன் சுவக்ஷேத்திரத்தில் இருந்தாலும் அல்லது உச்ச க்ஷேத்திரத்திலிருந்தாலும் அல்லது சந்திரன் உச்சக் கிரகத்துடன் கூடினாலும் ஜாதகர் சுகமுடையவனாவார், மாதாபிதா தீர்க்காயுள் உடையவராவார்கள்.

(21)ஜென்ம லக்னம் சிம்மம் (சிவதாம்சம்) ஆகி சூரியனிருக்கும் ஸ்தானாதிபன் உச்சஸ்தானம் பெற்றாவது. அன்றி லக்கினத்திற்கு ஏழாம் பாவாதிபன் குருவால் பார்க்கப்பட்டாவது இருந்தாலும் ஜாதகனுடைய பிதா சிவபக்தி உடையவனவாவார், சிவ கைங்கர்யம் செய்வார், சகோதர, சகோதரிகளுடன் கூடியவர். தேவப் பிராமண போஷகர்.

(22) ஜென்ம லக்னம் சிம்மம் (சிவதாம்சம்) ஆகிச் சனி லக்னத்திற்கு மூன்றாம் பாவத்தில் உச்சத்தில் பலவானாயிருக்கினும், அன்றி சனி சந்திரனுடன் கூடி இருப்பினும் ஜாதகருக்கு மூன்று சகோதரர்களும், இரு சகோதரிகளும் தீர்க்காயுளுடையவராயிருப்பார். ஒரு தாய் தீர்க்காயுளுள்ளவளாயிருப்பள், சந்ததி உற்பத்தி நாசம். சிம்சுமாரதானத்தால் புத்திர சுகமுண்டு. அறுபத்தைந்து வயது பரமாயுளாயிருப்பர்.

(23) ஜென்ம லக்னம் சிம்மம் (மங்களாம்சம் அதாவது லக்னஸ்புடம் பாகை 131-36 முதல் பாகை 131-38 வரை) ஆகி லக்கினாதிபன் சுசிராம்சத்தில் சந்திரனுடன் கூடிஇருந்தால் ஜாதகர் வாலிபத்திலேயே தாயை இழப்பன்.

(24) ஜென்ம லக்னம் சிம்மம் (மங்களாம்சம்) ஆகி சூரியன் கராள சஷ்டியாம்சத்திலிருந்தால் ஜாதகனுடைய பிதா ஞானவான், குணவான், மூத்த சகோதரருடன் கூடியவர், மானி, மூன்று, புத்திரருடன் கூடியவர், சிறிய தகப்பனுக்குத் தத்துப் போவான். பன்னிரண்டாவது வயதில் தத்துப் பிதாவும் இருபதாவது வயதில் ஜனகப் பிதாவும் மரணமடைவர். ஜனகப் பிதா மரணத்திற்குப் பிறகு சுவிகாரத் தாய் மரணமடைவாள். ஜாதகனோ கருப்பு நிறம், அழகிய முகமுடையவனாவார். வாசாலகர். வைணவமதத்தைப் பின்பற்றுவார். காவிய, நாடக சாரமறிந்தவர் வித்தியா சுகம் குறைந்தவர். குணவான், அழகன், அதிருஷ்டசாலி, அன்ன தாதா. தேவப் பிராமணரைப் போஷிப்பவர். அளவாய்ப் புசிப்பவர். பிரபு லக்ஷணமுடையவர், விவசாயம் செய்பவர். நீச்ச ஜனப்பிரியனுமாவார். சில சமயம் உத்தியோக ஜீவனமுண்டு, மூன்றெழுத்து, சங்கீத வித்தை இவை கற்றவர். ஆசார மற்றவர், பந்துக்களைப் போஷிப்பவர், பராக்கிரமம் உடையவர், அயலாருக்கு உபத்திரவம் தருபவர், சீக்கிரம் கோபமுடையவர், தயையுடைய மனதும், கொஞ்சம் லோபத் தன்மையும் ஜாதகனுக்குண்டு.

(25) ஜென்ம லக்னம் சிம்மம் (மங்களாம்சம்) ஆகி ஏழாமதிபன் கேந்திரத்தில் சுராம்சத்திலிருந்தாலும், அன்றி ஏழாம்பாவதிபன் குஜ நவாம்சத்திலிருந்தாலும் ஜாதகனுடைய மனைவி குணமுடையவள், அனேக புத்திரி, புத்திரருடையவள், சிவந்த மேனியாள், குள்ளமானவள் இனிமையாய்ப் பேசுபவள்,அயலானிடம் சம்பந்த முடையவள்,

கணவனிடம் அன்புடையவள், ஜாதகனும் விஷயசுகத்தில் விருப்பமுடையவர். காமாதுரன் எப்போதும் பெண்களை நாடுபவர். மகாநதிக்கரையிலுள்ள பட்டிணத்தில் வசிப்பார். அதிக தன தானிய லாபமுடையவர்.

(26) ஜென்ம லக்கினம் சிம்மம் (மங்களாம்சம்) ஆகி ஏழாம் பாவாதிபன் குரூர ஷஷ்டியாம்சத்திலிருந்தால் ஜாதகர் பகலில் பெண்களைச் சேருவார், ரதிகாலத்தில் வினோதமாகச் சேருவார், விலக்கப்பட்ட (நிஷித்த) திதி காலங்களில் மனையாளிடம் சேருவார். ஐந்து புத்திரர்களும் நான்கு பெண்களும் அல்லது இவற்றுக்கு அதிகமாகவும் உண்டு, சாந்தியால் புத்திர சுகமுண்டு, மூன்று புத்திரர், மூன்று பெண்கள் தீர்க்காயு ளுடையவராயிருப்பர்.

(27) ஜென்ம லக்னம் சிம்மம் (சம்பகாம்சம் அதாவது லக்ன ஸ்புடம் பாகை 144–36 கலை முதல் பாகை 144–48 கலை வரையிலும்) ஆகி பிராதா ஸ்தானாதிபனான சுக்கிரன், சந்திர (எட்டாம்) பாவாதிபனுடன் கூடினால் ஜாதகருக்குச் சகோதரனில்லை மூன்று சகோதரிகள் தீர்க்காயுளுடையவராயிருப்பர், மிச்சம் நாசம், தன் பேத (மாற்றாந்தாய்) சகோதரி ஒருத்தி பர்த்தாவுடன் மரிப்பாள்.

(28) ஜென்ம லக்னம் சிம்மம் (சம்பகாம்சம்) ஆகி நாலாம் பாவாதிபனான குஜன் மிதுனாம்சத்தில் ஸ்திர ராசியிலிருந்தால் ஜாதகருடைய இரண்டாவது திசா காலத்தில் தாய்க்கு அரிஷ்டமுண்டு.

(29) ஜென்ம லக்னம் சிம்மம் (சம்பகாம்சம்) ஆகி ஏழாம் பாவாதிபனான சனி லக்கினத்திலாவது லாப திரிகோணத்திலாவது இருந்தால் ஜாதகருக்கு இருபத்தேழு வயதுக்கு மேல் மறுமணம் நடக்கும்.

(30) ஜென்ம லக்னம் சிம்மம் (சம்பகாம்சம்) ஆகி லக்கினத்தில் சனி இருந்தாலும் ஜாதகருக்குச் சிலகாலம் சுதந்திரமில்லை. பின்னால் சுதந்திரத்துடன் இருப்பார். பாலியத்தில் துஷ்ட சுபாவத்தால் பரஸ்த்ரீ சங்கமயோகமுடையவர், சிலகாலம் திருட்டுத் தொழிலுடையவனாவார், யௌவனத்தில் கிரந்தி நோயுடையவனாவார், பின்னால் சிவலிங்க பூஜையால் நோயற்ற வனாயும் தருமாத்துமாவாயுமிருப்பார்.

(31) ஜென்ம லக்கினம் சிம்மம் (சம்பகாம்சம்) ஆகி பிதாஸ்தானாதிபனான குஜன் குருவுடன் கூடியாவது, பார்க்கப்பட்டாவது இருந்தால் ஜாதகருக்குச் சிற்றப்பனில்லை, இவன் பிதா யோகவான், சுகி, அரசன் வாயிலில் நரவாகன யோகமுடையவனாவார், சேனை, மந்திரி, ஜன நேசமுடையவர், அரசனுக்குப் பிரியமான சேவகர்.

(32) ஜென்ம லக்னம் சிம்மம் (சம்பகாம்சம்) ஆகி வாகனாதிபனான குஜன், குருவுடன் கூடியாவது. பார்க்கப்பட்டாவது இருந்தால் ஜாதகர் நரவாகன யோகமுடையவனாவார்.

(33) ஜென்ம லக்னம் சிம்மம் (சம்பகாம்சம்) ஆகி புத்திர ஸ்தானாதிபனான குரு குஜனுடன் கூடியாவது, பார்க்கப்பட்டாவது இருந்தால் ஜாதகருக்கு இரு புத்திரர், இரு பெண்கள் தீர்க்காயுளுடையவராயிருப்பார், மிச்சம் நாசமாகும்.

(34) ஜென்ம லக்னம் சிம்மம் (சுகதாம்சம் அதாவது லக்ன ஸ்புடம் பாகை 141–24 கலை முதல் பாகை141–36 கலை வரையிலும்) ஆகி லக்கினாதிபதி பத்தாமிடத்திலிருக்க இரண்டுக்குடையவனும், குருவும் பதினோராமிடத்திலிருக்கப் பிறந்தவர் அழகாய்ப் பேசுபவர், சாதுர்ய யுக்திஉடையவர், நன்மை, தீமைகளை அறிபவர், பல தேசங்களில்

பிரஸித்தியடைவார், காவிய நாடக, சாஸ்திர சாரமறிந்தவர், வேதம், சாஸ்திரம், புராணம் தெரிந்தவர். ஸமஸ்கிருதப் பிரியர், பிரபு ஸ்நேகிதர், ஜனார்த்தனர், விஷ்ணு பக்த குலத்திலுதித்தவர். வைஷ்ணவ ஆசாரமுடையவர், குணமுள்ளவர் விஷ்ணு பக்தி சிவபக்தி நிறைந்தவர், பல பாஷைகளை அறிந்தவர். எழுதப் படிக்கத் தெரிந்தவர், ராஜ முத்திரை தரித்தவர், உத்தியோக ஜீவனம், தன்னுடைய தகப்பனுடைய பாக்கியம் சமர்த்தியாயுடைவர், கிருகக்ஷேத்திரம் முதலிய லாபம் உடையவர், தன தானியம் சமர்த்தியாயுடையவர், நித்தியம் புண்ணிய தீர்த்த ஸ்நானமுடையவர், சுசியுள்ளவர், நித்திய கர்மானுஷ்டானம் செய்பவர், வேதாந்த ஞானம் தெரிந்து பிரம்ம ஞானபாராயணம் செய்பவர், வேதாந்த ஞானம் தெரிந்து பிரம்ம ஞான பாராயணம் செய்பவர், அயலார்களுக்கு இங்கிதம் செய்வார், இங்கிதமறிந்தவர், நாலும் அறிந்தவர், பலபாஷை விசாரம் உள்ளவர், எழுத்து வேலையில் வல்லவர், ஊகம் தெரிந்து உள்ளவர், தன் தனத்தில் உண்பவர், போகசாலி. தாதா ஆஸ்தை உடையவர், பிரபு லக்ஷணமுடையவர், மான், வாகனம், மூன்று உடையவர், பத்தாயிரம் பொன் சம்பாதிப்பார், பூமி, கிராமம் முதலியவற்றிற்கு அதிகாரி.

(35) ஜென்ம லக்னம் சிம்மம் (சுகதாம்சம்) ஆகி மூன்றாமிடத்துக்குடைய சுக்கிரன் பன்னிரண்டில் இருந்து செவ்வாயால் பார்க்கப்பட்டால் ஜாதகர் மூத்த சகோதரனை இழந்தவர், இளைய சகோதரனையுமிழந்தவர். மூன்று ஸ்த்ரீ ஸஹோதரிகளையுடையவர். ஒரு சகோதரி மட்டும் நிலையாய் இருப்பாள். ஒரு சமயம் பிற்பாடு ஒரு சகோதரர் இறப்பார் என்று சிலர் சொல்லுகிறார்கள். அவர் விரைவாதம் உடையவர், காதில் சூலையும் மனோவியாதியையும் உடையவர்.

(36) ஜென்ம லக்னம் சிம்மம் (சுகதாம்சம்) ஆகி நான்காமிடத்துக்குடைய செவ்வாய் மேஷத்தில் இருந்து, சனியால் பார்க்கப்பட்டு, மாத்ருகாரகர் (சந்திரன்) தனுசில் துலாம்சத்தில் குருவால் பார்க்கப்பட்டால் தாய் நீண்ட ஆயுளுள்ளவளாயிருப்பாள், தாய் குணத்துடன் கூடினவள், புண்ணியவதி, பிள்ளைகள், பெண்கள் இவர்களுடன் கூடியிருப்பவள், பித்த சூட்டுத்தேகி, பித்த வாயு பீடையுடையவள், (ராகு தசையில் சந்திர புக்தியில் அல்லது செவ்வாய் புக்தியில்) நாற்பத்தினான்காவது வயதில் மார்கழி மாதத்தில் மரிப்பாள், மேஷத்திரிகோண ராசிமாதத்திலாவது மரிப்பாள். வயிற்றில் கொஞ்சம் சூல வியாதி யுடையவள், கொஞ்சம் கொஞ்சம் பாரிச வாயுவும் உள்ளவள்.

(37) ஜென்ம லக்னம் சிம்மம் (சுகதாம்சம்) ஆகி ஐந்துக்குடைய குரு பதினோராமிடத்தில் புதனுடன் கூடியிருந்து, சந்திரனால் நன்கு பார்க்கப்பட்டால் ஸ்த்ரீ பிரஜை முதலில் ஜனிக்கும், தனக்கு ஐந்து பெண்களும், இரண்டு ஆண் பிள்ளைகளும் பிறப்பார்கள். ஜாதகர் அரசனிடம் மந்திரியாயுருப்பார், ராஜ முத்திரை தரித்து அதிகாரம் செய்வர்ர்.

(38) ஜென்ம லக்னம் சிம்மம் (சுகதாம்சம்) ஆகி ஏழாமிடத்துக்குடைய சனி லக்கினத்திற்கு மூன்றாமிடத்தில் இருந்து, ஐந்தாமிடத்தில் இருக்கப்பட்ட சந்திரனைப் பார்த்தால் ஜாதகருக்கு எட்டாவது வயதில் பாலிய விவாஹம் நடக்கும், பிரம்மோபதேச காலத்தில் விவாகம் நிச்சயம் நடக்கும். சூரிய தெசை சுக்கிர புக்தியில் விவாகத்தை அடைவார், சிவந்த மனைவியுடையவர், தகப்பன் வர்க்கத்திலே பார்வையையடைவார்.

(39) ஜென்ம லக்கினம் சிம்மம் (சுக்தாம்சம்) ஆகி சுக்கிரன் லக்னத்திற்குப் பன்னிரண்டாமிடத்திலிருக்க சனி, செவ்வாய் இவர்களால் பார்க்கப்பட்டால் களத்திரத்திற்குப் பிறகு சந்தானபலன் சொல்லவும், மறு தராத்தினால் புத்திர ஸந்ததி உண்டாகும். மூத்தவளுக்கு ஒரு பெண்ணாவது, ஆண் பிள்ளையாவது நிச்சயமாய் இருக்கும், செவ்வாய் தசையில், சனி புக்தியில் விருச்சிக மாஸத்தில் சூதிகாகிரக

தோஷத்தால் தன் புக்தியில் நிச்சயமாய் மரிப்பாள். அந்த தெசையில் அந்த புக்தியில் மறு விவாகம் செய்து கொள்வார். தாய் வர்க்கத்தில் மனைவியானவள் ஏற்படுவாள், கலியாணத்திற்குப் பின்பு சுகமடைவார். மனைவிக்குச் சுகமிருக்காது, மனைவியின் சொல் விஷமாய் இருக்கும், பத்தினி கெட்ட குணம் உள்ளவள், புருஷனிடத்தில் பக்தியில்லாதவள். புத்திரன், புத்திரியுடன், இரண்டாவது மனைவி கண்டபடி சண்டை செய்வதில் பிரியமுள்ளவள்.

(40) ஜென்ம லக்கினம் சிம்மம் (சுகதாம்சம்) ஆகி ஒன்பதாமிடத்துக்குடைய செவ்வாய் மேஷத்தில் ராகுவுடன் கூடி சனியினால் பார்க்கப்பட்டால் ஜாதகருடைய தகப்பன் ராஜயோகம் உள்ளவர். தகப்பன் சுகதாம்சப்படி ஜீவித்திருப்பது கஷ்டம் என்று பண்டிதர்களுடைய அபிப்பிராயம், தகப்பனுக்கு ஆடி மாதத்தில் மரணம் நேரிடும், தகப்பன் மரணகாலத்தில் ஜாதகனும் தேசாந்திரத்தில் இருப்பார், தகப்பனுடைய உத்தர கிரியைகளை வேறு மனிதன் செய்வார். அப்போது ஜாதகருக்கு மிருகங்களால் பயமும், நாய் பயமும், விஷத்தால் பயமும் ஏற்படும். ஒவ்வொரு தசையிலும் சனி புக்தி காலங்களிலாவது, புத புக்தியிலாவது, ராகு புக்தியிலாவது, சந்திர புக்தியிலாவது அபமிருத்யு பயம் உண்டாகும்.

(41) ஜென்ம லக்னம் சிம்மம் (சமாம்சம் அதாவது லக்கின ஸ்புடம் பாகை 148–36 கலை முதல் பாகை 148–48 கலை வரையிலும்) ஆகி பன்னிரண்டுக்குடைய சந்திரன் இரண்டாமிடத்தை அடைந்திருந்தால் ஜாதகர் நல்ல அழகிய சுகமுள்ளவனாகவும், க்ஷேமமுள்ளவனாகவும், வேதாந்த ஞானவானாயும், சாதுவாகியும், திடவிருதமுள்ளவனாகியும், இங்கித மறிந்தவனாயும், உத்தியோக ஜீவனம் செய்பவானயும், ஆயிரத்துக்கு அதிக தனமுள்ள பாக்கியவனாயுமிருப்பார்.

(42) ஜென்ம லக்னம் சிம்மம் (சமாம்சம்) ஆகி இரண்டாமிடத்துக்குடைய புதன் இராகு சம்பந்தத்துடனிருந்தால் ஜாதகர் பல்லில் ரத்தம் வடிந்து கொண்டிருப்பவர், உஷ்ண வாயு உடையவர், ஒழுங்கீனமான பல்வரிசையுடையவர்.

(43) ஜென்ம லக்னம் சிம்மம் (சமாம்சம்) ஆகி பூர்வபாகத்தில் மூன்றாமிடம் சனியுடன் கூடியிருந்து சகோதரகாரகன் தனுர்ராசியை அடைந்திருக்க ஜாதகர் இரண்டு அல்லது மூன்று மூத்த சகோதரர்களுடையவர், மூன்று மூத்த சகோதரிகளை உடையவர், இரண்டு சகோதரர்கள் மரணமடைவார்கள். கனிஷ்டசகோதரனும் ஒருவனுண்டு, ஒரு தமக்கை இருப்பாள், அவள் நிச்சயமாய் ஜீவித்திருப்பாள்.

(44) ஜென்ம லக்னம் சிம்மம் (சமாம்சம்) ஆகி நான்காமிடத்துக்குடைய செவ்வாய் தனுசில் ராகுவுடன் கூடியிருந்தால் தாய் தன்னுடைய விசேஷ குணத்தால் புண்ணியவதியாய், பதிவிரதையாய் இருப்பாள். நல்ல வாசம் உடையவள், பாலியத்தில் மரிப்பாள். ஜனித்த ஐந்தாம் வயதில் சித்திரை மாதத்தில் தாய் மரிப்பாள், தனுசின் திரிகோணத்திலாவது தாய் மரித்துவிடுவாள். ஜாதகர் பூமி, தனம் முதலியன சம்பாதிப்பவர், நீச்சப் பிரபுவால் சுகப்படுவார், குதிரை வாஹனமுடையவர், கொஞ்சம் வாகனமும் முதலிய சுகமுடையவர், வயிற்றுநோய் கொஞ்சகாலமும், காதில் நோய் கொஞ்ச நாளும் உண்டாகும்.

(45) ஜென்ம லக்னம் சிம்மம் (சமாம்சம்) ஆகி ஏழாமிடத்துக்குடையவர் மூன்றிலும், அவனுக்கு மூன்றிலும் அல்லது தனுசுக்கேழிலும் கேதுவுமிருக்க களத்திரகாரகனாகிய சுக்கிரன் மகரத்திலிருக்க, அந்த ராசியதிபதி தன்னுடைய உச்சத்திலிருக்க, அதிக சிறு வயதில் விவாகம் நடக்கும், பன்னிரண்டு வயதில் அல்லது பதினோராவது வயதில் விவாகம் நடக்கும். மூன்றாமிடத்தில் சனி யிருந்தால் ஜாதகருடைய மாமியானவள் விவாகமான பின்பு மரணமடைவாள். உத்திராம்சத்தில் பிறந்தவனுக்குச் சனி மூன்றாமிடத்திலிருந்தால் மாமியார், மாமனார் இருப்பது கஷ்டம்.

(46) ஜென்ம லக்னம் சிம்மம் (சமாம்சம்) ஆகி எட்டாமிடத்தில் செவ்வாய் பார்வை ஏற்பட்டிருந்தால் ஜாதகருடைய மனைவிக்கு யோணிப்புற்று என்கிற வியாதி சம்பவித்திருக்கும். அவளால் சுகமில்லை, ஒரு சமயம் பாரியையானவள் பைசா சபாதையால் கஷ்டப்படுவாள் என்று வேறு சிலர் சொல்லுவார்கள். எப்போதும் பாரியை ரோகியாயிருப்பாள். ஜாதகர் வேறு மனைவியால் நல்ல சுகம் அனுபவிப்பார்.

(47) ஜென்ம லக்கினம் சிம்மம் (சமாம்சம்) ஆகி ஐந்துக்குடையவர் நான்காமிடத்தில் (காரகனுடன் கூடியிருந்தால்) புத்திரனில்லாமல் வெகுகாலம்இருப்பார், இதன் பரிகாரமாக ஏகாதசியில் கோதானமும், அரச மரம் நட்டுக் காப்பாற்றுவதாலும் வெகு நாளைக்குப் பிறகு காலாந்திரத்திலாவது வேறு மனைவியிடத்திலாவது புத்திரப் பிராப்தி உண்டாகும்.

(48) ஜென்ம லக்கினம் சிம்மம் (சமாம்சம்) ஆகி ஒன்பதாமிடத்துக்குடைய செவ்வாய் தனுசில் சூரியனுடன் கூடி இருந்தால் ஜாதகனுடைய தகப்பன் ஞானவானாயிருப்பார், சுகியாயிருப்பார், சாத்துவீக முள்ளவர், நற்குணம் நிறைந்தவர். முப்பதாவது வயதில் கார்த்திகை மாதத்தில் பித்ருக்கு மரணமுண்டாகும்.

(49) ஜென்ம லக்னம் சிம்மம் (சமாம்சம்) ஆகி பத்தாமிடத்துக்குடைய சுக்கிரன் கர்மகாரகனான குருவால் பார்க்கப்பட்டால் நல்ல கர்மானுஷ்டமுள்ளவனும், ஆசாரமுள்ளவனும், ஞானியாயும், கொஞ்சம் பரஸ்த்ரீ லோலனாகவும், விசேஷ தேவ பூஜை செய்பவானகவும், வேதசாஸ்திர அர்த்த மறிந்தவனாகவும், ஸ்வல்ப வித்தை அடைந்தவனாகவும், எழுதவும், படிக்கவும் விசேஷமாய்த் தெரிந்தவனாயும், இரண்டு வித பாஷைகளை எழுதுவதில் சமர்த்தனாயும் இருப்பார்.

(50) ஜென்ம லக்னம் சிம்மம் (சமாம்சம்) ஆகி பதினோராம்மிடத்தில் கேது இருந்தால் வரவுக்கு மிஞ்சின செலவுடையவர், பிரபு லக்ஷணமுடையவர், சந்தன தாம்பூல புஷ்ப வஸ்திர அலங்காரப்பிரியன், மானி, பால் குடிப்பதில் பிரியமுள்ளவர், காதில் கொஞ்சம் ரோகமுடையவர், கணிதம் சொல்பவர், பணக்காரர், தன் பூமியால் பாக்கியத்தை அடைவார். அழகான முகமுள்ளவர், கோபி, சீக்கிரத்தில் சந்தோஷியாயிருப்பார்.

(51) ஜென்ம லக்னம் சிம்மம் (வசுதாம்சம் அதாவது லக்ன ஸ்புடம் பாகை 149–48 கலை முதல் பாகை 150–00 கலை வரையிலும்) ஆகி லக்கினத்தில் புதன் பலமுள்ள குருவுடன் கூடி இருக்கப் பிறந்தவர் போகி, நல்ல வித்தையுடையவர், நல்ல புத்தியுடையவர், தனமுடையவர், காமி, மிருதுவான தேகமுடையவர். சத்துவ குணமே பிரதானமாக உடையவர். நல்ல சிநேகிதனையும், நல்ல இடத்தில் வாசத்தையும் உடையவர், சிலர் ஜாதகனுக்கு மத்திய வயது என்று சொல்லுகிறார்கள்.

(52) ஜென்ம லக்கினம் சிம்மம் (வசுதாம்சம்) ஆகி லக்கினேசன், லாபேசன் இவர்களால் லக்கினம் பார்க்கப்பட்டிருந்தால் சொற்ப வியாபாரியாகியும், கல்வி போதிப்பதாலும், தானம் வாங்குதல் மூலமும் ஜீவிப்பார்.

(53) ஜென்ம லக்னம் சிம்மம் (வசுதாம்சம்) ஆகி பூர்வாம்சத்தில் ஜனித்தவனுக்கு லக்கினாதிபதி பன்னிரண்டாமிடத்திலிருக்க லக்கினத்தில் புதனும் குருவும் கூடியிருந்தால் ஜாதகர் சிவந்த நிறமானவர், குள்ளமான தேகமுடையவர், கொஞ்சம் உயரம் உள்ளவர், நான்கு வித்தை நிபுணன், பல பாஷை தெரிந்தவர், சிவன் விஷ்ணு இவர்களிடத்தில் பக்தி உடையவர், தேவப் பிராமணரிடத்தில் பக்தி உடையவர், நீச்ச அரசனிடம் சேவை செய்வார், பெரிய உத்தியோக பாக்கியம் உள்ளவர், மூத்த சகோதரனால் ராகு தசையில் நல்ல யோகத்தை அடைவார், வித்தையில் விசேஷ தத்துவமறிந்தவர், மெதுவாய்ப் பேசுவார்,

மறைவாய்ப் பாவம் செய்வார்.

(54) ஜென்ம லக்னம் சிம்மம் (வசுதாம்சம்) ஆகி மூன்றாம் பாவாதிபதி பாபருடன் கூடி சகோதர காரகர் நீச்சனாகி விரயஸ்தானத்தில் இருந்தால் ஜாதகர் புருஷ சகோதரனை இழந்தவர், ஸ்த்ரீசகோதரிகளையுடையவர். பத்தினி, தாய், புத்திரன், மூத்த சகோதரனுடனும் கூடினவர்.

(55) ஜென்ம லக்னம் சிம்மம் (வசுதாம்சம்) ஆகி சுகஸ்தானாதிபதி பன்னிரண்டில் லக்கினாதிபதியுடன் கூடி இருந்தால் ஜாதகனுடைய தாயார் துஷ்ட நடத்தையுடன் கூடினவள், புருஷனுக்குப் பிரியத்தைச் செய்யாதவள், புத்திரனிடத்தில் துவேஷ புத்தியுடையவள், முப்பத்தாறாவது வயதிலாவது, அதற்கு முன்பாவது வாயு பீடை தோஷத்தால் புரட்டாசி மாதத்திலாவது, தை, வைகாசி மாதத்திலாவது, ஆனி மாதத்திலாவது மரணத்தை அடைவாள், பசு விருத்தி, தன தானிய சமிர்த்தி, மூன்று வித வாஹனங்கள் முதலியன உண்டாகி யோகம் உண்டாகும். எழுத்து வித்தையால் ஜீவனம் செய்வான், நீச்ச அரசனிடம் சேவை செய்வான், பெரிய அரசனுடைய தயவினால் கொஞ்சம் பூமியுடன் ஜீவிப்பான்.

(56) ஜென்ம லக்கின்ம சிம்மம் (வசுதாம்சம்) ஆகி பூர்வ பாகத்தில் நான்காமிடத்துக்குடைய செவ்வாய் பன்னிரண்டாமிடத்தில் நீச்சத்தில் இருக்க ஜெனித்தவனுக்குத் தாய் குணவதியாயிருப்பாள், புண்ணியவதி, மூன்றாவது வயதில் மரிப்பாள், தாய்க்குத் துலா மாதத்தில் மரணம் உண்டாகும். தாய் அயலார்களுக்கு உபகாரம் செய்வாள், தர்மம் செய்வாள், சத்ருவை நாசம் செய்வாள், நல்ல கீர்த்தியை உடையவள்.

(57) ஜென்ம லக்னம் சிம்மம் (வசுதாம்சம்) ஆகி ஐந்தாமிடத்துக்குடைய குரு லக்கினத்தில் புதனுடன் கூடி மேஷாம்சத்தில் இருக்க சுக்கிரன், சனி இவர்களால் புத்திர பாபம் பார்க்கப்பட்டிருந்தால் ஜாதகர் காலாந்திரத்தில் நல்ல புத்திரனை அடைவார். மூத்தவளிடம் பிள்ளை பிறக்காது, பிறந்தாலும் அந்தப் பிள்ளை மரிப்பார், மரித்த பிள்ளைக்காகச் செய்த சாந்தி முதலியவற்றாலும், புண்ணியத்தாலும் மறுபடியும் புத்திர யோகம்உடையவனாவார், மறு களத்திரத்தினால் புத்திர லாபமும் உண்டாகும் என்று சிலர் சொல்லியிருக்கிறார்கள். ஒரு பிள்ளை நீண்ட ஆயுளை உடையவர், புண்ணியவசத்தால் இரண்டு பிள்ளையாவது இருக்கலாம், முன் செய்த பாபத்தால் பிள்ளையில்லாமல் பெண்சந்ததியுடனுமாவது இருப்பார்.

(58) ஜென்ம லக்னம் சிம்மம் (வசுதாம்சம்) ஆகி ஆறாமிடத்துக்குடைய சனியால் லக்கினம் பார்க்கப்பட்டால் இரணம், கண்டம், வெள்ளை, மேகநோய் முதலியவற்றால் ஜாதகர் ரோக சரீரமுடையவனாகி இருப்பார். செவ்வாய், புக்தியில் ஜுர பயத்தாலும், மூத்திர ரோகத்தாலும், குன்மம்,சூலம், கண் வியாதி முதலியவற்றாலும் கொஞ்சம் பீடையும், மர்மஸ்தான ரோகமும் ஜாதகர் அடைவார்.

(59) ஜென்ம லக்னம் சிம்மம் (வசுதாம்சம்) ஆகி ஏழாமிடத்துக்குடைய சனி சுக்கிரனுடன் கூடி மிதுனத்திலிருந்து ஏழாமிடத்தைக் குரு, புதன் இவர்கள் பார்த்தால் ஜாதகனுடைய தாரத்திற்கு அபவாதம் ஏற்படும். ஜாதகர் அதனால் மனைவியின் சிநேகத்தை விட்டுவிடுவார், அநேகம் ஸ்த்ரீகளுக்கு நாயகனாகவும், மறுதாரம் உடையவனுமாயிருப்பார், பல ஜாதி ஸ்த்ரீகளைப் புணருபவர், நீச்சஸ்த்ரீ சேர்க்கையும் கொஞ்சம் இருக்கும்.

(60) ஜென்ம லக்னம் சிம்மம் (மாயாம்சம் அதாவது லக்ன ஸ்புடம் பாகை 148–00 கலை முதல் பாகை 149–12 கலை வரையிலும்) ஆகி பூர்வாம்சத்தில் பிறந்தவருக்குச்

சூரியன் புதனுடன் கூடி ஆறாமிடத்தில் சிம்மாம்சத்தில் இருந்து சனியால் நவாம்சத்திலும் பார்க்கப்பட்டிருந்தால் ஜாதகர் ரூபவான், புத்திமான்,பேசுந்திறமையுடையவர். அழகான முகமுங்கண்களுமுடையவர், அதிருஷ்டசாலி, தர்மாத்துமா, கொஞ்சம் மாநிறம், நல்ல ஆகிருதியுடையவர், சாத்வீக குணம் நிரம்பினவர், கீர்த்தியுடையவர், ராஜனால் வல்லவர் என்று புகழக்கூடியவர், ராஜ சேவை செய்பவர், பிரபல உத்தியோக பாக்யம் உள்ளவர், அநேக வியாபார பாக்ய வரவுள்ளவர். விசேஷ தைரியவான், வெகுவாய்க் கொடுப்பதில் இஷ்டன், சூட்டுத்தேகி மேதாவி, குஷ்யரோக முள்ளவர், சமதேகமுடையவர், நிபுணர், பல பாஷைகளில் விசாரமுள்ளவர்.

(61) ஜென்ம லக்னம் சிம்மம் (மாயாம்சம்) ஆகி இரண்டுக்குடைய புதன் லக்கினாதிபதியாகிய சூரியனுடன் கூடியிருந்தால் ஜாதகர் அழகாய்ப் பேசுபவராயும், வாசாலகனாயும், சாதுர்ய யுக்தியுடையவனாயும் யுக்தா யுக்தம் தெரிந்தவனாகவுமிருப்பார், விசேஷமாய்த் தெரிந்தவர். பல தேசங்களில் பிரசித்தியுடையவர், நான்கு வித்தையில் வல்லவர், விஷ்னு சிவ பக்தியுடையவர், சிவ பக்த குலத்திலுதித்தவர், தேவப் பிராமணர்களிடத்தில் பக்தியுடையவர், வித்தையில் இடையூறுடையவர், மானி, சனியால் புதன் பார்க்கப்பட்டால் ஜாதகர் அநேக பூமி, தனம் இவற்றுடன் கூடினவர். குரூர பார்வையுடையவர், பல்லில் ரோகமுடையவர்.

(62) ஜென்ம லக்னம் சிம்மம் (மாயாம்சம்) பூர்வ பாகம் ஆகி ஐந்தில், குஜன் சுக்கிரனுடன் கூடியிருந்து ஐந்தாவது வீட்டைக் குரு பார்த்தால் இளைய, மூத்த சகோதரம் இல்லாதவர், இரண்டு ஸ்த்ரீ சகோதரிகளை உடையவர். கொஞ்ச காலம் பொறுத்து அவர்களும் மரிப்பார்கள். உத்தராம்சத்தில் பிறந்தவர் சகோதர சகோதரியுடன் கூடியிருப்பார்.

(63) ஜென்ம லக்னம் சிம்மம் (மாயாம்சம்) ஆகி நான்காமிடத்ததிபன் செவ்வாய், சுக்கிரனுடன் கூடி குருவால் பார்க்கப்பட்டால் தாய் குணவதி, புண்ணியவதி கணவனிடத்தில் பக்தியுடன் கூடியிருப்பாள், குரு தெசையில் சந்திர புக்தியில் பிறந்த ஜாதகருக்குத் தன் முப்பத்தாறாவது வயதில் தாயாருக்கு மரணம் உண்டு. ஜாதகர் பசு, பாக்கியம் சமர்த்தியாயுடையவர், மூன்றுவித வாகனமுடையவர், ராஜகிருகத்துக்குச் சமமானவாச ஸ்தான முடையவர்.

(64) ஜென்ம லக்னம் சிம்மம் (மாயாம்சம்) அதாவது லக்ன ஸ்புடம் பாகை 148–00 கலை முதல் பாகை 148–12 கலை வரையிலும் ஆகி ஐந்துக்குடைய குரு காளாம்சத்தில் மிதுனத்திலிருந்து சுக்கிரன், செவ்வாய், இவர்கள் குருவுடன் கூடியிருந்தாலும் ஜாதகர் மலட்டு ஸ்த்ரீயினுடைய நாயகனாகவும், ஒரு சமயம் புத்திரன் ஜனித்தாலும், புத்திரன் ஈனனாகவும் ஆவார், ஜாதகருடைய மனைவி மரிப்பவளாகவும் ஆவார்.

(65) ஜென்ம லக்னம் சிம்மம் (மாயாம்சம்) ஆகி ஆறுக்குடைய சனி பன்னிரரெண்டாமிடத்திலிருக்க, புதன் சூரியனுடன், கூடி சத்ரு ஸ்தானத்தில் இருக்க, ஐந்தாமிடத்திலிருக்கும் செவ்வாயால் மேற்படி சனி பார்க்கப்பட்டால் சத்துருக்களை ஜாதகர் அதிகமாயுடையவனாவார், உஷ்ணவாயு பீடையால் பிடிக்கப்பட்டவர். கொஞ்சம் தண்ட விரயம் செய்பவர், வயிற்றுநோய், ஹிருதய நோய், காஸ ஸ்வாசத்தால் கஷ்டத்துடன் கூடினவர். மறைவிடத்தில் மர்ம ஸ்தானத்தில் ரோகமுடையவர், ரணம், கண்டம் முதலியன உண்டாகும், மூத்திர கிருச்சினம் முதலான கஷ்டம், தாயாதிகளால் பீடை முதலானவை உண்டாகும்.

(66) ஜென்ம லக்கினம் சிம்மம் (மாயாம்சம்) ஆகி இரண்டுக்குடைய புதன் சூரியனுடன் கூடி ஆறாமிடத்தில் இருந்து சத்துருவான சனியினால் பார்க்கப்பட்டால் கெண்ட காலங்களாகிய 21,23,27,29,32,34,40,44,47,51,53,57,60,62,65,67,72,77 முதலிய வயதுகளில் கண்டம் உண்டாகும். அக்காலங்களில் சாந்தி செய்யின் சுகமுண்டாகும். சாந்தி தானம் முதலியன செய்யவேண்டியது. எழுபத்தைந்து வயதில் புததெசையில், சனி புக்தியில் தை மாதத்திலும், அல்லது வைகாசி, புரட்டாசி மாதத்திலும் சரீர வியாதி உண்டாகி, கிருஷ்ண பக்ஷ அஷ்டமியிலும், சனிக்கிழமை சாயங்காலத்திலும் மரிப்பான். வியாழன், செவ்வாய், வெள்ளிக்கிழமைகளில் மரிப்பதும் தானாகவே அறிவான், உஷ்ணவாயு அக்கினி மந்தம் பாண்டு ரோகம் சாப்பாட்டுக்குறைவு, மூலம், அதிசார ஜுர கஷ்ட, சுவாச, கப தோஷ முதலிய பல வியாதிகளால் கஷ்டப்பட்டு எழுபத்தைந்தாவது வயதில் மரணம் உண்டாகும், இவன் முன் ஜென்மம் பிராமணன், அநேக வியாபாரம் செய்து பாக்கியவானயிருப்பார், மறு ஜென்மத்தில் வைசியனாகப் பிறந்து ஜென்மாந்திரத்தில் நிச்சயமாய் முக்தியடைவர். கடைசியில் ஞானத்துடன் கூடியிருப்பார்.

(67) ஜென்ம லக்னம் சிம்மம் (காலகூடாம்சம் அதாவது லக்கின ஸ்புடம் பாகை 149–12 கலை முதல் பாகை 149–24 கலை வரையிலும்) ஆகி ஏழுக்குடைய சனி பன்னிரண்டாமிடத்திலிருந்து இரவி செவ்வாய் , புதன் இவர்களால் பார்க்கப்பட்டால் பன்னிரண்டு வயதில் ஜாதகருக்குப் பாலிய விவாகம் நடக்கும். ஜாதகர் மலடியான ஸ்தரீயின் கணவன், ஒரே மனைவியையுடையவர். கிரந்தத்தில் இரண்டு மனைவி யுடையவனென்று சிலர் சொல்லியிருக்கிறார்கள். சிவந்த நிறமுள்ள பாரியை ஜாதகனுக்கு நேரிடுவாள்.

(68) ஜென்ம லக்னம் சிம்மம் (காலகூடாம்சம்) ஆகி ஒன்பதாமிடத்துக்குடைய செவ்வாயுடன் சுக்கிரன் கூடி, குருவால் ஐந்தாமிடம் பார்க்கப்பட்டால் ஜாதகருடைய தகப்பன் தனம் சம்பாதித்தவர். மஹாராஜன், நல்லயோகத்துடனேயே இருப்பவர். அநேக தயாதி ஜனங்களுடன் ராஜமுத்திரையுடையவர். அதிகாரமுடையவர். ஜாதகருக்கு இருபத்தொரு வயதில் உஷ்ணவாயு, அக்கினி மாந்தம் முதலியவற்றால் தகப்பன் மரணத்தை அடைவார்.

(69) ஜென்ம லக்னம் சிம்மம் (காலகூடாம்சம்) ஆகி லக்கினாதிபதி மூன்றாம் வீட்டுக்குடைய சுக்கிரன், புதனுடன் கூடி துர்ப்பலனாகி சனியால் பார்க்கப்பட்டால் ஜாதகர் எப்போதும் துக்கம் நிறைந்த துக்க மனதுடையவனாய் சத்ருக்களாலும், தாயாதிகளாலும், நன்றாகப் பிடிக்கப்பட்டவனாவார். வெளியில் பணத்தினால் எற்பட்ட கஷ்டத்தையுடையவர், துக்கமுடைய மனதுடையவர்.

(70)ஜென்ம லக்னம் சிம்மம் (காலகூடாம்சம்) ஆகி லக்கினாதிபதி இரண்டாமிடத்துக்குடைய புதனுடன் கூடி, ஆறாமிடத்தில் இருக்க, கும்பாம்சத்தில் இருக்கப்பட்ட சனியால் பார்க்கப்பட்டால் அதிக செலவுடையவர், வெகுதுக்கமுடையவர். தாயாதிகளால் பணச் செலவுடையவர், புதன் சூரியன் சம்பந்தப்பட்டிருந்தால் ராஜாக்கினையால் வெகு செலவும், வீண் அகங்கார தோஷத்தால் வீடு, பூமி, தனம் முதலிய நஷ்டமும் ஏற்படும். கடைசியில் அப்படியிருந்தும் திரும்பவும் ராஜ பூஜிதனாகி மேலான உத்தியோக லாபமும், சனி தசையில் பெரிய கஷ்டமும் சனி புத்தியில் அந்தியத்தில் சரீரபீடையும் சுவாஸகாஸம் முதலிய ரோகமும் புத புக்தியில் தேகபீடையும் மனைவிக்கு பீடை முதலிய கஷ்டமும், புத புக்தியில் பணவரவும் ஏற்படும், கேது புக்தியில் தனவரவும், விவகாரத்தில் ஜயமும் உண்டாகும். சனி தசையில் சுபம், அசுபம் இரண்டும், புத தசையில் சனியைப் போலவேயும் ஒவ்வொரு திசையிலும் சனி புக்தி, ராகு, செவ்வாய், கேது புக்தி

காலங்களிலும் தனக்கு அபமிருத்து பயமும், தனக்கு சமமான ஜனங்களுக்கு அவதியும். குரு, சந்திரன், சுக்கிரன், புதன் இவர்களுடைய புக்திகளில் எல்லாத் தசைகளிலும் தேக சுகமும், தனப்பிராப்தியும், எங்கும் சுகம், துக்கம் இரண்டும் கலந்தும், சனி தசையில் சுக்கிர, செவ்வாய், புக்திகளில் மனைவிக்கு மரணமும் வியாதியும் உண்டு.

(71) ஜென்ம லக்னம் சிம்மம் (சாமதாம்சம் அதாவது லக்ன ஸ்புடம் பாகை 129–24 கலை முதல் பாகை 129–36 கலை வரையிலும்) ஆகி லக்கினாதிபதி துலா நவாம்சத்திலிருந்து புதன் லக்கினத்தில் விச்வம்பராம்சத்திலிருக்க, ராகு, கேதுக்களுடன் சூரியனும், புதனும் கூடியிருந்தாலும் அல்லது ராகு, கேது முதலியவர்களால் சூரியனும், புதனும் கூடியிருந்தாலும் அல்லது ராகு, கேது முதலியவர்களால் சூரியனும், புதனும் பார்க்கப்பட்டிருந்தாலும் ஜாதகர் இரண்டாவது கர்ப்பத்தில் ஜெனித்தவனாவார்.

(72) ஜென்ம லக்னம் சிம்மம் (சாமதாம்சம்) ஆகி மூன்றாமிடத்ததிபதியான சுக்கிரன், லக்கினத்திற்கு பன்னிரண்டில் இருந்து நவாம்சத்தில் கும்பத்திலிருக்க சகோதரகாரகன் லக்கின கேந்திரத்தில் இருந்தால் ஜாதகர் சகோதர சகோதரிகளுடையவர். ஒரு சகோதரனே தீர்க்காயுளுடைவர், புத்ரீ, புத்ரன் உள்ளவர் வெகு பூமிக்கு அதிபதியாவார், தாயாதிகளால் அவன் சுவீகாரமாக எடுத்துக் கொள்ளப்படுவார். அரசாங்கத்தில் பிரசித்தியுடையவர், வஸ்திர வாகன பாக்கிய முடையவனாவார், அதனால் ஜாதகனும் சுகமடைவார், பிரபலமடைவார், தீர்க்காயுளுடைய இரண்டு சகோதரிகளையுடையவர். அவர்களில் ஒரு சகோதரி புத்திரவதியாயிருப்பாள். வெகு காலம் சுமங்கலியாயும், வீட்டுக்காரியங்களில் சுதந்திரமுடையவளுமாயிருப்பாள் மற்ற ஒரு சகோதரி சாத்வீகமுடையவள், அவள் பாலியத்திலேயே விதவையாய்விடுவாள், மற்ற சகோதரி, சகோதரிகள் தீர்க்கச் சுமங்கலியாயிருப்பார்.

(73) ஜென்ம லக்னம் சிம்மம் (சாமதாம்சம்) ஆகி ஒன்பதாம் பாவாதிபதியான செவ்வாய் லக்கின கேந்திரத்திலிருந்து பிதுர்காரகர் இரண்டாமிடத்தில் இருந்தால் ஜாதகருடைய தகப்பன் மத்திம ஆயுளுள்ளவர், சுவல்ப யோகமுடையவர், சுயார்ச்சிதம்சொல்பம் சம்பாதிப்பார். ஜாதகருடைய சிற்றப்பனும் அப்படியே ஆவார். ஜாதகர் தத்து ஆய்விடுவார்.

(74) ஜென்ம லக்னம் சிம்மம் (சாமதாம்சம்) ஆகி பூர்வ பாகத்தில் ஜெனித்தவருக்கு நான்காம் பாவாதிபதியாகிய செவ்வாய் ராகு, கேது, இவர்களுடன் கூடி மாதுர்காரகர் ஒன்பதாம் பாவமாகிய மேஷ ராசியிலிருந்தால் தாயானவள், தீர்க்க ஆயுளுடையவர், அம்மான் முதலியவர்களுடன் கூடினவள். தாய் வம்சம் குறைவடையும்.

(75) ஜென்ம லக்ன்ம் சிம்மம் (சாமதாம்சம்) ஆகி பூர்வ பாகத்தில் ஜெனித்தவருக்கு சுக்கிரன் சந்திரனுக்குக் கேந்திரத்தில் சுபாம்சத்தில் இருந்தாலும், சுபக்கிரகத்துடன் கூடியாவது அல்லது சுபக்கிரகத்தால் பார்க்கப்பட்டாவது இருந்தால் ஜாதகர் தீர்க்காயுளும், கொஞ்சம் வெளுப்பு சரீரமும் உடையவர். அவர் வாசாலகனாகவும் யுக்தி சாதுரியமாய்ப் பேசுபவனாகவும் நாடக சாமர்த்தியம் உள்ளவனாகவும், மனதில் கபட புத்தியுடையவானயும், புஷ்டியான அங்க முடையவனாயும், தீரனாயும், நல்ல புத்திமானாயும் வித்தை வினயம் இவற்றுடன் நிறைந்த வித்யா நிபுணனாகவும் ஆகின்றார். அன்றியும் அயலாரை வசீகரிப்பார், சிநேகிதர்களை வஞ்சனை செய்யும் எண்ணம் உடையவர், தன் காரியத்தைக் கவனிப்பவர். பலமுள்ளவர், எப்போதும் சரசப்பிரியர், அரசனிடத்தில் உத்தியோகம் செய்பவர், கொஞ்சம் சைன்னியங்களுக்கு அதிபதியாகிறார். வஸ்திரம், வாகனம் முதலியவை நிறைந்தவர், மத்திய யோகமுடையவர், டாம்பீகன் சலனசித்தமுடையவர், கொஞ்சம் லோப ஸ்பாவமுடையவர், பாலியத்தில் கொஞ்சம் கஷ்டமும், கொஞ்சம்

சுகமுமுடையவர், சுதந்திரமுடையவர். பராக்கிரமமுடையவர், அன்னியர்களுக்கு விசனத்தை கொடுப்பவர், நித்யம் தாயாருக்குச் சௌக்கியத்தைச் செய்பவர், பித்ரு சௌக்கியத்தை கவனியாதவர், (தாது) வாத வித்தை விநோதம் அறிந்தவர், சஞ்சல புத்தியுடையவர், அரசர்களின் நேசம் வருவதும் போவதுமாயிருக்கும், விவாத விவகாரங்களில் வாசாலகனாகவும் இருப்பார்.

(76) ஜென்ம லக்னம் சிம்மம் (சாமதாம்சம்) ஆகி பூர்வபாகத்தில் ஜெனித்தவருக்கு ஏழாம் வீட்டுக்குடையவனுடைய அம்சத்தில் சுக்கிரனிருந்து, ஏழுக்குடையவர் ஐந்தாமிடத்தில் இருந்து ஐந்துக்குடையவர் தன் உச்சராசியிலிருந்தால் ஜெனித்தவருக்கு இரண்டு தாரம் உண்டு. களத்திராந்திரம் யோகம் நடக்கும். இருமனைவியரிடத்தில் புத்திரப்பிராப்தம் உண்டாகும். வயதின் மத்தியில் நல்ல யோகமுடையவர், புத்திர வர்க்கத்தில் எவனுக்கவாது ஒருவனுக்கு பிரபல உத்தியோக ஜீவனம் உண்டு, அவன் அரசன் மூலம் பிரசித்திப் பெற்றுச் சைன்னியாதிபதியாகிறார்.

(77) ஜென்ம லக்னம் சிம்மம் (சாமதாம்சம்) ஆகி புத்திர ஸ்தானாதிபதி சுபக்கிரகத்துடன் கூடியிருந்து புத்திரஸ்தானத்தில் சனி யிருந்தால் பத்து புத்திர, புத்திரி யோகம் உண்டு. இரண்டு புத்திரிகள் தீர்க்க ஆயுளுடையவர்கள், மீதி குழந்தைகள் நாசமுறும். ஜாதகர் கொஞ்சம் பர ஸ்த்ரீ சங்கம் முள்ளவர். நல்ல களத்திரப் பிரியர், குடும்ப ரக்ஷணம் செய்யவேண்டியவர், தன் புஜபலத்தால் சம்பாதிக்கக்கூடிய யோகமுள்ளவர், நித்யம் சத்ரு விருத்தியுடையவர், சத்ருக்களைக் கொன்று நிம்மதியடைவார், பூமி, வீடு, முதலிய லாபமுடையவர், எல்லாவிடத்திலும் விஜயமுடையவர்.

(78) ஜென்ம லக்னம் சிம்மம் ஆகி ஆறாம் தாராதிபதி ராகு லக்கின கேந்திரத்திலிருந்து சுக பாக்யேசனுடன் கூடியிருந்து அந்த ராகுதெசை வந்தால் அந்த ஜாதகர் ஸ்ரீயோகம் என்கிற யோகசாரமுடையவர், அவனுக்கு வெகு சௌக்கியமும், புத்ரப்பிராபல்யமும் உண்டாகும், புத்திரனால் தனவரவு உண்டாகும், தேகாரோக்கியமும், மகா சௌக்கியமும். யத்தினம் செய்யப்பட்ட காரிய சித்தியும் உண்டாகும்.

(79) ஜென்ம லக்கினம் சிம்மம் ஆகி எட்டாம் பாவாதிபதி பன்னிரண்டாம் பாவத்திலிருந்து சுபக்கிரகத்துடன் கூடியிருந்தால் ஜாதகர் வேசி ஸ்த்ரீ ரதனுமாயும், சந்தோஷ சேர்க்கையுள்ளவனாயுமிருப்பார்.

(80) ஜென்ம லக்னம் சிம்மம் ஆகி இரண்டாம் தாராதிபதியாகி குரு எட்டாம் பாவத்தில் குஜனுடன் கூடியிருக்க குருதெசை வந்தால் முதலில் கஷ்டமும் பிறகு சுபமும் உண்டாகும், விவாகம் முதலிய சுபமும், ஸ்த்ரீ சௌக்கியமும், போக போக்யத்துடனும், உடன் கூடியவர், பிறந்தவர்கள் முதலானவர்களுக்குச் சுகமும் உண்டாகும்.

(81) ஜென்ம லக்னம் சிம்மம் (ஸுகதாம்சம் அதாவது லக்கின ஸ்புடம் பாகை 141–24 கலை முதல் பாகை 141–36 கலை வரையிலும்) ஆகி ஜெனித்தவருக்குத் தன லாபாதிபதிகள் பத்தாம் பாவாதியுடன் கூடி கேந்திரத்தில் இருந்தால் புத தெசையில் ஜாதகருக்கு மகா சௌக்கியமும், யத்தின காரியலாபமும் உண்டாகும். மாமனார் மூலம் தனமும், அதனால் சுகமும், புத்திர உற்பத்தியும் உண்டு. ஜாதகர் அநேக சிநேகிதர்களுடன் கூடியும் இருப்பார். சகோதரவர்க்கத்தில் கொஞ்சம் கஷ்டம் உண்டாகும், தாய் பாக்கியமும் ஏற்படும். கெட்ட வழியில் தனவிருத்தியும் கிராம பூமி விருத்தியும் உண்டாகும்.

(82)ஜென்ம லக்னம் சிம்மம் (ஈஸ்வரியம்சம் அதாவது லக்ன ஸ்புடம் பாகை 120–00 கலை முதல் பாகை 120–12 கலை வரையிலும்) ஆகி ஓராம்பாவத்தில் சுக்கிரனும், நான்காம் பாவாதிபதி இரண்டாம் பாவத்திலுமிருந்தால் பெரிய நதிப்பிராந்திய தேசத்தில்

பெரிய கிராமத்தில் பிறந்தவனாகிறான், உத்தராம்சத்தில் பிறந்தவனுக்கு நகரம் ஜென்ம தேசமாகும், தாயின் வீட்டில் ஜெனித்தவர், மற்றும் சிலர் அபிப்பிராயம் துர்க்கத்தின் மத்தியில் ஜெனித்ததாக ஆகிறது.

(83) ஜென்ம லக்னம் (ஈஸ்வரியம்சம்) ஆகிப் பிறந்த ஜாதகருக்கு நான்காம் பாவாதிபதி ரவியுடன் கூடியிருந்து, மூன்றாம் பாவத்தில் சந்திரன் இருந்தால் ஜாதகருடைய ஜென்ம காலத்தில் ஜாதகர் தாய் அதிகம் வேதனையை அடைவாள். சந்திரன் புதனுடன் கூடியிருந்தால் உத்தராம்சத்தில் பிறந்தவனுடைய தாய்க்குப் பிரசவ காலத்தில் வேதனை கொஞ்சமாயிருக்கும்.

(84) ஜென்ம லக்னம் சிம்மம் (ஈஸ்வரியம்சம்) ஆகி செவ்வாய் சனியுடன் கூடியிருந்தால், தாய்க்கு அரிஷ்டமும் குரு கூடியிருந்தால் சௌக்கியமும், தோஷ நிவர்த்தியும் உண்டாகும்.

(85) ஜென்ம லக்னம் சிம்மம் (ஈஸ்வரியம்சம்) ஆகி லக்ன பாவாதிபதி குருவுடன் கூடியிருந்து எட்டாம் பாவாதிபதி இரண்டிலிருந்தால் நூறு தோஷம் வரையிலும் வஜ்ராயுதமானது மலையைப் பிளந்தாற்போல் நீங்கிவிடும். ஜாதகருக்கு மத்திம வயது என்றும்சொல்லப்படுகிறது. ஆயினும் ஜாதகர் அறுபத்தெட்டு வயதுடையவர். ஜாதகர் பதினெட்டு அல்லது இருபத்தெட்டு, முப்பத்தெட்டு வயது காலங்களில் ரோகத்தால் பீடிக்கப்படுவார். அறுபதில் அபமிருத்துண்டு. சாந்தி செய்தால் சுகமுண்டு.

(86) ஜென்ம லக்னம் சிம்மம் (ஈஸ்வரியம்சம்) ஆகி கும்பாம்சத்தில் தன பாவத்தில் சூரியனிருந்து ஒன்பதாம் பாவாதியுடன் சூரியன் கூடியிருந்தால் ஜாதகருடைய பிதா சுகமுடையவர், சகோதரருடன் கூடியிருப்பார், சகோதரிகளுடன் கூடியிருப்பவர், பணத்தைச் சம்பாதிப்பதில் சமர்த்துள்ளவர், வித்தை புத்தி இவற்றை உடையவனாவார்.

(87) ஜென்ம லக்னம் சிம்மம் (ஈஸ்வரியம்சம்) ஆகி சூரியன் கின்னராம்சத்தில் இருந்து பத்தாம் பாவாதிபதியுடன் கூடியிருந்தால் ஜாதகருடைய தகப்பன் ராஜயோகமுடையவர், பிரபல உத்தியோக சுகத்தைச் சம்பாதித்தவர், ராஜ தந்திரத்தில் பிரதாகஸ்தன், நீச்ச சேவை செய்பவர், தனிகன், நீச்ச அரசனிடம் நீச்ச ராஜ்யத்தில் நல்ல யோகமுடையவர்.

(88) ஜென்ம லக்னம் சிம்மம் (ஈஸ்வரியம்சம்) ஆகி சனியுடன் சூரியன் தனபாவத்தில் சம்மந்தப்பட்டிருந்தால் பிதா கடினமான தண்டனைசெய்பவர், துஷ்டர்களிடத்தில் துஷ்டபுத்தியும், குரூரமானவர்களுக்கு குரூரமானபடி தண்டிப்பவனும், பாலியம் முதல் யோகம் உடையவனும், மத்திய, அந்தியத்தில் ராஜயோகத்துடன் கூடினவனும், விருத்தாப்பியத்தில் தர்ம புத்தியுடையவனாயும், சிவாலயம் முதலானவற்றில் தர்மம் செய்பவர். தேவர் பிராம்மணர் இவர்களிடம் அன்புடையவர், விசேஷ சிவபக்தியுடையவர், பாட்டனுடைய புண்ணியத்தால் வம்சத்தில் பாக்கியமுடையவர், க்ஷேம தெசையில் செவ்வாய் புக்தியில் அல்லது ராகு புக்தியில் ஜாதகருடைய பிதா மரிப்பார்.

(89) ஜென்ம லக்னம் சிம்மம் (ஈஸ்வரியம்சம்) ஆகி நான்காம் பாவாதிபதியும் குருவும் கூடியிருந்து மூன்றாம் பாவத்தில் சந்திரன் மீனாம்சத்தில் இருந்தால் தாய் சௌக்கியமுடையவள், குணவதி, பொறுமையுடையவள், புருஷனுடைய மனது போல் நடப்பவள், சகோதரருடன் கூடினவள், வம்சத்தில் பாக்கிய விருத்தியுடையவள்.

(90) ஜென்ம லக்னம் சிம்மம் (ஈஸ்வரிம்யம்சம்) ஆகி சூரியன் சனி செவ்வாய் இவர்கள் கூடியிருந்தால் வீட்டில் ஜாதகருடைய தாய் கலகம் கெடுதி, நஷ்டம், நாசம்

முதலானவை செய்பவள், சந்திரன் மித்திரனுடன் மித்திரக்ஷேத்திரத்தை அடைந்திருந்தால் தாய் சுபத்துடன் கூடினவளும், சமர்த்தையாயும் இருப்பாள். தாய் வம்சத்தில் ஜாதகர் விசேஷ சுகமுள்ளவனும், அம்மான் தீர்க்க ஆயுளுள்ளவனுமாக இருப்பார், க்ஷேம தெசையில் ரவி புக்தியில் அல்லது சந்திர புக்தியில் சனி இரண்டாம் பரியாயத்தில் கோசாரத்தில் கும்பத்தில் அல்லது மகரத்தில் இருக்கும் காலத்திலேயே தாய்க்கு மரணம் சம்பவிக்கும், அல்லது அந்த திரிகோணங்களில் சனி வரும் சமயம் தாய்க்குப் பீடையும் அவளுக்கு சமமான ஜனங்களுக்குக் கெடுதியும் உண்டாகும்.

(91) ஜென்ம லக்னம் சிம்மம் (ஈஸ்வரியம்சம்) ஆகி மூன்றாம் பாவாதிபதி பலத்துடன் கூடி லக்கின பாவத்திலிருக்க, செவ்வாய் குருவுடன் கூடியிருந்தாலும், குருவால் பார்க்கப்பட்டாலும் ஜாதகர் பின் சகோதர விருத்தியுடையவர், மூத்த சகோதரனில்லாதவர் பிறந்திருந்தாலும் மரண மடைந்து விடுவார், பின் சகோதரம் இரண்டு ஆண்களும், இரண்டு பெண்களும் தீர்க்காயுளுடையவர்கள் செவ்வாய் ரவியுடன் சேர்ந்திருந்தாலும், ரவியால் பார்க்கப்பட்டாலும் மூன்று அல்லது இரண்டு சகோதரர் நாசம் ஆகிவிடும், இந்த பிராதாக்களில் எவனாவது ஒருவர் வேறு ஒருவனால் சுவீகாரமாய் எடுத்துக் கொள்ளப்படுவார்.

(92) ஜென்ம லக்னம் சிம்மம் (ஈஸ்வரியம்சம்) ஆகி குருத்திரிம்சாம்சத்தில் பிறந்தவர் ஸாம்ராஜ்ய யோகமுடையவர், சகோதர, சகோதரிகளையுடையவர், நல்ல சூத்திர வம்சத்தில் பிறந்தவர், ஸ்ரீமான், கருப்பு நிறமுள்ளவர், (நற்) குணங்களுடன் கூடினவர், பித்த தேகி, குட்டுத் தேகி காத்திரமுடையவர், விசேஷ அறிவாளி.

(93) ஜென்ம லக்னம் சிம்மம் (ஈஸ்வரியம்சம்) ஆகி நான்காம் பாவாதிபதி சனி, சூரியன் இவர்களுடன் கூடியிருந்தால் ஜாதகர் மூன்று, பாஷைகளை நன்றாய்ப் பேசுபவர், எழுதுவதில் சமர்த்தர், சங்கீதப் பிரியமுடையவர், காமி, விஷயப் பிரியர்.

(94) ஜென்ம லக்னம் சிம்மம் (ஈஸ்வரியம்சம்) ஆகி லக்ன பாவாதிபதி ஐந்தாம் பாவாதிபதியுடன் மூன்றாம் பாவத்தில் கூடியிருந்தால் ஜாதகர் நல்ல ஆசார புத்தியுடையவர், சுக்கிரன் லக்கின பாவத்தை அடைந்திருந்தாலும் விசேஷ சிவபக்தியுடன் கூடினவர், தேவி சக்தியினுடைய கிருபைக்குப் பாத்திரமானவன், நல்ல நீதிமான், ஜன்மத்திலிருந்து சீமானாயிருப்பவர், பித்ரு பாக்கியத்துடன் கூடினவர், ஜென்ம தெசையில் பாலரோகம் உண்டாகி எழுவருஷத்துக்குப் பின்பு சுகமடைவார், ஆறாம் வயதில் வித்யாப்பியாசமுண்டு, வித்தை, புத்தி இவற்றுடன் கூடியும் இருப்பார். சம்பத் தெசையில் பிதாவுக்குச் சுகமும், பிரபல உத்தியோக பாக்கியமும், பல தேசங்களிலும் சஞ்சாரமும், நீச்ச பிரபுவால் சுகமும், அநேக கிராமாதிகாரமும் உண்டு. பிதா அக்காலத்தில் . ராஜதந்திரிகளில் பிரதானமானவனும் ஆவார்.

(95) ஜென்ம லக்னம் சிம்மம் (ஈஸ்வரியம்சம்) ஆகி ஸம்பத் தாராதிபதியாகி ஒன்பதாம் பாவாதிபதியுடன் மூன்றாம் பாவத்தில் கூடியிருந்தாலும், ஒன்பதாம் பாவாதிபதியால் பார்க்கப்பட்டாலும் அந்த தசையில் பிதாவுக்குச் சுகமும், ராஜயோகமும் உண்டாகும், பிதா பலதேசங்களிலும் மனிதவாகனம் முதலிய பாக்கியங்களுடன் சஞ்சாரம் செய்வார். ஸம்பத் தசையில் கேது புக்தியில் அல்லது சுக்கிர புக்தியில் கடகத்தில் அல்லது சிம்மத்தில் கோசார குருவிருக்கும் சமயம் ஜாதகருக்கு விவாகமாகும். பாக்கிய காலத்தில் வெளி தேசத்தில் பாணிக்கிரகணமும், தன் பந்து வர்க்கத்தில் மாத்ரு வம்சத்தில் விவாஹம் நடக்கும். வெளுப்பு நிறமுள்ள மனைவி வருவாள், அவள் அழகு நிறைந்தவள், விவாகத்துக்குப் பிறகு சுகமும், பிதா பிரபலமும் உத்தமமாக நடக்கும். சம்பத் தெசையில் சனி புக்தி அல்லது புத புக்தியில் சனி விருச்சிக ராசியின் கடைசியில் அல்லது தனுசு

ராசியின் முதலில் சஞ்சார காலத்தில் பிதாவுக்கு மரணம் உண்டாகும். அந்த மிருத்யுவானது ஸ்த்ரீயினால் உண்டாகும், சாந்தி செய்தால் அக்காலம் மரணத்தினின்றும் மீண்டு ஜீவிப்பார், காலதானத்தினால் சுகமுண்டாகும். ஜாதகருக்குச் சம்பத்தார தெசையில் தகப்பன் மூலம் சுகமுண்டாகும், பதினாறு வயதுக்கு மேல் சுயமாகப் பிரபலமடைந்து பிரசித்தியுடைந்து திரவியத்தைச் சம்பாதிப்பார், இருபது வயதுக்கு மேல் சுகமும் சுபப்ராப்தியும் உண்டாகும், நல்ல கீர்த்தியுண்டாகும், தகப்பனுடைய சிநேகிதர் பிரபு மூலமாக மேம்பாடான உத்தியோக பாக்கியமடைவார்.

(96) ஜென்ம லக்னம் சிம்மம் (ஈஸ்வரியம்சம்) ஆகி வாஹஸ,லக்ன பாவாதிபதிகளும், பாக்கிய பாவாதிபதியும், பத்தாம் பாவத்தில் அல்லது லக்கின பாவத்தில் சுக்கிரனும் கூடி இருந்தால் வாகன லாபத்துடனும், சதுரங்க சேனைகளையுடைய பிரபுவுக்குச் சமமாக இருப்பார். விபத்தாரா தெசையில் புக்தியில் ஜாதகருக்குப் பீடையும், புத புக்தியிலிருந்து விசேஷ சம்பத்தும் உண்டு, ஸ்வதேசத்திலேயே அரச உத்தியோகத்திலிருந்து ஸர்வாதிகாரியாகி இருபத்தைந்து வயதுக்கு மேல் நல்ல யோகமடைந்து பதினாறு வருஷம் வரையில் தொடர்ந்து யோகமும் அடைந்து, அரை லக்ஷதனபதியாயும் இருப்பார், பிதுரார்ஜித தனமுடையவனுமாவார்.

(97) ஜென்ம லக்னம் சிம்மம் (ஈஸ்வரியம்சம்) ஆகி இரண்டாம் பாவத்தில் நான்கு கிருகமிருந்தால் ஜாதகர் ராஜ முத்திரை தரித்து அதிகாரம் செய்வார். தன பந்து ஜனங்களை ரக்ஷிப்பவனவார், அநேக குதிரை, சேனைகளுக்கு யஜமானனாயிருப்பார், தன் பிதாவால் அதிக யோகவான், தான் பல தேசங்களிலும் பிரசித்தி அடைவார், விபத்தாரா தசையில் புத்திரனில்லாத விசாரமுடையவனாகிறார்.

(98) ஜென்ம லக்னம் சிம்மம் (ஈஸ்வரியம்சம்) ஆகி புத்திர பாவாதிபதி சுபருடன் கூடியிருந்து, குரு புதக்ஷேத்திரத்தை அடைந்திருந்தால் புருஷ ஸந்தானத்துக்கு இடைஞ்சலுண்டு. ஜாதகர் அதிகமான பெண் குழந்தைகளையுடையவனுமாகி ஆண் குழந்தையினால் சோக பீடிதனாகி காலாந்தரத்தில் பலனுண்டாகும். அந்த தோஷ நிவர்த்திக்காக அவசியம் சேது ஸ்நாநம் செய்தும், சிவார்ச்சனை செய்தும், சக்தி ரக்ஷை தரித்தும், ஷஷ்டி திதி விரதமும், சுப்ரமணி விரதமும், ஸந்தான கோபால பிரதிமை தானமும், நாகப் பிரார்த்தனையும் செய்தும் நாநாவிதமான புண்ணிய தீர்த்த ஸ்நாநம் செய்தும் நாகப் பிரதிஷ்டைசெய்தும் நாகத்தைத் தரித்த சிவலிங்கப் பிரதிமையை ஸகலாபரண பூஜிதமாகத் தானம் செய்தாலும், காலந்தள்ளி நல்ல புத்திரன் பிறப்பார். விபத்தசையில் குரு புக்தியில் இந்த விதமான புத்திரன் பிறப்பார், புத்திரன் பிறந்த பிறகு வெளிதேசம் போகுதலும், விசேஷ பாக்யப்பிராப்தியும், க்ஷேம தசையில் வெகு பாக்கியமும், வெளிதேச அரச தரிசனமும், அந்த பிரபுவினால் நித்தியயோகமாகப் பன்னிரண்டு வருஷம் சத்திர, குன்ட, சாமரம முதலியவற்றுடன் அரச முத்திரையுடன் அதிகாரம்செய்து அநேக க்ஷேத்திரமும், தனமும் சம்பாதித்து, பசு, தான்யம் முதலிய சமிர்த்தியுடையவனாகி, அநேகலக்ஷங்களுடைய பிரபுவாகி, யானை முதலான ஐஸ்வரியங்களுடன் கூடி நல்ல கீர்த்தியுடையவனாகி, தன பாவாதிபன் தெசையிலும் வெளிதேசத்திலேயே திரவிய லாபமுடையவனாகி, சிவப்பு, தானியம் முதலானதும், நல்ல வஸ்திரமும், வீட்டில் சுவர்ண பாத்திரம் முதலானவையுமுடையவனாகி அநேக தேசாதிகாரியாகிறார்.

(99) ஜென்ம லக்னம் சிம்மம் (ஈஸ்வரியம்சம்) ஆகி விரய பாவாதிபதி சுபருடன் கூடியிருந்து பதினோராம்பாவத்தில் கேது இருந்தால் தேகாந்தியத்தில் ஸத்கதியை அடைந்து சிவபதத்தை அடைவார்.

(100) ஜென்ம லக்னம் சிம்மம் (நிவர்த்தியம்சம் அதாவது லக்கின ஸ்புடம் பாகை 130–12 கலை முதல் பாகை 130–24 கலை வரையிலும்) ஆகி சந்திரன் கேந்திர திரிகோணங்களிலிருந்து சுபக் கிரகங்களால் நன்றாய்ப் பார்க்கப்பட்டிருந்தால் பாலாரிஷ்டம் தோஷமில்லை.

(101) ஜென்ம லக்னம் சிம்மம் (நிவர்த்தியம்சம்) ஆகி லக்ன பாவத்தில் குருவும் அல்லது சந்திரனுக்கு பத்தில் குருவும் இருந்தாலும் பாலாரிஷ்டம் உண்டாகமாட்டாது, தாய், தகப்பனுக்குச் சுகமும், ஜாதகருக்குத் தேகபுஷ்டியும் உண்டாகும்.

(102) ஜென்ம லக்னம் சிம்மம் (நிவர்த்தியம்சம்) ஆகி அமலாயோகத்தில் ஜனித்த ஜாதகனுக்கு லக்கின பாவாதிபதி தன் உச்சத்திலும், குரு கேந்திர பாவங்களிலும் இருந்தால் ஜாதகர் தீர்க்காயுளுள்ளவர், இவர்கள் பாப திருஷ்டியுடனிருந்தால் மத்திம ஆயுளென்று சொல்லப்படுகிறது.

(103) ஜென்ம லக்னம் சிம்மம் (நிவர்த்தியம்சம்) ஆகி லக்கின பாவாதிபதி சரராசியிலிருந்து எட்டாம் பாவாதிபதி ஸ்திர ராசியிலிருக்க இரண்டு ஹோரைகளிலும் பிறந்தவனுக்கு மத்திய வயது என்று சொல்லப்படுகிறது.

(104) ஜென்ம லக்னம் சிம்மம் (நிவிர்த்தியம்சம்) ஆகி அமலா யோகத்தில் ஜனித்த ஜாதகருக்கு மூன்றாம் பாவத்தில் பாபக்கிரக மிருந்தால் மூத்த சகோதரனில்லாதவர், பின் சகோதரிகள் இருவர் சுகமுடனும், தாய் ஆயுள் விருத்தியுடையவளாகவும், தாய் வர்க்கத்தில் அரிஷ்டமும், உள்ளுக்குள்ளே கலகமும், பிதுர்வர்க்க அரிஷ்டமும், தன் பிதா மனக் கலக்கமுள்ளவனாகவும், தன, தான்ய குறைவுடனும், துக்கத்தால் பீடிக்கப்பட்டு ஜீவனம் செய்பவனாகவும் இருப்பார்.

(105) ஜென்ம லக்னம் சிம்மம் (நிவிர்த்தியம்சம்) ஆகி ரவி நீச்சத்தில் தன்னுடைய உச்சாம்சத்தில் இருந்து பாபக் கிரகங்களுடன் கூடினாலும், பாபக்கிரகங்களால் பார்க்கப்பட்டாலும் பிதா மனோவேதனை உடையவர், சுகம்கொஞ்சம் கஷ்டம் கொஞ்சம் அனுபவிப்பவர், ராஜமந்திரியின் சிநேகமுடையவனாகி அரசாங்கத்தில் சொற்ப பலனுடையவனாவர், சகோதர வர்க்கத்தில் நாசமும், சகோதர துவேஷமும் உண்டாகும்.

(106) ஜென்ம லக்னம் சிம்மம் (நிவிர்த்தியம்சம்) ஆகி செவ்வாய் கேந்திரங்களில் இருந்து சூரியன் நீச்சராசியில் தன் உச்சாம்சத்தில் இருந்தால் ஜாதகருக்கு நீசபங்க ராஜயோகமுண்டாகும். ஜாதகருடைய தகப்பன் இங்கிதமறிந்தவனாகவும், தைரியத்தை உடையவனாகவும், உண்மையே பேசுபவனாகவும், அரசாங்கத்தில் பிரசித்தியுடையவ னாகவும், திட்டமாகப் புசிப்பவனும், மர்மமான மனதுடையவனாகவும், காமியாகவும் பரஸ்த்ரீலோலனாகவும், பாலியத்தில் கிலேசம் முதலான துக்கமுடையவனாகவும், பத்து வயது வரையில் கஷ்டமும், சீக்கிரத்தில் கோபிப்பவனும், சந்தோஷ மனதுடையவனும், தனம் சம்பாதிப்பதில் சமர்த்தனாகவும், பித்தம் நிறைந்த தேகமுடையவனாகவும், சிநேக துரோக புத்தியுடையவனாகவும் இருப்பார்.

107) ஜென்ம லக்னம் சிம்மம் (நிவிர்த்தியம்சம்) ஆகி சூரியன் ராகுவுடன் கூடி நீச்சராசியிலிருந்து சனியுடன் சேர்ந்திருந்தாலும் சனியால் பார்க்கப்பட்டாலும் ஜாதகர் கொஞ்சம் லோப குணமுள்ளவர், பரஸ்த்ரீ சேர்க்கையால் பாபம் செய்பவர், எப்பொழுதும் திரவியம் சம்பாதிப்பவர், ஜாதகர் பாபத்தொழிலுடையவர், மத்திய வயதில் பாக்கியமுடையவர், அரசாங்கத்தில் பிரசித்தியுடையவர், சகோதர ஹீனன், தகப்பனுக்குச் சௌக்யம் செய்யாதவர், வயதின் கடைசியில் சௌக்கியத்தையுடையவர். சேது ஸ்நாநாதி

புண்ணியங்களைச் செய்து இந்திரியங்களை ஜெயித்து எப்போதும் தர்மகாரியங்களைச் செய்பவனாவார்.

(108) ஜென்ம லக்னம் சிம்மம் (நிவிர்த்தியம்சம்) ஆகி ஜெனித்த ஜாதகருக்கு ஐந்தாம் பாவாதிபதி கேந்திரத்தில் இருந்து மித்திராம்சத்தில் இருக்கப்பட்ட செவ்வாயால் பார்க்கப்பட்டால் ஜாதகருடைய பாட்டன் கொடையாளியாயும் பணத்தைச் சம்பாதிப்பதில் சமர்த்தனாகவும், இரண்டு சகோதரர்களுடன் கூடியும், மானியாகவும், தன் ஜனங்களோடு கூடி அவர்களை அன்புடன் காப்பாற்றுபவனாகவும் இருப்பார். மேற்படி ஐந்தாம் பாவாதிபதி எட்டாம் பாவாதிபதியாகும் தோஷத்தால் ஜாதகருடைய பாட்டன் அற்ப ஆயுளால் மரித்து விடுவார்.

(109) ஜென்ம லக்னம் சிம்மம் (நிவிர்த்தியம்சம்) ஆகி பிறந்த ஜாதகனுக்கு சந்திரன் கேந்திரத் திரிகோணங்களிலிருந்து சுக்கிரனால் பார்க்கப்பட்டாலும், சந்திரன் தன் உச்ச ராசியிலிருந்த சுக்கிரனால் பார்க்கப்பட்டாலும் ஜாதகருடைய தாய் தீர்க்க ஆயுளை உடையவளாவாள்.

(110) ஜென்ம லக்னம் சிம்மம் (தனஞ்ஜயாம்சம் அதாவது லக்கின ஸ்புடம் பாகை 125–48 கலை முதல் பாகை 126–00 கலை வரையிலும்) ஆகிப் பூர்வ பாகத்தில் பிறந்தவனுக்கு நான்காம் பாவாதிபதி சுபக்ஷேத்திரத்திலிருந்து பாக்யாம்சத்திலிருக்கப்பட்ட சனியால் பார்க்கப்பட்டால் பெரிய நதிப்பிராந்தியத்திலுள்ள தேசத்தில் கிழக்கு மேற்கு வீதியில் அக்கிரஹாரத்தில் தெற்குப் பார்த்த வீட்டில் ஜாதகர் ஜனித்தவனாவார். உத்தராம்சத்தில் ஜனித்தவனானால் தெற்கு வடக்கு வீதியில் கிழக்குப் பாகத்தில் உள்ள வீட்டில் ஜனித்தவனாவார்.

(111) ஜென்ம லக்னம் சிம்மம் (தனஞ்ஜயாம்சம்) ஆகிப் பூர்வ பாகத்தில் பிறந்தவனுக்கு லக்ன பாவாதிபதி சனியுடன் கூடியிருந்தால் ஜென்ம தார தசையில் ஓராம் வருஷத்தில் அல்லது மூன்றாம் வருஷத்தில் ஜாதகர் கொஞ்சம் பாலாரிஷ்ட பயத்தால் மரணத்துக்குச் சமமாகக் கிடந்து பிழைப்பான்.

(112) ஜென்ம லக்னம் சிம்மம் (தனஞ்ஜயாம்சம்) ஆகி ஐந்தாம் பாவத்தில் சுபாம்சத்தில் சந்திரனிருந்து, குருவுடன் கூடியிருந்தாலும், குருவால் பார்க்கப்பட்டால் ஜென்ம தசையில் ஜாதகருக்கு கொஞ்சம் சௌக்கியமும், ஜாதகருடைய தகப்பனுக்குச் சுபமும், சௌக்யமும், தாய்க்கும், சகோதரர்களுக்கும், சௌக்யமும்அப்படியே தேகபுஷ்டியும், பின் சகோதரி சௌக்யமும், ஜாதகருடைய தாய்க்கு ஆயுள் விருத்தியும், தாய் வம்சத்தில் விசேஷ சௌக்கியமும், ஜாதகருடைய அம்மானுக்கு அரிஷ்டமும் உண்டாகும்.

(113) ஜென்ம லக்னம் சிம்மம் (தனஞ்ஜயாம்சம்) ஆகி இரண்டாம் பாவத்தில் சூரியன் சனியுடன் கூடியிருந்தாலும், சனியால் பார்க்கப்பட்டாலும் ஜாதகருடைய ஜென்ம தெசையில் ஜாதகருடைய தகப்பனுக்குச் சரீரத்தில் ரோகம் உண்டாகும். ஜாதகருடைய தகப்பன் நடுவில் கொஞ்சம் தரித்திரத்தை அடைவார். அவன் ஈகையுடையவர், குணம் நிறைந்தவர் வைதீக ஆசார புத்தியுடையவர், பயிர்த்தொழிலில் பலன் கொஞ்சம் அடைபவர், அன்னதானம் செய்வதில் பிரியமுள்ளவர், சுகமுடையவர், ஜாதகருடைய தாய் குணவதி, சந்தோஷமுடையவள், தன் கணவனிடம் பக்தியுடன் கூடினவள், பதிவிரதை நல்ல புகழுடையவள், வம்ச பாக்கிய விருத்தியுள்ளவள். அன்னதானம் செய்வதில் பிரியமுள்ளவள், எப்பொழுதும் தன் பந்து ஜனங்களை ரக்ஷிப்பவள், வெகு காலம் வரையில் சுமங்கலியாகவே இருப்பாள்.

(114) ஜென்ம லக்னம் சிம்மம் (தனஞ்ஜயாம்சம்) ஆகி லக்கினம் நீங்கிய மற்ற கேந்திரத்தில் செவ்வாய் இருந்து பாக்கியாம்சத்தில் இருக்கப்பட்ட சனியால் பார்க்கப்பட்டால் ஜாதகருடைய தகப்பன் மத்திமாயுளுடையவர், ஜாதகருக்கு மூத்த சகோதரர் வெகு ஆயுளுடையவர் இவர்கள் இரண்டு சகோதரர்களும் தீர்க்காயுளுடையவர்கள், சகோதரியும் அப்படியே, வேறு சிலர் ஜாதகருக்குத் தன்னைத் தவிர இரண்டு சகோதரர்கள் உண்டு என்று சொல்லுகிறார்கள்.

(115) ஜென்ம லக்கினம் சிம்மம் (தனஞ்ஜயாம்சம்) ஆகிக் குரு பதினோராம் பாவத்தில் இருக்கப் பிறந்தவனுக்கு மூத்த சகோதரன் நல்ல யோகமுடையவனாகவும், வைதீக ஆசாரமுடையவனாகவும், தர்மாத்துமாகவும், தன் பந்து ஜனங்களை ரக்ஷிப்பவனாகவும், பின் சகோதரன் வெகு ஆயுளுடையவனாகவும், கொஞ்சம் தாமத காரியங்களைச் செய்பவனாகவும், பரஸ்த்ரீ சங்கமுடையவனாகவும், காமியாகவும் வீணாகானத்தில் பிரியமுள்ளவனாகவும், சுகியாகவும் இருப்பான்.

(116) ஜென்ம லக்னம் சிம்மம் (தனஞ்ஜயாம்சம்) ஆகி நான்காம் பாவாதிபதி சிம்மாம்சத்தில் விருச்சிக ராசியில் பதினேழாவது நக்ஷத்திரத்தில் இருந்தால் ஜாதகர் பிரபுப் பிறப்பாவார், சுயப் பிரபுவிடம் ஸர்வாதிகாரியாயிருப்பார். ஸர்வ அனுகூலம் உள்ளவர்.

(117) ஜென்ம லக்னம் சிம்மம் (தனஞ்ஜயாம்சம்) ஆகி ஏழாம் பாவத்தில் கேது இருந்தால் ஜாதகருடைய மனைவிக்குப் பீடையுண்டாகும், மனைவியால் ஜாதகர், விசாரமடைவார், புத்திரனாலும் சஞ்சலத்தை அடைவார், முதலில் ஸ்த்ரீப் பிரஜை ஜனிக்கும், அந்திய காலத்தில் நல்ல புத்திரன் பிறப்பான்.

(118) ஜென்ம லக்கினம் சிம்மம் (தனஞ்ஜயாம்சம்) ஆகி ஐந்தாம் பாவத்தில் சந்திரனிருந்து அந்த பாவாதிபதி புதனுடைய ராசியிலிருக்க ஏழாம் பாவத்தில் பாபக்கிரக மிருந்தால் ஸந்தானத்துக்கு இடைஞ்சலுண்டாகும். அந்த தோஷத்திற்கு எத்தனத்தால் ஜாதகர் சாந்தி செய்து கொண்டால் முன் ஜென்மாந்திர புண்ணியத்தால் அந்திய காலத்தில் நல்ல புத்திரனை அடைவார்.

(119) ஜென்ம லக்னம் சிம்மம் (ஸுப்ரபாம்சம் அதாவது லக்ன ஸ்புடம் பாகை 134–12 கலை முதல் பாகை 134–24 கலை வரையிலும்) ஆகி பூர்வ பாகத்தில் பிறந்தவனுக்கு லக்கின பாவாதிபதி சுக்கிரனுடன் கூடி லக்கின கேந்திரத்திலிருந்து செவ்வாயால் பார்க்கப்பட்டால் பெரிய சமுத்திரப் பிராந்தியத்தில் அல்லது வனப்பிராந்தியத்தில் ஜாதகர் ஜெனித்தவனாவார்.

(120) ஜென்ம லக்னம் சிம்மம் (ஸுப்ரபாம்சம்) ஆகி வர்க்கோத்தமத்தில் லக்ன பாவாதிபதி ஐந்தாம் பாவாதிபதியுடன் கூடி யிருந்தால் ஜாதகருடைய தகப்பன் விஷ்ணு பக்தியுடையவர். தேவப்பிராமண பக்தியுடையவர், அயலாருக்கு இங்கிதம் சொல்லத் தெரிந்தவர், நிபுணர், தர்ம புத்தியுடையவர், இந்திரியங்களை ஜெயித்தவர், எல்லா ஜனங்களுக்கும் உபகாரம் செய்பவர், சௌகரியமுடையவர், கோபி, கீர்த்தியுடையவர், மித்திரன் தன் சொந்த பந்து இவர்களை ரக்ஷிப்பவர், கெட்டியான சொல்லுடையவர், கொஞ்சத்தில் பொறுமையுடையவர். அரசாங்கத்தில் நல்ல பெயருடன் கூடினவர். எப்போதும் ராஜ தெரிசனம் உடையவனாவார்.

(121) ஜென்ம லக்கினம் சிம்மம் (ஸுப்பிரபாம்சம்) ஆகி ஒன்பதாம் பாவாதிபதி லக்கினம் தவிர்த்து மற்ற கேந்திர திரிகோணங்களிலிருந்தால் ஜாதகர் தகப்பனைவிட மேலான குணமுடையவர், பூர்ண ஆயுள் யோகமுடையவர், சுகியாயிருப்பார்.

(122) ஜென்ம லக்கினம் சிம்மம் (ஸுப்பிரபாம்சம்) ஆகி ஒன்பதாம் பாவாதிபதி செவ்வாயாகி ஏழாவது கேந்திரத்தில் சனியின் க்ஷேத்திரத்தில் இருந்தால் நீச்ச அரச தேசத்தில் அரசன் மூலமாக ஜாதகர் ஸர்வாத்தியக்ஷகனாகவும் எல்லா அனுகூல முள்ளவனுமாக இருப்பார்.

(123) ஜென்ம லக்னம் சிம்மம் (ஸுப்பிரபாம்சம்) ஆகி நான்காம் பாவாதிபதி கேந்திரத்தில் இருந்து இரண்டாம் பாவத்தில் இருக்கப்பட்ட சந்திரனைச் செவ்வாய் பார்த்தால் ஜாதகருடைய தாய் குணவதி, சாந்தமுடையவள், எப்போதும் பந்துக்களுக்குப் பிரியமானதைச் செய்வாள், பாக்கியவம்சத்தில் பிறந்த கணவனிடத்தில் பக்தியுடன் கூடினவள், இந்த விதமான குணத்தையுள்ள தாய் சுமங்கலியாகவே மரிப்பாள்.

(124) ஜென்ம லக்கினம் சிம்மம் (ஸுப்பிரபாம்சம்) ஆகி மூன்றாம் பாவாதிபதி பலத்துடன் கூடி லக்கினபாவத்தில் இருந்தால் ஜாதகருடைய பின் சகோதரர் தீர்க்காயுளுடையவர். அரசாங்கத்தில் நல்ல கீர்த்தியுடையவர். பாக்கியம் முதலான விருத்தியுடையவர், உலகத்தில் கீர்த்தியுடையவர்.

(125) ஜென்ம லக்கினம் சிம்மம் (ஸுப்ரபாம்சம்) ஆகி சூரியன் வர்க்கோத்தமாம்சத்திலிருக்கப் பிறந்த ஜாதகர் ரூபமுடையவர், ஸ்ரீமான் எழுதுவதில் சமர்த்தர், வாதசிலேஷ்ம ஸ்வபாவமுள்ளவர், கொஞ்சம் தனத்தை வட்டிக்குக் கொடுத்து வாங்குவதில் சமர்த்தர், அன்னிய பாஷையில் சிரமப்படுபவர், கல்வியுடையவர் இனிமையாய்ப் பேசுபவர், நீதிமான், தர்மத்துடன் கூடினவர், பதினாறு வயதுக்கு மேல் சுகமும், இருபது வயதுக்குமேல் விசேஷ முடையவனாகவும் இருப்பார்.

(126) ஜென்ம லக்கினம் சிம்மம் (ஸுப்ரபாம்சம்) ஆகி நான்காம் பாவாதிபதி கேந்திரத்தில் இருந்து பதினோராம் பாவாதிபதி கேதுவுடன் கூடியிருந்தால் ஜாதிக்கனுகுணமான வித்தை அடைவார், அன்னிய பாஷைகளில் வெகு சிரமப்பட்டு அறிவார். பாவியத்தில் ஜாதகர் நிதான புத்தியுடையவர், சாது, தர்ம சீலன், ஜிதேந்திரியனுமாவார்.

(127) ஜென்ம லக்கினம் சிம்மம் (ஸுப்ரபாம்சம்) ஆகி அமலாயோகத்தில் ஜெனித்த ஜாதகர் க்ஷேமதார தெசையில் ராஜயோகத்தை அடைவார், சொர்ணம், வஸ்திரம் நல்ல ஆபரணம் முதலியனவும், தன் வீட்டில் சொர்ண பாத்திரம் முதலானதும், உடையவனுமாயிருப்பார். தன் பிரபுவுக்கு விசேஷ சௌக்கியமும், சுபமும், பாக்கிய விருத்தியும் உண்டாகும்.

(128) ஜென்ம லக்கினம் சிம்மம் (ஸுப்ரபாம்சம்). ஆகி ஏழாம் பாவத்தில் செவ்வாயிருந்தால் ஜாதகர் மனைவிக்குப் பீடையும், விசாரமும் உண்டாகும், அந்த செவ்வாயிருக்கும் ராசிநாதன் ஜாதகத்தில் பலவானாக எங்கிருந்தாலும் பாபக்கிரகத்துடன் கூடி இருந்தால் ஜாதகர் இரண்டு மனைவியுடையவர் ஆவார், அப்படியில்லையேல் ஜாதகருடைய மனைவிக்குக் கர்ப்ப காலத்தில் சங்காதோஷம் சம்பவிக்கும் மேற்படி ஜாதகனுக்குப் புத்திர சந்தானத்துக்கும் இடைஞ்சலுண்டாகும். அந்த தோஷம் விலக சிம்சுமார தானம் செய்தால் இரண்டு புத்திரர்களும், இரண்டு புத்திரிகளும் தீர்க்க ஆயுளுடையவர்களாகச் சந்தேகமில்லாமல் உண்டாவார்கள்.

(129) ஜென்ம லக்கின்ம சிம்மம் (ஸுப்ரபாம்சம்) ஆகி அமலாயோகத்தில் ஜனித்த ஜாதகருக்குத் தடாகம், உத்தியானம், கோபுரம், பிராகாரம் இவற்றைக் கட்டும் தர்மப்பிராப்தியும், சேது ஸ்நானாதி புண்ணிய கைங்கரியங்களும் சித்தியாகி நல்ல புண்ணியத்தை அடைகிறார்.

(130) ஜென்ம லக்கினம் சிம்மம் (ஸுப்ரபாம்சம்) ஆகிப் பிறந்தவனுக்கு இரண்டாம் பாவத்தில் சந்திரனிருந்து, ருருவும் ஒன்பதாம் பாவாதிபதியும் கூடி ஐந்தாம் பாவத்தில் இருந்தால் ஜாதகர் ஜீர்னோர்த்தாரணம் செய்வதால் புண்ணியங்களுண்டாகி புத்திரனால் நல்ல சந்தோஷமும், வீட்டில் லக்ஷ்மி கடாக்ஷமுள்ளவனுமாக இருப்பார்.

(131) ஜென்ம லக்னம் சிம்மம் (ஸுப்ரபாம்சம்) ஆகி விரைய பாவாதிபதி சுபஸ்தானத்தில் இருக்க விரைய பாவத்தில் கேது இருந்தாலும் கேது விரைய பாவத்தைப் பார்த்தாலும் ஜாதகருக்கு அந்திய காலத்தில் தேக வியோகமான பின்பு புண்ணிய லோகப்பிராப்தியும் மறு ஜென்மம் உத்தமமானதாகவும் உண்டாகும்.

(132) ஜென்ம லக்கினம் சிம்மம் (முத்கராம்சம் அதாவது லக்ன ஸ்புடம் பாகை 145–00 கலை முதல் பாகை 145–12 கலை வரையிலும்) ஆகி பூர்வ பாகத்தில் லக்கின பாவாதிபதி ஐந்தாம் பாவத்தில் ஒன்பதாம் பாவாதிபதியுடன் கூடி யிருந்தால் ஜாதகர் மஹோததி என்கிற தன் சமுத்திரப் பிராந்திய தேசத்தில் நகரத்தில் ஜனித்தவனாவார். உத்தராம்சத்தில் ஜனித்தவருக்குச் சிறிய கிராமத்தில் ஜனனம் நேரிடும்.

(133) ஜென்ம லக்கினம் சிம்மம் (முத்கராம்சம்) ஆகிப் பூர்வ பாகத்தில் ஜெனித்தவருக்கு நான்காம் பாவாதிபதி ரவியுடன் கூடி ஐந்தாம் பாவத்திலிருந்து, நான்காம் பாவத்தில் ராகு இருந்தால் ஜாதகருடைய தாய்க்குப் பிரசவத்தில் வேதனை கொஞ்சமாக இருக்கும், சூரி தோஷ பயம் கொஞ்சம் உண்டாகும். உத்தராம்சத்தில் ஜெனித்தவருடைய தாய்க்குப் பிரசவ காலத்தில் அதிக வேதனை யுண்டாகும், சுப திருஷ்டியிருந்தால் சௌக்கியமுண்டாகும்.

(134) ஜென்ம லக்கினம் சிம்மம் (முத்கராம்சம்) ஆகிப் பூர்வ பாகத்தில் ஜெனித்தவனுக்குத் தாய், தகப்பன் தீர்க்காயுளுடையவர்கள், சகோதர விருத்தி யுண்டாகும், ஜாதகருடைய பிதா விஷ்ணு பக்தியுடையவர், தெய்வப் பிராம்மண பக்தியுயைடவர், அரசாங்கத்தில் புகழுடையவர், ராஜாங்க ஜன சிநேகமுள்ளவர், பரோபகாரம் செய்வதில் எண்ணமுடையவர், தன் பிதா இங்கித மறிந்தவர், எழுத்து வித்தையில் சமர்த்தர், வயோதிக வயதில் யோகமுடையவனாயிருப்பார்.

(135) ஜென்ம லக்கினம் சிம்மம் (முத்கராம்சம்) ஆகி நான்காம் பாவாதிபதி லக்கினத்தை தவிர்த்து மற்ற கேந்திரத் திரிகோணங்களிலிருந்து லக்னத்தின் இரண்டாம் பாவத்தில் சந்திரனிருந்தால் ஜாதகருடைய தாய் வெகு காலம் ஜீவித்திருப்பாள், தன் தாய் குணவதி, நல்லவள், கொஞ்சம் ரோக சரீரமுடையவள், கணவனிடம் பக்தியுடையவள், தன் குலத்திலேயே பாக்யசாலி, தாய் வம்சத்தில் விசேஷ சௌக்யமுடையவள், தன் தாய் ஆயுள் விருத்தியுடையவள்ாவாள், ஜாதகர் ரூப முடையவர், வெளுப்பு நிறமுள்ளவர், க்ாத்திர முடையவர், நல்ல அறிவாளி, அழகிய முகமுங்கண்களும் பொருந்தியவர், அயலாருக்கிங்கித மறிந்தவர், நிபுணர், பணம் சம்பாதிப்பதில் சமர்த்தர், திட்டமாய்ப் புசிப்பவர், கொஞ்சமாயப் பேசுபவர், சொற்ப நித்திரையுடையவர், அதிக ஜாக்கிரதையுடையவர், எழுதுவதில் நல்ல நிபுணர். அன்னிய பாஷையில் ஆராய்ச்சி செய்வார், எப்பொழுதும் விஷ்ணு பக்தியுடையவர், வைஷ்ணவ ஆசாரமுடையவர். பாக்கியமுடையவர், தேசாந்திரத்தில் பாக்ய யோகமுடையவர், குணமுள்ள இரண்டு தாரமுடையவர், கொடையாளி, உண்மையே பேசுபவர், சந்தன, புஷ்ப வஸ்திரப் பிரியர், சங்கீதப் பிரியர், காமமுடையவர், எப்போதும் எக்காலமும் சரசம் செய்வதில் பிரியமுள்ளவனாயிருப்பார்.

(136) ஜென்ம லக்கினம் சிம்மம் (முத்கராம்சம்) ஆகி நான்காம் பாவத்தில் புதன் இருக்க குரு தன் உச்ச ராசியிலிருந்தால் ஜாதகர் ஜாதிக்கனு குணமான வித்தையுடையவர், ஊகிக்கத் தெரிந்தவனாயிருப்பார்.

(137) ஜென்ம லக்கினம் சிம்மம் (முத்கராம்சம்) ஆகிப் பிறந்தவனுக்கு ஏழாம் பாவாதிபதி சுய க்ஷேத்திரத்தில் கேந்திரத்தில் இருந்தால் தன் பாரியை அழகு நிறைந்தவள், கொண்டாடப்பட்டவள், நல்ல குணத்துடன் கூடினவள், குடும்பஸ்தன் வீட்டில் விவாகம் ஜாதகருடைய மூன்றாம் தெசையில் நடக்கும், கோசாரத்தில் ஒராம் பரியாயத்தில் விருச்சிக ராசியில் இருக்கும் சமயம் ஜாதகனுக்குத் தேகபீடையுண்டாகும். அபமிருத்யு பயம் உண்டாகும். தனக்குச் சமமான ஜனங்களுக்கு அரிஷ்டம் நேரிடும், அல்லது விபத்தெசையின் கடைசியில் ஜாதகருடைய மனைவி மரணத்தை அடைவாள்.

(138) ஜென்ம லக்கினம் சிம்மம் (முத்கராம்சம்) ஆகி ஒன்பதாம் பாவாதிபதியும் லக்ன பாவாதிபதியும் கேந்திரத்தில் அல்லது ஒருவருக்கொருவர் கேந்திரமாகி யிருந்தாலும் ஜாதகருக்கு ராஜயோக அபிவிருத்தி உண்டாகும். ஜாதகர் பல்லக்கு முதலிய வாகன பாக்கிய முடையவனாவர்.

(139) ஜென்ம லக்கினம் சிம்மம் (மாலாம்சம்) ஆகி லக்ன பாவாதிபதி மீன ராசியில் சுக்கிரனுடன் கூடியிருந்தால் ஜாதகர் நதிப் பிராந்தியத்தில் கிழக்கு மேற்கு வீதியில் தெற்கு பாகத்தில் உள்ள வீட்டில் ஜெனித்தவனாவார், உத்தராம்சத்தில் பிறந்தவர் தெற்கு வடக்கு வீதியில் கிழக்குப் பாகத்தில் உள்ள வீட்டில் பிறந்தவனாவார்.

(140) ஜென்ம லக்கினம் சிம்மம் (மாலாம்சம்) ஆகி லக்கின பாவத்தில் கேது இருந்தால் பூர்வ பாகத்தில் ஜெனித்தவருடைய தாய்க்குப் பிரசவத்தில் வேதனை கொஞ்சமாயிருக்கும். உத்தராம்சத்தில் பிறந்தவனுடைய தாய் பிரசவத்தில் அதிகவேதனையால் பீடிக்கப்படுவாள். பூர்வாம்சத்திலும், உத்தராம்சத்திலும் ஜாதகருக்குக் கொஞ்சம் பாலாரிஷ்ட பயமுண்டாகும், குரு பார்த்தால் சுகமும், சீக்கிரத்தில் ஆரோக்கியமும் உண்டாகும், ஜாதகருக்கு ஸம்பத் தெசையில் ராகு புக்தியிலாவது, சனி புக்தியிலாவது கொஞ்சம் மாந்த சுரம் முதலானவற்றால் பயம் உண்டாகும்.

(141) ஜென்ம லக்கினம் சிம்மம் (மாலாம்சம்) ஆகி ஒன்பதாம் பாவாதிபதி கேந்திர ராசியிலிருந்து, சூரியன் மீன ராசியிலிருந்தால் ஜாதகருடைய தகப்பன் விஷ்ணு பக்தியுடையவர் நீண்ட ஆயுளுடையவர், சகோதரர்களுடன் கூடினவர், எப்போதும் வைதீக ஆசாரமுடையவர், திரவியம் சம்பாதிப்பதில் சமர்த்தர். நல்ல செய்கை, ஆசாரம் இவைகளையுடையவர், பாலியத்தில் சுகி, மத்திய வயதில் தரித்திரத்தை அடைபவர், பிறகு சௌக்கியமடைபவர், ஜாதகருடைய தகப்பன் பலனைப் போலவே தாய்க்கும் பலன் உண்டாகும்.

(142) ஜென்ம லக்கினம் சிம்மம் (மாலாம்சம்) ஆகி நான்காம் பாவாதிபதி கேந்திரத்திலிருந்து லக்கினத்தின் மூன்றாம் பாவத்தில் சந்திரன் இருந்தால் ஜாதகருடைய் தாய் சௌக்கியமுடையவள், குணமுள்ளவள், சுத்தமுள்ளவள், கொஞ்சம் ரோகமுள்ளவள், அன்னதானம் செய்வதில் இஷ்ட முள்ளவள், பந்துக்களுக்கு எப்பொழுதும் உபகாரம் செய்பவள், சகோதரர்களுடன் கூடினவள், நல்ல வம்சத்தில் பிறந்தவள், தாய் வமிசத்தில் அற்ப சுகம் உள்ளவள், ஜாதகருடைய அம்மான் சுபமுள்ளவனாகவும், பிரபல முடையவனாகவுமிருப்பார்.

(143) ஜென்ம லக்கினம் சிம்மம் (மாலாம்சம்) ஆகி மூன்றாம் பாவாதிபதி தன் உச்சராசியில் புதனுடன் கூடியிருந்து அமலா யோகத்தில் ஜெனித்த ஜாதகருடைய சகோதரர், தாய் இவர்களுக்கு க்ஷேம முண்டாகும். மூன்றாம் பாவாதிபதி சூரியனுடன் கூடியிருந்தால் பின் சகோதர நாசமுண்டாகும், சகோதரிகளுக்குக் கொஞ்சம் சுகமுண்டாகும், இரண்டு மூன்று சகோதரிகள் நாசமடைவார்கள்.

(144) ஜென்ம லக்கினம் சிம்மம் (மாலாம்சம்) ஆகி புதத் திரிம்சாம்சத்தில் ஜனித்தவர் ரூப லக்ஷணமுடையவர், கருப்பு நிற தேகமுடையவர், சகோதரர்களுடன் கூடியவர், மூன்று சகோதரிகளை உடையவர், வேறு சிலர் நான்கு சகோதரிகள் உண்டென்று சொல்லுகிறார்கள், சொற்ப கல்வியுடையவர், வைதீகாசார புத்தியுடையவர், பாலியத்தில் கொஞ்சம் சுகமுடையவர், காமமுடையவர், கொஞ்சமாய்ப் புசிப்பவர், ரகசிய மனதுடையவர், நல்ல அறிவுடையவர், இருபத்தேழு வயதுக்குமேல் சௌக்யமுடையவர், முப்பத்தாறு வயதுக்குமேல் மத்திய வயதில் பாக்யமுடையவர், தன் கையால் சம்பாதிக்கப்பட்ட பாக்யமுடையவர், தன்னுடைய சிறிய தகப்பனுடைய தனம் கொஞ்சம் அடைபவர், மத்திய அந்திய வயதுகளில் சௌக்யமடைபவர், குணமுடையவர், பதினாறு அல்லது பதினேழாவது வயதில் விவாகமுடையவனாவார்.

(145) ஜென்ம லக்கினம் சிம்மம் (சம்பகாம்சம்) ஆகிப் பூர்வபாகத்தில் பிறந்தவனுக்குக் குருவுடன் லக்ன பாவாதிபதி கூடியிருந்து குரு லக்ன பாவத்தைப் பார்த்தாலும், லக்ன பாவத்தில் இருந்தாலும் பெரிய நதிப்பிராந்திய பூமியில் புண்ணிய தேசத்தில் தேவாலய சமீபத்தில் பிறப்பும் வாசமும் நேரிடும். உத்தராம்சத்தில் இப்படியிருந்தால் நகரத்தில் அல்லது பெரிய கிராமத்தில் ஜனனம் நேரிடும்.

(146) ஜென்ம லக்கினம் சிம்மம் (சம்பகாம்சம்) ஆகி நான்காம் பாவாதிபதி பதினோராம் பாவத்தில் இருந்து குருவால் பார்க்கப்பட்டோ குருவுடன் கூடியோயிருந்து லக்ன பாவத்தில் சந்திரனிருந்தால் ஜாதகருடைய தாய்க்குப் பிரசவத்தில் வேதனை கொஞ்சமாயிருக்கும். நான்காம் பாவத்தில் ராகு இருந்தாலும், ராகுவால் பார்க்கப்பட்டாலும், உத்தராம்சத்தில் பிறந்தவனுடைய தாய்க்குக் கொஞ்சம் பீடை உண்டாகும்.

(147) ஜென்ம லக்கினம் சிம்மம் (சம்பகாம்சம்) ஆகி லக்ன கேந்திரத்தில் சந்திரனிருந்து உப லக்னத்தில் (அதாவது பன்னிரண்டாமிடத்தில்) சனியுமிருந்தால் ஜாதகருடைய தாய்க்குக் கொஞ்சம் தோஷமும், ஜாதகருக்குக் கொஞ்சம் பாலாரிஷ்டமும், மாந்த சுர பயமும் குழந்தைகளுக்குரிய வியாதிகளும் உண்டாகும்.

(148) ஜென்ம லக்கினம் சிம்மம் (சம்பகாம்சம்) ஆகி லக்ன பாவாதிபதி குருவுடன் கூடியிருந்து, பத்தாம் பாவாதிபதி புதனுடன் கூடியிருந்து எட்டாம் பாவாதிபதி சுய க்ஷேத்திரத்தில் இருந்தால் ஜாதகருக்குச் சகல தோஷங்களும் விலகி ஜாதகர் சுகமடைவார், ஜாதகர் அறுபத்தெட்டு வயதுடையவனாவார்.

(149) ஜென்ம லக்கினம் சிம்மம் (சம்பகாம்சம்) ஆகிச் சூரியன் கேந்திரத் திரிகோணங்களிலிருந்து ஒன்பதாம் பாவாதிபதி பதினோராம் பாவத்தில் இருந்தால் ஜாதகருடைய தகப்பன் தீர்க்க ஆயுளுடையவர், விஷ்ணு பக்தியுடையவர், தேவப் பிராமண பக்தியுடையவர், சூரியன் முகுந்தாம்சத்தில் இருந்தால் ஜாதகருடைய தகப்பன் பாஞ்சராத்ர மதத்தையடைபவர், நல்ல செய்கையும், ஆசாரமும் உடையவர், கொஞ்சம் விஷ்ணு பூஜை முதலியவற்றுடன் கூடினவனாயிருப்பார்.

(150) ஜென்ம லக்கினம் சிம்மம் (சம்பகாம்சம்) ஆகிச் சூரியன் ஐந்தாம் பாவாதிபதியுடன் கூடியிருந்தால் ஜாதகருடைய தகப்பன் தேவதை திரவியத்தால் ஜீவிப்பார், தேவாலயத்தில் விசாரணை கர்த்தனாயிருப்பார், அரசாங்கத்தில் புகழுடையவனாயிருப்பார்.

(151) ஜென்ம லக்கினம் சிம்மம் (சம்பகாம்சம்) ஆகி ஒன்பதாம் பாவத்திற்குப் பத்தாம் பாவாதிபதி லக்கினத்திற்கு விரைய பாவத்தில் இருந்து சுக்கிரனால் பார்க்கப் பட்டால் ஜாதகருடைய தகப்பன் தேவாலயத் திரவியத்தால் சுகத்தையுடையவனாகவும், புத்திரன், புத்திரி யுடையவனாகவும் பாலியத்தில் அற்ப சுகமுடையவனாகியும், காமியாகியும்,

மத்திய வயதில் பாக்கியமுடையவனாகியும், வயோதிக வயதில் புத்திரனால் யோகமுடையவன் ஆகியும், மந்திர தந்திரங்களில் கஷ்டப் படுபவனாகவும் இருப்பார்.

(152 ஜென்ம லக்கினம் சிம்மம் (சம்பகாம்சம்) ஆகி நான்காம் பாவாதிபதி பதினோராம் பாவத்தில் இருக்கச் சந்திரன் லக்ன கேந்திரத்தில் இருந்தால் ஜாதகருடைய தாய் நீண்ட ஆயுளுடையவள், குணவதி, பொறுமையுடையவள், பந்துக்களுக்கு இஷ்டமானதைச் செய்பவள்.

(153) ஜென்ம லக்கினம் சிம்மம் (சம்பகாம்சம்) ஆகி நான்காம் பாவத்தில் ராகு இருந்தால் ஜாதகருடைய தாய் ரோக சரீரமுடையவள், ஜாதகருடைய ஐந்தாம் தெசையில் தாய் மரிப்பாள்.

(154) ஜென்ம லக்னம் சிம்மம் (சம்பகாம்சம்) ஆகிச் செவ்வாய் லாப பாவத்திலாவது, திரிகோண ஸ்தானங்களிலாவது இருந்து குமாராம்சத்தை அடைந்திருந்தால் ஜாதகர் சகோதர விருத்தியுடையவர், இரண்டு மூத்த சகோதரர்களுடையவர், பின் சகோதரர் இருவர்கள் உடையவர். ஜாதகருடைய எல்லோருக்கும் மூத்த சகோதரன் விஷ்ணுவை ஆராதிப்பவர், திரவியசம்பாதனையில் அற்ப சக்தியுடையவர், இரண்டு தாரமுடையவர், செவ்வாய் லாப பாவத்தில் இருந்தால் ஒரு சகோதரர் மரிப்பார். எல்லா சகோதரருக்கும் மூத்த சகோதரனுக்கு நேரிளைய சகோதரர் அற்பாயுளுடையவனாக மரிப்பார், பின் சகோதரர்களிருவர் சௌக்கியமுடையவர்கள் இருந்தாலும் அற்ப புத்திரனையுடையவர்கள், மற்ற பின் சகோதரர் ஒருவன் வியாதியால் உபத்திரவத்தையடைவார், மூத்த சகோதரன் அப்படியிருப்பான், அவன் காதில் நோயால் பீடிக்கப்படுவார், ஜாதகர் இரண்டு சகோதரிகளை உடையவர், ஒருத்தி விதவையாகி துக்கத்தால் பீடிக்கப்படுவாள், மற்ற ஒரு சகோதரி கிலேசமுடையவளாகி யிருப்பாள், சுக்கிரன் சுவாஸினி அம்சத்தில் இருந்தால் அவள் சுமங்கலியாகவே மரிப்பாள்.

(155) ஜென்ம லக்கினம் சிம்மம் (சம்பகாம்சம்) ஆகி சனி திரிம்சத்தில் ருசகயோகத்தில் ஜெனித்தவர் கருப்பு நிறமுடையவர், மெல்லிய சரீரமுடையவர், பித்தம் நிறைந்த தேகி, சூட்டுத் தேகி. காத்திர ஸ்வரூபமுடையவர், சம அங்க முடையவர், அறிவாளி, தீரன் அழகிய முகமும் கண்களும் பொருந்தியர்.

(156) ஜென்ம லக்கினம் சிம்மம் (சம்பகாம்சம்) ஆகி ராகு நான்காம் பாவத்தில் இருக்கப் பிறந்தவர் சாஸ்திர ஞானமில்லாதவர், வேத சாஸ்திர ஆகமங்களில் பிரீதியுடையவர், எழுதுவதில் சமர்த்தர்.

(157) ஜென்ம லக்கினம் சிம்மம் (சம்பகாம்சம்) ஆகி சனி பன்னிரண்டாம் பாவத்தில் இருந்தால் ஜாதகர் துர்ப்பலமுடையவர், சத்துரு பீடையுடையவர், கோபமுடையவர், துஷ்ட புத்தியுடையவர், தீரன், சூரர், நல்ல புத்தியுடையவனாவார்.

(158) ஜென்ம லக்கினம் சிம்மம் (சம்பகாம்சம்) ஆகிப் பத்தாம் பாவத்தில் கேது இருக்க ஐந்தாம் பாவத்தில் ஐந்தாம் பாவாதிபதி யிருந்தால் ஜாதகர் தெய்வத்தின் திரவியத்தினால் பிழைப்பவர், தேவலாயத்தில் சுதந்திரமுடையவர், விஷ்ணு க்ஷேத்திரத்தில் புகழுடையவர், வைஷ்ணவ ஆசாரத்துடன் கூடியவர் ஆவார்.

(159) ஜென்ம லக்கினம் சிம்மம் (சம்பகாம்சம்) ஆகி பன்னிரண்டாம் பாவத்தில் சனியிருந்தால் ஜாதகர் தியாகம் செய்பவர், கெம்பீரபுத்தியுடையவர், நல்ல வழியில் சொற்ப செலவும், கெட்ட வழியில் அதிக செலவும் செய்பவர், சங்கீதப் பிரியமுடையவர், காமமுடையவர், எப்போதும் போகத்தில் ஆசையுடையவர், விஷய லோலனாக இருப்பார்.

(160) ஜென்ம லக்கினம் சிம்மம் (சம்பகாம்சம்) ஆகி ஏழாம் பாவத்தில் சூரியனிருந்து சுக்கிரன் சனியுடன் கூடியிருந்தாலும், சனியால் சுக்கிரன் பார்க்கப்பட்டாலும் ஜாதகர் பரஸ்த்ரீகமனம் செய்பவர், காமுகன், பல ஜாதி ஸ்த்ரீகளைச் சேருபவர், பலவழிகளிலும் செலவு அதிகம் செய்பவர், வேசி ஸ்த்ரீ சேர்க்கை அடைவார்.

(161) ஜென்ம லக்கினம் சிம்மம் (சம்பகாம்சம்) ஆகிக் குரு ஏழாம் பாவத்தில் இருந்தால் பிராமணர் சேர்க்கையுள்ளவனாகவும், புத்திமானாகவும் சம்போக காலத்தில் விநோதமானவனாகவும், சந்தன புஷ்ப வஸ்திரப் பிரியனாகவும், அயலார் மனைவிகளிடத்தில் ஆசையுடையவனாகவும், தன் மனைவியிடம் நிதான ஆசையுடையவனாகவுமிருப்பார்.

(162) ஜென்ம லக்கினம் சிம்மம் (சம்பகாம்சம்) ஆகி பன்னிரண்டாம் பாவத்துக்கு ஏழாமிடத்தில் சுக்கிரன் இருந்தால் ஜாதகர் காமுனாகவும், சஞ்சலமுடையவனாகவும், துஷ்டர்களிடம் துஷ்ட புத்தியுடனும், குரூர மானவர்களுக்குக் குரூரமானவனாகவும் இருப்பார்.

(163) ஜென்ம லக்கினம் சிம்மம் (சம்பகாம்சம்) ஆகி லக்ன பாவாதிபதி செவ்வாயுடன் கூடியிருந்தால் எப்பொழுதும் ஜாதகர் அனாசாரமுடையவனாயிருப்பார்.

(164) ஜென்ம லக்கினம் சிம்மம் (சம்பகாம்சம்) ஆகி பன்னிரண்டாம் பாவத்தில் சனியும், ஐந்தாம் பாவத்தில் சூரியனுமிருக்கப் பிறந்த ஜாதகர் காமியாகவும், சுறுசுறுப்பான காரியங்களுடையவனாகவும், மித்திரவஞ்சனை செய்யும் பக்தியுடையவனாகவும் இருப்பார்.

(165) ஜென்ம லக்கினம் சிம்மம் (சம்பகாம்சம்) ஆகிப் பத்தாம் பாவாதிபதி சனியால் நன்றாய்ப் பார்க்கப்பட்டால் ஜாதகர் கொஞ்சம் அபகீர்த்தியுடையவனாகயிருப்பார். சகோதர விருத்தியுடையவர், தன தான்னியப் பெருக்குடையவர், சகோதரப் பிரபலமுடையவனாகவு மிருப்பார்.

(166) ஜென்ம லக்கினம் சிம்மம் (சம்பகாம்சம்) ஆகி பன்னிரண்டாம் பாவத்துக்கு ஐந்தாமிடத்தில் ராகு இருந்து ஜென்ம லக்னத்திற்கு ஐந்தாம் பாவத்தில் குருவானவர், செவ்வாய் சூரியன், இவர்களுடன் கூடியுமிருந்தால் ஜாதகனுக்குச் சந்ததிக்கு இடைஞ்சலுண்டாகும். அந்த தோஷம் நிவர்த்தியாகும்படி சேதுஸ்நானமும் ஐந்து கோதானமும், பாலகிருஷ்ணப் பிரதிமை தானமும் செய்தால் நல்ல புத்திரன் பிறப்பான்.

(167) ஜென்ம லக்கினம் சிம்மம் (சம்பகாம்சம்) ஆகி சுக்கிரன் ஐந்தாம் பாவத்தில் இருந்து பாபக்கிரகங்களுடன் கூடியிருந்தால் ஜாதகர் துஷ்ட ஸ்த்ரீ சேர்க்கையால் தோஷமுண்டாகியும், புத்திர நாசத்தால் சோகமுடையவனாகவும் இருப்பார். சேதுஸ்நானம் முதலியன செய்து நாகசாந்தியும் செய்தால் ஐந்தாம் தசையில் நல்ல புத்திரனுண்டாவார்.

(168) ஜென்ம லக்கினம் சிம்மம் (சம்பகாம்சம்) ஆகி ஜனித்த ஜாதகருக்கு குரு ஐந்தாம் பாவத்தில் சூரியனுடன் கூடியிருந்தால் காலந்தள்ளி புத்திரன் பிறப்பார் என்றும், அல்லது வேறு மனைவியிடம் புத்திரனுண்டாவார் என்றும் சிலர் சொல்லுகிறார்கள், வேறு சிலர் ஜாதகர் ஒரே தாரமுடையவர். ஜாதகருடைய ஐந்தாம் தசையில் தோஷம் நிவர்த்தி செய்த பிறகு அந்திய காலத்தில் ஜாதகர் புத்திரனை அடைவார் என்று சொல்லுகிறார்கள்.

(169) ஜென்ம லக்னம் சிம்மம் (சம்பகாம்சம்) ஆகிச் சந்திர லக்னத்தில் கிரகமில்லாமலும் சந்திரனுக்கு இரண்டு பக்கங்களிலும் கிரகமில்லாததிருக்க ஜென்ம லக்கினத்துக்கிரண்டு பக்கங்களிலும் பாபக் கிரகமிருந்தால் கர்த்தரியென்னும் யோகம்

உண்டாகும். இக்கர்த்தரீ யோகத்தில் ஜனித்த ஜாதகருக்கு வழிவழியாக சத்ரு பீடையும். தாயாதி சத்ரு பீடையும், கலகமும், சேர்த்துவைக்கப்பட்ட பணத்துக்குச் செலவும், அந்தச் செலவினால் மிகவும் கிலேசமும் உண்டாகும். ஜாதகருக்கு அந்த தாயாதி சத்ருக்களழியவேண்டித் தன் குலதெய்வத்தை வழிப்பட்டு அதைப் பூஜிப்பதாலும், குலதெய்வப் பிரதிமையை அர்ச்சனை செய்து தானம்செய்வதாலும் சத்ருக்கள் அழிவடைவார்கள்.

(170) ஜென்ம லக்கினம் சிம்மம் (முத்கராம்சம்) ஆகிப் பூர்வ பாகத்தில் ஜெனித்தவருக்கு லக்கின பாவாதிபதி கும்ப ராசியிலிருந்தால் காட்டுப் பிராந்தியத்தில் நதிப்பிராந்தியத்தில் சிறு கிராமத்தில் ஜெனனம் நேரிடும். ஜாதகர் பிறந்தகாலத்தில் ஜாதகருடைய தாய் தகப்பன் ஜனங்களுக்குக் கெடுதியும், கலகமும் உண்டாகும்.

(171) ஜென்ம லக்கினம் சிம்மம் (முத்கராம்சம்) ஆகி நான்காம் பாவத்தில் சனியிருந்து குருவுடன் கூடியிருந்தாலும், குருவால் பார்க்கப்பட்டாலும் ஜாதகர் ஜனங்களுக்குப் பீடையும், பயமுமுண்டான காலத்தில் ஜெனித்தவர் என்று ரிஷிகள் சொல்லுகிறார்கள்.

(172) ஜென்ம லக்கினம் சிம்மம் (முத்கராம்சம்) ஆகி நான்காம் பாவாதிபதி சனியுடன் கூடியிருக்கப் பிறந்தவருடைய தாய்க்குக் கொஞ்சம் பீடையுண்டாகும். முன்ஜென்மாந்தர புண்ணியக்காலம் குருவுடன் நான்காம் பாவாதிபதி கூடியிருந்தாலும் ஜாதகருடைய தாய்க்கு சுகமுண்டாகும்.

(173) ஜென்ம லக்கினம் சிம்மம் (முத்கராம்சம்) ஆகிச் சந்திரன் பாபாம்சத்தில் இருந்து குருவால் பார்க்கப்பட்டாலும், குருவுடன் கூடியிருந்தாலும் ஜாதகருடைய தாய்க்குக் கொஞ்சம் பீடையுண்டாகி சீக்கிரமாக ஆரோக்கியமும், சௌக்கியமும் உண்டாகும்.

(174) ஜென்ம லக்கினம் சிம்மம் (முத்கராம்சம்) ஆகி லக்கினம் நீங்க மற்ற கேந்திரங்களில் குரு மித்திர க்ஷேத்திரத்தில் இருந்தால் ஜாதகர் தேக சௌக்ய முடையவனாக யிருப்பார்.

(175) ஜென்ம லக்கினம் சிம்மம் (முத்கராம்சம்) ஆகி லக்கின பாவாதிபதி கேந்திர பாவங்களில் பத்தாம் பாவாதிபதியுடன் கூடியிருக்கப் பிறந்தவனுக்குப் பாலாரிஷ்டம் விலகிச் சுக முண்டாகும்.

(176) ஜென்ம லக்கினம் சிம்மம் (முத்கராம்சம்) ஆகி இரண்டு கிரகங்கள் சுய க்ஷேத்திரத்தில் இருக்கப் பிறந்த ஜாதகருக்குப் போகமும், சுக ஜீவனமும் உண்டாகும்.

(177) ஜென்ம லக்கினம் சிம்மம் (முத்கராம்சம்) ஆகி லக்கினம் தவிர மற்ற கேந்திரங்களில் சூரியனிருந்து நான்காம் பாவத்தில் ஒன்பதாம் பாவாதிபதியும் இருந்தால் ஜாதகருடைய தகப்பன் சாத்துவீகன், ஸ்ரீமான், திரவிய சம்பாதனையில் சமர்த்தர், எப்பொழுதும் தேவபிராமணர்களிடத்தில் பக்தியுடையவர், வியாபாரத்தால் ஜீவனம் செய்பவர், சுயார்ஜிதமுடையவர், மத்திய வயதில் பாக்கியமுடையவர், நதிப்பிராந்தியத்திலுள்ள பட்டிணத்தில் வாசம் செய்பவர், குணம், புத்திரன், புத்திரி இவற்றுடன் கூடினவர், நியாய வழியில் சம்பாதித்த பணமுடையவர், சூத்திர சிநேகிதத்தால் பாக்கியமுடையவர், சௌக்யமும் தீர்க்காயுளுமுடையவனாவார்.

(178) ஜென்ம லக்கினம் சிம்மம் (முத்கராம்சம்) ஆகி நான்காம் பாவாதிபதி சுய க்ஷேத்திரத்தில் குருவுடன் கூடியிருந்தால் ஜாதகருடைய தாய் குணத்துடன் கூடினவள்,

தகப்பனுக்குப் பிரியமுள்ளவள், சதி வம்ச விருத்தியுடையவள், பொறுமையுடையவள் ஆவாள்.

(179) ஜென்ம லக்கினம் சிம்மம் (முத்கராம்சம்) ஆகி பன்னிரண்டாம் பாவாதிபதி சுய க்ஷேத்திரத்திலிருந்தால் ஜாதகர் அந்தியத்தில் ஞானமடைந்து கிரக ஜாதிக்குரிய லோகத்தை அடைந்து நற்கதியும் அடைவார்.

(180) ஜென்ம லக்கினம் சிம்மம் (சுமதாம்சம்) ஆகி லாப பாவத்தில் லாப பாவாதிபதி சுயக்ஷேத்திரத்தில் சூரியனுடன் கூடியிருந்து சூத்திர காலத்தில் சூத்திர வம்சத்தில் ஜெனித்த ஜாதகர் சுகியாயிருப்பார், பின் சகோதரனுடன் கூடியிருப்பார். இரண்டு சகோதரிகளுடையவர், ஜாதகர் மானியாகி யிருப்பார்.

(181) ஜென்ம லக்கினம் சிம்மம் (சுமதாம்சம்) ஆகி லக்ன பாவாதிபதி லாப பாவத்தில் லாப பாவாதிபதியுடன் கூடியிருந்து ஒன்பதாம் பாவத்தில் குரு இருந்தால் ஜாதகர் பெரிய நதிப்பிராந்திய தேசத்தில் சிவாலயம் சமீபத்திலுள்ள கிழக்கு மேற்கு வீதியில் தெற்குப் பாகத்தில் உள்ள வீட்டில் ஜெனித்தவனாவார்.

(182) (183) ஜென்ம லக்கினம் சிம்மம் (சுமதாம்சம்) ஆகி ராகுவுடன் சந்திரன் கூடியிருந்து, சனியுடன் கூடியிருந்தாலும், சனியால் பார்க்கப்பட்டாலும் ஜாதகர் பிறந்த காலத்தில் ஜாதகனுடைய தாய் வெகு வேதனையடைந்தவள், ஜாதகருக்கு கொஞ்சம் பாலாரிஷ்ட தோஷம் உண்டாகும், குரு பார்த்தால் சௌக்யமுண்டாகும். ஜென்ம தெசையில் இரண்டாம் வருஷத்தில் அல்லது நான்காம் வருஷத்தில் ஜாதகர் பாலாரிஷ்டத்தால் மரணத்துக்குச் சமமாகக் கிடந்து பிழைப்பார்.

(184) ஜென்ம லக்கினம் சிம்மம் (சுமதாம்சம்) ஆகி நான்காம் பாவாதிபதி பத்தாம் பாவத்தில் இருக்க ஜாதகருடைய தாய் தீர்க்காயுளுடையவள், ஜாதகருக்குப் பின் சகோதர விருத்தியுண்டாகும், ஜாதகருடைய தாய் குணமுள்ளவள், நல்லவள், கொஞ்சம் ரோக சரீரமுடையவள், கணவனுக்குப் பிரியமானவள், நல்ல புகழுடையவள், சகோதரர்களுடன் கூடினவளாவள்.

(185) ஜென்ம லக்கினம் சிம்மம் (சுமதாம்சம்) ஆகி லக்கின பாவாதிபதி பதினோராம் பாவத்தில் இருக்க ஒன்பதாம் பாவாதிபதி குமாராம்சத்தில் இருந்தால் ஜாதகருடைய தகப்பன் வெகு ஆயுளுடையவர், சிவபக்தியுடையவர், தேவப் பிராமண பக்தியுடையவர், தரித்திரத்தால் பீடிக்கப்பட்டவர், அற்ப சுகமுடையவர், புத்திரன் பிறக்கும் வரையில் கஷ்டப்படுவார், பிறகு சௌக்கியமுடையவனாவார்.

(186) ஜென்ம லக்கினம் சிம்மம் (சுமதாம்சம்) ஆகி மூன்றாம் பாவாதிபதி கேந்திரங்களிலாவது பதினோராம் பாவத்திலாவது திரிகோணங்களிலாவது இருந்து லக்கினம் தவிர்த்த மற்ற கேந்திரங்களில் செவ்வாயிருந்தால் ஜாதகருக்குப் பின் சகோதரன் தீர்க்காயுளுடையவர், இரண்டு சகோதரிகள் ஆயுளுடையவர்களாயிருப்பார்கள். வேறு சிலர் மூன்று சகோதரிகள் இருப்பார்கள் என்று சொல்லுகிறார்கள்.

(187) ஜென்ம லக்கினம் சிம்மம் (சுமதாம்சம்) ஆகி புதன் பதினோராம் பாவத்தில் சுயக்ஷேத்திரத்தில் இருந்தால் ஜாதகர் தன் பன்னிரண்டாம் வயதுக்குப் பிறகு சம்பத் தெசையில் சௌக்யத்தை அடைவார்.

(188) ஜென்ம லக்கினம் சிம்மம் (சுமதாம்சம்) ஆகி நான்காம் பாவாதிபதி கேந்திரத்திலிருக்க வித்யாகாரகனாகிய புதன் பலத்துடன் கூடியிருந்தால் புத்திரிம்சாம்சத்தில் பிறந்த ஜாதகர் ரூபமுடையவர், அறிவாளி, பளபளப்பான

காந்தியுடையவர், வசியமுடையவர், அழகிய முகமுங் கண்களும் பொருந்தியவர், அதிருஷ்டசாலி, தர்மாத்துமா, ஸமதேகமுடையவர், கொஞ்சமாய்ப் புசிப்பவர், மர்மமான மனதுடையவர், காமமுடையவர் பரஸ்த்ரீ சேர்க்கையுடையவர் ஸம்பத் தசையில் ஏழாம் பாவாதிபதியின் புக்தியில் தான் பிறந்த பூமிக்குக் கிழக்கிலாவது, தென் கிழக்கிலாவது விவாகத்தை அடைவார்.

(189) ஜென்ம லக்கினம் சிம்மம் (சுமதாம்சம்) ஆகி லக்கின பாவத்துக்கு ஏழில் பாபக்கிரகமிருந்தால் ஜாதகர் அதிக காமியாயும், பரத கமனம் செய்பவனாகவும், பல ஜாதி ஸ்த்ரீகளைச் சேர்பவனாகவும், கிரந்தி ரோகத்தால் பீடிக்கப்பட்டவனாகவுமிருப்பார்.

(190) ஜென்ம லக்கினம் சிம்மம் (சுமதாம்சம்) ஆகி பன்னிரண்டாம் பாவாதிபதி சுபருடன் கூடியிருந்தால் ஜாதகருக்குப் பாபம் புண்ணியம், இரண்டும் சமமாயிருக்கும். இந்த லோகத்தில் நல்ல புண்ணியத்துமாவாகி அந்தியத்தில் ஞானமும் உண்டாகும்.

(191) ஜென்ம லக்கினம் சிம்மம் (குஹாம்சம்) ஆகிப் பூர்வ பாகத்தில் ஜெனித்தவருக்கு லக்ன பாவாதிபதி பன்னிரண்டாம் பாவத்திலிருக்க லக்ன பாவத்தில் சனியுமிருந்தாலும், லக்ன பாவத்தைச் சனி பார்த்தாலும், ஜாதகருக்கு வனப்பிராந்தியத்தில் நதிப்பிராந்தியத்தில் ஜெனனமும், வாஸமும் நேரிடும். உத்தராம்சத்தில் ஜெனனமானால் இருண்டகாட்டில் ஜெனனம் நேரிடும்.

(192) ஜென்ம லக்னம் சிம்மம் (குஹாம்சம்) ஆகி இரண்டாம் பாவத்தில் சந்திரனிருந்து எட்டாம் பாவாதிபதியுடன் கூடியிருந்தால் ஜாதகருடைய தாய் ஜாதகர் பிறந்த காலத்தில் அற்ப வேதனை அடைந்தவளாவாள்.

(193) ஜென்ம லக்கினம் சிம்மம் (குஹாம்சம்) ஆகி ஐந்தாம் பாவத்தில் ராகு இருந்து எட்டாம் பாவத்தில் செவ்வாயிருந்து பதினோராம் பாவத்தில் சனி கேதுவுடன் கூடியிருக்க செவ்வாயால் பார்க்கப்பட்டால் ஜாதகருடைய ஜென்ம தெசையின் இரண்டாம் வருஷத்தில் கோசாரத்தில் சனி மிதுனராசியிலிருக்கும் போது ஜாதகருடைய தாய் மரணமடைவாள், பிறகு ஜாதகர் சகோதரர் மனைவியால் சுகமடைவார்.

(194) ஜென்ம லக்கினம் சிம்மம் (குஹாம்சம்) ஆகி ஒன்பதாம் பாவாதிபதி எட்டாம் பாவத்திலிருக்க ஐந்தாம் பாவத்தில் ராகு இருந்தால் ஜாதகர் ஸம்பத் தெசையில் தகப்பனுடைய சகோதரனால் ஸ்வீகாரமாக எடுத்துக் கொள்ளப்படுவார். சனி ஓராம் பரியாயத்தில் சிம்ம ராசியின் அந்தியத்தில் அல்லது கன்னியா ராசியில் கோட்சாரத்தில் வரும் சமயம் ஜாதகருடைய ஸ்வீகார தகப்பனும் மரிப்பார், பிறகு ஜாதகருடைய தகப்பனுக்குச் சுப முண்டாகும், ஜாதகருடைய தன் தகப்பன் சிவ பக்தியுடையவர், வியாபாரத்தினால் ஜீவனம் செய்பவர், பல தேசங்களிலும் சஞ்சாரம், செய்பவர், விற்றல், வாங்கல் முதலியவற்றால் ஜீவனமுடையவர், பிராமணன் மூலமாக பணவரவுண்டாகும்.

(195) ஜென்ம லக்கினம் சிம்மம் (குஹாம்சம்) ஆகி ஒன்பதாம் பாவாதிபதி எட்டாம் பாவத்திலிருந்து பன்னிரண்டாம் பாவத்தில் சூரியனிருந்தால் ஜாதகருடைய மூன்றாம் தெசையில் ஜாதகருடைய தகப்பன் மரணமடைவார். மூன்றாம் தெசையில் மூன்றாம் பாகத்தில் ஜாதகர் விவாகமடைவார். மனைவி கருப்பு நிறமுடையவள், ஜாதகர் மாமனார் மாமியார் மூலம் யோகமுடையவர்.

(196) ஜென்ம லக்கினம் சிம்மம் (குஹாம்சம்) ஆகி லக்கின பாவத்துக்கு ஐந்தாமிடத்தில் ராகு இருந்து அந்த பாவாதிபதி சந்திரனுடன் கூடியிருந்தால் சந்தானத்திற்கு இடைஞ்சலுண்டாகும். அந்தப் புத்திர ஸ்தானத்திற்கு ஏழில் அதாவது

பதினோராமிடத்தில் சுக்கிரனிருந்தால் வளர்ப்புப் பிள்ளையால் சந்ததி உண்டாகும், மேலும் வேறு சிலர் லக்கினத்திற்கு இரண்டாம் பாவத்தில் சூரியன் இருந்தால் வேறு மனைவியிடம் புத்திரனுண்டாவார் என்றும், அல்லது அந்திய வயதில் புத்திரனுண்டாவார் என்றும் சொல்லுகிறார்கள்.

(197) ஜென்ம லக்கினம் சிம்மம் (சௌம்மியாம்சம்) ஆகி நான்காம் பாவாதிபதி கேந்திரத்தில் இருந்தால் ஜாதகர் ராஜவம்சத்தில் பிறந்தவர். சிவபக்தமதத்தை அனுசரிப்பவர், தான் சீமந்த புத்திரன் ஆவார். அல்லது இரண்டாவது கர்ப்பத்தில் ஜெனித்தவனாவார், மூத்த சகோதரனில்லாதவர், உடன் பிறந்த சகோதரர்களை உடையவர், மூத்த மாற்றந்தாய்க்குப் பிறந்த சகோதரியுடையவர்.

(198) ஜென்ம லக்கினம் சிம்மம் (சௌம்மியாம்சம்) ஆகி பூர்வ பாகத்தில் பிறந்தவனுக்கு லக்கினாதிபதியும் நான்காம் பாவாதிபதியும் கேந்திரத்திலிருந்தால் ஜாதகர் பெரிய நதிப்பிராந்தியத்தில் புண்ணிய பூமியில் சிவாலயம் நிறைந்தும் அப்படியே விஷ்ணு ஆலயமும் நிறைந்தும் இருக்கப்பட்ட கிழக்கு மேற்கு வீதியில் மேற்குப் பாகத்தில் உள்ள தன் தகப்பன் வீட்டில் பிறந்தவனாவார். உத்திர பாகத்தில் பிறந்தவர் பெரிய கிராமத்தில் பெரிய நதிப்பிராந்தியத்தில் புண்ணிய பூமியில் தெற்கு வடக்கு வீதியில் தாய் வீட்டில் பிறந்தவர் ஆவார்.

(199) ஜென்ம லக்கினம் சிம்மம் (சௌம்மியாம்சம்) ஆகி லக்கின பாவாதிபதி சூரியன் கேந்திரத்தில் ஸாஸ்வதாம்சத்தில் இருந்து பதினோராம் பாவாதிபதி கேதுவுடன் கூடியிருந்தால் ஜாதகர் எல்லா அரிஷ்டங்களினின்றும் சுகம் அடைவார்.

(200) ஜென்ம லக்கினம் சிம்மம் (சௌம்மியாம்சம்) ஆகி லக்கின பாவாதிபதியுடன், ஒன்பது, பத்திற்குடையவர்கள் கூடியிருந்தாலும் இரண்டு பதினொன்றுக் குடையவர்கள் கூடியிருந்தாலும் ஜாதகர் யோகவனாயும், கீர்த்திமானாயுமிருப்பார்.

(201) ஜென்ம லக்கினம் சிம்மம் (சௌம்மியாம்சம்) ஆகி நான்காம் பாவாதிபதி வர்க்கோத்தமத்தில் இரண்டு பதினொன்றுக்குடையவருடனும் ஐந்து, எட்டு முதலிய பாவாதிபதியுடனும் இருந்து லக்கினத்திற்கு ஏழாம் பாவாதிபதி நவாம்சத்தில் ஜென்ம லக்கினத்திற்கு ஆறாமிடத்தில் தன் வீட்டிலும் இருந்து மூன்றுக்கும் பத்துக்கும் உடையவருடன் ஏழாம் பாவாதிபதி ரிஷப ராசியில் கூடியிருந்தால் ஜாதகர் அநேகமாக புதயல் முதலான தனத்தை விவாகமான பின்பு அடைவார்.

குறிப்பு:- இந்தப் புத்தகத்தில் சிம்ம லக்கினத்திற்கு 201-விதிகள் கொடுக்கப்பட்டிருக்கின்றன. இன்னும் உள்ள சுமார் 1,000-க்கு மேற்பட்ட சிம்ம லக்கின விதிகள் நான்காம் பாகம், ஐந்தாம் பாகம் முதலிய பாகங்களில் சிம்ம லக்கின பலனின் தொடர்ச்சியாகக் கொடுக்கப்படும் என்று அறியவும்.

நெ.6–வது அத்தியாயம்.

கன்னியா லக்கின ஜாதகம்

(1) ஜென்ம லக்கினம் கன்னி (தனதாம்சம் அதாவது லக்கின ஸ்புடம் பாகை 159–24 கலை முதல் பாகை 159–36 கலை வரையிலும்) ஆகி லக்கினாதிபனான புதன் வர்க்கோத்தமத்திலிருந்து இரண்டாம் பாவாதிபன் சுராம்சததிலிருந்தால் ஜாதகர் பிராமண ஜென்மமுடையவர், அழகன்.

(2) ஜென்ம லக்கினம் கன்னி (தனதாம்சம்) ஆகி லக்கினாதிபன் வர்க்கோத்தமத்திலிருந்து கர்மாதிபனான புதன் சுராம்சத்திலிருந்தால் ஜாதகருடைய தகப்பன் பாக்கியவான், சாது, தன் உடன் பிறந்தவரற்றவர்.

ஜென்ம லக்கினம் கன்னி

(3) (தனதாம்சம்) ஆகி ஐந்தாம் பாவாதிபதி விருச்சிகாம்சத்தில் குஜனுடன் கூடி இருந்தால் ஜாதகனுடைய பிதாமகன் பிரசித்தியுடையவர், சூத்திரக் கிராமத்திற்கு அதிபதியாயிருப்பார், அப்படியில்லாவிட்டால் அற்ப புண்ணியமுண்டு, அன்ன தாதா, பிராமணப் பிரியராவர்.

(4) (தனதாம்சம்) ஆகி லக்கினாதிபனிருக்கும் அம்சாதிபன் சுக்கிரன் ஆகி நீச்சாம்சத்தில் சந்திரனுடன் கூடினால் ஜாதகர் மிலேச்ச ராஜ்யத்தில் சூத்திரனைச் சேவிப்பவனாவார், இவன் தகப்பன் வாலிபத்திலே யோகமுடையவனாவார், இவன் பாட்டனும் அவ்விதமே மிலேச்சக் கிராமத்தில் பிரபுத் தன்மையுடைய வனாவார், இவனுக்குச் சமமான பிராமணன் சத்ருவாயிருப்பார்.

(5) (தனதாம்சம்) ஆகி லக்கினாதிபதிக்குச் சந்திரன் பதினோராம் பாவத்தில் நீச்சாம்சத்தில் நீச்ச ராசியில் இருந்தால் ஜாதகருடைய பாட்டன் தாயாதி வர்க்கத்தின் விரோதத்தால் மிக்க கிலேசமடைவார்.

குறிப்பு:– அயிட்டம் நெ.3 முதல் 204–வரையிலும் உள்ள அயிட்டங்கள் ஒவ்வொன்றுக்கும் 'ஜென்ம லக்கினம் கன்னி' என்பதை முதலில் சேர்த்து வாசிக்கவும்.

ஜென்ம லக்கினம் கன்னி:-

(6) (தனதாம்சம்) ஆகி ஒன்பதாம் பாவாதிபதி நீச்சாம்சத்தில் சந்திரனுடன் கூடியிருந்தால் மேற்படி பாட்டன் குக்கிராமத்தில் வசிப்பவனாயும், மிலேச்ச ராஜ்யத்தில் அதிக பாக்கியமுடையவனுமாவார்.

(7) (தனதாம்சம் பூர்வ பாகம்) ஆகி லக்கினாதிபனான புதன் சுராம்சத்திலிருந்தால் ஜாதகர் அதிக செல்வமுடையவர், அரசாங்கத்தில் பிரசித்தன் தகப்பனைக் காட்டிலும் அதிக யோகமுடையவனாக இருப்பார், பெருந்தன்மை வாய்ந்தவர், மூன்று சகோதரர் இரண்டு சகோதரிகள் உண்டு, சுகமுடையவர், சகோதரம் மொத்தம் எட்டு உண்டாகி மீதி நாசமடையும்.

(8) (தனதாம்சம்) ஆகி லக்கினாதிபனுக்கு பாக்கிய ஸ்தானமாகி ஒன்பதாமிடத்தில் சனி குஜனுடன் கூடி இருப்பின் ஜாதகருக்குப் பின் சகோதரர் நாசம், ஆயுள் அற்பமாகும்.

(9) (தனதாம்சம்) ஆகி லக்கினாதிபன் துலாம்சத்திலிருந்தால் ஜாதகருக்குச் சகோதரிகள் நால்வர் தீர்க்காயுளுடையவராயிருப்பார் மூத்த சகோதரன் வெகு கீர்த்தி வாய்ந்தவனாவார்.

(10) (தனதாம்சம்) ஆகி பாக்கிய (ஒன்பதாம் பாவ) ஆரூடாதிபன் கர்ம (பத்தாம்பாவ) ஆரூடதிபனுடன் கூடியிருக்கில் ஜாதகனுக்குப் பாக்கிய யோகமென்று சொல்லப் பட்டிருக்கிறது. ஜாதகர் நற்செய்கை ஆசாரமுடையவர், புத்திமான்.

(11) (தனதாம்சம்) ஆகி லக்கினாதிபன் சுக்கிரனம்சத்திலிருந்து சுக்கிரன் நீச்சாம்சத்திலிருந்தால் ஜாதகர் உள்ளத்தில் கோபமுடையவர், தெளிந்த ஆத்துமாவுடையவனாவார் கொஞ்சம் லோபத் தன்மையுடைய சுபாவமுண்டு.

(12) தனதாம்சம் ஆகி இரண்டாம் பாவத்தில் புதன் சுபாம்சத்திலிருந்தால் ஜாதகர் தேஜஸ் உடையவர், புத்திமான் துஷ்டன், அழகிய முகமுடைவர், சாமர்த்தியசாலி, பயந்தவர் புத்தி சொல்லுபவர், சுகமுடையவர்.

(13) (தனதாம்சம்) ஆகி சூரியன் துலாத்தில் துலாம்சத்திலிருந்தால் ஜாதகர் வேத சாஸ்திரங்களின் பொருள் விளக்கமறிந்தவர், தினந்தோறும் அதிதிகளுக்குப் பிரீதி செய்வார்.

(14) (தனதாம்சம்) ஆகி சூரியன் துலாத்தில் ஸுராம்சத்திலிருந்தால் ஜாதகர் யாத சித்தியுடையவனாவார், மூத்த சகோதரர் ஒருவர், இளைய சகோதரர் இருவர், சகோதரிகள் இருவர் சகோதரர்கள் மூவர் தீர்க்காயுளுடையவராவார்.

(15) (காந்தாம்சம் அதாவது லக்கின ஸ்புடம் பாகை 171–12 கலை முதல் பாகை 171–24 கலை வரையிலும்)ஆகிப் பிறந்தவர் மாநிறம், நல்ல ஆகிருதி உடையவர், ரூபமுள்ளவர், புத்திமான், நியாயம் உள்ளவர், தெளிவுள்ள முகமுங் கண்களுமுடையவர், அதிருஷ்ட சாலி, தர்மத் செய்பவர், வாயுபீடையுடைய தேகன், சத்துவகுணம் நிரம்பினவர், அயலாருடைய காரியத்தில் சுறுசுறுப்புள்ளவர், சங்கீதப் பிரியர், தானும் கான அதாவது சங்கீத வித்தை அறிந்தவர், விஷ்ணு, சிவன் முதலியோரிடம் பக்தியுடனிருப்பவர், தேவப் பிராமணர்களை ரக்ஷிப்பவர், பரிகாசம் செய்பவர், எப்பொழுதும் வேத சாஸ்திர தத்துவம் செய்பவர், பல பாஷைகளின் விலாசம்தெரிந்தவர், மிருதுவசனி, ரசமாய்ப் பேசுபவர், தேவலாய மடங்கள் முதலானவற்றைக் கட்டுபவனும், கட்டுவிப்பவனுமாவான், தர்மகர்த்தாவாக இருப்பவர், குளம், கிணறு, நடைபாவி, சத்திரம் முதலியன கட்டுவிப்பவர், யுகாந்தம் வரையில் கீர்த்தி உடையவர், வெகு பூஜைகள் செய்வர்.

ஜென்ம லக்கினம் கன்னி:-

(16) (காந்தாம்சம்) ஆகி இரண்டாமிடத்துக்குடையவர் சனியால் பார்க்கப்பட்டால் ஜாதகர் வித்தைக்குத் தடையுள்ளவர், கொஞ்சம் இழுத்துப் பேசுபவர், மத்தியில் வார்த்தை அகப்படாது, நித்யம் ராஜயோகி, கொஞ்சம் எழுத்து மூலம் ஜீவிப்பார்.

(17) (காந்தாம்சம்) ஆகி மூன்றாமிடத்துக்குடையவர் பன்னிரண்டில் இருக்க ஜாதகர் சீமந்த புத்திரனாக ஜெனித்தவர், மூன்று சகோதரிகளையுடையவர், புருஷ சகோதரமில்லாதவர்.

(18) (காந்தாம்சம்) ஆகி நான்காமிடத்துக்குடையவர் குரு ஏழாமிடத்தில் சனியுடன் கூடி மீனாம்சத்தில் இருந்தால் மாதா புண்ணியவதி, நல்ல குணம் உள்ளவள், முப்பதாவது வயதில் வைதவ்வியத்தால் துக்கியவள், தாய் வழிப் பாட்டன் நீண்ட காலம் ஜீவித்திருப்பார். பூர்வாம்ச ஜாதகமானால் மாமன் ஒருவனே என்றும், மூன்று தாரத்தை உடையவர் என்றும் அநேகம் மனைவிகளை மரிக்கச் செய்பவர் என்றும் சொல்லுகிறார்கள், மாமனுடைய இரண்டாவதான பாரியை வித்தை சுகம் இவையில்லாதவள். மாமன் கொஞ்ச

காலம் கிராமாதிகாரம் செய்வார், புத்திரனுடன் கூடினவர், பூர்வம் பிராமணஸ்த்ரீயால் தனத்தை அடைந்தவர், பொய், சத்தியம் துரோகம் முதலியன செய்வார். அந்தப் பாபத்தால் புத்திரனில்லாதவனாவார். அந்தத் தோஷத்திற்குப் பரிகாரமாகத்தானே சுவர்ண ஆபரணம், வஸ்திரம் முதலியவற்றால் பூசித்தால் அந்திய காலத்தில் புத்திர லாபம் உண்டாகும், தாயுடன் கூடப்பிறந்த சகோதரிகள் இருவர்களாவது, மூவர்களாவது இருப்பார்கள். உத்தராம்சத்தில் பிறந்தவனுக்கு மூன்று அம்மான்களுமுண்டு.

(19) (காந்தாம்சம்) ஆகி ஒன்பதுக்கு, ஆரூடாதிபதி யானவர் கேந்திரத்தில் இருக்க ஒன்பதாம் பாவத்தைச் சனி பார்த்தால் பூர்வாம்சத்தில் பிறந்த ஜாதகருடைய தகப்பன் ராஜயோகத்தினால் பொருள் சம்பாதிப்பார், பிரபு லக்ஷணமுடையவர், அவனுக்கு ஜீவனம் உத்தியோகம், அவர் மத்திம வயதில் அற்பாயுள் உடையவர், சமுத்திரத்தில் தீவு மத்தியில் நல்ல புண்ணிய க்ஷேத்திரமான சிவ க்ஷேத்திரத்தை கிராமாதிகாரி என்கிற காரணத்தால் தானே அடைவார். அவ்விடத்தில் இருக்கப்பட்ட பிராமணர், சூத்திரர்களினால் ஏவல், பில்லி, சூனியம், மற்ற பாபகர்மங்களாலும் அல்லது வினை முடிவு வியாபார தோஷத்தாலும் ரண தோஷத்தாலும் சூத்திரர்களால் கொடுக்கப்பட்ட விஷத்தாலும், தான் செய்யும் மாந்திரீக கிருத்தியங்களாலும் ஜாதகருடைய தகப்பன் மரிப்பார். இதற்குச் சம்சயமில்லை, தன் பிதாவின் மரணகாலத்தில் ஜாதகர் கிராமாந்திரத்தில் இருப்பார். உத்தராம்சமானால் ஜாதகருடைய தகப்பன் தீர்க்காயுளுடையவன்.

(20) (காந்தாம்சம்) ஆகி உத்தராம்சத்தில் ஜனித்தவருடைய தகப்பன் நீண்ட ஆயுளையுடையவர்

(21) (காந்தாம்சம்) ஆகி பூர்வ பாகத்தில் ஜெனித்தவருக்குச் சுக்கிரன் சந்திரனுடைய அம்சத்தில் இருந்தால் ஒன்பதாவது வயதில் மிகவும் பாலியத்தில் விவாகம் நடக்கும். இந்த ஜாதகர் மூத்த மனைவி கர்ப்பிணியான ஏழாவது மாதத்தில் இறந்த பிள்ளையைப் பெறுவாள். இருபதாவது வயதில் அற்ப ஆயுளால் மரிப்பாள். ஜென்ம தேசத்திலிருந்து மேற்கு பாகத்தில் அல்லது வ்ாயு திக்கில் பெரிய பட்டிணத்தில் விவாஹம் நடக்கும். இவனுக்கு அநேக தாரங்கள் உண்டு. அவர்களால் சுகமுண்டாகும்.

ஜென்ம லக்கினம் கன்னி:–

(22) (23) (கந்தாம்சம்) ஆகி ஏழில் சனியிருக்கப் பிறந்தவனுக்கு இரண்டு அல்லது மூன்று தாரங்கள் ஏற்படும். இவனுடைய மூத்த மனைவி பால்ய வயதில் (பிரஸவத்துடன் கூடி) பிரஸவம் வெளிப்படாமலேயே கர்ப்பத்துடன் மரிப்பாள், பூர்வ பாகம் ஆகிப் பிறந்தவர் மனைவி விஷப்பாண்டு முதலிய ரோகத்தால் அல்லது ஜுர தோஷத்தாலாவது, ஈளை மாந்தத்தினாலாவது மரிப்பாள். ஜாதகருடைய இருபத்தைந்து வயதிலாவது அதன் பிறகாவது வேறு மனைவியை மணப்பார், அடைவார், மூத்த மனைவியின் தங்கையானவள் இரண்டாம் தாரமாக வாழ்க்கைப்படுவாள், இரண்டாவது மனைவியினுடைய காலில் சனியினுடைய பார்வை இருப்பதால் இவன் கால்வழி நல்லதாகாது. பன்னிரண்டுக்குடையவர் குஜன் அம்சத்தில் இருக்க காலில் ரண நோய் உள்ளவளாவாள், ஆயினும் அவளை மோகத்தால் தானாகவே மணப்பார். நீண்ட காலமாயிருக்கிற இந்த கால்ரணமானது மருந்தினால் குணமடையாது, இவளும் கர்ப்பவதியாகவே மரிப்பாள். இறந்த பிள்ளையைப் பெறுவாள். இரண்டாவது தாரத்துக்கும் பீடையுண்டாகும் என்று சிலரும் அபிப்பிராயப் படுகிறார்கள். அநேக களத்திரங்களை அடைவார், இதில் சம்சயமில்லை.

(24) (காந்தாம்சம்) ஆகி முற்பாதியில் ஜனித்தவருக்கு சுக்கிரன் சந்திரனுடைய அம்சத்தில் இருந்தாலும் நீச்சாம்சத்தில் இருந்தாலும் பாக்கிய ராசியில் இருந்தாலும் நீச்ச ஸ்த்ரீ சேர்க்கையுள்ளவனாவார், நீச்ச ஸ்த்ரீ அல்லது வீட்டு விலக்கமுள்ள ஸ்த்ரீயுடனாவது, அல்லது மிலேச்ச ஸ்த்ரீயுடனாவது அல்லது குலஹீனமானவளுடனாவது, பிரம்மஹத்தி செய்தவளுடனாவது, பிரமையுடையவளுடனாவது, வேசி ஸ்த்ரீயுடனாவது சேருவான்.

(25) (காந்தாம்சம்) ஆகிச் சுக்கிரன் நீச்சமடைந்திருந்தால் கால விநோதமான வழிகளில் நடப்பார்.

(26) (காந்தாம்சம்) ஆகி உத்தராம்சத்தில் பிறந்தவனுக்கு ஒரே தாரம் தான்.

(27) (காந்தாம்சம்) ஆகி பூர்வ பாகத்தில் ஜெனித்தவருக்கு ஆறுக்குடைய சனி குருவுடன் கூடி மீனத்தில் இருந்தால் ஜாதகர் எப்போதும் வாயுவால் நன்றாய்ப் பீடிக்கப்பட்டவர், வயிற்று நோய் சில காலம் இருக்கும், சனி திசை சுய புக்தியிலாவது செவ்வாய் புக்தியிலாவது யானையால் பயமும், வாகனங்களால் பயமும் ஏற்படும்.

(28) (காந்தாம்சம்) ஆகி சனி, குருவுடன் கூடி இருந்தால் விஷ்ணு, சிவன் இவர்களுக்குச் சமனாவார், ஆத்ம ஞானி. மஹா மானி, தியானம், ஜபம் செய்து கொண்டிருப்பார், விரதமிருப்பவர், தனக்கு வெகு பூமிகளும், வீடுகளும் தானாகவே சம்பாதிப்பவர்.

(29)(30) (காந்தாம்சம்) ஆகி ஐந்துக்குடைய சனி கும்பாம்சத்தில் இருக்கப்பட்ட செவ்வாயால் பார்க்கப்பட்டால் முன்செய்த விசேஷ பாப காரியங்களால் புத்திர மிர்தி ஏற்படும், அந்த தோஷத்திற்குப் பரிகாரமாக குரு யந்திரத்தை ரக்ஷை செய்து தரித்தலாலும், பூசை செய்வதாலும் முதலில் அல்லது கடைசியில் ஸ்த்ரீ பிரஜையும் புருஷசிசுவும் பிறக்கும், அநேக கஷ்டங்கங்களாலும், சாந்திக்காக சுவர்ண தானம் செய்வதாலும் புத்திரனுண்டாவார். மூன்றாவது பாரியாளிடத்தில் புத்திர விருத்தி உண்டு என்று சில மஹான்களும் சொல்லியிருக்கிறார்கள். தெசைகள் ஒவ்வொன்றிலும் சனி புக்தியிலும், ராகு, குஜ சூரிய புக்திகளிலும் தேக பீடை, மனஸ்தாபம், தனக்குச் சமமான ஜெனங்களால் பீடையும். தனக்குச் சமமான ஜெனங்களுக்குக் கெடுதியும் உண்டாகும். சுக்கிரன் புதன் இவர்கள் தன்னுடைய தெசையில் தன்னுடைய புக்திகளில் விசேஷமாகத் தனக்கு விசேஷ கஷ்டமும், பலவிதத் தொல்லைகளும் உண்டாகும் ஒவ்வொரு திசையிலும் செவ்வாய் புக்தி காலங்களில் அல்லது ராகு, கேது புக்தி காலங்களில் பூமி, கிரகதான்யக் குறைவும், சனி புக்தி காலங்களிலும் அப்படியே, செவ்வாய் புக்தியிலும் தாய் வர்க்க ஜெனபிடை என்றும், சுக்கிரன் புக்திகளில் மனைவி பீடையும், தாய் வழிப் பாட்டன் முதலிய ஜெனங்கள் மரிப்பதும், சுக்கிர, புத, குரு, சந்திர புக்தி காலங்களில் கலியாண லாபமும், ராஜ சன்மானமும், மந்திரி பதவியும், ஸ்த்ரீ முகவசத்தால் கிடைப்பதும், சனி, சேய், ராகு, சூரியன், புக்தி காலங்களில் பாப தசாந்தரத்திலும், ராச தண்டனையும், அதிக கஷ்டமும், வழி நடப்பில் தேக பீடையும், சோர, அக்கினி, சத்ரு, விஷ, பீதி இவையும் அதிகமாய் உண்டாகும்.

ஜென்ம லக்கினம் கன்னி:-

(31) (காந்தாம்சம்) ஆகி பன்னிரண்டுக்குரிய சூரியன் விருச்சிகத்தில் இருந்தால் புண்ணியத்தாலும் பாபத்தாலும் விரையம் செய்வார்.

(32) (காந்தாம்சம்) ஆகி பன்னிரண்டுக்குடைய சூரியன் விருச்சி ராசியிலிருக்க பதினாயிரத்திற்கு அதிகமான தனத்தை அடைவார், கிருகம் க்ஷேத்திரம் முதலியவற்றுடன்

கூடியும் காலாந்தரத்தில் புத்திரனையடைபவனாயும், ஒரே புத்ரனுடன் கூடியும் இருப்பார். புத்திரிகள் இருவர்கள் அல்லது மூவர்கள் வெகு கஷ்டத்தால் உண்டாகும். இதுவே மேற்படி ஜாதகனுக்கு அதிகம் சாந்தியால் புத்திர சுகமுண்டாகும்.

(33) (காந்தாம்சம்) ஆகி எட்டாமிடத்துக்குடையவர் கேதுவுடன் கூடியிருந்து பன்னிரண்டில் விருஷப நவாம்சத்தில் இருந்தால் வயது அறுபத்தைந்து வரை பரமாயுள் என்று நிச்சயமாய் சந்தேகமில்லாமல் கூறியிருக்கிறார்கள்.

(34) (சாங்கரியம்சம் அதாவது லக்கின ஸ்புடம் பாகை 165–48 கலை முதல் பாகை 166–00 வரையிலும்) ஆகி லக்கினாதிபதி ஒன்பதாமிடமாகிய ரிஷபத்தில் சுக்கிரனுடன் மகராம்சத்தில் இருந்தால் ஜாதகர் நல்ல ரூபவான், புத்திமான், வாசாலகன், பிரசன்ன முகமுங் கண்களுமுடையவர், அதிருஷ்டசாலி, தர்மம் செய்பவர், சிவப்புநிறம், நல்ல ஆகிருதி உடையவர், சம காத்திர முடையவர், அற்ப கோபி, சீக்கிரம் சந்தோஷமடைபவர்.

(35) (சாங்கரியம்சம்) ஆகி மேலே 34–வதுஅயிட்டத்தில் சொல்லிய படி கிரக மிருந்து வாக்கு ஸ்தானமாகிய இரண்டாமிடத்தில் ராகுவிருந்தால் தேவர், பிராமணர் இவர்களைத் தூஷிப்பவர், நீச்ச ஸ்த்ரீ சேர்க்கையுடையவர், கேது திசை சுக்கிர புக்தியிலும் இப்படியே, ராகு, சூரியன் கேது புக்திகளில் புதன் அந்தரத்தில் நீச்சனுடன் இருந்து தன்னுடைய கெட்டதானதும். எப்போதும் துக்கமுடையதுமான மனதுடன் இருந்து மத்தியானத்தில் வேசி ஸ்த்ரீயைப் புணர்ந்து அவளால் அவமானமடைவார், பசு சுமனம் செய்வார். வீட்டுக்குள்ளே வசிப்பதில் ருசியுள்ளவர். பாம்பு போன்ற குணமுடையவர். சத்ய வசனி, வசியமுள்ளவர், நித்தியம் வயிற்றுக்குப் பசியினால் குடிப்பவனாகவும் கெட்ட நடத்தை உள்ளவனாகவும், கோபத்துடன் கூடினவனாகவும், கண்டிப்பான சொல்லுடையவானவும், நல்ல ஜனங்களைத் தூஷிப்பவனாகவும் சொல்லப்படுகிறார். தன்னிச்சையாய் வெளியில் சஞ்சரிப்பவர், தபம் செய்தாலும் அயலாருடைய சொல் கேளாதவர். தன் மதம், தெய்வம் இவற்றைத் தூஷிப்பார், அயலாருடைய மனதை இழுப்பவர், தன்னால் சொல்லப்பட்ட வார்த்தையைச் சாதிப்பார், அநேக அரசன் அனுக்கிரக மடைந்தவர், சாத்துவிகன், ஞானம் நிறைந்தவர், சுகி, ஆசாரம் உள்ளவர், குணமுடையவர், மேதாவீ, வெகு பேரை ரக்ஷிப்பவர், ராஜாநுக்கிரகம் அடைந்தவர். (தனிஷ்டன்) பணக்காரர், சூட்டுத் தேகமுடையவர். எப்போதும் அரசனை அண்டியிருக்க மாட்டார். தேவப் பிராமண பக்தி உடையவர். விஷ்ணு, சிவ பக்தியுடையவர், பெரிய தானம் செய்பவர். (கொடையாளி) மானி, தியான ஜப, சமர்தியுடையவர், சம்சார கிருத்தியத்தில் (விரக்தி) வெறுப்படைந்தவர், யோகி, வேதாந்த பாரங்கதர், சம்ஸ்கிருதத்தைப் பிரியமாய்ப் பேசுபவர், தயையுடையவர், சத்திய வாக்குடையவர், எல்லா ஜீவன்களிடத்திலும் தயையுடன் கூடினவர், புண்ய சுலோகி, இந்திரியத்தை ஜெயித்தவர் ரசவாதம் செய்வதில் சமர்த்தர், கங்காஸ்தானம் செய்பவர், நித்தியம் லாபமுடையவர், ஜனமோகனன், ஜனங்கள் மோகிக்கும்படி செய்பவர், விசேஷ தேவ பக்தியுடையவர், மலையிலாவது, மலைக் குகையிலாவது, காட்டிலாவது வசிப்பவர், சித்தர், ரசவாதம் செய்பவர். பின் வயதில் யோகீந்திரன் என்று புகழப்படுவார். முன் பாகத்தில் குஸும்பம் செய்பவர். தேவாலய, மட, உத்யான, கிருக; சத்திரங்களில் தர்மம் செய்வர். யுகத்தின் பிறகும் வெகு காலம் கீர்த்தியுடையவர், சத்ருக்களைத் துவம்சம் செய்பவர், பிரதாபம் பொருந்தியவர். கண்ணுக்குத்தென்படாதவர், ஜன வசியர், சர்ப்பம் முதலிய கொடிய விஷத்தைக் கண்ணால் பார்ப்பதாலேயே நாசம் செய்பவர், சுதந்திர முள்ளவர், கீழ்ப் பார்வையுள்ளவர், நித்தியம் பசியால் குடிப்பவர். வித்யா பிரதான ஜீவனம், பிறகு கொஞ்ச காலம் மிதமாயிருக்கும்.

ஜென்ம லக்கினம் கன்னி:-

(36) (சாங்கரியம்சம்) ஆகி இரண்டுக்குடைய சந்திரன் விருஷபத்தில் இருந்து கும்பாம்சத்திலிருக்கப்பட்ட செவ்வாயால் பார்க்கப்பட்டுப் புதனுடன் கூடி இருக்கப் பிறந்தவர் நான்கு வித்தையில் மிகவும் சமர்த்தர் ஆனால் சனி திருஷ்டி இருந்தால் கொஞ்சம் தனக்கு இடையூறாய் கெட்டுவிடும், சங்கீதப் பிரியமுள்ளவர், ராக மறிந்தவர், கொஞ்சமாகச் சாப்பிடுவார், அதிக சீக்கிரம் புசிப்பவர்.

(37) (சாங்கரியம்சம்) ஆகி இரண்டாமிடத்தில் ராகு கூடியிருந்தால் நீச்ச வித்தையில் வல்லவர், பல்லில் ரத்தம் ஒழுகுபவர், தந்த வாயு பீடையுடையவர், காதில் கொஞ்சம் கொஞ்சம் ரோகமுள்ளவர், பல் தேய்ப்பதில் மிருதுவான பல்லுடன் கூடினவர், அநேக ஆயிரம் பணக்காரார், வீடு, வாசல், பூமி முதலியன சமர்த்தியா யுடையவர், தன்னுடைய அன்னத்தையே புசிப்பார், நல்ல பாத்திரத்தில் புசிப்பார், கொஞ்சம் கண்ணோயுடையவர்.

(38) (சாங்கரியம்சம்) ஆகி மூன்றாமிடத்ததிபதி குஜன் லக்னத்திலிருந்து சனி சகோதரஸ்தானத்தில் இருந்தால் ஜாதகர் மூத்த சகோதரனையும், இளைய சகோதரனையும் இழந்தவனாவார். அவனுடைய மூத்த சகோதரி ஒருத்தி பாலியத்தில் விதவையாய் மரிப்பாள், இரண்டு சகோதரிகள் இருந்து அவள் ஒருத்தியும் மரித்துவிடுவாள். ஜாதகர் ஒருவனாகயிருந்து மாற்றாந்தாய் சகோதர சகோதரியுடனும் கூடியிருப்பார்.

(39) (சாங்கரியம்சம்) ஆகி நான்காமிடத்துக்குடைய குரு, சந்திரனுடன் மீன ராசியிலிருக்க ஜாதகனுடைய தாய் நல்ல வாசம் செய்தவள், க்ஷய ரோகத்தால் கஷ்டப்பட்டு இவள் ஜெனித்த பதின்மூன்றாவது வயதில் புத திசையில் சந்திர புக்தியில் தாய் சம்சயமின்றி மரிப்பாள், ஜாதகர் மாற்றாந்தாயாருடனும், மனைவியுடனும் கூட இருந்து வீடு, நிலம் முதலிய சமிருத்தி யுடையவனாயிருப்பார். மூன்று யோக வாகனங்கள் உண்டு. தானிய சமிருத்தி, பசு சமிருத்தி உடையவர், மனதில் கபடம் விட்டு பயத்துடன் களங்கமின்றிப் பேசுபவர்.

ஜென்ம லக்கினம் கன்னி:-

(40) (சாங்கரியம்சம்) ஆகி ஐந்துக்குடைய சனி விருச்சிகத்தில் சிம்மத்தின் நவாம்சத்தில் இருந்து புத்திர காரகனான குரு மீனத்தில் சுய க்ஷேத்திரத்தில் சந்திரனுடன் கூட இருந்து செவ்வாயால் பார்க்கப்பட்டால் இரண்டு புத்திரர்கள் வெகு காலம் நீண்ட ஆயுளை உடையவர்களாகவும் இரண்டு புத்திரிகள் அப்படியே நீண்ட ஆயுளை உடையவர்களாகவும் இருப்பார்கள்.

(41) (சாங்கரியம்சம்) ஆகி பிறந்த ஜாதகர் குரு, சந்திரன், செவ்வாய், சனி சுக்கிரன் இவர்களுடைய புக்தி காலங்களில் சுக்கிர திசாந்திரத்தில் அல்லது இரவி, மதி இவர்கள் தெசையில் புத்திரோற்பத்தி முதலிய சுகமுள்ளவர் கேது தெசையில் புத்திர லாபமும் ஏற்படும் என்று சிலர் சொல்லுகிறார்கள்.

(42) (சாங்கரியம்சம்) ஆகி சனியிருக்கும் அதே திரேகாணத்தில் குரு மீனத்திலும், நவாம்சத்தில் குரு கும்பாம்சத்தில் இருந்து குஜனால் பார்க்கப்பட்டால் ஜாதகருடைய எட்டாவது அல்லது ஒன்பதாவது வயதில் ஜாதகருடைய தாய் மரிப்பாள் என்று அன்னிய சாஸ்திரத்தில் பண்டிதர்கள் சொல்கிறார்கள். சனி, செவ்வாய், சூரியன், ராகு புக்தி காலங்களில் மனைவி புத்திரன் முதலியவர்களுக்குப் பீடை உண்டாகும். மனைவிக்குப் பொருத்தமில்லாததத்தால் மனைவி மிகவும் துஷ்ட சரித்திரத்தையுடைய ஸ்திரீயாவாள். மூன்று புத்திரர்களையும் இரண்டு புத்திரிகளையும் உடையவள் என்றும் சிலர்

சொல்லுகிறார்கள். அதிகம் புத்திரனுள்ள இந்த ஜாதகர் விஷயத்தில் சாந்தியின் மூலம் புத்திர சுகம் உண்டாகும்.

(43) (சாங்கரியம்சம்) அகி ஆறுக்குடைய சனி விருச்சிகத்தில் இருந்து ரிஷபத்தில் உள்ள சுக்கிரன் புதன் இவர்களால் பார்க்கப்பட்டால் ஜாதகர் வாயுவால் பீடிக்கப்பட்ட தேகியாயும், அநேகம் கர்மம் செய்பவனாயுமிருப்பார். அநேக ஸ்திரீ சேர்க்கையால் ரோகியாவார்.

(44) (சாங்கரியம்சம்) ஆகி செவ்வாய் லக்கினத்தில் இருக்க ஜாதகர் அநேகம் ஸ்திரீகளைச் சேர்ந்து ரோகியாவர். ரண கண்டம் முதலிய மர்மஸ்தான ரோகியாவார், கொஞ்சம் தண்டனை யுடையவர், மூத்திரரோகத்தால் ஒரு சமயம் கஷ்டப்படுவார். வெள்ளை மேக ஒழுக்கு வியாதியும் உண்டு, வயிற்று நோயால் சிலகாலமும், சுவாஸ க்ஷயத்தால் கொஞ்ச காலமும் கஷ்டப்படுவார். அஜீர்ண ரோகியாயும் முக ரோகமுள்ளவனாயும் இருப்பார், வயிற்றில் பாதையாலும், அக்கினி மந்தத்தாலும் ரோகியாவான்.

(45) (சாங்கரியம்சம்) ஆகி ஏழுக்குடைய குரு மீனக்ஷேத்திரத்தில் சந்திரனுடன் இருந்து செவ்வாயால் பார்க்கப்பட்டு களத்திர காரகன் ஒன்பதாமிடத்தில் இருக்க ஜாதகர் தாய் வம்சத்தில் உண்டான களத்திரத்தை யுடையவர், பாலியத்தில் விவாகமானது நடக்கும், சாம்பல் நிறமுள்ள மனைவியை அடைவார். பதின்மூன்றாவது வயதில் கடைசியில் ஆனிமாதத்தில் மங்களமானது நடக்கும். கலியாணமானதும் தாய் மூன்றாவது மாதத்தில் மரிப்பாள். அநேக ஸ்திரீகளுக்குப் புருஷனாயிருப்பார், பிராம்மண ஸ்த்ரீயைக் கொஞ்ச காலம் புணருவார். ருதுவாயிருக்கிற ஸ்த்ரீயையும் நீச்சப் பிரபுவினுடைய ஸ்த்ரீயையும் மத்தியானத்திலேயே மைதுனம்செய்பவனாவன், காமியாயிருப்பார், விதவையான ஸ்த்ரீயைக் கொஞ்ச காலம் ஆசார முள்ளவர், அபார புத்தியுடையவர்.

ஜென்ம லக்கினம் கன்னி:-

(46) (சாங்கரியாம்சம்) ஆகி ஒன்பதுக்குடைய சுக்கிரன் சுய க்ஷேத்திரத்தில் புதனுடன் இருந்து சனி யால் பார்க்கப்பட்டால் ஜாதகர் இரண்டு சிறிய தகப்பனை யுடையவர், ஒரு சிறிய தகப்பனுக்கு ஒரு புத்திரி மட்டும் உண்டு. மற்றொருவனுக்குப் புத்திர பாவம் இல்லை, ஜாதகர் நல்ல பாக்கியவான், மஹா யோகி, மகா போகி, தியானம், ஜபம் முதலியன செய்து சமாதியுள்ளவனாவர்.

(47) (சாங்கரியம்சம்) ஆகி பத்தாமிடத்துக்குடைய புதன் சுக்கிரனுடன் ரிஷபத்திலிருந்து சனியால் பார்க்கப்பட்டால் ஜாதகர் நல்ல ஆசார செய்கையுடையவர் தியானி. அரசனால் அளிக்கப்பட்ட அதிகாரத்தை உடையவர். சிம்மாசனப் பிராப்தியுள்ள யோகம் உள்ளவர், வேலைக் காரிகளுடன் இருப்பவர், நித்யம் தண்டனை, ஆக்ஞை முதலியன செய்வார் பெரிய மேம்பாடான உத்தியோக பாக்கியவான், தம்பி மூலமும், ஸ்திரீ மூலமும், தனவிரயம் செய்வார், தர்மத்தாலும் தனவிரயம் எற்படும். பற்பல வியாபாரங்களால் பணப்ராப்தியும் நவரத்தினம் முதலிய கிரயம் செய்பவானயும், தீவாந்தரத்திலுள்ள வஸ்து வியாபாரத்தினால் பூமி, தான்யம் முதலிய லாபமும் உண்டாகும்.

(48) (சாங்கரியம்சம்) ஆகிப் பிறந்தவனுக்கு ஒவ்வொரு தெசையிலும் சனி புக்தியிலும் குஜ, சூரிய, ராகு, கேது, முதலான கிரகங்களின் புக்தியிலும் கோசாரத்தில் சனி கெட்ட ஸ்தானத்தில் இருக்கும்போது அபமிருத்து பயம் உண்டாகும், மனைவிக்கும் புத்திரனுக்கும் பீடையும் தனக்குத் திருடர்களாலும், நெருப்பாலும், அரசனாலும் பீடையும் உண்டாகும். பிதா மரணமும் நேரிடும்.

(49) (சாங்கரியம்சம்) ஆகிப் பிறந்தவனுக்கு குரு. சந்திரன் இவர்கள் சத்ரு க்ஷேத்திரத்தில் இருந்து குஜனால் பார்க்கப்பட்டால் இதரக் கிரகங்கள் ஜாதகத்தில் எங்கிருந்தாலும், எவ்விடத்தில் யோகமோ அவ்விடத்தில் சுவல்ப கஷ்டமும், அபகீர்த்தியும் உண்டாகி சொற்ப காலம் நல்ல பெயரும், கொஞ்சம் கொஞ்சமாகத் தனப்ராப்தியும் உண்டாகும். கொஞ்ச காலமாவது ஸ்திர மில்லாத உத்தியோக முடையவனுமாவார், ராசி சந்தியில் பிறந்தவனுக்கு தெசை சந்தியில் அபமிருத்து பயம் உண்டாகும். அந்தந்த காலம் பார்த்து சாந்தி தானம் முதலியன செய்து கொண்டால் தனக்குச் சமமானவர்களின் அரிஷ்டத்தால் அந்தக் காலம் சுகமடையலாம்.

(50) (மாலின்யம்சம்) ஆகி குரு எட்டாம் பாவத்திலிருக்க ஜெனித்தவர் தீர்க்காயுளுடையவர்.

(51) (மாலின்யம்சம்) ஆகி சந்திர லக்கினாதிபதியாகிய புதன் சந்திரனிருக்கு மிடத்திலிருந்து பாக்கியத்திலாவது திரிகோண ஸ்தானமான ஒன்பது, ஒன்று ஐந்து முதலிய ஸ்தானங்களிலாவது இருந்தாலும் லக்னாதிபதி செவ்வாயுடன் கூடியிருந்தாலும் மூன்றரை வருஷ பரியந்தம் பாலாரிஷ்ட பயமுண்டு.

ஜென்ம லக்கினம் கன்னி:-

(52) (மாலின்யம்சம்) ஆகி நான்காம் பாவதிபதியாகிய குரு மேஷத்தில் புதனுடைய அம்சத்தில் இருந்து சந்திரனால் பார்க்கப்பட்டால் தாய் மத்திம வயதுடையவள்.

(53) (மாலின்யம்சம்) ஆகி ஒன்பதாம் பாவாதிபதியாகிய சுக்கிரன் தன்னுடைய உச்சத்தில் சனியுடன் கூடி . இருந்து லக்னாதிபதி சூரியனுடன் கூடியிருந்தால் ஜாதகருடைய பிதா பிரபல யோகமுடையவர், ஜாதகர் தன் தகப்பனுடைய வம்ச விருத்தியுடையவர், தன் தாய் வம்சத்தை நாசம் செய்பவர், ஜாதகர் கருப்பு நிறமுடையவர், யுக்தி உடையவர், இனிமையாய்ப் பேசுபவர், கொஞ்சம் உயர்ந்த தேகமுடையவர், புஜத்திலும் கைகளிலும், தேகத்திலும் (மச்சம்) அடையாளமுடையவர், கொஞ்சம் குறைவாகவே புசிப்பவர், மனதில் கபடமுடையவர், காமீ, கம்பீர புத்தியுடையவர்.

(54) (மாலின்யம்சம்) ஆகி நான்காம் பாவாதிபதியாகிய குரு எட்டாம் பாவத்தில் சௌமியாம்சத்தில் இருந்தால் ஜாதகர் வித்தியா புத்தியுடன் மானியாகி நீச்ச வித்தையுடையவர், கொஞ்சம் பாட்டு தெரிந்தவர், விசேஷ புத்தியை உடையவர்.

(55) (மாலின்யம்சம்) ஆகி ஏழாம் பாவாதிபதி எட்டாம் பாவத்தில் இருந்து களத்திர காரகர் தன் உச்ச ராசியிலிருந்தால் ஜாதகர் இரண்டு தாரமுடையவர், பாக்கிய வம்சத்தில் ஜெனித்த கன்னிகையைப் பாணிக்கிரகணம் செய்வார்.

(56) (மாலின்யம்சம்) ஆகி ஐந்தாம் பாவாதிபதி ஏழாம் பாவத்தில் சுக்கிரனுடன் கூடியிருந்தால் ஜாதகர் புத்திரன், மனைவியுடன் கூடி மாமியார் வீட்டில் வாசம் செய்வார்.

(57) (மாலின்யம்சம்) ஆகி தன பாக்கியாதி கேந்திரத்திலிருந்து பத்தாம் பாவாதிபதியடன் கூடி தேவ குருவால் பார்க்கப்பட்டால் ஜாதகர் அமோகமான ஸம்பத்தை அடைகிறார். அதிக வித்தை யை அடைகிறார், மாதா பிதாவுக்குச் சுகமும், தகப்பனுக்காவது சிறிய தகப்பனுக்காவது அதியோகமும், ஸம்பத்தும் உண்டாகும்.

(58) (மாலின்யம்சம்) ஆறாம் பாவத்தில் சுபாம்சத்தில் செவ்வாயிருந்து அவருடன் குருவும் சந்திரனும் கூடி இருந்தாலும் அல்லது அவரைப் பார்த்தாலும் அந்த செவ்வாய் தெசையில் சௌக்கிய முடையவனாகவும், பிரக்யாதியடைந்த தனவானாகவும் ஆகிறார்,

தேசாந்தரத்தில் நல்ல கீர்த்தி உடையவனாயும், அரசனுக்குப் பிரியனாயும், யோகாதிக முள்ளவனாகவும், நூற்றுக்கு அதிகமான சம்பளம் வாங்குபவனாகவும், தேச கிராமங்களுக்கு அதிகாரியாகயும் ஆவான்.

(59) (சீதளாம்சம் அதாவது லக்கின ஸ்புடம் பாகை 176–12 கலை முதல் பாகை 176–24 கலை வரையில்) ஆகி ஜெனித்தவருக்கு நான்காம் பாவாதிபதி குரு சனியுடன் கூடியிருந்தால் மாதா தீர்க்காயுளுடையவள்.

(60) (சீதளாம்சம்) ஆகி புதன் மீனத்தில் இருந்தால் ஜாதகர் நித்யம் சிவ பக்தியுடனும், சகோதரர் மித்ரன் இவர்களுடன் கூடினவானயிருப்பார்.

(61) (சீதளாம்சம்) ஆகி லக்கினாதிபதி ஏழாம் பாவத்திலிருந்து. ஏழாம் பாவாதிபதி மூன்றாம் பாவத்திலிருந்தால் ஜாதகர் தீரனாகவும், சூரனாகவும், நல்ல புத்தியுடனும் கூடினவனாயும் இருப்பார்.

(62) (சீதளாம்சம்) ஆகி ஏழாம் பாவாதிபதி ஸ்திர ராசியிலும் ஸ்த்ரீ அம்சத்திலும் இருந்து எட்டாம் பாவாதியுடனும் கூடியிருந்து களத்திரகாரகனும் ஸ்திர ராசியிலிருந்தால் ஜாதகர் ஒரே தாரம் உள்ளவர், மறைவாகப் பரஸ்த்ரீ சங்கமம் செய்பவர்.

(63) (சீதளாம்சம்) ஆகி ஐந்தாம் பாவாதிபதி மூன்றாம் பாவத்தில் குருவுடன் கூடியிருந்தால் இரண்டு புத்திரர்கள் தீர்க்காயுளுடையவர்கள், மூன்று புத்திரிகளும் ஆயுளுடையவர்களாவார்கள் மீதி இரண்டு மூன்று ஸந்தானம் நாசமடையும்.

(64) (சீதளாம்சம்) ஆகி நான்காம் பாவாதிபதி மூன்றாம் பாவத்தில் மூன்றாம் பாவாதிபதியுடன் கூடியிருந்தால் ஜாதகருக்கு மந்திரி சிநேகம், சேனைகள் சிநேகம், மனித வாஹனம் அதாவது பல்லக்கு முதலிய யோகமுண்டாகும். சுவர்ணம், வஸ்திரம், ஆபரணம் அடைந்து.வீட்டில் பொன் பாத்திரம் முதலியன செய்து கொண்டு ஜாதகர் வாழ்வார்.

(65) (சீதளாம்சம்) ஸாதகத்தாராதிபன் தெசையில் குரூர காலத்தில் குரூரனுடைய புக்தியில் அபமிருத்யுபயம் உண்டாகும். மேற்படி தெசையில் எட்டாம் பாவாதிபதி சுயக்ஷேத்திரத்தில் குருவுடன் கூடியிருந்தால் பூர்ணாயுள் உள்ளவனாயிருந்தால் கூட மரணத்தை அடைவார், அப்படி தப்பினாலும் எட்டாம் அதிபன் தெசையில் விபத்து உண்டாகும்.

(66) (சீதளாம்சம்) ஆகி ஒன்பதாம் பாவாதிபதி ஆறாம் பாவத்தில் இருந்து, பத்தாம் பாவாதிபதி நீச்சனாயிருந்தாலும், சீதளாம்சத்தில் பூர்வ பாகத்தில் ஜெனித்தவர் நல்ல பாக்கியமுடையவனாவார்.

(67) (சுதாம்சம் அதாவது லக்ன ஸ்புடம் பாகை 153–36 கலை முதல் பாகை 153–48 கலை வரையில்) ஆகி பன்னிரண்டாம் பாவாதிபதியும் சந்திரனும் பாபக்கிரகங்களுடன் கூடியிருந்தாலும் ஐந்தாம் பாவத்திலிருந்தாலும், பார்க்கப்பட்டாலும் பிரஸவ காலத்தில் ஸூதி தோஷம் உண்டு.

(68) (சுதாம்சம்) ஆகி மூன்றாம் பாவாதிபதியும், சுக்கிரனும் கேந்திர திரிகோணங்களில் இருந்தால் மாதாவுக்குச் சீக்கிரம் பிரஸவமுண்டாகும். வேதனை கொஞ்சமாக இருக்கும்.

(69) (சுதாம்சம்) ஆகி சுக்கிரன் பாபக்கிரகங்களுடன் கூடியிருந்தாலும், பார்க்கப்பட்டாலும், சுக்கிரனுக்கு ஆறு எட்டில் சந்திரனிருந்தாலும் ராகு கேதுவுடன் சந்திரன் கூடியிருந்தாலும், மாதாவுக்கு அரிஷ்டமானது உண்டாகும்.

(70) (சுதாம்சம்) ஆகி தாய் வழிப்பாட்டனுக்கு (அதாவது 4–க்கு 9–வது பாவத்தின்) அதிபதியாகிய சூரியன் பதினோராம் பாவத்தில் ராகுவுடன் இருந்தால் தாய்வழிபாட்டன் பிரசித்தனாகவும், பாட்டியிறந்த பிறகு ஒரு சமயம் மூன்று பாரியாளை உடையவனாவார்.

(71) (சுதாம்சம்) ஆகி ஆறாம் பாவாதிபதி சனி எட்டாம் பாவாதியுடன் கூடியிருந்தால் ஜாதகர் ஒன்று விட்ட அம்மானுக்கு ஸ்வீகார புத்திரனாவார், ரிஷபத்தில் தாய் வழி விருத்தியடையும், தகப்பன் வம்சம் க்ஷயமடையும், தாய்க்கு இரண்டு சகோதரி உண்டு, ஒருத்தி புத்திரன்களை உடையவள், மற்ற ஒருத்தி அரசனுக்கு மனைவியாகி பதிவிரதையாகி இருப்பாள்.

(72) (சுதாம்சம்) ஆகி ஒன்பதாம் பாவத்தில் ஐந்தாம் பாவாதிபதி யிருந்தாலும் ஒன்பதாம் பாவத்தைப் பார்த்தாலும் ஜாதகர் தத்து புத்தரனாகத் தன் பிதாவின் தாயாதி வர்க்கத்திலிருந்து விடுகிறார்.

(73) (சுதாம்சம்) ஆகி ஐந்தாம் பாவாதிபதி சனி ஒன்பதாம் பாவத்தில் இருந்தால் ஜாதகர் பிறப்பதற்கு முன்னாடியே தகப்பன் வழிப்பாட்டன் மரித்து விடுவார். பதினோராமிடத்தில் சூரியன் இருந்தால் ஜாதகருடைய மேற்படி பாட்டி வெகுநாள் ஆயுளை உடையவளாயிருப்பாள்.

ஜென்ம லக்கினம் கன்னி:-

(74) (சுதாம்சம்) ஆகி ஒன்பதாம் பாவாதிபதி பன்னிரண்டாம் பாவத்தில் இருந்தாலும், ஆறாம் பாவத்தி லிருந்தாலும், சந்திர கேந்திரத்தில் சூரியனிருந்து ராகு கேதுக்களால் பார்க்கப்பட்டாலும், ஜாதகர் ஜனனத்திற்கு முன்பே வம்சத்தில் அரிஷ்ட முண்டாகும்.

(75) (சுதாம்சம்) ஆகி ஒன்று, பத்துக்குடைய பாவாதிபதி சோமலதாம்சத்திலிருந்தாலும், ராகு, கேது, ரவி, சந்திரன், இவர்களால் பார்க்கப்பட்டாலும் இவர்களுடன் கூடியிருந்தாலும் ஜாதகர் அரசனால் பீடிக்கப்படுவார், பாக்யாதிபதி விரைய பாவத்தில் இருந்தாலும், ஆறாம் பாவாதிபதி இருந்தாலும், ஒன்பதாம் பாவத்தில் அல்லது பதினோராம் பாவத்திலிருந்தாலும் முன் தனம், பூர்வ சொத்து இவை அபகரிக்கப்படும். சத்ருக்களாலும், தன் வீட்டில் ஏற்படும் சித்திரம் முதலிய வற்றாலும், வம்சம் நாசம் உண்டாகும் என்றும், காலாந்தரத்தில் சேனாபதி, அரசன் இவர்களிடத்தில் சேவைசெய்வார்.

(76) (சுதாம்சம்) ஆகி ஒன்பதாம் பாவாதிபதி நான்காம் பாவாதிபதியுடன் கூடியிருந்தாலும், அவனால் பார்க்கப்பட்டாலும் பாவ லக்கினத்தில் இருந்தாலும் லக்ஷ்மீ கடாக்ஷமுண்டாகும், பொறாமையுடையவனாயுமிருப்பார், சிறிய தகப்பனுடைய பிரீதியை அடைந்து, வாயு திக்கில் அழகிய வார ஸ்த்ரீயுடன் கூடியிருப்பார்.

(77) (சுதாம்சம்) ஆகி நான்காம் பாவாதிபதி ரிஷபத்தில் புதனுடைய அம்சத்தில் இருந்தாலும், புஷ்கராம்சத்தில் இருந்தாலும் ஜாதகர் கோபியாகவும் சீக்கிரத்தில் சந்தோஷமடைபவானவும், பல பாஷைகளில், பழக்க முள்ளவனாகவும், எழுதுவதில் சமர்த்தனாயும், இங்கித மறிந்தவனாகவும் குணத்தைக் கிரகிப்பவனாகவும் இருப்பார்.

(78) (சுதாம்சம்) ஆகி ஏழாம் பாவாதிபதி ரிஷபத்தில் சுபாம்சத்தில் பலத்துடன் கூடியிருந்தால் ஜாதகர் ஐந்து ஆறு அல்லது அநேக ஸ்த்ரீகளை அடைவார்.

(79) (சுதாம்சம்) ஆகி ஐந்தாம் பாவத்தில் சுக்கிரனிருந்தாலும், ஒன்பதாம் பாவத்தைக் குரு பார்த்தாலும், காலாந்திரத்தில் ஜாதகனுக்குப் புத்ரப்பிராப்தியுண்டாகும். அல்லது ஜாதகர் சுவீகாரம் செய்து கொள்ளப்பட்ட புத்திரனுடையவானாவர்.

(80) (சுதாம்சம்) ஆகி ஐந்தாம் பாவத்தைச் சந்திரன் அடைந்து, சந்திரன் ராகு, கேதுக்களால் பார்க்கப்பட்டாலும், கூடியிருந்தாலும், அல்லது செவ்வாய், சனி, சூரியன் இவர்களால் பார்க்கப்பட்டாலும், பிரதி பந்த பீடையுள்ளவனாகவும், குரு பலவானாகி வேறு இடத்தில் இருந்தாலும் போக ஸ்தரீ வர்க்கத்தில் அநேக கன்னிகைகளை அடைந்த கலியாணமில்லாதவனாகி, அநேக குழந்தைகள் உண்டாகும். அநேக குழந்தைகள் மரித்துவிடும்.

(81) (வைஷ்ணவாம்சம் அதாவது லக்கின ஸ்புடம் பாகை 165–12 கலை முதல் பாகை 165–24 கலை வரையில்) ஆகி சந்திரன் பன்னிரண்டாம் பாவத்திலிருந்தாலும், இரண்டு பாபருடன் கூடியிருந்தாலும் அல்லது பாபர்களால் பார்க்கப்பட்டாலும், ஜாதகர் அம்பிகையின் கோபத்தால் சுதனில்லாவனாகிறார்.

ஜென்ம லக்கினம் கன்னி:-

(82) (வைஷ்ணவாம்சம்) ஆகி சோமலதாம்சத்தில் புதனும், பாராவதாம்சத்தில் சுக்கிரனும், செவ்வாய் சந்திர கேந்திரத்தில் புஷ்கராம்சத்திலும், தன்னுடைய உச்சராசியை அடைந்திருந்தாலும் ஜாதகனுக்கு இந்த தெசைகளில் ராஜயோகம் உண்டாகும்.

(83) (வைஷ்ணவாம்சம்) ஆகி நான்காம் பாவாதிபதி சூரியனுடனும் சுக்கிரனுடனும், புதனுடனும், சந்திரனுடனும் கூடியிருந்தாலும், பார்க்கப்பட்டாலும், ஜாதகர் லாவண்ய யோகமுடையவனாகியும், அழகனாகியும் பரதாரத்தால் இச்சிக்கப் பட்டவனாகியும், பிதுரார்ச்சிதமுடையவனாகியும், க்ஷேத்திரம், யானை, குதிரை, ரத்தினம் முதலிய பாக்கியத்துடனும், சிவ பக்தர்களிடத்தில் பக்தியுடையவனாகியும் இருப்பார்.

(84) (வைஷ்ணவாம்சம்) ஆகி பத்தாம் பாவத்தில் சூரியனும், ஒன்பதாம் பாவத்தில் சந்திரனுமிருந்தால் அரசருடைய நேசத்தால் ஜனங்களுக்கு அனுகூலமும், விசித்திர வேலையும் செய்பவனாயும், பிராமணர்களுக்கு கெடுதி செய்பவனுமாவார்.

(85) (வைஷ்ணவாம்சம்) ஆகி பதினோராம் பாவத்தில் ராகுவும், இரண்டாம் பாவத்தில் செவ்வாயும் வர்க்கோத்தமாம்சத்தில் இருந்தால் ஜாதகனுக்கு அநேக காரிய சித்தியும், தூதர்களின் வரவும் உண்டு. ராஜ்ஜியத்தில் விசித்திரமான சொல் சொல்லுபவனாயும், வித்தியா பிரசங்கம் செய்பவனாயும், கேளிக்கையில் சுகமுள்ளவனாகவும் இருப்பார்.

(86) (பங்கஜாம்சம் அதாவது லக்ன ஸ்புடம் பாகை 164–36 கலை முதல் பாகை 164–48 கலை வரையில்) ஆகி லக்ன பாவாதிபதி தன் உச்ச ராசியில் சுபக்கிரகங்களுடன் கூடியிருந்தால் பூர்வாம்சத்தில் ஜெனித்த ஜாதகருக்கு நதிக்கிராமத்தில் வடக்குத் தெற்கு வீதியில் மேற்குப் பாகத்திலுள்ள வீட்டில் ஜனனம் நேரிடும், உத்தராம்சத்தில் ஜெனித்த ஜாதகருக்குக் கிழக்கு மேற்கு வீதியில், வடக்குப் பாகத்திலுள்ள வீட்டில் ஜனனம் நேரிடும்.

(87) (பங்கஜாம்சம்) ஆகி ஒன்பதாம் பாவாதிபதி லக்ன கேந்திரத்தில் இருந்து பத்தாம் பாவாதிபதியுடன் கூடியிருந்தாலும், பத்தாம் பாவாதிபதியால் பார்க்கப்பட்டாலும், ஜாதகருடைய பாட்டனை விடத் தகப்பன் மேன்மையான குணமுள்ளவர், சுகமுள்ளவர், வைதீக ஆசாரமுடையவர், தர்மாத்துமா, அரசாங்கத்தில் புகழுடையவனாயிருப்பார்.

(88) (பங்கஜாம்சம்) ஆகி ஒன்பதாம் பாவாதிபதி லக்ன பாவத்திலிருக்க புதனுடன் கூடியிருந்தாலும், புதனால் பார்க்கப்பட்டிருந்தாலும், சூரியன் சுயக்ஷேத்திரத்தில் இருந்தால் ஜாதகருடைய தகப்பன் ராஜ தரிசனமுடையவர், பாலியத்தில் கொஞ்சம் தரித்திர

மடைந்தவர், பிறகு பாக்யமடைந்து புகழுடையவனாவார், இரண்டு சகோதரர்களும், சகோதரரிகளும் உடையவர், ஸ்ரீமானானவர், மத்திய வயதுடையவர், ஜாதகருடைய பிதா, தர்மபுத்தியுடையவர்.

(89) (பங்கஜாம்சம்) ஆகி சந்திரன் சுயக்ஷேத்திரத்திலாவது, தன் உச்சத்திலாவது இருந்தால் ஜாதகருடைய தாய் தீர்க்காயுளுடையவள், சகோதரருடன் கூடினவள், தாய் தகப்பன் இவர்களுடைய நல்ல சம்பத்துடையவள், தன் பந்து ஜெனங்களுக்கு இஷ்டமானதைச் செய்பவள் ஆவாள். ஸதியும் ஆவாள்.

(90) (பங்கஜாம்சம்) ஆகி ஜாதகருக்கு நான்காம் பாவாதிபதி பன்னிரண்டாம் பாவத்தில் இருக்க நான்காம் பாவத்தில் கேது இருந்தாலும், கேது நான்காம் பாவத்தைப் பார்த்தாலும் தாய் வம்சத்தில் காணப்படாத கஷ்டமாவது, வைதவியமாவது இருக்கும்.

(91) (பங்கஜாம்சம்) ஆகி மூன்றாம் பாவாதிபதி பதினோராம் பாவத்தில் சந்திரனுடன் கூடியிருந்தால் ஜாதருக்கு மூத்த சகோதரர் தீர்க்க ஆயுளுடையவர், ஒரு சகோதரி நீண்ட ஆயுளுடையவள், ஜாதகருடைய பின் சகோதரர் ஒருவன் எவனாவது, தன் கோத்திரத்தில் சுவீகாரமாவர் ஜாதகர் இரண்டு மனைவியுடையவர், காமி, பரஸ்தீரீ கமனத்தால் பாபத்தையடைவான்.

(92) (பங்கஜாம்சம்) ஆகி லக்கித்தில் மூன்றாமிடத்தில் அல்லது சந்திர லக்கினத்திற்கு மூன்றாமிடத்தில் சுபக்கிரகம் இருக்க, அந்த மூன்றாம் பாவாதிபதி தன் உச்சராசியிலாவது அல்லது சுயக்ஷேத்திரத்லாவது இருந்தால் ஜாதகர் சகோதர மூலமாக நல்ல பாக்கியமுடையவனாவார்.

(93) (பங்கஜாம்சம்) ஆகி சுக்கிரன் க்ஷேம தாராதிபதியாகி நீச்ச ராசியில் இருந்து புதனுடன் கூடியிருந்தால் அந்தச் சுக்கிர தெசையில் ஜாதகருக்குப் பிற்பாதியில் சுகமுண்டாகும், சம்பத்துண்டாகும்.

(94) (பங்கஜாம்சம்) ஆகி இரண்டு கிரகங்கள் சுயக்ஷேத்திரத்தில் இருந்தால் சுகியாயும், உச்ச நீசக் கிரகங்கள் ஒன்று கூடியிருந்தால் ஜாதகர் பாக்ய முடையவனாகவுமிருப்பார்.

(95) (பங்கஜாம்சம்) ஆகிக் குருவாவது, சுக்கிரனாவது உச்சத்திலிருந்தால் அல்லது இவர்களில் ஒருவர் தனபாவத்தில் பலமுடையவர்களாயிருக்கும் பக்ஷித்தில் மனிதர்கள் சம்பத்தை அடைவார்கள்.

(96) (பங்கஜாம்சம்) ஆகி இரண்டு அல்லது மூன்று கிரகங்கள் நீச்சாம்சத்தில் உச்ச ராசியிலிருந்தால் ஜாதகர் எப்பொழுதும் கிலேசத்துடன் ஜீவனம் செய்வார். மேற்படி கிரகங்கள் அம்சத்திலும் நீச்சத்தை அடைந்திருந்தால் ஜாதகர் விசேஷக் கிலேசத்தை அடைவார்.

(97) (பங்கஜாம்சம்) ஆகி ஐந்தாம் பாவாதிபதி தன் உச்ச ராசியிலிருந்து, அந்த உச்ச பாவாதிபதி நீச்ச ராசியிலிருந்து, பன்னிரண்டாம் பாவத்தில் குருவும் இருந்தால் ஜாதகனுக்குக் காலாந்திரத்தில் நல்ல புத்திரன் பிறப்பார்.

(98) (பங்கஜாம்சம்) ஆகி ஏழாம் பாவாதிபதி சூரியனுடன் கூடியிருந்தாலும், சூரியனால் பார்க்கப்பட்டாலும், நான்காம் பாவத்தில் கேதுவும் இருக்க ஜெனித்த ஜாதகருக்குக் காலாந்தரத்தில் புத்திரன் பிறப்பார். அந்த தோஷத்திற்குப் பரிகாரமாக ஞாயிற்றுக்கிழமை விரதமும், கேதுப் பிரீதியும், நாக சாந்தியும், செய்த பிறகு ஜாதகருடைய

ஐந்தாம் தெசையில் தீர்க்காயுளுள்ள இரண்டு புத்திரர்களும் நான்கு புத்திரிகளும் பிறப்பார்கள்.

(99) (பங்கஜாம்சம்) ஆகி பன்னிரண்டாம் பாவாதிபதி குருவுடன் கூடியிருந்தாலும், பன்னிரண்டாம் பாவத்திலேயே சுபக்கிரகங்களுடன் கூடியிருந்தாலும், தேகாந்தியத்தில் ஜாதகர் புண்ணிய லோகத்தை அடைவார்.

(100) (சம்பகாம்சம் அதாவது லக்ன ஸ்புடம் பாகை 170–12 கலை முதல் பாகை 170–24 கலை வரையிலும்) ஆகி பதினோராம் பாவத்தில் செவ்வாய் இருந்து, சகோதர பாவத்திலும் பாபக்கிரக மிருந்தால் ஜாதகர் அற்ப சகோதரனுடையவனாகவும் இருப்பார். செவ்வாய் பலங்குறைவுள்ளவனாக இருந்தால் ஜாதகர் தீர்க்க ஆயுளுடைய சகோதரனுடையவனாவும் இருப்பார்.

ஜென்ம லக்கினம் கன்னி:-

(101) (சம்பகாம்சம்) ஆகி நான்காம் பாவாதிபதி பதினோராம் பாவத்தில் மித்திரக்கிரகத்துடன் கூடியிருந்தால் ஜாதகர் பற்பல சாஸ்திரங்களில் பூர்ண ஞானமுடையவர், வேதாந்தங்களில் வெகு சிரமப்படுபவர் ஆவார்.

(102) (சம்பகாம்சம்) ஆகி ஒன்பதாம் பாவாதிபதி பதினோராம் பாவாதிபதியுடன் கூடி லக்ன கேந்திரத்திலிருந்து நான்காம் பாவாதிபதியால் நன்கு பார்க்கப்பட்டால் இந்திர யோகம் என்று சொல்லப்படுகிறது. மேற்படி இந்திர யோகத்தில் ஜெனித்தவர் வசிய முள்ளவனும், தன, தானியமுள்ளவனும், எல்லா சாஸ்திரங்களிலும் விசேஷ ஞான முடையவனாகவும், எல்லோருக்கும் உபதேசம் செய்பவனாகவும், இருபத்தைந்து வயதுக்குமேல் சௌக்யமுடையவனாகவும், முப்பது வயதுக்கு மேல் விசேஷ முடையவனாகவும் இருப்பார்.

(103) (சம்பகாம்சம்) ஆகி குரு பதினோராம் பாவத்தில் தன்னுடைய உச்சராசியிலிருந்து சுபாம்சத்தில் இருக்கப்பட்ட செவ்வாயால் பார்க்கப்பட்டால் வேதாந்த ஞானத்தைச் சம்பூர்ணமாக ஜாதகர் அடைவார்.

(104) (சம்பகாம்சம்) ஆகி ஒன்பதாம் பாவாதிபதி நீச்சமடைந்திருக்க சந்திர லக்கினத்திலிருந்து குருவிருக்கும் ஸ்தானத்தைக் கோட்சாரத்தில் சனி ஜாதகருடைய க்ஷேம தெசையில் எப்போது அடைகிறானோ அப்போது ஜாதகருடைய தகப்பன் மரணத்தை அடைவார்.

(105) (சம்பகாம்சம்) ஆகி ஐந்தாம் பாவாதிபதி நீச்சமடைந்து இருக்க குருவுக்கு ஐந்தாம் பாவத்தில் சூரியனிருந்தால் ஜாதகருக்கு அந்திய காலத்தில் புத்திர உற்பத்தியும், முதலில் பெண் பிரஜைகளும் உண்டு.

(106) (சம்பகாம்சம்) ஆகி லக்கின பாவாதிபதி வர்க்கோத்தமாம்சத்திலும், நான்காம் பாவாதிபதி பதினோராம் பாவத்தில் தன் உச்ச ராசியிலுமிருந்தால் ஜாதகர் நல்ல காரியத்தைச் செய்பவர், புண்ணியமுடையவர், பணமுடையவர், லோகாந்திரத்திலும் சௌக்யமுயைடவனாவார் என்று ஆரியர்கள் சொல்லுகிறார்கள்.

(107) (தனதாம்சம் அதாவது லக்ன ஸ்புடம் பாகை 159–24 கலை முதல் பாகை 159–36 கலை வரையிலும்) ஆகி பூர்வ பாகத்தில் ஜெனித்தவருக்கு லக்ன பாவாதிபதி சுயக்ஷேத்திரத்தில் சுக்கிரனுடன் கூடி லக்ன கேந்திரத்திலிருந்தால் பெரிய ஆற்றுப்

பிரதேசத்தில் உள்ள க்ஷேத்திரத்தில் கிழக்கு மேற்கு வீதியில், தெற்குப் பாகத்தில் உள்ள வீட்டில் ஜனனம் நேரிடும். உத்தராம்சத்தில் பிறந்தவர் அக்கிராமத்தில் ஜெனித்தவனாவர்.

(108) (தனதாம்சம்) ஆகி நான்காம் பாவத்தில் சனியிருக்க, நான்காம் பாவாதிபதி நீச்ச ராசியிலிருந்து, சந்திரன் ராகுவுடன் கூடியிருந்தாலும், ராகுவால் சந்திரன் பார்க்கப்பட்டாலும் பூர்வ பாகத்தில் பிறந்த ஜாதகருடைய தாய் பிரசவத்தில் அதிக வேதனையால் பீடிக்கப்படுவாள், ஸூதிகாரிஷ்ட தோஷம் கொஞ்சமும் உண்டாகி, ஜாதகருக்கும் தாய்க்கும் பீடை யுண்டாகும், உத்தராம்சத்தில் பிறந்தவனுடைய தாய்க்கு பிரசவ வேதனை கொஞ்சமாயிருக்கும்.

(109) (தனதாம்சம்) ஆகி நான்காம் பாவத்தில் சனி காதாம்சத்தில் இருந்தால் ஜாதகருடைய தாய் மரித்து விடுவாள். அல்லது ஜீவித்திருந்தால் (குழந்தைக்கு) ஜாதகருக்குப் பீடையுண்டாகும்.

(110) (தனதாம்சம்) ஆகி லக்ன பாவாதிபதி கேந்திரத்திலிருந்து ஒன்பதாம் பாவாதிபதியுடன் கூடியிருந்தால் ஜாதகருக்குப் பாலாரிஷ்டம் உண்டாகாது.

ஜென்ம லக்கினம் கன்னி:-

(111) (தனதாம்சம்) ஆகி லக்ன பாவாதிபதியாவது, சுக்கிரனாவது, பத்தாம் பாவத்தில் சுபஸ்தானத்தில் இருந்தால் ஜாதகர் தீர்க்காயுளுடையவனாவார். குணமும் உடையவர்.

(112) (தனதாம்சம்) ஆகி ஜாதகர் ஸ்திர ஹோரையில் பிறந்தால் மத்திமாயுளுடையவர், லக்ன பாவாதிபதி எட்டாம் பாவாதிபதியுடன் கூடியிருந்தாலும் மத்திமாயுளே, சந்திர லக்ன பாவாதிபதியும் எட்டாம் பாவாதிபதியும் கூடியிருந்தாலும் மத்திமாயுள் யோகமே உண்டாகும்.

(113) (தனதாம்சம்) ஆகி சூரியன் கேந்திரத் திரிகோணங்களிலிருந்தால் ஜாதகருடைய தகப்பன் விஷ்ணு பக்தியுடையவர், சகோதரர்களுடன் கூடியவர் எப்பொழுதும் வியாபாரத்தால் ஜீவனம் செய்பவர், திரவிய சம்பாதனையில் சமர்த்தர். உடன் பிறந்த சகோதரனால் வியாபாரத்தில் லாப மடைபவர், அற்ப வித்தை உடையவர், வெகு பணக்காரர், தன் பிதா அற்பாயுளுடையவனாவார்.

(114) (தனதாம்சம்) ஆகி ஒன்பதாம் பாவாதிபதி கேந்திரத்திலிருந்து புதனால் பார்க்கப்பட்டாலும், புதனுடன் கூடியிருந்தாலும் ஜாதகர் தன் தகப்பனுடைய சகோதரன் மூலமாக சரீர சுக விருத்தியுடையவர், மாற்றாந்தாய் சகோதரன் மூலமாகவும் சுகமடைவர், ஜாதகருடைய வளர்ப்புத் தாயும் சுகமுடையவள்.

(115) (தனதாம்சம்) ஆகி லக்னம் தவிர்த்த மற்றக் கேந்திரத்தில் புத நவாம்சத்தில் சந்திரன் ராகுவுடன் கூடியிருந்தால் ஜாதகர் வளர்ப்புத் தாயினால், சுகமடைவர், தன் தாய் சௌக்கிய மில்லாதவனாவார்.

(116) (தனதாம்சம்) ஆகி ஜாதகருடைய சிறிய தகப்பன் ஸ்தானாதிபதி சுபாம்சத்தில் மீனராசியில் இருந்தால் ஜாதகருடைய தகப்பனுடைய மனைவியின் தகப்பன் (அதாவது பாட்டனார் ஸம்பத்துடையவர், அநேக) ரத்னம் முதலியவற்றுடன் கூடியவர். அரசாங்கத்தில் புகழுடையவர், வியாபாரத்தில் தனவிருத்தியுடையவர், தீபாந்திரம் முதுலியவற்றிலுள்ள வஸ்திரங்களாலும், வஸ்திர வியாபாரத்தாலும் ஜீவனமுடையவர், அன்னிய தேசத்தில் பாக்ய விருத்தியுடையவர், கிரைய வியாபாரத்தால் ஜீவன முடையவர்,

பிராமணனால் கொஞ்சம் சுகமுடையவர், பிராமணனால் செலவு அதிக முடையவர், ஒன்றரை லக்ஷத் திரவியம் சம்பாதிப்பவர், சுயதேசத்திலும் பாக்யமுடையவர், நல்ல சுகீ, கொஞ்சம் லோப குண முடையவர், திரவியம் சம்பாதிப்பதுடன் சுகமுடையவனும் ஆவார்.

(117) (தனதாம்சம்) ஆகி ஒன்பதாம் பாவத்தில் சூரியன் சத்ரு க்ஷேத்திரத்திலிருந்து செவ்வாயால் பார்க்கப்பட்டால் ஜாதகருடைய சிறிய தகப்பன் புத்திரனில்லாதவர்.

(118) (தனதாம்சம்) ஆகி நான்காம் பாவாதிபதி நீச்ச ராசியிலிருந்து நான்காம் பாவத்தில் சனியிருந்தால் ஜாதகர் வளர்ப்புத் தாய் மூலம் சௌக்யமும் அவளால் திரவிய லாபமும் அடைவார், வியாபாரத்தில் தனவிருத்தியும், புத்திரனால் கொஞ்சம் சுகமும், உடையவர். வளர்ப்புத்தாய் சமர்த்தையானவள் கணவனுடைய சுகத்துடன் கூடியவள், வியாபாரத்தில் தனலாபமுடையவள், பிராமணர் மூலம் சுகத்துடன் கூடியவள், முன் ஜென்மாந்திர பாபத்தால் புத்திர சோகத்துடன் கூடியவள், மத்திய வயதுடையவள், ஜாதகருடைய புத்திர சோகத்துடன் கூடியவள், மத்திய வயதுடையவள், ஜாதகருடைய இரண்டாம் தெசையில் மரிப்பாள்.

(119) (தனதாம்சம்) ஆகி லக்ன பாவத்தில் கேது இருந்தாலும்,லக்ன பாவத்தைக் கேது பார்த்தாலும் ஜாதகர் கொஞ்சம் அனாசாரமுடையவர், பாலியத்தில் தாயை இழப்பவர், தகப்பனுடைய சௌக்கியமில்லாதவனுமாகிறான்.

ஜென்ம லக்கினம் கன்னி:-

(120) (தனதாம்சம்) ஆகி ஏழாம் பாவத்தில் சந்திரனிருந்து, ராகுவுடன் கூடியிருந்தாலும் இரண்டாம் பாவாதிபதியுடன் கூடியிருந்தாலும் ஜாதகர் இரண்டு தாரமுடையவர், இரண்டாம் பாவாதிபதியைச் செவ்வாய் பார்த்தால் ஜாதகர் பரஸ்த்ரீ கமனம் செய்வார், மத்திய வயதில் சுகமுடையவர், சுயார்ஜிதம் சம்பாதிப்பவர், பிதுரார்ஜித தன முடையவர், முப்பது வயதிற்குமேல் யோகமுடையவனாவார்.

(121) (தனதாம்சம்) ஆகி ஐந்தாம் பாவாதிபதி சுக்கிரனால் பார்க்கப்பட்டால் ஜாதகனுக்கு அநேக பெண் குழந்தைகளுண்டாகும், ஜாதகர் அற்ப சந்தான யோகமுடையவர், காலாந்திரத்தில் அல்லது வேறுமனைவியிடம் நல்ல புத்திரன் உண்டாவார்.

(122)(தனதாம்சம்)ஆகி சந்திர லக்னத்திற்கு எட்டாமிடத்தில் சனி வரும் சமயம் ஜாதகருக்குத் தேக பீடையுண்டாகும், அல்லது தனக்குச் சமமான ஜெனங்களுக்குக் கெடுதியுண்டாகும், அதுவுமில்லாமற் போனால் மனைவிக்குப் பீடையுண்டாகும், அல்லது ஜாதகர் மனைவிக்கு மரணம் நேரிடும்.

(123) (தனதாம்சம்) ஆகி மூன்றாம் பாவத்தில் சனியிருந்தால் ஜாதகருடைய மாமனார் மரணமடைவார், மூன்றாமிடம் மாமனார் வீடு ஆதலால் மூன்றாம் பாவத்தில் சனியிருக்கப் பிறந்த ஜாதகருக்குப் பெண்ணைக் கொடுத்தால் பெண் கொடுக்கிற மாமனார் மரணமடைவார், மூன்றாம் பாவத்தில் சனி யிருந்தால் சீமந்தம் செய்யப்பட்ட பின் பிறந்த ஜாதகருடைய சீமந்த புத்திரன் நாசமடைவார்.

(124) (திரைலோக்கியாம்சம் அதாவது லக்ன ஸ்புடம் பாகை 179-48 கலை முதல் பாகை 180-00 கலை வரையில்) ஆகி பூர்வ பாகத்தில் பிறந்தவனுக்கு லக்ன பாவாதிபதி லக்ன பாவத்தில் சுபக்ஷேத்திரத்தில் தன்னுடைய உச்சராசியிலிருந்தால் பெரிய நதிப்பிராந்தியத்தில் ஜனனமானது நேரிட்டதாகும்.

(125) (திரைலோக்யாம்சம்) ஆகி சந்திரன் செவ்வாயுடன் கூடியிருந்தாலும், செவ்வாயால் சந்திரன் பார்க்கப்பட்டாலும் தாய்க்குக் கொஞ்சம் தோஷம் உண்டாகும், உத்தராம்சத்தில் ஜெனித்தவருக்குச் செவ்வாய் லக்கின பாவத்தில் இருந்தால் ஜாதகருடைய தாய்க்கு அரிஷ்டபய முண்டாகும், கொஞ்சம் தோஷமும் உண்டாகும், பூர்வ பாகத்தில் ஜெனித்தவனுக்குக் கொஞ்சம் பாலாரிஷ்ட பயமும் உண்டாகும்.

(126) (திரைலோக்கியாம்சம்) ஆகி லக்ன பாவாதிபதி தன்னுடைய உச்சராசியில் இருந்து சந்திரன் லக்ன கேந்திரத்திலிருந்தால் ஜாதகருக்குப் பாலாரிஷ்டம் உண்டாகாது.

(127) (திரைலோக்கியாம்சம்) ஆகி சூரியன் வர்க்கோத்தமாம்சத்தில் இருந்து குரு பத்தாம் பாவத்திலிருக்க ஜாதகர் தீர்க்க ஆயுளையுடையவர்.

(128) (திரைலோக்யாம்சம்) ஆகி ஒன்று , பத்து, எட்டு முதலிய பாவாதிபதிகள் சுய க்ஷேத்திரம், சுய உச்ச ஸ்தானங்களில்,அல்லது சுபக்கிரகங்களின் ராசிகளிலிருக்கும் போது ஜெனித்த ஜாதகருக்குப் பூர்ண ஆயுள் யோகமுண்டாகும்.

(129) (திரைலோக்கியாம்சம்) ஆகி சூரியன் கேந்திர திரிகோணங்களிலிருந்தாலும், வர்க்கோத்தமாம்சத்தை அடைந்திருந்தாலும் பூர்வபாகத்தில் பிறந்த ஜாதகருடைய தகப்பன் பூர்ணாயுள் யோகமுடையவனாவர், ஜாதகர் பிதா சிவ பக்தியுடையவர், சகோதரனுடன் கூடினவர், கர்ப்பத்திலிருந்தே சீமானானவர், ஜாதகருடைய தகப்பன் போகி, பாலியத்தில் சௌக்ய சுகத்துடன் கூடினவர், எழுதுவதில் சமர்த்தர், தேவர் பிராமணர்களிடம் பக்தியுடையவர், மத்திய வயது காலத்தில் துக்கியானவர், பிறகு சுகமுள்ளவர், வயோதிக வயதில் பாக்ய விருத்தியுடையவர், வியாபாரத்தால் தனலாபமுடையவர், ஜாதகருடை பிதாவின் மாமனார் ஒருவர் அரசாங்கத்தில் பிரசித்திபெற்றவர், ஜாதகர் பிதாவ மாமனார் வேறொருவர் தன் கோத்திரத்தில் தத்து புத்திரனைனை அடைபவர் ஆவா.

(130) (திரைலோக்கியாம்சம்) ஆகி தகப்பன் வழிப்பாட்டன் ஸ்தானாதிபதி அதாவது ஐந்தாவது பாவாதிபதி பதினோராம் பாவத்தில் பலத்துடன் யிருந்தால் ஜாதகருடைய மேற் சொல்லிய பாட்டன் நல்ல பாக்யமுடையவர், அவனுடைய பாட்டனுடன் பிறந்த சகோதரனும் ஜாதகருடைய பாட்டனைப் போலவே லோகத்தில் தாழ்வில்லாத பாக்ய முடையவர், பல தேசங்களிலும் பிரசித்தமானவர், மஹாராஜன் மூலமாக தயவை யடைந்தவனாயிருப்பார். ஜாதகர் பிறந்த ஐந்தாவது அல்லது ஆறாவது வயதில் மேற்படி பாட்டன் மரித்து விடுவார்.

(131) (திரைலோக்கியாம்சம்) ஆகி ஜெனித்தவருக்கு ஒன்பதாம் பாவாதிபதி கேந்திரத்தில் இருந்தால் ஜாதகர் பிதாவின் வம்சத்தில் ஒரு வதை செய்யப்பட்டிருக்கும், கொடுக்கல் வாங்கலில் மனஸ்தாபமும், தகப்பன் வமிசத்தில் கொஞ்சம் அரிஷ்டமும், தன் பிரபுவுடன் மனஸ்தாபமும் உள்ளுக்குள்ளே கலஹமும், கலாபங்களும் உண்டாகும்.

(132) (திரைலோக்கியாம்சம்) ஆகி நான்காம் பாவாதிபதி கேந்திரங்களில் அல்லது சந்திர கேந்திர திரிகோணங்களில் இருந்தால் ஜாதகருடைய தாய் தீர்க்க ஆயுளுடையவள், ஜாதகருடைய தாய் குணத்துடன் கூடியவள், பாக்கிய வம்சத்திலுற் பவித்தவள், பதிவிரதை, பெரிய புகழுடையவள், வம்ச விருத்தியுடையவள், சுபம் உள்ளவளுமாவாள்.

(133) (திரைலோக்கியாம்சம்) ஆகி சகோதர ஸ்தானாதிபதியாகிய செவ்வாய் பதினொன்றில் கேந்திரத் திரிகோணங்களிலிருக்க ஜெனித்தவர் சகோதர

விருத்தியுடையவர், சுபமுடையவர் நீண்ட ஆயுளுடைய இரண்டு சகோதரரும், இரண்டு சகோதரிகளும் உடையவர், ஜாதகருடைய பின் சகோதரன் வெகு ஆயுளுடையவர், ராஜயோகப் பெருக்குடையவர், எவனாவது ஒரு சகோதரன் இரண்டு தார முடையவர், ஜாதகர் சந்தானத்துக்கு இடைஞ்சலுடையவனாவார்.

(134) (திரைலோக்கியாம்சம்) ஆகி லக்ன பாவாதிபதிக்கு இரண்டாமிடத்தில் சுக்கிரனும், பத்தாம் பாவத்தில் குருவும், சுபாம்சத்தை அடைந்திருந்தால் ஜாதகர் அரச முத்திரையினால் அதிகாரமுடையவர், அல்லது அரசர்களுக்குச் சமமான வைபவமுடையவர், உடன் பிறந்த சகோதரர் மூலமாக பாக்ய யோகப் பெருக்குடையவனாவார்.

(135) (சம்பகாம்சம் அதாவது லக்கின ஸ்புடம் பாகை 170–12 கலை முதல் பாகை 170–24 கலை வரையில்) ஆகி பிறந்தவருக்குச் சந்திரன் கேதுவுடன் கூடியிருந்தால் ஜாதகருடைய தாய்க்குக் கொஞ்சம் அரிஷ்டம் உண்டாகும்.

(136) (சம்பகாம்சம்) ஆகி பூர்வபாகத்தில் மகர நவாம்சத்தில் சந்திரன் இருக்க நான்காம் பாவாதிபதி தன் உச்சராசியிலிருந்தால் ஜாதகருக்குச் சொற்ப பாலாரிஷ்ட பயம் உண்டாகும். உத்தராம்சத்தில் பாலாரிஷ்டம் அதிகம் உண்டாகும், பாலதோஷத்தால் வதையுண்டாகும், நான்காம் பாவாதிபதி சுபாம்சத்தில் இருந்தாலும், பூர்வ புண்ணியவசத்தால் ஜாதகருக்குப் பாலாரிஷ்டம் சீக்கிரமாக நீங்கி அவன் ஜீவியாயிருப்பார்.

(137) (சம்பகாம்சம்) ஆகி நான்காம் பாவாதிபதி பதினோராம் பாவத்தில் உச்ச ராசியிலிருந்து, எட்டாம் பாவாதிபதி தன் உச்சராசியிலிருந்தால் ஜாதகருக்கு ஆயுள் தீர்க்கமுண்டு, தாய்க்கும், தகப்பனுக்கும் தனக்கும் சுகம் உண்டாகும்.

(138) (சம்பகாம்சம்) ஆகி லக்ன பாவாதிபதி இரண்டாம் பாவத்தில் எட்டாவது அம்சம் தவிர்த்து மீதி அம்சத்திலிருந்தால் ஜாதகர் வித்தையுடையவனாகவும், இனிமையாய் பேசுபவனாகவும், விநயமுள்ளவனாகவும், தர்மம் செய்பவனாகவும் இருப்பார்.

(139) (சம்பகாம்சம்) ஆகி மூன்றாம் பாவத்தில் சூரியனிருந்து ஒன்பதாம் பாவாதிபதி லக்கின கேந்திரத்தில் குரு பார்வையுடன் இருந்தால் ஜாதகருடைய தகப்பன் தீர்க்காயுளுடையவனாவார், ஜாதகருடைய பிதா விஷ்ணு பக்தியுடையவர், வைணவ ஆசார முடையவர், பாக்கியமுடையவர், அரசாங்கத்தில் பிரசித்தியுடையவர். அரச மந்திரியால் சந்தோஷப்படுபவர், பல சாஸ்திரங்களிலும் விசேஷ ஞானமுடையவர், வேதாந்தத்தில் விசேஷ புத்தியுடையவனாவார்.

(140) (சம்பகாம்சம்) ஆகி குரு பதினோராம் பாவத்தில் தன் உச்ச ராசியிலிருந்தால் ஜாதகன் எல்லா சாஸ்திரங்களையும் நன்கு கற்றறிப்வனாவான்.

(141) (சம்பகாம்சம்) ஆகி நான்காம் பாவாதிபதி தன் உச்சரசியில் பதினோராம் பாவத்திலிருந்தால் ஜாதகர் சம்பூர்ணமான வேதாந்த ஞானமுடையவர், மகாராஜ சபையில் வன்மையாகப் பேசுபவர், பிரசங்கங்களில் மிக உத்தமமானவர் ஆவார்.

(142) (சம்பகாம்சம்) ஆகி ஒன்பதாம் பாவாதிபதி சந்திரனுடன் கூடிச் சந்திரனுடைய அம்சத்திலிருந்தால் ஜாதகருடைய தகப்பன் கொண்டாடும்படியான கீர்த்தியுடையவன் ஆகவும், தன் பிதா சகோதரர்களுடன் கூடியவனாகவும் இருப்பார்.

(143) (சம்பகாம்சம்) ஆகி ஓராம் பாவாதிபதி பாக்கியாம்சத்தில் இருந்தால் ஜாதகருடைய தகப்பன் தீர்க்காயுளுடையவனாவார்.

(144) (சம்பகாம்சம்) ஆகி நான்காம் பாவாதிபதி தன்னுச்சராசியிலிருக்க பதினோராம் பாவாதிபதி சுக்கிரனுடன் கூடியிருந்தால் ஜாதகருடைய தாய் வம்சத்தில் விசேஷ சௌக்கியமுள்ளவள், ஜாதகருடைய தாய் தீர்க்க ஆயுளுடையவள், ஜாதகர் தாய் குணத்துடன் கூடினவள், கொஞ்சம் ரோகத்துடன் கூடினவள், பதிவிரதையானவள், நற்புகழுடையவள், வம்சத்தில் பாக்கிய விருத்தியுடையவளாவாள்.

(145) (மங்களாம்சம் அதாவது லக்கின ஸ்ப்புடம் பாகை 153–12 கலை முதல் பாகை 158–24 கலை வரையில்) ஆகி பூர்வ பாகத்தில் ஜெனித்தவருக்கு லக்கின பாவாதிபதி ஒன்பதாம் பாவத்தில் வர்க்கோத்தமாம்சத்தில் இருந்து, சந்திரனுடன் குரு கூடியிருந்தாலும், சுக்கிரன் குருவால் பார்க்கப்பட்டிருந்தாலும் ஜாதகருடைய தாய்க்குப் பிரசவத்தில் வேதனை கொஞ்சமாகவிருக்கும். உத்தராம்சத்தில் அதிகமான பாதை உண்டாகும், லக்கின பாவாதிபதி கேதுவுடன் கூடியிருந்தால் கொஞ்சம் பாலாரிஷ்ட பயமும் உண்டாகும்.

ஜென்ம லக்கினம் கன்னி:-

(146) (மங்களாம்சம்) ஆகி வர்க்கோத்தமாம்சத்தில் புதன் ஒன்பதாம் பாவாதிபதியுடன் கூடியிருந்து, குரு தன் உச்சராசியிலிருந்தால் எல்லா அரிஷ்டங்களினின்றும் நீங்கி ஜாதகர் சுகமாயிருப்பார்.

(147) (மங்களாம்சம்) ஆகி எட்டாம் பாவாதிபதி சுயக்ஷேத்திரத்தில் இருக்க புதன் வர்க்கோத்தமத்திலிருந்து, சந்திரனைக் குரு பார்த்தால் ஜாதகர் தீர்க்காயுளுடையவர், எழுபத்திரண்டு வயது வரை தீர்க்காயுளுடையவனாவார்.

(148) (மங்களாம்சம்) ஆகி சூரியன் கேந்திரத் திரிகோணங்களிலிருந்து ஒன்பதாம் பாவாதிபதியுடன் கூடியிருந்தாலும், ஒன்பதாம் பாவாதியால் பார்க்கப்பட்டாலும் ஜாதகருடைய தகப்பன் தீர்க்காயுளுடையவர், ஜாதகர் பிதா சகோதரனுடன் கூடினவர், விஷ்ணு, சிவ பக்தியுடையவர், தன் வித்தையில் நிபுணர், ஸ்ரீமானாவர், திரவியம் சம்பாதிப்பதில் சமர்த்தர், பாலியத்தில் அற்ப சுகமுடையவர், காமி, மத்திய வயதில் யோகமுடையவர் ஆவார்.

(149) (மங்களாம்சம்) ஆகி சூரியன் பாக்கிய ஸ்தானத்திலிருந்தால், அல்லது புத க்ஷேத்திரத்தில் காந்தாம்சத்தை அடைந்திருந்தால் ஜாதகர் சொர்ண வியாபாரத்தால் பணம் சம்பாதிப்பவர், இரண்டு தாரமுடையவர் இரண்டு பட்டணத்தில் வசிப்பவனுமாவார்.

(150) (மங்களாம்சம்) ஆகி ஒன்பதாம் பாவத்தில் கேது இருந்தால் ஜாதகர் ஜென்ம மூடனாகவும், கோபியாகவும் இருப்பார்.

(151) (மங்களாம்சம்) ஆகி ஒன்பதாம் பாவத்தில் சூரியன், சுக்கிரனுடன் கூடியிருந்தால் ஜாதகர் சீக்கிரத்தில் கோபிப்பவர், தெளிவான அறிவுடையவர், தயா தாக்ஷண்யத்துடன் கூடினவர், லோப ஸ்வபாவமுடையவர், சாந்தமுடையவனாயுமிருப்பார்.

(152) (மங்களாம்சம்) ஆகி ஒன்பதாம் பாவத்திற்கு மூன்றாமிடத்தில் குரு இருந்தால் ஜாதகர் மணி, இரத்தின பரிக்ஷை செய்பவர், சிவப்பு தானிய முடையவர், நல்ல வஸ்திரங்களுடையவர், இன்னும் பற்பல வியாபாரம் செய்து ஜீவிப்பவர், நடு வயதில் யோகமுடையவர், புத்திரி சுகமுடையவனாவார்.

(153) (மங்களாம்சம்) ஆகி ஒன்பதாம் பாவாதிபதி சுயக்ஷேத்திரத்திலிருந்தால் ஜாதகருடைய தகப்பன் தர்ம புத்தியுடையவர், ஜாதகர் பிறந்த ஒரு வருஷத்திற்குப் பின்பு ஜாதகருடைய தகப்பன் தன் தகப்பனுடைய பாக்கியத்தை அடைவார்.

(154) (மங்களாம்சம்) ஆகி ஜாதகருடைய சிற்றப்பன் ஸ்தானாதிபதியாகிய பதினோராம் பாவாதிபதி ஐந்தாம் பாவத்தில் இருந்து, குருவால் பார்க்கப்பட்டால் ஒரு சிறிய தகப்பன் வெகு ஆயுளுடையவனாயிருப்பார், அவன் புத்திரனில்லாமல் விசாரத்தை யடைவார், அவன் தன் முன் மனைவியைச் சந்தோஷிக்கச் செய்யாத தோஷத்தாலும், மஹாலக்ஷ்மியின் சாபத்தாலும், புத்திரனில்லாதவர், துர்க்கா தேவியின் சாபத்தால் புத்திர அரிஷ்டமுடையவர், அதன் பொருட்டாக ஜெய துர்க்கா தேவியைப் பூஜித்து தானம் செய்வதாலும், சிவலிங்க தானம் செய்வதாலும் புத்திரனை அடையாலம், சனி புத்திர ஸ்தானத்தில் இருந்தால் புத்திரனில்லாமல் போய்விடும், ஆகையால் சகோதர புத்திரனைத் தத்தாக ஜாதகனுடைய சிறிய தகப்பன் எடுத்துக் கொள்பவனாவர்.

ஜென்ம லக்கினம் கன்னி:-

(155) (மங்களாம்சம்) ஆகி சந்திரன் கேந்திர திரிகோணங்களிலிருந்து குரு தன்னுச்சராசியிலிருந்தால் ஜாதகருடைய தாய்வெகு காலம் ஜீவித்திருப்பாள், குணமுள்ளவள், குடும்பஸ்தன் வீட்டில் பிறந்தவள், பதிவிரதையானவள், சுபமுள்ளவளா யிருந்தாலும் ஜாதகருடைய க்ஷேம தெசையில் மரித்து விடுவாள்.

(156) (மங்களாம்சம்) ஆகி மூன்றாம் பாவாதிபதி சுய க்ஷேத்திரத்தில் எட்டாம் பாவத்தை அடைந்திருந்தாலும் கூட ஜாதகர் சகோதர சகோதரிகளையுடையவர், ஜாதகர் பின் சகோதரர் இருவர் அல்லது மூவர் பிறப்பார்கள். இரண்டு சகோதரர்களும், மூன்று சகோதரரிகளும் ஆயுளுடன் கூடியிருப்பார்கள். மூன்றாம் பாவத்தில் ராகு இருந்தால் மீதி சகோதரர்கள் நாசமடைவார்கள். இந்த சகோதரர்களில் ஒருவன் எவனாவது யோகவானாகவும், தனிகனாகவும், சுகியாகவும் இருப்பார், வேறு ஒரு சகோதரன் எப்பொழுதும் சுகியாயும், வீட்டு வேலைகளைச் சுதந்தரமாய்ச் செய்து வருபவனுமாவார், இவர்கள் புத்திரனில்லாதவர், நல்ல நீதி யுடையவர்களாவார்கள்.

(157) (மங்களாம்சம்) ஆகி சந்திரன் ஐந்தாம் பாவத்திலிருந்து, அந்த ஐந்தாம் பாவாதிபதி லக்கினத்திற்கு ஆறாம் பாவத்தில் இருந்து, ஐந்தாம் பாவத்தைக் குரு பார்த்தாலும், அல்லது ஐந்தாம் பாவத்தில் குருயிருந்தாலும், புத்திர ஸந்தானத்துக்கு இடைஞ்சலுண்டாகும், சாந்தி செய்தால் இடைஞ்சல் நீங்கி ஆறாம் பாவத்தில் சனியிருந்தாலும் கர்ப்ப முண்டாகும்.

(158) (மங்களாம்சம்) ஆகி லக்கின பாவாதிபதி கேதுவுடன் கூடியிருந்தால் வாதரோகத்தால் ஜாதகர் பீடிக்கப்படுபவர், பாலியத்தில் ரோகமுடையவர், எட்டு வயதுக்கு மேல் சுகத்தையடைவார்.

(159) (மங்களாம்சம்) ஆகி சூரியன் புதன், சுக்கிரன் இவர்கள் ஒன்பதாம் பாவத்தில் இருந்தார்களாயின் ஜாதகர் அற்ப வித்தையுடனும், அற்ப புத்திரனுடனும், வியாபாரத்தால் சம்பாதிக்கப்பட்ட பணத்தையுடையவனாகவும், அந்திய காலத்தில் சகோதரனுடன் பாகம் செய்து கொள்பவனாகவும் ஆவார்.

(160) (கமலாம்சம் அதாவது லக்ன ஸ்புடம் பாகை 171–00 கலை முதல் பாகை 171–12 கலை வரையில்) ஆகி லக்ன பாவாதிபதி சூரியனுடன் கூடி சந்திரன், ராகுவுடன் கூடியிருக்க, பூர்வ பாகத்தில் பிறந்தவருக்கு வன துர்க்கப் பிரதேசத்தில் மகா நதி சமீபத்தில் கிழக்கு மேற்கு வீதியில், தெற்கு பாகத்திலுள்ள வீட்டில் தேவாலயம் இல்லாத சிறு கிராமத்தில் தகப்பன் வீட்டில் ஜெனனம் நேரிடும், உத்தராம்சமானால் பெரிய கிராமத்தில் தேவாலயம் சமீபமாக உள்ள தெற்கு வடக்கு வீதியில் தாய் வீட்டில் ஜாதகருக்கு ஜெனனம் நேரிடும்.

(161) (கமலாம்சம்) ஆகி லக்ன பாவத்தில் குரு இருந்தாலும் லக்ன பாவத்தைக் குரு பார்த்தாலும் லக்கினாதிபதி சூரியனுடன் கூடியிருக்கப் பிறந்த ஜாதகருடைய ஜெனன காலத்தில் தாய்க்குப் பிரசவத்தில் வேதனை கொஞ்சமாயிருக்கும், உத்தராம்சத்தில் பிறந்தவனுக்குச் சந்திரன் ராகுவுடன் கூடி யிருந்தால் ஜாதகருடைய தாய்க்குப் பிரசவத்தில் விசேஷ பாதையும், குரு செவ்வாயால் பார்க்கப்பட்டால் தாய்க்குக் கொஞ்சம் பீடையும் உண்டாகும், குழந்தைக்குப் பாலரோகம் முதலான சிசுக்களுக்குரிய ரோகத்தாலும், மாந்த ஜுரத்தாலும், இரணத்தாலும் அம்மை ஜுரம் முதலியவற்றாலும் பயம் உண்டாகும். அந்த தோஷம் நிவர்த்தியாகும்படி வெள்ளியால் சந்திரப் பிரதிமை செய்து அதை அர்ச்சித்துப் பூஜித்து, கற்றுணர்ந்த ஜோதிஷனுக்கே தானம் செய்தால் ஜாதகருக்குத் தோஷம் நீங்கிவிடும், சுகமுண்டாகும்.

ஜென்ம லக்கினம் கன்னி:-

(162) (கமலாம்சம்) ஆகி லக்கின பாவாதிபதி கேந்திர ராசிகளிலிருக்க எட்டாம் பாவாதிபதி சுயக்ஷேத்திரத்திலிருந்து, குரு கேந்திர திரிகோணங்களிலிருந்தால் ஜாதகருக்குச் சகல தோஷங்களும் விலகி, எழுபது வயது சம்பூர்ணமாயுண்டாகும்.

(163) (கமலாம்சம்) ஆகி சூரியன், புதனுடன் கூடி கேந்திரத்திலிருந்து ஒன்பதாம் பாவாதிபதி சுக்கிரன் ஐந்தாம் பாவத்திலிருந்து, ஒன்பதாம் பாவத்தில் குருவும், இருந்தால் ஜாதகருடைய தகப்பன் சௌக்கியமுடையவனாகவும், ஜாதக்ருடைய பிதா பிரசித்தி பெற்றவனாகவும், விஷ்ணு பக்தியுடனும், மதாச்சாரத்துடனும் இருந்து சகோதர ஹீனனாகி சகோதரி ஜென விருத்தியுடையவனாகவும், இரண்டு மூன்று சகோதரிகள் வைதவ்வியமடைந்தவர்களையுடையவனாகவும் தான் ஒருவனே சுக ஜீவியாயும் இருப்பார். மாற்றாந் தாய் சகோதரன் ஒருவன் ஆயுளுள்ளவர், தன் பிதா கல்வி புத்தியுடையவனாகி, விவேகியாயும், தேவ பிராமண பக்தியுடனும், எழுதுவதில் சமர்த்தனும், ஊகித்துச் சேர்க்கவும் விலக்கவும் தெளிவுள்ளவனாகவும், திரவிய சம்பாதனையில் சமர்த்துடையவனாகவும், தியாகியாயும் கெம்பீர புத்தியுடையவனாகவும் இருப்பார்.

(164) (கமலாம்சம்) ஆகி குரு, சுக்கிரனுடன் கூடியிருந்தாலும், குருவால் சுக்கிரன் பார்க்கப்பட்டாலும் ஜாதகர் இரண்டு தாரமுடையவர், சூரியன் ஸ்ரீதராம்சத்தில் இருந்தால் ராஜ சேவையால் ஜீவனம் செய்பவர். க்ஷேத்திரமூலம் நல்லபடி ஜீவிப்பவர், பயிர்த்தொழில் செய்பவர், அரசாங்கத்தில் நல்ல வாக்கு வன்மையாய்ப் பேசுபவர், ராஜ வசியமுடையவர், அஸஹாய சமர்த்தர், அரச மந்திரியால் சந்தோஷமுடையவர். ராஜ காரியத்தைக் கவனிப்பவர், பலவழிகளிலும் தனத்தைச் சம்பாதிப்பவர், நடுவயதிலும், கடைவயதிலும் யோக விருத்தியுடையவர். க்ஷேத்திர மூலம்அதிக பலனுடையவனாவார்.

(165) (கமலாம்சம்) ஆகி ஒன்பதாம் பாவத்திற்கு ஒன்பதாம் பாவாதிபதியான சனி சுய க்ஷேத்திரத்திலிருந்து செவ்வாயால் பார்க்கப்பட்டால் ஜாதகருடைய தகப்பன் வீடு, பூமி முதலிய சௌக்கியமுடையவனாகவும், வழி வழியாய்ச் சத்ரு பீடையுடையவனாகவும் அதனால் அதிக விரயம் செய்து சத்ருவை அழிப்பவனாகவும் நியாயாதிபதி மூலம்வெளி தேசங்களில் காரிய சித்தியுடைவனாகவும், தன் ஜெனங்களிடத்தில் நல்ல புகழுடையவன் ஆகவும், கோபியாகவும், பராக்கிரமமுள்ளவனாகவும், தேவானுக்கிரகமடைந்த சித்தியுடையவனாகவும், தானே தர்ம கர்த்தாவாகவும், நல்ல வாகனம் முதலியன உடையவனாகவும், தன தானியப் பெருக்குடையவனாகவும், நந்தவனம், க்ஷேத்திர முதலிய ஆகாம போகியாயும், பயிரில் அதிக லாபமுடையவனாகவும், வாவி, கிணறு, குளம் முதலிய புண்ணிய கர்மங்களைச் செய்பவனாகவும், கோயில் தர்மம் முதலியன செய்பவனாகவும் நல்ல கீர்த்தியுடையவனாகவும், முன் ஜென்மாந்திர பாபத்தினால் கொஞ்சம் புத்திர

சோகமுடையவனாகவும், கிழ வயதில் கொண்டாடப்பட்ட கீர்த்தியுடையவனாகவும், பசு, எருமைமாடு முதலிய விருத்தியுடையவனாகவும், சொர்ண, வஸ்திர பூஷணம் முதலானவை உடைய தனிகனாகவும், கீர்த்திமானாகவும், தன் புத்திரன் பிரபலமுடையவனாகவும், புத்திரன் மூலம் சுகமுடையவனாகவும், எப்பொழுதும் நல்ல கதைகளைக் கேழ்ப்பவனாகவும், தேவர் பிராமணர் இவர்களைப் பூஜிப்பவனாகவும், நல்ல பாத்திரம் அறிந்து தானம் செய்பவனாகவும், விட்டுக் கொடுப்பவனாகவும், போகியாயும், கொடையாளியாயும், தியாகியாயும் இருப்பார், அவர் ஜாதகருடைய ஸம்பத்தார தசையில் மரிப்பார்.

ஜென்ம லக்கினம் கன்னி:-

(166) (கமலாம்சம்) ஆகி நான்காம் பாவாதிபதி ஒன்பதாம் பாவத்தில் இருக்க, சூரியனும் புதனும் கூடி நான்காம் பாவத்திலிருக்க, தாய் காரகனான சந்திரன் ராகுவுடன் கூடியிருந் தாலும் ஜாதகருடைய தாய்க்கு விசேஷ சுகமுண்டு, தாய் குணவதி, புண்ணியம் செய்பவள். சமர்த்தை யுடையவள், கடுமையான சொல்லுடையவள், இருந்தாலும் பிரீதியுடன் அன்னதானம் செய்பவள், கணவனுடைய மனதை அனுசரித்து நடப்பவள், தகப்பனுக்குப் பிரியமானதைச் செய்வாள், வம்சத்தில் பாக்கியமுடையவள், முன் ஜென்மாந்திர பாப விசேஷத்தால் புத்திர சோகத்தால் பீடிக்கப்பட்டவள், ஜாதகருடைய மூன்றாம் தெசையில் மரிப்பாள்.

(167) (கமலாம்சம்) அகி மூன்றாம் பாவாதிபதி சுயக்ஷேத்திரத்திலிருந்து குருவால் பார்க்கப்பட்டு, பதினோராம் பாவாதிபதி ராகுவுடன் கூடியிருந்தால் ஜாதகர் சகோதர, சகோதரிகளுடையவர், ஒரு மூத்த சகோதரன் ஆயுளுடையவனா யிருந்தாலும் அற்பாயுள் யோகமுடையவர், பின் சகோதர ரிருவரும் சுகமுடையவர்கள், யோகமுடையவர்கள், நிலையான ஜீவனமுடையவர்கள், மூன்று சகோதரிகள் புத்திர புத்திரிகளுடன் கூடி சுகமுள்ளவர்களாயிருப்பார்கள், அதிகம் சகோதரருண்டானாலும் ஜாதகனுக்கு இவை தவிர மற்றவை நசித்துவிடும்.

(168) (கமலாம்சம்) ஆகி லக்ன பாவாதிபதி சூரியனுடன் கூடியிருந்தால் ஜாதகர் சீக்கிரத்தில் கோபிப்பவர், தெளிந்த அறிவுடையவர், விஷ்ணு, சிவ பக்தியுடையவர், மதாசாரமுடையவர், திட்டமாய்ப் புசிப்பவர், மர்ம மனமுள்ளவர், காமி, சொற்ப நித்திரையுடையவர், மிக ஜாக்கிரதையுடையவர் தேவப் பிராமண விசுவாசி, கல்வி, அறிவு உடைய விவேகியாவர்.

(169) (கமலாம்சம்) ஆகி இரண்டாம் பாவத்தில் ராகு இருக்கப் பிறந்தவர், சிநேக துரோக புத்தியுடையவர், வாசாலகர், யுக்தியாகப் பிரசங்கம் புரிவார், எழுதுவதில் சமர்த்தர், இரண்டு பாஷைகளை நன்றாய்ப் பேசுபவர், அன்னிய பாஷையில் நல்ல ஞானமுள்ளவர், சந்தன புஷ்ப வஸ்திரப் பிரியனாவார்.

(170) (கமலாம்சம்) ஆகி சுயக்ஷேத்திரத்தில் இரண்டு கிரகங்களிருக்கப் பிறந்த ஜாதகர் யோகியானவர், பாலியம் முதல் புகழுடையவர்.

(171) (கமலாம்சம்) ஆகி லக்ன பாவாதிபதி நான்காம் பாவத்திலும் நான்காம் பாவாதிபதி ஒன்பதாம் பாவத்திலுமிருக்க ஜெனித்தவருக்கு எப்பொழுதும், குதிரை வாகன முண்டு, வேலையாள், சேவகர் இவர்களுடனும் ஜாதகர் கூடியிருப்பார்.

(172) (கமலாம்சம்) ஆகி இரண்டாம் பாவாதிபதி மித்திர க்ஷேத்திரத்திலிருந்து பதினோராம் பாவாதிபன் இரண்டாம் பாவத்தில் இருந்தால் ஜாதகர் தியாக, போக சம்பத்துடையவனாகி திரவிய சம்பாதனையில் சமர்த்தனாயிருப்பார்.

ஜென்ம லக்கினம் கன்னி:-

(173) (கமலாம்சம்) ஆகி பத்தாம் பாவாதிபதி சூரியனுடன் கூடியிருந்தால் ஜாதகர் அரசாங்க மூலம் ஜீவிப்பவர், க்ஷேத்திர மூலம் ஜீவிப்பவர், பயிர்த் தொழிலில் லாப முடையவர். அரசாங்கத்தில் புகழுடையவர். அரசாங்க உத்தியோகஸ்தர்களால் சுகி. அர சாங்க உத்தியோகத்தில் சமர்த்தர், தன் ஜெனங்களிடத்திலும் நல்ல யோக முடையவர், ஐந்தாம் வயதில் அக்ஷரஞானமடைபவர், வித்தியாப்பியாசம், அதிக சுகம் இவற்றை அடை பவர், தாய் தகப்பனுக்கு அடங்கியவர், சகோதர விருத்தியுடையவர், தன் பிதா யோகப் பெருக்குடையவர், அரசாங்கத்தில் நல்ல யோகமுடையவர், விசேஷ வித்தியா லாபம் உடையவர், பத்து வயதிற்குமேல் விசேஷமுடையவர், தகப்பனால் அதிக சுகமுடையவர், பதி னாலாவது வயதில் பிரசித்தியடைவார், பதினைந்து அல்லது பதினாறாவது வயதில் விவா கத்தை நிச்சயம் அடைவார். தன் ஊருக்குக் கிழக்கிலாவது ஈசானிய திக்கிலாவது விவாகம் உண்டாகும். மனைவி வெளுப்பு நிறமானவள், பாரியை தன்னிடம் பக்தியுடையவள்.

(174) (கமலாம்சம்) ஆகி ஏழாம் பாவாதிபதி ஒன்பதாம் பாவத்திலும் இரண்டாம் பாவாதிபதி ஐந்தாம் பாவத்திலும் இருந்து சுக்கிரனும் குடும்ப பாவத்தில் இருந்தால் ஜாதகருக்குத் தன் அம்மான் பெண் மனைவியாவாள் ஜாதகர் விவாகமான பின்பு சுகம் அடைவார், வீட்டில் லக்ஷ்மி கடாக்ஷமுள்ளவர். ஜாதகர் தன் தகப்பன் மூலமாக பிரசித்தியடைபவர், சுயப்பிரபலமடைபவர். சுயார்ஜிதமாக தனம் சம்பாதிப்பவர், யோகமுடையவர், அரச மந்திரியினால் சந்தோஷிக்கப்படுபவராவார்.

(175) (கமலாம்சம்) ஆகி ஐந்தாம் பாவாதிபதி ஆறாம் பாவத்திலிருந்து சுய க்ஷேத்திரமாகிய விருச்சிகத்திலிருக்கப்பட்ட செவ்வாயால் பார்க்கப்பட்டு ஒன்பதாம் பாவாதிபதி சுக்கிரன் ஐந்தாம் பாவத்தில் இருக்க, ஒன்பதாம் பாவத்தில் குருவும் இருக்கப் பிறந்த ஜாதகனுக்குப் புத்திர பலனானது நாசமடைந்து விடும், விருஷப ராசித் திரிகோணங்களில் கோட்சாரத்தில் குரு வரும் சமயம் புத்திரப்ராப்தி யுண்டாகும், குருவின் பார்வையுள்ள ராசித் திரிகோணங்களில் கோட்சாரத்தில் குரு விருந்தாலும், புத்திர புத்திரிப் பிராப்தி உண்டாகும். சுப்பிரமண்ய விரதம் செய்தால் இரண்டு புத்திரன்களும், இரண்டு புத்திரிகளும், தீர்க்காயு ளுடையவர்களா யிருப்பார்கள். அதிகம் பிறந்தாலும் மரித்து விடும்.

(176) (ரௌத்ராம்சம் அதாவது லக்கின ஸ்புடம் பாகை 175–24 கலை முதல் பாகை 175–36 கலை வரையில்) ஆகி பூர்வ பாகத்தில் லக்ன பாவாதிபதி லக்ன பாவத்தில் உச்சனாகி யிருந்து, சூரியனுடன் கூடியிருந்தால் பெரிய ஆற்றுப் பிரதேசத்தில் பட்டணத் தில் அக்கிரகாரத்தில் கிழக்கு மேற்கு வீதியில் ஜாதகருக்கு ஜனனமும் வாசமும் நேரிடும். உத்தராம்சத்தில் தெற்கு வடக்கு வீதியில் ஜனனம் நேரிடும்.

(177) (ரௌத்ராம்சம்) ஆகி நான்காம் பாவத்தில் கேது இருக்க, சந்திரன் ராகுவுடன் கூடியிருந்தால் பூர்வாம்சமானால் ஜாதகர் பிறந்தகாலத்தில் தாய்க்குப் பிரசவத்தில் அதிக வேதனையுண்டாகும், உத்தராம்சத்தில் ஜனித்தவருடைய தாய்க்கு வேதனை கொஞ்சமாயிருக்கும்.

(178) (ரௌத்ராம்சம்) ஆகி சூரியன் லக்ன கேந்திரத்தில் யிருந்து எட்டாம் பாவாதிபதி நீச்சராசியிலிருக்க ஜாதகனுக்குக் கொஞ்சம் பாலாரிஷ்டப் பீடையுண்டு, அது ஜென்ம தெசையில் விசேஷமாயிருக்கும்.

(179) (ரௌத்ராம்சம்) ஆகி ஒன்று, பத்து எட்டு முதலிய பாவாதிபதிகள் தன் உச்ச, நீச்ச ராசிகளில் பலமுடையவர்களாயிருந்து லக்கினத்திற்கு இரண்டாம் பாவத்தில் சுக்கிரனிருந்தால் ஜாதகர் எல்லா தோஷங்களும் விலகிச் சுகமடைவார்.

ஜென்ம லக்கினம் கன்னி:-

(180) (ரௌத்ராம்சம்) ஆகி பூர்வாம்சத்தில் பிறந்தவனுக்கு லக்னபாவாதிபதி சுப்பிரபாம்சத்திலும், எட்டாம் பாவாதிபதி வாருணாம்சத்திலும் இருந்தால் வயது அறுபத்தெட்டாகும். உத்தராம்சத்தில் இப்படிக் கிரகமிருக்கப் பிறந்தவர், எழுபத்தேழு வயது வரை ஜீவித்திருப்பார்.

(181) (ரௌத்ராம்சம்) ஆகி சூரியன் கேந்திரத் திரிகோணங்களிலிருக்க, ஒன்பதாம் பாவாதிபதி சனியுடன் கூடியிருந்தால் ஜாதகருடைய தகப்பன் அற்ப சௌக்கிய முடையவர், சகோதரக் குறைவுடையவர் விஷ்ணு, சிவ பக்தியுடையவர், சூரியன் குமாராம்சத்தில் இருந்தால் ஜாதகருடைய தகப்பன் நல்ல குமார சரீரமுடையவர், சொற்ப கல்வியுடையவர், புகழுடையவர், மானி, தியாகம், தானம் முதலிய போக போக்கியமுண்டு.

(182) (ரௌத்ராம்சம்) ஆகி சூரியன் கேந்திரத்திலிருந்தால் ஜாதகருடைய தகப்பன் கர்ப்ப ஸ்ரீமானாயும், சுகியாயுமிருப்பார்.

(183) (ரௌத்ராம்சம்) ஆகி பித்ரு வழிப் பாட்டன் ஸ்தானாதிபதி சனி தன்னுடைய உச்ச ராசியில் சுக்கிரனுடன் கூடியிருந்தால் ஜாதகருடைய பாட்டன் பிரசித்தனாகவும், பட்டிண கிராமத் தலைவனாகவும், அரசாங்கத்தில் புகழுடையவனாகவும், தன் தேசத்தில் நல்ல கீர்த்தியுடையவனாகவும் இருப்பார். ஜாதகனுடைய பாட்டனின் புண்ணிய வசத்தாலேயே ஜாதகருடைய தகப்பனும் பாக்கியத்தை அடைகிறார்.

(184) (ரௌத்ராம்சம்) ஆகி நான்காம் பாவாதிபதி விரைய பாவத்தில் காதாம்சாவஸ்தையில் இருக்க ஜாதகருடைய தாய் அற்ப சௌக்கியமுடையவள், குணமுள்ளவள், பொறுமையுள்ளவள், வம்சவிருத்தியுள்ளவள், ஜென்மாந்திர பாபத்தினால் அற்பகாலத்தில் மரிப்பாள், ஜாதகருடைய ஜென்ம தெசையிலேயே மரித்து விடுவாள்.

(185) (ரௌத்ராம்சம்) ஆகி மீனாம்சத்தில் சந்திரன் மீன ராசியிலேயே கேந்திரத்தில் இருந்தால் ஜாதகர் மாற்றாந்தாயை யுடையவர், அந்தக் கேந்திரத்திலேயே சந்திரனுடன் ராகு அல்லது கேது கூடியிருந்தால் அந்த மாற்றாந்தாய் விதவையாகித் துக்கப்படுபவள். நான்காம் பாவத்தில் கேது இருந்தால் அவள் தன் குலத்திலேயயே ரகசியமாக வியபசாரம் செய்வாள், இரண்டாம் பரியாயத்தில் ஜாதகருக்குக் கோட்சாரத்தில் விருச்சிக ராசியில் சனி வரும் சமயம் ஜாதகருடைய மாற்றந் தாய் மரணமடைவாள் என்று சிலரும், தனுசு ராசியில் வரும் சமயம் மரணமடைவாள் என்று சிலரும் சொல்லுகிறார்கள். அதன் பிறகு ஜாதகர் தன் தகப்பன் வழிப் பாட்டி மூலம் சுகமடைவார், விபத்தார தெசையில் சிம்மராசியின் கடைசியில் அல்லது கன்னியா ராசியில் கோச்சாரத்தில் சனி வரும் சமயம், அந்த பாட்டியும் மரித்து விடுவாள், அதனால் ஜாதகர் மிகவும் துக்கத்தை அடைவார்.

(186) (ரௌத்ராம்சம்) ஆகி செவ்வாய் நீச்சமடைந்து பதினோராம் பாவத்தை அடைந்திருந்தால் ஜாதகருக்குச் சகோதர பலன் அற்பமாயிருக்கும், ஜாதகர் சகோதர சௌக்கியமிழந்தவர். சகோதரிகளுடன் கூடினவர். சகோதரிகள் நால்வர் அல்லது அதிகமும் உண்டாகலாம்.

(187) (ரௌத்ராம்சம்) ஆகி ஏழாம் பாவாதிபதி காதாம்சத்தில் இருந்து சுக்கிரன், சனியுடன் கூடியிருந்தால் ஜாதகர் அநேக ஸ்திரீகளுக்கு நாயகன், போகி, வரத்துமேல் வரத்துண்டாகி உற்சாகமுடையவனாயிருப்பார்.

ஜென்ம லக்கினம் கன்னி:-

(188) (ரௌத்ராம்சம்) ஆகிச் சுக்கிரன் லக்கினத்திற்கு இரண்டாம் பாவத்தில் இருந்தால் ஜாதகர் அளவாய்ப் பேசுபவர், குருவிடம் பிரியமுள்ளவர், குருவுக்கும் பிரியமானவர்.

(189) (ரௌத்ராம்சம்) ஆகி ஐந்தாம் பாவாதிபன் இரண்டாம் பாவத்தில் உச்சனாயிருந்தால் ஜாதகர் விஷ்ணு, சிவன் இவர்கள் மதத்தையடைபவர், எப்பொழுதும் சிவ பக்தியுடன் கூடினவர், தேவியின் அனுக்கிரகமடைந்தவர்.

(190) ரௌத்ராம்சம்) ஆகி லக்கின கேந்திரத்தில் புதன் இருந்தால் ஜாதகர் ஞானியாயும், தத்துவ விவேகியாயும், துஷ்டர்களிடம் துஷ்டபுத்தியுடனும், கொடியவர்களுக்குக் கொடூரத் தன்மையுடையவனாகவும் வாக்குச் சாதுர்ய முடையவனாயும், வாசாலகனாகவுமிருப்பார்.

(191) (ரௌத்ராம்சம்) ஆகி சனி தன்னுச்ச ராசியிலிருந்து பத்தாம் பாவாதிபதியும் தன்னுச்ச ராசியிலிருந்தால் ஜாதகர் க்ஷேத்திரமூலமாகப் பிரசித்தியடைந்து, பட்டிணத்திற்காவது, கிராமத்திற்காவது தலைவனாயிருப்பவர், புதன் ஸாரஸ்வதாம்சத்தில் இருந்தால் புத்தி, வித்தை இவற்றையுடையவனுமாவார்.

(192) (ரௌத்ராம்சம்) ஆகி சுக்கிரன் ராஜ்ய பூஜ்யாம்சத்தில் (அதாவது பத்தாவது ராசி அம்சமாகிய மிதுனத்தில்) இருந்து இரண்டாம் பாவாதிபன் நான்காம் பாவத்தில் இருந்து சுக்கிரன் அதிமித்திரனுடன் கூடியிருந்தால் ஜாதகர் யோகமுடையவர், பாக்கியமுடையவர், அதிக க்ஷேத்திரமுடைய பிரபு, தன் ஜனங்களிடம் பிரசித்தியுடையவர், அரசாங்கத்தில் பிரசித்தியுடையவர், எல்லா ஜெனங்களுக்கும் ரஞ்சகனாகவுமிருப்பார்.

(193) (ரௌத்ராம்சம்) ஆகி குரு சிம்ம ராசியில் காதாம்சத்திலிருக்கச் சந்திரன் சனியுடன் கூடியிருந்தாலும், சனியால் பார்க்கப்பட்டாலும் ஜாதகருக்கு மூன்று மனைவிகள் ஏற்படுவார்கள். மூத்த மனைவி அற்ப சந்தானமுள்ளவள், பிரசவத்தில் அவள் மரிப்பாள், இரண்டாம் மனைவியும் அப்படியே ஆவாள். மூன்றாம் மனைவி சுகத்தையுடையவள், மூன்றாம் மனைவி ஸ்த்ரீ பிரஜைகளைப் பெறுவாள், அற்ப சந்தானமுடையவளாவாள்.

(194) (ஸ்நிக்தாம்சம் அதாவது லக்ன ஸ்புடம் பாகை 173–36 கலை முதல் பாகை 173–48 கலை வரையில்) ஆகி ஜென்ம லக்ன கேந்திரத்தில் செவ்வாயிருந்து ஐந்தாம் பாவத்தில் கேது இருந்தால் ஜாதகருடைய தாய் பிரசவத்தில் அதிக வேதனையுடையவள், கொஞ்சம் சூதி தோஷமுண்டு, ஆயினும் ஜாதகருடைய தகப்பனின் புண்ணிய வசத்தால் அவனுக்குத் தேக ஆரோக்கியமும் சுகமும் உண்டாகும், ஜென்ம தெசையில் ஜாதகனுக்குப் பாலரோக பயம் உண்டாகும்.

(195) (ஸ்நிக்தாம்சம்) ஆகி லக்ன பாவாதிபதியும், எட்டாம் பாவாதிபதியும் ஒன்பதாம் பாவத்தில் இருந்து சனியும் தன் உச்சராசியில் இருந்தால் ஜாதகர் சகல தோஷங்களும் விலகிச் சுகமடைவார்.

(196) (ஸ்நிக்தாம்சம்) ஆகி ஒன்பதாம் பாவாதிபதி கேந்திர ராசிகளிலிருந்தால் சூரியன் தன் உச்சராசியில் எட்டாம் பாவத்தில் இருந்தால் ஜாதகருடைய தகப்பன் கொஞ்சம் சுகமுடையவர்.

(197) (ஸ்நிக்தாம்சம்) ஆகி ஒன்பதாம் பாவாதிபதி சந்திரனுடன் கூடியிருந்தால் ஜாதகருடைய தகப்பன் சிவபக்தியுடையவர், தேவப் பிராமண விசுவாசமுடையவர், பிதா

வியாபாரத்தில் ஜீவனம் செய்பவர், கல்வியால் அற்ப சௌக்கியமுடையவர், மிதமான பாக்யமுடையவர், மனைவி வம்சத்தால் கொஞ்சம் சௌக்யமுடையவர், விருத்தாப்பிய வயதில் கொஞ்சம் சௌக்யமும் உடையவர், ஜாதகருடைய சம்பத்தார தெசையில் மரிப்பார்.

ஜென்ம லக்கினம் கன்னி:-

(198) (ஸ்நிக்தாம்சம்) ஆகி நான்காம் பாவாதிபதி ராகுவுடன் கூடி சந்திர கேந்திரத் திரிகோணங்களில் இருந்து லக்ன கேந்திரத்தில் செவ்வாயுமிருந்தால் ஜாதகருடைய தாய் அற்ப சௌக்கியமுடையவள், குணவதி, பரிசுத்தமுள்ளவள், சகோதரர்களுடன் கூடினவள், பாக்கியவம்சத்தில் பிறந்தவள், தாய் வம்சத்தில் அதிக சுகமுள்ளவள், ஜாதகருடைய இரண்டாம் தெசையில் தாய் மரித்து விடுவாள். சிலர் ஜாதகருடைய தகப்பன் ஜாதகருடைய ஜென்ம தெசையிலேயே மரித்துவிடுவார் என்று சொல்லுகிறார்கள்.

(199) (ஸ்நிக்தாம்சம்) ஆகி மூன்றாம் பாவாதிபதி செவ்வாய் லக்ன பாவத்தில் காதாம்சத்திலிருந்தால் ஜாதகர் மூத்த சகோதரனில்லாதவர், பின் சகோதரன் அற்ப சுக முடையவர், சகோதரியில்லாதவர், சிலர் ஒரு சகோதரி உண்டு என்று சொல்லுகிறார்கள்.

(200) (ஸ்நிக்தாம்சம்) ஆகி ஜாதகனுக்கு ஏழாம் பாவாதிபதி ராகுவுடன் கூடியிருக்க ஏழாம் பாவத்தைச் செவ்வாய் பார்த்தால் காலதாமதமான விவாகமுடையவர், சாதாரண அழகுடைய மனைவியும் உடையவர், ஜாதகருடைய மூத்த மனைவி புத்திரனில்லாதவள், வேறு மனைவியிடம் ஜாதகர் புத்திரனை அடைவார்,

(201) (ஸ்நிக்தாம்சம்) ஆகி ஐந்தாம் பாவத்தில் கேது இருந்து, ஐந்தாம் பாவாதிபதி தன் உச்சராசியில் இருக்க சந்திரனுக்கு ஐந்தாமிடத்தில் சனியிருந்தால் ஜாதகருக்கு ஸந்தானத்துக்கு இடைஞ்சல் உண்டாகும். அந்த தோஷத்திற்குப் பரிகாரமாக சேதுஸ்நாநம், சிவார்ச்சனை நாகசாந்தி, பாலகிருஷ்ணப் பிரதிமை தானம் இவற்றில் முதலில் சேதுஸ்நானம் செய்து, பசு தானம் செய்து பிறகு தன் மூத்த மனைவியிடம் காலாந்தரத்திலாவது, வேறு மனைவிடத்திலாவது புத்திர சந்தானம் உண்டாகும், ஜாதகர் அற்ப சந்தாய யோகமுயைடவனாயிருந்தாலும் முதலில் பெண் குழந்தைகளும், பின்பு புருஷக் குழந்தைகளும் பிறக்கும். தீர்க்காயுளுடைய மூன்று பெண்களும் இரண்டு புருஷப் பிள்ளைகளும் பிறப்பார்கள்.

(202) (கிரீசாம்சம்) ஆகி சந்திரன் மிதுன ராசியில் நீச்சாம்சத்தில் சுதாம்சத்திலிருக்கப்பட்ட குருவால் பார்க்கப்பட்டால் பூர்வாம்சத்தில் பிறந்த ஜாதகர் மூத்த சகோதரனில்லாதவர், பின் சகோதரனில்லாதவர், சகோதரிகளுடையவர், உத்தராம்சத்தில் பிறந்தவருக்கு ஒரு மூத்த சகோதரர் ஆயுளுடனிருப்பார், இரண்டு சகோதரிகளிருப்பார்கள். பூர்வபாகத்தில் பிறந்தவனுக்கு மூன்று சகோதரிகள் மட்டும்உண்டு. ஆற்றுப்பிரதேசப் பட்டிணத்தில் புண்ணிய க்ஷேத்திரத்தில் ஜாதகருக்கு வாசமும் பிரசவமும் நேரிடும். உத்தாரம்சத்தில் பிறந்தவனுக்குச் சமுத்திர சமீப தேசத்தில் புண்ணிய க்ஷேத்திரத்திரமில்லாத விடத்தில் ஜெனனமும், வாசமும் நேரிடும்.

ஜென்ம லக்கினம் கன்னி:-

(203) (கிரீசாம்சம்) ஆகிச் சந்திரன் நீசாம்சத்திலிருந்து அல்லது சாதாரணமாகவே யிருந்து குருவுடன் கூடியிருந்தாலும், குருவால் பார்க்கப்பட்டாலும் ஜாதகருடைய தாய்க்குப் பிரசவத்தில் அற்ப வேதனையே இரண்டு அம்சத்திலும்

உண்டாகும், பூர்வபாகத்தில் சந்திரனுக்குக் குரு பார்வையிருந்தால் சௌக்கியம் உண்டாகும், சூதி தோஷம் பூர்வபாக ஜாதகருக்கு இருந்தாலும், உத்தராம்சத்தில் ஜெனித்தவனுக்கு அது அதிகமாயிருக்கும், பூர்வ பாகத்திற்கு பாலாரிஷ்ட பயமும் உண்டாகும், உத்தராம்சத்தில் ஜெனித்தவருக்கு பாலாரிஷ்டம் உண்டாகாது, மாந்த ஜுரபயமும், வைசூரி பயமும் உண்டாகும்.

(204) (கிரீசாம்சம்) ஆகி பூர்வ பாகத்தில் பிறந்தவனுக்கு ஏழாம் பாவாதிபதி சுக்கிரன் வீட்டிலிருந்து, சுக்கிரனும் சூரியனும் கூடியிருந்தால் ஜாதகர் வேறு மனைவியிடம் புத்திரனை யடைவார், ஜாதகனுடைய மூத்த மனைவி புத்திரனில்லாதவள், உத்தராம்சத்தில் பிறந்தவனுக்கு இரண்டாவது தாரம் உண்டாகாது, மூத்த மனைவியிடமே காலாந்திரத்தில் புத்திர விருத்தி உண்டாகும், பூர்வபாகத்தில் ஜெனித்தவனுக்கு இரண்டாம் மனைவியிடத்திலும் காலம் கடந்து முதலில் பெண்கள் பிறந்து சௌக்கியம் உண்டு, பிறகு காலந்தரத்தில் புத்திரர்கள் பிறப்பார்கள். தீர்க்காயுளுடைய இரண்டு புருஷப்பிரஜையும், மூன்று பெண் பிரஜைகளும் உண்டாகும் உத்தராம்சத்தில் பிறந்தவருக்கு ஒரு புத்திரனும், நான்கு புத்திரிகளும் பிறப்பார்கள்.

நெ.7–வது அத்தியாயம்

துலா லக்கின ஜாதகம்.

(1) ஜென்ம லக்னம் துலாம் (மாயாம்சம் அதாவது லக்ன பாகை ஸ்புடம் 181–48 கலை முதல் பாகை 182–00 கலை வரையில்) ஆகி லக்கினாதிபதியான சுக்கிரன் மேஷத்தில் இருந்து இரண்டாமிடத்தில் செவ்வாய், சூரியன், இருந்தால் சரீரம், காந்தியான இரத்தம்போல் சிவந்தவனாகவும், நல்ல முகமுள்ளவனாகவும், பேசுபவனாயும், தன்னிச்சையாய் நடப்பவனாயும், நல்ல தைரியசாலியாயும், கண்டிப்பான சொல்லுடையவனாயும், மாயையுள்ளவனாகவும், கபடமாய்ப் பேசுபவனாகவும் ஆவார், தன் வசனத்தால் அரசர்களை மோகிக்கும் படியும் செய்வார், மனிதர்களை மோகிக்கும் படிப் பேசுவார், ஜென மோகனன்.

(2) ஜென்ம லக்னம் துலாம் (மாயாம்சம்) ஆகி பூர்வ பாகத்தில் பிறந்தவனுக்கு இரண்டாமிடத்திற்குடைய செவ்வாய் சுயக்ஷேத்திரத்திலிருந்தால் ஜாதகர் வாசாலகர், யுக்தியுடையவர், சாதுரிய முடையவர், தெலுங்கு பாஷையில் தேர்ந்தவர், நீச்ச வித்தையில் விசாரமுடையவர், ஐந்து வித்தையுடையவர், நானாவித பாஷை அறிந்தவர், மந்திர சாஸ்திரமரிந்தவர். சுப்பிரமண்யம் முதலிய தேவர்களிடத்திலும், விஷ்ணுவிடத்திலும் விசேஷ பக்தியுள்ளவர், பல்லில் ரோகமுண்டாகி ரத்தம் வடிந்து கொண்டிருக்கும், சூலை ரோக முடையவர், சூலத்தைத் தரித்தவர், உஷ்ணத்தால் ரத்தம் போன்ற சிவந்த கண்களையுடையவர், பத்தாயிரத்துக்கு மேற்பட்ட தனம் சம்பாதிப்பார், மேலான பிரபல உத்தியோக பாக்கிய முடையவர், குதிரை ஏறுபவர், அநேக குதிரை, சேனை முதலியவைக்கு நாயகர், இருபத்தொரு வயதிற்குப் பிறகு யோகமுடையவர், முப்பது வயதுக்கு மேல் நல்ல யோகமுடையவர், முப்பத்து நான்காவது வயதில் அரச ஸ்த்ரீ மூலம் விசேஷ பிரபல யோகவான், நாற்பத்து மூன்று வயதுவரையிலும் அதிக யோகம், அதன் பிற்பாடு ஏழுவருஷம் மிக யோகமாயிக்கும், ஐம்பது வயதிற்குமேல் ராஜயோக முடையவர், பற்பல தேசங்களில் சஞ்சாரம் செய்வார், அநேக வேலைக்காரார் தனம், முதலியவற்றுடன் கூடினவர்.

(3) ஜென்ம லக்னம் துலாம் (மாயாம்சம்) ஆகி மூன்றாமிடத்துக்குடைய குரு கும்பத்தில் அல்லது சுய க்ஷேத்திரத்தில் இருந்தால் ஒரு மூத்த சகோதரனுடனும், ஒரு

இளைய சகோதரனுடனும் இரண்டு சகோதரிகளுடனும் வெகு கஷ்டத்துடன் கூடியிருப்பார், கிரந்தத்தின் வேறு இடத்தில் இளையவர்கள் இல்லை யென்று மனு சொல்லியிருக்கிறார்.

(4) ஜென்ம லக்னம் துலாம் (மாயாம்சம்) ஆகி நான்காமிடத்துக்குடைய சனி, ராகுவுடன் கூடி சந்திரனால் பார்க்கப்பட்டால் தன் தாய் நித்தியம் கோபத்துடன் இருப்பார், துர்க்குணம் உடையவளாயும், கணவனுடைய விரோதியாயும் இருப்பாள். துர்மரணமாக மரிக்க இஷ்டப்படுவாள், மூடத்தனத்தால் துக்கமடைந்த மனதுடையவள், ஜாதகருடைய சிறிய தாய் ஒருத்தி பாலியத்தில் விதவையாகி விடுவாள், இரண்டு அல்லது மூன்று அம்மான்கள் இருப்பார்கள். சந்திர தெசையில் ராகு புக்தியிலாவது, முப்பத்திரண்டாவது வயதிலாவது விஷ அதிசார தோஷத்தால் துர் மரணத்தால் அபமிருத்துவாய் தாய் மரிப்பாள், தனக்குத் தாய்மார் இருவர் ஆவார்கள், ஜாதகர் தன் தகப்பனுடைய வைப்பாட்டிக்குப் பிறந்தவர் என்று சிலர் எண்ணுகின்றனர், சுக்கிர தெசையில் ராகு புக்தியில் அல்லது சனி புக்தியில் அல்லது சந்திரன், செவ்வாய் இவர்கள் புக்திகளில் ஜாதகருடைய தாயார் துர்மரணமாக மரிப்பாள் என்று சொல்லவும்.

(5) ஜென்ம லக்னம் துலாம் (மாயாம்சம்) ஆகி ஐந்துக்குடைய சனி ராகுவுடன் கூடி புதன், சந்திரன், கேது முதலியவர்களால் பார்க்கப்பட்டால் முதலில் பெண் பிள்ளைகள் பிறக்கும், ஆண் பிள்ளைகட்டு இடையூறு உண்டாகும், மூன்று புத்திரிகளாவது, இரண்டு புத்திரிகளேயாவது உண்டாகும், ஆண் பிள்ளை இல்லை, சர்ப்ப தோஷத்தால் முதலில் இந்த ஜென்மத்தில் சபிக்கப்பட்டிருக்கிறான். தேவாலயத்தில் உள்ள மரம் முதலானதுகளை வெட்டியதாலும், தேவ சாபத்தாலும் இந்த ஜாதகனுக்குப் புத்திரனில்லை, பிறந்தாலும் மரித்துப்போகும், அந்த பாபபரிகாரத்துக்கு நாகப் பிரார்த்தனையும் செய்து கொண்டு சேது ஸ்நானவசத்தாலும், மரங்கள் வைத்து (நந்தவன நிர்மாணம்) புண்ணியமான சாந்தி தானம் முதலியவற்றைச் செய்தால் காலாந்தரத்தில் பிள்ளை பிறக்கும், வெகு பிரயாசையின் பலனாக ஒரே புத்திரன் தான் பிறப்பார்.

(6) ஜென்ம லக்னம் துலாம் (மாயாம்சம்) ஆகி ஏழுக்குடைய செவ்வாய் சுயக்ஷேத்திரத்தில் இருந்து சுக்கிரனுடன் கூடியிருந்து ராகு தெசையில் செவ்வாய் புக்தி அல்லது குரு தெசை சுய புக்தி வந்தால் இருபத்தொரு வயதிலாவது அதற்குப் பிறகாவது சித்திரை மாதத்தில் கலியாணத்தையடைவார், சிவப்பு நிறமுள்ள மனைவியுள்ளவர், அவளுடன் வெகு காலம் கூடியிருப்பார், இந்த மனைவிக்குப் பிறகு குரு தெசையில் சுக்கிர புத்தியில் மறு மனைவியை விவாகம் செய்வார், அநேக ஸ்த்ரீகளுக்குப் புருஷனாக இருந்தும் வேசி ஸ்த்ரீலோலனாக இருப்பார்.

(7) ஜென்ம லக்கினம் துலாம் (மாயாம்சம்) ஆகி லக்கினத்திற்குடைய சுக்கிரன் ஏழாமிடத்தில் இருக்கப் பிறந்தவர் பல ஜாதி ஸ்த்ரீகளையும் விரும்பிக் கேளிக்கை நடத்துவார், மூல ரோகி, வெள்ளை மேக ஒழுக்குடையவர், மூத்திர கிருச்சனமுடையவர், விரையில் பாதையுள்ளவர், ரத்தவாந்திசெய்பவர், கொஞ்சமான தாப ஜ்வரத்துடன் கூடினவர், வயிற்று நோயினாலும் குலையினாலும் கஷ்டப் படுவார், சீக்கிரம் ஆரோக்கியம் அடைவர்.

(8) ஜென்ம லக்னம் துலாம் (மாயாம்சம்) ஆகி ஒன்பதுக்குடை புதன் சுய க்ஷேத்திரத்தில் இருந்து பித்ருகாரகன் சர்ப்ப (அதாவது எட்டாம்) ராசியிலிருக்கத் தன் பிதா யோகமுடையவர், சாது, நான்கு பாஷைகளுக்கு அர்த்தம் தெரிந்தவர், நீச்ச அரசனுடைய ராஜ்ஜியத்தில் யோகமுடையவர், இராஜனால் வெகுமானிக்கப்பட்டவர், அநேக அரசனுடைய தயவை அடைந்தவர், அநேக தேசங்களில் கீர்த்தி யுடையவர், தன் பிதாவினுடைய மூத்த

சகோதரி ஒருத்தி பாலிய விதவையாகிவிட்டவள், அற்பாயுளில் மரித்துவிட்டிருப்பவள், தகப்பன் பின்ன சகோதரன் (மாற்றாந்தாயின் பிள்ளை) தன் பத்தினியுடனும், பத்தினியின் தாயார் (மாமியாருடனும்,) தன் பணத்துடனும், சகோதரிகளுடனும், சகோதரர்களுடனும் கூடியிருப்பார், உத்தியோக மூலம் பணக்காரனாவார், வித்தை பிரபலமுள்ளவர், வித்தியா தனத்தால் ராஜ்ஜியத்தில் பிரபல உத்தியோக பாக்யமுடையவர், மந்திர சாஸ்திரம் நன்றாய்க் கற்றவர், பூஜையால் தேவி வசியத்துடன் கூடினவர்.

(9) ஜென்ம லக்னம் துலாம் (மாயாம்சம்) ஆகி பத்துக்குடைய சந்திரன் ஒன்பதாமிடத்தில் இருந்து புதனுடன் கூடியிருந்தால் சனி, செவ்வாய், ராகு, குரு இவர்களால் பார்க்கப்பட்டால் ஜாதகர் ஆசாரமுள்ளவர், நல்ல செய்கையுடையவர், ஞானி, தியானம் ஜெபம், சமாதி முதலியவையுடையவர் இவர் சனி தெசையில் கங்காஸ்னானம் செய்பவர், நல்ல புண்ணியம் செய்பவர், இராஜனுடைய சமீபத்தில் இருந்து அநேக சேனையுடன் கூடி தண்டனை செய்கிறவர், வேலைக்காரர்கள், வேலைக்காரிகள் இவர்களுடன் கூடினவர், பசு, தானியம் முதலிய சமிருத்தியுடையவர், பித்ரு பாக்கிய முடையவர், மானி, சுயார்ஜிதத்தால் பூஸ்திதி சம்பாதிப்பார், தேவாலயம் கட்டுவிப்பான், கீர்த்தியுடையவர், வெகு பாக்கியமுடையவர்.

(10) ஜென்ம லக்னம் துலாம் (நிர்மலாம்சம் அதாவது லக்ன ஸ்புடம் பாகை 193-48 கலை முதல் பாகை 194-00 கலை வரையில்) ஆகி பத்தாம் பாவாதிபதி புதனுடன் கூடி ஐந்தாம் பாவாதிபதி லாப ராசியையடைந்திருக்கப் பிறந்தவர் யானை முதலான ஐஸ்வரிய முள்ளவர்.

(11) ஜென்ம லக்னம் துலாம் (நிர்மலாம்சம்) ஆகி கும்ப ராசியில் குரு இருந்து ஐந்தாம் பாவாதிபதி லாபஸ்தானத்தில் கூடியிருந்தால் ஜாதகருக்கு இரண்டு புத்திரனும், இரண்டு புத்திரிகளும் இருப்பார்கள், இரண்டு கன்னிகைகளும் சுக ஜீவியாய் இருப்பார்கள்.

(12) ஜென்ம லக்னம் துலாம் (நிர்மலாம்சம்) ஆகி ஆறாம் பாவாதிபதி ஐந்தாம் பாவத்திலிருந்தும், நான்காம் பாவாதிபதி லாப ஸ்தானத்திலிருந்து ஆறாம் பாவாதிபதி செவ்வாய் பார்த்தாலும், சனி பார்த்தாலும் சத்ருவை நாசம் செய்து பிரதாபத்தை அடைவார், அன்றியும் பத்தாம் பாவாதிபதி லக்கினத்திலிருக்க நல்ல செய்கையும், ஆசாரமும் உள்ளவனாயும், சுர்ப்ப ஸ்ரீமானாயும், பொன் வஸ்திரம், பூஷணம் முதலிய லாபமுள்ளவனாயும், தன் வீட்டில் சுவர்ண பாத்திரம் முதலியன உள்ளவனாயும் ஆவார்.

(13) ஜென்ம லக்னம் துலாம் (நிர்மலாம்சம்) ஆகி லக்ன பாவாதிபதி தன்னுச்சத்திலாவது, வர்க்கோத்தமாம்சத்திலாவதிருந்தாலும், குருவால் பார்க்கப்பட்டாலும், அத்துவைத மார்க்கத்தால் நிஜரூபமான பரமாத்துமாவை அறிந்தவனாகவும், வேதாந்த நிஷ்டையுள்ளவனாகவும் ஆகிறான்.

(14) ஜென்ம லக்னம துலாம் (சம்பகாம்சம் அதாவது லக்கின ஸ்புடம் பாகை 185-12 கலை முதல் பாகை 185-24 கலை வரையில்) ஆகி இரண்டாம் பாவாதிபதியுடன் சனி கூடியிருந்தால் முகத்தில் ரோகமுள்ளவர், பாலிய வயதில் நாகப்பிரதிமை தானம் செய்தால் முகரோகமுண்டாகாது.

(15) ஜென்ம லக்னம் துலாம் (நிர்மலாம்சம் அதாவது லக்ன ஸ்புடம் பாகை 193-48 கலை முதுல் பாகை 194-00 கலை வரையில்) ஆகி ஒன்பதாம் பாவாதிபதி தன் உச்சராசியிலிருந்து சூரியனுடன் சேர்ந்திருந்தால் ஜாதகருடைய தகப்பனுக்குச் சுகமுண்டாகும், தன் பிதா சிவபக்தியுடன் இருப்பவர், கொஞ்சம் விஷ்ணுபக்தியும் உண்டு,

சொற்பகல்வியுடையவர், ஆசையுடையவர், க்ஷேத்திரமூலமும், குணமும், சுகமும் உடையவர். கொஞ்சகாலம் அனாசாரம் உடையவர், விருத்தாப்பிய வயதில் மனோசித்தியுடையவர், எப்பொழுதும் பயிர்த்தொழிலால் சுகமுடையவர், சொற்ப பூமி உடையவர், தனம் சம்பாதிப்பவர், அரசாங்கத்தில் சொல்ப சௌக்யமுடைவர், தன் பிதா நேர்மையான புத்தியுடையவர், ஏதாவது கொஞ்சம் தர்ம சித்தியுடையவர், விஷய போகத்தில் விசேஷ புத்தியுடையவர் அந்திய காலத்தில் மனோசுத்தியைப் புத்திரன் மூலமாக அடைவார்.

(16) ஜென்ம லக்னம் துலாம் (நிர்மலாம்சம்) ஆகி ஒன்பதாம் பாவத்தில் சனி யிருந்து ராகு, கேது இவர்களுடன் கூடியிருந்து இவர்களால் சனி பார்க்கப்பட்டு ஒன்பதாம் பாவாதிபதி சூரியனுடன் கூடி யிருந்தால் ஜாதகருடைய தகப்பன் ஆபத் சந்நியாச, யோகமுள்ளவர்.

(17) ஜென்ம லக்னம் துலாம் (நிர்மலாம்சம்) ஆகி சந்திரன் நீச்ச ராசியில் இருந்து, நான்காம் பாவாதிபதி கேதுவுடன் கூடியிருந்தால் ஜாதகருடைய தாய் அற்பாயுசுடையவளாவள்.

(18) ஜென்ம லக்னம் துலாம் (நிர்மலாம்சம்) ஆகி நான்காம் பாவாதிபதிக்கு ஆறில் விருச்சிகத்தில் சந்திரன் இருந்தால் ஜாதகருடைய பால்ய வயதிலேயே நாசமடைந்து விடுவார். கோட்சாரத்தில் பதினோராம்பாவாதிபனிருக்கும் ராசியில் சனி வரும் சமயம் ஜாதகருடைய தாய் மரணமடைவாள்.

(19) ஜென்ம லக்கினம் துலாம் (நிர்மலாம்சம்) ஆகி மூன்றாம் பாவத்தில் ராகு இருந்து, லக்கின கேந்திரத்தில் குரு இருக்கப் பிறந்த ஜாத்கர் அற்ப சோதரசௌக்கிய முடையவர், ஒரு சகோதரர் தீர்க்க ஆயுளுடையவர், சுகமுள்ள மூன்று சகோதரிகளிருப்பார்கள், ஜாதகருடைய மாற்றாந்தாயின் புத்திரர் சௌக்கிய முள்ளவர், மாற்றாந்தாய் தீர்க்காயுளுடைவள்.

(20) ஜென்ம லக்னம் துலாம் (நிர்மலாம்சம்) ஆகி குருத்திரிம்சாம்சத்தில் சகடயோகத்தில் ஜெனித்தவர் வெளுப்பு, நிறமுடையவர், குணமுடைவர்,பிராமண ஜென்மம், புத்திமான், சகோதரருடையவர், தாய் சௌக்கிய மில்லாதவர், தன் தகப்பன் அதிக யோக முடையவர் ஜாதகர், திரவிய சம்பாதனையில் சமர்த்தர், நடுவயதில் நல்ல பாக்கிய முடையவர், அரசாங்கத்தில் நன்கு பூஜிக்கப் பட்டவர், அரசாங்க ஜென சிநேகிதமுடையவர், பரோபகாரமுள்ளவர், சௌரிய முள்ளவர், சாகஸக்காரர், கீர்த்தியுடையவர், தேவப் பிராமண பக்தியுடையவர், விசேஷ சிவ பக்தியுடையவனாவார்.

(21) ஜென்ம லக்னம் துலாம் (நிர்மலாம்சம்) ஆகி குரு லக்கினகேந்திரத்தில் இருக்க ஜெனித்த ஜாதகர் நல்ல சுத்தாத்துமா, இந்திரியங்களை ஜெயிப்பவர், எப்பொழுதும் அன்னதானம் செய்வதில் பிரியமுடையவர், எப்பொழுதும் தேவி சக்தியின் அனுக்கிரக முடையவனாவார்.

(22) ஜென்ம லக்னம் துலாம் (நிர்மலாம்சம்) ஆகி ஒன்பதாம் பாவத்தில் சனி கேதுவுடன் கூடியிருக்க ஜெனித்த ஜாதகர் ஞானியாயும், தத்துவ விவேகியாயுமிருப்பார், நடுவயதில் நல்ல தர்மாத்துமா, தெய்வானுக்கிரகமடைந்தவனாவார்.

(23) ஜென்ம லக்னம் துலாம் (நிர்மலாம்சம்) ஆகி லக்கினத்துக்கு ஏழில் செவ்வாயிருக்கப் பிறந்தவர் இருதார யோகமுடையவனாவார்.

(24) ஜென்ம லக்னம் துலாம் (நிர்மலாம்சம்) ஆகி குரு ஸதா சிவ கலாம்சத்திலிருந்து கேந்திரத்தில் இருக்கப்பட்ட செவ்வாயால் குரு பார்க்கப்பட்டால் ஜாதகர் பரப்பிரம்மத் தியானி, யோகி, மகா புருஷ தெரிசனமடைவார்.

(25) ஜென்ம லக்னம் துலாம் (நிர்மலாம்சம்) ஆகி ஏழாம் பாவத்தில் பாபக்கிரகமிருந்து சுக்கிரனும் சூரியனும் கூடியிருக்கப் பிறந்தவர் இருபதாவது வயதில் விவாகமடைவார், வேறு சிலர் சாம்பசிவ மதப்படி ஜாதகருக்கு மூன்றாம் தெசையில் விவாகமும், விவாகத்திற்குப் பிறகு சுயம் பிரபலமு மடைபவர், அரசாங்க ஜென நேச மடைபவர், கிராமங்களுக்குத் தலைவனாவர், பயிர்த்தொழில் செய்பவர், நல்ல யோக முடையவர், திரவிய சம்பாதனை செய்வதில் சமர்த்தர், குரு தெசையில் நல்ல யோகமுடையவனென்று சொல்லுகிறார்கள்.

(26) ஜென்ம லக்கினம் துலாம் (நிர்மலாம்சம்) ஆகி ஒன்பதாம் பாவாதிபதியுடன் சுக்கிரன் சேர்ந்திருந்தாலும், லக்கின கேந்திரத்தில் சுக்கிரனிருந்தாலும் ஜாதகர் பல தேசங்களிலும் பிரசித்தி பெறுவார். மூன்றாம் தெசையில் பிரசித்தி பெறுவார்.

(27) ஜென்ம லக்னம் துலாம் (நிர்மலாம்சம்) ஆகி ஐந்தாம் பாவாதிபதி கேதுவுடன் கூடியிருக்க ஜெனித்த ஜாதகர் அற்ப சந்தான யோகமுடையவர், முதலில் சுகமுடைய பெண் குழந்தைகளை யுடையவர் க்ஷேத்திர பிரபல யோக முடையவர்.

(28) ஜென்ம லக்னம் துலாம் (நிர்மலாம்சம்) ஆகி குரு லக்கின கேந்திரத்திலிருக்க ஜெனித்த ஜாதகர் உத்தமமான பிராபல்யமுடைய புத்திரனை யடைவர்.

(29) ஜென்ம லக்னம் துலாம் (நிர்மலாம்சம்) ஆகி ஒன்பதாம் பாவத்தில் சனி, கேதுவுடன் கூடி இருந்தால் ஜாதகர் ஆபத் சந்நியாச யோக முடையவர், இந்த லோகத்திலும் நல்ல புண்ணியாத்துமாவாகி அந்தியத்தில் நற்கதியடைவார்.

(30) ஜென்ம லக்னம் துலாம் (நிர்மலாம்சம்) ஆகி ஆறாம் பாவாதிபதி வர்க்கோத்தமாம்சத்திலிருந்து லக்கின பாவத்தில் செவ்வாயால் பார்க்கப்பட்டால் ஜாதகர் அத்வைத மார்க்கத்தால் நிஜ சொரூபமான பரமாத்துமாவை வேதாந்த நிஷ்டை உடையவனாகிப் பரம் பொருளை அறிவார்.

(31) ஜென்ம லக்ன்ம் துலாம் (ஸுப்ரபாம்சம் அதாவது லக்கின ஸ்புடம் பாகை 195-36 கலை முதல் பாகை 195-48 கலை வரையில்) ஆகி லக்கின பாவாதிபதி வர்க்கோத்தமாம்சத்தில் உச்ச ராசியிலிருந்து, குருவாலும் பார்க்கப்பட்டால் ஜாதகர் நற்காரியங்களைச் செய்பவர், நல்லபுண்ணியமுடையவர், பணமுள்ளவர், உலகத்தில் சௌக்கியமுடையவர் என்றும் சொல்லுகிறார்கள்.

(32) ஜென்ம லக்னம் துலாம் (ஸுப்ரபாம்சம்) ஆகி ஜென்ம லக்ன கேந்திரந்தைச் செவ்வாய் அடைந்திருக்க ஜாதகருடைய தாய் பிரசவத்தில் அதிக வேதனை யுடையவள்; உத்தராம்சத்தில் ஜெனித்தவருடைய தாய்க்கு வேதனை கொஞ்சமாயிருக்கும், சந்திரன் சூரியனுடன் கூடியிருந்தால் ஜாதகருடைய தாய்க்கக் கொஞ்சம் பீடை உண்டாகும் . ஜாதகருக்குப் பாலரோகத்தால் பீடை யுண்டாகும்.

(33) ஜென்ம லக்னம் துலாம் (பங்கஜாம்சம் அதாவது லக்கின ஸ்புடம் பாகை 209-36 கலை முதல் பாகை 209-48 கலை வரையில்) ஆகிச் செவ்வாய் லக்கின கேந்திரத் திரிகோணங்களிலிருந்து இரண்டாம் பாவத்தில் குரு இருந்தால் ஜாதகர் அற்ப சகோதரமுடையவர், பின் சகோதரர் ஒருவன் தீர்க்காயுளை யுடையவர், மூத்த சகோதரர்கள் இருவர் சுகமுடையவர்கள், ஒரு சகோதரி நீண்ட ஆயுளுடையவர், மற்றும் சிலர் ஜாதகர் இரண்டு சகோதரிகளுடையவர் என்றும் அதிக மிருந்தால் நாசமடைவார்கள், என்றும் சொல்லுகிறார்கள், எல்லோரிலும் மூத்த சகோதரன் அரசாங்கத்தில் பிரசித்தியுடையவர், ராஜயோகப் பெருக்குடையவர், பிரபல உத்தியோக பாக்யமுடையவர், வாகனம் முதலியன

உடையவர், பல தேசங்களிலும் புகழுடையவர், பிரசித்தியுடையவர், முன் பாப விசேஷத்தால் மத்தியால்பாயுசுடையவர், ஜாதகருடைய மூத்த முதுல் சகோதரனுக்கு அடுத்தவர், தீர்க்காயுளுடையவர், புத்திரனை யுடையர், பின் சகோதரன் எப்பொழுதும் சுகமுடையவர், வீட்டு வேலைகளைக் கவனிப்பவர், எப்பொழுதும் க்ஷேத்திர வியாபாரம் உடையவர், பசு, தானியம் சமிருத்தி யுடையவர்.

(34) ஜென்ம லக்னம் துலாம் (பங்கஜாம்சம்) ஆகி இரண்டாம் பாவத்தில் கேது இருந்தால் ஜாதகர் சாகசக்காரர், பராக்கிரம முடையவர்.

(35) ஜென்ம லக்னம் துலாம் (பங்கஜாம்சம்) ஆகி பத்தாம் பாவத்தில் புதனிருந்தால் ஜாதகர் வாசாலகர் சாதுரிய யுக்தியுடையவர், ஸாரஸ்வதாம்சத்திலிருந்தால் கல்வி, அறிவு முதலியவையும், விவேகம் உடையவர் மூன்று பாஷைகளில் வல்லவர், பல பாஷைகளும் கற்றவர், நாடக அலங்கார காவியங்களைப் பிரியமாய்ச் சொல்லுபவர், தெளிவுள்ளவர், பல சாஸ்திரங்களிலும் நல்ல அறிவுடையவர், சமஸ்கிருதப் பிரியன், நல்ல புத்திமான்.

(36) ஜென்ம லக்னம் துலாம் (பங்கஜாம்சம்) ஆகி செவ்வாய் லக்ன கேந்திர திரிகோணங்களிலிருந்தால் ஜாதகர் ஜென்ம மூர்க்கர், கோபியாவார்.

(37) ஜென்ம லக்னம் துலாம் (பங்கஜாம்சம்) ஆகி செவ்வாய் சனியுடன் கூடியிருந்தாலும், சனியால் பார்க்கப்பட்டாலும் ஜாதகர் எப்பொழுதும், கடினமான தண்டனையிடுபவர், வித்தை மூலம் நல்ல யோகமுடையவர், உத்தியோகத்தில் சாமர்த்தியம் வாய்ந்த நிபுணர், நல்ல அறிவாளியாவார்.

(38) ஜென்ம லக்னம் துலாம் (பங்கஜாம்சம்) ஆகி சனி உச்சனாகியிருந்து அவன் தசை இரண்டாவதாக வந்தால் ஜாதகருடைய மூத்த சகோதரர் நல்ல யோகமுடையவர், சகோதரனுக்கு ராஜ யோகம் உண்டாகி அரசாங்க மூலம் ஆதியத்யமடைவர், பெரிய மேம்பாடான உத்தியோக லாபமுடையவர், எப்பொழுதும் திருப்தியான சமிர்த்தியுள்ள போஜனமுடையவர், அரச மந்திரியின் அனுக்கிரகத்தினால் யோகப் பிரபலமடைபவர் ஆவார்.

(39) ஜென்ம லக்னம் துலாம் (பங்கஜாம்சம்) ஆகி சுபாம்சத்தில் சனி துலா ராசியிலிருக்க சூரியன் கேந்திர திரிகோணங்களிலிருந்தால் ஜாதகருடைய சகோதரனுக்குப் பிரபலம் உண்டாகும். அதற்குப் பிறகு ஜாதகர் பிரபலமடைவர், அரச சந்தோஷ வெகுமானாதி திரவிய வஸ்திர லாபமும், உடன் பிறந்த சகோதரனுக்கு நல்ல யோககாலமும், வெளிதேசாந்திரகாலத்தில் யோகமும் உண்டாகும். இது சராம்சநாடி பலன் என்று முன்னோர்கள் சொல்லுகிறார்கள்.

(40) ஜென்ம லக்னம் துலாம் (பங்கஜாம்சம்) ஆகி ஐந்தாம் பாவாதிபதி செவ்வாயுடன் கூடியிருக்க இரண்டாம் பாவாதிபன் கேதுவுடன் கூடியிருந்து பன்னிரண்டாம் பாவத்தில் குருவும் இருந்தால் ஜாதகர் அற்ப சந்தான யோகமுடையவர், குரு மிருதபுத்ராம்சத்தில் (அதாவது வம்சம் க்ஷயாம்சம் என்ற ஷஷ்டி அம்சத்தில்) இருந்தால் குழந்தைகள் பிறந்து பிறந்து மரித்து விடும், ஒரு புத்திரர் ஆயுளுடன் இருப்பார் என்று சிலரும், வேறு சிலர் இரண்டு புத்திரரிருப்பார்கள் என்றும் சொல்லுகிறார்கள், இப்படியே பெண் குழந்தைகளும் இருப்பார்கள், அவசியம் சாந்தி செய்ய வேண்டும், சாந்தி செய்த பின்பு இந்த புத்திர புத்திரிகள் இருப்பார்கள்.

(41) ஜென்ம லக்னம் துலாம் (பங்கஜாம்சம்) ஆகி புதன் பத்தாம் பாவத்தில் சாரஸ்வதாம்சத்தில் இருந்தால் ராஜயோகமுடைய ஜாதகர், தன் குலத்தில் பிரசித்தனாகவும்,

அறிவாளியாகவும், நல்ல போகியாயும், ராஜாதிராஜர்களால் வெகுமானிக்கப்பட்டும், பூஜிக்கப்பட்டு, கீர்வாண பாஷையில் பிரசண்ட கவியாயும்,அரச சேவிதனாகவுமிருப்பார்.

(42) ஜென்ம லக்னம் துலாம் (பங்கஜாம்சம்) ஆகி லக்னம், பத்தாமிடம், ஏழாமிடம், ஒன்பதாமிடம், எட்டாமிடம் முதலிய இடங்களில் சூரியன் முதலிய கிரகங்களிலிருந்தால் கேந்திராதியோக மென்று சொல்லப்படுகிறது, மேற்படி யோகத்தில் பிறந்தவர் ஆயுளுள்ளவரையிலும் யோகமுடையவனாயிருப்பார்.

(43) ஜென்ம லக்னம் துலாம் (பங்கஜாம்சம்) ஆகி பன்னிரண்டாம் பாவாதிபதி சுப ராசியிலிருந்து பன்னிரண்டாம் பாவம் குருவால் பார்க்கப்பட்டாலும், குரு பன்னிரண்டாம் பாவத்தில் இருந்தாலும் ஜாதகர் தேகாந்தியத்தில் நற்கதி அடைவார், பின் ஜென்மம் பிராமணனாகப் பிறப்பார்.

(44) ஜென்ம லக்னம் துலாம் (சுதாம்சம் அதாவது லக்ன ஸ்புடம் பாகை 198–36 கலை முதல் பாகை 198–48 கலை வரையில்) ஆகி லக்கின பாவாதிபதி சர ராசியிலிருந்து சராம்சத்தில் கேந்திரத்திலுமிருந்தால் பெரிய ஆற்றுப் பிராந்திய தேசத்தில் பட்டிணத்தில் ஜாதகருக்கு ஜெனனம் நேரிடும்.

(45) ஜென்ம லக்னம் துலாம் (சுதாம்சம்) ஆகிப் பூர்வ பாகத்தில் ஐந்தாம் பாவாதிபதி சர ராசியிலிருந்தால் ஜாதகருக்குத் தேவாலய சமீபத்தில் பட்டிணத்தில் ஜெனனம் சம்பவிக்கும். உத்தராம்சத்தில் ஜெனித்தவருக்குப் பெரிய நதிப்பிராந்திய தீரத்தில் அக்கிரகாரத்தில் ஜெனனம் நேரிடும்.

(46) ஜென்ம லக்னம் துலாம் (சுதாம்சம்) ஆகி ஆறு, எட்டு, பன்னிரண்டு முதலிய பாவங்களில் சந்திரனிருக்க மணியுடனாவது, ராகுவுடனாவது கூடியிருந்து கேந்திரங்களிலும் பாபக்கிரகமிருந்தால் ஜாதகருடைய் தாய்க்கு அரிஷ்ட முண்டாகும்.

(47) ஜென்ம லக்கினம் துலாம் (சுதாம்சம்) ஆகிப் பூர்வபாகத்தில் நான்காம் பாவாதிபதி நீச்ச ராசியிலிருக்க சந்திரன் பாபக்கிரகங்களுடன் கூடியிருந்தாலும், பாபக்கிரகங்களால் பார்க்கப்பட்டாலும் ஜாதகருடைய ஜெனனகாலத்தில் தாய் கொஞ்சம் சீக்கிர வேதனை யுடையவள். கொஞ்சம் பாலாரிஷ்ட பயம் உண்டாகும், சாந்தியால் சுகமும், ஆரோக்கியமும் லக்கினாதிபதி கேந்திரத்திலிருந்தால் உண்டாகும். உத்தராம்சத்தில் பிறந்தவனுக்குக் கொஞ்சம் சௌக்கிய முண்டாகும். தாய்க்கும், தக்ப்பனுக்கும் ஜாதகனுக்கும் தேகாரோக்கிய முண்டாகும்.

(48) ஜென்ம லக்னம் துலாம் (சுதாம்சம்) ஆகி சூரியன் சுய க்ஷேத்திரத்தில் இருந்து சுபாம்சத்தில் சுபருடன் கூடியிருந்தால் ஜாதகருடய தகப்பனுக்குச் சௌக்கியமுண்டாகும், தன் தகப்பன் வைஷ்ணவ சீமான் சகோதரர்களுடன் கூடினவர், எப்பொழுதும் வைதிக ஆசாரமுடையவர், சுகமுடையவர், வேதாத்தியானம் பூர்ணமாகச் செய்தவர், பூர்ணமான வைதீக ஆசாரமுடையவர், பிராமணர்களால் பூஜித்துக் கொண்டாடப்பட்டவர், அற்ப கல்வி தனமுடையவர், எப்பொழுதும் மிக்க நல்லவர்களிடம் அளவளாவிப் பழகுதலும், தர்மசாஸ்திரத்தின் அர்த்தம் தெரிந்தவனாகவுமிருப்பார்.

(49) ஜென்ம லக்னம் துலாம் (சுதாம்சம்) ஆகி ஒன்பதாம் பாவாதிபதி பதினோராம் பாவத்தில் தன் உச்சாம்சத்தில் சூரியனுடன் கூடியிருந்தால் ஜாதகருடைய தகப்பன் நல்ல சுத்தாத்துமா, சாதுக்களுக்கு உபசாரம் செய்பவர், அதிதியிடம் விசேஷ பக்தியுடையவர், பந்துக்களால் பூஜிக்கப்படுபவர், தகப்பன் சுக முடையவர்.

(50) ஜென்ம லக்னம் துலாம் (சுதாம்சம்) ஆகி நான்காம் பாவாதிபதி புதாம்சத்தில் கேந்திர ராசியை அடைந்திருந்தால் ஜாதகருடைய தாய் குணவதி, பொறுமையுள்ளவள், பாக்கியவம்சத்தில பிறந்தவள், பாலியத்தில் தாய் சௌக்கியமுள்ளவள், கொஞ்சம் ரோகத்தால் பீடிக்கப்பட்டவள், எப்பொழுதும் அன்னதானம் செய்வதில் பிரியமுள்ளவள், பந்துக்களுக்கு உபகாரம் செய்பவள், பதிவிரதை, பெரிய புகழுடையவள் கணவனுடைய மனதை அனுசரித்து நடப்பவள், மாதுவம்சப் பெருக்குடையவள், மத்திய வயதுடையவளாவாள்.

(51) ஜென்ம லக்னம் துலாம் (சுதாம்சம்) ஆகி ஒன்பதாம் பாவாதிபதி தன்னுச்சாம்சத்தில் பதினோராம் பாவத்தில் சூரியனுடன் கூடியிருந்தால் அந்த புதனுடைய தெசையின் மத்தியில் ஜாதகருக்கு நல்ல செய்கை ஆசார விருத்தி, விசேஷ சௌக்கியம், வைஷ்ணவ ஜென சிநேகிதம், கல்வியால் சுகம், எப்பொழுதும் நல்ல கதைகளை கேழ்ப்பதும், பஞ்சமகா எக்கிய பாராயணம் செய்தலும், தனலாபமும், விசேஷ சுகமும், நற்கீர்த்தியும், நல்ல சேர்க்கையும், விப்பிரர் மூலம் தனத்துடன் கூடியும், புத தெசையில் மூன்றாம் பாவத்தில் கொஞ்சம் வதையும், இரண்டாம் பரியாயத்தில் கோட்சாரத்தில் சனி இடபராசியை அடையும்போது ஜாதகருடைய மனைவிக்கு மரணமும் நேரிடும்.

(52) ஜென்ம லக்னம் துலாம் (சுதாம்சம்) ஆகி ஏழாம் பாவத்தில் சனியிருந்து ஏழாம் பாவாதிபன் சத்ரு க்ஷேத்திரத்தில் நீச்ச ராசியை அடைந்திருந்து சுக்கிரன் சுபக்கிரகங்களின் பார்வையுடன் கூடியிருந்தால் ஜாதகருடைய மனைவி நாசமடைவாள், ஏழாம் பாவாதிபதி சுக்கிரனுடன் கூடியிருந்தால் ஜாதகர் இரண்டாவது விவாக யோகத்தைச் சீக்கிரமாக அடைவார், இரண்டாம் விவாகத்திற்குப் பிறகு ஜாதகருக்குச் சுபமும், யோகமும் உண்டாகும், மூன்றாம் தெசையில் வைஷ்ணவ சிநேகத்தால் பலவழிகளிலும் தனவரவும், பெரிய நதிப்பிராந்தியத்தில் நிலையான வாசமும், இருப்பும் அடைவார், மூன்றாம் தெசையிலேயே வீடு லாபமும் கிரமமாக தனலாபமும், சௌக்கியமும், அந்த மூன்றாம் தெசையின் நான்காம் பாகத்தில் ஜாதகருடைய தாய்க்கு மரணமும் நேரிடும்.

(53) ஜென்ம லக்னம் துலாம் (சுதாம்சம்) ஆகி பன்னிரண்டாம் பாவத்தில் குரு இருந்தாலும், பன்னிரண்டாம் பாவத்தைக் குரு பார்த்தாலும் ஜாதகர் அந்தியத்தில் ஞானமுடையவனாக இருப்பார்.

(54) ஜென்ம லக்னம் துலாம் (கின்னராம்சம்) ஆகி பூர்வ பாகத்தில் ஜெனனமாகி லக்கின பாவத்தில் சுபக்ஷேத்திரத்தில் குரு இருந்தாலும், லக்ன பாவத்தைக் குரு பார்த்தாலும் ஜாதகருக்குப் பெரிய ஆற்றுப் பிராந்திய தேசத்தில் ஜெனனமும், வாசமும் நேரிடும்.

(55) ஜென்ம லக்னம் துலாம் (கின்னராம்சம்) ஆகி நான்காம் பாவாதிபன் கேதுவுடன் கூடியிருந்தால் ஜாதகருடைய தாய்க்குப் பிரசவ காலத்தில் பூர்வபாகத்தில் அற்ப பீடையும், உத்தராம்சத்தில் வெகு பீடையும், ஸூதிகாரிஷ்டமும் உண்டாகி சீக்கிரமான ஆரோக்கியமும், சௌக்யமும் உண்டாகும்.

(56) ஜென்ம லக்னம் துலாம் (கின்னராம்சம்) ஆகி குரு லக்ன கேந்திரத்தில் இருந்து லக்கினாதிபதி உச்சராசியில் இருந்தால் ஜாதகர் எல்லா தோஷங்களினின்றும் விலகிச் சுகமடைவார்.

(57) ஜென்ம லக்னம் துலாம் (கின்னராம்சம்) ஆகி சந்திரனுக்கு கேந்திரத்தில் சுக்கிரனிருந்து குரு சந்திரனுக்குப் பதினொன்றில் இருந்து செவ்வாயால் குரு பார்க்கப்பட்டு சந்திரன் சிர ஜீவாம்சத்திலுமிருந்தால் ஜாதகர் அறுபத்தேழு வயது வரை ஜீவிப்பார்.

(58) ஜென்ம லக்னம் துலாம் (கின்னராம்சம்) ஆகி ஒன்பதாம் பாவாதிபதி சூரியனுடன் கூடி, குருவால் சூரியன் பார்க்கப்பட்டால் ஜாதகருடைய தகப்பன் கொஞ்சமான பாக்கியமுடையவர், தன் பிதா பாலிய வயதில் சொற்ப பாக்கியத்துடன் சுகியாயிருப்பார், மத்திய வயதில் பாக்யம் சம்பாதிப்பவர், பிராமண மூலம் சுகமுண்டாகும், க்ஷேத்திரமூலம் ஜீவிப்பவர், தன் தகப்பன் சிநேக துரோக முடையவர், சிநேகத்துரோக மிருந்தாலும், அற்ப வயதில் மரிப்பவர், விஷாக்கியாம்சத்தில் சூரியனிருந்தால் தன் பிதா துரோகபுத்தி உடையவர், மித்திரத் துரோக பாபத்தினால் வழி நடுவில் தகப்பனுக்கு ஆபத்துண்டாகும், கிராமாந்திரத்தில் பிதா மரிப்பார், புத்திரனால் (சம்ஸ்காரம்) கர்மம் செய்யப் பெறாதவர், புத்திரியினால் கர்மம் (உத்தரகிரியைகள்) செய்யப் பெறுபவர், முன் ஜென்மாந்திரபாபத்தால் இப்படி உண்டாகும். ஜாதகருடைய ஜென்ம தசையில் மூன்றாம் வருஷத்தில் அல்லது நான்காவது வருஷத்தில் சந்திர லக்கினத்தில் கோட்சாரத்தில் சனி வந்த பிறகு ஜாதகருடைய பிதா மரணமடைவார்.

(59) ஜென்ம லக்னம் துலாம் (கின்னராம்சம்) ஆகி குருவின் வீட்டில் தனுசு ராசியில் சந்திரனிருந்து சுக்கிரன் தன் உச்சராசியில் மீனத்தில் இருந்தால் ஜாதகருடைய தாய் வெகுகாலம் ஜீவித்திருப்பவள், தாயும் நல்லவள், சாந்தமுள்ளவள், சுத்த சுபாவ சொரூபமுடையவள், திரவிய சம்பாதனையில் சமர்த்தையானைவள், பிரியத்துடன் வாதம் செய்பவளாவாள்.

(60) ஜென்ம லக்கினம் துலாம் (கின்னராம்சம்) ஆகி ராகு சந்திரனுடன் கூடியிருந்தால் ஜாதகருடைய தாய் விதவையாய் துக்கப் படுபவள், புத்திரனுக்குப் பிரியமானதைச் செய்பவள், புத்திரனால் பிறகு தான் ரக்ஷிக்கப்படுபவள், ஜாதகருடைய ஐந்தாம் தசையில் தாய் மரணமடைவாள்.

(61) ஜென்ம லக்னம் துலாம் (கின்னராம்சம்) ஆகி சுய க்ஷேத்திரத்தில் செவ்வாயிருந்து லக்னத்திற்கு ஐந்தாம் பாவத்தில் சூரியனிருந்தால் ஜாதகருடைய மூத்த சகோதரர் சுகமுடையவனாயிருப்பவர், ஒரு சகோதரி வெகு ஆயுளுடையவள், நடுவில் விதவையாய் விடுவள், மூத்த சகோதரர் புத்திர புத்திரியுடையவர், நல்ல யோகமுடையவர், ஜாதகருக்கு பின் சகோதரம் கிடையாது, கின்னராம்சத்தில் ஜெனித்தவருக்கு புருஷ சகோதரர் ஒருவனே.

(62) ஜென்ம லக்னம் துலாம் (கின்னராம்சம்) ஆகி லக்ன பாவாதிபதி தன் உச்சராசியில் இருக்க குரு திரிம்சாம்சத்தில் பிறந்தவர், கருப்பு நிறமுடையவர், குணமுடையவர், சமதேகமுடையவர், தெளிந்த மனதுடையவர், அழகிய முகமுங், கண்களும் பொருந்தியவர், அதிர்ஷ்டசாலி, மேதாவி, பாலியத்தில் முதலில் தகப்பன் அரிஷ்டம் அடைபவர், தாய் சௌக்யமுள்ளவர், பிதாவினால் சம்பாதிக்கப்பட்ட பொருளுடையவர், க்ஷேத்திரமூலம் ஜீவிப்பவர், வியாபாரத்தில் விசேஷ லாபமுடையவர், திரவிய சம்பாதனையில் சமர்த்தர், தெய்வானுக்கிரக யோகமுள்ளவர், பதினெட்டாவது வயது முதல் யோகமுடையவர். முப்பத்தைந்து வயதுக்கு மேல் நல்ல யோகமுடையவர், பாக்கிய யோகப் பெருக்கானது கிரமமாக உண்டாகும், விஷ்ணு, சிவபக்தியுடையவர், தேவப் பிராமண பக்தியுடையவர், இரட்டைப் பெயருடையவர், உண்மையே பேசும் சத்தியவாதி, அளவாய்ப் பேசுபவர், சங்கீதப் பிரியர், காமி, இரண்டு தாரமுடையவர், பரஸ்த்ரீ சேர்க்கையால் போகமுடையவர், மறுமனைவியிடம் நல்ல போகமுடையவர், சம்போக காலத்தில் வினோதமானவர், வரவுமேல் வரவுடையவர், விலக்கான நாளில் விலக்கான காலங்களில் கொஞ்சம் ஸ்த்ரீ சேர்க்கையுடையவர், அந்திய காலத்தில் சித்த (மனோ) சத்தியுடையவர், பல தேசங்களிலும், பிரசித்தியை பெறுபவர், அற்ப சந்தான யோகமுடையவர், ஆயுளுள்ள வரையில் பாக்கியவானாயிருப்பார்.

(63) ஜென்ம லக்கினம் துலாம் (காலாம்சம் அதாவத லக்னஸ்புடம் பாகை 186–24 கலை முதல் பாகை 186–36 கலை வரையில்) ஆகி லக்ன பாவாதிபதி கேந்திர ராசியிலிருந்து சுபக்கிரகங்களுடன் கூடியிருந்தால் பெரிய ஆற்றுப் பிராந்திய தேசத்தில் பட்டிணத்தில் ஜாதகருக்கு ஜெனனம் நேரிடும். உத்தராம்சத்தில் பிறந்தவனுக்கு நதி தீரத்தில் குக்கிராமத்தில் ஜெனனம் நேரிடும், பூர்வ பாகத்தில் பிரசவகாலத்தில் ஜாதகருடைய தாய்க்கு வேதனை கொஞ்சமாயிருக்கும், குருவினுடைய பார்வை மேற்படி லக்கினத்திற்கிருந்தால் சுகமுண்டாகும். உத்தராம்சத்தில் பிறந்தவருடைய தாய்க்குப் பிரசவ வேதனை அதிகமாயிருக்கும். பூர்வ பாகத்தில் பாலாரிஷ்ட பயமிருந்தாலும் சீக்கிரமாக ஆரோக்கியமும், சுகமும் உண்டாகும். ஜாதகருடைய தாய், தகப்பனுக்கும், ஜாதகருக்கும் தேகசுகமும் உண்டாகும். உத்தராம்சத்தில் பிறந்தவருக்குப் பாலாரிஷ்டத்தால் அதிக வதை உண்டாகும், ஜாதகருடைய ஜென்ம தெசையில் மூன்றாம் வருஷத்தில் அல்லது நான்காம் வருஷத்தில் மாந்த சுரம் முதலிய பயத்தால் ஜாதகர் பீடையடைந்து முன் ஜென்மாந்திர புண்ணிய வசத்தாலும் சுபர்களின் பார்வையாலும் ஜாதகர் சுகமடைவார்.

(64) ஜென்ம லக்னம் துலாம் (காலாம்சம்) ஆகி லக்ன பாவாதிபதியாவது, குருவாவது பத்தாம் பாவத்தில் இருந்தால் ஜாதகர் தீர்க்காயுளுடையவனாவார்.

(65) ஜென்ம லக்னம் துலாம் (காலாம்சம்) ஆகிப் பிறந்தவருக்குச் சூரியன் சுய க்ஷேத்திரத்தில் இருந்தால் தன் பிதா விஷ்ணு பக்தியுடையவர், தேவபிராமண பக்தியுடையவர் எப்பொழுதும் வியாபாரத்தால் ஜீவிப்பவர், அற்ப பாக்கியமுடையவர், அவனுக்கு மத்திமாயுள் என்று எண்ணப்படுகிறது, கொஞ்சகாலம் தான் ஜீவிப்பவனாவர்.

(66) ஜென்ம லக்னம் துலாம் (காலாம்சம்) ஆகி நான்காம் பாவாதிபதி தன் உச்ச க்ஷேத்திரத்தில் லக்ன பாவத்தில் இருந்தால் ஜாதகருடைய தாய் வழிப்பாட்டர் பிரசித்தர், லோகத்தில் மேன்மையான தனிகன், ஜாதகர் தாய்வம்சத்தில் சுகமுள்ளவர், ஜாதகருடைய அம்மான் பிரபலமுடையவர், சுபமுள்ளவர், ஜாதகருடைய தாய் குணவதி, நல்லவன், கொஞ்சம் ரோகத்துடன் கூடியவள், சகோதரர்களுடன் கூடியவள் விதவையாகித் துக்கிப்பவளையுடையவனாக ஜாதகனிருப்பார்.

(67) ஜென்ம லக்னம் துலாம் (காலாம்சம்) ஆகி நான்காம் பாவத்துக்கு ஏழாமிடத்தில் சுக்கிரன் இருந்தால் ஜாதகர் தாய்வம்சத்தில் விசேஷ சுகமுடையவர், மாதாவின் வம்ச தனத்தையடைபவர், தகப்பன் சம்பாதித்த பொருளை விட்டு விடுவார்.

(68) ஜென்ம லக்னம் துலாம் (காலாம்சம்) ஆகி ஜாதகருடைய அம்மான் ஸ்தானத்திற்குப் புத்திர பாவத்தில் குருவும் சுக்கிரனும் கூடியிருந்தாலும், குருவும் சுக்கிரனும் கூடி மேற்படி புத்திர ஸ்தானத்தைப் பார்த்தாலும், அம்மானுடைய புத்திரர்கள் பாக்கிய வந்தர்களாயிருப்பார்கள்.

(69) ஜென்ம லக்கினம் துலாம் (காலாம்சம்) ஆகி ஒன்பதாம் பாவத்தில் ராகு இருந்தால் ஜாதகருடைய தகப்பனுக்குச் சௌக்கியம் உண்டாகாது, ஜாதகருக்குத் தகப்பன் வம்சத்தில் சொற்ப பாக்கியம் உண்டாகும் தகப்பனுடைய மேன்மையால் ஜாதகர் தனத்தையடைவார்.

(70) ஜென்ம லக்னம் துலாம் (காலாம்சம்) ஆகி ஆறாம் பாவாதிபதி லக்ன பாவாதிபதியுடன் கூடியிருக்கப்பட்ட ஜாதகருக்கு அம்மானால் சுகமுண்டாகும், மனைவி கருப்பு நிறமுடையவள், விவாகத்திற்குப் பிறகு ஜாதகர் சுகமடைவார், எப்பொழுதும் லக்ஷ்மி கடாக்ஷமுடையவர், ஜாதகருடைய மூன்றாம் தெசையில் சுகமடைவார்.

(71) ஜென்ம லக்னம் துலாம் (காலாம்சம்) ஆகி ஐந்தாம் பாவாதிபதி சனி செவ்வாயுடன் கூடியிருந்து அல்லது செவ்வாயால் சனி பார்க்கப் பட்டு புத்திரஸ்தானத்திற்கு ஏழாம் இடத்தில் ராகு இருந்தால் ஜாதகர் புத்திர நாசத்தால் சோகமுடையவர், அந்த தோஷத்துக்குப் பரிகாரமாக ஸேது ஸ்நாநம் முதலியன செய்து, நாக சாந்தியும், துர்க்காதேவி ஜெபமும் செய்தால் புத்திரப்பிராப்தியுண்டாகும்.

(72) ஜென்ம லக்னம் துலாம் (காந்தாம்சம் அதாவத லக்ன ஸ்புடம் பாகை 186–24 கலை முதல் பாகை 186–36 கலை வரையில்) ஆகி லக்ன பாவாதிபதி சுப க்ஷேத்திரத்தில் லக்ன பாவத்தில் இருந்தால் பெரிய நதிப் பிராந்திய தேசத்தில் அக்கிரகாரகத்தில் ஜாதகருக்கு ஜெனனம் நேரிடும். உத்தராம்சத்தில் நதிதீரத்தில் பட்டிணத்தில் ஜாதகருடைய ஜெனனம் நேரிடும். ஜாதகர் நான்காவதான கர்ப்பத்தில் பிராமண வம்சத்தில் ஜெனிப்பவர், பூர்வபாகத்துக்கும் உத்தராம்சத்துக்கும் பலாபலன்களில் கொஞ்சம் வித்யாசம் உண்டாகும், பூர்வபாகத்தில் பிறந்தவனுடைய தாய்க்குப் பிரசவத்தில் வேதனை கொஞ்சமாயிருக்கும். உத்தராம்சத்தில் பிறந்தவனுடைய தாய்க்கு விசேஷ வேதனையும், மூன்று தினம் வரையில் பிரசவ வேதனையும் உண்டாகும். கொஞ்சம் பாலாரிஷ்ட பயம் உண்டு, ஆயினும் சீக்கிரமாக ஆரோக்கியமுண்டாகும். ஜாதகர் ஜெனித்த தெசையில் மூன்றாம் வருஷத்தில் மாந்த சுரத்தினால் பயமுண்டாகும்.

(73) ஜென்ம லக்னம் துலாம் (காந்தாம்சம்) ஆகி சந்திரன் ராகுவுடன் கூடியிருந்தால் ஜாதகர் பாலாரிஷ்டத்தால் பீடிக்கப்படுவார், முன் ஜென்மாந்தர புண்ணியத்தால் சுப க்ஷேத்திரத்தில் சந்திரனிருந்து லக்ன பாவாதிபதி கேந்திர ராசியிலிருந்தால் சாந்தி செய்தால் பாலாரிஷ்டம் நீங்கி ஜாதகருக்குச் சுக முண்டாகும்.

(74) ஜென்ம லக்னம் துலாம் (காந்தாம்சம்) ஆகி லக்ன பாவாதிபதி சுய க்ஷேத்திரத்தில் சூரியனுடன் கூடியிருக்க ஒன்பதாம் பாவாதிபதி பதினோராம் பாவத்திலிருந்தால் ஜாதகருடைய தகப்பனுக்குச் சுகமுண்டாகும், தன் பிதா விஷ்ணு பக்தியுடையவர், வைதீக ஆசாரத் தா்மமுடையவர், ஆஸ்திகர், உண்மையான தர்ம மறிந்தவர், நல்ல செய்கை ஆசார முதலியன உடைய அறிவாளி, சுக்கிரனும் ஒன்பதாம் பாவாதிபதியும் சுபாம்சத்தில் சுபருடன் கூடி இருந்தால் ஜாதகனின் தகப்பன் வேதசாஸ்திர புராணமறிந்தவர், எப்பொழுதும் தர்ம சாஸ்திரப் பிரியர், நியாயமாய்ச் சம்பாதிக்கப்பட்ட நல்ல ஜீவனமுடையவர், அற்ப பாக்கியத்துடன் கூடினவர். உடன் பிறந்த சகோதரருடன் கூடினவர், மத்திம ஆயுளுடையவனாவார்.

(75) ஜென்ம லக்னம் துலாம் (காந்தாம்சம்) ஆகி நான்காம் பாவாதிபதி கேந்திரத்திலிருந்து அந்த பாவாதிபதி பத்தாம் பாவத்தில் இருக்க மாத்ருகாரகர் சுபராசியில் இருந்தால் ஜாதகருடைய தாய் தீர்க்காயுளுடையவள், சந்திரன், ராகுவுடன் கூடியிருந்தால் ஜாதகருடைய தாய் வம்சத்தில் தரித்திரமுண்டாகும், ஜாதகருடைய தாய் குணமுள்ளவள், சுத்தமானவள், கொஞ்சம் ரோக சரீரமுடையவள், தாய் வம்சத்தில் எப்பொழுதும் சொல்ப சௌக்கியமுள்ள நிலையான தரித்திரமுண்டாகும்.

(76) ஜென்ம லக்னம் துலாம் (காந்தாம்சம்) ஆகி மூன்றாம் பாவாதிபதி எட்டாம் பாவத்திலிருந்து செவ்வாய் நீச்சமடைந்திருந்தால் ஜாதகருக்கு சகோதர சௌக்கியம் இல்லை, ஜாதகர் மூத்த சகோதரன் இல்லாதவர், ஜாதகருக்கு பின் சகோதரம் பிறந்தாலும் மரித்து விடும், வேறு சிலர் ஒரு சகோதரி தீர்க்காயுளுடையவளாயிருப்பாள் என்று சொல்லுகிறார்கள்.

(77) ஜென்ம லக்னம் துலாம் (காந்தாம்சம்) ஆகி புதனுடைய அம்சத்தில் லக்கின பாவத்தில் சனியிருந்து லக்ன பாவாதிபதி நீச்சனுடன் கூடியிருந்தால் ஜாதகர் மனைவியின் (பின்) பிற்காலத்தில் யோகமுடையவனாவார்.

(78) ஜென்ம லக்னம் துலாம் (காந்தாம்சம்) ஆகி லக்கின பாவாதிபதி சர ராசியிலிருந்து ஜாதகருடைய ஜென்ம நக்ஷத்திராதிபதியும் சரராசியிலிருந்தால் ஜாதகர் ஜென்ம பூமியை விட்டு வேறு கிராமத்தில் நல்ல பாக்கியத்தை அடைவார்.

(79) ஜென்ம லக்னம் துலாம் (காந்தாம்சம்) ஆகி ஏழாம் பாவாதிபதி எந்த நவாம்சத்தில் இருக்கிறானோ அந்த ராசியின் அம்சத் திரிகோண ஸ்புட ராசியை குரு அடையும்போது ஜாதகர் விவாகத்தையடைவார்.

(80) ஜென்ம லக்னம் துலாம் (காந்தாம்சம்) ஆகி ஐந்தாம் பாவாதிபதி நீச்சராசியிலிருக்க குரு ஆறு, பன்னிரண்டு, எட்டு முதலிய பாவங்களில் இருந்தால் ஜாதகருக்குப் புத்திர சந்தானத்துக்குக் கெடுதலுண்டாகும்.

(81) ஜென்ம லக்னம் துலாம் (காந்தாம்சம்) ஆகி லக்ன பாவத்திற்கு ஏழில் சனியிருந்து ஏழாம் பாவாதிபதி நீச்சராசயிலிருந்தால் ஜாதகருக்குப் புத்திர சந்தானத்துக்கு இடைஞ்சலுண்டாகும், முதலில் பெண் பிரஜைகள் பிறக்கும், சாந்தி செய்தால் நல்ல புத்திரன் பிறப்பார், சேதுஸ்நானம் முதலிய புண்ணிய தீர்த்த ஸ்நா்னம் செய்து பாலகிருஷ்ணப் பிரதிமை தானம் செய்தால் அந்திய வயதில் அற்ப புத்திர சந்தானமுண்டாகும், கிழவயதில் புத்திரன் பிறப்பார்.

(82) ஜென்ம லக்னம் துலாம் (சுமத்யாம்சம்) ஆகி லக்ன பாவாதிபதி எட்டாம் பாவத்தில் ஒன்பதாம் பாவாதிபதியுடன் கூடியிருந்து, பத்தாம் பாவாதிபதியுடன் கூடியிருந்தாலும், பத்தாம் பாவாதிபதியால் பார்க்கப்பட்டிருந்தாலும் ஜாதகர் வனப் பிராந்தியத்தில் ஜெனனமானவர். உத்தராம்சத்தில் பிறந்தவர் பெரிய சமுத்திர சமீபத்தில் பிறந்தவனாவார்.

(83) ஜென்ம லக்னம் துலாம் (சுமத்யாம்சம்) ஆகி ஏழாம் பாவத்தில் சனியிருந்து ஒன்பதாம் பாவத்தில் பதினோராம் பாவாதிபதியிருந்தால் பூர்வபாகத்தில் ஜெனித்த ஜாதகருக்குத் தாய் அரிஷ்ட மடைவாள். உத்தராம்சத்தில் பிறந்தவருக்கு சூதிகாரிஷ்ட தோஷமானது சொல்லப்படுவதில்லை, குரு பார்வையிருந்தால் பூர்வபாகத்தில் ஜெனித்தவருக்குத் தாய் சுகமுடையவளாவாள்.

(84) ஜென்ம லக்னம் துலாம் (சுமத்யாம்சம்) ஆகி ஒன்பதாம் பாவத்தில் பாபக்கிரகமிருக்க ஜெனித்த ஜாதகருடைய தகப்பன் ஜாதகர் பிறந்த வருஷத்தில் கொடுக்கல் வாங்கலில் மனக்கிலேசமும், மனஸ்தாபமும் அடைந்து சகோதரக் கிலேசத்தினால் பீடிக்கப்பட்டவனாகவும், பிறகு சுகமடைபவனாகவும், பிதா பாக்கிய யோகமுள்ளவனாகவும், ஜாதகருடைய ஜென்மதார தெசையில் பித்ரு சௌக்கியமும், தனவரவும், ஜாதகருக்கு ஜென்ம தெசையில் இரண்டு, மூன்று வாரம் பாலரோகத்தால் பீடையும் உண்டாகும்.

(85) ஜென்ம லக்னம் துலாம் (சுமத்யாம்சம்) ஆகி லக்ன பாவாதிபதி பதினோராம் பாவாதிபனுடைய அம்சத்தில் எட்டாம் பாவத்தில் ஒன்பதாம் பாவாதிபனுடன் கூடி பத்தாம் பாவாதிபனுடனும் கூடியிருந்தால் இந்திர யோகம் உண்டாகும். இந்திர யோகத்தில் துலா லக்கினத்தில் ஜெனித்த ஜாதகர் சுகி, வெளுப்பான நிறமுடையவர் மெல்லிய தேகி, மகா

அறிவாளி, ராஜலக்ஷணத்துடன் கூடினவர், தேஜஸுடையவர், அறிவாளி., சண்டித்தனம் உள்ளவர், கல்வியுடையவர், இனிமையாய்ப் பேசுபவர், பாலியத்தில் துஷ்ட சுபாவமுடையவர், எழுதுவதில் சமர்த்தர், ஸ்ரீமான், இருபத்தைந்து வயதிற்குமேல் சுகமுடையவர், தாய் சௌக்கியமில்லாதவர், பித்ருடைய சுகமுடையவனாவார்.

(86) ஜென்ம லக்னம் துலாம் (சுமத்யாம்சம்) ஆகி மூன்றாம் பாவாதிபதி லக்கினத்திலிருந்தால் ஜாதகர் பாக்கியவம்சத்தில் விவாகத்தையடைபவர், ஜாதகருடைய மாமனார் விசேஷ சுக முடையவனாகி விசேஷ ராஜ யோகப் பெருக்குடையவனாவார்.

(87) ஜென்ம லக்னம் துலாம் (சுமத்யாம்சம்) ஆகி சுக்கிரன் புதனுடன் கூடியிருந்தால் ஜாதகர் தத்துவ ஞானியாயும், விவேகியாயும் இருப்பார்.

(88) ஜென்ம லக்னம் துலாம் (சுமத்யாம்சம்) ஆகி ஆறு, ஒன்பது, எட்டு, ஏழு முதலிய பாவங்களில் சூரியன் முதலான கிரகங்களிலிருந்தால் கேந்திராதியோகம் என்று சொல்லப்படுகிறது, அந்த அதியோகத்தில் பிறந்த ஜாதகர் ஸ்ரீமான், பிரசித்தியுடைய பிரபு, குதிரை பல்லக்கு முதலான வாகன வைபவங்களுடன் எப்பொழுதும் வீட்டில் லக்ஷ்மீகரம் உடையவர், நல்ல புத்திரன், மனைவி முதலிய பாக்ய சரிதமுடையவர், சந்திரனுடைய காந்தியைப் போல் பிரகாசிக்கிற கீர்த்தியுடையவர், பிரபாவமுள்ளவர், சௌரியம் உள்ளவர், சாகஸமுடையவர், (கோபி) ஜாதகர் தேசாந்திரத்திலும் கீர்த்தியுடையவனாவார்.

(89) ஜென்ம லக்னம் துலாம் (சுமத்யாம்சம்) ஆகி சந்திரனுக்கு எட்டு பன்னிரண்டு, ஆறு முதலியவிடங்களில் குரு இருந்தால் சகடயோகமென்று சொல்லப்படுகிறது, சகட யோகத்தில் ஜெனித்த ஜாதகர் யோகவானாயும், யோக பங்கமுடையவனாயும் இருப்பார்.

(90) ஜென்ம லக்னம் துலாம் (சுமத்யாம்சம்) ஆகி சந்திரன் சுபாம்சத்தில் இருந்து குருவும் சுபாம்சத்தில் இருந்து சுபலக்னத்தில் பிறந்தவனுக்கு சகடயோக மிருந்தால் அந்தச் சகடம் சுப சகடமாக ஆகும். சாம்ராஜ்ய சகடயோகத்தில் துலா லக்னத்தில் பிறந்தவனுக்கு அற்ப சந்தான யோகமும், தனவரவும், ஒன்று அல்லது இரண்டு, மூன்று புத்திரர்கள் தீர்க்காயுளுடன் இருந்தாலும் ஸ்த்ரீ பிரஜை தீர்க்கமும், இரண்டு புருஷப் பிள்ளைகள் தீர்க்க ஆயுளுடனும் இருப்பார்கள்.

(91) ஜென்ம லக்னம் துலாம் (சுமத்யாம்சம்) ஆகி பன்னிரண்டாம் பாவத்தில் பாபக்கிரக மிருந்தாலும், பன்னிரண்டாம் பாவத்தைப் பார்த்தாலும் ஜாதகர் தேகாந்தியத்தில் நரகத்தை அடைவார்.

(92) ஜென்ம லக்னம் துலாம் (சாங்கரியம்சம் அதாவத லக்ன ஸ்புடம் பாகை 180–48 கலை முதல் பாகை 181–00 கலை வரையில்) ஆகி லக்கின பாவாதிபதி சுபக்ஷேத்திரத்தில் சுபருடன் கூடி லக்ன பாவத்திலிருந்து நான்காம் பாவாதிபதியால் நன்றாய் பார்க்கப்பட்டால் ஜாதகர் ஆற்றுக்குச் சமீபக் கிராமத்தில் பிறந்தவனாவார், உத்தராம்சத்தில் ஜெனித்தவர் புண்ணிய க்ஷேத்திரத்தில் ஜெனித்தவனாவார்.

(93) ஜென்ம லக்னம் துலாம் (சாங்கரியம்சம்) ஆகி ஐந்தாம் பாவத்தில் சந்திரனிருந்து பாபக்கிரகங்களால் பார்க்கப்பட்டிருந்தாலும், பாபக்கிரகங்களுடன் கூடியிருந்தாலும், ஸூதிகாரிஷ்ட தோஷமானது உண்டாகும். ஜாதகருடைய ஜென்ம தெசையில் தாய் மரித்து விடுவாள், தாய் வம்சத்தில் கொஞ்சம் சௌக்யமுண்டாகும், அம்மான் சுபமுள்ளவனும், பிரபல முள்ளவனுமாக இருப்பார்.

(94) ஜென்ம லக்னம் துலாம் (சாங்கரியம்சம்) ஆகி சந்திரன் பாபாம்சத்தில் பரராசியில் இருந்து பாபக்கிரகங்களுடன் கூடியிருந்தாலும் பாபக்கிரகங்களால்

பார்க்கப்பட்டாலும் ஜாதகர் தாயினால் சௌக்கியமில்லாதவர், கொஞ்சம் பித்ரு சௌக்கிய முடையவனாவார்.

(95) ஜென்ம லக்னம் துலாம் (சாங்கரியம்சம்) ஆகி ஒன்பதாம் பாவாதிபதி லக்ன கேந்திரத்தில் லக்கினாதிபதியுடன் கூடியிருந்தால் ஜாதகனுடைய தகப்பன் மத்திமாயுள் யோகமுடையவர், சகோதார்களுடன் கூடியவர், விஷ்ணு, சிவபக்தியுடையவர், பாக்கியவம்சத்தில் பிறந்தவர், பிதுரார்ஜித தனமுடையவர், சூரியன், சனியால் பார்க்கப்பட்டிருந்தால் ஜாதகருடைய சம்பத் தெசையில் தகப்ப மரிப்பார்.

(96) ஜென்ம லக்னம் துலாம் (சாங்கரியம்சம்) ஆகி மூன்றாம் பாவாதிபதி எட்டாம் பாவத்தில் பாபருடன் கூடிய சந்திர கேந்திர, கேந்திரத் திரிகோணங்களிலிருக்க விருச்சிகாம்சத்தில் பதினோராம் பாவத்தில் செவ்வாயுமிருந்தால் ஜாதகர் சகோதர க்ஷீணனாவார்.

(97) ஜென்ம லக்னம் துலாம் (சாங்கரியம்சம்) ஆகி சந்திரனுக்குச் சந்திரன் இருக்கும் ராசியைத் தவிர்த்த மற்ற கேந்திரத்தில் குரு இருந்தால் ஜாதகர் மாற்றாந்தாய் பிள்ளைகளுடன் கூடினவர், மேற்படி சகோதர்களால் கொஞ்சம் சுகமுடையவர், ஜாதகர் தன்னுடைய ஸம்பத் தெசையில் விவாகத்தையடைவார், இரண்டு பேத சகோதரர்களில் எவனாவது ஒருவன் இரண்டு தாரமடையவர், குரு குடிலாம்சத்திலிருந்தால் கலஹம் செய்பவர்களுக்கு பாபத்தொழிலுடையவர்களுமான மேற்படி பேத சகோதரர்களில் ஒருவன் முன் ஜென்மாந்தர பாபத்தால் புத்திரப் பேறில்லாதவர் ஆவர், மற்ற ஒருவன் எப்பொழுதும் கலஹமும் (சண்டை) சிநேகதுரோகம் செய்பவனாகவும், அவமானத்தை அடைவதால் பாப கெட்ட புத்தியுடையவனாகவும், பிசுநியாகவும், கலஹப் பிரியனாகவே சண்டையிலே பிரீதியுடையவனாகவும், சேர்த்து வைக்கப்பட்ட தனத்தை அழித்துவிட்டு கடைசியில் தரித்திரத்தை அடையப்பட்ட சகோதரனையுடையவனாக ஜாதகனாவார்.

(98) ஜென்ம லக்னம் துலாம் (சாங்கரியம்சம்) ஆகி லக்னத்தில் சுக்கிரன் வர்க்கோத்தமாம்சத்தில் இருக்கப் பிறந்த ஜாதகர் ரூபமுடையவர், புகழுடையவர், வசியமுடையவர், அழகிய முகமுங்கண்களும் பொருந்தியவர், நல்ல செய்கை, ஆசாரம் முதலியன உடையவர், தர்ம புத்தியுடன் உதார புத்தியுடையவர், சாத்துவீகர், குணம் நிறைந்தவர், நியாய வழியில் சம்பாதித்த ஜீவனமுடையவர், பித்த சுபாவ தேகி, மெதுவாய்ப் பேசுபவர், குருவுக்குப் பிரியமானவர். பரோபகாரமுடையவர், தர்மாத்துமா, கல்வி, சௌக்கியத்துடன் கூடியவர், ஜென்மாந்தர பாபத்தினால் புத்திரக் கிலேசத்தினால் பீடிக்கப்பட்டுத் துக்கியாவார்.

(99) ஜென்ம லக்னம் துலாம் (சாங்கரியம்சம்) ஆகிக் குரு ரிஷப ராசியில் மிருத புத்திராம்சத்திலிருந்தால் ஜாதகருக்குக் குழந்தைகள் பிறந்து மரிக்கும், வேறு மனைவியிடமே ஜாதகர் சந்தானம் அடைவர் அல்லது முதல் மனைவியினிடமே அந்திய காலத்தில் அற்ப சந்தானமடைவார், ஒரு புத்திரி வெகு ஆயுளுடையவளாயிருப்பாள்.

(100) ஜென்ம லக்னம் துலாம் (சாங்கரியம்சம்) ஆகி பன்னிரண்டாம் பாவாதிபதி புதன் லக்கினத்தில் சுக்கிரனுடன் கூடியிருந்து விரைய பாவத்தில் கேது இருந்தால் ஜாதகர் தேகாந்தியத்தில் நற்கதியடைந்து மறு ஜென்மம் உத்தமமானதாக அடைவார்.

(101) ஜென்ம லக்னம் துலாம் (லக்ஷ்மிகாம்சம்) ஆகி சூரியன் குருவுடன் கூடி சுயக்ஷேத்திர, உச்ச நவாம்சத்திலிருந்தாலும் அன்றி, ஜென்ம லக்னம் துலாம் (லக்ஷ்மிகாம்சம்) ஆகி லக்கினாதிபனான சுக்கிரன் நாலில் இருந்தாலும் ஜாதகர் அரசனுக்குச் சமமான யோகமுடையவர்.

(102) ஜென்ம லக்கினம் துலாம் (லக்ஷ்மிகாம்சம்) ஆகி மீனத்தில் புதன் குஜனுடன் கூடி இருந்து லக்கினத்தில் சனி உச்சமாகி இருந்தால் ஜாதகர் கொஞ்சம் பலமுள்ள சரீரமும், வாயு பீடையுமுடையவனுமாவார், சீக்கிரம் புசிப்பார், நடுத்தர தேகமுடையவனாவார், அழகன், அற்ப நித்திரையுடையவர், சந்தோஷத்துடன் சீதோஷ்ணங்களைச் சகிப்பார், தேவப்பிராமணர் பக்தியுடையவனாவார், தேவகாரியம் செய்வதில் ஊக்கமுள்ளவர், சிவபூஜா விசேஷங்களை அறிந்து விஷ்ணு பக்தி செய்வார், சத்துருக்களின் தந்திரமறிந்தவர், சமர்த்தர், பல பாஷைகளில் வல்லவர்.

(103) ஜென்ம லக்னம் துலாம் (லக்ஷ்மிகாம்சம்) ஆகி செவ்வாய் புதனுடன் கூடி இருந்தாலும், ஜென்ம லக்னம் துலாம் (லக்ஷ்மிகாம்சம்) ஆகி செவ்வாய் சிம்மாம்சத்தில் ராகுவுடன் இருந்தாலும் ஜாதகர் காவியங்கள், நாடகங்கள் இவற்றின் ரசமறிந்தவனாவார், வேத சாஸ்திர புராணமறிந்தவர், ஸமஸ்கிருதத்தைப் பிரியமாய் சொல்லுபவர், நீச்ச வித்தையில் தேர்ந்தவர், எழுத்து எழுதுவதில் விசேஷமாயறிந்தவர், தயாள குணமுடையவர், அரசனாகவாவது அல்லது அரசருக்குச் சமானமாகவாவது இருப்பார்.

(104) ஜென்ம லக்னம் துலாம் (லக்ஷ்மிகாம்சம்) ஆகி ஜென்மத்துக்கு நாலில் ராகு இருந்தால் ஜாதகர் சில சமயம் தந்தவாய்வு உள்ளவனாயும், கர்ண சூலை, கொஞ்சம் கஷ்டமான வாயுபீடையுடையவனாவார்.

(105) ஜென்ம லக்னம் துலாம் (லக்ஷ்மிகாம்சம்) ஆகி ஜென்மத்துக்கு மூன்றில் மாந்தி அல்லது குளிகன் இருந்தால் ஜாதகர் விரைவாத முள்ளவனாவார், கொஞ்சம் பருத்த பீஜமுடையவனாயும் சில சமயம் வயிற்றுச் சூலையாலும் வருந்துவார்.

(106) ஜென்ம லக்னம் துலாம் (லக்ஷ்மிகாம்சம்) ஆகி மூன்றாமதிபனான குரு சூரியனுடன் கூடி கும்ப ராசியில் இருந்து மூன்றாமிடம் சனியால் பார்க்கப்பட்டால் ஜாதகர் மூத்த சகோதர மற்றவனும் இளைய சகோதரம் குறைந்தவனுமாவார், ஐந்து அல்லது ஆறு சகோதரிகள் உண்டாகி இருவர் அல்லது மூவர் நாசமுறுவர், இவன் ஒருவனே தாய்க்குப் புத்திரனாக இருப்பார், பெண் சகோதரம் அதிகமாக உண்டு.

(107) ஜென்ம லக்னம் துலாம் (லக்ஷ்மிகாம்சம்) ஆகி நாலாமதிபனான சனி உச்ச, ஸ்வக்ஷேத்திரத்தில் இருந்து ரிஷபாம்சத்தில் சந்திரனுடன் கூடி இருந்தால் ஜாதகருடைய தாய் குணவதி, புண்ணியமுடையவளுமாவாள், புத்திரன், புத்திரிகளுடன் கூடியவளும், பர்த்தாவிடம் பக்தியுடையவளும், பதிவிருதையும், தன் தகப்பனுக்குப் பிரியமானவளும் தேவப் பிராமண பூஜையில் பக்தியுடையவளும் புண்ணியமுடையவளுமாவாள். முதலில் தகப்பன் மரணமும், பின்னால் தாயின் மரணமும் நேரிடும்.

(108) ஜென்ம லக்னம் துலாம் (லக்ஷ்மிகாம்சம்) ஆகி ஐந்தாமதிபனான சனி துலாத்தில் ரிஷப நவாம்சத்திலிருந்து கும்பத் திரிகோணத்தில் குரு இருந்தால் ஜாதகனுக்கு முதலில் பெண் சந்ததியுண்டாகும், புருஷப் பிரஜை சுவல்பம், பெண் சந்ததி இரண்டு அல்லது மூன்று உண்டாகும், சாந்தி தானம் இதுகளால் புத்திரன் உண்டாகும், இருபத்திரண்டு அல்லது இருபத்துமூன்றாவது வயதில் பெண்பிறக்கும், ஜாதகர் இனிப்பான வஸ்துக்களில் பிரியனாயும், பித்தவாயு நோயுடையவனாயும் சத்ருக்களையழிப்பவனாயும், பீனிச ரோகமுடையவனாயும், சில சமயம் மூத்திர கிருச்சின ரோகமுடையவனுமாவார்.

(109) ஜென்ம லக்னம் துலாம் (லக்ஷ்மிகாம்சம்) ஆகி ஏழாமதிபனான குஜனும், லக்கினாதிபனான சுக்கிரனும், உச்ச, சுயக்ஷேத்திரத்திலிருந்தாலும், ஜென்ம லக்னம் துலாம் (லக்ஷ்மிகாம்சம்) ஆகி லக்கினத்தில் குரு இருந்தாலும், ஜென்ம லக்னம் துலாம் (லக்ஷ்மிகாம்சம்) ஆகி சுக்கிரன் சிம்மாஸனாம்சத்திலிருந்தாலும், ஜென்ம லக்கினம் துலாம்

லக்ஷ்மிகாம்சம் ஆகி குஜன் கோபுராம்சத்திலிருந்தாலும் ஜாதகர் அனேக பெண்களுக்கு நாயகனாவார், மூன்று மனைவியருடன் கூடியவனாவார், தன் மூத்த சகோதரியின் பெண்ணை மணப்பார், மனையாள் குணமுள்ளவள், பர்த்தாவிடம் பக்தியுடையவள், கொஞ்சம் வாத சரீரமும், பருத்த சரீரமுடையவளாயும், அழகிய கண்களுடையவளாயும், பொன்னிற மேனியாளாயும், இனிமையாய்ப் பேசுபவளாயும் இருப்பாள், மற்ற இருவரும் எல்லா லக்ஷணங்களும் பொருந்தியவர்களாக இருப்பார்கள்.

(110) ஜென்ம லக்னம் துலாம் (லக்ஷ்மிகாம்சம்) ஆகி ஒன்பதாமதிபனான புதன் நீச்சனாய் உச்சாம்சத்திலிருந்தாலும், ஜென்ம லக்னம் துலாம் (லக்ஷ்மிகாம்சம்) ஆகி பிதுர்காரகனான சூரியன் குருவுடன் கூடியாவது இருந்தாலும், ஜென்ம லக்னம் துலாம் (லக்ஷ்மிகாம்சம்) ஆகி பிதா காரகனான சூரியன் உச்சாம்சத்தில் பலவானாயிருந்த ாலும், ஜென்ம லக்னம் துலாம் (லக்ஷ்மிகாம்சம்) ஆகி சூரியன் சிம்மாஸனாம்சத்திலிருந்தாலும், ஜாதகருடைய பிதா அரசன் அல்லது அரசனுக்குச் சமமான பூமிக்கு நாயகனாவார், தகப்பன் பாட்டன் முதல் பரம்பரையாய் வந்த பூமியைக் கிரமப்படி அனுபவிப்பார்.

(111) ஜென்ம லக்னம் துலாம் (லக்ஷ்மிகாம்சம்) ஆகி மாதுர் காரகனான சந்திரன் லக்கினத்திற்கு எட்டில் பாபருடன் கூடி இருந்தால் ஜாதகருடைய தாய்க்கும் ஜாதகருக்கும் விரோதம் நேரும், சில சமயம் சினேகமாயிருப்பார், கோபத்தால் இவனுடைய தாய் இவனிருக்கும் ஊரை விட்டுப்போய் சண்டையால் தனியாக வசிப்பாள்,

(112) ஜென்ம லக்னம் துலாம் (கமலாம்சம் அதாவத லக்ன ஸ்புடம் பாகை 186–00 கலை முதல பாகை 186–12 கலை வரையில்) ஆகி லக்னத்தில் கேதுவும், பத்தில் சனியுமிருந்தால் ஜாதகர் சமாதியோகத்தால் சுத்தமான சரீரமுடையவனாவார், சம்சாரத்தில் விரக்தியுடையவனாவார், பரப்பிரம்மத் தியானமுடையவனாயும் புண்ணியம் செய்பவனாயும் இருப்பார்.

(113) ஜென்ம லக்னம் துலாம் (கமலாம்சம்) ஆகி லக்கினாதிபனான சுக்கிரன் பன்னிரண்டில் நீச்சனாய் இருந்து சனி, சந்திரரால் பார்க்கப்பட்டாலும் அன்றி, ஜென்ம லக்னம் துலாம் (கமலாம்சம்) ஆகி லக்னத்தில் கேது, சூரியன், செவ்வாய் இருந்து குருவால் பார்க்கப்பட்டாலும் ஜாதகர் அழகுடையவர், புத்தியுடையவர், அதிரிஷ்டமுள்ளவர், தர்மவான், கருநிறமுடையவர் அழகிய தேகமுடையவர், சாத்விக குணமுள்ளவர் தயையுடையவர், மிருதுவான சொல்லுடையவர், விஷ்ணு பக்தி செய்யும் குலத்துதித்தவர், தேவப்பிராமண பக்தர், ஜெனிக்கும்போது கொடி சுற்றிப் பிறந்தவனாவார், வாலிபத்திலே அனேக நோயுடையவனாவார், மகாதானம் செய்வார், மனமுடையவர், பிரபுக்களுக்குள் லக்ஷணம்பொருந்தியவனாவார்.

(114) ஜென்ம லக்னம் துலாம் (கமலாம்சம்) ஆகி இரண்டாமதிபனான செவ்வாய், சூரியனுடன் கூடி இருந்து குரு, ராகு இவர்களால் பணார்க்கப்பட்டாலும் அன்றி, ஜென்ம லக்னம் துலாம் (கமலாம்சம்) ஆகி இரண்டில் புதனிருந்தாலும் ஜாதகர் வேதாந்த ஞானமுடையவர், நீச்ச வித்தையில் தேர்ந்தவர், ஜோதிஷ சாஸ்திர மறிந்தவர், ஸமஸ்கிருதம் பிரியமாய்ப் பேசுபவர், மூன்றெழுத்துக்கள் நன்றாக அறிந்தவர், பலபாஷைகளின் விசேஷமறிந்தவர், பல தேசங்களில் பிரசித்தியுடையவர், சீக்கிரமாய் புசிப்பவர், சீக்கிரம் போகமுடையவர், சில சமயம் தந்தவாயு பீடையுடையவர், சில சமயம் பல் விளக்கும்போது பல்லில் ரத்தப் பெருக்குண்டாகும், சில சமயங்களில் இடது கண் காதுகளில் பீடையுண்டாகும்.

(115) ஜென்ம லக்னம் துலாம் (கமலாம்சம்) ஆகி மூன்றாமதிபனான குரு ஒன்பதில் இருந்தோ அன்றி ஒன்பதாமதிபனைப் பார்த்தோ இருப்பதுடன் பிராதா காரகனான செவ்வாய், சூரியன், கேது இவர்களுடன் கூடினால் ஜாதகருக்கு மூத்த சகோதரனில்லை, ஒரு இளைய சகோதரனுண்டு, இரண்டு அல்லது மூன்று சகோதரிகள் உண்டு.

(116) ஜென்ம லக்னம் துலாம் (கமலாம்சம்) ஆகி நாலாமதிபனான சனி பத்திலிருந்து மாதாகாரகனான சந்திரன் மீனத்திலிருந்தால் ஜாதகருடைய தாய் தீர்க்காயுளுடையவளாயும், புண்ணியவதியாயும், பதிவிருதையாயுமிருப்பாள்.

(117) ஜென்ம லக்னம் துலாம் (கமலாம்சம்) ஆகி நாலாமதிபனான சனி பலவானாயிருந்து வாகனகாரகனான சுக்கிரன் துர்ப்பலனாய் பன்னிரண்டிலிருந்தால் ஜாதகர் சிலகாலம் துரபிமானியாயும், சில சமயம் நிலையற்ற வாகனமுடையவனாயும், வீடு, பூமி, சந்தோஷம் இதுகள் கொஞ்சமாக உடையவனாகவும், பிதுரார்ஜித மற்றவனாயும், உத்தியோகத்தில் ஜீவனம் செய்பவனாயும், தன் கையால் சம்பாதித்த பொருளுடையவனாயும், சமுத்திரத்தின் அருகிலுள்ள நகரில் நித்திய வாசம் செய்பவனாயும், நீச்சப் பிரபுவால் சுகமுடையவனாயும், எழுத்து வித்தையில் ஜீவனம் செய்பவனாயுமிருப்பார், சில இடத்தில் வியாபாரத்தால் பாக்கியமும், அதிக சிரமத்தால் தனவானுமாவார்.

(118) ஜென்ம லக்னம் துலாம் (கமலாம்சம்) ஆகி ஐந்தாமதிபனான சனி கடகத்தில் இருந்து புத்திரகாரகனான குரு மிதுனத்தில் கும்பாம்சத்திலிருந்து புத சூரியர்களால் பார்க்கப்பட்டாலும், அன்றி ஜென்ம லக்னம் துலாம் (கமலாம்சம்) ஆகி ஐந்தாமதிபனான சனி தனுசிலிருந்து புத்திரகாரகனான குரு மிதுனத்தில் கும்பாம்சத்திலிருந்து புத, சூரியர்களால் பார்க்கப்பட்டாலும் ஜாதகர் புத்திரனற்றவனாய் தத்துபுத்திரனால் சந்ததி உற்பத்தி செய்வார். பிள்ளை பிறந்தாலும் மரிக்கும், ஸ்த்ரீப் பிரஜை தீர்க்காயுளுடனிருக்கும், ஏகாதசியில் கோதானம் செய்தாலும், சிம்சுமார தானம் செய்தாலும் புத்திரனுண்டாவார். அதுவும் காலாந்தரத்தில் உண்டாகும், வேறு மனைவியிடமாவது உண்டாகும், இரு பெண், இரு புத்திரர் நிலைக்கும்.

(119) ஜென்ம லக்னம் துலாம் (கமலாம்சம்) ஆகி ஆறாமதிபனான குரு மிதுனத்திலிருந்து சத்துருகாரகனான செவ்வாய் லக்கினத்திலிருந்தால் ஜாதகர் எப்போதும் மனோதுக்கமுடையவர், மூலம், அதிசாரரோகம், வெள்ளை, மேகப்பெருக்கு இவற்றால் சிலசமயம் வருந்துவார் சுவாசகாசம், ஜுரம், குன்மசூலம், மார்பு, நோய், இடது பக்கம் விரையில் கொஞ்சம் பாதை, சரீரத்தில் வாயுபீடை இதுகளால் சில சமயம் வருந்துவார், வெகுகாலம் குஹ்யநோயுண்டு, சீக்கிர போக முண்டு, சுகபோஜன முடையவர், அன்னதாதா, அனேகரைப் போஷிப்பவனாவார்.

(120) ஜென்ம லக்னம் துலாம் (கமலாம்சம்) ஆகி ஏழாமதிபனான செவ்வாய் சூரியனுடன் கூடி லக்கினத்திலிருந்தாலும், ஜென்ம லக்னம் துலாம் (கமலாம்சம்) ஆகி ஏழில் ராகு இருந்தாலும், ஜென்ம லக்னம் துலாம் (கமலாம்சம்) ஆகி களத்திரகாரகனான சுக்கிரன் நீச்சனாய்ப் பன்னிரண்டில் இருந்தாலும், ஜாதகருக்கு விவாகத்தடையுண்டாகும், சில காலம் தராசாரனாயும், விதவாசங்கமுடையவனாயும், நீச்சஸ்த்ரீ சேர்க்கையும், மாதவிடாயாயுள்ள ஸ்த்ரீயுடன் சங்கமமுடையவனாயும், பல ஜாதிப் பெண்களிடம் பற்றுடையவனாயுமிருப்பார், அதிக அறிவாளியுமாவார்.

(121) ஜென்ம லக்னம் துலாம் (கமலாம்சம்) ஆகி ஒன்பதாமதிபனான புதன் இரண்டிலிருந்து சூரியன் நீச்சனாய் ரிஷபாம்சத்திலிருந்தால் ஜாதகருடைய பிதா

மத்திமாயுளுடையவனாவார், மிதமான பொருளுடையவனாவார், வீடு, பூமி இவை சுவல்பமாக உண்டு.

(122) ஜென்ம லக்னம் துலாம் (கமலாம்சம்) ஆகி பத்தாமதிபனான சந்திரன் ஆறிலிருந்து பத்தில் சனி இருந்தால் ஜாதகர் நற்செய்கை, நல்ல ஆசாரமுடையவனாவார், தினந்தோறும் காரியம் விக்கினமடையும், கஜகேசரி யோகமுடையவனாகவிருந்தால் சத்ருக்களை அழிப்பவனாவார், பராக்கிரம முடையவர்.

(123) ஜென்ம லக்னம் துலாம் (சுதாம்சம் அதாவது லக்ன ஸ்புடம் பாகை 193–36 கலை முதல் பாகை 193–48 கலை வரையில்) ஆகி லக்கினாதிபனான சுக்கிரன் ராகுவுடன் கூடி குஜன் சனியால் பார்க்கப்பட்டால் ஜாதகர் கருநிறத்தினன். நல்ல புத்திமான், நீண்டும் உயர்ந்துமுள்ள தேகமுடையவர், வாலிபத்திலே அதிக நோயுடையவர், சத்தியவாதி, உயர்ந்தபடிப்பாளி, அதிகமறிந்தவர், சுத்தமுடையவர்,ஆசாரமுடையவர், குணவான், அனேக ஆயிரம் தனமுடையவர், பிரபு லக்ஷணம் வாய்ந்தவர், சிலகாலம் கபரோகத்தால் வருந்துவர், தெய்வானுக்கிரகத்தால் சௌக்ய மடைவார்.

(124) ஜென்ம லக்னம் துலாம் (சுதாம்சம்) ஆகி இரண்டாமதிபனான செவ்வாய் சனியால் பார்க்கப்பட்டால் ஜாதகர் நல்ல வாசாலகர், சாதுர்யமுள்ளவர், யுக்தியுடையவர், கொஞ்சம் சங்கீத ரஸமும் அறிந்தவர், மூன்றெழுத்து அறிந்தவர், காவிய, நாடக சார மறிந்தவர், வேதசாஸ்திர புராணமறிந்தவர், சமஸ்கிருதம் பிரியமாய் பேசுபவர், பிரபுக்கள் சினேகமுடையவர், தனம் சம்பாதிப்பவர், காடுகளுக்கிடையிலுள்ள புரத்தில் வசிப்பவர், அனேக பூமி, பொருளுடையவனாகி எப்பொழுதும் விவசாயத்தில் பற்றுள்ளவனாவார். அதிக வியாபார பாக்கியமுடையவனாவார், பாலன்னம் புசிப்பவனாவார், வெகு உதாரண குணமுடைவனாவார், சுவல்ப உத்தியோக பாக்கியமுடையவனாவார்.

(125) ஜென்ம லக்னம் துலாம் (சுதாம்சம்) ஆகி மூன்றாமிடம் சனியால் காணப்படும் ஜாதகருடைய மூத்த சகோதரி ஒருத்தி ஒரு புத்திரனுடன் கூடியவளாய் வாலிபத்திலேயே மரிப்பாள், ரத்த பாண்டு முதலிய நோயால் கர்ப்பத்துடன் மரிப்பாள், ஜாதகனும் இரண்டாம் கர்ப்பத்தில் பிறந்து தனியனாய்ச் சகோதரனற்றவனாவார்.

(126) ஜென்ம லக்னம் துலாம் (சுதாம்சம்) ஆகி நாலாமதிபனான சனி மிதுனத்திலிருந்து பன்னிரண்டில் குரு இருக்கும் ஜாதகனுடைய தாயாரானவள் தேவதைக்கு நிகராய் புத்திரன் புத்திரிகளுடன் கூடியவளாய் இருப்பாள், தாய் சிறிதுநாளில் மரணமாவாள். ஜாதகனுக்குப் பின் வேறு தாய் உண்டாவாள்.

(127) ஜென்ம லக்னம் துலாம் (சுதாம்சம்) ஆகி ஐந்தாமதிபனான சனி தன் சுய க்ஷேத்திரத்திலிருப்பதுடன் சூரியன், புதன், குரு இவர்களுடன் கூடினால் ஜாதகருடைய பிதா மகா பண்டிதனாயும், தீர்க்காயுளுடையவனாயும் குணமுடையவனாயும், சர்வ சாஸ்திரார்த்தங்கள் அறிந்தவனாயும், காமியாயும், பலவித்தைகளில் சமர்த்தனாயும், ராஜசபையில் எல்லா மனிதராலும் பூஜிக்கத் தக்கவனாயும், சாஹித்ய வித்தைகளில் நிபுணனாயும் ஜோதிஷயத்தில் வல்லவனாயும், முதுமைக் காலத்தில் பிரபலமான உத்தியோக அதிரிஷ்ட முடையவனுமாவார்.

(128) ஜென்ம லக்னம் துலாம் (சுதாம்சம்) ஆகி ஏழாமதிபனான செவ்வாய் சனியால் பார்க்கப்பட்டால் ஜாதகருக்குப் பால்யத்திலேயே விவாகம் நடக்கும், மனையாள், ஒரு கண்தான் பார்வையுள்ளவள், காலயோகத்தால் அம்மை ஜுர தோஷத்தால் ஒரு கண் பார்வைபோகும், மனைவி புண்ணியசீலையாயும் பர்த்தாவிடம் பக்தியுடையவளாயும்,

நற்செய்கையுடையவளாயும் மிருதுவான வார்த்தைகளுடையவளாயும், புத்திரி, புத்திரர்களுடன் கூடியவளாயும், அவர்களுடன் வெகு காலம் சுகபோக மனுபவிப்பவளாயுமிருப்பாள்.

(129) ஜென்ம லக்னம் துலாம் (சுதாம்சம்) ஆகி ஐந்தாமதிபனான சனி ஒன்பதிலிருந்து குரு பலத்துடனிருந்தால் ஜாதகர் பால்யத்திலேயே புத்திரனுடையவனாவார், அனேக தன, பூமியுடையவனாவார், எட்டு புத்திரர்களுடனும் ஐந்து பெண்களுடனும் கூடினவர், மக்கள் வளர்பிறைச் சந்திரன் போல் வளர்வர்.

(130) ஜென்ம லக்னம் துலாம் (மாயாம்சம் அதாவது லக்ன ஸ்புடம் பாகை 181–48 கலை முதல் பாகை 182–00 கலை வரையில்) ஆகி லக்கினாதிபன் மேஷத்திலிருந்து இரண்டில் குஜன் சூரியனால் பார்க்கப்பட்டிருந்தால் ஜாதகர் சிவந்த தேகமுடையவர், தெளிவான சொல்லுடையவர், தன் விருப்பப்படி நடப்பவர், கண்டிதமான வாக்குடையவர், தைரிய முடையவர், கபடமாய் தன் சொல்லால் அரசர்களையும மயங்கச் செய்வார்.

(131) ஜென்ம லக்னம் துலாம் (மாயாம்சம்) ஆகி இரண்டாமதிபனான குஜன் இரண்டில் சுவ க்ஷேத்திரத்தில் இருந்தால் ஜாதகர், வாசாலகர், சாதுர்ய யுக்தியுடையவர், ஸமஸ்கிருதம், நீச்ச வித்தை முதலிய ஐந்து பாஷைகளில் சமர்த்தனாவார், பல பாஷைகளையும் மந்திரங்களையும் அறிந்தவர், தேவி, சுப்பிரமண்யம் இவர்களின் பக்தனாயினும் விஷ்ணுவிடம் விசேஷ பக்தியுடையவர், பல்லில் ரத்தப் பெருக்கும், கண்களில் சூடும் உடையவனாவார், பதினாயிரத்துக்கும் அதிகமான தனமுடையவர், பிரபலமான உத்தியோக பாக்கிய முடையவர், குதிரை ஏறுவதில் சமர்த்தர், அனேக பணியாளருடனும், பொருளுடனும் கூடியவனாவார்.

(132) ஜென்ம லக்னம் துலாம் (மாயாம்சம்) ஆகி மூன்றாமதிபன் தனுசு ராசியிலாவது அல்லது கும்பத்திலாவது இருந்து சகோதரகாரகனான செவ்வாய் சுயக்ஷேத்திரத்திலிருந்தால் ஜாதகருக்கு ஒரு மூத்த சகோதரனும், ஒரு இளைய சகோதரனும் கஷ்டத்தினால் உண்டாவர், இரு சகோதரிகளும் அதிகக் க்ஷ்டத்தினால் உண்டாவர், வேறு கிரந்தத்தில் இளையோர் கிடையாதென்கின்றனர்.

(133) ஜென்ம லக்னம் துலாம் (மாயாம்சம்) ஆகி நாலாமதிபனான சனி ராகுவுடன் கூடி சூரியனால் பார்க்கப்பட்டால் ஜாதகருடைய தாய் தினந்தோறும் கோபமுடையவளாவள், துர்க்குணமுடையவள், பர்த்தாவை விரோதிப்பாள், கெடுபுத்தியில் மரிக்க விரும்புவாள், மூட புத்தியை யுடையவளாய் துக்கமுடையவள், இவனுடைய மாதாவின் சகோதரி ஒருத்தி பால்யத்திலேயே விதவையாவாள்.

(134) ஜென்ம லக்னம் துலாம் (மாயாம்சம்) ஆகி ஐந்தாமதிபனான சனி ராகுவுடன் கூடி புதன், சூரியன் கேதுக்களால் பார்க்கப்பட்டால் ஜாதகனுக்கு முதலில் பெண் ஜெனனமும், புருஷப் பிரஜைக்குத் தடையு முண்டாகும், இரண்டு அல்லது மூன்று பெண்கள் உண்டாகும். புருஷ சந்ததிகிடையாது, முன்னால் சர்ப்பதோஷத்தால் இச்ஜென்மத்தில் இவ்விதம் நேருமாதலால் நாகவிரதமிருந்து நாகப் பிரார்த்தனை செய்தல், ஸேதுஸ்நானம் செய்து, அரசமரப் பிரதக்ஷிணம் செய்தல் முதலான சாந்தியாதிகளால் காலாசந்திரத்தில் புத்திரன் உண்டாகும், ஒரு புத்திரன் இரண்டு பெண்கள் உண்டாகும், சிலர் வேறு மனைவியிடம் புத்திரன் உண்டென்று உரைக்கின்றனர்.

(135) ஜென்ம லக்னம் துலாம் (மாயாம்சம்) ஆகி ஏழாமதிபனான குஜன் சுய க்ஷேத்திரத்திலிருந்து ஏழில் சுக்கிரனிருந்தால் ஜாதகனுக்குச் சிவந்த நிறமுடைய மனையாள் வாய்ப்பாள், அனேக ஸ்திரீகளுக்கு நாதனாவார், தாசி சங்கமமுண்டு.

(136) ஜென்ம லக்னம் துலாம் (மாயாம்சம்) ஆகி சுக்கிரன் ஜென்மத்துக்கு ஏழில் இருந்தால் ஜாதகர் பல ஜாதி ஸ்த்ரீகளை அனுபவிப்பாள். மூலரோகம், வெள்ளை, மேகப் பெருக்கு, மூத்திர கிருச்னம், விரையில் பாதை, ரத்த நோய், தாப சுரம் இவைகள் சில காலங்களில் வரும், வயிற்று நோய் முதலிய கஷ்டங்களும் வந்து உடனே தீரும்.

(137) ஜென்ம லக்னம் துலாம் (மாயாம்சம்) ஆகி ஒன்பதாமதிபனான புதன் சுயக்ஷேத்திரத்திலிருந்து பிதுர்காரகனான சூரியன் நாசராசியாகிய எட்டாம்ராசியிலில் இருந்தால் ஜாதகனுடைய பிதா யோகமுடையவனாவார், சாது, பலபாஷைகள், கலைகள், அர்த்தசாஸ்திரங்கள் இவைகள் அறிந்தவனாவார், நீச்ச பூபாலனருகில் யோகமுடையவனாய் வெகுமானிக்கப்பட்டிருப்பார், அனேக அரசர் தயையுடையவனாவார், அனேக தேசங்களில் புகழுடையவர், தகப்பனுக்கு மூத்த சகோதரி ஒருத்தி பாலியத்திலேயே விதவையாய் அற்பாயுளாய் மரிப்பாள், ஜாதகனுடைய பிதாவுக்கு மாற்றாந்தாய் வயிற்றில் பிறந்த பின் சகோதரமுண்டு, ஜாதகனுடைய மாற்றந்தாயின் பொருளுடனும் சகோதரன், சகோதரிகளுடனும் கூடியவனாவார். உத்தியோக மூலம் இவன் பிதா தனவானாவார், வித்தை பிரபலமாகவுடையவனாவார், அரசர்களிடம் வித்தியாதனத்தால் பிரபலமான உத்தியோக முடையவனாவார், பாக்கியமுடையவனாவார், மந்திரசாஸ்திரங்களை நன்கறிந்தவனாவார்,தேவி பூஜையில் பற்றுடையவனாயும், பசியையும், இந்திரியங்களையும் அடைக்கியவனாவார்.

(138) ஜென்ம லக்னம் துலாம் (மாயாம்சம்) ஆகி பத்தாமதிபனான சந்திரன் பாக்கிய ஸ்தானமாகிய மிதுனத்தில் புதனுடன் கூடி இருந்து சனி, குஜன், ராகு, குரு இவர்களால் பார்க்கப்பட்டால் ஜாதகர் நற்செய்கை, ஆசாரமுடையவர், வாசாலகர், ஜபம், தியானம், சமாதி முதலான யோகமுடையவர், நல்ல புண்ணியம் செய்தவர், அனேக சேனையுடன் கூடி அரசன் அருகில் தண்ட நாயகனாயிருப்பார், வேலைக்காரர்களுடன் கூடியவனாய் பசு, தானியம், நிறைவுடையவனாய்ப் பிதுர்பாக்கியத்துடன் கூடியவர் பெருந்தன்மையுடையவர், தான் சம்பாதித்த பூஸ்திதி, வீடுடையவர், தேவாலயம் முதலியன கட்டுபவர், புகழுடையவர், அதிக சம்பத்துடையவர்.

(139) ஜென்ம லக்னம் துலாம் (நிவிருத்தியாம்சம் அதாவது லக்ன ஸ்புடம் பாகை 199-36 கலை முதல் பாகை 199-48 கலை வரையில்) ஆகி மூன்றாமதிபனான குரு ஜென்மத்திற்கு எட்டில் இருந்தாலும் அன்றி, ஜென்ம லக்னம் துலாம் (நிவிருத்தியாம்சம்) ஆகி மூன்றாமதிபனான குரு திரிகோணத்திலிருந்தாலும், ஜாதகனுக்கு இரண்டு சகோதரர் அழிவார்.

(140) ஜென்ம லக்னம் துலாம் (நிவிருத்தியாம்சம்) ஆகி சனி, சூரியன், ராகு, இவர்கள் ஒன்றாய்க் கூடி ஒரு ராசியிலிருந்து அந்த ராசிநாதன் புத்திரஸ்தானமாகிய ஐந்தாம் ஸ்தானத்திலிருந்தால் ஜாதகனுக்கு பாலாரிஷ்ட யோகமுண்டு.

(141) ஜென்ம லக்னம் துலாம் (நிவிருத்தியாம்சம்) ஆகி ஜென்ம லக்கினாதிபனான சுக்கிரன் ஒன்பதில் இருந்தால் ஜாதகருக்கு பாலாரிஷ்ட நிவாரன முண்டு.

(142) ஜென்ம லக்னம் துலாம் (நிவிருத்தியாம்சம்) ஆகி பத்தாமதிபனான சந்திரன் பன்னிரண்டிலிருந்தால் ஜாதகனுக்குச் சகோதரனால் சுகமுண்டு. இவன் பிதா அதியோகமுடையவனாவர். தடாகம் முதலிய தர்மகாரியம் செய்வார். இஷ்டர் தோழர்களிடம் அன்புள்ளவர், மூன்றெழுத்தில் சமர்த்தர். எழுத்துவித்தையில் சமர்த்தர். சாமீ, தேவலாயம் பரிபாலனம் செய்வார்.

(143) ஜென்ம லக்னம் துலாம் (நிவிருத்தியாம்சம்) ஆகி ஐந்தாமதிபனான சனி புதனுடன் கூடி இருப்பதுடன், குருவுடன் சேர்ந்தாவது அல்லது பார்க்கப்பட்டாவது இருந்தால் ஜாதகருடைய பிதா தீர்க்காயுளுள்ளவனாயிருப்பார், இரு சிற்றப்பன்மாரும் கருநிறமுள்ளவராவார், பாட்டி தீர்க்காயுளுடையவள், பிதா அரிஷ்டத்திற்குப் பிறகு பாக்கியமும், மாதா அரிஷ்டத்திற்குப் பிறகு சுகமும் ஜாதகருக்கு உண்டாகும்.

(144) ஜென்ம லக்னம் துலாம் (நிவிருத்தியாம்சம்) ஆகி ஏழாமதிபனான குஜன் ஐந்திலிருந்தால் ஜாதகனுக்கு இரண்டு அல்லது மூன்று தடவை விவாகத்தடை ஏற்பட்டு காலாந்திரத்தில் விவாகம் நடக்கும்.

(145) ஜென்ம லக்னம் துலாம் (நிவிருத்தியாம்சம்) ஆகி ஐந்தாமதிபனான சனி இரண்டிலிருந்தால் ஜாதகருக்கு மூன்று புத்திரரும், மூன்று புத்திரிகளுமுண்டாகும்.

(146) ஜென்ம லக்னம் துலாம் (நிவிருத்தியாம்சம்) ஆகி பதினோராமதிபனான சூரியன் புதனுடன் கூடினால் ஜாதகருக்கு ரத்தினம், தானியம், வஸ்திரம் முதலிய பலவித வியாபாரத்தினால் விருத்தியுண்டு, பிராமணர் மூலம் சம்பத்து சேரும், தகப்பன் ஞானவான், சுகமுடையவர், ராஜத்துவாரத்தில் பிரசித்தியுடையவர், சத்கர்மம், ஆசாரமுடையவனாவார், சத் களத்திர முடையவர்.

(147) ஜென்ம லக்னம் துலாம் (நிவிருத்தியாம்சம்) ஆகி மாதுலாதினான குருவும் மாதுலாகாரகனான புதனும் மகரத்தில் சூரியனுடன் கூடினால் ஜாதகருடைய அம்மான் க்ஷயரோகத்தால் வருந்துவார்.

(148) ஜென்ம லக்னம் துலாம் (நிவிருத்தியாம்சம்) ஆகி நாலாமதிபனான சனி மகர ராசியில் விருஷப அம்சத்திலிருந்து லக்கினாதிபனான சுக்கிரனுடன் கூடினால் ஜாதகருடைய தாய் வம்சத்தில் க்ஷயரோகமுண்டு இரண்டு அம்மான்கள் நாசமுறுவர்.

(149) ஜென்ம லக்னம் துலாம் (நிவிருத்தியாம்சம்) ஆகி ஏழாமதிபனான செவ்வாய் சூரியனுடன் கூடி ஏழில் சந்திரனிருந்தால் ஜாதகனுக்கு இருமனைவியருண்டு, சிலர் மூன்று மனைவியர் என்று சொல்கின்றனர், மூவாயிரம் தனமுடையவர், பதினாயிரத்துக்கு அதிக தனமுடையோர் பிரபு லக்ஷமுடையவர்.

(150) ஜென்ம லக்னம் துலாம் (லக்ஷ்மிகாம்சம்) ஆகி சூரியன் கும்பத்தில் குருவுடன் இருந்தாலும் ஜென்ம லக்னம் துலாம் லக்ஷமிகாம்சம்) ஆகி சூரியன் உச்ச சுவ க்ஷேத்திரத்திலிருந்தாலும், ஜென்ம லக்னம் துலாம் (லக்ஷமிகாம்சம்) ஆகி லக்கினாதிபனான சுக்கிரன் நாலில் இருந்தாலும், ஜாதகர் அரசனாகவாவது, அல்லது அரசனுக்குச் சமமானவனாகவ்வது இருப்பார்.

(151) ஜென்ம லக்னம் துலாம் (லக்ஷ்மிகாம்சம்) ஆகி புதன் குஜனுடன் கூடிமீனத்திலிருந்தாலும், ஜென்ம லக்னம் துலாம் (லக்ஷமிகாம்சம்) ஆகி ஜென்ம லக்கினத்தில் சனி உச்சனாயிருந்தால் ஜாதகர் கொஞ் சம் பருத்த சரீர முயைடவனாயும், வாயுபீடையுள்ள தேகமுடையவனாயும் இருப்பார், சீக்கிரம் புசிப்பவனாயும், அற்ப நித்திரை யுடையவனாயும் சந்தோஷத்துடன் சீதோஷ்ணத்தைப் பொறுப்பவனுமாவார்.

(152) ஜென்ம லக்னம் துலாம் (நிர்மலாம்சம் அதாவது லக்ன ஸ்புடம் பாகை 193-48 கலை முதல் பாகை 194-00 கலை வரையில்) ஆகி தன பாவமாகிய இரண்டாம் பாவத்தில் மகராம்சத்தில் சந்திரன் விருச்சிகராசியில் நீச்சனாய் ராகுவுடன் கூடி இருந்து லக்கினாதிபன் சனியுடன் கூடி இருந்தால் ஜாதகர் காட்டுப் பிராந்தியத்தில் பிறந்தவனாவார்.

(153) ஜென்ம லக்னம் துலாம் (நிர்மலாம்சம்) ஆகி சந்திரன் இரண்டாம் பாவத்தில் ராகுவுடன் கூடி இருந்து அந்த இரண்டாம் பாவாதிபன் ஒன்பதாம் பாவத்தில் இருந்தால் ஜாதகருக்குச் சந்திராரிஷ்ட தோஷமுண்டு, இதறகுச் சாந்தியாக வெள்ளியால் சந்திரன் செய்து பூஜை செய்யவும், பொன்னால் செய்த நாகதானம் முதலானவைகள் செய்தால் மனைவி அரிஷ்டமில்லை, உத்தராம்சத்தில் ஜெனித்தவருக்கு மூன்று மாதம் அதிக தோஷமும், பூர்வபாகத்தில் கொஞ்சம் தோஷமும், சாந்தியாதிகளால் சாந்தியுமாகும்.

(154) ஜென்ம லக்னம் துலாம் (நிர்மலாம்சம்) ஆகி மேஷத்தில் மேஷாம்சத்தில் குரு இருந்தால் ஜாதகர் தனவான், சுகமுடையவர், புத்திமான், இவன் தந்தை சிவபக்தன், தேவப்பிராமண பக்தியுடையவர், காலாந்திரத்தில் தாய் சோகமடைவாள், அவள் புத்திரத்துவேஷமுடையவள், செல்வப் பெருக்குடையவள், ஆசையுடையவள், தர்மம், புண்ணியம் புராண மறிந்தவள்.

(155) ஜென்ம லக்னம் துலாம் (நிர்மலாம்சம் முன்பாகம்) ஆகி கோஷத்தில் மேஷாம்சத்தில் குரு இருந்தால் ஜாதகர் தர்ம மூலமாக அதிக சௌக்கியமுடையவர், பிதாமகன் பாக்கியம் கிடைக்கும், தாயாதி வர்க்கத்துடன் கூடினவர், குளம், தோட்டம் முதலிய தர்மம் செய்பவர், வைதிகாசாரமுடையவர்.

(156) ஜென்ம லக்னம் துலாம் (நிர்மலாம்சம்) ஆகி லக்கினத்திலிருந்து பாக்கிய பாவமாகிய ஒன்பதாம் பாவத்தில் குஜனிருந்தால் ஜாதகர் கபடமுடையவர், இவன் தந்தை கோபமுடையவர், சகோதர விரோதமுடையவர், கொஞ்சகாலம் சுதந்திரமில்லாதிருந்து பின்னால் சுதந்திரமடைவார், வாலிபத்திலே துஷ்டசுபாவமுடையவர், அயல் பெண்கள் போகமுடையவர், சிலகாலம் திருடும் குணமுடையவர், யௌவனத்தில் கிரந்திரோக முடையவனாய் பின்னால் தவிப்பார், சிவலிங்க பூஜை செய்பவர்.

(157) ஜென்ம லக்னம் துலாம் (நிர்மலாம்சம் முன்பாகம்) ஆகி லக்கினத்திற்கு பாக்கிய பாவமாகிய ஒன்பதாம் பாவத்தில் குஜனிருந்தால் ஜாதகருக்கு நடுவயதில் சுகமுண்டு தர்மகாரியத்தில் எப்போதும் விருப்பமுடையவர், தாயாதி வர்க்க விரோதமுண்டு, முதுமைப்பருவத்தில் புத்திரன் மூலம் அதிக பாக்கியவிருத்தி உண்டு, சுகவான், ஜாதகருடைய தகப்பனுக்கு பத்து அல்லது பன்னிரண்டு சகோதரர்களுண்டு, ஒரு சகோதரனுடன் மாத்திரம் கூடி சுகமாயிருப்பாள் ஜாதகனுக்கு இரண்டு சிற்றப்பன்மார்கள் புத்திரனுடையவர்கள் ஜாதகனுடைய சிற்றப்பன் ஒருவன் புத்திரனில்லாதவர், முன் ஜென்மாந்திர பாபத்தால் பெரிய நோயால் வருந்துவார், சிற்றப்பனுக்கு இரண்டு தாரமுண்டு, தத்துப் புத்திரனுடன் கூடியவர், பிதாவின் சகோதரி ஒருத்தி சுகமுடையவளாவாள். அவளுக்குப் புத்திரருண்டு, சுமங்கலியாயிருப்பாள், ஒரு தகப்பன் சகோதரியின் மகன் மாற்றாந்தாய் யோகமுடையவனாவார், வெகு பாக்கியம் செல்வம் இவை நிரம்பியவர், பேதப் பிராதாவின் அதாவது மாற்றாந்தாய் மகனது விரோதம் இவனுக்குண்டு.

(158) ஜென்ம லக்னம் துலாம் (நிர்மலாம்சம் பூர்வபாகம்) ஆகி லக்கினத்திற்குப் பாக்கிய பாவமாகிய ஒன்பதாம் பாவத்தில் செவ்வாய் இருந்தால் ஜாதகருடைய பிதாவின் சகோதரியின் புத்திரன் ராஜயோகமுடையவர், பிரசித்தர், உலகில் உயர்ந்த பாக்கிய முடையவர், ஜாதகர் பிதாவினுடைய இளைய சகோதரிக்கும், அவள் மகனுக்கும், மட்டுந்தான் இந்தப் பலனுண்டு, ஜாதகர் பிதாவின் மூத்த சகோதரியின் மகன் அதிக தரித்திரர், ஜாதகர் பிதாவின் மூத்த சகோதரியின் மகனுக்கு இரண்டு தாரமுண்டு, மூத்த சகோதரியும் விதவைத்தன்மையில் வருந்துவாள்.

(159) ஜென்ம லக்னம் துலாம்(நிர்மலாம்சம் பூர்வபாகம்) ஆகி லாப பாவத்தில் சனி இருந்தால் ஜாதகருடைய சிற்றப்பனுக்கு மக்கள் இருவருண்டு, தன் கோத்திரத்திலேயே தத்துப் புத்திரனுடையவனாவார், ஒருவிதக் கெட்டவழியில் பிரீதியுடையவர், துஷ்டர்களுக்குப் பிரியர், தன் மாற்றாந்தாயின் சாபத்தால் புத்திரோற்பத்தி இல்லாதவனாவார், அதிருஷ்டத்தினத்தால் புத்திரப்பேறு உண்டு, நடுவில் கண்டம் நேரும், மாற்றாந்தாய் மகனுடைய மகனுக்கும் இவனுக்கும் விரோதமுண்டு, புத்திரபலன் கொஞ்சம், இரு தாரம் மணப்பார், பாக்யவான், பாபபுத்தியுடையவர்.

(160) ஜென்ம லக்னம் துலாம் (நிர்மலாம்சம்) ஆகி சிற்றப்பன்பாவமாகிய பதினோராம் பாவத்திற்கு ஐந்தாம் பாவஸ்தானமாகிய தனுசுக்குத் திரிகோணத்தில் சனி இருந்தால் ஜாதகருடைய சிற்றப்பன் மகன் ஒருவன் கிரகபீடையால் வருந்துவார், எப்போதும் திருட்டுத்தொழில் செய்பவர் தாயாதிகளின் பொருளை அபகரித்த தோஷத்தினாலே அவனும் சந்தானமரிஷ்ட சோகமுடையவனாவார், சூரிய விரதமிருத்தல் முதலிய புண்ணியத்தால் தேகாரோக்கியமுண்டாகி சந்தானமடைவார், ஒரு புத்திரனுடன் கூடியவனாகி சுகவானாக இருப்பார்.

(161) ஜென்ம லக்னம் துலாம் (நிர்மலாம்சம்) ஆகி சனி லாப பாவமாகிய பதினோராம்பாவத்தில் தன் உச்சாம்சத்திலிருந்து சுக்கிரனுடன் கூடினால் ஜாதகருடைய சிற்றப்பன் மகன் ஒருவன் அரசாங்கத்தில் செல்வாக்குடையவனாயும், உத்தியோகம் உடையவனுமாவார், இருதாரமுடையவர், ஆசையுடையவர், புத்திரசோகத்தால் வருந்துகிறவர், சிற்றப்பன் விரோதபாவத்தால் புத்திரோற்பத்தி நாசம், காலாந்திரத்தில் புத்திரப் பிராப்தி உண்டு, ராஜஸ குணமுடையவர், சுகமுடையவர், நடு வயதில் வருந்துவார் வாதநோயால் பீடிக்கப்படுவார் தாயாதி வர்க்கவிரோதத்தால் அதிக கிலேசமடைவார், முன் பாகத்தில் ஜெனித்த ஜாதகருடைய சிற்றப்பன் மகனுக்கு லாப பாவத்தில் சனி இருந்த தோஷத்தால் சிற்றப்பன் மகன் ஜென்ம தெசையில் துலாத்தில் சனி கோட்சார ரீதியா யிருந்தால் மரணமடைவார், இவர் தகப்பனுடைய இளைய சகோதரி சுமங்கலியாய் மரிப்பாள், அப்படி பிழைத்திடில் ஜென்ம தெசை முடிவில் பிரபலமான தாயாதி நாசமடைவார்.

(162) ஜென்ம லக்னம் துலாம் (நிர்மலாம்சம்) ஆகி பிதா மகாதிபனான சனி சிம்மராசியில் புதனுடன் கூடி இருந்தால் ஜாதகருடைய பிதா மகன் அதிக பிரசித்தி உடையவர், அதிக சகோதரிகளுடையவனாவார்.

(163) ஜென்ம லக்கினம் துலாம் (நிர்மலாம்சம்) ஆகி லக்கினத்திற்கு இரண்டாம் பாவத்தில் ராகு இருந்து பத்தாம் பாவத்தில் சூரியனிருந்தால் ஜாதகனது வாலிபத்திலே பிதா மகனுக்குக்கிலேசம், தரித்திரத்தால் வருந்துவார், இவன் பிதாமகனாகிய பாட்டன் வடக்கு, தெற்கு தேசங்களில் சஞ்சாரம் செய்து கொண்டு வருந்துவார், விவாகத்துக்கும் பிறகு பாக்கியமுண்டாகும், புத்திரன் பிறந்த பிறகு சௌக்கியமுண்டாகும், இவன் பிதாமகன் ஞானியாவார், யௌவன பருவத்தின் முடிவில் நற்பாக்கியமுண்டாகும், காட்டுப் பிரதேசத்தை அடைந்து சுகப்படுவார்.

(164) ஜென்ம லக்னம் துலாம் (நிர்மலாம்சம் முன்பாகம்) ஆகி பிதா மகாதிபனான சனி இரண்டு சுபருடன் கூடி இருந்தால் ஜாதகர் பிதாமகன் (பாட்டன்) பரிசுத்தனாயிருப்பார், நித்தம் மூத்த சகோதரர் சுகமுடையவர், நல்ல மனைவியுடையவர் விவேகமுடையவர் பந்துவர்க்கத்தில் மிகவும் மதிக்கத்தக்கவர், பூஜிக்கத்தக்கவர், தன்னுடன் பிறந்த சகோதரரைப் போஷிப்பவர், இரு சகோதரருடன் கூடியவர், நற்புத்திரனுடையவர், தன தான்யம் நிரம்பப் பெற்றவர்.

(165) ஜென்ம லக்னம் துலாம் (நிர்மலாம்சம் முன்பாகம்) ஆகி குரு லக்ன பாவத்தையாவது அல்லது பத்தாம் பாவத்தையாவது பார்த்தால் ஜாதகருடைய பிர பிதாமகன் (இரண்டாம் பாட்டன்) செய்த புண்ணியத்தினாலேயே அவனுடைய வம்சத்திலே பாக்கிய விருத்தியுண்டாகும். அதிக பாக்கியமுண்டாகும், மூத்த சகோதரனைக்காட்டிலும் இவனுக்கு அதிகமான சுகமுண்டு.

(166) ஜென்ம லக்னம் துலாம் (நிர்மலாம்சம் முன்பாகம்) ஆகி லாப பாவமாகிய பதினோராம் பாவத்தில் சனி, புதன், சுக்கிரனுடன் கூடி இருந்தால் ஜாதகருடைய மூத்த சகோதரர், அதிக யோகமுடையவர், ஈரெழுத்துகளில் சமர்த்தர், சிவந்த நிறமும், அழகிய மேனியுமுடையவர், இருதாரமுடையவர், சுகமனுபவிப்பவர், அதிக சகோதரிகளுடையவர், மூத்த சகோதரி வியாபாரத்தால் அதிக தனப்பெருக்குடையவர், நித்தம் மகன் சொல்லைக்கேட்பவர், தேவப் பிராமண பூஜை செய்பவர், அற்பபுத்திரர் சந்தோஷ முடையவர், மூன்று பட்டணங்களில் வசிப்பார். தீவாந்தரங்களிலுள்ள பொருள் முதலிய பொன் வியாபார ஜீவனமுடையவர், ஜாதகருக்கு இரண்டாம் தெசையில் மூத்த சகோதரனுக்கு செல்வப்பெருக்கு, அவனுக்கு விசேஷ பிரபல யோகமுண்டு, வீட்டில் லக்ஷ்மி கடாட்சமுண்டு, பின் பாகத்தில் பிறந்த ஜாதகருக்கு நடு வயதில் மூத்த சகோதரர், மூத்த சகோதரி பிரிவால் அதிக துக்கமடைவார்.

(167) ஜென்ம லக்னம் துலாம் (நிர்மலாம்சம்) ஆகி சிம்மத்தில் சனியிருந்தால் ஜாதகர் மூத்த சகோதரி பிரிவுடையவனாவார், லக்கினத்தைப் பாபர் பார்த்தால் இந்தப் பலனில்லை.

(168) ஜென்ம லக்னம் துலாம் (நிர்மலாம்சம்) ஆகி மூன்றாம் பாவாதிபன் குரு மேஷ ராசியில் மேஷ வர்க்கோத்தமத்திலிருந்து ஏழாம் பாவத்தில் பாபர் இல்லாமல் இருந்தால் ஜாதகருடைய மூத்த சகோதரர் அதிக தீர்க்காயுளுடையவனாயிருப்பார். அதிக பாக்கியமுடையவர், சுகமுடையவர், சகோதரி துக்கப்படுவாள், பிறந்து நாசமடையும் சந்தான முடையவளாயினும் புத்திரபாவமுடையவளாவாள், அவளுக்கு பெண்சந்ததியுண்டு.

(169) ஜென்ம லக்னம் துலாம் (நிர்மலாம்சம்) ஆகி மாதா ஸ்தானாதிபனான (நாலாம் பாவாதிபனான) சனி தன்னுச்சாம்சத்தில் குருவால் பார்க்கப்பட்டிருந்தால் ஜாதகருடைய தாய் தீர்க்காயுளுடையவளாயிருப்பாள்.

(170) ஜென்ம லக்னம் துலாம் (நிர்மலாம்சம்) ஆகி பத்தாம் பாவத்தில் சூரியனும், பதினோராம் பாவத்தில் சுக்கிரனும் இருந்து மூன்றாவது பதினொன்று இந்த பாவங்களில் சனி இருந்தால் ஜாதகருடைய தாய் வமிசம் நாசமடையும், இவன் தாய் நற்குணமுடையவள், சகோதர சகோதரி பாக்கியமுடையவள், தாய் தகப்பன் சுகமற்றவள், மாற்றாந்தாய் சகோதரனுடையவள், புத்திர பாக்ய சுகமுடையவள், உத்திராம்ச ஜாதகருக்குத் தகப்பனுக்கு முன் தாய் மரணமாவாள், முன் பாகத்தில் பிறந்த ஜாதகருடைய தகப்பன் அரிஷ்டத்திற்குப் பிறகு தாய்க்கு அரிஷ்டம் உண்டாகும்.

(171) ஜென்ம லக்னம் துலாம் (நிர்மலாம்சம்) ஆகி இரண்டாம் பாவத்தில் சந்திரன் ராகுவுடன் கூடி இருக்கும் சகடயோக ஜாதகர் அதிக வித்தை, பொருள் நிரம்பப் பெற்றவர், ஊகித்து விளக்கவல்ல ஞானமுடையவர்.

(172) ஜென்ம லக்னம் துலாம் (நிர்மலாம்சம்) ஆகி வித்தை ஸ்தானாதிபனான (நாலாம் பாவாதிபனான) சனி, தன் உச்சாம்சத்தில் சுக்கிரனுடன் கூடி இருந்தால் ஜாதகர் தன்ஜாதிக்கேற்ற வித்தை யுடையவர், மணி ரத்தினம் முதலியவற்றைப் பரீட்சை செய்பவர்.

(173) ஜென்ம லக்னம் துலாம் (நிர்மலாம்சம் முன்பாகம்) ஆகி ஏழாம் பாவத்தில் குரு இருந்தால் ஜாதகர் தினந்தோறும் நல்ல கதை கேள்விகளில் பிரியமுடையவர், தர்ம சாஸ்திரங்கள், புராணங்கள் அறிந்தவர். இஷ்டம் பூர்த்தியாகும் வரையில் தர்மம் செய்வார், நல்ல ஜெனங்களுக்கும் பிரியவான், பிதாமக (பாட்ட) னைக்காட்டிலும் அதிக பாக்ய முடையவர், அதிக தானம் செய்பவர், ஞானவான், ஐந்தாம் வயதில் வித்தை ஆரம்பம், மூன்றில் ஜுரவியாதி, வாலிபத்தில் மாந்தம், ஜுரம் முதலிய கண்டங்களுண்டாகும், அந்த தோஷத்திற்குப் பரிகாரமாக சந்திரனைப் பிரார்த்தனை நாகப்பிரதிமை தானம் முதலிய சாந்தியாதிகளால் தேக ஆரோக்கிய முண்டாகும், அதிக சுகமுண்டு.

(174) ஜென்ம லக்னம் துலாம் (நிர்மலாம்சம்) ஆகி குரு ஏழாம் பாவத்தில் வர்க்கோத்தமத்திலிருந்தால் ஜாதகர் தீர்க்காயுள், வஜ்ஜிராயுதத்தால் அடிப்பட்ட மலைபோல் அனேக பாலாரிஷ்டத்தால் மரிப்பான், பிழைத்திருக்கில் தீர்க்காயுள், முன் பாகத்தில் பிறந்தவர் தாமரை போன்ற பறந்த கண்களுடையவர், மிருதுவானவர், அழகிய தேகமுடையவர், சாதுவானவர், தித்திப்பு துவர்ப்பு ரசத்தில் பிரியர், வாத சிலேஷ்ம சுபாவமும் பித்த தேகமு முடையவனாவார், இரண்டு பெயருடையவர், சத்தியவான் ஆசையுடையவர், கொஞ்சம் பெண் சேர்க்கையாகிய பாவச் செய்கையை யுடையவர்.

(175) ஜென்ம லக்னம் துலாம் (நிர்மலாம்சம்) ஆகி சுக்கிரன் சனியுடன் கூடி எந்த ராசியிலாவது இருந்தால் ஜாதகர் அதிக போக முடையவர், அரசாங்கத்தில் பிரபுத் தன்மை வாய்ந்தவர். போக மாதர் சம்பந்த முடையவர், காமீ, பின்னால் வருந்துவார், இந்திரியங்களை ஜெயித்தவர், மூத்த சகோதரிகளிடம் சந்தோஷமடைந்த மனதுடையவர், கொஞ்சமான நேசருடையவர், மெலிந்து நீண்ட தேகமுடையவர், சுசியானவர், மிகுந்த அறிவாளி, அதிகம் பயந்த சுபாவமுடையவர், நல்ல தர்மவான், எப்போதும் தர்மத்திலேயே புத்தியுடையவர், தினந்தோறும் எல்லா சாஸ்திரங்களையும் பிரியமாய்ப்பார்ப்பார். ஞானமுடையவர், தத்துவங்களறிந்தவர், அடக்கமுள்ளவர், ஆசாரமுடையவர், மூர்க்கர். வாசாலகர், நல்ல புகழுடையவர், கொஞ்சம் நோயுடையவர், தெளிவடைந்த மனமுடையவர், பொக்கிஷம் சேர்ப்பார்.

(176) ஜென்ம லக்னம் துலாம் (நிர்மலாம்சம்) ஆகி சந்திரன் இரண்டாம் பாவத்தில் கமலாம்சத்தில் நீச்ச ராகுவுடன் கூடி இருந்தால் ஜாதகர் மனதில் கொஞ்சம் சஞ்சலமுடையவர், மந்த சுபாவ முடைய உருவ முடையவர்.

(177) ஜென்ம லக்னம் துலாம் (நிர்மலாம்சம்) ஆகி சந்திரன் ராகுவுடன் கூடி இருந்தால் ஜாதகருக்கு அரசன், திருடர் இவர்களால் பயமுண்டு, நடுவயதில் சகோதர விரோதமுண்டாகும்.

(178) (179) ஜென்ம லக்னம் துலாம் (நிர்மலாம்சம்) ஆகி லக்கினத்திற்குப் பத்தாம் பாவத்தில் சூரியன் இருந்தால் ஜாதகர் ஸேது ஸ்நானம் செய்வார், புண்ணியவான், கங்கா ஸ்நானம் அல்லது மூன்று முறைஸேது ஸ்நானம் செய்து கங்கா ஸ்நான பலனை அடைவார், முதுமையில் வாலிபத்தில் யௌவனத்தில் மும்முறை ஸேதுவைக் காண்பார், நடுவயதில் தடாகம், உத்தியாவனம் முதலிய பிரதிஷ்டை செய்து தர்மபலனை அடைவார் அந்த காலத்தில் ஸேதுக்கரையில் கோதான ஸ்நான புண்ணியமடைவார், கங்கைக்கரையில் நல்ல தர்மம் உண்டாகும். நல்ல தார்மீகன், கங்கா யாத்திரை தீபப்பிரதிஷ்டை முதலிய தர்ம சித்தியுடையவர், சுகமுடையவர் லக்கினத்திற்கு பத்தாம் பாவத்தில் துலாம்சத்தில் சூரியனிருந்தால் ஜாதகர் தீர்க்காயுளுடையவனாவார். (கர்ம பாவாதிபன் திசா காலத்தில் இந்தப் பலன்கள் எல்லாம் சொல்லப்படுகிறது.)

(180) ஜென்ம லக்னம் துலாம் (நிர்மலாம்சம்) ஆகி ஏழாம் பாவாதிபன் மிதுனத்தில் மேஷாம்சத்தில் இருந்தால் ஜாதகருக்கு ஜென்ம தேசத்தில் கீழ் பாகத்தில் நகரத்தில் விவாகமுண்டு, சிலர் மேஷத்திரிகோண ராசி மனைவியின் ஜென்ம ராசியென்கின்றனர், கிரகஸ்தன் வீட்டில் நடக்கும், வேறு தாரயோகமுண்டு, ஜென்ம லக்கினாதிபன் திசாகாலம் அல்லது இருபத்துநான்கு, முப்பது இந்த வயதுகளில் தார நாசமுண்டு, சீக்கிரம் விவாக யோகமுண்டு.

(181) ஜென்ம லக்னம் துலாம் (நிர்மலாம்சம்) ஆகி லக்கினாதிபன் ஒன்பதாம் பாவ அம்சத்திலும் லாப (பதினோராம்) பாவாதிபன் பாக்கிய பாவாதிபன் சுக (நாலாம்) பாவாதிபன் இவர்கள் கூடி இருந்தால் இந்திரயோக மென்று பெயர். போக முடையவர், அரசாங்கத்தில் பிரபுத் தன்மை வாய்ந்தவர், எப்போதும் தர்ம மார்க்கத்தலிருப்பார், பதினாயிரத்திற்கு அதிக தனமுண்டு, மதில் கோபுரம், தோட்டம் முதலியவை ஏற்படுத்தும்படியான புண்ணிய காரியங்கள் செய்வார், சுகமுடையவர்.

(182) ஜென்ம லக்னம் துலாம் (நிர்மலாம்சம்) ஆகி லாப பாவமாகிய பதினோராம் பாவத்தில் சனி இருந்தால் ஜாதகர் இரண்டாவது களத்திரத்தினால் நல்ல புத்திரனுடையவர், மூன்று பெண்கள் தீர்க்காயுளுடையவராயிருப்பர், நாலு புத்திரர் உண்டு, முதுமையில் புத்திர சோகத்தால் அதிகம் வருந்துவார்.

(183) ஜென்ம லக்னம் துலாம் (நிர்மலாம்சம்) ஆகி பன்னிரண்டாம் பாவாதிபன் சுக்கிரனுடன் கூடி லாபபாவமாகிய பதினோராம் பாவத்தில் புதன் சனியுடன் கூடினால் ஜாதகர் தேகமுடிவில் புண்ணியலோகம் சேர்வார், பின்னால் உத்தம குலத்தில் பிறப்பார்.

(184) ஜென்ம லக்னம் துலாம் (இந்திராம்சம்) ஆகி லக்கினாதிபன் ஒன்பதாம் பாவ அம்சத்திலும் லாப பாவாதிபன் பாக்கிய பாவாதிபன், இவர்கள் கூடி இருத்தலோடு, சுக்கிரனும் சனியும் கூடி இருந்தால் இந்திர யோகமாகும், இதில் ஜாதகர் செல்வவான். அதிக தனவான், புத்திர மித்திரருடையவர், தீர்க்காயுள் கல்வியுடையவர், புகழுடையவர் பெருந்தன்மை வாய்ந்தவர், சபலா, பொறாமையுடையவர், இனிமையாய்ப் பேசுவார், தர்மவான், பண்டிதர்.

(185) ஜென்ம லக்னம் துலாம் (இந்திராம்சம்) ஆகி சந்திரன் தன் நீச்சஸ்தானமாகிய விருச்சிகத்தில் இருந்து ஜாதகர் இந்திய யோகமுடையவரானால் அதாவது லக்கினாதிபன் ஒன்பதாம் பாவ அம்சத்தில் லாப பாவாதிபன் ஒன்பதாம் பாவாதிபன், நாலாம் பாவாதிபன் இவர்களும்கூடி இருந்தால் ஜாதகர் நீச்சர்களை அண்டியவனாவார், எப்போதும் நீச்ச ராஜ்யத்தில் நல்ல பாக்கிய முடையவர்.

(186) ஜென்ம லக்னம் துலாம் (இந்திராம்சம்) ஆகி சந்திரன் நீச்ச மடைந்து மகராம்சத்திலிருந்து ஜாதகர் இந்திர யோகமுடையவரானால் அதாவது லக்கினாதிபன் ஒன்பதாம் பாவ அம்சத்திலும், லாபம், ஒன்பது, நான்கு இந்த பாவாதிபர்கள் ஒன்று கூடி இருந்தால் ஜாதகர் போகமுடையவர். சங்கீதப் பிரியர், அதிக காமுகர், காலாந்திரத்தில் தர்ம சிந்தை, தேவப் பிராமண போஷகர், பந்து மூத்தவரிடம் சந்தோஷமுடையவர், கொஞ்சம் தோழருண்டு, மெலிந்து நீண்ட தேகம், சுகியானவர், அதிக புத்தி வாய்ந்தவர், மிகப் பயந்தவர், சிரத்தையுடையவர், தர்மத்திலேயே புத்தி செலுத்துவார்.

(187) ஜென்ம லக்னம் துலாம் (இந்திராம்சம்) ஆகி லக்கினத்திற்கு எட்டாம் பாவத்தில் கேது எட்டாம் அம்சத்தில் இருந்தால் ஜாதகருக்கு அந்த திசா அந்தர காலங்களில் திருடர் பயமுண்டு.

(188) ஜென்ம லக்னம் துலாம் (இந்திராம்சம்) ஆகி லக்கினதிபன் ஒன்பதாம் பாவ அம்சத்திலும், லாபபாவாதிபன் ஒன்பதாம் பாவாதிபன் நாலாம் பாவாதிபன் இவர்கள் ஒன்றாய்க் கூடி இருத்தலோடு பதினோராம் பாவத்தில் சுக்கிரனிருந்தால் மூன்றாவது அல்லது நான்காவது திசா காலத்தில் புதையல் எடுப்பார்.

(189) ஜென்ம லக்னம் துலாம் (இந்திராம்சம்) ஆகி பதினோராம் பாவத்தில் சுக்கிரன், நீச்சாம்சமில்லாமலிருந்து சனியுடன் கூடியாவது அன்றி பார்க்கப்பட்டாவது இருந்தால் ஜாதகர் புதையலறிந்தவர், அயற் பெண்டிர் சம்பந்த முடையவர்.

(190) ஜென்ம லக்னம் துலாம் (இந்திராம்சம்) ஆகி லக்கினாதிபன் ஒன்பதாம் பாவ அம்சத்திலும், லாபபாவாதிபன் ஒன்பதாம் பாவதிபன், நாலாம் பாவாதிபன் இவர்கள் ஒன்றாய்க் கூடியிருந்தாலோடு இரண்டாம் பாவத்தில் ராகு இருந்தால் ஜாதகர் போகமுடையவர், புகழுடையவர், நீச்ச ஸ்த்ரீ சம்பந்தமுடையவர் வாலிபத்தில் சரீரத்தில் நோய், நடுவயதில் பிரபலயோகம், முதுமையில் கொஞ்சம் கூனுடையவர், அயலார் பொருளை அபகரிப்பார், குலத்தில் அபிமானமுடையவர், தன் குலத்தில் பிரசித்தர், நோயால் வருந்துவார், நல்ல தர்மிஷ்டர்களை அடைந்தவர், அரசாங்கத்தில் நல்ல அதிகாரமுடையவர், வெகுமதிக்கத் தக்கவர், வைத்தியர்களால் பூஜிக்கப்பட்டவர்,நல்ல புகழுடையவர்.

(191) ஜென்ம லக்னம் துலாம் (இந்திராம்சம்) ஆகி ஜாதகர் இந்திர யோகமுடையவனாகி சுக்கிரன், சனி, புதன் இவர்களுடன் கூடி இருந்தால் ஜாதகருக்கு ஆயிரமரிஷ்ட நாசமுண்டு.

(192) ஜென்ம லக்னம் துலாம் (இந்திராம்சம்) ஆகி சுக்கிரன் சிம்மத்தில் சனியுடனிருக்கும் இந்திரயோக ஜாதகருக்கு வாலிபத்தில் கண்ணோய் உண்டாகும், நாகதானம் செய்யத் தீரும், தலைப்பக்கம், முழங்கால் அல்லது மார்பில் புண் முதலியவை உண்டாகும்.

(193) ஜென்ம லக்னம் துலாம் (இந்திராம்சம்) ஆகி ராக லக்கினத்திற்கு இரண்டாம் பாவத்தில் இருந்தால் ஜாதகருக்குப் பொறுக்க முடியாத முகநோயுண்டாகும். வாலிபத்தில் நாகதானம் செய்தால் முக ரோகமில்லை. பாலாரிஷ்ட பயமில்லை. கண்களுக்கு ஆரோக்கியமுண்டு சுகமுண்டு.

(194) ஜென்ம லக்னம் துலாம் (இந்திராம்சம்) ஆகி சுக்கிரன் ஐந்திராம்சத்திலிருந்து குருவுடன் கூடினால் ஜாதகருடைய ஒரு சகோதரரி சுகமுடையவள். ஜாதகனும் சுகமுடையவனாயும், தத்துப் புத்திரனுடையவனாயுமிருப்பார்.

(195) ஜென்ம லக்னம் துலாம் (இந்திராம்சம்) ஆகி ஐந்திராம்சத்தில் சிம்மத்தில் சுக்கிரன், சனி பாக்கியாதிபன் இவர்கள் கூடி இருக்கும் இந்திரயோக ஜாதகருக்கு நரவாகனமுண்டு, அவர் தனிகர், ஆசையுடையவர், புகழுடையவர், சுகமுடையவர்.

(196) ஜென்ம லக்னம் துலாம் (சம்பகாம்சம் அதாவது லக்ன ஸ்புடம் பாகை 185-12 கலை முதல் பாகை 185-24 கலை வரையில்) ஆகி மாதுர்ஸ்தானாதிபனான சனி சூரியனுடன் கூடியவாது, பார்க்கப்பட்டாவது இருந்தால் ஜாதகருடைய வாலிபத்திலேயே தாய்க்குப் பீடை உண்டாகும். உத்தராம்சம் ஆகில் தாய் தீர்க்காயுளாயிருப்பாள்.

(197) ஜென்ம லக்னம் துலாம் (சம்பகாம்சம்) ஆகி பிதா ஸ்தானாதிபனான புதன் மீனத்தில் சூரியனுடன் கூடி குருவுடன் கூடியாவது பார்க்கப்பட்டாவது இருந்தால் ஜாதகனது மூன்றாவது திசையில் தகப்பன் மரணம்.

(198) ஜென்ம லக்னம் துலாம் (சம்பகாம்சம்) ஆகி லக்னம், நான்கு, மூன்று, ஒன்பது, பத்து இந்த அதிபர் ஒன்று கூடி இருந்தால் ஜாதகருக்கு வாகன லாபமுண்டு, கவி, பல்லக்கு உடையவர், சீமான், அதிக தனமுடையவர், பொன்னாலான ஆபரணம், வஸ்திரம், பாத்திரம் இவை உடையவர்.

(199) ஜென்ம லக்னம் துலாம் (சம்பகாம்சம்) ஆகி புத்திர ஸ்தானாதிபனான சனி கன்னியாம்சத்திலிருந்து புதனால் பார்க்கப்பட்டால் ஜாதகருக்குச் சந்தானத் தடையுண்டு. அந்தப் பாப பரிகாரத்திற்குப் பால கிருஷ்ணப் பிரதிமை தானம் செய்யவும். இரு புத்திரர் இரு பெண்கள் தீர்க்காயுளாய் இருப்பர். உத்திராம்சத்தில் புத்திரனில்லை, ஆனால் தத்துப் புத்திரனுண்டு.

(200) ஜென்ம லக்னம் துலாம் (சம்பகாம்சம்) ஆகி சூரியன்கராளஷஷ்டியாம்சத்திலிருந்தால் ஜாதகர் தன் ஜாதிக் கேற்ற லோகத்தை இறுதியில் அடைவார், பின்னால் உத்தம ஜென்மமுண்டு.

குறிப்பு:இந்தப் புத்தகத்தில் துலா லக்கினத்திற்கு 200-விதிகள் கொடுக்கப்பட்டிருக்கின்றன. இன்னும் உள்ள சுமார் 1,000-க்கு மேற்பட்ட துலா லக்கின விதிகள் நான்காம் பாகம், ஐந்தாம் பாகம் முதலிய பாகங்களில் துலா லக்கின பலனின் துடர்ச்சியாகக் கொடுக்கப்படும் என்று அறியவும்.

நெ.8-வது அத்தியாயம்

விருச்சிக லக்கின ஜாதகம்

(1) ஜென்ம லக்கினம் விருச்சிகம் (தனதாம்சம் அதாவது லக்கின ஸ்புடம் பாகை 215-24 கலை முதல் பாகை 215-36 கலை வரையில்) ஆகி சனி ஜென்ம லக்கினத்தில் குஜனுடன் கூடி இருந்து சூரியன் புதனுடன் நான்கில் இருந்தால் ஜாதகருடைய ஜென்ம காலத்தில் கஷ்டப் பிரசவமுண்டாகும்.

(2) ஜென்ம லக்கினம் விருச்சிகம் (தனதாம்சம்) ஆகி ஜென்ம லக்கினத்திற்கு ஒன்று, நான்கு, பத்து இந்த ஸ்தானாதிபர்கள் லக்கினத்திலாவது அல்லது வாஸவ ஷஷ்டியாம்சத்திலாவதிருந்தாலும், ஜென்ம லக்கினம் விருச்சிகம் (தனதாம்சம்) ஆகி ஒன்பதாமதிபன் பத்தில் குருவால் பார்க்கப்பட்டிருந்தாலும், ஜாதகருக்குச் சிம்மாஸனப் பிராப்தி யோகமுண்டு. அரச சபையில் வெகு மதிப்புடன் ஜீவிப்பார், ஜெனங்களைத் திருத்தி அடக்குவார், தெளிவான சொல்லுடையவர், பிரசித்தியுடையவர், புத்திசாலி, தயையுடையவர், வேத தருமமறிந்தவர், நற்காரியம் செய்வார் அயலார் மனைவியரை விரும்புவார், ராஜ்ஜியாதிகாரமுடையவர், இனிமையாய்ப் பேசுவான், தனவான் எப்பொழுதும் அன்னதானம் செய்வார், நரவாகனமுடையவர், சங்கீத, சாஹித்திய சந்தோஷமுள்ளவர், காமமுடையவர் மகாராஜாவுக்குச் சமமான யோகமுடையவர்,

(3) ஜெனம லக்னம் விருச்சிகம் (தனதாம்சம்) ஆகி லக்கினாதிபன் ஸ்திர ராசியிலிருந்து நாலாமதிபனுடன் கூடி இருந்தால் ஜாதகர் தான்பிறந்த இடத்துக்குத் தென் தேசத்தில் ராஜயோகமுடையவனாவார்.

(4) ஜென்ம லக்கினம் விருச்சிகம் (தனதாம்சம) ஆகி இரண்டாமதிபனான குரு குஜனுடன் கூடி இருந்தால் ஜாதகர் வாசாலகர், சாதுர்யமான யுக்தியுடையவர், யுக்தாயுக்த விசேஷ மறிந்தவர் பலதேசங்களில் பிரசித்தியுடையவர்.

(5) ஜென்ம லக்னம் விருச்சிகம் (தனதாம்சம்) ஆகி மூன்றில் சுக்கிரனிருந்து, மூன்றாமதிபன் குருவுடன் கூடி விருச்சிகத்தில் இருந்தாலும், அன்றி சீதளாம்சத்தில் இருந்தாலும் ஜாதகருக்கு நான்கு சகோதரர்கள் உண்டு, அவர்களில் ஒருவன் அற்பாயுளுடையவராய் புத்திரனற்றவராய் மரணமடைவார், சகோதரி ஒருத்தி பெண் பிரசவத்துடன் யௌவனத்தில் மரிப்பாள்.

(6) ஜென்ம லக்னம் விருச்சிகம் (தனதாம்சம்) ஆகி நாலாமதிபனான சனி, குஜனுடன் கூடி காரள ஷஷ்டி அம்சத்திலிருந்தால் ஜாதகருடைய வித்தைக்குத் தடங்களுண்டாகும். கொஞ்சம் வித்தைதான் உண்டு, வேறு பாஷை அறிவார், நீச்ச வித்தையில் சமர்த்தர்.

(7) ஜென்ம லக்னம் விருச்சிகம் (தனதாம்சம்) ஆகி நாலாமதிபனான சனி செவ்வாயுடன் கூடி லக்கினத்திலிருந்தாலும், வஸுதாம்சத்திலிருந்தாலும் ஜாதகர் பிறந்த இடத்திலிருந்து தென் தேசத்தில் அரசர் இருக்கத் தக்க நகரத்தில் பெரிய ஆற்றின் அருகில் தெற்கு வடக்கு வீதியில் மேற்குப் பக்கம் வாசலுள்ள வீட்டில் ஆலய சமீபத்தில் நித்திய வாஸம்செய்யும் ராஜயோகமுண்டு.

(8) ஜென்ம லக்னம் விருச்சிகம் (தனதாம்சம்) ஆகி ஐந்தாமதிபனான குரு குஜனுடனும் சனியுடனும் கூடினாலும், ஜென்ம லக்னம் விருச்சிகம் (தனதாம்சம்) ஆகி ஏழாமதிபன் கேந்திரத்திலிருந்து குஜன்லக்னத்தைப் பார்த்தாலும் ஜாதகருக்கு இரு மனைவியருண்டு, மூத்த மனையாள் துர்நடவடிக்கையுடையவள் மூத்த மனையாளுக்கு புத்திரன் ஒருவன், புத்திரி ஒருவளுண்டு, மூத்த மனையாள் புதல்வன் களத்திர சோகமுடையவர், மறு மனைவியை அடைவார், அவனுக்கு ஒரே மகன் தான் உண்டு, மூத்தமனைவி வாலிபத்திலேயே மரிப்பாள், மேற்கிலாவது அன்றித் தென்மேற்கிலாவது இளைய மனைவி வாய்ப்பாள், இவள் அழகானவள், புத்திரி, புத்திரர்களுடன் கூடியவள், இரண்டு புத்திரர், இரண்டு புத்திரிகள் தீர்க்காயுள், அதிகமும் உண்டாகும், சாந்திகளால் மக்களுக்குச் சுகமுண்டு.

(9) ஜென்ம லக்னம் விருச்சிகம் (தனதாம்சம்) ஆகி நாலாமதிபனான சனி குஜனுடனும், குருவுடனும் கூடி இருந்தால் ஜாதகருடைய தாய் குணவதி, புருஷ சகோதரர் உண்டு, நற்குணமுடையவள், பெண்ணுக்கு இஷ்டத்தைச் செய்வாள்.

(10) ஜென்ம லக்னம் விருச்சிகம் (தனதாம்சம்) ஆகி ஒன்பதாமதிபனான சந்திரன், பிதுர்காரகனான சூரியன், புதன் இவர்கள் ஒன்றாய்க் கூடி இருந்தால் ஜாதகருடைய பிதா மகன் பித்த நோயால் வாடுவார், பரஸ்த்ரீ சங்கமமுடையவர் அல்லது வேறு தாரம் கொள்வார்.

(11) ஜென்ம லக்னம் விருச்சிகம்(வசுதாம்சம் அதாவது லக்கின ஸ்புடம் பாகை 239–48 கலை முதுல் பாகை 240–00 கலை வரையில்) ஆகி இரண்டாமதிபன் சனியால் பார்க்கப்பட்டால் ஜாதகனுக்கு வித்யா விக்கினம் நேரும், யுக்தாயுக்த பகுத்தறிவுள்ளவர், பல தேசத்தில் பிரசித்தியுள்ளவர், தந்த ரோகமுள்ளவர், பல்லில் சில சமயம் ரத்தம் பெருகும், பிதுரார்ஜித மற்றவர், வைசூரி, சுரகண்டம் நேரும்.

(12) ஜென்ம லக்னம் விருச்சிகம் (வசுதாம்சம்) ஆகி மூன்றில் சனி, சந்திரனிருந்து சகோதரகாரகனான செவ்வாய் எட்டினில் இருந்தால் ஜாதகருக்கு முன் பின் சகோதரமில்லை, ஒரே ஒரு இளைய சகோதரி உண்டு. இரு சகோதரிகளுடன் கூடியவர், மற்றவை நாசமடையும். சிலசமயம் கர்ணசூலம், அண்டவாய்வு பீடையுடையவர். (உத்தராம்சமாகில் ஜாதகர் சகோதர சகோதரிகளுடன் கூடியவனாவார்.)

(13) ஜென்ம லக்னம் விருச்சிகம் (வசுதாம்சம்) ஆகி நாலாமதிபன் குஜனால் பார்க்கப்பட்டால் ஜாதகருடைய தாய் தீர்க்காயுளுள்ளவளாயிருப்பாள், முதலில் தகப்பனும், பின்னால் தாயும் மரணமடைவார்கள், வீடுபூமி முதலிய பாக்கியங்கள் தானே சம்பாதிப்பார், உஷ்ணவாயு தேகமுடையவனாகவாவது அன்றி மார்பு நோய் பீடை உடையவனாகவாவது ஆவார், நல்ல வாகன யோகமுண்டு.

(14) ஜென்ம லக்னம் விருச்சிகம் (வசுதாம்சம்) ஆகி ஐந்தாமதிபனான குரு துலாத்திலிருந்து சுக்கிரனால் காணப்பட்டிருந்தால் ஜாதகருக்கு வேறு மனைவியிடம் காலாந்திரத்தில் மக்கள் உண்டாகும். இரு புத்திரர்களாவது அல்லது புத்திரிகளாவது தீர்க்காயுளாயிருப்பர், சாந்தியால் புத்திர சுகமுண்டு, குஹ்யரோகம், மூத்திர கிருச்ரம், பீனிசரோக பீடை இவற்றால் வருந்துவார்.

(15) ஜென்ம லக்னம் விருச்சிகம் (துருவாம்சம் அதாவது லக்கின ஸ்புடம் பாகை 235-24 கலை முதல் பாகை 435-26 கலை வரையில்) ஆகி சூரியன் சத்துரு ராசியிலிருந்தால் ஜாதகருக்குச் சத்ரு மூலம் தனவிரையமுண்டாகும், தித்திப்பு, துவர்ப்பு வஸ்துக்களில் பிரியமானவர், பெருந்தன்மையுடையவர், தான் சொன்ன சொல்லைக்காப்பார்.

(16) ஜென்ம லக்னம் விருச்சிகம் (துருவாம்சம்) ஆகி மூன்றாமதிபனான சனி மிதுனத்திலிருந்து சகோதரகாரகனான செவ்வாய் தன் உச்ச ராசியாகிய மகரத்திலிருந்தால் ஜாதகருக்கு மூத்தவர் ஒருவர் உண்டு, இளைய சகோதரம் குறைந்தவர், இவனுக்கு மூத்த சகோதரிகளிருவர், இளையவன் ஒருத்தியாவாள், மூத்த சகோதரர் பலமுள்ள தேகமுடையவனாய் இருப்பார், மேலும் சாதுவாய் அடங்கியவனாய் வீட்டு வேலைசெய்வார், நற்குணமுடையவர், இளைய சகோதரி, அனேக பாக்கியங்களுடன் நன்றாய் வாழ்வாள், மூத்த சகோதரி புத்திர புத்திரிகளுடனும் கூடியவளாய் ஏழ்மையாய் இருப்பாள், ஒருத்தி இறப்பாள், ஒருத் தி புத்ர, புத்ரிகளுடன் கூடியவளாய் விதலையாவாள், எல்லோருக்கும் மூத்த ஒருவன் ஒரு புத்ரன், இரண்டு பெண்களுடன் கூடியவனாய், நாற்பத்தாறு அல்லது ஐம்பதில் மரிப்பார். முப்பத்தாறாவது வயதில் மூத்த சகோதரம் மரணமடையும்.

(17) ஜென்ம லக்னம் விருச்சிகம் (துருவாம்சம்) ஆகி நாலாமதிபனான சனி மிதுனத்தில் மீனாம்சத்திலிருந்தால் ஜாதகர் தாய் குணமுள்ளவள், சாதுத்தன்மையானவள், புத்திர புத்திரிகளுடன் கூடியவள்.

(18) ஜென்ம லக்னம் விருச்சிகம் (துருவாம்சம்) ஆகி ஐந்தாமதிபனான குரு கடகத்திலும், சூரியன் ரிஷபத்திலுமிருந்தால் ஜாதகர் பிதா புகழுடையவர், சாது, அனேக சகோதரர்களுடன் கூடியவனாவார்.

(19) ஜென்ம லக்னம் விருச்சிகம் (துருவாம்சம்) ஆகி ஏழாமதிபனான சுக்கிரன் தன் சுயக்ஷேத்திரத்திலிருந்தால் ஜாதகர் அனேக மனைவியரையுடையவர், இருபத்தொன்றாவது வயதில் விவாகம் நடக்கும், இரு புத்திரர்களுடன் கூடிய அவள் ஜாதகனது முப்பதாவது வயதில் மரிப்பாள், முப்பத்திரண்டில் மறு விவாகம் நடக்கும், அவளுடன் வெகு நாள் சுகமாய் வாழ்வார், அதிக பெண் பிள்ளைகளுடன் கூடியவனாய் முதுமைப் பருவத்தில் அதிக பாக்கியமுடையவனாவார், மூன்றாம் மனைவிக்குப் புத்திர பாக்கியமுண்டு, நடு மனைவியின் சாயாலாக இருக்கும்.

(20) ஜென்ம லக்னம் விருச்சிகம் (வாருண்யம்சம் அதாவது லக்கின ஸ்புடம் பாகை 217–00 கலை முதல் பாகை 217–12 கலை வரையில்) ஆகி லக்கினாதிபன் கன்னியிலாவது அன்றி மிதுனத்திலாவது இருந்து அந்த ராசிகளின் அதிபனான புதன் சந்திரனுடன் சிம்மத்திலிருந்தாலும், மீனாம்சத்தில் குருவால் பார்க்கப்பட்டு சூரியன் பலத்துடனிருந்தாலும் ஜாதகர் கருத்த மேனியன், புத்திமான், உஷ்ண தேகமுடையவர், வித்தையுடையவர், கொஞ்சம் பருத்த தேக முடையவர், கொஞ்சம் உயர்ந்த சரீரமுடையவர், பிறவியிலிருந்தே தனவான், அதிகமறிந்தவர், நல்ல தர்மங்கள் செய்வார், சிவந்த கண்களும், பித்தச் சூட்டு தேகமுமுடையவனாவார், எப்போதும் நோயுடையவனாயும், சிலகாலம் மூத்திர கிருச்ர நோயுமுடையவனாவார், குணவான், இனிமையாய்ப் பேசுவார், விஷ்ணு, சங்கர பக்தி மிஞ்சியவர், வேதாந்த ஞானமுடையவர், சமயமறிந்தவர், நிலையுள்ள விரதமுடையவர், இடது விரையில் கொஞ்சம் வாதரோக பீடையுடையவர், சில சமயம் வயிற்றுவலி, வெள்ளை, மேகப் பெருக்கு இதுகளுமுண்டாகும்.

(21) ஜென்ம லக்னம் விருச்சிகம் (வாருண்யம்சம்) ஆகி இரண்டாமதிபனான குரு உச்சனாய் கடகத்திலிருந்து ஒன்பதில் சூரியன், சுக்கிரன் இருந்தாலும், இரண்டாமிடத்தைச் செவ்வாய் பார்த்தாலும், அன்றி ஜென்ம லக்கினத்தைச் சனி பார்த்தாலும் ஜாதகர் நான்கு வித்தைகளில் வல்லவர், பல பாஷைகளறிந்தவர், நீச்ச பாஷையில் அதிக நிபுணர், சாஹித்திய ரசம், கானம் இதுகளறிந்தவர், சமஸ்கிருதம் பிரியமாய்ச் சொல்பவர், அனேக லக்ஷ தனங்களுக்கு அதிபன், அனேக பூதனம் நிறைந்தவர், அரசனாகவாவது, தண்ட நாயகனாகவாவது இருப்பார்.

(22) ஜென்ம லக்னம் விருச்சிகம் (வாருண்யம்சம்) ஆகி மூன்றாமதிபனான சனி இரண்டு அல்லது பதினொன்று இந்த ஸ்தானங்களில் இருந்து லக்கினாதிபனான செவ்வாய் சிம்மத்திலிருந்து, புதன் சூரியனுடன் கூடி மிதுனம் சத்திலிருந்தால் ஜாதகர் மூத்த சகோதரம் குறைந்தவர், தான் ஸ்ரீமந்த புத்திரனாவார், இளையவர் ஒருவர் உண்டு, பெண் சகோதரமில்லை, இவனுக்கு இளையவர் தன் தாய் வம்சத்தில் பெரிய தாயாருக்கு சுவீகாரம் செய்து கொள்ளப்படுவார். இவர் ஒருவர். சகோதர, சகோதரியற்றவனாவார். தைரிய வீரியங்களுடன் கூடியவனாய் அரசனுக்கு வேண்டியவனாய் அவன் குணமறிந்து நடப்பார்.

(23) ஜென்ம லக்னம் விருச்சிகம் (வாருண்யம்சம்) ஆகி நாலாமதிபன் குஜனுடனும், சூரியனுடனும் கூடி தன் அம்சத்தில் பலமாய் இருந்தால் ஜாதகருடைய தாய் புண்ணியவதி, அனேக சகோதரிகளுடன் கூடியவள், மாதாவுடன் பிறந்தவர் எழுவர், இதில் இருவர் அல்லது மூவர் மரிபபர், ஜாதகர் பிறப்பதன் முன்னரே தாய் குருடாவாள், ஜாதகர் பெரிய தாய் அரசனுக்குச் சமமான தனவதி, அவளால் தன் வர்க்கத்திற்குத் தன்பெருக்குண்டாகும், புத்திரனுள்ள சிறிய அம்மான் அல்பாயுளாய் விஷப்பாண்டு ரோகத்தால் மரிப்பார், மூத்த அம்மான் புத்திசாலியாய் அரசனாகவாவது, தண்ட நாயகனாகவாவது இருப்பார், நீச்ச அரசனை அடைந்து அவர் தயவுடையவனாவார்.

(24) ஜென்ம லக்னம் விருச்சிகம் (கதாம்சம் அதாவது லக்ன ஸ்புடம் பாகை 222–48 கலை முதல் பாகை 223–00 கலை வரையில்) ஆகி லக்கினாதிபனான குஜன் பதினொன்றில் சனி, சூரியன், புதன் இவர்களுடன் கூடி இருந்து லக்கின கேந்திரத்தில் கேது இருந்தால் ஜாதகர் கருமை நிறமாகவோ அல்லது சிவப்பும், கருப்பும் கலந்த நிறமாகவோ இருப்பார், இடையிடை விலக்கமான பருத்த பற்களும், பருத்த கண்களும், உஷ்ண தேகமுமுடையவனாவார், ராஜயோகமுடையவர், நீச்சர்களை அண்டுவார், பிரபலமான உத்தியோகமுடையவர், சில காலம் மந்த புத்தியுடையவர், தேவப்

பிராம்மணரைத் துவேஷிப்பார், பசி, தாகம், சகிப்பார் மானமுடையவர், நீச்ச வித்தையில் சமர்த்தர், நீச்ச சேர்க்கையுடையவர், எப்போதும் காமமுடையவர், நீச்ச ஸ்த்ரீகளை அணைவதில் பற்றுள்ளவர், பலஜாதி பெண்களை சேருவார், மகா கோபமுடையவர், பராக்கிரமமுடையவர், புகழுடையவர், சத்தியமான சொல்லுடையவர், பந்துக்களிடம் பற்றுடையவர் எப்போதும் துக்கமடைந்த மனதுடையவர், சண்டாள யோகத்தில் பிறந்தவர், தன் ஆசாரத்தினின்று வழுவி வேறு மதத்தைப் புகழுவார், தன் மதத்தை துவேஷிப்பார், தன் தெய்வத்தை இகழ்வார், வாசாலகர்.

(25) ஜென்ம லக்னம் விருச்சிகம் (கதாம்சம்) ஆகி லக்கினத்தைச் சனி பார்த்தால் ஜாதகர் பிதாவைத் துவேஷிப்பார், சகோதரருக்கு விரோதி, மனைவி விரோதி என்று தடுக்கப்பட்டவர், பகலில் சம்போகம் செய்பவர்.

(26) ஜென்ம லக்னம் விருச்சிகம் (கதாம்சம்) ஆகி இரண்டாமதிபனான குரு பத்தில் இருந்து சனியால் பார்க்கப்பட்டால் ஜாதகருடைய வித்தைக்குத் தடைவுண்டாகும், சொற்ப வித்தையுடையவர், நன்றாய் பேசுவார், படிப்பார், நான்கு வித்தைகளில் சமர்த்தர், பல பாஷைகளில் தேர்ச்சியடைவர், விஷ்ணு பக்தகுலத்துதித்தோனாவார், தேவி பூஜை செய்வார் மந்த, சிலேஷ்மரோகமும், சுவாஸ காஸரோகமும், சில சமயம் தந்த சூலை, கர்ண சூலை வயிறு, மார்பு, கண்கள் இவை சூலை நோயுமுடையவனாவார், மனைவி, மக்கள் முதலியவரால் வெறுக்கப்படுவார், அதிக காமி, வயிறு நிரப்புவதிலேயே முக்கியமாய்க் கருதுவார், சில சமயம் குலாசாரத்திலிருந்து தன் தெய்வத்திடம் பக்தி செலுத்துவார், தன்னிஷ்டப்படி நடப்பார், மோக்ஷத்திலும், வேதாந்தத்திலும் ஞானமுடையவர், குணமுடையவர், தன் பலத்தால் பரோபகாரம் செய்வார், தானே வீடு, பூமி, தனம் சம்பாதிப்பார், பிதுர்பாக்கிய மற்றவர், பலதேசங்களில் சஞ்சரிப்பார், வித்தை மூலமான நல்ல யோகமுண்டு, மூன்று வாகன யோகமுடையவர், நீச்ச அரசனைப் பணிவார்.

(27) ஜென்ம லக்னம் விருச்சிகம் (கதாம்சம்) ஆகி மூன்றாமதிபனான சனி பதினொன்றில் ரவி, குஜன், புதன் இவர்களுடன் கூடி இருந்தால் ஜாதகருக்குக் மூத்த சகோதரமில்லை, இளைய சகோதரமுண்டு, சகோதரர் இருவரும் அல்லது மூவரும் சகோதரிகள் இருவரும் உண்டாவர், அதிகமும் உண்டாகும். ஆனால் நாசமடையும், இளையவனே இவனுக்குச் சத்ரு ஆவார், சகோதர ஒன்றுமை இல்லை, மனைவி அபவாதத்தால் துக்கமுடையவனாய் மனைவியை நீக்கி விடுவார்.

(28) ஜென்ம லக்னம் விருச்சிகம் (கதாம்சம்) ஆகி நாலாமதிபன் பதினொன்றில் இருந்தால் ஜாதகருடைய தாய் கருத்த நிறத்தினள் கொஞ்சம் பர்த்தாவிடம் துவேஷ முடையவள், வாயாடுபவள், கலகத்தில் பிரியமுடையவள், கணவனுடன் தர்க்கிப்பாள், மூட புத்தியுடையவள், மானங்கெட்டவள், துஷ்டத்தனமாய் நடப்பாள், மந்தமான காரியங்களுடையவள், ரூபமற்றவள், துர்மரணமாய் இறக்க விரும்புவாள், இவனுக்கு இரண்டு அல்லது மூன்று தாய்மார் அக்கினி சாக்ஷி இல்லாமல் இவன் தந்தையை மணப்பார், தாய்ப் பாட்டி தீர்க்காயுளுடையவள், இவனுக்கு இரு அம்மான்களுண்டு, தாய் சகோதரி ஒருவள் வாலிபத்திலேயே விதவையாவாள்.

(29) ஜென்ம லக்னம் விருச்சிகம் (கதாம்சம்) ஆகி ஐந்தாம் வீட்டாதிபன் எட்டினில் மேஷாம்சத்திலிருந்து சனியால் பார்க்கப்பட்டால் ஜாதகர் புத்திரனில்லாதவர், தத்துபுத்திரனால் சந்ததி விருத்தி உண்டு. விப்பிர சாபத்தினால் சந்ததி இல்லை, ஆகையினால் சிம்கமாரதானத்தாலும், பொன் சந்தான கோபாலமூர்த்தி தானத்தாலும், ஏகாதசியில் கோதானத்தாலும் அரசமரப் பிரதிஷ்டையாலும், மஞ்சள் லிங்க பூஜை

இத்தகைய சாந்தியாதிகளால் காலாந்திரத்தில் புத்திரனண்டானாலும் உண்டாகும். அனேக புண்ணிய வசத்தில் ஒரு புத்திரன் தீர்க்காயுளுடையவர், குஹ்ய ரோகம் மூத்திர கிருச்ரம், மேக பாண்டு, சுவாச ரோகம், சுர பீடை, காதுசெவிடு, முதலிய பீடைகளுடையவர், நிலையான சொல்லுடையவர், மந்தமான செய்கையுடையவர், வைசூரி, சுரம் முதலிய கண்ட முண்டு, விரையில் கொஞ்சம் வாதநோய், புண், தினவுள்ள குஹ்ய பீடை யுடையவர்.

(30) ஜென்ம லக்னம் விருச்சிகம் (கதாம்சம்) ஆகி ஏழாமதிபனான சுக்கிரன் பத்தில் இருந்து ஏழில் ராகு இருந்தால் ஜாதகருக்கு இரண்டு அல்லது மூன்று தடவை பிரயத்தனம் செய்து பின்னால் விவாகம் நடக்கும், மனையாள் மாநிற மேனியை யுடையாள், மந்த புத்தியுடையவள், பிசாசம் போல் காரிய காரியா மறியாதவள், துர்க்குணமுடையவள், கணவனை விரோதிப்பாள். சிலர் இருபத்தைந்தாவது வயதில் விவாகமென்பர். இவனுக்கு இரண்டு அல்லது மூன்று மனைவியருண்டு. உத்திராம்சம் ஆகில் ஜாதகர் ஏக களத்திர முடையவர், பரஸ்த்ரீ சேர்க்கையுடையவர்.

(31) ஜென்ம லக்னம் விருச்சிகம் (கதாம்சம்) ஆகி ஒன்பதாமதிபனான சந்திரன் குருவுடன் கூடி பிதுர்காரகர் பதினோராம் ராசியில் இருந்தால் ஜாதகருடைய பிதா யோகமுடையவர், சாது, கொஞ்சம் குறுகிய சிவந்த தேகி, குணத்தைக் கிரகிப்பவர், பல பாஷைகள் தெரிந்தவர், நீச்ச அரசன் அருகில் யோகமுடையவர், அனேக சாஸ்திர மறிந்தவர், ஐந்து வித வித்தைகளில் தேர்ச்சி பெற்றவர், சூதில்லாமல் தெளிவாய்ப் பேசுவார். வேசி சங்கமமுடையவர் ஞானி, ஜபம், தியானம், சமாதி இவை உடையவர், அனேக அரசர்களையண்டுபவர், பிரபலமான உத்தியோக பாக்கியமுடையவர், ஜாதகர் மிக்க காமீ, வேலைக்காரி, வேலைக்காரர் முதலிய அனேக ஜனங்களுடன் பசு, தானிய சமர்த்தியுடையவர், தேசாந்தரம் சஞ்சரிப்பார். ஆக்ஞை செய்யும் தண்ட நாயகர், மகா யோகமுடையவர், எப்போதும் தியானம், ஜபம் செய்வார், நீச்ச அரசனிடம் சேர்க்கையுண்டு, தகப்பன் யோகமுடையவர், மந்தமான செய்கையுடையவனாய் சில சமயம் துக்கிப்பார், மூன்று வாகனங்களுடன் கூடியவனாய் பொருள் சம்பாதிப்பார்.

(32) ஜென்ம லக்னம் விருச்சிகம் (வைஷ்ணவியம்சம் அதாவது லக்கின ஸ்புடம் பாகை 239–36 கலை முதல் பாகை 239–48 கலை வரையில்) ஆகி லக்கினாதிபனான குஜன், நீசத்தில் இருந்து பத்தாமதிபன் புதனுடன் கூடி ரிஷபத்திலிருந்தால் ஜாதகர் சிவந்த நிறத்தினர், நடுத்தர தேகமுடையவர், சமமான தேகமும், உஷ்ணவாயு பீடையுமுடைய தேகத்தினர் எப்போதும் நோயுடையவர் சொரி தினவுடைய சரீர விரைவாத நோயுடையவர், வைத்தியத் தொழிலுடைய குலாசாரமுடைவர், சூத்திரப்பிரபுவால் தனவரவு, காடுகளின் மத்தியில் பட்டணத்தில் வசிப்பார், அவ்விடம் பொருள் பூமியுடையவர், பிதுரார்ஜிப் பொருள் இல்லை.

(33) ஜென்ம லக்னம் விருச்சிகம் (வைஷ்ணவியம்சம்) ஆகி இரண்டாமதிபனான குரு, குஜனால் பார்க்கப்பட்டால் ஜாதகர் வாக்கு சாதுர்யமுடையவர். சாதுர்யமான யுக்தியுடையவர், யுக்தா யுக்த மறிந்த தன்மையாளன். பல தேசங்களில் பெயரெடுத்தவர். இரண்டு வித்தைகளில் சாமர்த்தியர், வித்தைக்குத் தடையுண்டு, பருத்த பற்களுடையவர், பல்நோயுடையவர், மாந்தம் ஜுரம் உடையவர்.

(34) ஜென்ம லக்னம் விருச்சிகம் (வைஷ்ணவியம்சம்) ஆகி மூன்றாமதிபனான சனி ராகுவுடன் கூடினால் ஜாதகர் முன்பின் சகோதர மற்றவர், தன்னந்தனியனாவர், தைரிய மில்லாதவர், இவனுக்கு வைத்தியத்தொழில் மூலம் ஜீவனம்.

(35) ஜென்ம லக்னம் விருச்சிகம் (வைஷ்ணவியம்சம்) ஆகி நாலில் குரு இருந்து நாலாமதிபன் ராகுவுடன் கூடி மீனத்திலிருந்தால் ஜாதகருடைய தாய் தீர்க்காயுளுடையவள், ஜாதகர் தன் அம்மானால் வளர்க்கப்படுவார்.

(36) ஜென்ம லக்னம் விருச்சிகம் (வைஷ்ணவியம்சம்) ஆகி ஐந்தாமதிபன் சூரியனால் பார்க்கப்பட்டால் கும்பத்தில் பாபருடன் கூடி இருந்தால் ஜாதகருக்குச் சர்ப்ப சாபத்தாலும், துர்த்தேவதையின் சாபத்தாலும் புத்திரனில்லை. தத்துப்புத்திரனால் சந்ததியுண்டாகும். சாந்தி தானாதி செய்தால் காலாந்திரத்திலாவது வேறு மனைவிடமாவது வெகு சிரமத்தால் சந்ததியுண்டாகும்.

(37) ஜென்ம லக்னம் விருச்சிகம் (வைஷ்ணவியம்சம்) ஆகி ஆறாமதிபனான செவ்வாய் நீச்ச ராசியாகிய கடகத்திலிருந்தால் ஜாதகர் ரத்த, வாதகரம், கட்டி, மேகவாயு நோய் பீடைகளுடையவர், பித்த தேகமுடையவர்.

(38) ஜென்ம லக்னம் விருச்சிகம் (வைஷ்ணவியம்சம்) ஆகி ஏழாமதிபனான சுக்கிரன் எட்டிலிருந்தால் ஜாதகருக்கு வாலிபத்திலே விவாகம் நடக்கும், சிவந்த நிறமுடைய தாரம் வாய்ப்பாள், முதல் மனைவியை விரோதித்து அவளை நீக்கிவிட்டு மறுமண முடிப்பர், அம்மான் மகள் இவனுக்கு மனைவியாவாள், சிலர் ஜாதகர் ஏக களத்திரமே யுடையவனென்றும், மானமுடையவனென்றும் சீக்கிர கோபமுடையவனென்றும், தயையுடையவனென்று சொல்லுகின்றனர்.

(39) ஜென்ம லக்னம் விருச்சிகம் (தனதாம்சம் அதாவது லக்கின ஸ்புடம் பாகை 215–24 கலை முதல் பாகை 215–36 கலை வரையில்) ஆகி லக்கினாதிபன் உச்சத்திலிருந்து சனியால் பார்க்கப்பட்டாலும் எட்டாமதிபன் குருவுடன் லக்கினத்திலிருந்தாலும் ஜாதகருடைய ஜென்ம காலத்தில் கஷ்டப்பிரசவம், உத்திராம்ச ஜாதகருடைய தாய் சுகம், புத்தியுடையவர், தயையுள்ளவர், வேததர்மமறிந்தவர், நற்செய்கையுடையவர், மனைவியிடம் கூடியவளாய் நற்செய்கைகள் செய்வார், தேவாலயம், உத்தியாவனம், தடாகம் முதலிய தர்மகாரியங்கள் செய்வார், அதிக சம்பத்துடன் கூடிய ஜென நாயகர், சுசியுள்ளவர், உதார குணமுள்ளவர், அனேக பணியாளருடன் கூடியவர், கல்பகாலம் வரை புகழுடையவர், தைரிய முடையவர்.

(40) ஜென்ம லக்னம் விருச்சிகம் (தனதாம்சம்) ஆகி லக்கினத்தில் புதனும், குருவும் இருந்தால் ஜாதகர் யோகி, எப்போதும் தியானம் செய்வார், பூஜை முதலியவற்றில் பற்றுடையவர், சம்சாரத்தில் விரக்தியுள்ளவர், தியானத்தால் பரப்பிரம்மத்திலாழ்ந்தவர், புண்ணிய செய்கையுடையவர்.

(41) ஜென்ம லக்னம் விருச்சிகம் (தனதாம்சம்) ஆகி லக்கினாதிபனான குஜன் உச்சனாய் மகரத்திலிருந்தாலும், ஜென்ம லக்னம் விருச்சிகம் (தனதாம்சம் முன்பாகம்) ஆகி எட்டாமதிபனான புதன், குருவுடன் கூடி லக்கினத்திலிருந்தாலும் ஜாதகர் வெளுத்த தேகமுடையவர், அழகன், புத்திமான், வாசாலகர், தெளிவுள்ளமுகம், கணகளுடையவர், அதிருஷ்டமுடையவர், தர்மவான், ராஜயோகமுடையவர், சிவபக்தர் குலத்துதித்தவர், ஹரி, ஹர பக்தியுடையவர், சுசியானவர், ஆசாரமுடையவர், ஞானவான இங்கிதமறிந்தவர், தயைக்கு இருப்பிடமானவர், வாலிபத்தில் அற்ப சுகமுண்டு, விவாகத்திற்குப் பிறகு சுக முண்டு.

(42) ஜென்ம லக்னம் விருச்சிகம் (தனதாம்சம்) ஆகி லக்கினாதிபனான குஜன் சர ராசியாகிய மகரத்தில் உச்சனாயிருந்தால் ஜாதகர் வேறு தேசத்தில் அரசர்களுடன் பாக்கிய முடையவனாவார்.

(43) ஜென்ம லக்னம் விருச்சிகம் (தனதாம்சம்) ஆகி ஒன்பதில் கேது இருந்து ஐந்தாமதிபன் குரு புதனுடன் கூடி இருந்தால் ஜாதகர் நீச்ச வித்தையில் சமர்த்தன், பலபாஷைகள் கற்றவர், அக்கிரஹாரம், கிணறுவாவி, முதலியன ஏற்பாடு செய்து தர்மம் செய்வார்.

(44) ஜென்ம லக்கினம் விருச்சிகம் (தனதாம்சம்) ஆகி லக்கினாதிபன் சனியால் பார்க்கப்பட்டால் ஜாதகர் வித்தைக்குத் தடங்கலுண்டாகும், ஸமஸ்கிருதம் பேசுவார், ஜோதிட சாஸ்திரத்தின் வாக்யமறிந்தவர், நீச்ச அரசன் சமீபத்தில் பிரபலமான உத்தியோகம் வகிக்கும் பாக்கியமுடையவனாவார்.

(45) ஜென்ம லக்னம் விருச்சிகம் (தனதாம்சம்) ஆகி மூன்றாமதிபனான சனி ஒன்பதிலிருந்து சகோதரகாரகனான செவ்வாய் உச்சனாக இருந்தால் ஜாதகருக்கு ஒரு மூத்த சகோதரி புத்திர புத்திரிகளுடன் கூடியவள், எல்லோருக்கும், மூத்த கர்ப்பம் நாசமடையும் இவன் மூன்றாவது கர்ப்பம், நான்கு சகோதரர்கள இளைய சகோதரி ஒருத்தி உண்டு, தன் தம்பிகளில் ஒருவன் தாய் வமிசத்திற்குத் தத்தா ஆவார்.

(46) ஜென்ம லக்னம் விருச்சிகம் (தனதாம்சம்) ஆகி நாலாமதிபன் ஒன்பதிலிருந்து மாதாகாரகனான சந்திரன் சூரியன் சனியால் பார்க்கப்பட்டால் ஜாதகருடைய தாய் குணமுடையவள், புண்ணியவதி, புத்திர புத்திரிகளுடன் கூடியவள், தீர்க்காயுளுடையவள், ஜாதகர் தாய் விதவையான பின்பு தன் சகோதரியுடன் கூடியவள்.

(47) ஜென்ம லக்னம் விருச்சிகம் (தனதாம்சம்) ஆகி ஏழாமதிபனான சுக்கிரன் பத்தில் பலவானாயிருந்து குஜனால் காணப்பட்டால் ஜாதகனுக்குத் தன் ஜென்ம தேசத்திலேயே பாக்கியமுள்ள வம்சத்திலேயே விவாகம் நடக்கும், மனையாள் குணமுடையவள், புண்ணியமுடையவள், தாய் தகப்பனுடையவள், ரூபலக்ஷணங்கள் நிறைந்தவள், வெளுத்த நிறமுடையவள், பர்த்தாவுக்கு இனியவள், அனேக சகோதர சகோதரிகளுடன் கூடியவள். ராஜயோகமுடையவள், சிலகாலம் புத்திரத்தடையுண்டாகும், காலாந்திரத்தில் அவளுக்குப் புத்திரனுண்டாகும், ஏக களத்திரமுடையவர், உத்திராம்ச ஜாதகனுக்கு வேறு மனைவி யோகமுண்டு, பூர்வாம்சத்தில் அதாவது முன் பாகத்தில் ஜெனித்த ஜாதகனுக்கு இருமனையாள் யோகமில்லை என்று சிலர் சொல்லுகிறார்கள்

(48) ஜென்ம லக்னம் விருச்சிகம் (தனதாம்சம்) ஆகி ஐந்தாமதிபனான குரு புதனுடன் கூடி லக்கினத்திலிருந்து ஐந்தில் கேது இருந்து அதற்கு ஆருடத்தில் சனி இருந்தால் ஜாதகனுக்குப் புத்திர தோஷமுண்டு, ஏகாதசியில் கோதானம் செய்து அரச மரப் பிரதக்ஷிணம் செய்து, பொன்னால் சந்தான கோபால மூர்த்தி தானம் செய்ய தோஷம் தீரும். காலாந்தரத்தில் இரு புத்திரரும் மூன்று பெண்களும் தீர்க்காயுளாயிருப்பார்.

(49) ஜென்ம லக்னம் விருச்சிகம் (தனதாம்சம்) ஆகி ஒன்பதாமதிபனான சந்திரன் மேஷத்திலிருந்து சூரியனால் பார்க்கப்பட்டால் ஜாதகருடைய பிதா மத்திமாயுளுடையவர், அனேகதாயுடன் கூடியவர், நீச்ச அரசனருகில் பிரபலமான உத்தியோக பாக்கிய முடையவர், அனேக பெண்கள் பிள்ளைகளுடன் கூடியவர், சில காலம் கஷ்டமனுபவிப்பார், வீடு பூமி, தனம் இவை அறிந்தவர் பல தேசங்களில் திரிவார்.

(50) ஜென்ம லக்னம் விருச்சிகம் (தனதாம்சம் பூர்வபாகம்) ஆகி சூரியன் பன்னிரண்டிலிருந்தால் ஜாதகனுடைய தகப்பன் அற்பாயுளுடையவர்.

(51) ஜென்ம லக்னம் விருச்சிகம் (தனதாம்சம் பூர்வபாகம்) ஆகி பதினொன்றில் ராகு இறந்தால் ஜாதகனுக்கு நீச்சப்பிரபுவால் தன வரவுண்டு.

(52) ஜென்ம லக்னம் விருச்சிகம் (தனதாம்சம்) ஆகி லக்கினாம்சத்தில் துலா ராசியில் சூரியனிருந்தால் ஜாதகர் பித்ரு பாக்கியமற்றவர். தன் கையால் பொருளுடையவர், வாலிபத்திலேயே பிதாவை இழப்பார்.

(53) ஜென்ம லக்னம் விருச்சிகம் (தனதாம்சம்) ஆகி விருச்சிக அம்சத்தில் சிம்ம ராசியில் சுக்கிரனும், ரிஷப அம்சத்தில் மகர ராசியில் குஜனும் இருந்தால் ஜாதகருக்கு அதிக வாலிபத்திலேயே விவாகம் உண்டு,

(54) ஜென்ம லக்னம் விருச்சிகம் (தனதாம்சம்) ஆகி குரு, புதன் இவர்கள் விருச்சிக ராசியில் கடகாம்சத்திலிருந்து, சனியால் குரு பார்க்கப்பட்டு புத்திராம்ச சூரியன் சனி இவர்களால் பார்க்கப்பட்டால் ஜாதகர் புத்திரனற்றவளும், மலடியும், தத்துபுத்திரனெடுப்பவளுமான மனையாள் ஒருத்தியை மணப்பார்.

(55) ஜென்ம லக்னம் விருச்சிகம் (தனதாம்சம்) ஆகி மீன ராசியில் மீனாம்சத்தில் கேது இருந்து குருவால் பார்க்கப்பட்டால் ஜாதகருக்குச் சாந்தி தானத்தால் காலாந்தரத்தில் புத்திரலாப முண்டு.

(56) ஜெம்ன லக்னம் விருச்சிகம் (தனதாம்சம்) ஆகி சந்திரனும், சனியும் துலாம்சத்திலிருந்தால் ஜாதகருடைய தாய் தீர்க்காயுளுடையவள் தன்னுடன் பிறந்த சகோதர மற்றவர்.

(57) ஜென்ம லக்னம் விருச்சிகம் (தனதாம்சம்) ஆகி லக்கினாதிபனான செவ்வாய் உச்சராசியிலிருந்தால் ஜாதகருக்கு இருபத்தைந்து வயதிற்குமேல் பிரபலமான உத்தியோக பாக்கியமுண்டு.

(58) ஜென்ம லக்னம் விருச்சிகம் (தனதாம்சம்) ஆகி நாலாமதிபன் கடக ராசியில் உச்சாம்சத்திலிருந்தால் ஜாதகருக்கு மூன்று வாகனயோக முண்டு.

(59) ஜென்ம லக்னம் விருச்சிகம் (தனதாம்சம்) ஆகி ரோகஸ்தானமாகிய ஆறாம் வீட்டில் சந்திரன் இருந்தால் ஜாதகருக்கு ஜலபீனிசரோகமுண்டு.

(60) ஜென்ம லக்னம் விருச்சிகம் (தனதாம்சம்) ஆகி லக்கினாதிபன் சனியால் பார்க்கப்பட்டு சனி லக்கினாதிபனால் பார்க்கப்பட்டு, லக்கினத்தில் குரு, புதனிருந்தால் ஜாதகர் ஆபத் சன்னியாஸ யோகமுடையவனாவார், மரணகாலத்தில் முக்தியடைவார், மறு பிறப்பில்லை.

(61) ஜென்ம லக்னம் விருட்சிகம் (தனதாம்சம்) ஆகி மூன்றாமதிபனான சனிநீச்சனாய் மேஷத்திலிருக்கவும்; சகோதர காரகனான செவ்வாய் பதினொன்றிலுமிருந்தால் ஜாதகர் ஒருவனாய், சகோதரனற்றவனாகவாவது, சகோதரிகளுடன் கூடியவனாகவாவது மாற்றாந்தாய் சகோதர சகோதரிகளுடன் கூடியவனாகவாவது இருப்பார், அரசனுக்குச் சகாயமாக இருப்பார்.

(62) ஜென்ம லக்னம் விருச்சிகம் (தனதாம்சம்) ஆகி சூரியன், சனி, புதனுடன் கூடினால் ஜாதகருடைய தகப்பனுக்கு மூன்று தாரங்களுண்டு, நீச்சவித்தையில் சமர்த்தர். கொஞ்சம் சங்கீத ரசமுள்ளவர். ஜாதகருடைய பாட்டன் பிரசித்தி பெற்ற பிரபலமான உத்தியோக பாக்கியமுடையவர்.

(63) ஜென்ம லக்னம் விருச்சிகம் (தனதாம்சம்) ஆகி சுக்கிரன் சிம்மராசியில் கன்னியாம்சத்தில் புதனுடன் கூடி இருந்தால் ஜாதகர் சங்கீதமறிந்தவர், பிரபு, பரோபகாரம்

செய்பவர் பூமிகளுக்கு அதிபன், பல தேசங்களில் பெயரெடுத்தவர். எதையும் ஊகிக்கவல்லவர், சாமர்த்தியம் வாய்ந்தவர், வாசாலகர் அதிக தானம் செய்பவர். அதிக வாலிபத்திலேயே விவாகம் நடக்கும் பெண்கள் பிள்ளைகளுடன் கூடியவர், எப்போதும் அரச சேவை செய்வார், நீச்ச வித்தையில் தேர்ச்சி பெற்றவர், பலபாஷை விசேஷமறிந்தவர், விஷ்ணு சங்கர பக்தியுடையவர், அறிவாளி, இனிமையாய்ப் பேசுவார், அனேகம் வேதியர்களைக் காப்பார்.

(64) ஜென்ம லக்னம் விருச்சிகம் (தனதாம்சம்) ஆகி சுக்கிரன் அம்சத்தில் புதனுடன் கூடி இருந்தால் ஜாதகருடைய இல்லாள் வெளுத்த அழகிய மேனியாள், பாக்கியமுடையவள், வீட்டு வேலைகளில் சாமர்த்தியசாலி, அனேக புத்திரிகளுடன் கூடியவள், அன்னதானம் முதலிய தர்மம் செய்வாள்.

(65) ஜென்ம லக்னம் விருச்சிகம் (தனதாம்சம்) ஆகி பத்தாமதிபன் சனியுடன் கூடினால் ஜாதகர் தாஸீ தாஸ ஜெனங்கள் நிறையப் பெற்றவர். ராஜலக்ஷணங்களுடன் கூடியவர், செல்வவான், தீனர்களைப் பாதுகாப்பார். எப்போதும் வித்தைக்குத் தடையுண்டு, சத்கர்மங்களுக்குத் தடையுடையவர், தேவப் பிராணபக்தர், குளம், தோட்டம் முதலிய தர்மம் செய்வார் வீடு, பூமி முதலிய பாக்கியங்களுடையவர், உத்திராம்சத்தில் ஜெனித்த ஜாதகனுக்கும் இவ்விதமேயாகும், ஆனால் பாக்கியம் கொஞ்சம் வித்தியாசம் முண்டு,

(66) ஜென்ம லக்னம் விருச்சிகம் (உரகாம்சம்) ஆகி சந்திரன் குருவுடன் கூடி இருந்தால் ஜாதகர் விப்பிரகாலத்தில் பிறந்தவர், பிராமண ஜன்மம், சுகவான், பாலாரிஷ்டம் இல்லை.

(67) ஜென்ம லக்னம் விருச்சிகம் (உரகாம்சம் முன்பாகம்) ஆகி உரகாம்சத்தில் சந்திரனிருந்து பத்தாம் பாவம் குருவால் பார்க்கப்பட்டால் ஜாதகர் கொடி சுற்றிப் பிறப்பார், உத்தரபாகத்தில் கொடி சுற்றுதல் இல்லை, கொஞ்சம் பாலாரிஷ்ட பயமுண்டு, பூர்வபாகத்தில் சிலசமயம் சுகமுண்டு, பாலாரிஷ்ட பயமில்லை.

(68) ஜென்ம லக்னம் விருச்சிகம் (உரகாம்சம்) ஆகி பத்தாம் பாவத்தில் ராகு சிம்மாம்சத்தில் பத்தாம் பாவாதிபனுடன் கூடியும், ஏழாம் பாவாதிபனால் பார்க்கப்பட்டு மிருந்தால் ஜாதகனுக்குத் தார கிலேசமுண்டு, தரித்திரத்தன்மையால் வருந்துவார்.

(69) ஜென்ம லக்னம் விருச்சிகம் (உரகாம்சம்) ஆகி சந்திராம்சாதிபர் குரு ஆகி, அவர் தன் சுய க்ஷேத்திரத்தில் சுயநவாம்சத்தில் சனியுடன் கூடினால் ஜாதகர் பாவச் செய்கையுடையவர், தாமஸ சுபாவமுடையவர்.

(70) ஜென்ம லக்னம் விருச்சிகம் (உரகாம்சம்) ஆகி சந்திரன் குருவுடன் கூடி சுபரால் பார்க்கப்பட்டிருந்தால் ஜாதகர் உள்ளத்திற் கோபமுடையவர், தெளிந்த மனதுடையவர்,இதமான சத்துரு போன்ற காரியமுடையவர்.

(71) ஜென்ம லக்னம் விருச்சிகம் (உரகாம்சம்) ஆகி சந்திரன் குருவுடன் கூடியாவது அன்றி பார்க்கப்பட்டாவது இருந்தால் ஜாதகர் சாந்த புத்தி, நல்ல வித்தை, ஜெனக்கட்டு உடையவர், ரசிகன், சுகமுடையவர்.

(72) ஜென்ம லக்னம் விருச்சிகம் (ஸுதாம்சம் அதாவது லக்கின ஸ்புடம் பாகை 221–12 கலை முதல் பாகை 221–24 கலை வரையில்) ஆகி குரு பத்தாம் பாவத்திலிருந்து குஜன் சனியுடன் கூடியாவது பார்க்கப்பட்டாவது இருந்து புதன், தன் உச்சத்திலிருந்து அதன் திரிகோணத்தில் சந்திரன் இருந்து, ராகு வக்கிரமாய் இருக்கும் ஸாம்ராஜ்ய சகடயோக ஜாதகர் பிராமண ஜென்மம்,அழகன்.

(73) ஜென்ம லக்னம் விருச்சிகம் (ஸுமத்யம்சம் பூர்வபாகம்) ஆகி புதன் குஜனுடன் கூடியாவது, பார்க்கப்பட்டாவது இருந்தால் ஜாதகர் தன்னந்தனியன், சகோதரனற்றவர்.

(74) ஜென்ம லக்னம் விருச்சிகம் (ஸுமத்யம்சம் பூர்வபாகம்) ஆகி சந்திரன் மகரத்தில் புதன் அம்சத்திலிருந்தால் ஜாதகர் வாலிபத்திலேயே பிதா நாசமடைவார், சந்தேகமில்லை.

(75) ஜென்ம லக்னம் விருச்சிகம் (ஸுதாம்சம் அதாவது லக்கின ஸ்புடம் பாகை 221–12 கலை முதல் பாகை 221–24 கலை வரையில்) ஆகி லக்கினத்திலிருந்து பத்தாம் பாவத்தில் குரு இருக்கும் சகடயோக ஜாதகனுக்கு பிழைத்திருத்தம் வரையில் நல்ல சௌக்கிய முண்டு.

(76) ஜென்ம லக்னம் விருச்சிகம் (ஸுமத்யம்சம்) ஆகி மூன்றாம் பாவாதிபனான சனி லக்கினத்திற்கு நான்குகேந்திரங்களில் ஒன்றிலிருந்து ஜாதகர் பூர்வாம்சத்தில் ஜெனித்தவனானால் அவனுக்கு ஒரு சகோதரியுண்டு உத்திராம்சத்தில் ஜெனித்தவனானால் அவனுக்கு இரு சகோதரிகளுண்டு.

(77) ஜென்ம லக்னம் விருச்சிகம் (ஸுமத்யம்சம்) ஆகி ஏழாம் பாவாதிபன் தனுசு அம்சத்தில் இருந்தால் ஜாதகனுக்கு ஜென்ம தேசத்திலேயே விவாக முண்டு, தென் கிழக்கில் ஜாதகனுக்குத் தாரம் வாய்ப்பள். உத்திராம்சத்தில் பிறந்த ஜாதகருக்கு பதினைந்தாவது வயதில் நடக்கும், பூர்வபாகத்தில் பிறந்தவனுக்கு பதின்மூன்றாவது வ்யதில் செல்வம் நிறைந்தவீட்டில் விவாகம் நடக்கும், மாமனார் மாமியாருடன் கூடியவர் சுகவான்.

(78) ஜென்ம லக்னம் விருச்சிகம் (ஸுமத்யம்சம்)ஆகி மாதுலாதிபனான குஜன் பதினோராம் பாவத்தில் மேஷ நவாம்சத்திலிருந்தால் ஜாதகர் இரு அம்மான்கள் யோகமுடையுவர்.

(79) ஜென்ம லக்னம் விருச்சிகம் (ஸுமத்யம்சம்) ஆகி ஏழாம் பாவாதிபன் தனுசு அம்சத்தில் இருந்தால் ஜாதகனுக்கு ஜென்ம தேசத்திலேயே விவாக முண்டு, தென் கிழக்கில் ஜாதகனுக்குத் தாரம் வாய்ப்பாள். உத்திராம்சத்தில் பிறந்த ஜாதகருக்கு பதினைந்தாவது வயதில் நடக்கும், பூர்வபாகத்தில் பிறந்தவனுக்கு பதின்மூன்றாவது வயதில் செல்வம் நிறைந்த வீட்டில் விவாகம் நடக்கும், மாமனார் மாமியாருடன் கூடியவர் சுகவான்

(80) ஜென்ம லக்னம் விருச்சிகம் (ஸுமத்யம்சம்) ஆகி நாலாம் பாவாதிபன் நவாம்சத்தில் கும்பராசியில் இருந்து, சுபக்கிரகத்தால் பார்க்கப்பட்டு ஏழாம் பாவத்தில் சந்திரன் இருந்தால் ஜாதகர் தார வமிசத்தில் பாக பாக்கியமுடையவர், விவாகத்திற்குப் பிறகு சௌக்கியம்.

(81) ஜென்ம லக்னம் விருச்சிகம் (ஸுமத்யம்சம்) ஆகி பதினோராமிடத்தில் சுக்கிரனிருந்து சனியுடன் கூடினால் ஜாதகனுக்கு ஸ்த்ரீ மூலம் பாக்கிய முண்டு.

(82) ஜென்ம லக்னம் விருச்சிகம் (ஸுமத்யம்சம் பூர்வபாகம்) ஆகி ஏழாம் பாவம் பாபரால் பார்க்கப்பட்டால் ஜாதகர் மாம்னாருக்கு இருதாரமுண்டு, அம்மான் ஒரு தாரமுடையவர், உத்திராம்சம் ஆனால் ஜாதகனுக்கு இருதாரமுண்டு.

(83) ஜென்ம லக்னம் விருச்சிகம் (ஸுமத்யம்சம்) ஆகி நாலாம் பாவாதிபன் சுதாம்சத்தில் இருந்தால் ஜாதகர் மனைவி கர்ப்ப நஷ்டமுடையவள், இறந்த சந்ததி பெறுவாள், அந்த தோஷ பரிகாரத்திற்குச் சாந்தி செய்ய - வேதமறிந்தவனும், குடும்பஸ்தனுமான ஒருவனுக்குப் பூசணிக்காய் தானம் செய்திடில் கர்ப்ப புஷ்டி உண்டாகும்.

(84) ஜென்ம லக்னம் விருச்சிகம் (ஸுமத்யம்சம்) ஆகி நாலாம் பாவஸ்தானாதிபனான சனி ஸ்திராம்சத்தில் சுக்கிரனால் பார்க்கப்பட்டிருந்தால் ஜாதகர் ஜாதிக்குத் தகுந்த வித்தையுண்டாகும், மணி, ரத்தினம் முதலியன பரீட்சை செய்வார்.

(85) ஜென்ம லக்னம் விருச்சிகம் (ஸுமத்யம்சம்) ஆகி பத்தாம் பாவத்தில் குரு மேஷாம்சத்திலிருந்தால் ஜாதகர் நித்தம் ஸத் கதையில் பிரியர், தர்ம சாஸ்திர புராணமறிந்தவர், இஷ்டம் பூர்த்தியாகும் வரை தர்மம் செய்வார், தியாகம் செய்வார், எல்லா ஜெனங்களுக்கும் பிரியன், வாத சிலேஷ்ம சுபாபமுடையவர், பித்ததேகம், இரு பெயருடையவர், சத்தியவான் கொஞ்சம் ஸ்த்ரீ சேர்க்கையில் பாபமுடையவர்.

(86) ஜென்ம லக்னம் விருச்சிகம் (ஸுமத்யம்சம்) ஆகி சுக்கிரன் சனியுடன் கூடியாவது, சனியால் பார்க்கப்பட்டாவது இருந்தால் ஜாதகர் யோகமுடையவர், அரசனை எஜமானனாகவுடையவர், தர்ம மார்க்கத்திலிருப்பவர், பதினாயிரத்திற்கும் அதிகமான தனமுடையவர்.

(87) ஜென்ம லக்னம் விருச்சிகம் (ஸுதாம்சம் அதாவது லக்கின ஸ்புடம் பாகை 221–12 கலை முதல் பாகை 221–24 கலை வரையில்) ஆகி சனி சுக்கிரனால் பார்க்கப்பட்டாலும், அன்றி கூடியாவது இருந்தால் ஜாதகர் கோசமுடையவர், தனவான், பூர்வ பாகத்தில் ஜெனித்த ஜாதகர் ஞானி, கொஞ்சம் நோயுடையவர்.

(88) ஜென்ம லக்னம் விருச்சிகம் (ஸுதாம்சம்) ஆகி சந்திரன் குடிலாம்சத்தில் இருந்தால் ஜாதகர் கொஞ்சம் மன சஞ்சலமுடையவர்.

(89) ஜென்ம லக்னம் விருச்சிகம் (ஸுதாம்சம்) ஆகி லக்கினத்திற்கு கர்ம பாகமாகிய பத்தாம் பாவத்தில் குருஇருந்தால் நல்ல புண்ணியவான்,ஸேதுஸ்நானம் செய்வார், கங்காஸ்நானம் அல்லது மும்முறை ஸேதுஸ்நானம் செய்வார், பூர்வ புண்ணிய விசேஷத்தால் அறுபத்தொன்பதாவது வயதில் மரணமடைவார், வாலிபம், யௌவனம் முதுமைப் பருவங்களில் மும்முறை ஸேதுஸ்நானம் செய்வார்.

(90) ஜென்ம லக்னம் விருச்சிகம் கதாம்சம் அதாவத லக்ன ஸ்புடம் பாகை 222–48 கலை முதல் பாகை 223–00 கலை வரையில்) ஆகி மூன்றாம் பாவாதிபனான சனி லக்கினத்திலாவது, லாபத்திரிகோணத்திலாவது இருந்தால் ஜாதகர் இளைய சகோதரமில்லாதவர், பிறந்தாலும் இறக்கும்.

(91) ஜென்ம லக்னம் விருச்சிகம் (கதாம்சம்) ஆகி நாலாம் பாவாதிபனான சனி லாபத்தில் நீச்சாம்சத்தில் இருந்தால் ஜாதகருடைய வாலிபத்திலேயே தாய் நாசமடைவாள், சுப பலன்களுமுண்டு.

(92) ஜென்ம லக்னம் விருச்சிகம் (கதாம்சம்) ஆகி லக்கினாதிபன் ஆறாம் பாவாரூடத்தில் இருந்து அவரால் பார்க்கப்பட்டு, ஏழு அல்லது பத்து இந்த பாவாதிபர்கள் பலவானாயிருந்தால் ஜாதகர் மகாதானம் முதலியன செய்வார், புத்திர பாக்கியமில்லை.

(93) ஜென்ம லக்னம் விருச்சிகம் (கதாம்சம்) ஆகி தனபாவ அம்சத்தில் சந்திரனிருந்து, சூரியன் பாக்கியத்திரிகோணத்தில் இருந்தால் அவர்களின் அந்தர, திசா காலங்களில் ஜாதகனுக்கு மகாதான புலன்சித்திக்கும்.

(94) ஜென்ம லக்னம் விருச்சிகம் (கதாம்சம்) ஆகி லக்கினத்திற்குப் பாக்ய ஸ்தானமாகிய ஒன்பதில் குஜன் இருந்து, புத்திரகாரகனான குரு ராகுவுடன் சேர்ந்திருந்தால் ஜாதகர் புத்திர சோகமுடையவர், அத்தோஷத்திற்குப் பரிகாரமாக

பொன்னால் கிருஷ்ணப் பிரதிமை தானம் செய்து, ஷஷ்டி விரதம் இருக்கவும், விதிப்படி நாகப் பிரதிஷ்டை செய்து ஸேது ஸ்நானம் செய்யவும், மஞ்சள் லிங்கம் பூஜிக்கவும்,நல்ல புத்திரனை அடைவார், சிம்சுமார தானத்தால் தீர்க்காயுளுடைய குமாரனை அடைவார்

(95) ஜென்ம லக்னம் விருச்சிகம் (கதாம்சம்) ஆகி சிம்மத்திலாவது அன்றி விருச்சிகத்திலாவது சூரியனிருந்தால் ஜாதகர் இறந்த புத்திரனடைவார், ஜீவபுத்திரனுமுண்டு, அதிக பாக்கியமுடையவர், உதாரத் தன்மையுடையவர், பராக்கிரம முடையவர், சாமார்த்தியமான வாக்குடையவர் குலத்தைப் பரிபாலிப்பவனாவார்.

(96) ஜென்ம லக்னம் விருச்சிகம்(கதாம்சம்) ஆகி சகட யோக ஜாதகத்தில் குரு ராகுவுடன் கூடினால் ஜாதகருக்குச் சந்தானத் தடையுண்டு, தாரம், புத்திரர் இவர்கள் விசாரமுடையவர்.

(97) ஜென்ம லக்னம் விருட்சிகம் (கதாம்சம்) ஆகி எட்டாம் பாவாதிபன் ஆறாம் பாவத்திலும் பன்னிரண்டாம் பாவாதிபன் ஐந்தாம் பாவத்திலும் இருந்தால் ஜாதகர் வேறு தாரத்திடம் காலாந்தரத்தில் புத்திரனடைவார்.

(98) ஜென்ம லக்னம் விருச்சிகம் (கதாம்சம்) ஆகி சுக்கிரன், இரண்டாம் பாவத்தில் எட்டாம் பாவாதிபன் அம்சத்தில் இருந்தால் ஜாதகர் கெட்ட பெயருடையவனாவார்.

(99) ஜென்ம லக்னம் விருச்சிகம் (சுதாம்சம் பூர்வபாகம்) ஆகி எட்டாம் பாவாதிபன் புதன் ஆகி ஐந்தாம் பாவாதிபனடன் கூடினால் ஜாதகர் கெட்ட பெயருடையவனாவார்.

(100) ஜென்ம லக்னம் விருச்சிகம் (ஸுப்ரமாம்சம் அதாவத லக்ன ஸ்புடம் பாகை 224–12 கலை முதல் பாகை 224–24 கலை வரையில்) ஆகி பாக்கியாதிபன் லக்கின கேந்திரத்திலும், லக்கினாதிபன் பாக்கியத்தில் அதாவது ஒன்பதில் நாலாமதிபனுடன் கூடினால் ஜாதகர் ஹரிசங்கர பக்தியுடையவர், எப்போதும் தேவியைத் துதிப்பதில் பிரியர், உபாயத்தால் காரியத்தைச் சாதிப்பார், அழகிய ஸ்த்ரீகளுக்கு நாயகனானவர், ஜாரன், சூரன், காவிய, நாடக, நாட்டிய, அலங்காரம் இவைகளின் தத்துவம் அறிந்தவர், காமாதி விஷயங்களில் பற்றுடைய மனதுடையவர், அயல் பெண்டுகளை அனுபவிப்பதில் பிரியர், ருதுவான பெண்களை அணைபவர், சதாகாம விஷயங்களில் அலைவார், வாகனத்திலிருந்து விழுவார், வாலிபத்தில் பிராணபயமுண்டு, யௌவனத்தில் நோயடைவார், முதுமையில் ஆயுத கண்டம் அல்லது யோகபங்கமுண்டு.

(101) ஜென்ம லக்னம் விருச்சிகம் (தனதாம்சம்) ஆகி லக்கின ஸ்புடம் பாகை 215–24 கலை முதல் பாகை 215–36 கலை வரையில்) ஆகி சனி லக்கினத்தில் குஜனுடன் கூடியும், சூரியன் புதனுடன் கூடி நாலாம் பாவத்திலுமிருந்தால் ஜாதகர் பிரசவகாலத்தில் தாய்க்கு அதிக பிரசவ நோயுண்டு, உத்திராம்சமாகில் அதிக சுக முண்டு.

(102) ஜென்ம லக்னம் விருச்சிகம் (தனதாம்சம்) ஆகி லக்கினாதிபன், சுகாதிபனான நாலாமதிபன் லக்கினத்தில் வாஸவ ஷஷ்டியம்சத்திலிருந்து, பாக்கியாதிபனான ஒன்பதாமதிபன் ராஜ்ஜிய ஸ்தானத்திலிருந்து அதாவது பத்தாவது பாவத்திலிருந்து குருவால் பார்க்கப்பட்டால் ஜாதகனுக்குச் சிம்மாஸனம் கிட்டுமென்ற சொல்லுகிறார்கள், அரசாங்கத்தில் வெகுமானத்துடன் ஜீவிப்பார், ஜெனங்களை அடக்குவார், தெளிவான சொல்லுடையவர், பிரசித்தன், புத்திமான், தயையுடையவர், வேததர்மம் அறிந்தவர்,நற்கர்மம் செய்பவர், அயல் தாரங்களை அணைவார், அரசாங்கத்தில் அதிகாரமுடையவர், மெதுவான சொல்லுடையவர், செல்வம் நிறைந்தவர், எப்போதும் அன்னதானம் செய்வார், நரவாகன யோகமுடையவர், சங்கீத சாஹித்யம், விநோதங்களில் பிரியன், காமீ, மகாராஜாவுக்குச் சமமான யோகமுடையவர்.

(103) ஜென்ம லக்னம் விருச்சிகம் (தனதாம்சம்) ஆகி லக்கினாதிபன் ஸ்திராசியிலிருந்து நாலாம் பாவாதிபனுடன் கூடினால் ஜாதகர் பிறந்த இடத்திலிருந்து தெற்கத்தேசத்தில் ராஜயோகமடைவார்.

(104) ஜென்ம லக்னம் விருச்சிகம் (தனதாம்சம் பூர்வபாகம்) ஆகி சந்திரன் இந்திராம்ச நாடியிலிருந்தால் ஜாதகர் அழகன், புத்திமான், வாசாலகர், தெளிந்த முகம் கண்களுடையவர், அதிருஷ்டசாலி, தருமாத்மா, சிவந்த நிறம், அழகிய தேகம், சங்கீதத்தில் பிரியர், பூச்சு, புஷ்பம், வஸ்திரங்களில் பிரியர், பரஸ்த்ரீ சங்கமமுடையவர், தேவாலயம், தடாகம், தோட்டம் முதலிய தர்மகாரியங்கள் செய்வார், எப்போதும் தர்மவான், ராஜயோக முடையவர், லட்சக்கணக்கான தனமுள்ளவர், மூன்று வாகன யோகமுடையவர், சிம்மாஸனத்தில் அமரும் அதிகாரி.

(105) ஜென்ம லக்னம் விருச்சிகம் (தனதாம்சம்) ஆகி லக்னாதிபன் சனியுடன் கூடினால் ஜாதகர் வைசூரி கண்டமுடையவர், எப்போதும் சுகசரீரம், அற்ப நித்திரை, நிலையுள்ள விரதமுடையவர், ஆயுளுள்ள வரையில் சுகமுடையவர், உண்மை பேசுவார், மிகுந்த அறிவாளி,பந்துக்களைப் போஷிப்பார், எல்லோருக்கும் உபகாரம் செய்வார்.

(106) ஜென்ம லக்னம் விருச்சிகம் (தனதாம்சம்) ஆகி இரண்டாம் பாவாதிபன் குஜனுடன் கூடினால் ஜாதகர் வாசாலகர், சாமர்த்தியம் வாய்ந்த யுக்தியுடையவர், நல்லது கெட்டது இவற்றின் விசேஷமறிந்தவர், பலதேசங்களில் பிரசித்தியுடையவர் .

(107) ஜென்ம லக்னம் விருச்சிகம் (தனதாம்சம்) ஆகி சகோதர ஸ்தானமாகிய மூன்றாம் பாவத்தில் சுக்கிரனிருந்து, அந்த மூன்றாம் பாவாதிபன் குருவுடன் கூடியாவது, சீதளாம்சத்திலாவது இருந்தால் ஜாதகனுக்கு நான்கு சகோதரர்களென்று சொல்வர், அவர்களில் ஒருவன் நாசமடைவார், அற்பாயுளுடையவர்,பிள்ளையில்லாதவர். சகோதரி ஒருத்தி பெண்களைப் பெற்று அற்பாயுளுடையவளாய் யௌவனத்தில் மரிப்பாள்.

(108) ஜென்ம லக்னம் விருச்சிகம் (தனதாம்சம்) ஆகி வித்யாஸ்தானாதிபனான சனி, குஜனுடன் கூடி கராள ஷஷ்டியாம்சத்திலிருந்தால் ஜாதகர் வித்தைக்குத் தடையுடையவர், கொஞ்சம் வித்தையில் சாமர்த்தியமுடையவர்.

(109) ஜென்ம லக்னம் விருட்சிகம் (தனதாம்சம்) ஆகி நாலாம் பாவாதிபன் குஜனுடன் கூடி வஸுதாம்சத்தில் விருச்சிகத்தில் இருந்தால் ஜாதகர் பிறந்த இடத்திலிருந்து தென் தேசத்தில் அரசாங்கத்தார் நிறைந்த நகரத்தில் பெரிய ஆறு சமீபத்திலுள்ள தேசத்தில் தெற்கு வடக்கு வீதியில், மேற்குவாயிலுள்ள வீட்டில் லக்ஷ்மி கோவில் நித்தியவாச யோக்கியமுண்டு, ராஜயோக முண்டாகும்.

(110) ஜென்ம லக்னம் விருச்சிகம் (தனதாம்சம்) ஆகி புத்திர ஸ்தானாதிபனான குரு குஜனுடனும், சனியுடனும் கூடி ஏழாம் பாவ ஆரூடாதிபன் கேந்திரத்திலிருந்து, ஏழாம் பாவாரூடம் குஜனால் பார்க்கப்பட்டால் ஜாதகர் இருதாரயோகமுடையவர், மூத்த மனைவி பதிவிரதையானவள், மூத்தவளே புத்திர புத்திரீகளுடன் கூடியவள், மூத்த மனைவியின் புத்திரன் மானமுடையவர், தாரசோகமுடையவர், வேறு மனைவியிடம் கூடியவர், ஜாதகர் மூத்தமனைவியின் புத்திரி வாலிபத்திலேயே விதவையாவாள், தன்னிருப்பிடத்திற்கு மேற்குத் திக்கிலாவது, வடமேற்குத் திசையிலாவது நிச்சியமாய் இளைய மனைவி வாய்ப்பாள். இளையமனைவி அழகானவள், கணவனிடம் அன்புடையவள், நல்ல குணமுடையவள், இனிமையாய்ப் பேசுபவள், மூன்றுபெண்கள் தீர்க்காயுளுள்ளவளாயிருப்பர் சாந்தி செய்ய இன்னமும் அதிகமுண்டாகும்.

(111) ஜென்ம லக்னம் விருச்சிகம் (தனதாம்சம்) ஆகி பிதா ஸ்தானாதிபனான சந்திரன், பிதாகாரகனான சூரியன், புதன் இவர்கள் ஒன்றாய்க் கூடினால் ஜாதகர் தகப்பன் மகான், ஞானி, பித்தநோய் பீடையுடையவர் பரஸ்திரீ சங்கமமுடையவர், அல்லது வேறு மனைவியுடனிருப்பார்.

(112) ஜென்ம லக்னம் விருச்சிகம் (தனதாம்சம்) ஆகி பிதா ஸ்தானாதிபனான சந்திரன், பிதாகாரகனான சூரியன், புதன் இவர்கள் ஒன்றாய்க் கூடினால் ஜாதகர் தகப்பன் மகான், ஞானி, பித்தநோய் பீடையுடையவர் பரஸ்த்ரீ சங்கமமுடையவர், அல்லது வேறு மனைவியுடனிருப்பார்.

(113) ஜென்ம லக்னம் விருச்சிகம் (வசுதாம்சம்) ஆகி இரண்டாம் பாவாதிபன் சனியால் பார்க்கப்பட்டால் ஜாதகர் வித்தைக்குத்தடையுண்டாகும். யுக்தாயுக்த விசேஷமறிந்தவர், பலதேசங்களில் பிரசித்தியுடையவர், தந்தவாயு பீடை, பல்லில் ரத்தப் பெருக்கு இவைகளுடையவர், பிதுரார்ஜிதமில்லாதவர், வைகுரி, ஜுரகண்டமுடையவர்.

(114) ஜென்ம லக்னம் விருச்சிகம் (தனதாம்சம்) ஆக சகோதர பாவமாகிய மூன்றாம் பாவத்தில் சனியும், சந்திரனுமிருந்து சகோதரகாரகனான செவ்வாய் எட்டாம் பாவத்தில் இருந்தால் ஜாதகனுக்கு முன் பின் சகோதரமில்லை, இவன் ஒருவனே, மூத்த சகோதரி ஒருத்தி, இளையசகோதரி ஒருத்தி, இவ்விருவரே உயிருடனிருப்பார், மற்றவர் நாசமுறுவர், உத்தராம்சம் ஆகில் ஜாதகர் சகோதரிகளுடன் கூடியவர், சிலகாலம் காதுசூலை அண்டவாத பீடை இவைகளால் வருந்துவார்.

(115) ஜென்ம லக்னம் விருச்சிகம் (தனதாம்சம்) ஆகி நாலாம் பாவாதிபன் செவ்வாயால் பார்க்கப்பட்டால் ஜாதகர் தாய் தீர்க்காயுளுள்ளவளாயிருப்பாள், முதலில் தகப்பனும், பின்னால் தாயும் மரண மடைவாள், பூமி பாக்கியங்கள் தானே சம்பாதிப்பார், உஷ்ணவாயு சரீரம், மார்புநோய் பீடையுடையவர், வாகன யோகமுடையவர்.

(116) ஜென்ம லக்னம் விருச்சிகம் (தனதாம்சம்) ஆகி ஐந்தாம் பாவாதிபன் குரு ஆகி துலாத்திலிருந்து சுக்கிரனால் பார்க்கப்பட்டால் ஜாதகனுக்கு வேறு தாரத்திடம் புத்திர லாபமுண்டு, சிவ சமயம் காலாந்தரத்திலுண்டாகும் . இரு புத்திரர், இரு புத்திரிகள் தீர்க்காயுளுடையவராயிருப்பார். சாந்தியால் புத்திரசுகமுண்டு, புத்திரர் சாந்தியாதிகளால் அதிகமுண்டாவர், குஹ்யரோகம், மூத்திர கிருச்ர பீடை இவை உடையவர்.

(117) ஜென்ம லக்னம் விருச்சிகம் (தனதாம்சம்) ஆகி ஏழாமாரூடாதிபன் பன்னிரண்டில் இருந்தாலும், ஜென்ம லக்னம் விருச்சிகம் (தனதாம்சம்) ஆகி ஏழாமாரூடம் சனியால் பார்க்கப்பட்டாலும் ஜாதகருக்கு உபநயன காலத்திலேயே விவாகம் நடக்கும், அம்மான் மகன் மனைவியாக வாய்ப்பாள், அற்பாயுளுடையவள், தார சுகமில்லாதவர்,வேறு தாரயோகமுண்டு, ருதுவான பெண்கள், பலஜாதி பெண்கள், இவர்கள் சேர்க்கையுடையவர், சிலர் மூன்று தாரமுடையவனென்கின்றனர், அனேக பெண்கள் சேர்க்கையுடையவர்.

(118) ஜென்ம லக்னம் விருச்சிகம் (தனதாம்சம்) ஆகி பிதா ஸ்தானாதிபனான (ஒன்பதாம் பாவாதிபனான) சந்திரன் மகரத்தில் சனியுடன் கூடினால் ஜாதகர் வாலியத்திலேயே பிதா மரணமடைவார், இரண்டாயிரம் தனமுடையவர், பிரபு லக்ஷணமுடையவர், நித்தம் அன்னதானம் செய்வதில் பிரியர், நித்திய சடங்கைச் செய்வார், சுகியானவர்.

(119) ஜென்ம லக்னம் விருச்சிகம் (துருவாம்சம் அதாவத லக்கின ஸ்புடம் பாகை 235–24 கலை முதல் பாகை 235–36 கலை வரையில்) ஆகி லக்கினாதிபனான குஜன் உச்சத்தில் மகரத்தில் இருந்தால் ஜாதகர் ஜனங்களை ரக்ஷிப்பார், பராக்கிரமமுடையவர், சுதந்தரமுடையவர், சத்துருக்களுக்குத் துக்கம் தருபவர், சீக்கிர கோபமுடையவர், தெளிந்த மனமுடையவர், வேதாந்த ஞானமுடையவர், சூட்டுத் தேகமுடையவர், அறிவாளி, தர்ம புண்ணிய மார்க்கங்கள் அறிந்தவர், புராணங்களறிந்தவர், தேவப்பிராமண பக்தி செய்வார், தோட்டம், உத்தியாவனம் முதலிய தருமகாரியம் செய்வார், கிராமத்தைக் காப்பாற்றி அதிக செலவு செய்வார், சுசியானவர், ஆசாரமுடையவர், வாசாலகர், அதிக தானம் செய்பவர், தகப்பனைக் காட்டிலும், கீர்த்தி வாய்ந்தவர், சிவபக்த குலத்துதித்தவர், செக்கு முதலிய பாக்கியமுடையவர், பத்தாயிரத்திற்கு அதிக தனமுடையவர், ஜாதியிலுயர்ந்தவர் அரசாங்கத்தில் பிரசித்தர், ராஜலக்ஷணமுடையவர், பெருத்த விரையுடன் வாத நோயுடையுடையவர், எப்போதும் தருமம் செய்வதிலேயே சிந்தை யுடையவர்.

(120) ஜென்ம லக்னம் விருச்சிகம் (துருவாம்சம்) ஆகி இரண்டாம் பாவாதிபன் சத்துரு ராசியிலிருந்தால் ஜாதகர் சத்ருக்கள் மூலம் தனச்செலவு உடையவர், இனிப்பு துவர்ப்பு வஸ்துக்களில் பிரியர், பெருந்தன்மை வாய்ந்தவர், சொன்ன சொல் தவறாதவர்.

(121) ஜென்ம லக்னம் விருச்சிகம் (துருவாம்சம்) ஆகி சகோதர பாவாதிபனான சனி மிதுனத்திலிருந்து சகோதர காரகனான செவ்வாய் தன்னுச்சராசியாகி மகரத்திலிருந்தால் ஜாதகருக்கு மூத்த சகோதரர் இருவர் உண்டு, இளைய சகோதரமில்லை, மூத்த சகோதரிகள் இருவர், இளையவள் ஒருத்தி, அல்லது மூத்த சகோதரிகள் நால்வராகும், நடுமூத்த சகோதரர் அதிக மக்களை யுடையவர், சாத்வீக குணமுடையவர், சுதந்திரத்தில் இருப்பவர், வீட்டுவேலை செய்பவர், குணவான், இளைய ச்கோதரி நல்லவாசமும், பாக்கியமும் உயைடவள், புத்திரி புத்திரர்களுடையவள், மூத்த சகோதரி தரித்திரத்தால் வருந்துவாள், ஒருத்தி மரிப்பாள், ஒருத்தி புத்திரி புத்திரர்களுடன் கூடியவளாகவாவது இருப்பாள், அல்லது மூத்த சகோதரர் ஒரு புத்திரர் இரு புத்திரிகளுடன் கூடியவர்.

(122) ஜென்ம லக்னம் விருச்சிகம் (துருவாம்சம்) ஆகி நாலாம் பாவாதிபனான சனி மிதுனத்தில் மீனாம்சத்திலிருந்தால் ஜாதகர் தாய் குணமுடையவள், நல்லவள், புத்திர புத்திரிகளுடன் கூடியவர்.

(123) ஜென்ம லக்னம் விருச்சிகம் (துருவாம்சம் ஆகி ஒன்பதாமதிபதி சந்திரன் தன் சுய க்ஷேத்திரமாகிய கடகத்தில் இருந்து, சூரியன் ரிஷபத்தில் இருந்தால் ஜாதகருடைய தகப்பன் புகழுடையவர், சாது, அனேக சகோதரர்களுடன் கூடியவர்.

(124) ஜென்ம லக்னம் விருச்சிகம் (துருவாம்சம்) ஆகி சுக்கிரன் ரிஷபத்தில் இருந்தால் ஜாதகர் அதிக மனைவிகளுடன் கூடியவர்.

(125) ஜென்ம லக்னம் விருச்சிகம் (வைஷ்ணவியம்சம் அதாவது லக்கின ஸ்புடம் பாகை 239–36கலை முதல் பாகை 239–48 கலை வரையில்) ஆகி லக்னாதிபதியான செவ்வாய் ஒன்பதாமிடத்தில் நீச்ச ராசியில் இருந்து பத்துக்குடைய சூரியனுடன் கூடி அல்லது ரிஷப ராசியில் இருந்து லக்கினத்தைப் பார்க்கும்பொழுது பிறந்தவர் சிவந்த நிறமுள்ளவர், மத்தியமான தேகத்தையுடையவர், சமமானதேகி, நல்ல ரூபத்துடன் மத்திய காத்திர முடையவர், சூட்டுத்தேகி, வாயுசரீரம் உள்ளவர், எப்போதும் ரோகமுடையவர், இரண கண்டாதி ரோகமுடையவர், விரைவாதத்தால் கஷ்டப்படுவார், வைத்தியத்தொழில் செய்வார், வைத்திய வியாபாரம் செய்வார், குலாச்சாரம் தப்பாதவர், சூத்திரப்பிரபுவால்

பணக்காரனாவார், வனாந்தரத்திலாவது, பட்டிணத்திலாவது வாசம் செய்பவர், இருப்பிடத்தில் பூமி, வாஹன, தனம் முதலியன உடையவர், பிதுரார்ஜித சொத்தில்லாதவர், பாட்டனுடைய க்ஷேத்திர தனம் இருக்கும்.

(126) ஜென்ம லக்னம் விருச்சிகம் (வைஷ்ணவியம்சம்) ஆகி இரண்டாமிடத்திற்குடைய குரு செவ்வாயால் பார்க்கப்பட்டால் வாசாலகர் சாதுரிய யுக்தியடைவார், யுக்தா யுக்தம் தெரிந்தவர், அனேக தேசங்களில் பிரசித்தி பெற்றவர், இரண்டு வித்தையில் கெட்டிக்காரர், படிப்புக்கு இடையூறுடையவர், ஸ்தூல சரீர பிராமணர், பல்லில் வியாதியுடையவர், மாந்த ஜ்வரவிசேஷ முள்ளவர்.

(127) ஜென்ம லக்னம் விருச்சிகம் (வைஷ்ணவியம்சம்) ஆகி மூன்றாமிடத்துக்குடைய சனி ராகுவுடன் கூடியிருந்தால் முன் பின் சகோதரமில்லாதவனும், தான் ஒருவனே தைரியஹீனனாகவும், வைத்திய வியாபாரத்தால் ஜீவனமும் செய்வார்.

(128) ஜென்ம லக்னம் விருச்சிகம் (வைஷ்ணவியம்சம்) ஆகி குரு நான்காமிடத்தை அடைந்து, நாலுக்குடைய சனி, ராகுவுடன் கூடி மீனத்தில் இருந்தால் மாதா தீர்க்காயுள் உள்ளவள், ஜாதகர் மாமனால் காப்பாற்றப்படுவார்.

(129) ஜென்ம லக்னம் விருச்சிகம் (வைஷ்ணவியம்சம்) ஆகி ஐந்திற்குடைய குரு செவ்வாயால் பார்க்கப்பட்டு கும்பத்தில் இருக்க, புத்திர ஸ்தானம் பாபியுடன் கூடி இருந்தால் ஜாதகர் புத்திரனில்லாதவர், தத்து எடுப்பதால் சந்ததி விருத்தி, முன் ஜென்மத்தில் சர்ப்ப சாபத்தினாலும், துர்த்தேவதையாலும் சபிக்கப்பட்டு புத்திரனில்லாதவனாக ஆகி இந்த ஜென்மத்தில் தத்து மூலம் சந்ததியும், காலாந்திரத்தில் சாந்தியாலாவது அல்லது மறுதாரத்தினிடத்திலாவது புத்திரனை அடைவார்.

(130) ஜென்ம லக்னம் விருட்சிகம் (வைஷ்ணவியம்சம்) ஆகி ஆறுக்குடைய செவ்வாய் நீச்சனாகியிருந்தால் ரத்தவாந்தி செய்வார், ஜுரத்தாலும், மேகவாயுவாலும், பித்தத்தாலும் கஷ்டமடைவார்.

(131) ஜென்ம லக்னம் விருச்சிகம் (வைஷ்ணவியம்சம்) ஆகி ஏழுக்குடைய சுக்கிரன் எட்டாமிடத்தில் இருந்தால் பாலியத்தில் கலியாணம் நடக்கும், சந்திராந்திரத்தில் ஏழாவது வயதில் விவாக லாபமும், ரத்த சிவப்பு நிறமான களத்திரம் கிடைத்தாலும் அவளைத் தியாகம் செய்து விடுவார். ஜாதகர் தன் மனைவிக்குத் தானே சத்ரு, வேறு மனைவியை விவாகம் செய்வார், மாமன் மகள் இவனுக்கு மனைவியாவாள், ராகுதசையின் பிற்பாதியில் சுக்கிர புக்தியில் பணவரவுண்டாகும், மனைவியின் கடைசி காலத்திலாவது அவளுக்குப்பிறகாவது தனத்தையடைவார், கொஞ்சகாலம் சுகியாகியிருப்பார்.

(132) ஜென்ம லக்னம் விருச்சிகம் (வைஷ்ணவியம்சம்) ஆகி ஒன்பதிற்குடைய சந்திரன் குருவுடன் சனிராகு இவர்களால் பார்க்கப்பட்டால் ஜாதகருடைய தகப்பன் விஷாதிசார தோஷத்தால் சுகக்குறைவடைந்து, ஒவ்வொரு திசையிலும், சந்திரன், புதன், ராகு, சூரியன், செவ்வாய் புக்திகாலங்களில் கோசாரத்தில் சனி கெட்ட ஸ்தானத்தில் இருக்கும்போது அபமிருத்து பயமும் உண்டாகும்.

(133) ஜென்ம லக்னம் விருச்சிகம் (காந்தாம்சம் அதாவது லக்கின ஸ்புடம் பாகை 233–36 கலை முதல் பாகை 233–48 கலை வரையில்) ஆகி நான்காம் பாவத்திற்குடைய சனி ஏழாம்பாவத்தில் இருந்து மாதுருகாரகன் பதினோராம் பாவத்தில் இருந்தால் தான் ஒருவனே ஜெனித்தவர், அல்லது ஸ்திரீ சகோதரியுடன் பிறந்தவர், மாற்றாந்தாய் பிள்ளைகளுடன் கூடியவர், தான் ராஜனுக்கு உதவியாயிருப்பார்.

(134) ஜென்ம லக்னம் விருச்சிகம் (காந்தாம்சம்) ஆகி பத்தாம் பாவாதிபன் சனியுடன் கூடியிருந்தால் ஜாதகருடைய தகப்பன் பிரபலனாயிருப்பார், இரண்டு அல்லது மூன்று தாரமுடையவர், நீச்ச வித்தையில் வல்லவர் சங்கீத ரசமறிந்தவர், கவித்துவமுடையவர், பாட்டன் பிரசித்தியுடையவர், உத்தியோகத்தால் பிரசித்தியுடையவர், உத்தியோகத்தால் பிரபல்லியமடைந்தவர்.

(135) ஜென்ம லக்னம் விருச்சிகம் (காந்தாம்சம்) ஆகி சுக்கிரன் ஏழாம்பாவாதிபதியாகி கடகாம்சத்தில் புதனுடன் கூடியிருந்தால் தான், சங்கீத வித்வான், பிரபு, பாலியத்தில் விவாக மடைவார், ஸந்ததி சமிருத்தியுடையவர், ராஜசேவை செய்வார், பல பாஷைகளில் விசேஷமாய்த் தெரிந்தவர், விஷ்ணு, சிவபூஜை செய்பவர், பக்தியுள்ளவர், புத்திமான் இனிமையாய்ப்பேசுபவர், அநேக பிராமணர்களை ரக்ஷிப்பவர்.

(136) ஜென்ம லக்னம் விருச்சிகம் (காந்தாம்சம்) ஆகி சுக்கிரனுடைய அம்சத்தில் ரிஷபத்தில் புதன் இருந்தால் ஜாதகனுடைய மனைவி கருப்பு நிறமுள்ளவள், பாக்கியவம்சத்தில் பிறந்தவள், விட்டுவேலையில் துரந்தரையாயிருப்பாள், வெகு புத்திர புத்திரிகளை உடையவள், சதா அன்னம் முதலியவைகளைத் தானம் செய்பவள்.

(137) ஜென்ம லக்னம் விருச்சிகம் (காந்தாம்சம்) ஆகி பத்தாம் பாவாதிபதியாகிய சூரியனுடன் சனி கூடியிருந்தால் ஜாதகர் அதிகமான வேலைக்கார ஜனங்களை உடையவர், ராஜ லக்ஷணமுடையவர், சீமான், தீன ஜனங்களிடம் பிரியன், படிப்புக்கு இடையூறுடையவர், நல்ல கர்மங்களுக்கு இடையூறு செய்வார், கிரக க்ஷேத்திர, பூமி பாக்கியம் முதலிய உண்டாகும்.

(138) ஜென்ம லக்னம் (விருச்சிகம்) ஆகி எட்டாம் பாவாதிபதியும், பதினோராம் பாவாதிபதியும், நவாம்சத்தில் தன்னுச்சத்தில் இருந்து குருவுடன் கூடியாவது, குருவால் பார்க்கப்பட்டாவது இருந்தால் ஜாதகர் தீர்க்காயுஸுடையவர்.

(139) ஜென்ம லக்னம் (விருச்சிகம்) ஆகி நான்காம்பாவாதிபதி தன் உச்சத்தில் இருந்து நவாம்சத்தில் மகரத்தில் இருந்து வித்யாகாரகர் சுபருடன் கூடியிருந்தால் ஜாதகர் வித்தையும், புத்தியும் உடையவனாகிறார், தந்திரத்தில் பிரியனாயும், நித்தியம் சிவ பூஜை செய்பவனாகவும் இருப்பார். விஷ்ணுபக்தியுடையவனாகியும், தேவப்பிராமணனிடத்தில் பக்தி உள்ளவனாகவும், துஷ்டர்களுக்கு துஷ்டனாகவும், குரூர புத்தியுள்ளவர்களிடத்தில் குரூரபுத்தியுடனும், ஸ்வதந்திரனாகவும், பராக்கிரமமுள்ளவனாகவும், சீக்கிரத்தில் கோபிப்பவனாகவும், சத்ருக்களுக்கு விசனத்தைக் கொடுப்பவனாகவும், பிரசன்ன மனதுடையவனாகவும் இருப்பார்.

(140) ஜென்ம லக்னம் விருச்சிகம் (ஆகி நான்காம் பாவாதிபதி பலமுடையவனாகி ரிஷப நவாம்சத்தில் இருக்க நான்காம் பாவத்தில் சுக்கிரனிருந்தால் ஜாதகர் பல்லக்கு முதலிய வாகனமுடையவர், வியாபாரம் அநேகம் செய்வார், வெகு புத்திரனையுடையவர், அநேக ஸ்திரீகளுக்கு நாயகர்.

(141) ஜென்ம லக்னம் விருச்சிகம் (சசிவாம்சம்) ஆகி சுக்கிரனும், சூரியனும், விச்வம்பராம்சத்திலும் அல்லது பாக்கியஸ்தானத்தில் இருந்தாலும், சந்திரன் பாக்கியாதிபதியாகி வர்க்கோத்தமாம்சத்தில் இருந்தாலும் லக்ஷ்மீ கடாக்ஷம் உள்ளவனாகவும், ராஜசேவகனாகி ஜீவனம் செய்பவனாகவுமாகிறான்.

(142) ஜென்ம லக்னம் விருச்சிகம் ஆகி ஐந்தாம் பாவாதிபதி வர்க்கோத்தமத்திலிருந்தால் ஜாதகர் புத்திரி புத்ரருடையவர்.

இரண்டு புருஷப்பிள்ளைகள் ஆயுளையுடையவர்களும், ஒரு புத்திரியும் தீர்க்காளுடையவளுமாக இருப்பார்கள், மற்றவை நாசமுறும்.

(144) ஜென்ம லக்னம் விருச்சிகம் (சசிவாம்சம்) ஆகி தனபாவாதிபதி லாப பாவாதிபதியுடன் கூடி குருவால் பார்க்கப்பட்டால் தனமுள்ளவனாயும் கீர்த்தி உள்ளவனாயுமிருப்பார்.

(145) ஜென்ம லக்னம் விருச்சிகம் (சசிவாம்சம்)ஆகி இரண்டாம் பாவாதிபதியாகிய குருவால் பதினோராம் பாவாதிபதி பார்க்கப்பட்டால் ஜாதகர் தனவானாயும், கீர்த்தியுடையவனாகவுமிருப்பார், மேற்படி குரு தனஸ்தானத்திற்கு ஆருடத்திலிருந்து ஒன்பதாம் பாவாதிபதி பதினொன்றிலிருந்தால் ஜாதகர் பதினாயிரத்திற்கு மேற்பட்ட தனத்தையடைவர் என்று ஈஸ்வரன் சொல்லுகிறார்.

(146) ஜென்ம லக்னம் விருச்சிகம் ஆகி பாக்யாதிபன் தனபாவத்தில் தனாதிபதியுடன் கூடியிருக்க அவர்களுடைய திசை புக்தி இவை வந்தால் ஜாதகருக்கு உத்தியோக லாபமும், தன் இனஜன பந்துக்களுக்குச் சுகமும், கலியாண போக பாக்கியமும் உண்டாகும்.

(147) ஜென்ம லக்கினம் (விருச்சிகம்) ஆகி செவ்வாய் லக்கின கேந்திர திரிகோணங்களிலிருந்து அல்லது ஆறு அல்லது எட்டாம் பாவத்தில் அந்த பாவாதிபதிகளுடன் கூடியிருந்தாலும் அந்த திசையில் சுகமும், கிராம, பட்டண அதிகாரியாயும், அரச உத்தியோகத்தில் சுகமும், கல்யாண போகபாக்கியமும் உண்டாகும்.

(148) ஜென்ம லக்னம் விருச்சிகம் (சசிவாம்சம்) ஆகி ஏழாம் பாவாதிபதி சுபக்கிரகத்துடன் கூடி அல்லது சுபக்கிரகங்களால் பார்க்கப்பட்டாலும், பாக்கிய பாவத்தில் இருந்தாலும் நல்ல களத்திரமும் அதிலும் ஒரே தாரமுடையவனாகியும், அன்னிய ஸ்த்ரீ அல்லது வேசி ஸ்த்ரீ சங்கமமுள்ளவனாகவும், விலக்கு விதியுள்ள நாட்களில் தன் ஸ்த்ரீயுடன் சேருபவனுமாவார், பகலில் ஸ்த்ரீ சங்கமம் செய்வார்.

(149) ஜென்ம லக்னம் விருச்சிகம் ஆகி ஒன்பதாம் பாவாதிபதி சந்திரன் ஸ்வக்ஷேத்திரத்தில் சுபவர்க்கத்தில் பத்தாம்பாவாதிபதியுடன் கூடியிருந்தால் யோகவானாயும், கீர்த்த உள்ளவனாகவும், ராஜ முத்திரை தரித்து அதிகாரமுள்ளவனாகவும், விசேஷ பணவரவு உடையவனாகவும் ஆகிறார்.

(150) ஜென்ம லக்னம் விருச்சிகம் (சித்ராம்சம் அதாவது லக்கின ஸ்புடம் பாகை 227-24 கலை முதல் பாகை 227-36 கல்லை வரையில்) ஆகி நான்காம் பாவாதிபதி ஒன்பதாம் பாவத்தில் இருந்தாலும், நான்காம் பாவாதிபதி துர்த்துராம்சத்தில் லக்கின பாவத்தில் இருந்தாலும் ஜாதகருடைய தாய் தீர்க்காயுளுள்ளவள், குணவதியாயிருப்பாள், வீட்டு வேலைகளில் துரந்தரையானவள், வெகுகாலம் சுமங்கலியாயிருப்பவள்.

(151) ஜென்ம லக்னம் விருட்சிகம் (நிர்மலாம்சம் அதாவது லக்கின ஸ்புடம் பாகை 226-00 கலை முதல் பாகை 226-12 கலை வரையில்) ஆகி இரண்டாம் பாவாதிபதி உச்சத்தில் ஆரோகணத்திலிருக்க ஏழாம் பாவாதிபதி கடகாம்சத்திலிருக்கத் தன வாகன சம்பத்துடையவனாகவும், பந்த ஜெனங்களைச் சம்ரக்ஷிப்பவனாகவும் அம்மான் மகளை விவாகம் செய்துகொள்பவனாகவுமாவார், ஒரே ஒரு விவாகம் தான் செய்துகொள்வார், ஜாதகர் நல்லமனைவியாயும் யோகமுள்ளவளாயும் இருப்பவளுடன் கூடியிருப்பார்.

(152) ஜென்ம லக்னம் விருச்சிகம் (ஆகி லக்கினத்திலிருந்து ஏழாம் பாவத்தில் ராகு இருந்து அந்தராசினாதன் உச்சராசியை யடைந்து இருந்தால் ஜாதகர் ராகு திசையில் சுபத்தையும், மகாசம்பத்தையும் அடைவார், பிரபல்ய யோகமுடையவனாகவும், சுகியாயும், வஸ்திரம் ஆபரணம் முதலிய சம்பத்துள்ளவனாகவும், வாகனம் முதலான சுபமுள்ளவனாக மிருப்பார்.

(153) ஜென்ம லக்னம் விருச்சிகம் ஆகி ஐந்தாம் பாவாதிபதி சுய க்ஷேத்திரத்தில் ஒன்பதாம் பாவாதிபதியுடன் கூடியிருந்தால் ஐந்தாம் பாவாதிபதியின் திசையில் ஜாதகர் வெகு பணத்துக்கு அதிகாரியாகி புத்திரப் பிராபல்யமுடையவனாயுமிருப்பார்.

(154) ஜென்ம லக்னம் விருச்சிகம் (திரைலோக்யாம்சம் அதாவது லக்கின ஸ்புடம் பாகை 225-00 கலை முதல் பாகை 225-12 கலை வரையில்) ஆகி ஐந்தாம் பாவாதிபதி லக்கின கேந்திரத்தில் சுபரம்சத்திலிருந்தாலும் ஒன்பதாம் பாவாதிபதியுடன் கூடியிருந்தாலும், பார்க்கப்பட்டாலும், விஷ்ணு பக்தியுடையவனாகி, பாராயணம் செய்பவனாகியும், ஸ்ரீ கிருஷ்ண பகவானிடத்தில் விசேஷ பக்தி உண்டாகியும் அவருக்கு உத்ஸவாதிகளை விசேஷமாகச் செய்வதாலும், நித்யம் பக்தர்களால் சூழப்பட்டும், திவ்விய தேசங்களில் அலைந்து துதிப்பதும் பாலியவயதில் கொஞ்சம் தரித்திரமும் மத்திய, அந்திய வயதுகளில் யோகமும், சுகமும் உண்டாயிருப்பார்.

(155) ஜென்ம லக்னம் விருச்சிகம் (திரைலோக்யாம்சம்) ஆகி பன்னிரண்டாம் பாவாதிபதி தேவ சஷ்டியம்சத்திலிருந்தாலும், பன்னிரண்டாம் பாவத்தில் கேதுவுடன் கூடியிருந்தாலும், நித்தியம் பக்திவழிகளிலிருந்து ஸ்ரீராமமந்திரத்தை எப்போதும் ஜபித்தபடியே யிருப்பார், நித்தியம் கொஞ்சம் பத்தியமான ஆகாரத்தைப் புசிப்பவனும், விஷ்ணுவின் விரதம் முதலான உபவாசத்துடனும் உச்ச விருத்தி செய்து உண்பவனாயும் இருப்பார்.

(156) ஜென்ம லக்னம் விருச்சிகம் (திரைலோக்யம்சம்) ஆகி பத்தாம் பாவாதிபதி பதினோராம் பாவத்தில் இருந்தாலும் அல்லது பத்தாம் பாவத்தில் சுக்கிரனுடன் கூடியிருந்தாலும், சுக்கிரனால் பத்தாம் பாவம் பார்க்கப்பட்டாலும் நல்ல செய்கையுடையவர், எல்லா லோகத்தையும் அலக்ஷியம் செய்பவனாயும் இருப்பார்.

(157) ஜென்ம லக்னம் விருச்சிகம் (திரைலோக்யம்சம்) ஆகி ஏழாம் பாவாதிபதி லக்கின கேந்திர திரிகோணங்களிலிருந்தாலும், சந்திரன் ஏழாம் பாவத்தில் இருந்தாலும் ஒரே களத்திர முடையவர், அவளும் நல்ல மனைவியாவள், புத்திர புத்திரியுடன் கூடினவர், ஒரே ஒரு புத்திரன் வெகுகாலம் ஆயுளுடையவர், எந்த பாவாதிபதியும் அவனவன் பாவத்தில் இருந்தால் சொற்ப பலனையே கொடுப்பார்கள்.

(158) ஜென்ம லக்னம் விருச்சிகம் (திரைலோக்யம்சம்) ஆகி லக்ன பாவாதிபதி எட்டாம் பாவத்திலிருந்தாலும்,இரண்டாம் பாவத்தைப் பார்த்தாலும், அதில் இருந்தாலும் கொஞ்சம் கடனாளியாயிருப்பார், வரவுக்கு மிஞ்சின செலவு உண்டாகும், பிற்காலத்தில் சுகமுண்டாகும், கடனிலிருந்து விடுபடுவார், தனலாபமும், விசேஷ சுகமும், பிரயத்தினப்படுகிற காரிய சித்தியும், உலகத்தில் பூஜிக்கப்பட்டு மகாபோகியாயும், கொடையாளியாயும், பந்துஜெனங்களிடத்தில் அன்புடையவனாகவும், பிதுரார்ஜித மில்லாதவனாகவும், தன் சுயார்ஜிதம் விசேஷமாக சம்பாதிப்பவனுமாகிறார்.

(159) ஜென்ம லக்னம் விருச்சிகம் (தனதாம்சம் அதாவது லக்கின ஸ்புடம் பாகை 215-24 கலை முதல் பாகை 215-36 கலை வரையில்) ஆகி லக்கின பாவாதிபதி

துலாம்சத்தில் சந்திர கேந்திரதிரிகோணத்தில் அல்லது லக்கினத்திற்குக் கேந்திரத்தில் இருந்து பூர்வ பாகத்தில் ஜெனித்த ஜாதகருக்குக் கிழக்கு மேற்கு வீதிகளில் குக்கிராமத்தில் அக்கிரஹாரத்தில் வடக்குப் பாகத்திலுள்ள வீட்டில் ஜனனம் நேரிடும். உத்தராம்சத்தில் பிறந்தவனுக்குப் பாக்கிய காலத்தில் புண்ணிய தீர்த்தமில்லாத இடமான (நகரத்தில்) பட்டிணத்தில் பிறப்பு நேரிடும்.

(160) ஜென்ம லக்னம் விருச்சிகம் (தனதாம்சம்) ஆகிப் பூர்வபாகத்தில் பிறந்தவனுக்கு நான்காம் பாவாதிபதி பாபக்கிரகத்துடன் கூடியிருக்கச் செவ்வாயுடன் கூடிப் பார்க்கப்பட்டால் ஜாதகர் பிறந்த சமயம் தாய் பிரசவத்தில் அதிக வேதனையடைவாள். உத்தராம்சத்தில் கொஞ்சம் ஜாதகனுக்குப் பாலரிஷ்டப்பயம் உண்டு.

(161) ஜென்ம லக்னம் விருச்சிகம் (தனதாம்சம்) ஆகி சந்திரன் கேந்திர திரிகோண லாப ராசிகளிலிருந்து, அசுபரால் பார்க்கப்பட்டிருந்தால் ஜாதகனுக்குக் கொஞ்சம் பாலாரிஷ்டபயமுண்டாகும்.

(162) ஜென்ம லக்னம் விருச்சிகம் (தனதாம்சம்) ஆகி சந்திரனிருக்கு மிடத்திற்குக் கேந்திரத்தில் குருஇருந்து சந்திரனுக்கு ஏழாமிடத்திலிருந்து அல்லது சந்திரனைச் சுபக்கிரகங்கள் பார்த்தால் ஜாதகனுக்குப் பாலாரிஷ்டம் உண்டாகாது, தாய், தகப்பன், மூத்த சகோதரர் இவர்கள் சுகத்துடனும், தீர்க்காயுளுடனும் இருப்பார்கள், ஜாதகர் ஜென்ம திசையில் ஜென்மவருஷத்தில் அல்லது இரண்டாவது வருஷத்தில் மாந்தசுரத்தால் பீடிக்கப்பட்டு சீக்கிரமாகவே சுகத்தையும் ஆரோக்கியத்தையும் அடைவார்.

(163) ஜென்ம லக்னம் விருச்சிகம் (தனதாம்சம்) ஆகி மூன்றாம் பாவத்தில் சனியுடன் ராகு கூடியிருந்து செவ்வாயால் பார்க்கப்பட்டால் ஜாதகனுக்குப் பின் சகோதரவிருத்தியுண்டாகும். மூத்த சகோதரர்நாசம்.

(164) ஜென்ம லக்னம் விருச்சிகம் (தனதாம்சம்) ஆகி ஆறாம் பாவாதிபதி துலாம்சத்தில் எட்டாம் பாவத்தை அடைந்திருந்தால் ஜாதகனுடைய அம்மான் பிரசித்தனாகவும், அக்கிரகாரத்தில் வாசம் செய்பவனாகவும் பயிர்த்தொழில் செய்பவனாகவும், ஸ்ரீமானாகவும், இரண்டு சகோதரர்களுடன் கூடினவனாகவும், முன் ஜென்மாந்திர புண்ணியத்தால் புத்திரனுடையவனாகவும், கொண்டாடப்பட்ட பாக்கியவானாகவும் இருப்பார், ஜாதகனுடைய அம்மானுடைய மாமனாருக்கு ஒருவர் சகோதரர் உண்டு, இரண்டாவது மாமனார் புத்திரனில்லாதவர், ஜாதகனுடைய அம்மானுடைய புத்திரனையடைவர், அப்புத்திரன் பாக்கிய விருத்தியுடையவர், சுபமுடையவர் தன் அம்மான் புத்திரர் ஒருவர் அரசாங்கத்தில் பிரசித்தியானவர் பாக்கியம் முதலான அதிக புத்திமான், ஆசையுடையவர், முன் புண்ணியவசத்தால் இவ்வைபவங்களை அடைவார்.

(165) ஜென்ம லக்னம் விருச்சிகம் (தனதாம்சம்) ஆகி ஒன்பதாம் பாவாதிபதி பதினோராம் பாவத்திலிருந்து சூரியன் கேந்திர திரிகோணங்களிலிருந்தால் ஜாதகனுடைய தகப்பன் தீர்க்காயுளுடையவர், பின் சகோதரனில்லாதவர், கர்ப்பத்திலிருந்து ஸ்ரீமானாவர், போகி, தனிகன், கீர்த்தியுடையவர், சுகமுடையவர், பிதுரார்ஜித தனமுடையவர் அரசாங்கத்திலும் புகழுடையவனாயிருப்பார்.

(166) ஜென்ம லக்னம் விருச்சிகம் (தனதாம்சம்) ஆகி சந்திரனிருக்குமிடத்தினின்றும் கேந்திரத்தில் சூரியனிருந்து சிம்மாம்சத்தில் குருவுடன்

கூடியிருந்தால் ஜாதகனுடைய தகப்பன் அரசாங்கத்தில் பிரசித்தனாகவும், ராஜ தரிசனமுடையவனாகவும், தன் பிதாவை விட அதிக பூமி லாபமடைபவனாகவும், தன் பந்து ஜனங்களை ரக்ஷிப்பனவாகவும், எப்பொழுதும் அன்னதானம் செய்யும் புண்ணயத்துமாவாகவும், தடாக உத்தியானங்களுக்குத் தர்மம் செய்பவனாகவும், தேவால்ய பிரதிஷ்டை செய்விப்பவனாகவும், மித்திர ஜெனங்களை ரக்ஷிப்பவனாகவும், நடு வயது காலத்தில் பாக்கியமுடையவனாகவும், அந்திய வயதில் கொஞ்சம் மனோவியாதி உடையவனாகவும் இருப்பார், சில பிரா்மணர்களால் தன்னால் சேர்த்து வைக்கப்பட்ட தன நாசம் நேரிடும், ரோகாயோகம் கொஞ்சகாலமும், பிறகு ஸ்வஸ்தமும் உண்டாகும்.

(167) ஜென்மலக்னம் விருச்சிகம் (தனதாம்சம்) ஆகிப் பூர்வ பாகத்தில் பிறந்தவனுக்குப் பதினோராம் பாவாதிபன் ஐந்தாம் பாவத்தில் இருந்தால் ஜாதகரின் தகப்பனுடைய சகோதரிகள் இருவர் சுமங்கலியாய் மரிப்பார்கள்.

(168) ஜென்ம லக்னம் விருச்சிகம் (தனதாம்சம்) ஆகி சந்திரன் இருக்குமிடம் தவிர்த்து மற்றகேந்திரத்திலாவது அல்லது லக்கினத்திற்கு கேந்திரத்திலாவது செவ்வாயிருந்தால் அந்தச் செவ்வாய் திசையில் ஜாதகனுக்குத் தனமும், பாக்கியமும் உண்டாகும். மித்திரர், தாய் இவர்களுக்குச் சுகமும், ஜாதகனுக்குத் தேகசுகமும், தனவரவும், பலவழிகளிலும் வீட்டில் லக்ஷ்மீ கடாக்ஷமும், சகோதரனுடைய லாபமும் விசேஷ சௌக்கியமும், ஐந்தாம் வயதில் விசேஷ சௌக்கியமும், தன் பிதாவுக்குப் பிரபுக்கள் மூலம் சன்மானமும், பூமிலாபமும், தன் பிதாவுக்குச் சுகமும் உண்டாகும்.

(169) ஜென்ம லக்னம் விருச்சிகம் (தனதாம்சம்) ஆகி ஏழாம் பாவாதிபதி ஐந்தாம் பாவத்தில் இருந்து ஒன்பதாம் பாவாதிபதியால் பார்க்கப்பட்டு குருவும் பாக்கியாம்சத்தில் இருந்தால் ஜாதகர் நல்ல பாக்கியவம்சத்தில் பிறந்த பெண்ணை விவாகம்செய்து கொள்வார், பாக்கியவம்சத்தினால் மன சந்துஷ்டியடைவார். அற்ப சிநேகிதமுடையவர், மெல்லிய உயரமான தேகமுடையவர்,சுத்தியுடையவர், மகா அறிவுடையவர், மிக பயங்கரமானவர், நன்மையுடன் கூடியவர், தர்ம பாராயணம் செய்பவனாவார்.

(170) ஜென்மலக்னம் விருச்சிகம் (தனதாம்சம்) ஆகிப் பூர்வபாகத்தில் பிறந்தவனுக்குக் குரு பாக்கியாம்சத்தை அடைந்திருந்தால் ஜாதகர் பாக்கிய வம்சத்துப் பெண்ணை மணப்பார், தன் மனைவி பதிபக்தியுடையவள், நல்லரூப குணம் நிறைந்தவள், கணவனுக்குப் பிரீதியைச் செய்பவள் சுபமானவள், சகோதரருடன் கூடினவள். தகப்பனுடைய பாக்கியத்துடனும் கூடினவள், தன் மனைவியின் தகப்பன் ஸ்ரீமானானவர், அவனுடைய சகோதரனும் தனிகன் மூன்று மனைவியையுடையவர், போகி, கொஞ்சம் லோப குணமுடையவர், உடன்பிறந்த சகோதரன் மூலமாக கிராமம், பூமி விசாரணையுடையுவர், ஜாதகருடைய விவாகத்துக்குப் பிறகு மாமனார் மனோ வியாதியுடையவர்.

(171) ஜென்ம லக்னம் விருச்சிகம் (தனதாம்சம்) ஆகி லக்கினத்திற்கு மூன்றாம் பாவத்தில் சனியிருந்து ராகுவுடனும் கூடி செவ்வாயால் பார்க்கப்பட்டால் ஜாதகருக்குப் பெண்ணைக் கொடுத்த பிறகு ஜாதகனுடைய மாமனார் கிலேசமடைவர்.

(172) ஜென்ம லக்னம் விருச்சிகம் (தனதாம்சம்) ஆகி பதினோராம் பாவாதிபதி நீச்ச ராசியிலிருந்து செவ்வாயின் அம்சத்தில் சூரியனுடன் பதினோராம் பாவாதிபதி கூடியிருந்தால் ஜாதகனுடைய மாமனாரின் சகோதரருடைய மனைவியும் தன் பார்த்தாவையே அனுசரிப்பவள், ஜாதகனுடைய மனைவியின் வம்சத்தில் கெடுதலும் கன்னிகா தானத்திற்குப் பிறகு உண்டாகும்.

(173) ஜென்ம லக்னம் விருச்சிகம் (தனதாம்சம்) ஆகி மூன்றாம் பாவாதிபதி சனி விருஷபாம்சத்தில் சுயக்ஷேத்திரத்தில் இருந்தால் ஜாதகருடைய மாமனாருக்கு விசேஷ சௌக்கியமுண்டாகும், அவருக்குப் புத்திர மூலமாக பாக்கியமுண்டாகும்.

(174) ஜென்ம லக்னம் விருச்சிகம் (தனதாம்சம்) ஆகி சூரியனிருக்குமிடத்தில் வேறு கிரகமிருந்தால் நீச்ச பங்கம் உண்டாவதுடன் சந்திர கேந்திரத்தில் குருவிருந்தால் கேசரி யோகமும், ராஜயோகமும் உண்டாகும், ஜாதகர் மூன்றாம் திசையில் விசேஷ சௌக்கியமும், இருபத்தைந்து வயதுக்குமேல் சுகமும் அடைவார்.

(175) ஜென்ம லக்னம் விருச்சிகம் (தனதாம்சம்) ஆகி சூரியன், சுக்கிரன், புதன் இவர்கள் ஒரே ராசியிலிருந்து குருவும் கூடியிருந்தால் இருந்த பாக்கியத்திற்கு அழிவுண்டாகி, மறுபடியும் பாக்கியமடைந்து மறுபடியும் சுகமடைவார்.

(176) ஜென்ம லக்னம் விருச்சிகம் (தனதாம்சம்) ஆகி தைவ யோகத்தில் பிறந்தவனுக்கு மேற்படி சுக்கிர, புத, சூரியர்கள் ஒன்று கூடி குருவுடனும் கூடி ஏழாம் பாவத்திற்குப் பதினொன்றில் அல்லது பதினோராம் பாவத்திற்கு ஏழிலாவது இருக்கின்ற ஜாதகனுக்குப் பாக்கிய லாபமும் விபத்தார திசையில் விசேஷ சுகமும், இருபத்தேழு வயதிற்கு மேல் சுகமும் உண்டாகும்.

(177) ஜென்ம லக்னம் விருச்சிகம் (தனதாம்சம்) ஆகி ஏழாம் பாவத்தில் அல்லது அதற்கு ஏழில் சனி யிருந்து ராகுவுடன் கூடி செவ்வாயால் பார்க்கப்பட்டால் ஏழாம் பாவாதிபதி சூரியனுடன் கூடியிருந்தால் ஜாதகர் மனைவி பீடையால் விசாரமுடையவர், தன் மனைவிக்கு வயிற்றில் வியாதியால் கர்ப்ப கோளத்தில் கிருமிகளிருக்கும் என்று எண்ணப்படுகிறது, அப்படியில்லாதிருக்கின் தன் மனைவி கர்ப்ப காலத்தில் தன் (வீட்டு துர்த்தேவதை) அல்லது சங்கா தோஷத்தினால் பிடிக்கப்பட்டு முன் பாபவிசேஷத்தினால் கஷ்டப்படுவாள்.

(178) ஜென்ம லக்னம் விருச்சிகம் (தனதாம்சம்) ஆகி ஐந்தாம் பாவத்தில் புதன், சூரியன், சுக்கிரன் இருந்து சனியால் பார்க்கப்பட்டால் அற்பவித்தையும், அற்பபுத்திரனும் உடைய ஜாதகனாகிவியாபாரத்தில் சம்பாதித்த தனமுடையவனாகி தாயாதிகளாலும் , வேறு சிநேகமில்லாதவர்களாலும் பீடிக்கப்பட்டவனாவார்.

(179) ஜென்ம லக்னம் விருச்சிக்ம (தனதாம்சம்) ஆகி ஏழாம்பாவத்தில் அல்லது லக்கினத்தில் சனியிருந்து, சூரியன் ஐந்தாம் பாவத்தில் இருந்து லக்கினத்திற்கு ஒன்பதாம் பாவத்தில் பாபக்கிரக மிருந்தால் ஜாதகருக்கு ஸந்தானத்திற்கு இடைஞ்சலுண்டாகும், சிம்சுமார தானம்.ஆடுதானம், (செவ்வாய் பிரீதி) ஹரிவாஸர தினத்தில் கோதானமும், திங்கட்கிழமையில் சனிப்பிரீதியும் செய்து நன்றாக அதைப் பூஜித்து, பிராமணனுக்குக் கொடுத்தால் ஸகல தோஷங்களும் சூரியனாலேயே விலகி சீக்கிரமாக நல்ல புத்திரன் பிறப்பார்.

(180) ஜென்ம லக்னம் விருச்சிகம் (தனதாம்சம்) ஆகி ஏழாம் பாவாதிபதி சூரியனுடன் கூடியிருக்க லக்கினத்திற்கு ஒன்பதாம் பாவத்தில் கேது இருந்தால் ஜாதகர் வேறு மனைவியிடமாவது அல்லது முதல் மனைவியிடமாவது அந்திய காலத்திலாவது புத்திரப் பிராப்திதியடைவார்.

(181) ஜென்ம லக்னம் விருச்சிகம் ஆகி ஐந்தாம் பாவத்தில் சுயக்ஷேத்திரத்தில் குரு இருந்து சுக்கிரனுடன் கூடியிருந்தால் ஜாதகர் ஐந்தாவது கர்ப்பத்தில் அல்லது

நான்காவது கர்ப்பத்தில் ஜெனித்தவர், மூத்த சகோதரனில்லாதவர், பின் சகோதரருடன் கூடினவர், ஸ்ரீமான், மூன்று சகோதர சகோதரிகளுடையவர், தனமுடையவர்.

(182) ஜென்ம லக்னம் விருச்சிகம் ஆகி ஸுதாம்சத்தில் மீனத்தில் குரு இருந்து தன் அம்சத்தில் இருந்து பதினொன்றில் இருக்கப்பட்ட சந்திரனால் பார்க்கப்பட்டால் ஜாதகர் பாக்கியவம்சத்தில் ஜெனித்தவர், தாய் தகப்பன் வெகு ஆயுளுடையவர்கள், ஜாதகர் சகோதர சகோதரிகளுடையவர்.

(183) ஜென்ம லக்னம் விருச்சிகம் ஆகி லக்கின பாவாதிபதி எட்டாம் பாவத்தில் இருந்து அந்த பாவாதிபதி நீச்ச ராசியிலிருந்தால் ஜென்மத் திரிகோணங்களில் பாபக்கிரகமிருந்தால் ஜாதகருக்குப் பாலாரிஷ்டமுண்டாகும், ஜாதகனுடைய ஜென்ம திசையில் மூன்றாம் வருஷத்தில் பாலாரிஷ்டத்தினால் மரண சமானமாக இருந்து பிழைப்பார்.

(184) ஜென்ம லக்னம் விருச்சிகம் ஆகி மீனாம்சத்தில் மீனத்தில் குரு இருந்து ஒன்பதாம் பாவாதிபன் லாப பாவத்தில் இருந்து நவாம்சத்தில் குருவுடன் கூடியிருந்தாலும், குருவால் பார்க்கப்பட்டிருந்தாலும் ஜாதகனுக்குப் பாலாரிஷ்டம் உண்டாகாது. பின் சகோதரவிருத்தியுடையவர் சகோதரிகளும், தீர்க்காயுளுடையவர்கள்.

(185) ஜென்ம லக்னம் விருச்சிகம் ஆகி மூன்றாம் பாவாதிபதி மகரத்தில் சுயக்ஷேத்திரத்திலும், செவ்வாய் பாக்கியாம்சத்திலு மிருந்தால் ஜாதகர் பின் சகோதரர்கள் வெகு ஆயுளுள்ளவர்கள், ஜாதகனுக்கு மூன்று தாரமுண்டாகும், பாக்கியம் முதலான விருத்தியுள்ளவர், அரசாங்கத்தில் புகழுமுள்ளவர், உடன் பிறந்த சகோதரனால் கிராமம், பூமி, விசாரனை செய்பவர், பின் சகோதரர், வெகு ஆயுளுடையவர், மத்திய வயதில் பாக்கியமுள்ளவர், பாக்கிய விருத்தியுடையவனாயிருந்தாலும் கொஞ்சம் மூர்க்க சுபாவமுள்ளவர், பின் சகோதரரிகள் இருவர் சுகமுடையவர்கள், தன்மூத்த சகோதரியும் அப்படியே ஆவாள்.

(186) ஜென்ம லக்னம் விருச்சிகம் ஆகி லக்கினத்திற்கு மூன்றாம் பாவத்தில் சனியிருந்து ராகுவுடன் கூடி எட்டில் இருக்கும் செவ்வாயால் பார்க்கப்பட்டால் ஜாதகனுடைய மூத்த சகோதரி சௌக்கியமுள்ளவள், ஸந்தானத்திற்கு இடைஞ்சலுள்ளவள், பின் சகோதரிகள் புத்திர புத்திரிகளுடன் கூடினவர்கள்.

(187) ஜென்ம லக்னம் விருச்சிகம் ஆகி குரு சுகதாம்சத்தில் இருந்து மீனராசியில் சூரியன் சிம்மாம்சத்தில் இருந்தால் ஜாதகனுடைய பிதா நேர்மையான புத்தியுடையவர், சாத்துவீகன், அறிவாளி, பயங்கரமுள்ளவர், அநியாயமாய்ச் சம்பாதிக்கப்பட்ட தனமுடையவனாகி, நல்ல ஜீவனமுடையவர், பின் சகோதரனுடன் கூடினவர், கர்ப்ப ஸ்ரீமானான பிதாவையுடையவனாவர்.

(188) ஜென்ம லக்னம் விருச்சிகம் ஆகி பதினோராம்பாவத்தில் சந்திரனிருந்து குரு, சுக்கிரன் இவர்களால் சந்திரன் பார்க்கப்பட்டால் ஜாதகனுடைய தகப்பனுக்கு மாமனார் ஸ்ரீமான், வம்சபாக்கிய விருத்தியுடையவர்.

(189) ஜென்ம லக்னம் விருச்சிகம் ஆகி பதினோராம் பாவத்திற்கு ஐந்தாம் பாவத்தில் சனி ராகுவுடன் கூடியிருக்க தன் சிற்றப்பனுடைய பிள்ளைகள் சிலர் அற்பாயுள் யோகமுடையவர்கள், முன் ஜென்மாந்திர புண்ணியத்தாலும் கிரகங்கள் சுயக்ஷேத்திர முதலான பலத்தாலும் தன் சிற்றப்பன் பிள்ளைகள் இரண்டு பேர் பூர்ணாயுள் யோகமுடையவர்களாவார்கள், விருஷபாம்சத்தில் சனி சுயக்ஷேத்திரத்திலிருந்தால் ஸ்த்ரீ பிரஜைகளும், புருஷப் பிள்ளைகளைப்போல அப்படியே இருப்பார்கள்.

(190) ஜென்ம லக்னம் விருச்சிகம் ஆகி சுயக்ஷேத்திரத்தில் மீனத்தில் ஸுதாம்சத்தில் குரு விருக்கப் பிறந்தவர் ரூபமுடையவர், நல்ல சமர்த்தன், அழகிய முகமுங் கண்களும் பொருந்தியவர், அதிருஷ்டசாலி, தர்மாத்துமா, மத்தியவயதில் பாக்கியமுடையவர் சுயகாரிய நிபுணர் ஸ்ரீமான் சத்ருக்களின் காரியங்களைக் கெடுப்பவர், கொஞ்சம் ரோகசரீரமுடையவர், சம்போக காலத்தில் வினோதமான நடத்தையுடையவர், உபாயத்தினால் காரியங்களை சாதித்துக்கொள்வார்.

(191) ஜென்ம லக்னம் விருச்சிகம் ஆகி லக்ன பாவாதிபதி எட்டாம், பாவத்திலிருந்து அந்த பாவாதிபதி நீச்ச ராசியிலிருந்தால் ஜாதகர் பித்த வாயு பீடை முதலான உஷ்ணவாயு பீடையுடையவர்.

(192) ஜென்ம லக்னம் விருச்சிகம் ஆகி மூன்றாம் பாவத்தில் ராகு இருந்து சனியுடன் கூடியிருந்து செவ்வாயால் பார்க்கப்பட்டால் அந்த திசையில் ஜாதகனுக்கு முதலில் சுகமும், சுபமும், மத்தியில் சௌக்கியமும், அதன் பிறகு யோக பங்கமும், மனோவியாதியும் உண்டாகும்.

(193) ஜென்ம லக்னம் விருச்சிகம் ஆகி ஸுதாம்சத்தில் மீனராசியில் குருவிருக்க ஏழாம்பாவாதிபதி சூரியனுடனும், எட்டாம் பாவாதிபதியுடனும் கூடியிருந்தால் ஜாதகருடைய மனைவியானவள் ரோகத்தால் பீடிக்கப்படுவாள்.

(194) ஜென்ம லக்கினம் விருச்சிகம் ஆகி ஏழாம்பாவாத்திற் கதிபதி யிருக்கும் ராசியினின்றும் பதினொன்றில் சனியும், ராகு, செவ்வாய் முதலியவர்களுடன் கூடியிருந்தால் ஜாதகனுடைய மனைவி ரோகபீடையுள்ளவளாவாள், கர்ப்பகாலத்தில் சங்கா தோஷத்தால் பீடிக்கப்படுபவள், முன்பாபவிசேஷத்தால் ரோக பீடையும் துஷ்டதேவதா பீடையும் உண்டாகும், மனோபிராந்தியும், ரோகமும், பிசாசு பீடையும், பாபகாரியங்களும், நேரிடும், தோஷ பரிகாரத்திற்காக துர்க்காதேவி ஜெபமும், ராகு பிரீதியும் செய்து சாந்தி செய்தால் மரணத்தினின்று மீண்டு நன்றாய் ஜீவித்திருப்பாள்.

(195) ஜென்ம லக்னம் விருச்சிகம் (கமலாம்சம் பூர்வபாகம் அதாவது லக்ன ஸ்புடம் பாகை 233-48 கலை முதல் பாகை 234-00 கலை வரையில்) ஆகி லக்கின பாவாதிபதி ஒன்பதாம் பாவத்திலிருந்து நான்காம் பாவாதிபதி ஐந்தாம் பாவத்திலிருந்து, பத்தாம் பாவத்தில் குருவும் இருக்கப்பிறந்தவர் நதிப்பிராந்தியத்தில் ஜெனனமும், பட்டின வாசமும் அடைவார், உத்தராம்சத்தில் பிறந்த ஜாதகர் குக்கிராமத்தில் வாசம் செய்வார், பிரசவகாலத்தில் ஜாதகருடைய தாய் கொஞ்சம் வேதனையடைவாள், சுபர் பார்வையிருந்தால் சௌக்கியமும் உண்டாகும். உத்தராம்சத்தில் அதிக வேதனை உண்டாகும். முன் ஜென்மாந்திர புண்ணியவசத்தால் அக்காலம் மாதாவுக்குச் சௌக்கிய முண்டாகும்.

(196) ஜென்ம லக்னம் விருச்சிகம் (கமலாம்சம்) ஆகி நான்காம் பாவாதிபன் ஐந்தாம் பாவத்தில் இருந்து பத்தாம் பாவாதிபனுடன் கூடி சந்திரரும் பாபராசியில் இருந்தால் ஜாதகருக்குக் கொஞ்சம் பாலாரிஷ்டத்தால் பயமுண்டாகும், சுபதிருஷ்டிமூலம் சுக முண்டாகும், ஜென்ம திசையில் இரண்டாவது வயதில் மாந்த சுரம் முதலிய ரிணபயமும், ஸம்பத் திசையில் பிதாவுக்குச் சுபமும், தனக்குத் தேகசௌக்யமும் உண்டாகும்.

(197) ஜென்ம லக்னம் விருச்சிகம் (கமலாம்சம்) ஆகி லக்ன பாவாதிபன் ஒன்பதாம் பாவத்தில் நீச்ச ராசியில் தன் உச்சாம்சத்தை அடைந்திருந்தால் ஜாதகர் சௌக்கியத்தை யடைவார்.

(198) ஜென்ம லக்னம் விருச்சிகம் (கமலாம்சம்) ஆகி சூரியன் கேந்திர திரிகோணங்களிலிருந்தால் ஜாதகர் பிதா வைதீகன், சாது, ரோகி, துர்ப்பல தேகி, எப்பொழுதும் வைதீக ஆசாரமுடையவர், சகோதர சௌக்கியத்துடன் கூடினவர், பாலியத்தில் தரித்திரத்தை யடைபவர், மத்திய வயதில் பாக்கியமுடையவர், அந்தியத்தில் சௌக்கியமும், சுகமும், சகோதரன் மூலமாக நல்ல பாக்கியத்தையும் அடைவார்.

(199) ஜென்ம லக்னம் விருச்சிகம் (கமலாம்சம்) ஆகி நான்காம் பாவாதிபன் குளீராம்சத் திரிகோணத்தில் இருந்து லக்கினத்திற்கு மூன்றாம் பாவத்தில் சந்திரன் இருந்தால் ஜாதகருடைய தாய் சௌக்கியமுடையவள், தன் தாய் குணமுள்ளவள், பொறுமையுள்ளவள், பதிபக்தியுள்ளவள், தாய் வம்சத்தில் கொஞ்சம் சௌக்கியமுடையவள், பாலியத்தில் பீடிக்கப்படுபவள், அற்பமான தன பாக்கியத்துடன் கூடினவள், அற்ப ஆயுளுடையவள் ஆவாள்.

(200) ஜென்ம லக்னம் விருச்சிகம் (கமலாம்சம்) ஆகி நீச்ச ராசியில் தன் உச்சாம்சத்தில் செவ்வாயிருக்க மூன்றாம் பாவாதிபன் பலத்துடன் கூடியிருந்தால் ஜாதகருடைய மூத்த சகோதரன் வெகு ஆயுளுடன் கூடினவன், திரவிய சம்பாதனையில் சமர்த்தனாவார்.

(201) ஜென்ம லக்னம் விருச்சிகம் (கமலாம்சம்) ஆகி சராம்சத்தில் மீனராசியில் சனியிருந்தால் ஜாதகர் உடன் பிறந்த சகோதரனில்லாதவனாவார்.

(202) ஜென்ம லக்னம் விருச்சிகம் (கமலாம்சம்) ஆகி புதனும், சக்கிரனும், சூரியனும், ஒரே ராசியிலிருந்து சனியுடன் கூடியிருந்தால் உடன் பிறந்த சகோதரர்களால் நல்ல பாக்கியமும் பிதுரார்ஜ்ஜித க்ஷேத்திரதனமும், குதிரைவாகனம் முதலியன வுடையவனுமாக ஜாதகனிருப்பார்.

(203) ஜென்ம லக்னம் விருச்சிகம் (கமலாம்சம்) ஆகி லக்கினத்திற்குப் பன்னிரண்டில் ராகு இருந்து செவ்வாயுடன் கூடியிருந்தாலும், செவ்வாயால் ராகு பார்க்கப்பட்டாலும், ஜாதகருக்கு ராகு திசையில் கேது புக்தியில் தேகபீடையுண்டாகும், அந்த தோஷத்திற்குப் பரிகாரமாக நெய் தானம் செய்தால் குணமுண்டாகும். அது செய்யும் விதம்:- வெண்கலப் பாத்திரம் பெரியதாகச் செய்து நாலுபடி நெய் அந்த பாத்திரத்தில் விட்டு நிஷ்க மாத்திரை (அதாவது ஒரு விராகனிடையுள்ள) சுவர்ணத்தை தானமாகவும், தக்ஷிணையாகவும் கொடுத்து நெய்யைப் பாத்திரத்துடன், அதிலும் மேற்படி சொர்ண நாணயத்தைப் போட்டுத் தானம் செய்து ராகுப் பிரீதியும் செய்து முதலில் ராகு ஜெபம் செய்து அதற்குப் பிறகு மேல் சொன்ன தானத்தைச் செய்தால் சுபமும் சுகமும் உண்டாகும்.

குறிப்பு:- இந்தப் புத்தகத்தில் விருச்சிகம் லக்கினத்திற்கு 203-விதிகள் கொடுக்கப்பட்டிருக்கின்றன. இன்னும் உள்ள சுமார் 1,000-க்கு மேற்பட்ட விருச்சிக லக்கின விதிகள் நான்காம் பாகம், ஐந்தாம் பாகம் முதலிய பாகங்களின் விருச்சிக லக்கின பலனின் துடர்ச்சியாகக் கொடுக்கப்படும் என்று அறியவும்.

நெ.9–வது அத்தியாயம்

தனுசு லக்கின ஜாதகம்

(1) ஒராவது பாவம் தனுசு ஆகில் ஜாதகர் நான்கு வித்தைகளில் சமர்த்தன், தேவபிராமணர்களையும், சிநேகிதர்களையும் பூஜிப்பவர், வாகனம் முதலியவைகளுடன் கூடியவர்.

(2) இரண்டாவது பாவம் மகரமாகில் ஜாதகருக்கு ஜெனங்களால் தனப்பிராப்தி, பயிர்த்தொழிலில் வல்லவர், ஜலத்திலுண்டானவைகளில் அதிகப்பிரீதியுடையவர்.

(3) மூன்றாவது பாவம் கும்பமாகில் ஜாதகர் நன்றியுள்ளவர், பொறுமையுடையவர், உண்மையே, பேசுபவர், நல்ல நடவடிக்கையுடையவர் பண்டிதர்.

(4) நான்காவது பாவம் மீனமாகில் ஜாதகர் பணவரவு உடையோர் பூமியில் நல்ல வஸ்திரமணிந்து மிக மெதுவாய் நடப்பவர்.

(5) ஐந்தாவது பாவம் மேஷமாகில் சுபரிருக்கில் ஜாதகர் நல்ல புத்திரனாகப் பிறப்பார், பாபியிருக்கில் கெட்ட புத்தியுடையவனும், வணக்கமில்லாதவனும் ஆகப் பிறப்பார்.

(6) ஆறாவது பாவம் ரிஷப மாகில் ஜாதகர் திருடர் சேர்க்கையால் நாற்கால் ஜீவன்கள் கிடைக்கும், வழியில் பொருட்செலவு நேரும்.

(7) ஏழாவது பாவம் மிதுனமாகில் ஜாதகர் தனத்துடன் கூடியமனையாளுடையவனும், அழகு குணத்துடன் கூடியதும் தெளிவு, நற்சாகசமுடைய களத்திரமுடையவர்.

(8) எட்டாவது பாவம் கடகமாகில் ஜாதகர் அயல் தேசத்தில் மரணம் ஜலத்தில் சஞ்சரிப்பவையாலும் அன்றில் தேள் முதலிய விஷக்காலிகளாலும், அயலான் கையில் மரிப்பார்.

(9) ஒன்பதாவது பாவம் சிம்மமாகில் ஜாதகர் வாகனம் முதலிய சுகமுடையவர், விலை உயர்ந்த வஸ்திர பூஷணங்களணிவார், (வணக்கம், தர்மமில்லாதவர்)

(10) பத்தாவது பாகம் கன்னியாகில் ஜாதகர் வீடும், மனையாளும் பிரதானமாக உடையவர், அற்ப பலமுள்ள சரீரமுடையவர், ஒரு சமயம் உலக நித்தைக்கு ஆளாவார்.

(11) பதினோராவது பாவம் துலாமாகில் ஜாதகர் வியாபாரத் தொழிலில் நல்ல லாபம் பெறுவார், பொறுமையுடையவர், இனிமையான வாக்குடையவர், புத்திரர், மனைவி, தனத்துடன் கூடியவர்.

(12) பன்னிரண்டாம் பாவம் விருச்சிகமாகில் ஜாதகர் எப்போதும் கொடிய செய்கையையே செய்பவர், உண்மை பேசுபவர், கோபமுடையவர்.

(13) ஜென்ம லக்னம் தனுசு (சிவதாம்சம் அதாவது லக்ன ஸ்புடம் பாகை 241–12 கலை முதல் பாகை 241–24 கலை வரையில்) ஆகி குருவர்க்கோத்தமாம்சத்தில் சுயக்ஷேத்திரத்தில் கேது கூடியிருந்தால் விப்பிரகாலத்தில் ஜெனித்த ஜாதகர் தான் சீமந்த கர்ப்பத்தில் ஜெனித்தவனாவர் அல்லது மூன்றாவது கர்ப்பத்தில் பிறந்தவர், மூத்த சகோதரனில்லாதவர் பின் சகோதரருடன் கூடியவர், சகோதரிகளுடன் கூடியவர், பூர்வபாகத்தில் நதிக்கிராமத்தில் ஜெனித்தவர், உத்தராம்சத்தில் சிறு கிராமத்தில் ஜெனனம்

நேரிடும், பிரசவகாலத்தில் ஜாதகருடைய தாய்க்கு உத்தராம்சத்தில் அதிக வேதனையும் பாலாரிஷ்ட பயமும் உண்டாகும், பூர்வ பாகத்தில் தாய்க்கு கொஞ்சமான வேதனையும், நான்காம் பாவாதிபன் கேதுவுடன் கூடியிருந்தால் பாலாரிஷ்டமிருந்தாலும் ஜாதகருக்குச் சீக்கிரமாக ஆரோக்கியமும், சௌக்கியமும் உண்டாகும்.

(14) ஜென்ம லக்னம் தனுசு (சிவதாம்சம்) ஆகி லக்கினாதிபதி பத்தாம் பாவாதிபதி, எட்டாம் பாவாதிபதி இவர்களில் லக்ன பாவாதிபன் நான்காம்பாவத்திலும், பத்தாம் பாவாதிபன் விரயபாவத்திலும், எட்டாம் பாவாதிபன் பதினோராம் பாவத்திலும் இருக்கப் பிறந்த ஜாதகர் குரு வர்க்கோத்தமாம்சத்திலிருந்தால் சுகியூாவும், பூர்ணாயுளும் உடையவனாயும், தாய் தகப்பன்மார் சுகமுடையவனாயும், தேகபுஷ்டியுடையவனுமாவார்.

(15) ஜென்ம லக்னம் தனுசு (சிவதாம்சம்) ஆகி சுக்கிரன் பதினோராம் பாவத்தில் இருந்து மாளவி யோகத்தில் ஜெனித்த ஜாதகருக்கு எழுபத்தேழு வயதுண்டாகும்.

(16) ஜென்ம லக்னம் தனுசு (சிவதாம்சம்) ஆகி ஒன்பதாம் பாவாதிபதி நிர்மலாம்சத்தில் பன்னிரண்டாம் பாவாதிபதியுடன் கூடியிருந்தாலும், ஜாதகருடைய தகப்பன் பூர்ணாயுளுடையவனாவார், ஜாதகர் பிதா சிவபக்தி யுடையவர், தேவப்பிராமண பக்தியுடையவர், அரசாங்கத்தில் புகழுடையவர், அரசாங்க ஜென சினேகிதமுடையவர், பூமிமூலம் பிரசித்தியுடையவர், வியாபாரத்திலும் விசேஷ சுகமுடையவர், பிரபல உத்தியோக சௌக்கியமுடையவர், ஜாதகர் பிதா பெரிய கீர்த்தியுடையவர்,எப்பொழுதும் நல்ல ஆசார செய்கையுடையவர், விசேஷ சிவபக்தியுடையவனாவார்.

(17) ஜென்ம லக்னம் தனுசு (சிவதாம்சம்) ஆகி சூரியன் மகர நவாம்சத்தில் லக்கனத்திற்குப் பன்னிரண்டாம் பாவத்தில் பத்தாம் பாவாதிபதியுடன் கூடியிருந்தால் ஜாதகர் பிதா எப்பொழுதும் சித்தவித்தையில் பிரீதியுடையவர், தேவி சக்தியின் அருளுடையவர், தெய்வ யோகத்தால் தன மடைபவர், விசேஷ சிவ பக்தியுடையவர், சூரியன் நிர்மலாம்சத்திலிருந்தால் ஞானியாயும், தத்துவ விவேகியாயும், விருத்த வயதில் சௌக்கிய மடைபவனும், தன் பிதாவின் புண்ணியவசத்தால் தடாகம், உத்யானம் முதலிய தர்மம் செய்து மத்தியவயதில் சூரியனுடன் சனி சேர்க்கை யிருந்தால் தரித்திரம் அடைவார், சிவ கைங்கர்ய தருமம் செய்து அக்கிரகாரப் பிரதிஷ்டை முதலானது செய்து தெய்வ யோகத்தால் சௌக்கிய மடைந்து ஜாதகருடைய விபத்தார திசையில் ஜாதகருடைய தகப்பன் மரிப்பார்.

(18) ஜென்ம லக்னம் தனுசு (சிவதாம்சம்) ஆகி ஒன்பதாம் பாவாதிபன் விருச்சிகத்தில் புதனுடன் கூடியிருந்தால் ஜாதகருடைய தகப்பன் ஆபத் சன்னியாசயோக மடைவார்.

(19) ஜென்ம லக்னம் தனுசு (சிவதாம்சம்) ஆகி குரு ராசியில் வர்க்கோத்தமாம்சத்தில் இருந்தால் ஜாதகருடைய தகப்பன் பிரம்ம லோகத்தை அடைவார்.

(20) ஜென்ம லக்னம் தனுசு (சிவதாம்சம்) ஆகி தன் உச்சாம்சத்தில் சந்திரன் ஜென்ம லக்கினத்திற்குப் பதினோராம் பாவத்திலிருந்து குரு ராசியில் வர்க்கோத்த மாம்சத்திலிருந்தால் ஜாதகருடைய தாய் தீர்க்காயுளுடையவள், குணவதி, பொறுமை உடையவள், பந்துக்களுக்குப் பிரியமானதைச் செய்வாள், ஸதி, தாய் வம்சத்தில் கொஞ்சம் சுகமுடையவர், தாயினுடைய அம்மான் பிரபலமானவர், ஜாதகருடைய சம்பத் திசையில் குருபுக்தியில் அல்லது விபத்திசையில் தாய் மரிப்பாள்.

(21) ஜென்ம லக்னம் தனுசு (சிவதாம்சம்) ஆகி செவ்வாய் தன்னுச்சராசியிலிருந்து லக்கினத்திற்கு பன்னிரண்டாம் பாவத்தில் சனியிருந்தால் ஜாதகர் அற்ப சகோதரருடையவர், பின் சகோதரனில்லாதவர் ஆவார்.

(22) ஜென்ம லக்னம் தனுசு (சிவதாம்சம்) ஆகி நாலாம் பாவத்தில் குரு இருந்து ராகு கேதுக்களில் ஒருவருடன் கூடியிருந்தாலும், ராகு கேதுக்களில் ஒருவனால் குரு பார்க்கப்பட்டாலும் ஜாதகருக்குக் கல்விக்குக் இடையூறுண்டாகும், சாஸ்திர ஞானம் இல்லாதவனாவர், நாடக அலங்கார காவியப்பிரியர், சங்கீதலோலன், விஷய போகத்தில் இச்சையுடையவர், அயலார் மனைவிகளிடம் ரதிகேளிக்கையில் பிரியமுள்ளவர் ஆவார்.

(23) ஜென்ம லக்னம் தனுசு (சிவதாம்சம்) ஆகி ஐந்தாம்பாவாதிபன் தன் உச்ச ராசியிலிருக்க குரு மீன ராசியில் வர்க்கோத்தமாம்சத்தில் இருந்தால் ஜாதகர் விசேஷ சிவபக்தியுடையவர், தேவி சக்தியின் அனுக்கிரகமடைவர், பிதுரார்ஜ்ஜித தனமுடையவர், க்ஷேத்திர மூலம் ஜீவிப்பவர், அரசாங்கத்தில் புகழுடையவர், மேம் பாடான உத்தியோக ஜீவனமுடையவர் ஆவார்.

(24) ஜென்ம லக்னம் தனுச் (சிவதாம்சம்) ஆகி சனி இரண்டாம் திசைக்கு அதிபனாக வந்து சனி விருச்சிக ராசியில் வர்க்கோத்தமாம்சத்தில் ஒன்பதாம் பாவத்தில் பத்தாம் பாவாதிபதியுடன் கூடியிருந்தால் அந்த சனி திசையில் விசேஷ சுகமும், இருபத்தேழு வயதிற்குமேல் ஜாதகர் பாக்கியம், பல்லக்கு அநேக, கிராமாதிகாரம், ராஜாங்கப் பிரசித்தி முதலியன அடைவர், தோஷ நிவர்த்தி மூலம் இருபத்தெட்டாவது வயதில் புத்திர னுண்டாவார்.

(25) ஜென்ம லக்னம் தனுசு (சிவதாம்சம்) ஆகி ஐந்தாம் பாவாதிபன் மேஷாம்சத்தில் தன்னுச்ச ராசியிலிருக்க குரு கேதுவுடன் கூடியிருந்தாலும், கேதுவால் பார்க்கப்பட்டாலும், ஜாதகருக்கு சந்தானத்திற்கு இடைஞ்சல் உண்டாகும், அந்த தோஷ பரிகாரமாக அவசியம் சேதுஸ்நானம் செய்தால் புத்திரோற்பத்தியுண்டாகும்.

(26) ஜென்ம லக்னம் தனுச (சிவதாம்சம்) ஆகி மாளவி யோக ஜாதகருக்கு க்ஷேமதிசையாக நான்காம் பாவத்திலுள்ள கேது திசைவந்தால் ஜாதகருக்கு ஆறு வருஷம் வரையில் நல்ல யோகமும், பாக்கிய விருத்தியுமுண்டாகும், திசாந்தியத்தில் மூன்று வருஷம் அவதியும், யோக பங்கமும் உண்டாகும்.

(27) ஜென்ம லக்னம் தனுச (சிவதாம்சம்) ஆகி ஐந்தாம் தாராதிபன் சுக்கிரனாகி அவன் சுயக்ஷேத்திரத்தில் பதினோராம் பாவத்தில் இருந்தால் அந்தச் சுக்கிர திசையில் வாகனம் முதலிய நல்ல யோகமும், விசேஷ சௌக்கியமும், சொர்ண வஸ்திர பூஷணமும், வீட்டில் சொர்ண பாத்திரமும் முதலானவை உடையவனாகியும், எப்பொழுதும் தர்மவழியில் நடப்பவனாகவும், சேதுஸ்நானம் முதலிய புண்ணியமுள்ளவனாகவும், (தடாகம்) குளம், உத்தியானம், அக்கிர ஹாரப் பிரதிஷ்டை முதலான தர்மமும் செய்து அத்திசை முடியுமளவும் நல்ல யோகமுடையவனாயிருப்பார்.

(28) ஜென்ம லக்னம் தனுசு (சிவதாம்சம்) ஆகி குரு வர்க்கோத்தமாம்சத்தில் பத்தாம் பாவத்தில் ராகுவுடன் கூடியிருக்க தேக அந்தியத்தில் ஜாதகர் ஆபத் சன்னியாச மடைந்து புண்ணிய லோகத்தை அடைவர்.

(29) ஜென்ம லக்னம் தனுசு (சுதாம்சம் அதாவது லக்கின ஸ்புடம் பாகை 243-36 கலை முதல் பாகை 243-48 கலை வரையில்) ஆகி லக்கின பாவாதிபதி சுபராசியிலிருக்க நான்காம் பாவத்தில் சுக்கிரன் உச்ச ராசியில் இருந்தால் ஜாதகர் பெரிய நதிப்பிராந்திய தேசத்தில் அக்கிரகாரத்தில் கிழக்கு மேற்கு வீதியில் தெற்குப் பாகத்திலுள்ள வீட்டில் பூர்வபாகத்தில் ஜெனித்தவனாவார்; உத்தரார்ம்சத்தில் பிறந்தவருக்குச் சமுத்திரப் பிராந்திய பட்டிணத்தில் ஜெனனமும் வாசமும் என்று சொல்லப்படுகிறது. ஜாதகர் கொஞ்சம் பாலாரிஷ்டமுடையவர், ஆயினும் சீக்கிரமாக ஆரோக்கியமும், சௌக்கியமும் அடைவார்.

(30) ஜென்ம லக்னம் தனுசு (சுதாம்சம்) ஆகி லக்ன பாவத்தில் ராகு இருந்து செவ்வாயால் பார்க்கப்பட்டால் ஜாதகர் கொடி சுற்றிப்பிறப்பார், லக்னத்திற்குக் குரு பார்வையிருந்தால் ஜாதகருக்கு ஆரோக்கியமும், சௌக்கியமும் உண்டாம்.

(31) ஜென்ம லக்னம் தனுசு (சுதாம்சம்) ஆகி சந்திரன் பத்தாம் பாவத்திலிருந்து குரு, சுக்கிரன் இவர்களால் சந்திரன் பார்க்கப்பட்டால் ஜாதகருடைய தாய் தீர்க்காயுளடையவள், தாய் குண முடையவள், பொறுமைசாலி, பந்துக்களுக்கு மிகவும் பிரியமானவள். தாய் வம்சத்தில் விசேஷ சௌக்கியமும், அம்மான் பிரபலமுள்ளவனும், சகோதரர்களுடன் கூடினவளும், வம்சபாக்கிய விருத்தியுடையவளுமாவாள்.

(32) ஜென்ம லக்னம் தனுசு (சுதாம்சம்) ஆகி மூன்றாம் பாவத்தில் சூரியனிருந்து பத்தாம் பாவாதிபருடன் கூடியிருந்தால் ஜாதகருடைய தகப்பன் தீர்க்காயுள் யோகமுடையவர், ஜாதகர் பிதா விஷ்ணு பக்தியுடையவர், பணம் சம்பாதிப்பதில் நல்ல புத்திமான், பாலியத்தில் கிலேசம் முதலான தரித்திர முடையவர், மத்திய வயதில் சௌக்ய முடையவர், கொஞ்ச காலம் அனாசாரர், அயல் ஸ்த்ரீ சேர்க்கையால் தோஷமுடையவர்.

(33) ஜென்ம லக்னம் தனுசு (சுதாம்சம்) ஆகி மூன்றாம் பாவத்தில் சனியிருந்து ஒன்பது, பத்து முதலிய பாவாதிபதிகளுடன் கூடியிருந்தால் ஜாதகர் பிதா குணம் நிறைந்தவர், அரசாங்கத்தில் பிரசித்தியுடையவர், பிராமண பிரபு மூலம் சௌக்யமுடையவர், சிநேகவஞ்சனை செய்யும் புத்தியுடையவர், மத்திய வயதில் பாக்யமுடையவர், சூத்திர மூலம் கொஞ்சம் சுகமும், லோப சுபாவமும், பொறுமையுமுடையவனாகவும், கிராமத் தலைவனாகவும், பயிர்த்தொழில் செய்பவனாகவும் ஏதோ கொஞ்சம் தர்மசித்தியுடையவனாகவும், வயோதிகவயதில் சௌக்யமும், தன் தகப்பன் தனமுடையவரும், பாக்யமுடையவரும், சகோதரருடன் கூடினவரும் சுயார்ஜித யோகம் உடையவருமாவார்.

(34) ஜென்ம லக்னம்தனுசு (சுதாம்சம்) ஆகி மூன்றாம் பாவாதிபன் சுய க்ஷேத்திரத்தில் இருக்க லக்னம் தவிர்த்த கேந்திரத்தில் செவ்வாய் இருந்தால் ஜாதகருக்குச் சகோதர விருத்தியும், சௌக்யமும் இரண்டு சகோதரருடன் கூடியும் இருப்பர், ஜாதகருக்கு ஒரு சகோதரி தீர்க்காயுளுடையவள், புத்திர புத்திரியுடன் கூடியவள், ஜாதகருடைய சகோதரர்களில் எவனாவது ஒருவன் மூன்று தாரமுடையவர், பின் சகோதரர் தீர்க்காயுளும், அரசாங்கத்தில் புகழுடையவரும், பாக்ய விருத்தியடைபவரும் தன் குலத்திலேயே தனிகனாகவும், பாக்ய மூள்ளவனாகவு மாவார், சிலர் தன் குலத்திலேயே தனிகனாகவும், பாக்யமுள்ளவனாகவு மாவார், சிலர் ஒருவன் இரண்டு தாரமுடை யவர் என்றும் சந்தான அரிஷ்டத்தால் சோகமுடையவர் என்றும் சொல்லுகிறார்கள்.

(35) ஜென்ம லக்னம் தனுசு (சுதாம்சம்) ஆகி ஏழாம் பாவத்தில், பாபக்கிரகமிருந்தால் ஜாதகர் மனைவி மூலம் விகாரமுடையவர், அந்த ஏழாம் பாவாதிபன் பலவானாக எவ்விடத்திலிருந்தாலும் பாபருடன் கூடியிருந்தால் ஜாதகர் இரண்டு தாரமுடையவனாவார், இல்லையேல் ஜாதகருடைய மனைவி கர்ப்ப காலத்தில் (துஷ்கிரக) தோஷத்தால் பீடிக்கப்படுவாள், கர்ப்பம் அடிக்கடி (கழுவுதல்) நஷ்ட மடைதல் மூலம் சந்தானத்திற்கு இடைஞ்சலுண்டாகும்.

(36) ஜென்ம லக்னம் தனுசு (சுதாம்சம்) ஆகி ஐந்தாம் பாவாதிபன் ராகு, கேதுக்களுடன் கூடியிருந்து ராகு கேதுக்களால் பார்க்கப்பட்டு குரு ஆறு, எட்டு, பன்னிரண்டு முதலிய பாவங்களிலிருந்தால் ஜாதகருக்கு சந்தான நாசத்தால் சோகமுண்டாகும்.

(37) ஜென்ம லக்னம் தனுசு (சுதாம்சம்) ஆகி ஐந்தாம் பாவாதிபன் கேந்திரத்திலிருந்து பாபர்களுடன் கூடி சுதாம்சத்திலிருக்கச் சந்திரனுக்கு ஒன்பதாமிடத்தில் குருவிருந்தால் ஜாதகருக்கு குழந்தை பிறந்தாலும் மரித்து விடும், அல்லது மரித்துப் பிறக்கும், அந்த தோஷத்திற்குப் பரிகாரம் செய்தால் நற்சந்ததி உண்டாகும், சாந்தி நிஜமான ஆடு தானம், செவ்வாய்ப் பிரீதி, ஹரிவாஸ தினத்தன்று கோதானம் முதலியனவும் செய்து சொர்ண கேதுப்பிரதிமையை பூஜித்து, அர்ச்சித்து, நாகசாந்தி, செய்து ஜோதிஷருக்குத் தானம் செய்தால் சந்ததி உண்டாகும். முதலில் சேது ஸ்நானம் செய்து பிறகு சாந்தி தானம் முதலியவற்றைச் செய்யவேண்டும். அப்படித் தானம் செய்தால் நல்ல தீர்க்காயுளுடைய இரண்டு புத்திரர்களும், மூன்று புத்திரிகளும் உண்டாவார்கள். அப்படி இந்தவிதமாகச் சாந்தி செய்யாவிடில் சந்தானம் எத்தனை பிறந்தாலும் மறித்துவிடும், ஆதலால் சந்தானத்தை விரும்புகிறவர் இந்தப்படி சாந்தி செய்யவேண்டும். குரு மூன்றாம் பரியாயத்தில் கோட்சாரத்தில் விருஷபராசியில் வரும் சமயம் முன் ஜென்மாந்திர புண்ணியவசத்தாலும் நல்ல ஜீவசந்தானமுடையவனாவார். வேறு சிலர் மாளவீ யோக ஜாதகத்திற்கு காலாந்திரத்தில் அல்லது வேறு மனைவியிடத்தில் நல்ல புத்திரனுண்டாவார் என்று சொல்லுகிறார்கள்.

(38) ஜென்ம லக்னம் தனுசு (சுதாம்சம்) ஆகி ஒன்பது, பத்து முதலிய பாவத்திற்குடையவர்கள் கேந்திரத்தில் ஒரு இடத்தில் இருந்தால் மாளவீ யோகத்தில் ஜெனித்தவர் நல்லவாஹனம் முதலிய யோகமுடையவனாவார்.

(39) ஜென்ம லக்னம் தனுசு (சுதாம்சம்) ஆகிச் சுக்கிரன் தன்னுச்சத்திலாவது, சுய க்ஷேத்திரத்திலாவது, கேந்திரத்திலாவது பலமுடையவனாகியிருந்தால் ஜாதகருக்கு மாளவி யோகம் என்று சொல்லப்படுகிறது. மேற்படி யோகத்தில் பிறந்தவர், யானை, குதிரைகளுடன் கூடி பல்லக்கு முதலியன உடையவரும், பூமிக்கும், துர்க்கங்களுக்கும் அதிபதியாகி குணம், கூட்டம், சமுத்திரம் முதலியவற்றிற்கு நாதனுமாகி நல்ல மனைவியுடன் கூடி அன்னிய ஸ்த்ரீகளுடன் கூடி இச்சையுடையவனாகி பாக்கிய சாலியான அரசனாகவும் விளங்குவார்.

(40) ஜென்ம லக்னம் தனுசு (முத்கராம்சம்) அதாவது லக்ன ஸ்புடம் பாகை 259–48 கலை முதல் பாகை 260–00 வரையில்) ஆகி பூர்வ பாகத்தில் லக்ன பாவாதிபன் சூரியனுடன் கூடி லக்ன பாவத்தில் செவ்வாயும், சனியும் கூடியிருந்தால் பெரிய நதிப் பிராந்திய தேசத்தில் சிறிய கிராமத்தில் ஜாதகருடைய ஜெனனம் நேரிடும். உத்தராம்சத்தில் பிறந்தவருக்குச் சமுத்திர சமீப பட்டணத்தில் ஜெனனமும், வாசமும் நேரிடும்.

(41) ஜென்ம லக்னம் தனுசு (முத்கராம்சம்) ஆகி பூர்வ பாகத்தில் லக்ன பாவாதிபன் சூரியனுடன் கூடியிருக்க சந்திரன் பாபசம்பந்தம் பெற்றிருந்தால் ஜாதகர் பிறந்தகாலத்தில் தாய்க்குப் பிரசவ வேதனை கொஞ்சமாயிருக்கும் உத்தராம்சத்தில் அதிக வேதனையுடன் மூன்று நாள் கஷ்டப்பட்டுப் பிரசவித்தும் குழந்தை பிறக்கும் போது கொடி சுற்றிப் பிறக்கும். பூர்வ பாகத்தில் சீச்கிரம் பிரசவமாகும், ஆயினும் கொஞ்சம் பாலாரிஷ்டமுண்டாகும், கொடி சுற்றாமல் குழந்தை பிறக்கும், ஜாதகருடைய சம்பத் திசையில் மூன்றாவது அல்லது நான்காவது வயதில் மாந்த சுரம், இரணம் இவற்றால் மிகவும் பீடிக்கப்படுவார், தாய் தகப்பனாருக்குச் சுகமும், தேகபுஷ்டியும் உண்டாகும்.

(42) ஜென்ம லக்னம் தனுசு (முத்கராம்சம்) ஆகி லக்னத்திற்கு மூன்றாம் பாவத்தில் சூரியன் இருந்து குருவுடன் கூடி அல்லது குருவால் பார்க்கப்பட்டால் ஜாதகருடைய தகப்பன் சிவபக்தியுடையவர், அரசாங்கத்தில் வசிப்பவர், ஜாதகர் தகப்பன் பாலியவயதில்

தரித்திரத்தால் பீடிக்கப்படுவர், மத்திய வயது காலத்தில் சௌக்யமுடையவர், சுயார்ஜித பாக்கியமும் உடையவர், அரசாங்கத்தில் பிரசித்தியுடையவர், அரசாங்க ஜெனங்களால் அடையப்படுபவர், பொருள் சம்பாதிப்பதில் சமர்த்தர், கல்விமான், தெளிந்த அறிவுடையவர், தனக்குச் சமமான மனிதர்களிடம் சிநேகமுடையர், அவர்களாலும் கொஞ்சம் சுகமுடையவர், ஜாதகருடைய தகப்பன் விருத்தாப்பிய வயதில் விசஷ தனலாபமுடையவர், ஏதோ கொஞ்சம் தர்மம் செய்வார், கீர்த்தியுடையவனாவார்.

(43) ஜென்ம லக்னம் தனுசு (முத்கராம்சம்) ஆகி நான்காம் பாவத்தில் சுக்கிரன் இருந்து, அந்த பாவாதிபதி சூரியனுடன் கூடியிருந்து சந்திரன் சுய க்ஷேத்திரத்தில் இருந்தால் ஜாதகர் தாய் தீர்க்காயுளுடையவள், தாய் குணவதி, தீரமுடையவள், சமர்த்தை, பலத்துடன் கூடியவள், தாய் வம்சத்தில் விசேஷ சௌக்கியமுடையவள், ஜாதகருடைய அம்மான் கொஞ்சம் பிரபலமுடையவர், தாய் உடன் பிறந்த சரேகதரர்களுடன் கூடியவள் வம்சத்தில் பாக்கிய விருத்தி யுடையவள், தாய் புண்ணியத்தினால் தன் தகப்பனாருக்கும் பாக்கிய முண்டாகும்.

(44) ஜென்ம லக்னம் தனுசு (முத்கராம்சம்) ஆகி மூன்றாம் பாவத்தில் குரு இருக்கச் செவ்வாய் லக்ன கேந்திரத்தில் இருந்தால் ஜாதகர் சகோதர விருத்தியுடையவர், இரண்டு சகோதரிகளுடையவர், ஒரு சகோதரி தீர்க்காயுளுயைடவள்.

(45) ஜென்ம லக்னம் தனுசு (முத்கராம்சம்) ஆகி சூரியன் சகோதர பாவத்திலிருந்து செவ்வாய் சனியுடன் கூடியிருந்தால் இரண்டு அல்லது மூன்று சகோதரர்கள் நாசமடைவார்கள்.

(46) ஜென்ம லக்னம் தனுசு (முத்கராம்சம்) ஆகி கடகத்திலுள்ள சந்திரனிருக்குமிடம் தவிர்த்து கேந்திரத்தில் அதாவது லக்கினத்திற்குக் கேந்திரத்தில் மீன ராசியில் சுக்கிரனிருந்து அந்த சுக்கிர திசை வந்தால் அந்த சுக்கிர திசையில் ஜாதகர் சௌக்கியமடைவார்.

(47) ஜென்ம லக்னம் தனுசு (முத்கராம்சம்) ஆகி சுக்கிரன் நான்காம் பாவத்தில் தன்னுச்சராசியிலிருக்க, குரு ஒன்பதாம் பாவாதிபருடன் கூடி ஜெனகாலத்திருக்க குரு பூமிஸ்தானத்தை கோச்சாரத்தில் அடையும் போது ஜாதகர் கிராம லாபத்தை யடைவார்.

(48) ஜென்ம லக்னம் தனுசு (முத்கராம்சம்) ஆகி ஐந்தாம் பாவாதிபன் சனியுடன் கூடியல்லது சனியால் பார்க்கப்பட்டாலும், ஏழாம் பாவாதிபன் ராகுவுடன் கூடியிருந்தாலும் ஜாதகர் சந்தான நாசத்தால் சோகத்தையடைவார்.

(49) ஜென்ம லக்னம் தனுசு (முத்கராம்சம்) ஆகி கும்ப ராசியில் குரு சூரியனுடன் கூடியிருக்க சகட யோகத்தில் பிறந்த ஜாதகருக்குச் சந்தானத்திற்கு இடைஞ்சல் உண்டாகும்.

(50) ஜென்ம லக்னம் தனுசு (முத்கராம்சம்) ஆகி சகடயோகத்தில் குரு பாபராசியில் பாபாம்சத்தில் இருந்து சந்திரன் கேந்திரத்திலிருந்தால் ஜாதகருக்குப் (புத்திர) சந்தானத்திற்கு இடைஞ்சலுண்டாகும், தோஷத்திற்குச் சாந்தி செய்ய வேண்டியது, சந்தான கோபாலப் பிரதிமை தானமும், பதினாயிரம் முதலான சிவார்ச்சனையும், சிம்சுமார தானமும் செய்தால் புத்திரப்பிராப்தி யுண்டாகும்.

(51) ஜென்ம லக்னம் தனுசு (வாருணாம்சம்) ஆகிச் சனி லக்னகேந்திரத்தில் இருக்க பூர்வபாகத்தில் பிறந்தவருக்குத் துர்க்காரண்ணியப் பிரதேசத்தில் நகரத்தில் தேவாலயத்துடன் கூடிய ராஜஸ்தானத்தில் ஜெனனம் நேரிடும். உத்தராம்சத்தில்

பிறந்தவருக்குப் பெரிய கிராமத்தில் ஜெனனம் நேரிடும்,அல்லது நதி தீரத்திலுள்ள புண்ணிய க்ஷேத்திரத்திலாவது ஜெனனம் நேரிடும்.

(52) ஜென்ம லக்னம் தனுசு (வாருணாம்சம்) ஆகிச் சனியால் சந்திரன் பார்க்கப்பட்டால் ஜாதகருடைய தாய்க்குப் பீடையும், பிரசவகிரக தோஷத்தால் பயமும், உத்தராம்சத்தில் ஜெனனமானால் விசேஷ பிரசவ வேதனையும் உண்டாகும், ஜாதகர் மாற்றாந்தாய் உடையவனாவார்.

(53) ஜென்ம லக்னம் தனுசு (வாருணாம்சம்) ஆகிப் புதன் எட்டாம் பாவத்தில் சூரியன் கேதுவுடன் கூடி இருந்தால் ஜாதகர் உஷ்ணவாயு, சூலைரோகம் முதலியவற்றால் பீடிக்கப்படுவார், சந்திரன் கும்பராசியில் காதாம்சாவஸ்தையிலிருந்தால் ஜாதகருடைய தாய் இருபத்தெட்டு நாளில் மரிப்பாள், ஜாதகர் வளர்ப்புத் தாயால் சௌக்கிய மடைவார், பாலரோகபயமுண்டாகும், மாந்த சுர, ரணம் முதலானவற்றாலும், வைசூரியாலும் சுரமுண்டாகி ஐந்து வயது வரையில் பாலதோஷத்தால் கஷ்டப்பட்டு ஐந்து வயதிற்குப் பிறகு சுகமடைவார்.

(54) ஜென்ம லக்னம் தனுசு (வாருணாம்சம்) ஆகி லக்ன பாவாதிபதி விரயபாவத்திலிருந்து லக்கின பாவத்தில் சனி கூடி லக்னத்தில் ஏழில் சுக்கிரனிருந்து எட்டாம் பாவாதிபதி சனியால் பார்க்கப்பட்டு புதன் ஆயுள் ஸ்தானமான எட்டாமிடத்தில் இருந்தால் ஜாதகர் சகலதோஷங்களும் விலகப்பெற்றுச் சுகமடைவார், ஜாதகர் மத்திமாயுள் யோகமுடையவனாயினும் நாற்பத்தாறு வயதுடையவனே, முப்பத்திரண்டாவது வயதில் தேகஜாட்டியமும், இருபத்திநாலாவது வயதிலும் அப்படியே தேக ஜாட்டியமும், முப்பத்தெட்டில் விசேஷ பயமும் உண்டாகும், சாந்தி செய்தால் சுகமுண்டாகும், லக்ஷ்மிருத்துஞ்ஜெய ஜபம், ஈஸ்வரசன்னிதியில் ஜெபித்து ஆயுள் ஹோமம் செய்து சனி சக கிரதானமும், செய்து ஆடு தானமும் செய்தால் மரணத்தினின்றும் மீண்டு தேக சுகமடைவார்.

(55) ஜென்ம லக்னம் தனுசு (வாருணாம்சம்) ஆகிச் சூரியன் புதனுடன் கூடியிருக்க ஒன்பதாம் பாவத்திற்குப் பாக்கியாதிபன் லாப பாவத்தில் பூர்ணபலத்துடன் கூடி பாக்யாவஸ்தையிலிருக்கப் பிறந்த ஜாதகருடைய தகப்பன் ராஜயோகமுடையவர், சிம்மாதனபதியாவார், சதுரங்க பலத்துடன் கூடினவர், குடை, சாமரமுடையவனாகி, பட்டணத்தலைவனாகி சேவகர்களால் கொண்டாடப்பட்டு வணக்கம் செய்யப்பெற்று, யானை, குதிரை, தேர், வாகனம் முதலிய அநேக (வேலைக்காரர்கள்) ஏவலாளர்களுடன் கூடிப் பெரிய உதாரகுணமுடையவரும், விசேஷ பாக்ய முடையவரும், அநேக சேனை, குதிரைகளுக்கு நாயகனாகியும், கல்வியுடையவரும், இனிமையாய்ப் பேசுபவரும், விநயமுள்ளவரும், தர்மத்தைப் பரிபாலிப்பவரும், விஷ்ணு, சிவபக்தியுடையவரும், தேவர் பிராமணர்களை ரக்ஷிப்பவருமாவார்.

(56) ஜென்ம லக்னம் தனுசு (வாருணாம்சம்) ஆகி ஒன்பதாம் பாவாதிபன் புதனுடன் கூடியிருந்தால் ஜாதகருடைய தகப்பன் சக்தி தேவி (சக்தி) யினுடைய அருளடைந்தவர், சாஸ்திர, ஆகம புராணங்களைப் பிரியமாய்ச் சொல்பவரும், நன்கு அறிந்தவரும் ஆவார்.

(57) ஜென்ம லக்னம் தனுசு (வாருணாம்சம்) ஆகி ராகுவுடன் சூரியன் கூடி அல்லது சூரியன் ராகுவால் பார்க்கப்பட்டால் ஜாதகருடைய தகப்பன் அயலாருடைய ரகசியங்களை வெளிப்படுத்துபவர், சத்ருக்களை அழிப்பவர், பிரதாபமுடையவர்,கோபமும், சௌரியமும், கீர்த்தியுமுடையவர், மூன்று மனைவிகளை மணக்கும் யோகமுடையவர், போக ஸ்த்ரீகளிடத்தில் சரசம் செய்வதில் பிரியமுள்ளவர், சந்தன, புஷ்ப, பிரியமுடையவர், சங்கீதப் பிரியன், பல தேசங்களிலும் கொண்டாடப்படுபவர், தேசாந்திரத்திலும் கீர்த்தியுடையவர், கர்ப்பத்திலிருந்தே ஸ்ரீமானானவர், வெகு போகமுள்ளவர், மத்திய, அந்திய காலங்களில்

வெகு யோக முடையவர், ராஜ்ய தந்திரத்தில் வெகு சமர்த்தர், தன தானியப் பெருக்குடையவர், யானை, குதிரை, முதலிய விருத்தியுடையவர், பழையவற்றை புதுப்பித்தல் முதலிய தர்மம் செய்பவர், நடைவாவி, குளம், கிணறு முதலிய அநேக தர்மங்களைக் காப்பாற்றுபவர், புத்திரமூலம் சுகமுடையவனாயினும், தனரத்னாதிக்முள்ளவர், எப்பொழுதும் அன்னதாம் செய்யும் புண்ணியாத்துமா, நல்ல அறிவாளியாய் தன் ராஜ்யத்தைப் பரிபாலிப்பவர், தேவாலயம் முதலிய தர்மசித்திகளைத் தள்ளாதவயதில் செய்வார், ஜாதகருடைய மூன்றாம் திசையில் நல்ல லோகத்தை அடைவார்.

(58) ஜென்ம லக்னம் தனுசு (வாருணாம்சம்) ஆகி நான்காம் பாவாதிபன் இரண்டாம் பாவத்தில் இருந்து சந்திரன் சனியுடன் கூடி அல்லது சனியால் சந்திரன் பார்க்கப்பட்டால் ஜாதகருடைய தாய்க்குச் சுகமில்லை, தாய் குணமுள்ளவள், பொறுமையுள்ளவள், கணவருடைய மனம்போல் அனுசரணையுடன் நடப்பவள், எப்பொழுதும் அன்னதாம் செய்வதில் பிரீதியுடையவள், தர்ம சிந்தையுடையவள், ஜாதகருடைய ஜென்ம திசையில் அதி பாலியத்தில் பிரசவத்தில் ஜாதகருடைய தாய் மரிப்பாள். ஜாதகர் இரண்டு தாய்களை ரக்ஷிப்பார், மாற்றாந்தாயால் சௌக்கியமுடையவர் ஆவார்.

(59) ஜென்ம லக்னம் தனுசு (வாருணாம்சம்) ஆகி மூன்றாம் பாவாதிபன் சனி லக்கின பாவத்தில் இருந்து சுக்கிரனால் பார்க்கப்பட்டுச் சகோதரகாரகன் பதினோராம் பாவத்தில் இருந்தால் சகோதரர் சௌக்கியமுடைய ஜாதகனாவர், இரண்டு பேத சகோதரர்களுடையவர், இரண்டு சகோதரிகள் அப்படியே உடையவர், அதிகம் இருந்தாலும் நஷ்டமடையும், இரண்டு சகோதரர்கள் நல்லயோகமுடையவர்கள், மேன்மையான யோகமுடையவர்கள், ஜாதகர் ராஜயோக விருத்தியுடன் தேசாந்தரத்திலும் கீர்த்தியுடையவர், அஸஹாய சமர்த்தர், ராஜ்ஜிய தந்திரத்தில் நல்ல புத்தியுடையவர், தியாகபோக சௌக்கிய முடையவர், ஆஸ்தானங்களில் சுதந்திரமுடையவனாவார்.

(60) ஜென்ம லக்னம் தனுசு (வாருணாம்சம்) ஆகி ல்க்ன பாவத்தில் சனி இருந்தாலும் சனி லக்ன பாவத்தைப் பார்த்தாலும், ஜாதகர் காமியாயும், சம்போக புத்தியுடையவனாயும், மகா பாக்கியமுடையவனாயும், மானியாயும், தியாகியாயும், ஆயுதங்களைத் தரிப்பவர்களுக்குத் தலைவனாகவுமிருப்பார்.

(61) ஜென்ம லக்னம் தனுசு (வாருணாம்சம்) ஆகி ராகு இரண்டாம் பாவத்தில் இருந்தால் மருந்துசெய்வதில் அல்லது பிரயோகிப்பதில் நல்ல புத்திமானாகவும், நல்ல நிபுணனாகவுமிருப்பார், சங்கீதப் பிரியன் சந்தன, புஷ்ப வஸ்திர அலங்காரப்பிரியன், நாடக, காவிய, அலங்கார சாஸ்திரங்களிலும், நல்ல சமஸ்கிருத ஞானமுடையவனாகவுமிருப்பார், மூன்று பாஷைகளில் கெட்டிக்காரர், பலவித்தைகளில் வெகு சிரமப்படுபவர்,. மனைவியை மணந்த பிறகு யோகமுடையவர், போக ஸ்த்ரீ சௌக்கியமுடையவர், சுக்கிரன் காமினியம்சத்திலிருந்தால் ஜாதகர் பல ஜாதி ஸ்த்ரீகளைச் சேருவார், குதிரை யேறுவதில் வல்லவர், அநேக வேலைக்காரர்களையுடையவர், அநேக வாகன சம்பத்துடையவர், யானை யேறுவதில் சௌக்கியமுடையவர், டங்கா, தப்பட்டை, படக வாத்தியங்களுடைவர், புல்லாங்குழல் வாசிப்பதும், வீணைப்பாட்டிலும் ரஸமறிந்தவர், அநேக குதிரைச் சேனைகளுக்கு நாயகனாவர், மந்திர சாஸ்திரப் பிரியன், எப்பொழுதும் சக்தி தேவியின் அருளுடையவர், விசேஷ குரு பக்தியுடையவர், வேதாந்த ஞான சீலமுள்ளவர், ஆயுளுள்ள வரையில் கீர்த்தியுடையவர். தேசாந்தரங்களில் நற்கீர்த்தியுடையவனாவார்.

(62) ஜென்ம லக்னம் தனுசு (வாருணாம்சம்) ஆகி ஏழாம் பாவாதிபன் இருக்கப்பட்ட நவாம்சத்தைக் கோசாரத்தில் குரு எப்போது அடைகிறானோ அப்போது ஜாதகருக்கு மனைவி லாபம் (விவாகம்) உண்டாகும்.

(63) ஜென்ம லக்னம் தனுசு (வாருணாம்சம்) ஆகி ஐந்தாம் பாவாதிபன் லாப பாவத்திலிருந்த தன் அம்சத்தில் இருக்கப்பட்ட சனியால் பார்க்கப்பட்டு ஒன்பதாம் பாவாதிபன் எட்டாம் பாவத்திலிருக்க ராகு, கேது இவர்களுடன் கூடியாவது, ராகு கேதுக்களால் ஐந்தாம் பாவாதிபதி பார்க்கப்பட்டாவதிருந்து புத்திரகாரகன் விரய பாவத்திலிருந்தால் ஜாதகருக்கு அற்ப சந்தானம் உண்டாகும். அதற்கு நாக சாந்தியாலும், சுப்ரமணிய விரதத்தாலும், நல்ல தீர்க்க ஆயுளையுடைய புத்திரன் பிறப்பார், ஜென்ம காலத்தில் குருவின் பார்வையுள்ள ராசித் திரிகோணங்களில் கோட்சாரத்தில் குரு வருங்காலத்தில் புத்திர புத்திரி ஜெனனம் உண்டாகும், இரண்டு புத்திரரும், இரண்டு புத்திரிகளும் தவிர அதிகம் ஜெனித்தாலும் நஷ்ட மடையும், சந்ததியுடையவனாவார்.

(64) ஜென்ம லக்னம் தனுசு (வாருணாம்சம்) ஆகி பன்னிரெண்டாம் பாவாதிபன் சுப ராசியிலிருந்து விரய பாவத்தில் குரு இருந்தால் ஜாதகருக்கு தேகாந்தியத்தில் புண்ணிய லோகப் பிராப்தியும், பாபம், புண்ணியம் இரண்டும் சமமுடையவனாயும் இருப்பார்.

(65) ஜென்ம லக்னம் தனுசு (வாருணாம்சம்) ஆகி லக்கின பாவத்தில் சூரியன் இருக்கப் பூர்பாகத்தில் ஜெனித்தவருக்குத் தாய் ஜாதகர் பிரசவகாலத்தில் அதிக வேதனை யடைவாள். உத்தராம்சத்தில் கொஞ்ச வேதனை யுண்டாகும், தாய்க்கு தோஷ முண்டாகும்.

(66) ஜென்ம லக்னம் தனுசு (வாருணாம்சம்) ஆகி சந்திரன் செவ்வாயுடன் கூடியிருந்தால் ஜாதகருடைய தாய்க்கும் பீடையும் கொஞ்சம் பயமும் உண்டாகும், பாலாரிஷ்ட பீடையால் ஜாதகர் ஐந்து வருஷம் வரையில் கஷ்டமடைந்து, மாந்த சுரத்தாலும், வைசூரியாலும், சுரத்தாலும், விரணத்தாலும் பயமடைவார்.

(67) ஜென்ம லக்னம் தனுசு (வாருணாம்சம்) ஆகி லக்கின பாவாதிபதி தன்னுச்ச ராசியிலிருந்து எட்டாம் பாவாதியன் ஐந்தாம் பாவத்தில் இருந்து சூரியன் கேந்திரத் திரிகோணங்களிலிருந்தால் ஜாதகருக்குச் சகல அரிஷ்ட தோஷங்களும் விலகிச் சுகமடைவார், மத்திமாயுள் யோகமுடையவர், அறுபத்தொரு வயதுடையவர்.

(68) ஜென்ம லக்னம் தனுசு (வாருணாம்சம்) ஆகி சூரியன் கேந்திரத்தில் பலத்துடன் கூடியிருக்க சனி ஒன்பதாமிடத்தில் இருந்தால் ஜாதகருக்கு இரண்டு தகப்பன் என்று எண்ணப்படுகிறது, ஜாதகர் சுவீகாரமாவார், சுவீகார தகப்பன் நல்ல புகழுடையவர், சகோதர சௌக்கிய முடையவர், கல்வி அறிவுடைய விவேகி, தன் வித்தையில் சமர்த்தன், இரண்டு தாரமுடையவர், எழுதுவதில் சமர்த்தர், தேவப்பிராமண பக்தியுடையவர், உசிதமாகத் தெரிந்தவர், குணத்துடன் கூடினவர், விஷ்ணு பக்த மத ஆசாரமுடையவர், விஷ்ணு, சிவ பக்தியுடையவனாவார்.

(69) ஜென்ம லக்னம் தனுசு (வாருணாம்சம்) ஆகி லக்கினத்திற்கு ஒன்பதாம் பாவத்திற்கு ஒன்பதில் சந்திரனிருந்தால் ஜாதகருடைய சிறிய தகப்பன் கன்னியா தேவியைக் குலதேவதையாக உடைய வம்சத்தில் ஜெனித்தவர், சேர்க்கவும், கலைக்கவும், சாமர்த்தியமுள்ளவர், வாசாலகர், சாதுர்ய யுக்தியாய்ப் பேசுபவர், எப்பொழுதும் வியாபார ஜீவனமுடையவர், திரவிய சம்பாதனையில் சமர்த்தன், வியாபார விருத்தியுடையவர், மணிரத்ன பரீக்ஷை செய்பவர், அரசாங்கத்தில் பிரசித்தியுடையவர், தன் ஜெனங்களிடத்திலும் பிரசித்தியுடையவர், சொர்ண ரத்ன, நல்ல வஸ்திரம் முதலிய கிரய விக்கிரயத்தால் லாபமுடையவர், தீபாந்தர வஸ்துக்களால் பல வியாபார லாபமுடையவர், தன, தானியத்துடன் கூடிய ஸ்ரீமானாவன் க்ஷேத்திர கிராமம் முதலிய சௌக்கியமுடையவர், கர்னாடக அரசர்களால் சன்மானிக்கப்படுபவர், வெளிதேசங்களில் கொண்டாடப்பட்ட கீர்த்தியுடையவர், தேவாலயம் குளம், விஷ்ணு கைங்கரியம் முதலிய தர்மம் செய்பவர், நந்தவனம், (பங்களா) முதலிய சுகபோகியாவார், புண்ணிய சித்தியுடையவர், விசேஷ

விஷ்ணு பக்தியுடையவர், சுயம் தர்மகர்த்தாவாக ஆவார், புத்திர மூலம் சுகமுடையவனாயிருந்தாலும் சகோதரருடைய புத்திரனால் சந்ததி விருத்தி உடையவர், எப்பொழுதும் தர்ம மார்க்கத்தில் பற்றுடையவர், வயோதிக வயதில் ஞானமுடையவர், ஜாதகருடைய க்ஷேம திசையில் ஜாதகருடைய ஸ்வீகார பிதா மரிப்பார்.

(70) ஜென்ம லக்னம் தனுசு (வாருணாம்சம்) ஆகி நான்காம் பாவாதிபன் தன் உச்ச ராசியிலிருக்க நான்காம் பாவத்தில் ராகு இருந்து சுககாரகனான சந்திரன் செவ்வாயுடன் கூடியிருந்தால் ஜாதகர் சிறிய தாய் விசேஷ சௌக்கியமுடையவள், சமர்த்தை, கடுத்த சொல்லுடைளவள், புருஷப் பிரஜை இல்லாதவள், விதவையாகி துக்கிப்பவள், இவள் ஜாதகருடைய ஐந்தாம் திசையில் மரிப்பாள், ஜாதகருடைய பாட்டன் பொறுமையுடையவர், தேவப் பிராமண பக்தியுடையவர், சகோதர சௌக்கியமுடையவர், சாந்த சுபாவத்தை எழுதுவதில் சமர்த்தர் ஆனவர்.

(71)ஜென்ம லக்னம் தனுசு (வாருணாம்சம்) ஆகி ஜாதகருக்கு ஒன்பதாம் பாவத்தில் சனியிருந்தாலும், பார்த்தாலும் ஜாதகருடைய தகப்பன் அனாசாரத்துடன் கூடியவர், வியாபார ஜீவி, பல புண்ணிய வசத்தினால் தனிகன், சொர்ண, ரத்ன பரீக்ஷை செய்பவர், முத்து, மணிப்ரவாளம் முதலிய பல லாபமுடையவர், திரவிய சம்பாதணையில் சமர்த்தர்,அரசாங்கத்தில் பிரசித்தி யுடையவர் வியாபார விருத்தியுடையவர், பலவழிகளிலும் திரவிய சம்பாணையுள்ளவர், பாலியத்தில் அற்ப சுகமுடையவர், ஆயினும் மத்திய, அந்திய வயதில் தனமுடையவர், தன் ஜெனங்களிடம் பிரசித்தியுடையவர், விஷ்ணு கைங்கரிய தர்மமுடையவர், குளம், உத்தியானம் முதலிய தர்மம் உடையவர், தள்ளாத வயதில் தர்மம் செய்பவர், புத்திரன் மூலம்சுகமுடையவர், கிழவயதில் அதிக சௌக்கியமுடையவர், சாந்தமுள்ளவர் ஜாதகருடைய ஐந்தாம் திசையில் மரிப்பார்.

(72) ஜென்ம லக்னம் தனுசு (வாருணாம்சம்) ஆகி மூன்றாம் பாவாதிபதி நீச்சாம்சத்தில் இருந்து சகோதரகாரகன் சந்திரனுடன் கூடி சுயக்ஷேத்திரத்தில் இருக்க பதினோராம் பாவாதிபன் சுபருடன் கூடியிருந்தால் ஜாதகருக்குச் சகோதர பலம் அற்பமாகும், நீண்ட கால ஆயுளுடைய ஒரு மூத்த சகோதரனுடையவனும், பின் சகோதரன் இல்லாதவருமாவார், ஜாதகருக்குச் சகோதரியும் அப்படியேயிருந்தாலும், அவள் அற்பாயுளுடையவள், மாற்று சகோதரிகள் மூவர் இருப்பார்கள், அவர்களில் ஒருத்தி அற்பாயுளுடையவள், பின்னொருத்தி விதவையாவள், மற்றொருத்தி சுக ஜீவனமுள்ளவள்.

(73) ஜென்ம லக்னம் தனுசு (வாருணாம்சம்) ஆகி லக்கின பாவாதிபன் தன் உச்ச ராசியில் இருந்தால் ஜாதகர் கன்னி தேவதையைக் குல தெய்வமாக உடைய வம்சத்தில் ஜெனித்தவர், தேவப்பிராமண விசுவாசி தியாகி, கெம்பீர புத்தியுடையவர், விஷ்ணு பக்தி மதாசாரசமுடையவர், விஷ்ணு சிவ பக்தியுடையவர், வாசாலகன், பிரசங்கியானவர், எழுதுவதில் சமர்த்தன் சுயவித்தையில் வல்லவர், கர்ப்பத்திலிருந்து ஸ்ரீமானாவர்,மகாபோகி, பிதுரார்ஜித தனமுடையவர்.

(74) ஜென்ம லக்னம் தனுசு (வாருணாம்சம்) ஆகிப் பத்தாம் பாவாதிபதி செவ்வாயின் வீட்டிலிருக்கப் பத்தாமிடத்தில் கேது இருந்தால் எப்பொழுதும் வியாபார ஜீவனமுடையவர் வியாபாரத்தால் திரவிய லாபமுடையவர், சொர்ண வியாபாரத்தால் லாபமுடையவர், பற்பல ரத்ன பரீக்ஷை செய்பவர், ரத்னம், தானியம் நல் வஸ்திரம் முதலிய பல வியாபார லாபமுடையவர், பிராமணனால் சுகமுடையவர், தன் சிறிய தகப்பனால் சௌக்கியமுடையவர், அரசாங்கத்தில் புகழுடையவர், வெளிதேசத்தில் தெளிவான கீர்த்தியுடையவர், பதினாலாவது வயதில் அதிக சுபமுள்ளவர், சிறிய தகப்பனால் சுவீகாரமாக எடுத்துக் கொள்ளப்படுவார்.

(75) ஜென்ம லக்னம் தனுசு (வாருணாம்சம்) ஆகி ஐந்தாம் பாவாதிபன் சந்திரனுடன் கூடி சுப க்ஷேத்திரத்தில் பலத்துடன் கூடி புத்திரகாரகனான குரு தன் உச்ச ராசியிலிருந்து சுக்கிரனால் பார்க்கப்பட்டால் ஜாதகர் ஆண் பிள்ளையின் சோகத்தால் தபிக்கப்பட்டவனாகி அற்ப சந்தானமுடையவனாகி இரண்டு புத்திரன்களும், மூன்று புத்திரிகளும் ஆயுளுடையவர்களாகப் பெறுவார், அதிகம் பிறந்தாலும் மரித்து விடும்.

(76) ஜென்ம லக்னம் தனுசு (தனதாம்சம் அதாவது லக்ன ஸ்புடம் பாகை 249-24 கலை முதல் பாகை 249-36 கலை வரையில்) ஆகி லக்கின பாவத்தில் சுக்கிரன் இருந்தாலும், லக்கினத்தைப் பார்த்தாலும் லக்கினாதிபன் கேதுவுடன் கூடியிருந்தாலும் பூர்வபாகத்தில் ஜெனித்த ஜாதகருடைய தாய் விசேஷ பிரசவ வேதனையடைவள், உத்தராம்சத்தில் வேதனை கொஞ்சமாயிருக்கும், சூதிதோஷம் அதிகமிருக்கும்.

(77) ஜென்ம லக்னம் தனுசு (தனதாம்சம்) ஆகி சனி பாபக் கிரகங்களால் பார்க்கப்பட்டால் ஜாதகருக்கு மாந்த சுரத்தாலும், வைசூரியாலும், இரணத்தாலும், பயமுண்டாகும், ஜாதகருடைய தாய்க்கும் கொஞ்சம் பயமுண்டாகும்.

(78) ஜென்ம லக்னம் தனுசு (தனதாம்சம்) ஆகி லக்ன பாவாதிபதி மூன்றாம் பாவத்தில் மித்திராம்சத்தில் இருக்க எட்டாம் பாவாதிபன் நீச்ச ராசியிலிருந்து சூரியன், புதன் இவர்களால் எட்டாம் பாவாதிபன் பார்க்கப்பட்டு லக்கினம் தவிர்த்த கேந்திரத்தில் சுக்கிரன் இருந்தால் ஜாதகருக்குச் சகல தோஷங்களும் விலகிச் சுக மடைவார், ஜாதகருக்கு வயதிருந்தாலும் ஜாதகர் அறுபத்தைந்தாவது வயதுவரை ஜீவித்திருப்பார்.

(79) ஜென்ம லக்னம் தனுசு (தனதாம்சம்) ஆகி புதனுடன் சூரியன் கூடி இருந்தால் ஜாதகருடைய தகப்பன் விசேஷ சௌக்கியமுடையவர், தன் தகப்பனைவிட மேலான குணமுடையவர், ஜாதகருடைய தகப்பன் சகோதரனில்லாதவர், ஒண்டியானவர், மாற்றாந்தாயின் பிள்ளை பின்ன சகோதரருடையவர், ஜாதகருடைய தகப்பன் அற்பாயுளுடையவனாவார்.

(80) ஜென்ம லக்னம் தனுசு (தனதாம்சம்) ஆகி ஒன்பதாம் பாவாதிபன் புதனுடன் கூடியிருந்தால் ஜாதகருடைய தகப்பன் கல்வி, அறிவு உடைய விவேகியாவார்.

(81) ஜென்ம லக்னம் தனுசு (தனதாம்சம்) ஆகிச் சூரியன், சந்திரனுடன் கூடியிருந்தால் ஜாதகருடைய தகப்பன் கன்னியா தேவியைக் குல தெய்வமாக உடைய வம்சத்தில் பிறந்தவர், தேவ பிராமண விஸ்வாஸமுடையவர், விஷ்ண பக்த மதத்தை அடைபவர், எழுத்துவித்தை அறிந்த சமர்த்தன், சுயவித்தையில் மிக வல்லவனாக இருப்பார்.

(82) ஜென்ம லக்னம் தனுசு (தன்தாம்சம்) ஆகி ஒன்பதாம் பாவத்தில் ராகுவுடன் சனி கூடியிருந்தால் ஜாதகருடைய தகப்பன் சிநேகிதர்களை வஞ்சிக்கும் புத்தியுடையவர், லோபப் பிரகிருதியுடையவர், எப்பொழுதும் வியாபாரத்தால் ஜீவனமுடையவர், பிதுரார்ஜித தனமுடையவர், சொர்ண, ரத்ன பரீக்ஷை செய்பவர், கிரையவிக்கிரையத்தில் ஒழுக்கமுடையவனாயிருப்பார், பல ரத்திரனங்களைப் பரிக்ஷை செய்பவர், சுயார்ஜிதம் சம்பாதிப்பவர், எப்பொழுதும் வியாபார விருத்தியுடையவர், பல ஜாதி மனிதர்களாலும் தனமடைவர், அரசாங்கத்தில் பிரசித்தியுடையவர், பிரபுக்கள் பிரீதி விசேஷமுடையவர், தனலாபமும், நற்கீர்த்தியும் உடையவர், சூத்திரப் பிரபு மூலம் சௌக்கியமடைவார், பலப்பல வியாபாரம் செய்து தனப் பெருக்குடையவர், தன் ஜெனங்களிடத்தில் பிரசித்தியானவர், அயல் தேசத்தில் புகழும், கீர்த்தியும் உடையவர், வாகனம் முதலிய நல்ல லாபமுடையவர், சொர்ண, பூஷண, வஸ்திர லாபமுடையவர், வீடு க்ஷேத்திரம் முதலிய விருத்தியுடையவர், விருத்தாப்பிய வயதில் தர்மத்தைக் கிரகிப்பவர், புத்திரனால் சுக முடையவர், விருத்தாப்பிய

வயதில் விசேஷ சௌக்கியமுடையவர், தீர்த்த யாத்ரா பலன் சித்திக்கும், தடாக உத்யானம் முதலிய தர்மம் செய்பவர், விசேஷ விஷ்ணு பக்தியுடையவர், நல்ல பாத்திரமறிந்து ஒழுக்கத்துடன் தானம் செய்பவர், பிதா ஜாதகருடைய விபத்தார திசையில் மரிப்பார்.

(83) ஜென்ம லக்னம் தனுசு (தனதாம்சம்) ஆகி நான்காம் பாவாதிபதி மூன்றாம் பாவத்தில் இருக்க ஏழாம் பாவத்தில் சுபக்கிரக மிருந்தால் ஜாதகருடைய தாய் விசேஷ சௌக்கியமுடையவள், குணவதி சாந்தமுள்ளவள், கணவனிடம் பக்தி, குணம் முதலியன உடையவள். வம்ச விருத்தியுடையவள், புத்திரனுக்கு இஷ்டமானதைச் செய்பவள், ஜாதகருடைய க்ஷேம திசையில் மரிப்பாள், இறப்பதற்கு முன்பு வியாதியடைவாள்.

(84) ஜென்ம லக்னம் தனுசு (தனதாம்சம்) ஆகி மூன்றாம் பாவாதிபருடன் ஒன்பதாம் பாவத்தில் ராகு கூடியிருக்க சகோதர காரகன் சுக்கிரனுடன் கூடியிருந்தால் சகோதர சகோதரரிகளை யுடையவர், ஜாதகருக்கு மூன்று மூத்த சரேகதரிகள் சுகத்துடன் கூடியவர்கள், ஜாதகருடைய பின் சகோதரிகள் இரண்டு, மூன்று பேர் யோகத்துடனும் கூடியவர்கள், மூன்றாம் பாவத்தில் குரு இருந்தால் ஒரு பின் சகோதரனையுமுடையவர், அதிகம் பிறந்தாலும் ஜாதகருக்கு இதற்குமேல் சகோதர சகோதரிகள் இருக்க மாட்டார்கள்.

(85) ஜென்ம லக்னம் தனுசு (தனதாம்சம்) ஆகி குரு ராகுவால் பார்க்கப்பட்டாலும் குரு ராகுவுடன் கூடியிருந்தாலும் ஜாதகர் துராலோசனை செய்வார், சிநேகிதர்களையும், தன் பந்துக்களையும் ரக்ஷிப்பவர், எழுதுவதில் சமர்த்தன் ஆவார்.

(86) ஜென்ம லக்னம் தனுசு (தனதாம்சம்) ஆகி இரண்டாம் பாவத்தில் செவ்வாயிருந்தாலும்,இரண்டாம் பாவத்தைப் பார்த்தாலும் ஜாதகர் கொஞ்சம் பரஸ்த்ரீ சேர்க்கையுடையவர், சந்தன புஷ்ப, வஸ்திர அலங்காரப்பிரியன், பணம் சம்பாதிப்பதில் சமர்த்தன் ஆவார்.

(87) ஜென்ம லக்னம் தனுசு (தனதாம்சம்) ஆகி பத்தாம் பாவாதிபருடன் சூரியன் கூடியிருந்தால் ஜாதகர் வியாபார ஜீவன முடையவர், சொர்ண ரத்தின பரிக்ஷை செய்பவர், சீலமுடன் கிரைய விக்கிரையம் செய்பவர், முத்து, மணிப்ரவாளம் முதலிய பல வியாபாரமும் உடையவர் வியாபார விருத்தி செய்வதில் நிபுணர், அரசாங்கமூலம் பிரசித்தியுடையவர், சிவப்புத் தானியம், நல்ல வஸ்திரம் முதலிய பல வியாபாரமுடையவர், பல பிரபுக்களாலும் தனமடைவார், அயல் தேசத்தில் கீர்த்தியுடையவர், பெரிய பணக்காரர் ஆகிச் சுகியாவார்.

(88) ஜென்ம லக்னம் தனுசு (தனதாம்சம்) ஆகி மூன்றாம் பாவம் சுபக்கிரகங்களால் அடையப்பட்ட ஜாதகருக்கு பெண் கொடுக்கும் மாமனார் விசேஷ சௌக்கியம் உடையவனாவார்.

(89) ஜென்ம லக்னம் தனசு (தனதாம்சம்) ஆகி பன்னிரண்டாம் பாவாதிபன் சுபக்கிரகங்களுடன் கூடியிருக்க விரயபாவத்தைச் சுபர்கள் பார்த்தாலும், சுபர்கள் பன்னிரண்டாம் பாவத்திலிருந்தாலும் ஜாதகர் அந்தியத்தில் ஞானத்தை யடைந்து புண்ணிய லோகத்தை அடைவார்.

(90) ஜென்ம லக்னம் தனுசு (சுமத்யாம்சம்) ஆகி பூர்வ பாகத்தில் லக்கின பாவாதிபன் சந்திரனுடன் கூடியிருக்க லக்னத்தில் புதனும் சுக்கிரனும் கூடியிருந்தால் ஜாதகருடைய தாய் ஜாதகர் பிறந்த காலத்தில் கொஞ்சமான பிரசவ வேதனையடைவாள்.

(91) ஜென்ம லக்னம் தனுசு (சுமத்யாம்சம்) ஆகி உத்தராம்சத்தில் சந்திரன் செவ்வாயால் பார்க்கப்பட்டு ஜெனித்தவருடைய தாய்க்கு ஜாதகர் பிறந்த காலத்தில் பிரசவ வேதனை அதிகமுண்டாகி யிருக்கும், சந்திரன் குருவுடன் கூடியிருந்தால் ஜாதகருடைய

தாய்க்குத் தோஷமும் பயமுமுண்டு மாந்த சுர பயமும், சிசுக்களுக்குரிய ரோகமும் ஜாதகருக்கு உண்டாகும்.

(92) ஜென்ம லக்னம் தனுசு (சுமத்யாம்சம்) ஆகி லக்கின பாவாதிபதியும், எட்டாம்பாவாதிபதியும் பத்தாமிடத்தில் கேந்திரத்திலிருந்து, ஏழாம் பாவத்தில் சனியுமிருக்க புதனும், சுக்கிரனும் லக்கினத்தில் கூடியிருந்தால் ஜாதகர் சகல தோஷங்களும் விலகப் பெற்றுச் சுகமுடையவனாவர், மத்திய வயதுடையவர். அறுபத்தைந்து வயது ஜீவித்திருப்பார். இருபது வயதுக்குமேல் கொஞ்சம் பீடையுண்டாகும், இருபத்தேழிலும் இப்படியே, ஜாதகருக்கு முப்பத்தாறாவது வயதில் தேக பீடையும் பித்த வாயு மூலம் பீடையும், நாற்பதாவது வயதில் மேகரோகமும் ஐம்பத்தாறாவது வயதில் அபமிருத்தியும் உண்டாகும். சாந்தியால் சௌக்கியமும் உண்டாகும். அவ்வக் காலங்களில் நல்ல புத்திமானானவர், சாந்தி செய்ய வேண்டும் என்ணையுடன் கூடிய எண்ணெய்க்குடம், தெய் சனி சக்கிரம் முதலியவற்றைத் தானம் செய்து ஆயுள் ஹோமம் செய்தால் ஜாதகருக்கு சுகமுண்டாகும் மேஷத்திரிகோணத்தில் அல்லது விருஷப ராசியிலாவது அதின் திரிகோணங்களிலாவது கோச்சாரத்தில் சனி வருஞ் சமயம் ஜாதகருக்கு பீடையுண்டாகும். மேற்சொல்லிய சனிப் பிரீதி செய்தால் சுகமுண்டாகும். தனக்குச் சமமான ஜன அரிஷ்டம் அல்லது தாய் தகப்பன் ஜெனங்களுக்குக் கெடுதி முதலியன உண்டாகும்.

(93) ஜென்ம லக்னம் தனுசு (சுமத்யாம்சம்) ஆகிச் சூரியன் இரண்டாம் பாவத்தை யடைந்திருந்தால் பாக்கியாதிபத்ய யோகத்தினால் ஜாதகருடைய தகப்பன் விசேஷ சுகமுடையவனாவர், ஜாதகருடைய பாட்டனைக் காட்டிலும் ஜாதகருடைய் தகப்பன் மேலான குணமுடையவர், தேவ பிராமண பக்தியுடையவர், கல்வி அறிவுடைய விவேகியாவர். ஜாதகருடைய தகப்பன் சகோதரர்களில்லாதவர், விசேஷ விஷ்ணு பக்தியுடையவர், மத்துவாச்சார மதத்தை அடைபவர்,அயலார்களுக்கு இங்கிதமறிந்தவர், வல்லவர், அயலார்களின் ரகசியங்களை வெளிப்படுத்துபவர், வாசாலகர், யுக்தியாய்ப் பிரசங்கம் செய்பவனாவார்.

(94) ஜென்ம லக்னம் தனுசு (சுமத்யாம்சம்) ஆகி ஒன்பதாம் பாவத்தைப் பாக்கிரகங்கள் பார்த்தாலும், ஒன்பதாம் பாவத்தில் பாபக்கிரமிருந்தாலும் ஜாதகருடைய பிதா இரண்டு தாரமுடையவர், சூரியன் கின்னராம்சத்தில் இருந்தால் ஜாதகருடைய தகப்பன் ராஜசேவை செய்து ஜீவிப்பார், பிரபுக்களின் மூலமாகப் பிரசித்தி பெறுபவர், திரவிய சம்பாதனையில் சமர்த்தர், பாலியத்தில் அற்ப சுகமுடையவர், காமி, மத்திய அந்திய வயதுகளில் சௌக்கியமுடையவர்,அரசாங்கத்தில் பிரசித்தியுடையவர், உத்தியோகத் தினால் தனம் சம்பாதிப்பவர், சூத்திரப்பிரபுவால் சௌக்கியம் அடைபவர், பிரபு மூலம் காரிய அனுகூலமுடையவர், நல்ல வாகனம் முதலிய யோகமுடையவர், பிரபுக்களால் சன்மானிக்கப் பட்டுக் கீர்த்தியடைவர், தன் அரசனுக்கு அதிக சுகமுண்டாகும், பலவழிகளிலும் தனம் சம்பாதிப்பவர், நீச்ச அரசனிடத்தில் ராஜ காரியத்தில் சுதந்தரமுடையவர், பிரபல உத்தியோக ஜீவனமுடையவனாவர், நீச்சப் பிரபுவால் சுகம் உண்டாகும். சத்துர பீடையும், மனஸ்தாபமும், யோகபங்கமும் உண்டாகி விசாரமடைவார், அதற்குப் பிறகு சௌக்யமுண்டாகும். பிரபு மூலம் நல்லயோகமுடையவனாவார். அதன் மூலம் சௌக்கிய உண்டாகும். உத்தரோத்தமாகப் பிரபலமுண்டாகும். அரசாங்க ஜனத்துவேஷம் உண்டாகும். அதனால் கொஞ்சம் வியாக்கூலம் உண்டாகும். சத்ருவை அழிக்கும் யோகமுடையவர், சௌரிய, சாகஸ, கீர்த்தியுடையவர், எப்பொழுதும் ராஜவசியமுடையவர், ஆயுளுள்ளவரை யோகமுடையவர். விருத்தாப்பிய வயதில் புத்திரனால் வெகு சௌக்கியமுடையவர், ஏதோ கொஞ்சம் தர்ம சித்தியுண்டாகும், விருத்தாப்பிய வயதில் ஞானமுடையவர், ஜாதகருடைய ராகு திசையில் ஜாதகருடைய பிதா மரிப்பார்.

(95) ஜென்ம லக்னம் தனுசு (சுமத்யாம்சம்) ஆகி நான்காம் பாவாதிபன் கேந்திர பாவத்தில் சந்திரருடன் கூடி செவ்வாயால் பார்க்கப்பட்டு காதாம்சத்தில் இருந்தால் ஜாதகருடைய தாய் கொஞ்சம் சௌக்யமுடையவளாவள், தாய் குணவதி, பொறுமையுள்ளவள், கணவனிடத்தில் பக்தியுடையவள், அன்னதானம் செய்வதில் பிரிய முள்ளவள், நல்ல சாதுவானவள், புத்திரனுக்குப் பிரியமானதைச் செய்வாள், ஜாதகருடைய இரண்டாம் திசையில் மரிப்பாள், சந்திரன் மங்களாம்சத்தை அடைந்திருந்தால் ஜாதகருடைய தாய் சுமங்கலியாகவே மரிப்பாள்.

(96) ஜென்ம லக்னம் தனுசு (சுமத்யாம்சம்) ஆகி மூன்றாம் பாவாதிபதி சனி கேந்திரத்தில் இருந்து சுபக்கிரகங்களால் பார்க்கப்பட்டுச் சகோதர காரகர் ராசியில் இருந்தால் ஜாதகருக்கு சகோதர பலன் அற்பமாகயிருக்கும். ஜாதகர் மூத்த சகோதரனில்லாதவர், பின் சகோதரர் ஒருவர் தீர்க்காயுளுடையவர், அப்படியிருந்தாலும் மாற்றாந்தாய் பிள்ளையின் சகோதரனிருப்பார், ஒரு சகோதரி சுக முடையவளாவள், அதிகம் பிறந்தாலும் மரித்து விடும்.

(97) ஜென்ம லக்னம் தனசு (சுமத்யாம்சம்) ஆகி நான்காம் பாவாதிபதி குரு பத்தாம் பாவத்தில் சந்திரருடன் கூடியிருந்தாலும் ஜாதகர் மூன்று பாஷைகளில் வல்லவர், நீச்ச பாஷையில் அதிக கஷ்ட மெடுத்துக் கொள்ளுபவர், அன்னிய பாஷைகளை நன்கு அறிபவர், எழுத்து எழுதுவதில் தேர்ச்சி பெற்றவர்.

(98) ஜென்ம லக்னம் தனுசு (சுமத்யாம்சம்) ஆகி இரண்டாம் பாவத்தில் சூரியனிருந்தாலும், சூரியன் இரண்டாம் பாவத்தைப் பார்த்தாலும் ஜாதகர் வாசாலகனாகவும் சாதுரியமான யுக்திகளையுடையவனாகவும் இருப்பார், ஜாதகர் கொஞ்சம் பரஸ்த்ரீ கமனம் செய்பவர், போகி, சந்தனம் புஷ்ப வஸ்திரப் பிரியன், பாலிய முதற்கொண்டே சௌக்கிய முடையவர் தாய் தகப்பனால் சுகமுடையவர், திரவிய சம்பாதனையில் சமர்த்தர், தியாகி கெம்பீர புத்தியுடையவர், ஐந்தாம் வயதில் அக்ஷர ஞானம் உண்டாகும். எட்டாம் வயதில் ஜாதகர் தாய் மரிப்பாள், தாய் இறந்த பின்பு மாற்றாந்தாய் யோகமுடையவர், தேக சௌக்கியமும், அதிக சுபாவமும் உடையவர், ஜாதகருக்கு வித்யாப்பியாசமும், தகப்பனுக்குச் சுகமும், சகோதர வர்க்கத்தில் சுகமும், பன்னிரண்டு அல்லது பதினோராவது வயதில் வெகுவாக விவாகமுமடைபவர், தகப்பனாலும் அதிக சுகமுண்டாகும், ஜாதகருக்குக் கொஞ்சம் கொஞ்சமாக அரசாங்க அதிகாரிகள் சிநேக முண்டாகும், ஜாதகர் பதினாறு வயதிற்கு மேல் பிரசித்தியடைவர், இருபது வயதிற்கு மேல் விசேஷமடைந்து இருபத்தைந்திற்கு மேல் நல்ல யோகமடைபவர், வாகனம் கீர்த்தி முதலிய லாபமுடையவர், மனைவி சௌக்கியமும், தனவரவும் உடையவர்,யோக காலத்தில் இருபத்தேழாவது வயதில் ஜாதகருடைய பிதா மரிப்பார், ஜாதகருக்கு அதனால் கொஞ்சம் வியாகூலமடைந்து அதிக செலவும் மனோ பீதியும் உண்டாகும். முப்பதாவது வயதிற்குமேல் ஜாதகர் விசேஷ சௌக்கிமடைவர், ராஜாங்கத்தில் வேறு அரசனால் சுகமுண்டாகும், (அரசாங்கத்தில்) மிலேச்சப் பிரபுவிடத்தில் எழுத்தாளர்களுக்குத் தலைவனாவர், பல தேசங்களிலும் புகழுடையவர், பல்லக்கு முதலிய வாகனமுடையவர், ஜாதகருடைய சகோதரன் பிரபல யோகமுடையவர், பற்பல வழிகளிலும் தனமடைபவர், விசேஷ பிரபுபக்தியுடையவர், பிரபுவால் சன்மானிக்கப்படுபவர், (புத்திர லாபமும் உண்டாகும்), வைபவங்களுண்டாகும், ஜாதகர் நாற்பதாவது வயதில் நல்ல யோகமுடையவர், ஐம்பதாவது வயதில் வெகு யோகமுண்டாகும். ஜாதகர் ஆயுள்ள வரை யோகமுடையவனாகவே யிருப்பார்.

(99) ஜென்ம லக்னம் தனுசு (சுமத்யாம்சம்) ஆகி ஏழாம் பாவாதிபன் ஜென்ம காலத்தில் லக்கினத்தில் இருந்து தான் இருக்கும் அம்சத்தைக் கோசாரத்தில் சனி

எப்பொழுது அடைகிறானோ அப்போது ஜாதகருக்கு விவாகமுண்டாகும். ஏழாம் பாவாதிபன் லக்கினத்திலிருந்தால் மனைவி வெளுப்பு நிறமாயிருப்பாள், தன் கணவனிடத்தில் ஜாதகருடைய மனைவி அன்புடையவளாவாள்.

(100) ஜென்ம லக்னம் தனுசு (சுமத்யாம்சம்) ஆகி ஐந்தாம் பாவாதிபதி செய்வாய் மூன்றாம் பாவத்தில் இருந்து, ஐந்தாம் பாவத்தில் கேது இருந்து, புத்திரகாரகன் குரு சந்திரனுடன் கூடியிருந்தால் ஜாதகருக்கு முதலில் பெண் சந்ததியும், பிறகு ஆண் சந்ததியும் உண்டாகும், ஜாதகர் அற்ப சந்தான யோகமுடையவர், குரு கோச்சாரத்தில் விருஷப ராசித்திரிகோணத்திலாவது ஜென்ம காலத்தில் குரு பார்வையிருக்கிற ராசிகளின் திரிகோணத்திலாவது குரு வரும் சமயம் ஜாதகருக்குப் புத்திர புத்திரிகள் உண்டாவார்கள். இரண்டு ஆண் சந்ததியும், இரண்டு ஸ்த்ரீ பிரஜைகளும் தீர்க்காயுளுடையவர்களாக இருப்பார்கள், அதிகம் பிறந்தாலும் நஷ்டமடைந்து விடும்.

(101) ஜென்ம லக்னம் தனுசு (சுமத்யாம்சம்) ஆகி பதினோராம் பாவாதிபதி, ஒன்பதாம் பாவாதிபதி, இரண்டாம் பாவாதிபதி, இவர்களில் யாராவது ஒருவர் சந்திரனுக்குக் கேந்திரத்திலிருந்தால் அல்லது குருவாவது சந்திர கேந்திரத்திலிருந்தால் ஜாதகர் தனம், புத்திரன் முதலிய லாபத்துடன் பிரம்மாண்டமான சாம்ராஜ்ய அதிபதியாவர்.

(102) ஜென்ம லக்னம் தனுசு (சுப்ரபாம்சம் அதாவது லக்கின ஸ்புடம் பாகை 240–36 கலை முதல் பாகை 240–48 கலை வரையில்) ஆகி முற்பாதியில் பிறந்தவர் ரூப முடையவர், புத்திமான் வாசாலகர், அழகான முகமுங்கண்களுடனுங் கூடினவர், அதிருஷ்டசாலி, தர்மாத்மா, கொஞ்சம் கருப்பு நிறமுடையவர், நல்ல ஆகிருதி உடையவர், சூட்டு தேகமுடையவர், மேதாவி, விஷ்ணு பக்த குலத்தில் பிறந்தவர், சங்கீதம் தெரிந்தவர், வஸ்திர அலங்காரப்பிரியன், பால் குடிப்பதில் பிரீதியுடையவர்.

(103) ஜென்ம லக்னம் தனுசு (சுப்ரபாம்சம்) ஆகி இரண்டாம் பாவத்திற்குடைய சனி எட்டாமிடத்தைப் பார்த்தால் ஜாதகர் வாசாலகனாகவும், சாதூரியமுள்ளவனாகவும் இருப்பார், யுக்தா யுக்தம் தெரிந்தவர், பல கிராமங்களில் பிரசித்தியுடையவர், சமஸ்கிருதத்தைப் பிரியமாய்ப் பேசுவார், வேதசாஸ்திரமறிந்தவர், உஷ்ணமதிகமான கண்களையுடையவர், பல்வலியுடையவர்.

(104) ஜென்ம லக்னம் தனுசு (சுப்ரபாம்சம்) ஆகி மூன்றாம் பாவத்திற்குடைய சனி பதினோராமிடத்தில் இருந்தால் மூத்த சகோதரனில்லாதவர் பின் சகோதரனும் இல்லாதவர், இவருக்கு இளைய சகோதரி ஒருத்தி வெகுகாலம் வரையிலும் சுமங்கலியாயிருப்பாள், அவள் புத்திர புத்திரியுடன் கூடினவள், நற்குணவதி கொஞ்சமாகப் பல்லில் ரத்தம் வடிதலும், காதில் நோயுடனும் இருப்பாள், ஜாதகர் பராக்கிரமமுடையவர், ஸ்வதந்திரமுடையவர், அயலார்களுக்கும் இதத்தைச் செய்வார்.

(105) ஜென்ம லக்னம் தனுசு (சுப்ரபாம்சம்) ஆகி நான்காம் பாவத்திற்குடைய குரு தனக்கு ஏழில் இருக்கப்பட்ட சூரியனால் பார்க்கப்பட்டாலும், செவ்வாயால் பார்க்கப்பட்டாலும் ஜாதகருடைய தாய் அற்ப வயதுடையவள், முப்பது வயதுடையவளே யாயினும் முன் ஜென்மாந்திர பாப விசேஷத்தினால் ஜாதகருடைய பன்னிரண்டாம் வயதில் தாய்க்கு இருபத்தெட்டாம் வயதிலேயே சுவாஸ காசாதி நோயால் மரித்துவிடுவாள், ஜாதகருடைய தாய் உடன் பிறந்த சகோதரருடையவள், ஜாதகர் மாற்றாந்தாயுடையவர், அவள் பாலியத்திலேயே விதவையாய் விடுவாள், ஜாதகர் பதினோறாவது வயதில் நிச்சயமாய் விவாகம் அடைவார். ஜாதகருடைய மனைவி சகோதரியுடையவள், ஜாதகருடைய மனைவி கணவனிடம் அன்புடையவள், ரத்தம் போன்ற சிவந்த

கருநிறமுடையவள், பித்த சூடு அதிகமான தேகமுடையவள், புத்திர, புத்திரிகளைப் பெறுபவள், கொஞ்சம் வாயுபீடையுடையவள், இருதய நோயுடையவள், சிற்சில சமயங்களில் வயற்றிலும் குல்ம நோயுடையவள், பல்லில் ரத்தம் ஒழுகுபவள், கொஞ்சம் நேத்திரபீடையுமுடையவள், இடது காதில் கொஞ்சம் நோயுடையவள், பிரம்மத்தியான முடையவள். ஜாதகர் ஒரே மனைவியுடையவர், அவளால் வெகு காலம் சுகமுடையவர், வேறு சிலர் மறு மனைவி மூலம் ஜாதகர் பலனடைவார் என்று சொல்லுகிறார்கள்.

(106) ஜென்ம லக்னம் தனுசு (சாங்கரியம்சம் அதாவது லக்ன ஸ்புடம் பாகை 255–48 கலை முதல் பாகை 256–00 கலை வரையில்) ஆகி ஒராம் பாவத்திற்குடைய குரு பத்தாமிடத்திலிருக்க ஒன்பதிற் குடையவர் லக்கின கேந்திரத்திலிருக்க ஸிம்மாசநாமச யோகத்தில் பிறந்தவர் சிம்மாசனமடைவார், ஸிம்மாசனாம்சத்தில் பிறந்த மேற்படி ஜாதகர் வெகு பாக்கியத்துடன் ஜெனங்களால் நியமிக்கப்பட்டும் பிரபு லக்ஷணமடைந்து இருப்பார்.

(107) ஜென்ம லக்னம் தனுசு (சாங்கரியம்சம்) ஆகி லக்கினாதிபதியான குரு சனியால் பார்க்கப்பட்டாலும், சனி லக்கினத்தில் இருந்தாலும் ஜாதகர் யோகக் குறைவையும் தான்ய தனக்குறைவையும் வரவுக்கு மிஞ்சின செலவையு முடையவனாயும் இருப்பதுடன் பல் வலியால் பீடிக்கப்பட்டு பல்லில் ரத்தம் ஒழுக்குடையவனாகவும், பாலில் பிரியமுள்ளவனாகவும், மிருதுவாய்ப் பேசுபவானகவும், இதமான சொல்லுடையவனாகவும் இருப்பார்.

(108) ஜென்ம லக்கினம் தனுசு (சாங்சரியாம்சம்) ஆகி மூன்றாம் பாவத்திற்குடைய சனி கேந்திரத்தில் இருந்து குரு பார்வையுடன் கூடியிருந்தால் இரண்டாம் பாவத்தில் செவ்வாய் இருந்தாலும், இரண்டாம் பாவத்தைப் பார்த்தாலும், சத்தியவாதியாவார், கீழ்ப்பார்வையுள்ளவர், மூத்த சகோதரனுடன் கூடி மானியாகிப் பிற்காலத்தில் சகோதரனை விட்டு விடுவான். இரண்டு சகோதரிகளையுடையவர் ஒரு காலத்தில் சகோதரிக்கு நாசம் உண்டாகும், ஜாதகருடைய மூத்த சகோதரன் ராஜயோகவான் இரண்டு தாரம் உள்ளவர், கொஞ்சம் வயிற்று நோயுடையவர், பிரபல உத்தியோக பாக்கியமுள்ளவர்.

(109) ஜென்ம லக்னம் தனுசு (சாங்கரியம்சம்) ஆகி பத்தாம் பாவத்தில் நான்காம் பாவத்திற்குடைய குரு பலத்துடன் கூடியிருந்தால் ஜாதகருடைய தாய் நீண்ட ஆயுளுடையவள், கணவனிடத்தில் பக்தியுள்ளவள் அவள் வாயு உபத்திரவமுள்ளவள்.

(110) ஜென்ம லக்னம் தனுசு (சாங்கரியம்சம்) ஆகி நான்காமிடத்தில் சனி கூடியிருந்தால் ஜாதகர் கொஞ்சம் சுவல்பமான சுகமுடையவர், மூன்று வாகனங்கள் உடையவர், பல்லக்குடையவர், பூமி, கிரக, வாகன லாபமுடையவர், ஐயாயிரம் தனமுடையவர், கொஞ்ச காலத்தில் இருதய நோயுடையவர். நற்கரும முடையவர், ஆசாரஹீனன்.

(111) ஜென்ம லக்னம் தனுசு (சாங்கரியம்சம்) ஆகி ஐந்தாம் பாவத்திற்குடைய செவ்வாய் தன்னுடைய உச்சத்தில் இருந்து புத்திரகாரகன் சனியால் பார்க்கப்பட்டால் ஜாதகர் கொஞ்சகாலம் மந்த புத்தி யுள்ளவர், காலாந்தரத்தில் புத்திரனுடையவர், இரண்டு புத்திரர்களும் இரண்டு புத்திரிகளும் நீண்ட காலம் ஆயுளுள்ளவர்கள் ஆவார்கள்.

(112) ஜென்ம லக்னம் தனுசு (சாங்கரியம்சம்) ஆகி தார ஆரூடாதிபதி கேந்திரத்தில் இருந்து, தார ஆரூடம் செவ்வாயால் பார்க்கப்பட்டால் ஜாதகருக்கு பத்தொன்பதாவது வயதிலாவது இருபதாவது வயதிலாவது விவாகம் நடக்கும், ஒரே தாரத்துடன் கூடினவர்,

(113) ஜென்ம லக்னம் தனுசு (சாங்கரியம்சம்) ஆகி லக்கினத்தில் பிற்பாதியில் ஜெனித்தவருக்கு லக்கினத்தில் சுக்கிரன் இருக்க அதி பாலியத்தில் விவாகம் நடக்கும், இரண்டாந் தாரம் இல்லை.

(114) ஜென்ம லக்னம் தனுசு (சாங்கரியாம்சம்) ஆகி ஒன்பதாம் பாவத்திற்குடைய சூரியன் சுக்கிரனுடன் கூடி கேந்திரத்தில் இருந்தால் ஜாதகருடைய தகப்பன் மத்திம வயதுடையவர், தேவப் பிராமண பக்தியுடையவர், வைதீக ஆசாரமுடையர், மானி, தன தான்ய சமிர்த்தியுடையவர், வாசால்கர், உத்தியோக ஜீவனன், ஜாதகருடைய தகப்பன் ஜாதகருக்கு பாலிய வயதிலேயே மரிப்பார்.

(115) ஜென்ம லக்னம் தனுசு (துர்த்தராம்சம் அதாவது லக்கின ஸ்புடம் பாகை 262–00 கலை முதல் 262–12 வரையில்) ஆகி முன்பாதியில் ஜெனித்தவருக்கு இரண்டாம் பாவத்திற்குடைய சனி தன் உச்சத்தில் இருக்க இரண்டாம் பாவத்தில் குரு இருந்தால் ஜாதகர் பிரியமான வார்த்தையுடையவர், இனிமையாய்ப் பேசுவார், பல பாஷைகளறிந்தவர். பிதுரார்ஜித, சொத்துகளில்லாதவர், தான் சுயார்ஜிதமாய்ச் சம்பாதிப்பார். ஜென்ம தேசத்தைவிட்டு வெளி தேசத்தில் சஞ்சாரம் செய்வார்.

(116) ஜென்ம லக்னம் தனுசு (துர்த்தராம்சம்) ஆகி லக்ன பாவமாகிய ஓராம் பாவத்தைச் சனி, செவ்வாய், சூரியன் இவர்கள் பார்க்க ஜாதகர், சுரம், வைசூரி முதலிய கண்டமுடையவர், பார்ப்பன ஸ்த்ரீயை அல்லது பரஸ்த்ரீயைப் புணருவார்.

(117) ஜென்ம லக்னம் தனுசு (துர்த்தராம்சம்) ஆகி ஜென்ம லக்கினாதிபதியான குரு புதனால் பார்க்கப்பட்டால் ஜாதகர் வேசி ஸ்த்ரீ லோலனாயிருப்பார். பதினாயிரத்திற்கு மேற்பட்ட தனமுடையவர், பிரபு லக்ஷணமுடையவர், கொஞ்சம் பித்த சூட்டு தேகி, தன தான்ய சமிர்த்தியுடையவர், தாய்ப்பாட்டன் வீட்டில் பிறந்தவர், தாய் வழியிலேயே ஜாதகருக்கு விவாகம் நடக்கும்.

(118) ஜென்ம லக்னம் தனுசு (துர்த்தராம்சம்) ஆகி ஆறாம் பாவத்திற்குடைய சுக்கிரன் சந்திரனுடன் கூடியிருந்தால் இரண்டு தாரமுடையவர்,இரு மனைவியருடனும் கூடி வாழ்வார். மூத்த மனைவி புத்திர பாக்கியமுள்ளவள், குணவதி, பிரம்ம ஞானமுள்ளவர்.

(119) ஜென்ம லக்னம் தனுசு (துர்த்தராம்சம்) ஆகி மூன்றாமிடத்தைச் சந்திரன் பார்த்தால் ஜாதகர் சகோதரர் இல்லாதவர், ஒருவனே ஜாதகர், இளைய சகோதரி ஒருத்தியிருப்பாள், அவள் புத்திரனில்லாமையால் வியபிசாரம் செய்வாள், ஜாதகர் மாற்றாந்தாயின் பிள்ளையுடன் கூடியிருப்பார்.

(120)ஜென்ம லக்னம் தனுசு (துர்த்தராம்சம்) ஆகி நான்காம் பாவத்திற்குடைய குரு நீச்சத்தில் இருந்தால் பாலியத்தில் ஜாதகருடைய தாய் விநாசமடைவாள். ஜாதகன் ஜெனித்த மூன்றாம் வருஷத்தில் தாய் மரிப்பாள், ஜாதகர் குதிரை வாகனமுடையவர், மூன்று வாகன முடையவர், தேச கிராம ஆதிபத்தியத்தால் கொஞ்சம் தனமுடையவர், இடது காதில் சொற்ப நோயுடையவர், இருதயத்திலும் கொஞ்சம் கொஞ்சம் பீடையுடையவர்.

(121) ஜென்ம லக்னம் தனுசு (துர்த்தராம்சம்) ஆகி ஐந்தாம் பாவத்திற்குடைய செவ்வாய் பத்தாமிடத்தில் கேந்திரம் பெற்று கன்னியிலிருந்து குருவால் பார்க்கப்பட்டால் வெகு காலம் புத்திரனில்லாதவனாயிருப்பார், சம்சயமில்லை.

(122) ஜென்ம லக்னம் தனுசு (துர்த்தராம்சம்) ஆகி ஜென்ம லக்னத்திற் கெட்டில் புதனிருக்க, புதனுக்கிரண்டில் களத்திரகாரகனுடன் சந்திரன் கூடியிருந்தால் மனைவிக்குப்

பிறகு பலன் ஏற்படும், ஜாதகர் இரண்டு தாரம் உடையவர் என்று வேறு சிலரும் சொல்கிறார்கள், முன் தாரம் ஒரே புத்திரியுடனாவது அல்லது மலடியாகவேவாவது (மரிப்பாள்), மூத்தவளை புத்திரனில்லாத ஒரு பக்ஷம் தள்ளியும் இரண்டாவது மனைவியால் புத்திர சம்பத்து முதலானவைகள் சகலமுமடைவார்.

(123) ஜென்ம லக்னம் தனுசு (அம்புஜாம்சம் அதாவது லக்ன ஸ்புடம் பாக 249–48 கலை முதல் பாகை 250–00 கலை வரையில்) ஆகிப் பிறந்தவர் குள்ளமானவர், பருமனான தேகமுடையவர், சிவ பூஜை செய்பவர், சிலேஷ்ம ரோகமுடையவர், விஷ்ணு பக்தியும் உள்ளவர்.

(124) ஜென்ம லக்னம் தனுசு (அம்புஜாம்சம்) ஆகி இரண்டாம் பாவத்தில் செவ்வாய் சுக்கிரனுடன் கூடி இருக்கப் பிறந்தவர் பணமுடையவனாகவும், காமியாகவும், அம்மை முதலிய சுர கண்டமுடையவர், ஸ்ரீமான் வித்தை கொஞ்சம் விசேஷமாகத் தெரிந்தவர், இரண்டாயிரம் சம்பாதிப்பார். சூடாகப் புசிப்பவர், சுத்தமுயைடவர், ஞானி, தர்மம், புராணம் முதலியன தெரிந்தவர்.

(125) ஜென்ம லக்னம் (தனுசு அம்புஜாம்) ஆகி கேது மூன்றாம் பாவத்தில் இருந்தால் ஜாதகர் இளைய சகோதரமில்லாதவர், மூத்தவள் ஒருவளையுடையவர், ஜாதகர் பணக்காரர், சிவப்பு நிறம் உள்ளவர், மூன்று தாரமுடையவர், ஜாதகருடைய மூத்த குமாரன் இறந்து போவார், ஜாதகர் இரண்டு புத்திரியுடன் கூடியிருப்பார், மூத்த மனைவி கணவனுடன் நித்தியம் சண்டையிடுவாள்,அவளுக்குப் பிள்ளையிருக்காது, பிறந்து மரிக்கும். அந்த மனைவி மூத்தவுள் நீண்டகாலம் இருப்பாள். அவனுடைய இரண்டாவது மனைவி கருப்பு நிறமுள்ளவள், துர்மரணமாய்ப் மரிப்பாள், மூன்றாம் மனைவி நற்குணம் நிரம்பினவள், புத்திரன், புத்திரிகளுடன் கூடினவள், ஜாதகருடைய மூத்த அண்ணன் ராஜ உத்தியோகி, பயிர்த்தொழிலும் உண்டு. மரணதாக வறட்சியாலும், ரண தோஷத்தாலும் மூத்தவன் மரிப்பான்.

(126) ஜென்ம லக்னம் தனுசு (அம்புஜாம்சம்) ஆகி நான்காம் பாவதிபதியாகிய குரு இரண்டாமிடத்தில் இருந்தால் ஜாதகர் தன் தாயையும், தகப்பனையும் தெய்வமாக பாவிப்பார், தாய் பாலியத்தில் மரிப்பாள், அச்சமயம் ஜாதகர் தேசாந்திரத்தில் இருப்பார். அற்ப அம்மான் யோகமுடையவர், ஜாதகர் இரண்டு மூத்த சகோதரிகளையுடையவர்.

(127) ஜென்ம லக்னம் தனுசு (அம்புஜாம்சம்) ஆகி ஐந்திற்குடைய புத்திர பாவாதிபதி செவ்வாய், சனி க்ஷேத்திரமான மகரத்தில் இருந்தால் ஸ்திரீ பிரஜைகள் ஐந்து அல்லது மூன்று இருக்கும். புருஷப் பிரஜைகள் முன் ஜென்மாந்தர பாபத்தால் மரிக்கும், ஜாத்கருக்கு ஐந்து புத்திரியுடன் ஒரு புத்திரன் அல்லது இரண்டு புத்திரர் இருப்பார், இவற்றிற்குச் சாந்தி செய்யவேண்டும்.

(128) ஜென்ம லக்னம் தனுசு (அம்புஜாம்சம்) ஆகி ஏழாம் பாவத்திற்குடைய புதன் சூரியனுடன் கூடியும், களத்திர காரகர் குசனுடன் கூடியுமிருந்தால் ஜாதகர் கருப்பு நிறமுள்ள ஒரே மனைவியுடன் கூடி இருப்பார். தன் பாரியாளுக்கு ஐந்து சகோதரம் உண்டு, அவர்களில் இருவர் ஸ்திரீகள், புருஷர்கள் மூன்றுபேர் ஆக ஐந்து சகோதரர்களில் கொஞ்ச கால விசேஷத்தால் ஒரு புருஷ சகோதரர் மரணமடைவார். ஜாதகர் தன் பட்டணத்திற்குத் தெற்கில் குக்கிராமத்தில் மனைவியடைவார். ஜாதகருக்கு இருபத்திரண்டு அல்லது இருபதாவது வயதில் விவாகம் நடக்கும்.

(129) ஜென்ம லக்னம் தனுசு (அம்புஜாம்சம்) ஆகி ஒன்பதுக்குடைய சூரியன் புதனுடன் கூடி லக்கின கேந்திரத்தில் இருந்தால் ஜாதகருடைய தகப்பன்

குள்ளதேகமுடையவர், நல்ல அறிவாளி, ஞானி, நூல்களியற்றுபவர், இளைய சகோதரனுடன் கூடியிருப்பார், கெட்ட பிரபுவினிடம் சேவை செய்வார், கணித நிபுணர், மகா சாது, பிதுரார்ஜிதமில்லாதவர், சுயார்ஜிதமாக சம்பாதிப்பார், கங்கா ஸ்நானம் செய்பவர், புண்ய கங்கா யாத்திரை செய்து மூன்று தடவை சேதுஸ்நாநம் செய்பவர், சரீரி, புதையல் தனம் எடுப்பார், பூமி மூலம் தனம் கிடைக்கும்.

(130) ஜென்ம லக்னம் தனுசு ஆகி புதன் எட்டாம் பாவத்திலிருந்து அவருடைய தெசை ஜென்ம திசையாக ஆரம்பித்தால் பாலிய வயதில் ஜாதகருக்கு பாலாரிஷ்டம் உண்டாகும், தாய் தகப்பன் இவர்களுக்குச் சுகமும், சகோதர உற்பத்தியும் உண்டாகும்.

(131) ஜென்ம லக்னம் தனுசு (குஞ்சராம்சம்) ஆகி சந்திர லக்கினத்திலிருந்து ஐந்தாம் பாவாதி ஜென்ம லக்கினத்தில் ஜெனன காலத்தில் இருந்து நவாம்சத்தில் விருஷப நவாம்சத்தில் இருந்தால் ஜாதகருடைய தாய்க்குப் பிரசவம் சீக்கிரமாக ஆகும்.

(132) ஜென்ம லக்னம் தனுசு (குஞ்சராம்சம்) ஆகி லக்கினத்திலிருந்து நான்காம் பாவாதிபதி மூன்றாம் பாவத்திலும், நான்காம் பாவத்தில் சனியுமிருந்தால் ஜாதகருடைய தாய்க்கு அரிஷ்டம் உண்டாகும்.

(133) ஜென்ம லக்னம் தனுசு (குஞ்சராம்சம்) ஆகி குருவும், சந்திரனும் பத்தாம் பாவத்தில் கூடியிருந்தாலும், ஒரே அம்சத்தில் இருந்தாலும் தாயானவள் ஏழே நாளில் மரணமடைவாள்.

(134) ஜென்ம லக்னம் தனுசு (குஞ்சராம்சம்) ஆகி ஜென்ம லக்னத்திலிருந்து நான்காம் பாவத்தில் சனி இருந்து கன்னியாம்சத்தில் இருக்கப்பட்ட செவ்வாயால் சனி பார்க்கப்பட்டால் ஜாதகர் சகோதர சகோதரி இல்லாதவனாகிறான்.

(135) ஜென்ம லக்னம் தனுசு (குஞ்சராம்சம்) ஆகி ஒன்பதாம் பாவாபதி வாருணாம்சத்தில் லக்கினத்தில் இருந்தால் ஜாதகருடைய தகப்பன் மேற்குச் சமுத்திர தேசத்தில் சஞ்சரித்துக் கொண்டிருக்கும் காலத்தில் இந்த ஜாதகர் ஜெனித்தவர், இவருடைய தகப்பன் சுகமுள்ளவனாகவும், தீர்க்காயுளுள்ளவனாகவும், தாய் சுக மில்லாதவளாகவும், தாய் வழிப்பாட்டியின் பாபத்தால் தாய் வழி வம்சம் க்ஷயமடையும்.

(136) ஜென்ம லக்னம் தனுசு (குஞ்சராம்சம்) ஆகி ஒன்பதாம் பாவாதிபதியிருக்கிற பாவத்தில் செவ்வாயிருந்தாலும், சுபர்களால் பார்க்கப்பட்டாலும் ஜாதகருடைய தகப்பன் அத்தியந்த யோகமுள்ளவனாகவும், தர்மிஷ்டனாகவும், தாசியுடன் கூடினவனாகவும், பந்துக்களைச் சம்ரக்ஷிப்பவனாகவும், போகப்பிரியனாகவும், போகமுடையவனாகியும், அநேக் பரிசுகளையுடையவனாகவும், ராஜ யோகமுள்ளவனாகவும், சேனாதிபதியாகவும், அநேக சிநேகிதர்களையுடையவனாகவும், ராஜ சபையில் யுக்தியாயும், வாசாலகனாகவும், சாதுரியமாய் பேசுபவனாகவும், சங்கீத நாடக சாமர்த்தியமுள்ளவனாகவும், தெய்வானுக்கிரகமுடையவனாகவும், அநேக சேனைகளுக்கு அதிபதியாகவும், தேசாந்திரத்திலும் கீர்த்தி உடையவனாகவும் ஆகிறான்.

(137) ஜென்ம லக்னம் தனுசு (குஞ்சராம்சம்) ஆகி நான்காம் பாவாதிபதி மூன்றாம் பாவத்தில் சந்திரனுடன் கூடியிருந்தால் ஜாதகர் வித்தை, புத்தி இவையுள்ளவனாகவும், கொஞ்சம் காலம் சுதந்திரத்தனிலிராமலும், பிறகு சுதந்தரமான யோகமுடையவனாகவும் இருப்பார்.

(138) ஜென்ம லக்னம் தனுசு (குஞ்சராம்சம்) ஆகி பத்தாம் பாவாதிபதியும், ஒன்பதாம் பாவாதிபதியும் ஏழாம் பாவாதிபதியுடன் கூடி லக்கினத்தில் சுபாம்சத்தில்

கூடியிருந்தாலும், ஏழாம் பாவத்திலாவது, மூன்றாம் பாவத்திலாவது, பன்னிரண்டாம் பாவத்திலாவது, இரண்டாம் பாவத்திலாவது ஐந்தாம் பாவத்திலாவது, லாப பாவத்திலாவது சுக்கிரனுடனும் கூடியிருந்தாலும் பிரக்கியாதியுடையவனாயும், எல்லா பூமிக்கும் அரசனாகவும், கொண்டாடப்பட்ட சேனாதிபதியாயும் ஆகி மிகப் பெரிதான கீர்த்தியுடையவனாகவும்,யானை தேர், குதிரைகள் அநேக ஆயிரம் உடையவனாகவும் இருப்பார்.

(139) ஜென்ம லக்னம் தனுசு (குஞ்சராம்சம்) ஆகி ஏழாம் பாவாதிபதி ஒன்பதாம் பாவத்தில் பத்தாம் பாவாதிபதியுடன் கூடி களத்திரகாரகன் சுபவர்க்கத்திலிருந்தாலும், இரண்டு, மூன்று, விவாகம் செய்து கொள்வான். தாசிகளின் சேர்க்கையுடையவர்,தியாகம் செய்பவனாகியும்,பிரதாபமுள்ளவனாகவும் இளம் வயதில் லோபகுணமும்,யௌவன காலத்தில் கொடையாளியாகவும் நித்தியம் அன்னதானம் செய்பவனாகவும், எப்போதும் வெகுபேரைக் காப்பாற்றுபவனாகவும், சிநேகிதர்களையும் தன்னுடைய ஆப்த பந்துக்களையும், கொஞ்சம் பீடிப்பவனாயும், கொஞ்சம் பொறுமையுடையவனாயும், தேவாலயம், குளம், சத்திரம் முதலியவை கட்டிவைத்தும், பிராமணர்களை நிலைக்கச் செய்பவனாயும், புண்ணியத்தைச் சம்பாதிப்பவனாயும் ஆவார்.

(140) ஜென்ம லக்னம் தனுசு (குஞ்சாரம்சம்) ஆகி பாக்ய பாவாதிபதி லக்கின கேந்திரத்திலிருந்து லக்கினாதிபதியுடன் கூடியிருந்தாலும், லக்கினாதிபதியால் பாக்கியாதிபதி பார்க்கப்பட்டாலும், ஜாதகர் நித்தியம் நல்ல கர்மானுஷ்டானங்களைச் செய்பவனாய் இருப்பார்.

(141) ஜென்ம லக்னம் தனுசு (குஞ்சராம்சம்) ஆகி ஆறாம் பாவாதிபதி பன்னிரண்டாம் பாவத்தில் இருந்தால் ஜாதகர் சத்துருக்களை அழிப்பவர், ரூபவான், பிரசன்னமான முகமுங்கண்களுமுடையவர், அதிருஷ்டசாலி, தர்மம் செய்வார், தேசங்களிலும் கீர்த்தி உடையவர், அன்னிய பாஷை தெரிந்தவனாயும், மூன்று பாஷை எழுதத் தெரிந்தவனாகவும் ஆகிறான்.

(142) ஜென்ம லக்னம் தனுசு (குஞ்சராம்சம்) ஆகி ஐந்தாம் பாவாதிபதி ஒன்பதாம் பாவத்திற்குடையவருடனும் பத்தாம் பாவாதிபதியுடனும் கூடி ராஜ பூஜ்யாம்சத்தில் இருந்தாலும், சுக்கிரனுடன் கூடி பாராவதாம்சத்தில்யிருந்தாலும், சந்திர கேந்திரத்தில் சுக்கிரனும் இருந்தாலும் ஜாதகர் லோகப்பிரசித்தியுள்ளவனாகவும், புத்திர பௌத்ராதி விருத்தியுள்ளவனாகவும், புத்திரியுள்ளவனாகவும், ராஜயோகமுள்ளவனாகவும், இந்த யோகத்தில் பிறந்தவர் கோடி திரவியாதிகாரப் பிரபுவாயும் இருப்பார்.

(143) ஜென்ம ல்க்னம் தனுசு (குஞ்சராம்சம்) ஆகி ஆறாம் பாவாதிபதி விருச்சிக ராசியிலிருக்க மூத்திர கிருச்னம் முதலான ரோகமுடையவர், மர்மஸ்தான ரோகம் உள்ளவர், இதற்குப் பரிகாரமாகச் சூரிய யந்திரத்தைச் சக்கரம் செய்து தானம் செய்வதால் குணமடையும், சுகமுண்டாகும்.

(144) ஜென்ம லக்னம் தனுசு (குஞ்சராம்சம்) ஆகி ஒன்பதாம் பாவாதிபதி பத்தாம் பாவாதிபதியுடன் கூடியிருந்தால் அரசனாவது, அரசனுக்குச் சமமாகவாவது ஜாதகர் ஆகிறார்.

(145) ஜென்ம லக்னம் தனுசு (சிவதாம்சம் அதாவது லக்ன ஸ்புடம் பாகை 241–12 முதல் பாகை 241–24 கலை வரையில்) ஆகி லக்கினாதிபன் கன்னியில் சந்திரனுடன் கூடி தாவஷ்டியம்சத்திலிருந்தால் ஜாதகர் உஷ்ண தேகமுடையவர், காமி, மெலிந்த தேகம்,

அழகிய முகமுடையவர், அதிருஷ்டசாலி, தருமாத்மா, சீமான், தீன ஜெனங்களுக்குப் பிரியன், சங்கீத நாடகமறிந்தவர், வாசனை, புஷ்பம், வஸ்திரம் இவைகளில் பிரியன், வேதாந்த ஞானமுடையவர், இங்கிதமறிந்தவர், உண்மை பேசுபவர், மிகுந்த அறிவாளி, எழுத்து எழுதுவதில் சமர்த்தர், தேவாலயம், தடாகம் முதலிய தர்ம காரியங்கள் செய்வார், பிராம்மணர்களை நிலை நிறுத்தி அன்னதானம் செய்வார், ஜெனங்களால் விரும்பத்தக்கவர், நீச்சப் பிரபுவால் சுகமடைவார், உத்தியோக ஜீவனம், வேறு பாஷைகள் அறிந்தவர், ராஜசேவையே முக்கியமாய்க் கருதுவார், அரசாங்க முத்திரை தரிக்கும் அதிகாரி, அனேக தேசங்களுக்கு அதிபதி தன்மை வாய்ந்தவர்.

(146) ஜென்ம லக்னம் தனுசு (தனதாம்சம் அதாவது லக்ன ஸ்புடம் பாகை 249–24 கலை முதல் பாகை 249–36 கலை வரையில்) ஆகி ஏழாம் பாவாதிபன் குரூர நவாம்சத்தில் இருந்தால் ஜாதகர் தாரம் நாசமடையும் உடனே மறு மணம் முடிப்பார், விவாகத்துக்குப் பிறகு பாக்யமுண்டு. மூத்தவளுக்குச் சந்ததியில்லை, உண்டாயினும் உடனே மரிக்கும், இளையவளுக்கு அதிக புத்திரர் உண்டாகி, மூன்று பெண்கள், மூன்று புத்திரர் தீர்க்காயுளுடையவராயிருப்பர், மற்றவர் நாசமுறுவர், சாந்தியால் புத்திரர் சுகமுண்டு, தாரம் பதிவிரதையானவள், புண்ணியசாலி, செல்வ சந்ததியில் பிறந்தவள், இரண்டாம் விவாகத்துக்குப் பிறகு அதிக பாக்கியம், புகழ், அனேக வியாபாரத்தால் பொருள், வர்த்தக ஜீவனம், பொன், முத்து பவழம் முதலிய பல வியாபாரம், பல ஜனங்கள் நிறைந்த மகாநதிக்கரையில் அனேக தேவாலயங்கள் நிறைந்ததுமான புண்ணிய க்ஷேத்திரத்தில் கிழக்கு மேற்கு வீதியில் வடக்கு வாயிலுள்ள வீட்டில் வசிப்பார். தார்மீகன் சூக்ஷம புத்தியுடையவர், இங்கிதமறிந்தவர், நிலையான விரதமுடையவர், மந்திர சாஸ்திரத்தில் ஆசையுடையவர் மானி, மிக்க காமுகர், ஸ்திரிலோலர்.

(147) ஜென்ம லக்னம் தனுசு (சிவதாம்சம்) ஆகி லக்னாதிபனான குரு குரூர ஷஷ்டியாம்சத்திலிருந்தால் ஜாதகர் கொஞ்சம் கோபமுடையவர், அயல் பெண்டுகளின் சேர்க்கையுடையவர், தாமரை போன்ற கண்களுடையவர், சுதந்தரமுடையவர், எல்லோருக்கும் உதவி செய்வார், விஷ்ணு சங்கர பக்தியுடையவர்,தேவப்பிராமணரை போஷிப்பவர், அளவாய்ப் புசிப்பார், சுகபோக மனுபவிப்பார், அளவான தூக்கமுடையவர் வெகு ஜாக்கிரதையுடையவர், பத்தாயிரத்துக்கு அதிகமான தனமுடையவர்.

(148) ஜென்ம லக்னம் தனுசு (சிவதாம்சம்) ஆகி லக்கினாதிபனான குரு ராகுவுடன் கூடி இருந்தால் ஜாதகர் நீச்சப் பிரபுவால் தனமுடையவனாவார்.

(149) ஜென்ம லக்னம் தனுசு (சிவதாம்சம்) ஆகி இரண்டாம் பாவாதிபன் கேதுவுடன் கூடி இருந்தாலும், ஜன்ம லக்னம் தனுசு (சிவதாம்சம்) ஆகி இரண்டாம் பாவாதிபன் ஏழில் காள கூடாம்சத்திலிருந்தாலும் ஜாதகர் வைசூரி சுரகண்டமுடையவர், நீச்ச பாஷை அறிந்தவர், மூன்று எழுத்துக்களில் சமர்த்தன், வேதசாஸ்திர மறிந்தவர்.

(150) ஜென்ம லக்னம் தனுசு (சிவதாம்சம்) ஆகி மூன்றாம் பாவாதிபன் சனி ஆகி காலாம்சத்தில் கேதுவுடனிருந்து, மூன்றாம் பாவத்தில் சகோதரகாரகனான குஜன் இருந்தால் ஜாதகருக்கு இளைய சகோதரமில்லை மூத்த சகோதரமுண்டு, கொஞ்சகாலம் மானியாக இருப்பார், ஒரு சகோதரி, நான்கு புத்திரர்களுடன் கொஞ்சகாலம் ஜீவித்திருப்பார்.

(151) ஜென்ம லக்னம் தனுசு (சிவதாம்சம்) ஆகி நாலாம் பாவாதிபன் குரு ஆகி கன்னியில் சந்திரனுடன் கூடினாலும், ஜென்ம லக்கினம் தனுசு (சிவதாம்சம்) ஆகி நாலில் புதன், சுக்கிரன் இவர்கள் இருந்தாலும் ஜாதகருக்கு விசேஷ வித்தை சுகமுண்டு, தன் ஜாதி வித்தையற்றவன், அற்ப ஞானமுடையவன்.

(152) ஜென்ம லக்னம் தனுசு (சிவதாம்சம்) ஆகி நாலாம் பாவாதிபன் குரு ஆகி பத்தாம் பாவத்தில் இருந்து, புதன், சுக்கிரன் இவர்களால் பார்க்கப்பட்டால் ஜாதகர் மூன்று வாகனமுடையவர், குதிரை பல்லக்கு இவை உடையவர், அரசாங்க சேவையே பிரதானமாக வுடையவர், அனேக தேசங்களுக்கு அதிகாரியாயிருப்பார்.

(153) ஜென்ம லக்னம் தனுசு (சிவதாம்சம்) ஆகி பத்தில் சந்திரன் இருந்தால் ஜாதகருடைய தாய் புண்ணியம் செய்தவள், நற்குண முடையவள், சகோதரரை நாசம் செய்வாள், புத்திர சோகமுடையவள், தீர்க்காயுளுடையவள், தன் பந்துக்களிடம் பிரியமுடையவள், விரதம், தியானம் முதலியன செய்வாள்.

(154) ஜென்ம லக்னம் தனுசு (சிவதாம்சம்) ஆகி ஏழாம் பாவாதிபன் கேந்திரத்திலிருந்து ஏழாம் பாவம் சனியால் பார்க்கப்பட்டால் ஜாதகர் எகக் களத்திரமுடையவர், அயல் பெண்டுகளின் சேர்க்கையுடையவர், பின்னால் பச்சாதாபப்பட்டு, வைதீகாசாரம் கைக்கொள்வார்.

(155) ஜென்ம லக்னம் தனுசு (சிவதாம்சம்) ஆகி எட்டாம் பாவாதிபன் கேந்திரத்தில் குருவுடனிருந்தால் ஜாதகர் புண்ணியவன், தீர்க்காயுளுடையவர்.

(156) ஜென்ம லக்னம் தனுசு (சிவதாம்சம்) ஆகி பிதுர் ஸ்தானாதிபனான சூரியன் மேஷத்தில் உச்சனாயிருந்தால் ஜாதகருடைய தகப்பன் அதிக யோகவான், மத்திமாயுளுடையவர்.

(157) ஜென்ம லக்னம் தனுசு (சிவதாம்சம்) ஆகி பத்தாமதிபனான புதன் கேந்திரத்தில் இருந்தால் ஜாதகர் தாஸி, தாஸ ஜனங்களால் நிரம்பப் பெற்றவர்.

(158) ஜென்ம லக்னம் தனுசு (க்ஷிதிசாம்சம்) ஆகி ஜென்ம லக்னத்தில் பத்தாம் பாவாதிபன் குருவுடன் இருந்து பத்தாம் பாவத்தில் சந்திரன் இருந்து, மூன்றாம் பாவத்தில் சனி இருந்தால் ஜாதகர் சம்சாரத்தில் வைராக்கியமுடையவனாய், தியானத்தால் பரப்பிரம்மத்தினிடத்தில் பற்றுடையவனாவார். புண்ணிய கர்மம் செய்வார், எப்போதும் சந்நியாசி போன்றிருப்பார், உண்மையே பேசுவார், உலக அபவாதமறியாதவர், சுசியானவர், வணக்க முடையவர், அனேக வாகனங்களுடையவர், சிம்மாசன மேறத்தகுந்தவர், மிகுந்த பொருளுடையவர், சத்ரு இல்லாதவர், இனிமையாய்ப் பேசுபவர், குணங்களை அறிபவர், மகாத்மா, அயலார் சொற்களைக்கேளாதவர், தன் புத்தியைக் கொண்டு எல்லா காரியங்களும் செய்வார், சபையில் காரியசித்தி அடைவார், பராக்கிரமமுடையவர்.

(159) ஜென்ம லக்னம் தனுசு (க்ஷிதிசாம்சம்) ஆகி இரண்டாம் பாவாதிபனும், நாலாமதிபனும், கேந்திரம் திரிகோணம் உப ஜெயம் முதலிய ஸ்தானங்களில் இருந்தாலும், தன் அம்சங்களில் இருந்தாலும், புதனுடன் கூடியாவது அன்றிப் பார்க்கப்பட்டாவது இருந்தாலும் ஜாதகர் ரஸவாதம் செய்வார்.

(160) ஜென்ம லக்னம் தனுசு (க்ஷிதிசாம்சம்) ஆகி லக்கினாதிபனும், நாலாம் பாவாதிபனும் சேர்ந்து புதனுடன் கூடியாவது, அன்றிப் பார்க்கப்பட்டாவது, பாக்கிய ஸ்தானமாகிய ஒன்பதில் இருந்தால் ஜாதகருக்கு வித்தைலாபமுண்டு, அதிக பாக்கிய முடையவர், புதையல் எடுக்கும் மை செய்வார்.

(161) ஜென்ம லக்னம் தனுசு (க்ஷிதிசாம்சம்) ஆகி சுக்கிரன் ஏழாம் பாவத்தில் சூரியனுடன் கூடி இருந்தால் ஜாதகர் தெளிந்த வாக்குடையவர், ஜெனங்களை மையினால் மயக்குவார்.

(162) ஜென்ம லக்னம் தனுச (க்ஷிதிசாம்சம்) ஆகி ஐந்தாம் பாவத்தில் ராகு இருந்து குரு, சனி இவர்களால் பார்க்கப்பட்டால் ஜாதகர் மகாராஜ குலத்தில் பட்டமகிஷியிடம் பிறந்தவனாவார், சிவ பக்த குலத்துதித்தவர், ஹரி சங்கர பக்தியுடையவர், அழகன், அறிவாளி, வாசாலகர், பரந்த முகமுங்கண்களுடையவர், அதிருஷ்டசாலி, தர்மாத்மா, சிவந்து கருத்த மேனியர், பித்த தேகமுடையவர்.

(163) ஜென்ம லக்னம் தனுசு (க்ஷிதிசாம்சம்) ஆகி லக்கினாதிபனான குரு புதனுடன் கூடினால் ஜாதகர் பருத்த தேகமுடையவனாவார்.

(164) ஜென்ம லக்னம் தனுசு (க்ஷிதிசாம்சம்) ஆகி இரண்டாம் பாவத்தில் சூரியனிருந்தால் ஜாதகர் சிவந்த கண்கள், சூட்டுக் கண்கள், தந்த வாயு பீடை, சில சமயம் காது சூலை இத்தகைய பீடைகளையுடையவனாவர்.

(165) ஜென்ம லக்னம் தனுசு (க்ஷிதிசாம்சம்) ஆகி மூன்றாம் பாவாதிபன் தன் வீட்டிலேயே இருந்தால் ஜாதகர் அதிக சகோதர முடையவர், ஐந்து சகோதரர்கள், இரண்டு அல்லது அதிகமான சகோதரிகளும் இருப்பார்.

(166) ஜென்ம லக்னம் தனுசு (க்ஷிதிசாம்சம்) ஆகி சகோதரகாரகனான செவ்வாய், சத்ரு பாவமாகிய ஆறாம் பாவத்தில் நீச்சாம்சத்தில் பல மற்றவனாக இருந்தால் ஜாதகர் வாலிபத்திலேயே இரண்டு, மூன்று சகோதரர் அல்லது சகோதரிகள் மரிப்பார்கள்.

(167) ஜென்ம லக்னம் தனுசு (க்ஷிதிசாம்சம்) ஆகி நாலம் பாவாதிபன் புதனுடன் கூடி லக்கின கேந்திரத்தில் இருந்து மாதா காரகனாக சந்திரன் பத்தாம் பாவத்திலிருந்து சனி மூன்றில் பலவானாயிருந்தால் ஜாதகருடைய தாய் சிவப்பு நிறங்கலந்த கருநிறமுடையவள், தாய் தீர்க்காயுளுடையவளாயிருப்பாள், இவனுக்குத் தாய்மார் மூவருண்டு, இருவருக்கு வமிச விருத்தி உண்டு. மூன்றாம் தாய் வாலிபத்திலேயே புத்திர பாக்கிய மற்றவளாய், அற்பாயுளுள்ளவளாய் மரிப்பாள்.

(168) ஜென்ம லக்னம் தனுசு (க்ஷிதிசாம்சம்) ஆகி ஐந்தாம் பாவாதிபன் ஆறாம் பாவத்தில் நீச்சாம்சத்தில் பல மற்றவனாயிருந்தாலும், ஜென்ம லக்னம் தனுசு (க்ஷிதிசாம்சம்) ஆகி ஐந்தாம் பாவத்தில் ராகு இருந்து, குரு, சனி இவர்களால் பார்க்கப்பட்டாலும் ஜாதகருக்குப் புத்திரனில்லை என்று சிலர் சொல்லுகிறார்கள். ஏகாதசியில் கோதானம், அரச மரப் பிரதிஷ்டை, பொன் சந்தான கோபால மூர்த்தி தானம் முதலியவை சாந்தி செய்ய சந்ததி உண்டாகும்.

(169) ஜென்ம லக்கினம் தனுசு (க்ஷிதிசாம்சம்) ஆகி குரு புத்திர ஸ்தானத்தையாவது, ஸ்தானாதிபனையாவது பார்த்தால் ஜாதகர் சாந்தியாதிகளால் சந்தான மடைவார்,இரண்டு, மூன்று தடவை கர்ப்பம் தரித்து நாசமடையும், பின்னால் புருஷ சந்ததி உண்டாகும். முதல் கர்ப்பம் இரட்டை கர்ப்பம் தரிக்கும்.

(170) ஜென்ம லக்னம் தனுசு (க்ஷிதிசாம்சம்)ஆகி ஏழாம் பாவாதிபன் கேந்திரத்திலிருந்து, ஏழாம் பாவம் சுபரால் பார்க்கப்பட்டால் ஜாதகர் அதிக மனைவிகளுடையவர், அல்லது மூன்று தாரமுடையவர், மூன்று மனைவியரோடல்லாது போக மாதரின் சேர்க்கையையுமுடையவர், சாந்தி தானத்தால் புத்திரப் பேறுண்டாகும்.

(171) ஜென்ம லக்கினம் தனுசு (க்ஷிதிசாம்சம்) ஆகி சூரியன் மாதுர்ய ஷஷ்டி யாம்சத்திலருந்து, சுக்கிராம்சத்திலுள்ள சுக்கிரருடன் கூடினால் ஜாதகருடைய பிதா மத்திமாயுளுடையவர், சிவந்த நிறம், அழகிய தேகமுடையவர், சகல நற்குணம் நிரம்பியவர்.

(172) ஜென்ம லக்னம் தனுசு (பிரபாம்சம் அதாவது லக்ன ஸ்புடம் பாகை 258–12 கலை முதல் பாகை 258–24 கலை வரையில்) ஆகி குரு, வாருணாம்சத்தில் சந்திரருடன் கூடி குஜனால் பார்க்கப்பட்டால் ஜாதகர் சகோதர உற்பத்தி நாசமுடையவர், பிரஸவகாலத்தில் மழை மூன்று நாள் விடாமல் பெய்யும்.

(173) ஜென்ம லக்னம் தனுசு (பிரபாம்சம்) ஆகி லக்கினாதிபனான குரு, வாருணாம்சத்தில் சுயக்ஷேத்திரத்திலிருந்து குஜனால் காணப்பட்டால் ஜாதகருக்கு வாலிபத்திலேயே வைசூரி கண்ட முண்டு, இறந்தவர் மாதிரி ஆகிப்பிழைப்பார், மாந்த சுரம் முதலிய பீடை நேரும், பல்நோயுண்டாகும். இவன் பிதாவுக்குப் பந்து மூலம் பாக்கிய விருத்தி யுண்டாகும், ராஜாங்கத்தில் நல்ல புகழ், வெகுமானம் முதலியவை பெறுவார்.

(174) ஜென்ம லக்னம் தனுசு (பிரபாம்சம்) ஆகி குரு வாருணாம்சத்திலிருந்து அதற்கு ஆறாம் பாவாதிபருடன் கூடினால் ஜாதகருடைய சிற்றப்பனுக்கு அரிஷ்டமுண்டு, பிதாவுக்கு ராஜ உபத்திரவமுண்டாகும்.

(175) ஜென்ம லக்னம் தனுசு (பிரபாம்சம்) ஆகி குரு வாருணாம்சத்தில் குஜனால் பார்க்கப்பட்டு, ஐந்து பரல்களுடன் இருந்து எட்டாம் பாவாதிபருடன் கூடி இருந்தால் ஜாதகருக்கு ஐந்தாவது வயதில் பெரிய ஆபத்துண்டாகும், பிறகு இளைய சகோதரத்திற்கு வைசூரி சுரநோயால் அரிஷ்டமுண்டாகும், ஒன்பதாம் வயதில் சகோதரன் பிறந்து பாலாரிஷ்டத்தால் மரணமடைவார்.

(176) ஜென்ம லக்கினம் தனுசு (பிரபாம்சம்) ஆகி சனி லக்கினத்திற்கு மூன்றாம் பாவத்தில் இருந்தால் ஜாதகருக்குப் பின் சகோதரம் நாசமடையும், ஒரு சகோதரி மாத்திரம் இருப்பாள்.

(177) ஜென்ம லக்கினம் தனுசு (பிரபாம்சம்) ஆகி வாருணாம்சத்தில் குரு இருந்தால் ஜாதகரது பதினெட்டாவது வயதில் பிதாவுக்குப்பாக்கிய விருத்தியுண்டாகும், வேறு அரசனால் சுகமடைவார். இவன் பிதா வைஷ்ணவ ஜன துவேஷமுடையவர், அரசாங்கத்தில் அவமானத்தால் கிலேச மனுபவிப்பார், சகோதர உற்பத்தி நாச மடையும்.

(178) ஜென்ம லக்னம் தனுசு (பிரபாம்சம்) ஆகி லக்கினத்தில் குருவும் நாலாம் பாவத்தில் சுக்கிரன் குஜாம்சத்தில் கேதுவுடனிருந்தால் ஜாதகர் மூன்று எழுத்துக்களில் வல்லவர். சங்கீத வித்தை அறிந்தவர்,நாடகம், அலங்காரம், காவியம் இவற்றிலும் சங்கீதத்திலும் பிரியன், ஸமஸ்கிருதம் பிரியமாய் பேசுவார், தேவப்பிராமண பக்தியுடையவர்.

(179) ஜென்ம லக்னம் தனுசு (பிரபாம்சம்) ஆகி மீனாம்சத்தில் சுக்கிரன் உச்சனாயிருந்தால் ஜாதகர் எழுத்து வித்தையில் நிபுணர், சில சமயம் மந்த புத்தியுடையவர்.

(180) ஜென்ம லக்னம் தனுசு (பிரபாம்சம்) ஆகி வாருணாம்சத்தில் குரு இருந்து குஜனால் பார்க்கப்பட்டால் ஜாதகர் வித்தைக்குத் தடையுண்டாகும், அரசாங்கத்தில் புகழடைவார், நரவாகன யோகமுடையுவர், இவன் தகப்பன் அரசாங்கத்தில் அதிக யோக முடையவர்.

(181) ஜென்ம லக்னம் தனுசு (பிரபாம்சம்) ஆகி ஏழாம் பாவாதிபன் சிம்மாம்சத்தில் இருந்து சுக்கிரன் கும்பாம்சத்தில் இருந்தால் ஜாதகருக்கு ஜென்ம தேசத்திலேயே விவாகம்நடக்கும், அல்லது வடக்கில் நடக்கும் ஏழாம் பாவாதிபனிருக்கும் அம்ச லக்கினமோ அன்றி அதன் திரிகோண லக்கினங்களோ அன்றி ஏழாம் பாவாதிபன் பார்க்கும் லக்கினமோ ஜாதகருடைய தாரத்தின் ஜென்ம லக்கினமாகும்.

(182) ஜென்ம லக்னம் தனுசு (பிரபாம்சம்) ஆகி கும்பத்தில் மகராம்சத்தில் சனி இருந்து சுக்கிரன் கும்பாம்சத்திலிருந்து வாருணாம்சத்தில் ஜெனித்த ஜாதகருக்கு விவாகத் தடை உண்டாகும்.

(183) ஜென்ம லக்னம் தனுசு (பிரபாம்சம்) ஆகி மாமனார் பாவமாகிய மூன்றாம் பாவத்தில் பாபர் இருந்தால் ஜாதகருடைய கன்னிகாதான காலத்திலே மாமனாருக்கு ஆபத்துண்டாகும்.

(184) ஜென்ம லக்னம் தனசு (பிரபாம்சம்) ஆகி மாமனார் ஸ்தானமாகிய மூன்றாம் பாவத்தில் பாபர் இருந்து மூன்றாம் பாவாதிபன் சுபாம்சத்திலாவது அன்றி சுபனாகவாவது, சுபக்கிரகத்தால் பார்க்கப்பட்டாவது அன்றி பலத்துடனாவது இருந்தால் ஜாதகரது மாமனாருக்கு மேற்கண்ட தோஷமில்லை, மாமனார் க்ஷேமமடைவார்.

(185) ஜென்ம லக்னம் தனுசு (பிரபாம்சம்) ஆகி செவ்வாய் ஏழாம் பாவாதியுடன் கூடி மங்களாம்சத்தில் இருந்தால் ஜாதகரது தாரம் சிவந்தநிறம், விவாகத்திற்குப் பிறகு சுகமுண்டு தினந்தோறும் லக்ஷ்மி கடாக்ஷம் பெருகும், பசு, தன விருத்தியுண்டு, இவன் விவாகத்திற்குப் பிறகு ஜாதகர் நித்திய சம்பத்துடையவனாய் வீட்டில் மங்களகரமடைவார்.

(186) ஜென்ம லக்னம் தனுசு (பிரபாம்சம்) ஆகி குஜன் ஆறாம் பாவத்தில் மேஷாம்சத்தில் மங்களாம்ச நாடியிலிருந்தால் ஜாதகருடைய மாமனார் இருதார யோகமுடையவர், ஒரு அம்மான் தான் உண்டு.

(187) ஜென்ம லக்னம் தனசு (பிரபாம்சம்) ஆகி தாய் பாட்டன் ஸ்தானாதிபதியாகிய அதாவது நாலுக்கு ஒன்பதாம் ஸ்தானமாகிய பன்னிரண்டுக்குடைய குஜன் மங்களாம்ச நாடியிலிருந்தால் ஜாதகருடைய தாய் பாட்டன் தீர்க்காயுளுடையவர், அதிக சகோதரர் நாசமுடையவர். முதுமையில் புத்திர சோகமடைவார், கொஞ்சம் குடும்ப ஜீவனமுடையவர்.

(188) ஜென்ம லக்னம் தனுசு (பிரபாம்சம்) ஆகி குரு வாருணாம்சத்திலிருந்தால் ஜாதகருடைய தகப்பனைப் பெற்ற பாட்டி தீர்க்காயுளுடையவள், தாயும் தீர்க்காயுள் உடையவளாயிருப்பாள், யோக முடையவளாயுமிருப்பாள்.

(189) ஜென்ம லக்னம் தனுசு (பிரபாம்சம்) ஆகி தகப்பனைப் பெற்ற பாட்டன் ஸ்தானமாகிய அதாவது ஒன்பதிற்கு ஒன்பதாம் ஸ்தானமாகிய ஐந்தாம் ஸ்தானாதிபனான குஜன் மேஷாம்சத்தில் மங்களாம்சத்தில் இருந்தால் ஜாதகருடைய பிதுர் பாட்டன் பிரசித்தமானவர், சகோதர சகோதரிகளுடையவர், விவாகத்திற்குப் பிறகு பாக்கிய மடைவார், சுகமுள்ளவர், காடுகளுக்கு இடையிலுள்ள பட்டணத்தில் ஆயுள் வரையில் சுகமுடையவனாய் வாசம் செய்வார்.

(190) ஜென்ம லக்னம் தனுசு (பிரபாம்சம்) ஆகி ஐந்தாம் பாவாதிபன் மேஷாம்சத்தில் புதனுடன் கூடி இருந்தால் ஜாதகருடைய பிதுர் பாட்டன் விரை பெருத்தவனாவார்.

(191) ஜென்ம லக்னம் தனுசு (பிரபாம்சம்) ஆகி ஐந்தாம் பாவாதிபன் எட்டாம் பாவாதிபனுடன் கூடியிருந்தால் ஜாதகருடைய தாய் தந்தையர் அதிக தீர்க்காயுளுடையவராவார்,இருபது வயதுக்குமேல் நல்ல பாக்கியமும், இருபத்தைந்து வயதில் நல்ல வாகனமும், பதினெட்டில் அதிக செல்வமும், தன் தகப்பனுடன் அதிக பாக்கியமும் அனுபவிப்பார்.

(192) ஜென்ம லக்னம் தனுசு (பிரபாம்சம் உத்திர பாகம்) ஆகி குரு லக்கினத்தில் வாருணாம்சத்திலிருந்தால் ஜாதகர் எட்டாம் வயதில் கிலேசமடைவார், அவருடைய தகப்பன் ஜாதகருடைய ஒன்பதாம் வயதில் மனஸ்தாபமடைவார்.

(193) ஜென்ம லக்னம் தனுசு (பிரபாம்சம் பூர்வபாகம்) ஆகி குரு லக்கினத்தில் வாருணாம்சத்தில் இருந்தால் ஜாதகர் எட்டு வயதுக்கு மேல் சுகமும், தன் பிதாவுக்கு அதிக பாக்கிய விருத்தியுமுண்டாகும், பத்தாம் வயதில் ஜாதகருடைய தகப்பன் உத்தியோகமும், பின்னால் தரித்திரமுமுடையவர்.

(194) ஜென்ம லக்னம் தனுசு (பிரபாம்சம்) ஆகி லக்கினத்தில் குரு, நாலாம் பாவத்தில் சுக்கிரன், பத்து, ஒன்பது இந்த பாவாதிபர்களுடன் கூடினால் ஜாதகருடைய பிதா வாகனங்கள் நிறைந்தவர், அரசாங்கத்தில் நல்ல புகழுடையவர், சகோதரருடையவர், ஆசையுடையவர், மூத்த சகோதரரில்லை, மூன்று சகோதரர் தீர்க்காயுளுடையவராயிருப்பர், ஒரே ஒரு சகோதரிதானுண்டு.

(195) ஜென்ம லக்னம் தனுசு (பிரபாம்சம்) ஆகி சனி மூன்றாம் பாவத்தில் மகராம்சத்தில் இருந்தால் ஜாதகருடைய தகப்பன் மந்த பாக்கியமுடையவர்.

(196) ஜென்ம லக்னம் தனுசு (பிரபாம்சம்) ஆகி எட்டாம் பாவாதிபன் சந்திரன் லக்கினாதிபனுடன் கூடி குரு வாருணாம்சத்தில் இருக்க சக்கர யோகத்தில் ஜெனித்த ஜாதகருக்கு இரண்டாம் திசையில் செல்வப் பெருக்குண்டாகும், ராஜயோகம் செய்யும் அல்லது அதற்குச் சமமான சுகமடைவார். தனம் சேரும், நரவாகனம், பூஷணம் முதலியன சேரும். பிரபலமான உத்தியோக ஜீவனமுடையவர், ஸந்தான உற்பத்தியுடையவர் சகோதரி பொருள் சேரும்.

(197) ஜென்ம லக்னம் தனுசு (பிரபாம்சம்) ஆகி குரு வாருணாம்சத்தில் இருக்கும் சக்கர யோக ஜாதகர் பதினோறாம் பாவாதிபன் திசையில் தன் தகப்பனுடன் யாத்திரை செய்வார். ஸேது யாத்திரை செய்வார், நாலாம் திசையில் தனமடைவார். ஐந்தாம் திசையில் அவ்விதமே, மூன்று தரம் ஸேதுஸ்நானம் செய்து கங்கா ஸ்நான பலனை அடைவார்.

(198) ஜென்ம லக்னம் தனுசு (பிரபாம்சம்) ஆகி லக்கினத்திற்குப் பத்தாம் பாவத்தில் ராகு இருந்தால் ஜாதகர் கங்காஸ்நான ஸ்வரூபமுடையவர், அப்படி இல்லாவிட்டால் மூன்று தரம் ஸேது ஸ்நானம் செய்து அந்தப் பலனைச் சந்தேகமில்லாமல் அடைவார்.

(199) ஜென்ம லக்னம் தனுசு (பிரபாம்சம்) ஆகி பாக்கியாதிபனும் கர்மாதிபனும் ஒன்றாய்க்கூடி எந்த ராசியில் இருந்தாலும் ஜாதகர் மகாதான பலனடைவார். அக்கிரகாரப் பிரதிஷ்டை செய்து புகழ் எடுப்பார்.

(200) ஜென்ம லக்னம் தனுசு (பிரபாம்சம்) ஆகி பாக்கியாதிபனான சூரியன் ரிஷப ராசியில் குமாராம்சத்திலும், பஞ்சமாதிபனான குஜன் ரிஷப ராசியில் மங்களாம்சத்திலுமிருக்க குரு லக்கினத்தில் வாருணாம்சத்தில் இருக்க ஜெனித்த ஜாதகர் முன்னால் சூத்திர ஜென்ம முடையவர், பின் ஜென்மமுடையவர். புகழுடையவர், புத்திரன் சொல் கேட்பார், ராஜச குணமுடையவர், சுகவான் இவன் பிதாகொஞ்சம் தாமஸ குணமுள்ளவர்.

(201) ஜென்ம லக்னம் தனுசு (பிரபாம்சம்) ஆகி குரு லக்கினத்தில் வாருணாம்சத்தில் இருந்து குஜனால் பார்க்கப்பட்டால் ஜாதகருடைய தாய்துஷ்ட நடவடிக்கையுள்ளவள், இராஸ்யத்தில் பாபச் செய்கைகள் செய்வாள்.

(202) ஜென்ம லக்னம் தனுசு (பிரபாம்சம்) ஆகி ஜென்ம லக்கினத்தில் குருவும் நாலாம் பாவத்தில் சுக்கிரனும், மூன்றில் பாபக்கிரகமும் இருந்தால் ஜாதகர் அரசாங்க முத்திரைதரிக்கும் அதிகாரியாய் அனேக தேசத்துக்குப் பிரபு ஆவார், எப்போதும் ராஜஸ

குணமுள்ள நடவடிக்கையுடையவர், புகழுடையவர், புராணார்த்தங்கள் அறிந்தவர், தினந்தோறும் சிவ கைங்கரியம் செய்யும் சிவ பக்தனாவார்.

(203) ஜென்ம லக்னம் தனுசு (பிரபாம்சம்) ஆகி சூரியன் ரிஷபத்தில் குமாராம்சத்தில் இருந்து காலன் என்னும் சனி விருச்சிகத்திலிருக்க ஜெனித்த ஜாதகர் ஹரிசங்கர பக்தியுடையவர். நித்தியம் நான்மார்க்கத்தில் நடப்பவர். வைதீகாசாரம் கைகொள்வார், விசேஷமாக தேவி பக்தியுடையவர்,புராணமறிந்தவர், ஜாதகருடைய பிதாவும் இவ்விதமே பந்து வர்க்கத்தில் புகழெடுத்தவனாக இருப்பார்.

(204) ஜென்ம லக்னம் தனுசு (பிரபாம்சம்) ஆகி ஒன்பதாம் பாவத்திற்கேழாம் பாவாதிபதியாகிச் சனி ராசியில் கும்பத்திலும், நவாம்சத்தில் சுய க்ஷேத்திரத்தில் மகர நவாம்சத்திலு மிருந்தால் ஜாதகர் உள்ளுக்குள்ளே கோபமுடையவர், தெளிந்த மனமுடையவர். இரு சிற்றப்பன்மார் அதிக கொடியராயிருப்பார், அவர்களில் ஒருவன் கொஞ்சம் புண்ணியம் செய்வார், தகப்பன் சகோதரி சுமங்கலியாயிருப்பாள், சுகமுடையவள், அதிக புத்திரருடையவள், அவன் மேன்மேலும் புத்திர யோகம் பிரபல்ய மாயுடையவள், தாயாதி பாக்கியவசத்தால் சுகமுண்டு, ஜாதகர் நரவாகனம் பெறுவார்.

(205) ஜென்ம லக்னம் தனுசு (பிரபாம்சம்) ஆகி வாருணாம்சத்தில் குரு இருந்து குமாராம்சத்தில் சூரியன் இருந்தால் ஜாதகருடைய தகப்பன் சகோதரரில் ஒருவன் புத்திரருடையவர், இரண்டாம் சகோதரன் மலடிக்கு நாயகனாவார், மற்றவர் மரிக்கும் சந்ததியுடையவர், ஆனால் அவள் காலாந்தரத்தில் சந்தானமடைவார் எனச் சிலர் சொல்லுகிறார்கள்.

(206) ஜென்ம லக்னம் தனுசு (பிரபாம்சம்) ஆகி ரிஷப ராசியில் ஐந்தாம் பாவாதிபன் மங்களாம்சத்தில் சூரியன் புதனுடன் கூடி வாருணாம்சத்தில் இருக்க ஜெனித்த ஜாதகர் அற்ப சந்ததி யோகமுடையவர்.

(207) ஜென்ம லக்னம் தனுசு (பிரபாம்சம்) ஆகி லக்கினத்திற்கு மூன்றாம் பாவத்தில் சனி இருந்து வாருணாம்சத்தில் குரு இருக்கும் ஜாதகருக்கு அனேக சந்ததி மரிக்கும், ஒரு புத்திரன் தீர்க்காயுளுடையவானவான்.

(208) ஜென்ம லக்னம் தனுசு (பிரபாம்சம்) ஆகி தனுசு ராசியில் வாருணாம்சத்தில் குரு இருக்கும் சக்கர யோக ஜாதகருடைய பிதாவின் சகோதரிக்குப் புத்திரயோகமுண்டு, இரு சிற்றப்பன்மார்கள் புத்திரனற்றவர்களாவார், ஜாதகருக்கு இரு புத்திரர் இரு பெண்கள் தீர்க்காயுளுடையவராவார்.

(209) ஜென்ம லக்னம் தனுசு (பிரபாம்சம்) ஆகி ஐந்தாம் பாவாதிபன் மங்களாம்சத்திலிருக்கும் சக்கிரயோக ஜாதகர் இரண்டு தாரங்களிடமும் ஸந்ததி அடைவார், அதிக சந்தானயோகமுடையவர்.

(210) ஜென்ம லக்னம் தனுசு (கோகிலாம்சம் அதாவது லக்கின ஸ்புடம் பாகை 246–00 கலை முதல் பாகை 246–12 கலை வரையில்) ஆகி லக்கினத்திற்கு ஐந்தாம் பாவத்தில் சனி இருந்தால் ஜாதகருடைய மூத்த சகோதரம் இளைய சகோதரம் இருவரும் நாசமடைவார்.

(211) ஜென்ம லக்னம் தனசு (கோகிலாம்சம்) ஆகி சனி மேஷத்தில் இருந்தால் ஜாதகர் ஒருவனே, புத்திரமித்திரருடன் கூடியவர், ஜாதகர் வாலிபத்தில் கிலேசத்தால் வருந்துவார், இவர் பிதா தேகத்தில் நோயுடையவனாய் அயலார் வீட்டில் வசிப்பார், பந்துக்கள் மூலம் சந்தோஷமடைவார், விவாகத்துக்குப் பிறகு சுகமுண்டு, இருபது அல்லது

இருபத்திரண்டில் பிதா அரிஷ்டமடைவார், பின்னால் தாய்க்கு அரிஷ்டம் உண்டு, முப்பதுக்கு மேல் சுக முண்டு.

(212) ஜென்ம லக்னம் தனுசு (கோகிலாம்சம்) ஆகி சந்திரன் தனுசில் தனுசு அம்சத்திலிருந்து சனி மேஷத்தில் கோகிலாம்சத்திலிருந்தால் ஜாதகர் கந்தை, வைக்கோல் முதலியன விக்கிரையம் செய்து முப்பது வயதுக்கு மேல் ஜீவனம் செய்வார்.

(213) ஜென்ம லக்னம் தனுசு (கோகிலாம்சம்) ஆகி லக்கினத்தில் சந்திரன் ராகுவுடன் கூடி இருந்தால் ஜாதகர் மூர்க்கன், கோப குணமுடையவர்,இருபத்தேழுக்கு மேல் சௌக்கியமடைவார், மூன்றாம் தெசையில் விவாகம் நடக்கும், புத்திரோற்பத்திக்குப் பிறகு சௌக்கியமடைவார், நாலாம் திசை முடிவில் கிலேசமும், ஐந்தாம் திசையில் தனவரவு மடைவார், இவன் புத்திரனுக்கு விவாக சௌக்கியமுண்டு, ஆறாம் தசா காலத்தில் சுய புக்தியில் மாரகமடைவார்.

(214) ஜென்ம லக்னம் தனுசு (கோகிலாம்சம்) ஆகி மேஷத்தில் சனி இருந்தால் ஜாதகர் புத்திர புத்திரி சமர்த்தியாயுடையவர், ஆயுளுள்ளவரையில் நல்ல ஜீவனமுண்டு, வியாபார மூலம் ஜீவனம் நடக்கும்.

(215) ஜென்ம லக்னம் தனுசு (காதாம்சம்) ஆகி விருச்சிகத்தில் சனி இருந்தால் ஜாதகருக்கு வாலிபத்திலேயே பிதா நாசமுண்டு, பின்னால் தாய் நாசமடைவாள், மூத்த சகோதரன் நாசத்தினாலே நடுவயதிலே ஜாதகர் வருந்துவார், இரு சகோதரிகள் தீர்க்காயுள், ஒருத்தி புத்திரனுடையவள், சுகமுடையவள், ஆந்திரப் பிரபுவின் துவாரா தேசத்தில் வாலிபத்தில் சுகமாயிருப்பார், பின்னால் வனாந்தரவாச மடைவார், குரும்பு புத்தியுடைய பிரபுவிடம் சேவகனாய் இருந்து ஜீவனம் செய்வார், இரு தாரத்தினிடமும் ஜாதகருக்குப் புத்திரனுண்டு.

(216) ஜென்ம லக்னம் தனுசு (காதாம்சம்) ஆகி விருச்சிகத்தில் சனி இருக்கும் கமலயோக ஜாதகர் மாத்வ வைதீக மூலமாய் நரவாகன யோகமுடையவர், நாலாம் திசையில் அதிக சௌக்கியமுண்டு, வயதின் மூன்று பாகத்தில் நடு கண்டத்தில் தனவரவு, பின் பாதியில் சுகவிருத்தி, கிராம லாபமுடையவர்.

(217) ஜென்ம லக்னம் தனுசு (காதாம்சம்) ஆகி சனி "தாவாக்னி" ஷஷ்டியாம்சத்திலிருந்தால் ஜாதகர் வாத தேகமுடையவர், இருதாரமுடையவர், பெருந்தன்மை வாய்ந்தவர், அரசாங்கத்தில் புகழ் பெற்றவர்.

(218) ஜென்ம லக்னம் தனுசு (காதாம்சம்) ஆகி குரு பரமேசாம்சத்திலிருந்து சனி காதாம்ச நாடியில் இருந்தால் ஜாதகர் பாக்கிய யோகமுடையவர், விஷ்ணு சங்கர பக்தியுடையவர்.

(219) ஜென்ம லக்னம் தனுசு (காதாம்சம்) ஆகி காதாம்சத்தில் விருச்சிகத்தில் சனி இருந்தால் ஜாதகர் பருத்த தேகமுடையவர், உயர்ந்த புத்தியுடையவர், மூர்க்க சுபாவ முடையவர், ஆசையுடையவர், கோபமுடையவர், சீக்கிரம் தெளியும் குணமுள்ளவர், முப்பத்தெட்டுக்கு மேல் பாக்யமுண்டு, நாற்பதில் சுகம்,நல்ல வாகனம், நாற்பத்திரண்டில் புகழ், யோக முடையவர், ஐந்தாம் திசையில் தாரபயம், அதிக புத்திரர் பிறந்து மரிப்பர், மூத்த சகோதரன் தீர்க்காயுள்ளவர், வாலிபத்தில் வயிற்றுவலி பீடைவரும் மரித்த சந்தானம் அதிக முண்டு, இரு சகோதரிகளுடையவர், சுகவான், மாற்றாந்தாய் சகோதரனுடன் கூடியுவர், மானி, மாதா பிதாவைப் பக்தியுடன் உபசரிப்பார், எப்போதும் வித்தைக்கு தடையுண்டாகும்.

(220) ஜென்ம லக்னம் தனுசு (முத்கராம்சம் அதாவத லக்ன ஸ்புடம் பாகை 259–48 கலை முதல் பாகை 260–00 கலை வரையில்) ஆகி நாலாம் பாவத்தில் சனி இருந்தால் ஜாதகர் தெற்கு வடக்கு வீதியில் சமுத்திரத்திற்குச் சமீப தேசத்தில் பிறந்து வாசம் செய்வார்.

(221) ஜென்ம லக்னம் தனுசு (முத்கராம்சம் பூர்வபாகம்) ஆகி சந்திரன் குருவுடன் கூடி இருந்தால் ஜாதகர் கருத்த நடுத்தர தேகமுடையவர் போக மாதர் சேர்க்கையில் ஆழ்ந்திருப்பார், ரஜோ குணமுடையவர், எழுத்து எழுதுவதில் சமர்த்தர், இங்கிதமறிந்தவர், குணம் கிரகிக்க வல்லவர், வர்த்தக வியாபார ஜீவனம் செய்வார், பிதுரார்ஜித தனம் நிரம்பியவர், அனேக தாயாதி ஜெனங்களுடன் கூடியவர்.

(222) ஜென்ம லக்னம் தனுசு (முத்கராம்சம் உத்தரபாகம்) ஆகி சந்திரன் குருவுடன் கூடி இருநத்தால் ஜாதகர் கிராமத்திற்கு அதிகாரியாவார். விவசாய ஜீவனம், முன் பின் சகோதர மில்லாதவர், வாலிபத்திலேயே தரித்திரமடைவார், ஜென்ம வருஷத்திலேயே பிதா நாசமடைவார், ஜாதகர் அம்மான் விட்டில் வாசமுடையவர், முன்பாகத்தில் ஜெனித்த ஜாதகர் முன் பின் சகோதரம் நாச முடையவர், ஜாதகர் ஜெனித்த பிற்கு இவன் பிதா அதி பாக்கியமடைவார். விசித்திரமான வீடு கட்டுவார். பிராமணர் மூலம் அதிக பாக்கிய மடைவார். தாது மூலமாகக் கிடைத்த ரச வஸ்துக்களை விருத்தி பண்ணுவார்.

(223) ஜென்ம லக்னம் தனுசு (முத்கராம்சம்) ஆகி புதன் மூன்று, ஆறு, எட்டு இந்த பாவங்களில் சனி, சூரியன் இவர்களுடன் கூடியாவது, அன்றி பார்க்கப்பட்டாவது இருந்தால் ஜாதகர் வாலிபத்திலேயே தாய் நாசமடைவாள், மாற்றாந்தாய் யோகமுடையவர், இவன் பிதா தீர்க்காயுளுள்ளவனாயிருப்பான். ரகஸ்யத்தில் காமதுரன், ஸ்தீரீலோலன், இவன் தகப்பனார் பதினைந்து அல்லது பதினாறு சகோதரரும் எட்டு சகோதரிகளுமுடையவனாவார், இருவர் அல்லது மூவர் நல்ல வாசமுடையவர், இரு சிற்றப்பன்மார் தீர்க்காயுளாய் புத்திர புத்திரர்களுடன் கூடியவராவார், அவர்களில் ஒருவர் அதிக சந்ததியுடையவர், அவனுக்கு ஸ்தீரீ சந்ததிகள் அதிகமுண்டு, ஜாதகருடைய தகப்பன் சகோதரி ஒருவள் விதவையாகி தீர்க்காயுளுடையவளாவாள். மாற்றந்தாய் சேர்க்கையால் புத்திரன் மூலம் விசாரமுடையவள், அதிருஷ்டம் முதிர்ந்த யோகத்தால் காலாந்தரத்தில் நற்புத்திரனையுடையவளாவள். உத்தராம்சம் ஆகில் இரு சிற்றப்பன்மார் தீர்க்காயுள்ளவராவர், காலாந்தரத்தில் மேக நோயால் மனைவியுடன் மரிப்பான்.

(224) ஜென்ம லக்னம் தனுசு (முத்கராம்சம்) ஆகி மீனத்தில் சந்திரன் குருவுடன் கூடினால் ஜாதகர் கங்காஸ்நானம் செய்வார், நல்ல புண்ணியம் செய்தவர், காலாந்தரத்தில் சித்தசுத்தியுடையவர், ஆபத் சந்நியாச யோகமுடையவர்.

(225) ஜென்ம லக்னம் தனுசு (முத்கராம்சம் உத்தராம்சம்) ஆகி லக்கினத்திற்கு எட்டாம் பாவத்தில் கேது இருந்தால் ஜாதகர் கேது திசை நடக்குங் காலத்தில் பெரும்பாலும் மரணமடைவார், பாபமுடையவர், நோயால் வருந்துபவர், முன் செய்த வினையினால் பக்கவாதம், முதலிய பீடைகளுடையவர்.

(226) ஜென்ம லக்னம் தனுசு (முத்கராம்சம் பூர்வபாகம்) ஆகி ஐந்தாம் பாவாதிபன் லோஹிதாம்சத்திலிருந்தால் ஜாதகர் சந்தானத்திற்காக வியா கூலமடையவார், காலந்தரத்தில் நல்ல புத்திரனுடையவனாவார், சிற்றப்பன் புத்திரர்களுக்குப் பீடை நேரும்.

(227) ஜென்ம லக்னம் தனுசு (முத்கராம்சம்) ஆகி சூரியன் கலுஷாம்சத்திலிருந்து ஏழாம் பாவாதிபன் சுக்கிரனுடன் கூடி இருந்தால் ஜாதகர் தகப்பன் தீர்க்காயுளுடையவனா யிருப்பார், வாலிபத்திலேயே தாய் நாச மடைவாள்.

(228) ஜென்ம லக்னம் தனுசு (முத்கராம்சம்) ஆகி கும்பத்தில் சூரியனிருந்து சனியால் பார்க்கப்பட்டால் ஜாதகர் வர்த்தக வியாபார ஜீவனம் செய்வார், கொஞ்சம் மூர்க்க குணமுடையவர், பின்னும் நியாயமாகச் சம்பாதித்த பொருளதிகமாவுடையவர், பூர்வபாகத்தில் ஜெனித்த ஜாதகர் பிதுரார்ஜிதமடைவார், நாலாம் திசையில் தன் பிரபலத்தன்மையால் நவரத்தினம் முதலிய லாபமடைவார், வடமேற்குத் திசையில் வியாபாரத்தில் தனவிருத்தி உண்டாகும், சிற்றப்பன் மகன் மூலம் வீட்டில் பசு, தனம் விருத்தி உண்டாகும், உள்ளுக்குள் வியாகூலத்தால் கலகமும், பின்னால் சுகமு முண்டாகும், கடன், விரோதம் இக்காரணங்களினால் வரவைக் காட்டிலும் அதிக செலவுண்டாகும், பத்தாயிரத்துக்கும் அதிகமான தனம் கிடைக்கும்.

(229) ஜென்ம லக்னம் தனுசு (முத்கராம்சம்) ஆகி ஏழாம் பாவாதிபன் சூரியனுடன் கூடினால் ஜாதகர் அயல் ஸ்த்ரீ சம்பந்தமுடையவர். இரண்டு தாரமுடையவர், இரு தாரத்திடமும் புத்திரனுடையவனாவார்.

(230) ஜென்ம லக்னம் தனுசு (முத்கராம்சம்) ஆகி குரு அமலா யோகத்திலிருந்தால் ஜாதகர் தேவப் பிராமண பக்தியுடையவர், சிவபக்தி விசேஷமாகவுடையவர், தானதர்ம பாராயணர், கொடையாளி,

(231) ஜென்ம லக்னம் தனுச (சிவதாம்சம் அதாவது லக்கின ஸ்புடம் பாகை 241–12 கலை முதல் பாகை 241–24 கலை வரையில்) ஆகி ராகு கும்பத்தில் தனுசு அம்சத்திலாவது அன்றி மீனாம்சத்திலாவது இருந்தால் ஜாதகர் யோகமுடையவர், ரோக முடையவர், மிகுந்த சூடும், துவர்ப்புமான வஸ்துக்களைப் புசிப்பார், இனிமையாயும், அழகாயும் பேசுவார், தாமஸ குணமுடையவர், நடுவிலும் கடைசியிலும் சாத்துவீகனா யிருப்பார், வாலிபத்தில் தாமஸ செய்கையுடையவர், கண்ணோய்ப் பீடையுடையவர்.

(232) ஜென்ம லக்னம் தனசு (சிவதாம்சம்) ஆகி ராகு கும்பத்தில் தனுசு அம்சத்திலாவது அன்றி மீனாம்சத்திலாவது இருந்து குஜனால் பார்க்கப்பட்டால் ஜாதகர் ரோகமுடையவர், மத்திம வயதுடையவர், கொஞ்சகாலம் துராசாரமுடையவனாய் நடுவயதில் நன்மார்க்கத்தில் இறங்குவார்.

(233) ஜென்ம லக்னம் தனுசு (சிவதாம்சம்) ஆகி சந்திரன் கேதுவுடன் கூடி சிம்ம ராசியில் இருந்தால் ஜாதகர் துராலோசனையில் புத்தியைச் செலுத்துவார், ருதுஸ்த்ரீ சேர்க்கையுடையவர், காமி, சகோதரன் மனைவியை அணைவதில் பிரியன், கொஞ்சம் கெட்ட அபவாதமுடையவர்.

(234) ஜென்ம லக்னம் தனுச (சிவதாம்சம்) ஆகி சூரியன் காமாம்சத்தில் இருந்து காள்கூடாம்சத்தில் ராகு இருந்தால் ஜாதகர் ஆயுதத்தால் வெட்டுப்பட்ட ஆண்குறி, விரை இவை உடையவர், யௌவனத்தில் தாரசோகம் முதலியன இருபத்து மூன்றாவது வயதில் நேரும், இருபத்து நான்காவது வருஷ கடைசியில் இரண்டாவது விவாகம் நடைபெறும், விவாகத்துக்குப் பிறகு இவர் ஞானமார்க்கத்தில் இழிவான பிரசங்கங்கள் செய்வார்.

(235) ஜென்ம லக்னம் தனுசு (சிவதாம்சம்) ஆகி குரு பிரம்ம ஞானாம்சத்தில் லக்கினத்திற்குக் கேந்திரத்திரிகோண ஸ்தானங்களில் இருந்தால் ஜாதகர் பரப்பிரம்ம தியானம் செய்யும் யோகியாவர், ஆபத் சந்நியாஸா யோகமுடையவனரவார்.

(236) ஜென்ம லக்னம் தனுசு (சிவதாம்சம்) ஆகி பத்தாம் பாவத்தில் ராகு அல்லது சூரியன் இருந்து, இரண்டாம் பாவத்தில் சந்திரன் குருவால் பார்க்கப்பட்டிருந்தால் ஜாதகர் நற்கர்மத்தில் பெயரெடுத்தவனாவார், புண்ணியஞ் செய்தவனாவார், தனம் நிரம்பியவர், வேறு உலகிலும் சௌக்கியமுடையவனென்று பெரியோர்கள் சொல்லுகிறார்கள்.

(237) ஜென்ம லக்னம் தனுச (பங்கஜாம்சம் பூர்வபாகம் அதாவது லக்ன ஸ்புடம் பாகை 254–36 கலை முதல் பாகை 254–48 கலை வரையில்) ஆகி எட்டாம் பாவாதிபன் நீச்ச ராசியிலிருந்தால் ஜாதகர் நல்ல ஆசார விசேஷமறிந்தவர்,சீமான், ஜெனங்களுக்குச் சுகம் உண்டு பண்ணுவார்,

(238) ஜென்ம லக்னம் தனுசு (பங்கஜாம்சம்) ஆகி லக்கினத்தில் குரு, குஜன், சனி இருந்தால் ஜாதகர் பிதாவைப் பெற்ற பாட்டி தீர்க்காயுளுடையவர், வாலிபத்திலேயே பிதா நாசமுறுவார்.

(239) ஜென்ம லக்னம் தனுசு (பங்கஜாம்சம்) ஆகி பிதா ஸ்தானாதிபனான சூரியன் உச்சஸ்தானமாகிய மேஷத்தில் இருந்து குருவால் பார்க்கப்பட்டால் ஜாதகருடைய தகப்பன் ஆபத்சந்நியாச யோகமுடையவனாவார். உத்தராம்சமானால் பிரசவித்த பின் ஜாதகருடை தாய் அரிஷ்டமடைவாள்.

(240) ஜென்ம லக்னம் தனுசு (பங்கஜாம்சம் உத்திராம்சம்) ஆகி ஐந்தாம் பாவாதிபன் ஏழாம் பாவ ராசியிலிருந்தால் ஜாதகருக்கு ஒரு பெண் தீர்க்காயுளுடையவளாவாள்.

(241) ஜென்ம லக்னம் தனுச (பங்கஜாம்சம் உத்திராம்சம்) ஆகி ஐந்தாம் பாவாதிபன் ஏழாம் பாவ ராசியிலிருந்தால் ஜாதகருக்குப் புத்திரனில்லை, ஜாதகர் அற்பாயுளுடையவர். சுகவான், கண்டம் நீங்கினால் தீர்க்காயுளுடையவனாவார், புத்திர நாசத்தால் வருந்துவார்.

(242) ஜென்ம லக்னம் தனுச (பங்கஜாம்சம் பூர்வபாகம்) ஆகி பன்னிரண்டாம் பாவாதிபன் ஏழாம் பாவ ராசியிலிருந்தால் ஜாதகர் இரு நூறு ரூபாய் சம்பாதிக்குந் தன்மையுடையவர்,வியாபாரத்தில் ஜீவனம் செய்வார்.

(243) ஜென்ம லக்னம் தனசு (பங்கஜாம்சம்) ஆகி மூன்றாம் பாவாதிபன் சனி உச்சக்கிரகத்துடன் கூடி இருந்தால் ஜாதகர் முதுமையில் புத்திரன் மூலம் யோகமுடையவனாவார்.

(244) ஜென்ம லக்னம் தனுசு (பங்கஜாம்சம் பூர்வபாகம்) ஆகி எட்டாம் பாவத்தில் பாபர் இல்லாதிருந்தால் ஜாதகர் எழுபத்தேழாவது வயதில் மரணமடைவார். மரணம் அவனுக்கு மீனமாசத்தில் வாய்க்குமென்பர்.

குறிப்பு:– இந்தப் புத்தகத்தில் தனுசு லக்கினத்திற்கு 244–விதிகள் கொடுக்கப்பட்டிருக்கின்றன. இன்னும் உள்ள சுமார் 1,000–க்கு மேற்பட்ட தனுசு லக்கின விதிகள் நான்காம் பாகம், ஐந்தாம் பாகம் முதலிய பாகங்களில் தனுசு லக்கின பலனின் தொடர்ச்சியாகக் கொடுக்கப்படும் என்று அறியவும்.

நெ.10–வது அத்தியாயம்.

மகர லக்கின ஜாதகம்

(1) ஜென்ம லக்னம் மகரம் (காளிகாம்சம்) ஆகி லக்கினத்தில் குரு இருந்தாலும், அன்றி லக்கினத்தைக் குரு பார்த்தாலும், அன்றி லக்கினாதிபனான சனி தன்னுச்ச ஸ்தானமாகிய துலாத்தில் இருந்தாலும் ஜாதகர் கொடி சுற்றிப் பிறவான்.

(2) ஜென்ம லக்னம் மகரம் (காளிகாம்சம்) ஆகி சந்திரன் விருச்சிகத்தில் நீச்சனாய், நீச்சாம்சத்திலிருந்தாலும், அன்றி ஜென்ம லக்னம் மகரம் (காளிகாம்சம்) ஆகி சனி ஆறாம் பாவாதிபன் அம்சத்திலிருந்தாலும், ஜாதகர் பிறந்த வருஷத்திலே அம்மானுக்குக் கஷ்டம் வரும், பாக்கிய நாசமடையும், நீச்சாம்சத்தில் சந்திரன் இருக்கும் ஜாதகருக்கு கொடி சுற்றிய தோஷத்தினாலே ஜாதகருடைய தாய் வர்க்கம் நாசமடையும் அல்லது அதிக ஆபத்து நேரிடும். பிதுர் வம்சம் அதிக சுகமடையும், ஜாதகருடைய சிற்றப்பன் முதலியோர் அதிக சுகமடைவார்.

(3) ஜென்ம லக்னம் மகரம் (காளிகாம்சம்) ஆகி மூன்று கிரகங்கள் உச்சமாய்ச் சந்திரன் தன் நீச்ச ஸ்தானமாகிய விருச்சிகத்திலிருந்தாலும், அன்றி குருவால் பார்க்கப்பட்டாலும் ஜாதகர் அதிக யோகவான்.

(4) ஜென்ம லக்னம் மகரம் (காளிகாம்சம்) ஆகி எட்டாம் பாவாதிபன் லக்னத்திலிருந்து ஒன்பதாம் பாவாதிபன் அம்சத்தில் சுபராசியிலிருந்தால் ஜாதகருக்குச் சொற்ப பாலாரிஷ்டமுண்டு, வெள்ளியால் சந்திரன் செய்து வெண்கலப் பாத்திரத்தில் ஸ்தாபித்து தானம் செய்ய சாந்தி உண்டாகும், ஒரு பலம் அல்லது சக்திக்கேற்றவாறு சூரிய யந்திர சூரிய தானத்தால் ஆயுள் ஆரோக்கிய விருத்தி உண்டாகும், எட்டாம் பாவாதிபனுக்கு ஏற்ற மந்திர ஜெப ஹோமாதிகளால் சாந்தி செய்யவும், சூரிய சாந்தி செய்ய பாலாரிஷ்ட தோஷமில்லை, சந்திர தானத்தால் சரீரபுஷ்டி உண்டாகும், அம்மான் முதலியவருக்குச் சுகமுண்டு, ஜாதகர் தேக சுகமுடையவனாவார், பலமில்லாதவர், கஷ்ட ஜீவனம், ஜாதகர் சகோதர சகோதரிகளுடன் கூடியவர்.

(5) ஜென்ம லக்னம் மகரம் (காளிகாம்சம்) ஆகி எட்டாம் பாவாதிபன் இருக்கும் வீட்டுடைய பாவாதிபதி உச்சக்ஷேத்திரத்தில் பலவானாயிருந்தாலும், அன்றி ஜென்ம லக்னம் மகரம் (காளிகாம்சம்) ஆகி குரு லக்கினத்திற்கு ஏழாம் பாவத்தில் சுபாம்சத்திலிருந்தாலும் ஜாதகர் தீர்க்காயுளுடையவனாவார்.

(6) ஜென்ம லக்னம் மகரம் (காளிகாம்சம்) ஆகி குரு லக்கினத்திற்கு ஏழாம் பாவத்தில். பாபாம்சத்திலிருந்து பாபரால் பார்க்கப்பட்டால் ஜாதகர் அற்பாயுள் உடையவனாவார், நீச்சாம்சத்திலிருந்தால் மிக அற்பாயுளுடையவர்.

(7) ஜென்ம லக்னம் மகரம் (காளிகாம்சம்) ஆகி சந்திரன் விருச்சிக ராசியில் விருச்சிகாம்சத்தில் சஷ்டி யம்சங்களில் ஒன்றாகிய மிருதாம்சம் என்ற மிருதாவஸ்தையிலிருந்தாலும், சந்திரன் பாபரால் பார்க்கப்பட்டாலும், சந்திரனுக்கு சுபர் பார்வை இல்லாதிருந்தாலும் ஜாதகருக்குப் பாலாரிஷ்டமுண்டு.

(8) ஜென்ம லக்னம் மகரம் (காளிகாம்சம்) ஆகி சந்திரன் குருவுடன் கூடியாவது அன்றி குருவால் சந்திரன் பார்க்கப்பட்டு இருந்தாலும்,ஜென்ம லக்னம் மகரம் (காளிகாம்சம்) ஆகி சந்திரனுக்கேழில் சுபக்கிரகமிருந்தாலும் ஜாதகருக்குப் பாலாரிஷ்டமில்லை.

(9) ஜென்ம லக்னம் மகரம் (காளிகாம்சம்) ஆகி சனி பத்திலிருந்து குரு லக்கினத்திற்கு ஏழாம் பாவத்திலிருந்து சூரியன் லக்கினத்தில் ஹால ஹலாம்சத்திலிருந்து, குருவால் பார்க்கப்பட்டால் ஜாதகர் சிவந்து சமமான தேகமுடையவர், பரந்த கண்கள், அழகிய மூக்கு உடையவர், வாலிபத்தில் சுவாசகாச நோயும், பாரிசவாயு பீடையுமுண்டாகும், ஜாதகருடைய ஐந்தாவது வயதுக்கு மேல்சுகமும், தேகபுஷ்டியுமடைவார், ஜாதகருக்கு இரண்டாவது வயதில் அதிக ஆபத்து நேரிடும்.

(10) ஜென்ம லக்னம் மகரம் (காளிகாம்சம்) ஆகி லக்கினாதிபன் தன் நவாம்சத்திலிருந்து, தன் உச்சஸ்தானத்தில் குஜனால் பார்க்கப் பட்டால் ஜாதகருக்கு எட்டு வயதுக்கு மேல் அதிக சுகமுண்டு, அதி பாலியத்தில் சுகமும், கஷ்டமும் சமமாக இருக்கும், அளவாய்ப் புசிப்பார், போகி, கொடையாளி, புகழுடையவர், சிவ பக்தர், எழுத்து வித்தையில் தேர்ந்தவர், பஞ்சாட்சரப் பிரியன், மானி, ஹரி சங்கர பக்தியுடையவர், பல மந்திரங்களில் ஆசையுடையவர், பரமசிவத்தினிடம் பக்தி பூண்டவர், தர்மவான், பரோபகாரம் செய்வார், பிதாவை விட அதிக அறிவாளி, இரண்டு அம்மான்களுடையவர், இரண்டு பிதாக்களிடம் பக்தியுடையவர், தகப்பன் சகோதரி ஒருத்தி சுமங்கலியாய் அதிக புத்திரருடையவளாவள்.

(11) ஜென்ம லக்னம் மகரம் (காளிகாம்சம்) ஆகி குரு ஏழாம் பாவத்தில் இருந்தால் ஜாதகருக்கு மூன்று சிற்றப்பன்மார் தீர்க்காயுளுடையவராவார், ஜாதகருக்கு மூன்று மனைவிகளும் தீர்க்காயுளுடையவராவர், ஜாதகருடைய சிற்றப்பன்மார்களில் ஒருவன் மலடிக்குக் கணவனாவார், ஒருவன் வேறுமனைவியிடம் புத்திரனுடையவர். மற்றவர் அரசாங்கத்தில் சம்பந்தமுடையவனாவார். உள்ளத்தில் கபம் உடையவர், கோபி, குணவான், பரோபகாரி, தேவப்பிராம்மணர்களைப் போஷிப்பார், ஜாதகருக்கு இரு மனைவியரிடம் புத்திரருண்டு, முதுமையிலும் விவாகம் செய்து கொள்வார், ஜாதகருடைய தந்தையும் அவ்விதமே மூன்று சகோதரருடையவர், காலாந்திரத்தில் சகோதர விரோதமடைவார், பாக்கியப் பிரிவினால் துக்கமடைவார்.

(12) ஜென்ம லக்னம் மகரம் (காளிகாம்சம்) ஆகி சனி துலாத்தில் மகராம்சத்தில் இருந்தால் ஜாதகர் ஜென்ம காலத்தில் தேசத்தில் மழை இல்லாமல் க்ஷாமமாகும்.

(13) ஜென்ம லக்னம் மகரம் (காளிகாம்சம்) ஆகி சனி பத்தாம் பாவத்திலும் குரு ஏழாம் பாவத்திலுமிருந்தால் ஜாதகர் எழுதுகோல் கையில் தரிப்பான், சமர்த்தன், நாட்டிய கீதங்களில் பிரியன், துராலோசனையுடையவர், தன் பந்துக்களுக்குச் சகாயம் செய்வார், கணிதம் தெரிந்தவர், நீச்சரைச் சேவிப்பார், கிராமம், பூமி இவற்றுக்கு அதிபனாவார், தேசாந்தரத்தில் பாக்கியமடைவார், உபாயத்தால் காரியசித்தி அடைவார், வனாந்தரத்திலுள்ள பட்டினத்தில் வாசம், ஜாதகர் இரு மனைவியருடையவர், மானி, புத்திர புத்திரிகளுடையவர்.

(14) ஜென்ம லக்னம் மகரம் (காளிகாம்சம்) ஆகி குரு தனுசு, கன்னி, இரண்டு, எழு இந்த இடங்களிலிருந்தாலும், அன்றிச் சுக்கிரனுடன் கூடியாவது சுக்கிரனால் பார்க்கப்பட்டாவது இருந்தாலும் ஜாதகருக்கு இரு மனைவியர் நாசமடைவர், ஜாதகர் எருக்கஞ் செடியை விவாகம் செய்து விவாக பலனடைவார்.

(15) ஜென்ம லக்னம் மகரம் (காளிகாம்சம்) ஆகி மூன்றாமதிபனான குரு சதுஷ்டயமாகிய துலாத்தில் இருந்தால் ஜாதகருக்கு நான்கு அல்லது ஐந்து சகோதரருண்டு, இருவர் மூத்தவராவார், ஒரு சகோதரி சுமங்கலியாய் இருப்பாள், இடையில் சகோதர நாசமடையும், சகோதர நாசத்தால் துக்க மடைந்த தாய் தீர்க்காயுளுடையவளாவள், இரு வழிப் பாட்டிகளும் நாசமடைவர், ஜாதகருடைய அம்மான் நாசத்தால் ஜாதகருடைய தாய் துக்கமடைவாள்.

(16) ஜென்ம லக்னம் மகரம் (காளிகாம்சம்) ஆகிச் சனி பன்னிரண்டாம் பாவாதிபன் அம்சத்தில் இருந்தால் ஜாதகர் அம்மானுக்கு இரு மனைவியர்களுண்டு, இருபத்தேழு வயதுக்குமேல் ஜாதகர் பாக்கியமடைவார், தன் பிரபலத்தால் தனவிருத்தி உண்டாகும்.

(17) ஜென்ம லக்னம் மகரம்(விஷநாசாம்சம் அதாவது லக்கின ஸ்புடம் பாகை 280–48 கலை முதல் பாகை 281–00 கலை வரையில்) ஆகி லக்னாதிபதி சனி கும்ப ராசியில் ஸுசிராம்சத்தில் இருந்தால் ஜாதகர் அற்ப புத்திரருடையவனாவார்.

(18) ஜென்ம லக்னம் மகரம் (விஷநாசாம்சம்) ஆகி மீனத்தில் சந்திரன் கேதுவுடன் கூடினால் ஜாதகருடைய தாய் கெட்ட நடவடிக்கையுள்ளவளாய் ரகஸியத்தில் சோரம் போவாள்.

(19) ஜென்ம லக்னம் மகரம் (விஷநாசாம்சம்) ஆகி லக்கினாதிபனான சனி கும்ப ராசியில் சுசிராம்சத்தில் குஜனுடன் கூடியிருந்தால் ஜாதகருடைய தாயும் மூத்த சகோதரியும் சரீர தோஷமுடையவராவார்.

(20) ஜென்ம லக்னம் மகரம்(விஷநாசாம்சம்) ஆகிச் சந்திரன் விஷாம்சத்தில் மீனத்தில் கேதுவுடன் கூடியிருந்தால் ஜாதகருடைய தாய் சகோதரனுடன் சோரம் போவாள்.

(21) ஜென்ம லக்னம் மகரம் (விஷநாசாம்சம்) ஆகி சனி சுசிராம்சத்தில் குஜனுடன் கூடி இருந்தால் ஜாதகருக்குத் தாய் வம்சத்தில் தாரம் வாய்ப்பாள்.

(22) ஜென்ம லக்னம் மகரம்(விஷநாசாம்சம்) ஆகி ஒன்பதாம் பாவாதிபன் மகர ராசியில் மிதுனாம்சத்திலிருந்து ஒன்பதாம் பாவத்தில் ராகு இருந்து ராகு சந்திரனால் பார்க்கப்பட்டால் ஜாதகருடைய சகோதரி அயலாரிடம் சோரம் போவாள்.

(23) ஜென்ம லக்னம் மகரம் (விஷநாசாம்சம்) ஆகி லக்னம் சிம்மாம்சமாயிருந்து லக்கின பாவாதிபனான சனி குஜனுடன் கூடினால் ஜாதருடைய தாய் கெட்ட நடவடிக்கையுள்ளவள், புருஷன் சொல்லைக் கேளாள், சோரம் போவாள்.

(24) ஜென்ம லக்னம் மகரம் (விஷநாசாம்சம்) ஆகி நாலாமதிபனான செவ்வாய் ஜாராவஸ்தையில் சனியுடன் கூடி இருந்தால் ஜாதகர் தாய் தீர்க்காயுளுடையவள், ரகஸ்யத்தில் சோர நாயகனையடைவாள்.

(25) ஜென்ம லக்னம் மகரம்(விஷநாசாம்சம்) ஆகி லக்கினாதிபனான சனி சுசிராம்சத்தில் சுகாதிபனான குஜனுடன் கூடி இருந்தால் ஜாதகர் தாய்வம்சத்தார் அதிக பாக்கியமுடையவராவார், இவன் பிதா அவர்களிடம் ஜீவனம் செய்வார்.

(26) ஜென்ம லக்னம் மகரம் (விஷநாசாம்சம்) ஆகி லக்கினாதிபனான குஜன் கும்ப ராசியில் சனியுடன் இருந்து தனுசில் குரு இருந்தால் ஜாதகருடைய தாய் பாட்டன் அதிக பாக்கியமுடையவர், அதிக புத்திரரும், செல்வமும் நிறைந்தவர், சகோதர சகோதரிகளுடன் கூடியவர், அரசாங்கத்தில் பிரசித்தன், நரவாகன யோகமுடையவர்.

(27) ஜென்ம லக்னம் மகரம் (விஷநாசாம்சம்)ஆகி சந்திரன் லக்கினத்திற்கு மூன்றாமிடத்தில் இருந்தால் ஜாதகர் தாய் சுகமுடையவர், சகோதர சகோதரிகளுடையவள்.

(28) ஜென்ம லக்னம் மகரம் (விஷநாசாம்சம்) ஆகி லக்கினாதிபனான சனி மீன ஆரூடத்திலிருந்து நவாம்சத்தில் உச்சாம்சத்தில் குஜனுடனும் கூடி இருந்தால் ஜாதகர் தாய்க்கு ஏழு அல்லது எட்டு சகோதரருண்டு, இரண்டு அம்மான்கள் தீர்க்காயுள் உள்ளவராயிருப்பார், மற்றவர் நாசமுறுவர்.

(29) ஜென்ம லக்னம் மகரம் (விஷநாசாம்சம்) ஆகி நாலாமதிபனான குஜன் கும்ப ராசியில் ரிஷபாம்சத்திலிருந்து, லக்கினாதிபனான சனி கும்ப ராசியில் சுசிராம்சத்தில் இருந்தால் ஜாதகருடைய பாட்டன் பிரசித்தன், அக்கிரகாரத்தில் வசிப்பார்.

(30) ஜென்ம லக்னம் மகரம் (விஷநாசாம்சம்) ஆகி மாதுல காரகனான புதன் மகரத்தில் சூரியனுடன் கூடி, க்ஷயாவஸ்தையிலிருந்தால் ஜாதகருடைய அம்மான் க்ஷயரோகமுடையவனானவர்.

(31) ஜென்ம லக்னம் மகரம் (விஷநாசாம்சம்) ஆகி சுகாதிபனான குஜன் ரிஷபாம்சத்தில் லக்கினாதிபனான சனியுடன் கும்பராசியில் கூடி இருந்தால் ஜாதகர் தாய்வம்சத்தல் க்ஷயரோகமுண்டு, ஜாதகருடைய இரு அம்மான்மார் நாசமடைவார்.

(32) ஜென்ம லக்கினம் மகரம் (விஷநாசாம்சம்) ஆகி சுகாதிபனான குஜன், ஜாரர்வஸ்தையில் சனியுடன் கூடி கும்பத்தில் இருந்தால் ஜாதகர் தாய் புத்திரருடையவள், தன் குலத்தில் ரகசியத்தில் சோரம் போவாள், ஜாதகருடைய மூத்த சகோதரியும் அத்தகைய கெட்ட குணங்கள் அமைந்தவளாய் இறந்த புத்திரனுடையவளாவாள், ஜாதகர் பிதா சகோதர சகோதரிகளுடன் கூடியவர்.

(33) ஜென்ம லக்னம் மகரம் (விஷநாசாம்சம்) ஆகி சிற்றப்பன் பாவாதிபனான குஜன், சனி இவர்கள் கும்ப ராசியில் ஜாராவஸ்தையில் இருந்தால் ஜாதகருடைய சிற்றப்பன்மாரில் ஒருவன் ஜாரர்களுக்கும், சோரர்களுக்கும் தலைவனாவார், மேக சரீர முடையவர், இறந்த சந்தானமுடையவர், ஜாதகருடைய இரு சிற்றப்பன்மார்களில் ஒருவன் மலடிக்குப் புருஷன் ஆவார்.

(34) ஜென்ம லக்னம் மகரம் (விஷாநாசாம்சம்) ஆகி சூரியன் மகர ராசியில் முகுந்தாம்சத்திலிருந்தால் ஜாதகருக்கு நான்கு சிற்றப்பன் மாருண்டு, அவர்களில் மூவர் தீர்க்காயுளுடையவரா யிருப்பார்கள். ஜாதகருடைய பாட்டன் பிரசித்தன், ஜாதகர் சகோதர சகோதரிகள், சினேகிதர்கள் அதிகமாகவுடையவனாவார்.

(35) ஜென்ம லக்னம் மகரம் (விஷநாசாம்சம்) ஆகி ஐந்தாம் பாவாதிபனான சுக்கிரன் மகரத்தில் மிதுனாம்சத்தில் ராஜ்ஜியாதிபனான பத்தாம் பாவாதிபனுடன் கூடினால் ஜாதகருடைய பாட்டன் ராஜ சேவை செய்பவனாவார், விதேசவாசம் செய்வார், விவகாரம் செய்வார், அக்கிரகாரத்தில் வசிப்பார், கொஞ்சம் உத்தியோகமுஞ் செய்வார்.

(36) ஜென்ம லக்னம் மகரம் (விஷநாசாம்சம்) ஆகி சந்திரன் லக்கினத்திற்கு மூன்றாம் பாவத்தில் கேதுவுடன் கூடியும் நவாம்சத்தில் கும்பாம்சத்தில் கேதுவுடனும் கூடி இருந்தால் ஜாதகருக்குச் சகோதரர் இருவர், சகோதரிகளிருவர் தீர்க்காயுள் உடையவராயிருப்பார்கள், மற்றவர்கள் அந்தந்த மாரக காலத்தில் நாசமடைவார்கள்.

(37) ஜென்ம லக்னம் மகரம் (விஷநாசாம்சம்) ஆகி ஒன்பது பத்து இந்த பாவாதிபர்கள் லக்ன பாவத்திலும், லக்கின பாவாதிபனான சனி கும்ப ராசியில் சுசிராம்சத்திலுமிருந்தால், ஜாதகர் இருபது வயதுக்குமேல் பாக்கியமடைவார், மூன்றாவது திசையில் நல்ல புகழுடைவார்.

(38) ஜென்ம லக்னம் மகரம் (விஷநாசாம்சம்) ஆகி எட்டாம் பாவாதிபன் லக்கினத்தில் இரு சுபருடன் கூடினால் ஜாதகர் ஜென்ம திசையில் மரணத்துக்குச் சமானமாக கண்டமுண்டாகி ஜீவித்திருப்பார்.

(39) ஜென்ம லக்கினம் மகரம் (விஷநாசாம்சம்) ஆகி லக்கினாதிபனான சனி கும்ப ராசியில் தன் உச்ச அம்சத்தில் குஜனுடன் கும்ப ராசியில் கூடி இருந்தால் ஜாதகர் அதிக விரையமுடையவர், கோபி, சீக்கிரம் தயவுடையவனாவார்.

(40) ஜென்ம லக்னம் மகரம் (விஷநாசாம்சம்) ஆகி லக்கினாதிபனான சனி கும்ப ராசியில் சுசிராம்சத்தில் இருந்தால் ஜாதகர் அரசாங்கத்தில் பிரபலமான உத்தியோகமும், புகழுமுடையவர், இருதாரமுடையவர், போகி, தன் கையால் சம்பாதித்த பொருளுடையவர், வீட்டில் லக்ஷ்மி கடாக்ஷமுடையவர்.

(41) ஜென்ம லக்னம் மகரம் (விஷநாசாம்சம்) ஆகி லக்கினாதிபன் கும்ப ராசியில் சுசிராம்சத்திலிருந்து லாபாதிபனான குஜனுடன் கூடினால் ஜாதகர் மூத்த சகோதரி தன் புருஷன் மூலமாக நல்ல பாக்கியமுடையவள், ஜாதகர் தீர்க்காயுளுடையவர், ஜாதகர் சகோதரனற்றவர், இறந்த சந்தான யோகமுள்ளவர், காலாந்தரத்தில் புத்திரனடைவார், போக சுகமுடையவர்.

(42) ஜென்ம லக்னம் மகரம் (விஷநாசாம்சம்) ஆகி லக்கினாதிபனான சனி கும்ப ராசியில் சுசிராம்சத்திலிருந்தால் ஜாதகர் மூத்த சகோதரியின் கணவனது தகப்பனார் மூலம் அதிக பாக்கியமடைவார், சிறிய சகோதரியின் கணவன் கொஞ்சம் நோயாளி, அவனும் அதிக சந்தான யோகமுடையவர், கொஞ்சம் யோகமுடையவர், சுகவான்.

(43) ஜென்ம லக்னம் மகரம் (விஷநாசாம்சம்) ஆகி மீனத்தில் கும்பாம்சத்தில் சந்திரன் இருந்து கும்பத்தில் சனி இருந்தால் ஜாதகர் ஜென்மதிசையில் மீனத்திற்குச் சனி வருங்காலத்தில் ஜென்ம தேசத்தில் அரசனுக்கு அரிஷ்டமுண்டாகும், அம்மானுக்கு நல்ல சந்தானமுண்டு, க்ஷயரோகத்தால் துக்கமடைவார்,தாய் வம்சத்தில் பாக்கிய விருத்தி உண்டாகும், பிதா கொஞ்சம் சுகமடைவார்.

(44) ஜென்ம லக்னம் மகரம் (விஷநாசாம்சம்) ஆகி இரண்டாம் பாவத்தில் சனி, ஒன்பதாம் பாவத்தில் ராகு, ஏழாம் பாவாதிபன் பாபருடன் கூடியிருந்தால் ஜாதகருக்கு மூன்றாவது திசையில் தாரத்திற்கு ஹானி உண்டாகும், உடனே விவாகம் சீக்கிரமாக நடைபெறும்.

(45) ஜென்ம லக்னம் மகரம் (விஷநாசாம்சம்) ஆகி ஒன்பது, பத்து இந்த ஸ்தானாதிபர்கள் கேந்திரத்தில் எட்டாம் பாவாதிபனுடன் கூடினால் ஜாதகர் யோக பங்கமுடையவனாயும், அற்ப பாக்ய சுகமுடையவனுமாவர், இருபத்து நான்கு வயதுக்கு மேல் பாக்கியமுண்டாகும், இரண்டு அல்லது மூன்று வருஷங்கள் யோகமாயிருப்பார், எட்டு வருஷத்துக்கு மேல் கிலேசமடைவார்.

(46) ஜென்ம லக்னம் மகரம் (விஷநாசாம்சம்) ஆகி லக்கினாதிபனான சனி கும்ப ராசியில் சுசிராம்சத்தில் இருந்தால் ஜாதகருக்கு அதிக சந்ததி மரிக்கும், இருவர் அல்லது மூவர் புத்திரர்கள் தீர்க்காயுளுடையவராவார்.

(47) ஜென்ம லக்னம் மகரம் (விஷநாசாம்சம்) ஆகி ஒன்பதாம் பாவத்தில் ராகு இருந்து குஜனால் பார்க்கப்பட்டால் ஜாதகர் துஷ்ட சுபாவ முடையவர், எப்போதும் பரிகாசம் செய்பவரிடம் பிரீதியுள்ளவனாவார், குரூரமான செய்கையுடைய சுபாவமுள்ளவர், எப்போதும் பயங்கரமான காரியங்கள் செய்வார், நடனம், கானம் இவற்றில் பிரியன், சுகவான்.

(48) ஜென்ம லக்னம் மகரம் (விஷநாசாம்சம்) ஆகி ராகு பாக்கிய ஸ்தானமாகிய கன்னியில் ரிஷபாம்சத்தில் இருந்தால் ஜாதகர் இருபது வருஷத்திற்குமேல்

பாக்கியமடைவார், இருபத்து நான்குக்குமேல் சுகமடைவார், மூன்றாவது திசையில் புத்திரோற்பத்தி உண்டாகும், பின்னால் பாக்கியம் குறைந்து கிலேசமடைவார்.

(49) ஜென்ம லக்னம் மகரம் (விஷநாசாம்சம்) ஆகி சந்திரன் மீனத்தில் கும்பாம்சத்தில் இருந்தால் ஜாதகர் முப்பதாவது வயதில் கிலேசமடைவார், முப்பத்திரண்டில் தாயாதிகளுக்குள் சண்டை உண்டாகும், முப்பத்து நான்காவது வயதில் சுகமும், சீக்கிரத்தில் கிலேசமுமடைவார், இரண்டு மூன்று தடவை ராஜத்துவேஷமடைவார், சேர்ந்த பொருள் நாசமடையும், குக்கிராமத்தில் வசிப்பார், தன்னிருப்பிடமிழந்து துக்கமடைவர்.

(50) ஜென்ம லக்னம் மகரம் (விஷநாசாம்சம்) ஆகி ஒன்பதாம் பாவத்தில் ராகு இருந்தால் ஜாதகருக்கு ஏழாவது திசா காலத்தில் அதிக கிலேசமும், தரித்திரத் தன்மையுமடைவார், அரசாங்கத்தாருடன் துவேஷமடைவார், பின் பாதியில் சிலசமயம் சுகமடைவார், சுப, அசுப பலன் சமமாக இருக்கும்.

(51) ஜென்ம லக்னம் மகரம் (காந்தாம்சம் அதாவது லக்ன ஸ்புடம் பாகை 276–12 கலை முதல் பாகை 276–24 கலை வரையில்) ஆகி லக்கினாதிபனான சனி பன்னிரண்டாம் ராசியாகிய தனுசில் இருந்தால் ஜாதகர் சமுத்திரத்திற்கு அருகிலுள்ள பட்டிணத்தில் தெற்கு வடக்கு வீதியிலே பிறப்பர், வாசமும் உடையவனாவார்.

(52) ஜென்ம லக்னம் மகரம் (காந்தாம்சம்) ஆகி சுக்கிரத்திரிம்சாம்சத்தில் பிறந்தால் ஜாதகர் சிவப்பு நிறம் நடுத்தரதேகமுயைடவர், ஸ்த்ரீ லோலன், தாமஸ குணமுடையவர், புத்திமான், நன்றாய்ப் பேசுபவர், வேறு பாஷை அறிந்தவர், பொருள் சம்பாதிப்பதில் சமர்த்தன், எப்போதும் ஈனர் சேவை செய்வார், போகமாதரை யணைவதில் பிரியன், பல ஜாதிப் பெண்கள் சேர்க்கையுடையவர், பிறந்த வீடு நாசமடையும், ஜாதகர் அழகன், சமர்த்தன், தெளிந்த முகமுங்கண்களுடையவர், சங்கீதம், நாடகம் அறிந்தவர், வாசனை, புஷ்பம், வஸ்திரம் இவற்றில் பிரியனாவார்.

(53) ஜென்ம லக்னம் மகரம் (காந்தாம்சம்) ஆகி மூன்றாம் பாவாதிபனான குரு, தன் உச்ச சுய க்ஷேத்திரங்களில் இருந்தால் ஜாதகர் இளைய சகோதரருடன் கூடியவர், பெருந்தன்மை வாய்ந்தவர், மூத்த சகோதரமில்லாதவர், நல்ல இடத்தில் வசிக்கும் சகோதரி ஒருத்தி பிரசவத்தால் அரிஷ்டமடைவாள், எல்லோருக்கும் மூத்த தம்பிக்கு பாலரிஷ்டமுண்டு, காலாந்திரத்தில் நல்ல புத்திரனுடையவனாவார், பிறந்த கிரக தோஷத்தால் பாலாரிஷ்டமுண்டு.

(54) ஜென்ம லக்னம் மகரம் (காந்தாம்சம்) ஆகி நாலாம் ஸ்தானாதிபனான குஜன் சிம்மாம்சத்தில் கேதுவுடன் கூடி இருந்தால் ஜாதகனுக்குப் பத்தொன்பதாவது வயதில் உத்திராயண காலத்தில் ஜாதகர் தாய் மரணமடைவாள்.

(55) ஜென்ம லக்னம் மகரம் (காந்தாம்சம்) ஆகி ஐந்தாம் பாவாதிபன் ஆறிலும், ஆறாம் பாவாதிபன் எட்டிலும் இருந்தால் ஜாதகர் பிதா கிரியையற்றவர். சூரியன் சிம்மாயனத்தில் வருங்காலத்தில் இவன் பிதா நாசமடைவார்.

(56) ஜென்ம லக்னம் மகரம் (காந்தாம்சம்) ஆகி சுக்கிரன் சந்திராரூடத்திலிருந்த லக்கினாதிபனான சனியால் பார்க்கப்பட்டால் ஜாதகருடைய தகப்பன் தனிகன், சீமான். அதிகத் தோழருடையுவர், அனேக தாயாதிகளுடையவர், ஒன்பது சகோதருடையவர், ஐந்து சகோதரிகளுண்டு, இவனுக்குத் தாய்மார் மூவராவார், சுகமுடையவர், ஜென்ம திசையில் சிற்றப்பனுக்கு அரிஷ்டமுண்டாகும், இவன் தாய்க்குச் சகோதரர் ஐவரில் இருவர் தீர்க்காயுளுடையவராயிருப்பார்கள், ஜாதகருடைய தாய் அரிஷ்டத்திற்கு முந்தி ஜாதகருடைய அம்மான் அரிஷ்டமடைவார்.

(57) ஜென்ம லக்னம் (காந்தாம்சம்) ஆகி ஐந்தாம் பாவாதிபன் ஆறாம் ராசியில் இருந்து சூரியனுடன் புத்திரகாரகனான குரு கூடி இருந்தால் ஜாதகர் மனைவி கர்ப்ப சிராவத்தால் வருந்துவாள், அன்றிப் பிறந்தாலும் சிசு மரிக்கும்.

(58) ஜென்ம லக்னம் மகரம் (காந்தாம்சம்) ஆகி சனி எட்டாமிடத்திலிருந்தால் ஜாதகருக்கு ஜோதிடர் சாபகாரணமாக குழந்தைகள் மரிக்கும்,எண்பத்தோர் பத சக்கரத்தைக் காலமறிந்தவனுக்குத் தானம்செய்ய சாந்தி உண்டாகும்.

(59) ஜென்ம லக்னம் மகரம் (காந்தாம்சம்) ஆகி சூரியன் துலாத்தில் இருந்தால் ஜாதகருக்கு காலாந்திரத்தில் புத்திரப்பிராப்தி உண்டாகும்.

(60) ஜென்ம லக்கினம் மகரம் (சுந்தரியம்சம்) ஆகி குரு லக்னத்தில் இருந்தால் ஜாதகர் நடுவயதில் பாக்கியமுடையவனாவார்.

(61) ஜென்ம லக்னம் மகரம் (சுந்தரியம்சம்) ஆகி ஏழாம் பாவாதிபன் சந்திரன் ஏழாம் பாவத்தில் இருந்தால் ஜாதகர் நீச்சப் பிர்பு மூலத்தால் தனம் சம்பாதிப்பார்.

(62) ஜென்ம லக்னம் மகரம் (சுந்தரியம்சம்) ஆகி ராகு ஏழாம் பாவத்தில் மீனாம்சத்திலாவது அன்றி கன்னி, துலாத்திலாவது இருந்தால் ஜாதகர் தீர்த்தயாத்திரை, தேவதா உத்ஸவ தரிசனம் இந்த பலன்களை அடைவார்.

(63) ஜென்ம லக்னம் மகரம்(சுந்தரியம்சம்) ஆகிச் சந்திர லக்கினத்திற்குப் பன்னிரண்டாம் பாவத்தில் குரு இருந்தால் ஜாதகர் நித்தம் சுகமுடையவர், இருபத்தெட்டாவது வயதில் புதுவீடு கட்டுவார், விசேஷமாக பந்துவர்க்கத்தில் ருதுவான ஸ்த்ரீ சங்கமம் விருப்பமுடையவர்.

(64) ஜென்ம லக்னம் மகரம் (சுந்தரியம்சம்) ஆகி சந்திரன் ஐந்தாம் பாவாதிபனைக் கூடி, எட்டாம் பாவாதிபன் ஏழாம்பாவத்திலிருந்தால் ஜாதகருக்கு அவரவர் திசா அந்தர காலங்களில் அரிஷ்டமுண்டாகும், பிழைத்திடில் அறுபத்தொரு வயதுடையவனாவார், கோசாரத்தில் மிதுனத்தில் குரு வருங்காலம் தனம் சம்பாதிப்பார்,சேனை மந்திரி, ஜெனம் நேசமுடையவனாய் அதன் மூலம் இஷ்ட சித்தியடைவார்.

(65) ஜென்ம லக்னம் மகரம் (திரிலோக்யாம்சம் அதாவது லக்னம் ஸ்புடம் பாகை 284–48 கலை முதல் பாகை 285–00 கலை வரையில்) ஆகி நாலாம் பாவாதிபன் ராகுவுடன் கூடினால் ஜாதகர் தெற்கு வடக்கு வீதியில் கீழ்ப் பாகத்தில் வடக்கு வாயிலுள்ள வீட்டில் ஜனனமாவார்.

(66) ஜென்ம லக்னம் மகரம்(திரிலோக்யாம்சம்) ஆகி நாலாம் பாவாதிபன் எந்த நவாம்சத்தில் எந்த ராசியம்சத்திரிகோணத்தில் இருக்கிறானோ அந்த நவாம்சத்திற் கேற்ற வீட்டு வாயிலில் ஜாதகர் ஜெனிப்பார்.

(67) ஜென்ம லக்னம் மகரம் (திரிலோக்யாம்சம்) ஆகி நாலாம் பாவாதிபன் பாபருடன் கூடினால் ஜாதகருக்கு வனாந்தரத்திலுள்ள பட்டணத்தில் ஜெனனமாவது வாசமாவது உண்டாகும்.

(68) ஜென்ம லக்னம் மகரம் (திரிலோக்யாம்சம்) ஆகி லக்கினத்திற்கு மூன்றாம் பாவத்தில் சனி இருந்தால் ஜாதகர் சகோதர உற்பத்தி நாசமுடையவர், இளைய சகோதரனற்றவர், பிறந்தால் மரிப்பார், பூர்வபாகம் ஆனால் மூத்த சகோதரர் ஒருவன் தீர்க்காயுளுடையவனாயிருப்பார், அதிக சகோதரிகளுடையவர், சகோதரன் ஒருவனே

உண்டு. உத்தராம்சம் ஆனால் மூத்த சகோதரம் நாசமுடையவர், இளைய சகோதரியும் மரிப்பாள், சகோதரர் அற்பம்.

(69) ஜென்ம லக்னம் மகரம்(திரிலோக்யாம்சம் உத்தராம்சம்) ஆகி லக்கினத்திற்கு ஐந்தாம் பாவத்தில் சூரியன், சனியின் அம்சத்தில் சுக்கிரனுடன் கூடி இருந்தால் ஜாதகருடைய தகப்பன் ஜென்ம வருஷத்திலேயே இறப்பார், மூன்றாவது வயதில் சிற்றப்பனுக்கு அதிக கிலேசமுண்டாகும், அரசன், மந்திரி இவர்களின் விரோதத்தால் சிறைச்சாலையில் அடைபடுவார், இடம் பெயரல், மனஸ்தாபம் இவை உண்டாகும்,ஐந்தாம் வயதில் அதிக பயமடைவார், சிற்றப்பனுக்கு அரிஷ்டம், இவன் தந்தை மந்திரி விரோதமுடையவர், பூர்வபாகமானால் தாய் தகப்பன் தீர்க்காயுள், வியாபாரமூல ஜீவனம், அதிக தனம் சம்பாதிப்பார். உத்தராம்சம் ஆனால் இரண்டு, மூன்று தகப்பன் யோக முடையவர், பூர்வபாகத்தில் இரு சிற்றப்பன்மாரில் ஒருவன் இருதாரமுடையவனாவார்.

(70) ஜென்ம லக்னம் மகரம்(திரிலோக்யாம்சம்) ஆகி சிற்றப்பன் ஸ்தானாதிபனான செவ்வாய் சூரியனுடன் கூடியாவது பார்க்கப்பட்டாவது இருந்தால் ஜாதகர் தகப்பன் சகோதர நாசத்தால் அதிகம் வருத்தமடைவார், சூரியன் அஷ்டவர்க்கத்தில் எத்தனைப் பரல்களோ அத்தனை சிற்றப்பன்மார் தீர்க்காயுளாயிருப்பார்கள், பூர்வ பாகம் ஆனால் எல்லோருக்கும் மூத்த சகோதரர் பெரிய ரோகத்தால் வருந்துவார்.

(71) ஜென்ம லக்னம் மகரம் (திரிலோக்யாம்சம்) ஆகி ஏழாம் பாவாதிபனான சந்திரன் மேஷத்தில் மிதுன நவாம்சத்திலிருந்தால் ஜாதகர் மூத்த சிற்றப்பன் மகன் இருதாரமுடையவர், உத்தராம்சமானால் தனம் சம்பாதிப்பதில் சமர்த்தர். முன் செய்த தீவினையினால் நடுவயதில் நோயால் வருந்துவார், எல்லோருக்கும் மூத்த தகப்பன் மனைவி பிதாமக வம்ச பாவத்தால் நோயால் வருந்துவாள், ஜாதகர் சிவந்த மெலிந்த தேகமுடையவர், எல்லோருக்கும் மூத்த தந்தையின் தம்பி அதிக புத்திரரும், பொருளும் நிறம்பியவனாவார், தாயாதிகளின் பொருளை அபகரிப்பார், பூர்வ பாகம் ஆனால் எல்லோருக்கும் மூத்த பிதாவின் தம்பி சகோதரர்களை வஞ்சிப்பார், அவன் புத்திரர்களில் எவனாவது ஒருவன் தாயாதிகளின் பொருளை அபகரிப்பார், பித்த சுபாவமுடையவர், பாபி, கிரகசிஷ்டை பீடையுடையவர், கெட்ட பிராமணனால் ஆரோக்கியமடைவார், பயிர்த்தொழிலுடையவர், கொஞ்சம் ஸ்த்ரீலோலன், காமி, அனேக பெண்களை அணைந்ததனால் பாபமும், காலாந்தரத்தில் வியாதியுமுடையவனாவார், புத்திர புத்திரிகளுடையவர், இருதாரம் உடையவர், இறந்த சந்தானமுடையவர், அரசாங்கத்தில் பிரசித்தன், மூன்று தாயுடன் கூடியவர், சுகமுடையவர், இரு சகோதரிகளுடையவர், பொருள் சம்பாதிப்பதில் சமர்த்தன், காலாந்திரத்தில் புத்திரப் பேறு யோகமுடையவர், சிற்றப்பனுக்கு இருபுத்திரருண்டு தன் கோத்திரத்தில் இருவர் தத்து எடுப்பார்கள், ஒருவன் வெகு உயர்ந்த உன்னதமான பாக்கிய முடையவர், இவர் தந்தை தனிகன், சீமான், ஞாதிகளுக்குத் தனம் கொடுப்பார், ஜாதகர் நியாயமாகச் சம்பாதித்த பொருளுடையவர், இவள் தந்தையோ சிவந்த நிறமுடையவர், சகோதர சகோதரிகளுடன் கூடியவர், செவிடன், சந்தேக சுபாவமுடையவர், ஜாதகர் தந்தை வாலிபத்தில் அயற் பெண்களின் சேர்க்கையாவான், பாபமுடையவர், இவன் தகப்பன் சகோதரி ஒருத்தி நோயாளி, கிலேசமுடையவள், தரித்திரத்தால் வருந்துவான், ஒரு புத்திரனுண்டு.

(72) ஜென்ம லக்னம் மகரம் (திரிலோக்யாம்சம்) ஆகி சிற்றப்பன் ஸ்தானாதிபனான குஜன், ரேகாம்சத்தில் ராகுவுடன் கூடி இருந்தால் ஜாதகர் சிற்றப்பன்மார் இருவர் அல்லது மூவர் நோயாளிகளா யிருப்பார்கள், இவன் தந்தை புண்ணியம் செய்தவர், சிவபக்தர், புராண மறிந்தவர், சிவ பூஜை செய்பவர், சகோதரர் மூலம் துக்கமடைவார், விசாரமுடையவர்.

உத்திராம்சம் ஆனால் ஜாதகர் சிற்றப்பன்மார் இருவர் புத்திரனில்லாததால் சஞ்சலப்படுவார்கள், ஆனால் அவர்களுக்கு ராஜயோகமுண்டு.

(73) ஜென்ம லக்னம் மகரம்(திரிலோக்யாம்சம்) ஆகிச் சிற்றப்பன் பாவமாகிய பதினோராம் பாவத்தைச் சுக்கிரன் பார்த்தால் ஜாதகருடைய சிறிய தந்தை நல்ல வாகன யோகமுடையவனாவார்.

(74) ஜென்ம லக்னம் மகரம்(திரிலோக்யாம்சம் உத்தரபாகம்) ஆகி பிதா மகாதிபனான சுக்கிரன் ஸ்வக்ஷேத்திரத்தில் ரிஷபத்தில் சூரியனுடன் கூடி நீச்சாம்சத்தில் இருந்தால் ஜாதகர் பிதா மகன் (பாட்டன்) பிரபலமானவர், மண்டலாதிபன் நரவாகன யோகமுடையவர், அனேக தேசங்களுக்குத் தலைவன், ஒரு சகோதரனுடன் கூடியவர், சுக முடையவர் இருதாரமுடையவர், போகி, நாஸ்தீக ஆசாரமுடையவர், விஷ்ணு கைங்கரிய தர்மம் செய்வார், அக்கிரஹாரம் முதலிய தர்மம் செய்வார், விஸ்வாச முடையவர், வைஷ்ணவப் பிரபுவைச் சேவிப்பார், வேறு கிரந்தத்தில் ஜாதகர் சிவபக்தியுடையவனென்றும், பிரபுக்கள் மூலம் அனேக கிராமங்களுக்கும் அதிபதித்தன்மையுடையவனாவார் என்றும் இருபுத்திரர், இருபெண்களுடன் கூடியவனென்றும் காணப்படுகிறது, மேலும் ஜாதகருடைய தகப்பன் சகோதரி ஒருத்தி வெகு காலம் சுமங்கலியாய் இருப்பாள், இவள் ஜாதகருடைய தகப்பன் மூலம் பாக்கியத்தாலும், கணவன் சுகத்துடனும் கூடியவளாவாள், காலந்திரத்தில் தரித்திரமடைவாள், ஒருத்தி கிலேசமுடையவள், புத்திரசோகமுடையவள், சகோதர சோகத்தால் வருந்துவாள், பூர்வபாகத்தில் ஜாதகர் பிதா தீர்க்காயுளுடையவர், அனேக தாய்மார்களுடனும், புத்திரருடனும், பொருளுடனும் கூடியவர், பெருந்தன்மை வாய்ந்தவர், குளம், தோட்டம் முதலிய தர்மம் செய்வார், சிவ பூஜை செய்வார், புராணமறிந்தவர், நடுவில் பாக்கிய விருத்தியுண்டாகும் தேவப்பிராமண போஷகனாவார், புத்திர மூலம் சந்தோஷமும், மனைவி மூலம் கிலேசமுமடைவார், ஜாதகர் பிறப்பதற்கு முன்னமே பிதாமகனான பாட்டன் நாசமடைவார், மாதாமகன் தரித்திரனாவார், இருதாரமுடையவர், சமர்த்தன், வேறு மனைவியிடம் புத்திரப் பேறு உண்டாகும். பூர்வ பாகத்தில் இவன் தந்தை வாலிபத்திலேயே தன் வீட்டில் திருட்டுச்செய்கை செய்வார், கொஞ்சம் கெட்ட வழியில் இறங்கியவர், பின்னால் தாபமுடையவர், தர்மமுடையவர், அபவாதமுடைய மனைவியையுடையவர், சாது, சில சமயம் மூர்க்க குணமுடையவர், சிவபூஜை செய்வார், முதுமையில் புத்திரனுடன் சுகத்துடன் வாழ்வார், மூன்று தரம் ஸேதுஸ்நானம் செய்து கெங்காஸ்நான பலனை அடைவர். இவன் தந்தை சுகமுடையவர், தனதான்யம் சமர்த்தியாக உடையவர், நகைவரவு, தன்னுடன் பிறந்த சகோதரர் பாக்கியமுடையவர், ஜாதகருடைய பிதா மாதா தீர்க்காயுளுடையவரா யிருப்பார்கள்.

(75) ஜென்ம லக்னம் மகரம்(திரிலோக்யாம்சம்) ஆகி சுக்கிரன் லக்கினத்திற்கு ஐந்தாம் பாவத்தில் எட்டாம் பாவாதிபனுடன் கூடி இருந்தால் ஜாதகருக்கு சுக்கிர திசையில் அதிக சுகம், வித்தியாப்பியாசம் முதலிய சுபம் உண்டாகும், ஜாதகருக்குத் தனம் கிடைக்கும், சகோதரனுக்கு அரிஷ்டமுண்டாகும், இரண்டாம் திசையில் சுபபலன் நிச்சயமாக உண்டாகும், முன்பாதியில் அரச நேசமுடையவனாவார்.

(76) ஜென்ம லக்னம் மகரம் (காலாம்சம் அதாவது லக்கின ஸ்புடம் பாகை 276–24 கலை முதல் பாகை 276–36 கலை வரையில்) ஆகி ஏழாம் பாவாதிபன் சர ராசியிலிருந்தால் ஜாதகர் கருத்த நிறமுடையவர், அக்கிரகாரத்தில் வசிப்பார்.

(77) ஜென்ம லக்னம் மகரம் (காலாம்சம்) ஆகி சகோதர ஸ்தானாதிபனான குரு சனியுடன் கூடியாவது, பார்க்கப்பட்டாவது இருந்தால் ஜாதகர் முன் பின் சகோதர மற்றவர், இரு சகோதரிகளுடையவர், ஒருத்தி மாங்கலியத்துடன் சுமங்கலியாய் இருப்பாள்.

(78) ஜென்ம லக்னம் மகரம் (காலாம்சம்) ஆகி மாதா ஸ்தானாதிபனான குஜன் மிதுனாம்சத்தில் இருந்து சனியால் பார்க்கப்பட்டால் ஜாதகர் தாய் தீர்க்காயுளுடையவள், மூன்றாம் திசா காலத்தில் ஏழாம் பாவாதிபன் புக்தியில் ஜாதகருடைய தாய்க்கு அரிஷ்டமுண்டாகும்.

(79) ஜென்ம லக்னம் மகரம் (காலாம்சம்) ஆகி பாக்கியாதிபனான புதன் பத்தாம் பாவத்திலிருந்தால் ஜாதகர் தன் மூன்றாவது திசையில் பிற்பாதியில் அதிக சௌக்கிய மடைவார்.

(80)(81) ஜென்ம லக்னம் மகரம்(காலாம்சம்) ஆகி புத்திரஸ்தானாதிபனான சுக்கிரன் மிதுனாம்சத்தில் சர லக்கினத்தில் இருந்தால் ஜாதகர் அற்ப சந்தான யோக முடையவர். உத்திராம்சம் ஆனால் மூன்றாவது திசையில் காலாந்திரத்தில் புத்திரப் பேறு அல்லது வேறு தாரத்திடமாவது அடைவார். ஐந்தாம் பாவாதிபன் லோஹிதாம்சத்திலிருந்தால் ஜாதகர் அற்ப சந்தானமுடையவர், இறந்த சந்தானம் அதிகம் உண்டாகும்,யோக முடையவர், பூர்வ பாகம் ஆனால் முதுமையில் புத்திர சோக மடைவார்.

(82) ஜென்ம லக்னம் மகரம் (காலாம்சம்) ஆகி வாகனாதிபனான குஜன் மிதுனாம்சத்திலிருந்து, சனியால் பார்க்கப்பட்டால் ஜாதகர் தன் புத திசையில் நல்ல வாகன முடையவனாவார். உத்திராம்சம் ஆனால் அரசனைச் சேவிப்பார், நரவாகன யோகமுடையவர். சேனை, மந் திரி, ஜெனசினேகிதமுடையவர், பிராமணன் மூலம் பொருள் வரவுண்டாகும், தன தான்யம் முதலிய லாப முண்டாகும்.

(83) ஜென்ம லக்னம் மகரம் (காலாம்சம் பூர்வபாகம்) ஆகி ஜாதகர் சகட யோகமுடையவனானால் ஜாதகர் புத்திர நாசத்தால் வருந்துவார்.

(84) ஜென்ம லக்னம் மகரம் (காலாம்சம்) ஆகி லக்கினத்திலிருந்து ஒன்பதாம் பாவத்தில் பாபரிருந்து லக்கினாதிபன் இரண்டாம் பாவத்தில் இருந்தால் ஜாதகர் பிராணன் உள்ளவரையில் சுகவானாய் இருப்பார்.

(85) ஜென்ம லக்னம் மகரம் (காலாம்சம்) ஆகி ஐந்தாம் பாவாதிபன் லக்கினாதிபனான சனியால் பார்க்கப்பட்டால் ஜாதகர் ஜென்ம நக்ஷத்திரத்திற்கு இரண்டாவது நக்ஷத்திர திசா காலத்தில் பிதா அரிஷ்டமடைவார், பூர்வபாகம் ஆனால் ஜாதகர் பிதா ஆபத்சந்நியாச யோகமுடையவனாவார், உத்தராம்சம் ஆனால் தகப்பன் புத்திர கிரியையில்லாதவனாவார்.

(86) ஜென்ம லக்னம் மகரம் (காலாம்சம்) ஆகி எட்டாம் பாவாதிபன் சனியால் பார்க்கப்பட்டால் ஜாதகர் இவ்வுலகில் புண்ணியாத்துமா, முடிவில் சுவர்க்கமடைவார். உத்தராம்சமானால் பாப புண்ணிய பலன் சமமாகும், பூர்வபாகமானால் அறுபத்திரண்டு வயது பரமாயுளுடையவனாவார்.

(87) ஜென்ம லக்னம் மகரம் (துருவாம்சம் அதாவது லக்ன ஸ்புடம் பாகை 274–24 கலை முதல் பாகை 274–36 கலை வரையில்) ஆகி சனி கமலாம்சத்திலிருந்து லக்னத்தில் பாபர் இருந்தாலாவது, அன்றி பார்த்தாலாவது ஜாதகர் சகோதரனற்றவனாவார்.

(88) ஜென்ம லக்னம் மகரம் (துருவாம்சம் பூர்வபாகம்) ஆகி மிதுனத்தில் புதன் சூரியனுடன் கூடி இருந்தால் ஜாதகர் புத்திமானாகவும், சூரகனாகவுமிருப்பார்.

(89) ஜென்ம லக்னம் மகரம்(துருவாம்சம்) ஆகி சனி 'அபாம்தி' ஷஷ்டியாம்சத்தில் இருந்தால் ஜாதகர் புத்திமான், எல்லாமறிந்தவர் சாத்துவீக குணமுள்ளவர், கோபமுடையவர், தர்மத்தை அழிப்பவர்.

(90) ஜென்ம லக்னம் மகரம் (துருவாம்சம்) ஆகி சனி குரூர ஷஷ்டியாம்சத்தில் இருந்தால் ஜாதகர் தருமாத்மா, தன் காரியத்தில் கருத்துள்ளவர், உள்ளத்திற் கபடமுடையவர்,காமி, பரந்த கண்களுடையவர், பராக்கிரமமுடையவர், சுதந்தரமுடையவர், இதரர்களுக்குத் துக்கந்தருவார், சீக்கிர கோபமுடையவர், தெளிந்த மனதுடையவனாவார்.

(91) ஜென்ம லக்னம் மகரம் (துருவாம்சம்) ஆகி லக்ஷிமி யோகமுடைய ஜாதகர் விவாகத்திற்குப் பிறகு சௌக்கியமடைவார், இருபது வயதுக்குமேல் சுகமுண்டு சிற்றப்பனில்லை என்பர் சிலர்.

(92) ஜென்ம லக்னம் மகரம்(துருவாம்சம்) ஆகி லக்கினத்திற்குச் சனி ஐந்தாம் வீட்டுக்கு ஐந்தாமிடத்தில் இருக்கும் விப்ர காலத்தில் ஜெனித்த ஜாதகர் காலாந்தரத்தில் தத்துப்புத்திரனால் புத்திரனடைவார்.

(93) ஜென்ம லக்னம் மகரம் (துருவாம்சம் பூர்வபாகம்) ஆகி சந்திரன் கும்பத் திரிகோணத்திலிருந்து மிதுனாம்சத்தில் சுபருடன் கூடினால் ஜாதகர் ராஜயோகமுடையவர், எழுத்து வித்தையில் தேர்ந்தவர், மண்டலாதிபன் வாயிலில் வேலைசெய்பவருள் இவன் தலைவனாவார், இருபது வயதுக்குமேல் பாக்கியமடைவார், இவன் சுய பிரபலத்தால் தனம்வரும்.

(94) ஜென்ம லக்னம் மகரம் (துருவாம்சம் பூர்வபாகம்) ஆகி பாக்கியாதிபனான புதன் பாபருடன் கூடினால் ஜாதகர் ராஜமுத்திரை தரித்தவர், பதினாயிருத்துக்கும் அதிகமான தனமுடையவர். மூன்று வாகன யோகமுடையவர், முடிவில் ஞானத்துடன் கூடி இருப்பார், அறுபத்தெட்டாவது வயதில் மரணமடைவார்.

(95) ஒராவது பாவம் மகரமாகில் ஜாதகர் நீண்ட தேகமுடையவர், வாயு சரீரி, எப்பொழுதும் பாவத்தில் ஆசையுடையவர், தூர்த்தர், எப்பொழுதும் லோபச் செய்கையில் ஆசையுடையோர்.

(96) இரண்டாவது பாவம் கும்பமாகில் ஜாதகர் புஷ்பம், பழம், கிழங்கு இவற்றில் பிரீதியுடையவர், ஜலத்திலுண்டானவைகளால் தனப் பிராப்தி, உபகாரம் செய்வார். சாமர்த்தியவான்.

(97) மூன்றாவது பாவம் மீனமாகில் ஜாதகர் பிறவியிலிருந்து தனவான். புத்திர மித்திரர்களுடன் கூடியவர், பிரியமாய்ப் பேசும் அழகிய மனைவியுடையவர்.

(98) நான்காவது பாவம்மேஷமாகில் ஜாதகர் நாற்கால் ஜீவனால் சுகம், தான் சம்பாதித்த வாகன முதலான யோகாதிகளுடன் கூடியவர்.

(99) ஐந்தாவது பாவம் ரிஷபமாகில் ஜாதகர் நல்ல அழகியும், காந்தியுடையவளும், சாமர்த்தியசாலியுமான பெண்ணை அடைவார்.

(100) ஆறாவது பாவம் மிதுனமாகில் ஜாதகர் ஸ்திரீகளுக்கு விரோதத்தை விருத்தி செய்வார், இந்தப் பாவாதிபதி பாபியாகில் எப்பொழுதும் நீச்ச ஜாதி ஸ்திரீகளை விரும்புவார்.

(101) ஏழாவது பாவம் கடகம் ஆகில் ஜாதகர் அழகிய மனையாளுடையவர். பாவாதிபதி குரூரனாகில் ஆயுதத்துடன் கூடியவள், சுபரிருக்கில் இரண்டு, மூன்று மனையாளுடையவனாவார்.

(102) எட்டாவது பாவம் சிம்மமாகில் ஜாதகர் வீட்டில் மரணமுண்டாகும், திருடனிடமிருந்தாவது, தேளாலாவது, பாம்பாலாவது விஷத்தாலாவது மரிப்பார்.

(103) ஒன்பதாவது பாவம் கன்னியாகில் ஜாதகர் எப்போதும் அயலாரை அண்டுவதில் விருப்பமுள்ளவர், அதிகமாய்ப் பேசுபவர், குலாசார ஒழுக்கமற்றவர், பாசாண்டி (நாஸ்திகர்) தயையில்லாதவர்.

(104) பத்தாவது பாவம் துலாமாகில் ஜாதகர் வியாபாரத்தால் விசேஷ பொருள் பெருக்குடையவர், தர்ம சுபாவமுள்ளவர், தயையுடன் கூடியவர், வினயத்துடன் பேசுபவர்.

(105) பதினோராவது பாவம் விருச்சிகமாகில் ஜாதகர் மந்திர யந்திரங்களில் தேர்ந்தவர், தரித்திரத்தால் தனவரவுடையவர், நிலையில்லாதவர், கபடன்.

(106) பன்னிரண்டாவது பாவம் தனுசு ஆகில் ஜாதகர் அரசாங்கத்தால் தன வரவுடையவர், சத்ருக்கள் அழிவர், எப்போதும் வில்லம்பு பயிற்சிகளில் பிரியன்.

(107) ஜென்ம லக்னம் மகரம்(சுப்பிரபாம்சம்) ஆகிப் பூர்வபாகத்தில் சூரியன் லக்ன பாவத்லிருந்தாலும், லக்ன பாவத்தைச் சூரியன் பார்த்தாலும் லக்ன பாவாதிபன் ஒன்பதாம் பாவத்தில் இருந்தாலும் ஜாதகனுக்கு பெரிய நதிப்பிராந்தியத்தில் பெரிய கிராமத்தில் அக்கிரகாரத்தில் ஜெனனம் நேரிடும். உத்தராம்சத்தில் ஜெனித்தவனுக்குத் தான் மூன்றாவது கர்ப்பத்தில் பட்டணத்தில் ஜெனனம் நேரிடும்.

(108) ஜென்ம லக்னம் மகரம் (சுப்பிரபாம்சம்) ஆகி சந்திரன் குருவுடன் கூடியிருந்தாலும் குருவால் சந்திரன் பார்க்கப்பட்டாலும் நான்காம் பாவாதிபன் புதனுடன் கூடியிருந்தால் ஜாதகனுடைய தாய்க்குப் பிரசவ காலத்தில் வேதனை கொஞ்சமாக இருக்கும்.

(109) ஜென்ம லக்னம் மகரம் (சுப்பிரபாம்சம்) ஆகி லக்கின பாவத்தில் சூரியன் கேதுவுடன் கூடியிருந்தால் ஜாதகருடைய தாய் பிரசவ காலத்தில் விசேஷ வேதனையடைவள், தாய்க்குப் பீடையும், ஜாதகனுக்குப் பாலாரிஷ்டமும் கொஞ்சம் உண்டாகும், ஜாதகனுக்கு ஜென்ம திசையில் பாலரோகம் ஐந்தாண்டு வரையிலும் இருக்கும்.

(110) ஜென்ம லக்னம் மகரம் (சுப்பிரபாம்சம்) ஆகிச் சூரியன் கேந்திரத் திரிகோணங்களிலிருக்க ஒன்பதாம் பாவாதிபன் இரண்டாம் பாவத்தில் இருந்தால் ஜாதகருடைய தகப்பன் தீர்க்காயுளுடையவர், ஜாதகருடைய தகப்பன் தன் பிதாவை விட மேலான குணமுடையவர், விஷ்ணு, சிவ பக்தியுடையவர், நற்செய்கை, நல்ல ஆசாரம் முதலியன உடைய புண்ணியாத்துமா, பயிர்த்தொழில் செய்பவர், சுகி, சிலக்ஷேத்திரங்களில் பிரசித்தியுடையவர், அக்கிரகாரத்தில் வாசம் செய்பவர், பாலியத்தில் அற்ப சுக முடையவர், மத்திய அந்திய வயதுக்களில் பாக்கிய மடைபவர், விருத்தாப்பிய வயதில் புத்திர யோகமுடையவர், பசு, க்ஷேத்திர முதுலியன சமிர்த்தியுடையவர். தன் ஜெனங்களிடம் பிரசித்தியுடையவர், (பஞ்சயக்ஞ) ஐந்து யாகமும் செய்பவர், ஜாதகனுடைய ஐந்தாம் திசையில் ஜாதகனுடைய பிதா மரிப்பார்.

(111) ஜென்ம லக்னம் மகரம் (சுப்பிரபாம்சம்) ஆகிச் சந்திரன் கேந்திரத் திரிகோணங்களிலிருந்தாலும், தன் உச்சத்தில் குருவுடன் கூடியிருந்தாலும் ஜாதகருடைய தாய்க்குச் சுகமுண்டாகும்.

(112) ஜென்ம லக்னம் மகரம் (சுப்பிரபாம்சம்) ஆகி சந்திரன் தன் உச்சத்தில் மகர நவாம்சத்தில் இருந்தால் ஜாதகருடைய தாய் சாத்துவீக குணமுடையவள், தாய் வம்சவிருத்தியுடையவள், தன் குலத்தில் மேன்மையானவள், தாயினுடைய புண்ணிய வசத்தால் பாக்கியம் உண்டாகும், ஜாதகனுடைய ஐந்தாவது திசையில் தாய் மரிப்பாள்.

(113) ஜென்ம லக்னம் மகரம் (சுப்பிரபாம்சம்) ஆகி மூன்றாம் பாவாதிபன் வலுத்து இருக்கச் செவ்வாய் இரண்டாம் பாவத்தில் இருந்தால் ஜாதகனுடைய சகோதரருக்குச் சுகமுண்டாகும், ஜாதகருடைய பின் சகோதரரிருவர் சௌக்கியமுடையவர்களா யிருப்பார்கள், சிலர் ஜாதகருக்கு மூன்று சகோதரருண்டென்று சொல்லுகிறார்கள், சகோதரிகள் சௌக்கியமுடையவர்கள், ஜாதகனுடைய பின் சகோதரர்கள் நல்ல யோகமுடையவர்கள், அரசாங்கத்தில் பிரசித்தியுடையவர்கள்.

(114) ஜென்ம லக்னம் மகரம் (சுப்பிரபாம்சம்) ஆகிச் சந்திரன் பத்தாம் பாவத்தில் இருந்தால் ஜாதகர் ராஜனாகவாவது அல்லது அரசனுக்கு மேற்பட்ட தன முடையவனாகவாவது இருப்பான், நீச்ச அரசனுடைய ராஜியத்தில் பிராமணனால் நல்ல யோகம் அடைவார், அரசாங்கத்தில் சுத்த பாபி (உலோபி) யாக இருந்து கொண்டு எல்லோருக்கும் பயத்தை உண்டு பண்ணுவார்.

(115) ஜென்ம லக்னம் மகரம் (சுப்பிரபாம்சம்) ஆகி உச்சனான சந்திரனுடன் குரு கூடி சகோதர ஸ்தானத்திற்கு மூன்றாமிடத்திலிருந்தால் ஜாதகனுடைய இளைய சகோதரன் பிரசித்தியுடையவர், மேம்பாடான உத்யோக ஜீவனமுடையவனாவார்.

(116) ஜென்ம லக்னம் மகரம் (சுப்பிரபாம்சம்) ஆகிச் சந்திரன் ஜாராவஸ்தையிலிருந்தால் ஜாதகர் வியபிசாரமுடையவனாகவும், சூரனாகவும், சேர்க்கவும் கலைக்கவும் தைரியமுடையவனாகயிருப்பார், வேறு சகோதரனும் இப்படியே யிருப்பார், தனம் சம்பாதிப்பதில் சமர்த்தன், உத்தியோகத்தால் பொருள் சம்பாதிப்பார், க்ஷேத்திர கிராம விசாரணை செய்பவானாவான்.

(117) ஜென்ம லக்னம் மகரம் (சுப்பிரபாம்சம்) ஆகி லக்கினத்திற்கு ஐந்தாம் பாவத்தில் குரு இருந்தால் ஜாதகர் விசேஷ சிவபக்தியுடையவர், நல்ல ஆசாரச் செய்கையுடன் கூடியவர், தேவப் பிராமண பக்தியுடையவர்.

(118) ஜென்ம லக்னம் மகரம் (சுப்பிரபாம்சம்) ஆகிச் சூரியன் லக்கின கேந்திரத்திலிருந்தால் ஜாதகர் கொஞ்சம் குள்ளமானவர், தாமரைக் கண்களுடையவர், பல ஜாதி ஸ்திரீ சேர்க்கையுடையவர், கொஞ்சம் அனாசாரமுடையவர், துஷ்டர்களிடத்தில் துஷ்டபுத்தியுடையவர், குரூரமானவர்களிடத்தில் குரூரமாய் நடந்துகொள்வார், கொஞ்சமாய்ப் புசிப்பவர், மர்மமான மனமுடையவர், காமி, அளவாய்ப் பேசுபவர், பெரியோர்களிடம் பிரியமுடையவர், (நல்லோரை அறிந்து) நல்வழியில் செலவு செய்பவர், தியாகி, கெம்பீர மனதுடையவர், இருபத்தைந்து வயதுக்குமேல் பிரசித்தியும் முப்பது வயதுக்குமேல் நல்ல பாக்கியம் அடைவர், ராஜாங்க ஜெனசினேகத்தால் பிரபல உத்தியோக ஜீவனமடைவார், சகோதரனால் சுகமடைவார், முப்பத்தைந்து வயதுக்குமேல் விசேஷ முடையவர், ஜென்ம திசையில் பாலரோகம் உண்டாகும், ஐந்துவருஷம் கழித்து சுகமடைவார், ஆறாவது வயதில் அக்ஷாரப்பியாஸம் அடைவார், (பிராமண காலத்தில் ஜெனித்தவருக்கு எட்டாவது வயதில் உபநயனம் நடக்கும்.) இரண்டாம் திசையில் ஜாதகனுக்கு விவாகம் நடக்கும், சிலர் மூன்றாவது திசையில் நடக்கும் என்றும் சொல்லுகிறார்கள், விவாகத்துக்குப் பிறகு சுபமும், பிரசித்தியும் பெறுவார், விபத் திசையின் பிற்பாதியில் சுயப் பிரபல மடைவார். ஜாதகர் தன் ஜென்ம தேசத்திலேயே விவாகமடைவார், ஜாதகர் மனைவி நல்ல ரூபவதியாயிருப்பாள.

(119) ஜென்ம லக்னம் மகரம் (சுப்பிரபாம்சம்) ஆகி லக்கின பாவத்திற்கேழில் பாபக்கிரக மிருந்தால் ஜாதகனுடைய மனைவிக்குப் பீடையுண்டாகும், ஜாதகர் அதனால் விசாரமடைவார், அந்த ஏழாம் பாவாதிபதி பாபக்கிரத்துடன் கூடி ஜாதகத்தில்

எவ்விடத்திலிருந்தாலும் ஜாதகர் இரண்டு மனைவி அடைவார், அப்படி ஏழாம் பாவாதிபதி பாபருடன் கூடியும் லக்கினத்திற்கேழில் பாபக்கிரகமுமிருக்க ஜாதகர் ஒரே தாரத்துடனிருந்தால் ஜாதகர் மனைவி கர்ப்ப காலத்தில் சங்கா தோஷத்தால் பீடிக்கப்படுவாள், ஏழாம் பாவத்தில் ராகு இருந்தால் கர்ப்பப்பையில் புழுக்களிருக்கும்.

(120) ஜென்ம லக்னம் மகரம் (சுப்பிரபாம்சம்) ஆகி ஐந்தாம் பாவத்தில் அல்லது ஒன்பதாம் பாவத்தில் சனியிருந்து வந்தியாம்சத்தை அடைந்திருந்தால் ஜாதகர் மனைவி மலடியாகிக் கிலேசமுற்றிருப்பாள், மேற்படி சனி குருவால் பார்க்கப்பட்டிருந்தால் ஜாதகர் மனைவி வெகுகாலம் கடந்து பிரசவிப்பாள்,

(121) ஜென்ம லக்னம் மகரம் (சுப்பிரபாம்சம்) ஆகி ஐந்தாம் பாவாதிபதி பன்னிரண்டாம் பாவத்திலிருந்து குரு ஐந்தாம் பாவத்திலிருக்கச் சனி ஐந்தாம் பாவமல்லது ஒன்பதாம் பாவத்தில் இருந்தால் ஜாதகருக்குச் சந்தானத்துக்கு இடைஞ்சலுண்டாகும், முன் ஜென்மாந்தரத்தில் மகாத்துமாவான ஜோதிஷ பிராமணனுடைய சாபத்தினால் ஜாதகனுடைய சந்ததிக்கு இடைஞ்சல் உண்டாகும், ஜாதகருடைய ஏழாம் பாவத்தில் ராகு இருந்தால் அந்த தோஷத்திற்காக நாக சாந்தி செய்ய வேண்டும், பிராம்மண சாபத்தின் பொருட்டுச் சாந்தியாக நாக சர்ப்பத்தை ஆபரணமாக பூண்ட (சிவாகாரமுள்ள) சிவ சொரூபமான சிவலிங்கத்தை நாகாபரணத்துடன் பிரதிமை செய்து சிவ கல்பத்திற்குச் சொன்ன விதிப்படி சொர்ணத்தால் செய்யப்பட்ட முன் சொன்ன சிவலிங்கத்தை சிவ பெருமானின் பிரதிமையை நன்றாக அறிந்த ஜோதிஷனைக் கொண்டே ஊழ்வினை யறிந்து நன்கு பூஜித்து ஜோதிஷனுக்காகத் தானம் ஜோதிடனுக்கே செய்யவேண்டும், ஐந்தாம் பாவத்தில் சந்திரனிருந்தால் நல்ல புத்திமானானவர், ஸ்ரீசந்தான கோபாலனையும் அர்ச்சித்துப் பூஜித்து தானம் செய்யவேண்டும், வேறு சிலர் பர்வத ராஜன் புத்திரியான பார்வதி தேவியின் நாதனான சிவபெருமானை அர்ச்சனை செய்து சுப்ரமண்ய விரதமும் வெள்ளிக்கிழமை விரதமும், ஷஷ்டி திதி விரதமும், விதரணையுடன் ஸந்தான கோபாலப் பிரதிமை தானமும் செய்து நாக சாந்தியும், சேது முதலிய சமுத்திர ஸ்நானமும் செய்வதாலும், நாக சாந்தி செய்து, ஸகல பூஷணங்களும் பூட்டப்பட்ட முன் சொன்ன சொர்ண சிவபெருமானின் லிங்கப் பிரதிமையைத் தானம் செய்வதாலும் சீக்கிரத்திலேயே நல்ல புத்திரனை அடைவார். இந்தச் சாந்தியை ஜாதகருடைய ஐந்தாம் திசையில் செய்தால் நல்ல புத்திரனை ஜாதகர் அடைவார், ஒரே ஒரு புத்திரனும், ஒரு புத்திரியல்லது இரண்டு புத்திரியுமாவது பிறப்பார், ஐந்தாம் திசையில் ஜாதகர் விசேஷ பாக்கியம் அடைவார்.

(122) ஜென்ம லக்னம் மகரம் (சுப்பிரபாம்சம்) ஆகி ஜாதகனுக்கு நான்காம் திசையாக கடகத்திலுள்ள ராகு திசை வந்தால் அவன் திசையில் பூர்வபாகத்தில் அற்பசுகமும், பிராமணனால் கொஞ்சம் சுகமும், அரசாங்கத்தில் பிரசித்தியும் நீச்ச பிரபு காலத்தில் ஜாதகனுக்கு யோகப்பிரபலமும், வியாபாரலாபமும், பிற்பாதியில் அதிக சுகமும், சகோதரனுடைய மேம்பாடும், மேற்படி திசை சுக்கிர புக்தியிலிருந்து ஜாதகனுக்கு நல்ல யோகமும், பூர்வபாகத்தில் சில கிராமாதிகாரமும், மத்திய பாகத்தில் கொஞ்சம் கஷ்டமும், ராஜ விரோதமும், சிறைவாசமென்கிற பயமும் நீச்ச அரச விரோதத்துடன் உண்டாகும், ஜாதகர் சகோதரனால் சுகமடைவார், பிறகு விரோதம் சரியாய் விடும், க்ஷேம திசையில் பிற்பாதியில் அனேக கிராமாதிகாரமும், உத்தியோக வாகன சித்தியும், நீச்ச அரசனால் உண்டாகும், பல தேசங்களில் பிரசித்தியும், அரசாங்கத்தில் பிரசித்தியும், சந்திர புக்தியில் விசேஷ மேம்பாடான உத்தியோகமும், சந்திர புக்தியைப் போலவே செவ்வாய்ப் புக்தியிலும் உண்டாகும், இந்த க்ஷேமதார திசையில் ஜாதகனுக்குப் புத்திரனில்லாத விசாரம் உண்டாகும்.

(123) ஜென்ம லக்னம் மகரம் (சுப்பிரபாம்சம்) ஆகி குரு ரிஷப ராசியிலிருந்து ஐந்தாம் திசையாக குரு திசை வந்தால் ஜாதகனுக்கு அத்திசையில் யோகப் பிரபலமும், பல்லக்கு, ஆபரணம் முதுலிய லாபமும், நீச்ச அரசனால் சுகமும், பாக்கிய விருத்தியும், தன்னுடைய புக்தியில் லிங்கதானத்தால் கர்ப்பா தானமும், சகோதரப் பிரபல காலத்தில் அநேக கிராம அதிகாரமும், இரண்டு வாகனமும், அதிக சம்பத்தும், தன் புக்தியில் புத்திர லாபமும், சனி புக்தியில் நல்ல யோகமும், புத்திரன் பிறந்த பிறகு வாகன உத்தியோக பாக்கிய லாபங்களும், பல தேசங்களில் பிரசித்தியும், தன் தேசத்தில் கீர்த்தியும் உண்டாகும், தேவி கௌரியோகத்தில் ஜனித்தவனுக்குக் குரு திசையில் விசேஷ சம்பத்தும், க்ஷேத்திர, கிராம அதிபதியாகி பசு, தானியம் முதலிய சமிர்த்தி யுண்டாகும், க்ஷேம திசையிலும் இதுபோல் க்ஷேத்திர லாபமும், நல்ல யோகமும் உண்டாகும் யோக காலத்தில் தகப்பன் அரிஷ்டமும், கேது புக்தியில் சூரியனுடைய அந்தர காலத்தில் கொஞ்சம் கொஞ்சம் யோகபங்கமாகும், சீக்கிரத்தில் யோகப் பெருக்குண்டாகும், இந்த ஐந்தாம் திசையில் சுபமே நடக்கும், ஸாம்ராஜ்ய யோகத்தில் மகர லக்கினத்தில் பிறந்தவனுக்கு நல்ல பாக்கியமுண்டாகும், சந்திரன் சாம்ராஜ்யாம்சத்தில் இருந்தாலும், கேஸரீ யோகத்தில் பிறந்தவர் ஸ்த்ரீ யோகமுடையவர், புண்ணிய நதிகள் நதங்கள் (கிழக்கிலிருந்து மேற்கே போகும் ஆற்றுக்குப் பெயர்.) இவற்றில் ஸ்நாநம் செய்வதில் எண்ணம் கொண்டு யாத்திரை சுகமாய்ச் செய்பவனும், மாதுரியமானவற்றில் ருசியுடையனும், சகோதரனுடன் ராஜ சேவியாகவும், பணக்காரனாகவும், தியாகியாயும், வாகனமுடையவனாகவும், பிரசித்தனாகவும் வைபவமுள்ளவனாகவும், புகழுள்ள மனைவியிடம் சுகமுள்ளவனாகவும், எப்பொழுதும் அன்னதானம் செய்பவனும், வெகுமான ஜீவனமுடைய வனும், கெம்பீரமும், இனிமையும் உள்ள அரசனைப் போலும் நல்ல புத்திரனையுடையவனும், அரச சபையில் நன்கு பூஜிக்கப்பட்டவனும், சம அங்கமுடையவனும், புஷ்டியுடையவனும், நல்ல முகமுள்ளவனும், தயாளுவாகவுமிருப்பார். ஆயுளும் தனமும் உடையவர், பிரத்தியக்தார திசையில் எப்பொழுதும் சுபமும், எப்பொழுதும் சம்பத்துடையவானகவுமிருப்பார், திசையின் முடிவில் சகோதரனுடன் கொஞ்சம் துவேஷமும் பிறகு கடும் பகையும் உண்டாகும்.

(124) ஜென்ம லக்னம் மகரம் (சுப்பிரபாம்சம்) ஆகி ஆறாவது திசையாகக் கன்னியா ராசியிலுள்ள சனி திசை வந்தால் ஜாதகர் க்ஷேத்திர மூலம் அதிக சுகமுடையவனும், புத்திரனால் சம்பாத்தியமுள்ளவனாகவும் உத்தமமான சம்பத்து உடையவனாகவும், எப்பொழுதும் அன்னதானம் செய்பவனாகவும், சந்தோஷம் உள்ளவனாகவும், வீட்டில் தானிய வரவும், பசு விருத்தியும், இருபதாயிரம் தனமுள்ளவன் ஆகவும், க்ஷேத்திர வியாபார தனமுடையவனாகவும், சனி திசை செவ்வாய் புக்தியில் தன் புத்திரனுக்குப் புதையல் தனம் கிடைத்தலும், தர்ம மார்க்கத்துடன் கூடியும், பஞ்ச யெக்கிய பரனாகவும், குளம், உத்தியானம், தர்மம், முதலியன செய்பவனும், தனாதிபன் திசையில் தன் புத்திரப் பிரபலமும், சனி திசை செவ்வாய் புக்தியில் மனைவி மரணமும், ஜாதகருக்கு ராகு திசையில் மரணமும் உண்டாகும்.

(125)ஜென்ம லக்னம் மகரம் (பங்கஜாம்சம்) ஆகி சுக்கிர திரிம்சாம்சத்தில் விப்பர காலத்தில் ஜெனித்த ஜாதகர் தான் சீமந்த புத்திரனாக அல்லது இரண்டாவது கர்ப்பத்தில் ஜெனித்தவனாகவும், சுகமுடையவனாகவும், வெளுப்பு நிறமுடையவனாகவும், ஒண்டியாயும், சகோதர ஈனனாகவும் இருப்பார்.

(126) ஜென்ம லக்னம் மகரம் (பங்கஜாம்சம்) ஆகி லக்ன பாவாதிபதி கேந்திர ராசியிலிருந்து சுபாம்சத்தில் சுபராலும் பார்க்கப்பட்டிருந்து நான்காம் பாவாதிபதி தன் உச்சாம்சத்தில் இருக்க ஜெனித்த ஜாதகருக்கு மஹா நதிப்பிராந்திய தேசத்தில் கிழக்கு

மேற்கு வீதியில், வடக்குப் பாகத்தில் உள்ள சிவாலய சமீபமான தாய் வீட்டில் அல்லது நான்காம் பாவாதிபதி எந்த நவாம்சத்தில் உந்த ராசி (நாத) அம்சத்தில் கூடியிருக்கிறானோ அந்த நவாம்ச சக்கிரகத்துக்குடைய (திக்கில்) வாயிற்படியுள்ள வீட்டில் ஜாதகருஜடய ஜெனனமானது சம்பவிக்கும் பூர்வபாகத்தில் பிறந்த ஜாதகருடைய தாய் பிரசவ காலத்தில் கொஞ்சம் வேதனையுடையவள், ஜாதகர் வடக்குத் தெற்கு வீதியில் மேற்குப் பார்த்த வாயிற்படியுள்ள வீட்டில் ஜெனித்தவனாவர். பூர்வ பாகத்தில் பிறந்தவனுக்குப் பாலாரிஷ்டம் இல்லையென்றும், உத்திராம்சத்தில் பிறந்தவனுக்குக் கொஞ்சம் பாலாரிஷ்டம் ஏற்படுமென்றும் எண்ணப்படுகிறது.

(127) ஜென்ம லக்னம் மகரம் (பங்கஜாம்சம்) ஆகி லக்கின பாவாதிபதி வர்க்கோத்தமாம்சத்தில் சர ராசியில் கேந்திர ராசியிலிருக்கப் பிறந்தவனுக்கு தாய் தகப்பன் தீர்க்காயுளுடன் தேகபுஷ்டியும், சுபமும் உள்ளவர்களாவர், தாய் வம்சத்தில் சுபமுள்ளவர், தகப்பன் வழிப்பாட்டி நாசமடையச் செய்வார், மிருதுவான வசியமுள்ள தேகமுடையவர், தாமரை போன்ற கண்களுடையவர், கொஞ்சமாய்ப் புசிப்பார், மர்ம மனமுடையவர், கொஞ்சம் வாய்ப் பேச்சில் ஒழுக்குடையவர், குணமுடையவர், வைதீக ஆசாரமுடையவர், தர்மாத்துமா, கொஞ்சம் லோப குணமுடையவர், விசேஷ விஷ்ணு பக்தியுடையவர், வைஷ்ணவ ஆசார தர்மமுடையவர், திரவியசம்பாதனையுடையவர், ஸ்ரீமான், சகோதரரில்லாதவர்.

(128) ஜென்ம லக்னம் மகரம் (பங்கஜாம்சம்) ஆகிச் சூரியன் கேந்திரத் திரிகோணங்களிலிருந்து ஒன்பதாம் பாவாதிபதி சுபருடன் கூடியிருந்தால் ஜாதகருடைய தகப்பன் தீர்க்காயுளுடையவர், ஜாதகர் பிதா சகோதரக்குறைவுடையவர், மூன்று சகோதரிகளுடன் கூடியவர், தானம் கொடுக்கும் குணத்துடன் கூடினவர், வைதீக ஆசார தர்மமுடையவர், வேதாத்தியன சம்பத்துடையவர், நியாயத்துடன் சம்பாதித்து நல்ல ஜீவன முடையவர் எப்பொழுதும் நல்ல ஆசாரச் செய்கையுடையவர், மத்திய வயதில் பாக்கிய முடையவர்.

(129) ஜென்ம லக்னம் மகரம் (பங்கஜாம்சம்) ஆகி ஒன்பதாம் பாவத்தில் சனியின் அம்சத்தை சூரியன் அடைந்திருந்தால் ஜாதகர் கொஞ்சம் மந்தபுத்தியுடையவர் புத்திரவான், தனவான், புத்திமானாகியும், மத்திய வயதுடையவனாகியும் இருப்பார்.

(130) ஜென்ம லக்னம் மகரம் (பங்கஜாம்சம்) ஆகி நான்காம் பாவாதிபன் செவ்வாய் இரண்டாம் பாவத்தில் ராசியிலும், நவாம்சத்தில் தன் உச்சாம்சத்திலும் இருந்து, புத, சுக்கிரர்களுடன் கூடியிருந்தாலும் புத சுக்கிரர்களால் செவ்வாய் பார்க்கப்பட்டாலும் ஜாதகருடைய தாய் வெகு காலம் ஜீவித்திருப்பாள், தன் தாய் கொஞ்சம் ரோக சரீர முடையவள், சகோதரருடன் கூடியிருப்பாள், தகப்பன் சௌக்கிய மில்லாதவளும், சகோதர நாசத்தால் துக்கிப்பவளுமாவாள், செவ்வாயைச் சனி பார்த்தால் தாய் வம்சத்தில் ஒரு கொலை தோஷம் ஏற்பட்டிருக்கும்.

(131) ஜென்ம லக்னம் மகரம் (பங்கஜாம்சம்) ஆகி ஜாதகனுடைய தகப்பன் வழிப் பாட்டன் ஸ்தானாதிபதியான ஐந்தாம் பாவதிபனான சுக்கிரன் புத நவாம்சத்தில் புதனுதன் கூடியிருந்து சனியால் பார்க்கப்பட்டிருந்தால் ஜாதகருடைய பாட்டன் நீண்ட ஆயுளுடையவர், மேற்படி பாட்டன் பிரசித்தி பெற்றவர், சகோதரனில்லாதவர், கொஞ்சம் ரோகமுள்ளவர், புத்திர விசனத்தால் பிடிக்கப்படுபவர், அயலாருக்குக் கொஞ்சம் உபகாரம் செய்வார், பஞ்ச எக்கியம் செய்வார், நல்ல ஆசாரமுடையவர், தர்ம சாஸ்திரம் கற்றவர், ஆஸ்திகன், சத்தியமுடையவர் தர்மமறிந்தவர், லோப சுபாவமுடையவனாயிருந்தாலும் தர்மமுடையவர்,

பணம் சம்பாதிப்பதில் சமர்த்தன், ஸ்ரீமான் சாதுக்களுக்கு உபகாரம் செய்வார், (எதி,) பெரியோரிடம் பக்தியுடையவர், பாலிய சௌக்கியத்துடன் கூடினவர், மத்திய வயதில் சோகமுடையவர், அந்திய வயதில் சௌக்கியமும், சுபமுமுடையவர், புத்திரனால் நல்ல சந்தோஷமுடையவர், பேரன் பிறப்பை பார்க்கும் சம்பிரமமுடையவர், மேற்படி பாட்டன் நல்ல பரிசுத்தமுடையவர், ஆபத் சன்னியாசத்தால் மரணத்தின் பிறகு பிரம்மலோகம் அடைவார், ஜாதகருடைய சம்பத் திசையில் இந்த பாட்டன் மரித்துவிடுவார்.

(132) ஜென்ம லக்னம் மகரம் (பங்கஜாம்சம்) ஆகி லக்கினாதிபதியாவது அல்லது சந்திரனாவது வர்க்கோத்தமத்தில் பதின்மூன்றாவது சோடசாம்ச பாகத்தில் இருக்கப் பிறந்த ஜாதகருக்கக் கேந்திரத் திரிகோண உபசய ஸ்தானங்களில் அதாவது ஒன்று, நான்கு, மூன்று, ஆறு, பத்து, ஏழு, ஒன்பது, பதினொன்று, ஐந்து முதலிய ஸ்தானங்களில் பலமுடையவர்களாக முன் சொன்ன லக்கினாதிபதியோ, சந்திரனோ முன்சொன்ன கலாம்ச பாகத்தில் இவர்களில் ஒருவரிருந்தால் ஜாதகர் நல்ல வித்துவானகாவும், நல்ல யோகியாகவும், அரசனாகவும் இருப்பார்.

(133) ஜென்ம லக்னம் மகரம் (மஞ்சுஸ்வநாம்சம்) ஆகிப் பூர்வ பாகத்தில் லக்கின பாவத்தில் சுபக்கிரகமிருந்தாலும், லக்கின பாவத்தைச் சுபக்கிரகம் பார்த்தாலும் ஜாதகருடைய தாய்க்குப் பிரசவத்தில் வேதனை சொற்பமா யிருக்கும். உத்தராம்சத்தில் பிறந்தவனுடைய தாய்க்குப் பிரசவ வேதனை அதிகமாகவும், கொஞ்சம் சூதி தோஷ பயமும், சந்திரன் பாபக்கிரகத்தால் பார்க்கப்பட்டால் தாய்க்குப் பீடை கொஞ்சமும், ஜாதகருக்குப் பாலரோக பயமும், மாந்த சுர பயமும் உண்டாகும்.

(134) ஜென்ம லக்னம் மகரம் (மஞ்சுஸ்வநாம்சம்) ஆகி லக்கின பாவாதிபதி இரண்டாம் பாவத்தில் சுய க்ஷேத்திரத்தில் பலத்துடனிருக்க, எட்டாம் பாவாதிபதி லக்கின கேந்திரத்தில் சுபக்கிரகத்துடன் கூடியிருந்து, சுக்கிரன் கேந்திரத்திரிகோணங்களில் இருந்தால் ஜாதகர் எல்லாத் தோஷங்களும் விலகப்பெற்றுச் சுகமடைவார், ஜாதகர் மத்தியாயுள் யோகமுடையவர், அறுபத்தொரு வயதுவரை ஜீவித்திருப்பார்.

(135) ஜென்ம லக்னம் மகரம் (மஞ்சுஸ்வநாம்சம்) ஆகிச் சூரியன் லக்கின பாவத்தில் சக்கிரனுடனும், ஒன்பதாம் பாவாதிபதியுடனும் கூடியிருந்தால் ஜாதகருடைய பாட்டனும் தீர்க்காயுளுடையவர், ஜாதகருடைய தகப்பன் சாந்த சுபாவமுடையவர், குணமுடையவர், சகோதரருடன் கூடியவனாயிருந்தால் சகோதர க்ஷீணண்கி விடுவார், ஒண்டியாய் விடுவார், ஸ்ரீவைஷ்ணவ மதத்தை அடைபவர், தேவப் பிராமண விசுவாசமுடையவர், தான் பிரசித்த விவேகமுடையவர். ஒன்பதாம் பாவாதிபன் சூரியனுடன் கூடியிருந்தால். சேர்க்கைக்குடைய புத்திமான், சேர்க்கவும், அழிக்கவும் சாமர்த்தியமுடையவர், சிநேகதுரோகம் செய்பவர், பரஸ்தீரீ சேர்க்கை யுடையவர், காமீ, அன்னிய ஸ்த்ரீ சேர்க்கையிலேயே புத்தியுடையவர், எழுதுவதிலும், தனம் சம்பாதிப்பதிலும் சமர்த்தர், பிதுரார்ஜித தனமுடையவர், அயலார்களுடைய ரகசியங்களை உடைத்து விடுவார், வெளிதேசத்தில் பிரசித்தி யுடையவர், மிலேச்ச அரசாங்கத்தில் பொக்கிஷ அதிகாரியாவர்,அரசனால் வெகுமானிக்கப்பட்டவர், பிரபல மேம்பாடான உத்தியோக சித்தியுடையவர், பிரபுப் பிரீதி விசேஷமாயுடையவர், வாகனம் முதலியன நல்ல யோகமுடையவர், அரசனுக்கும், மந்திரிக்கும் சந்தோஷமானவர், தேவ க்ஷேத்திரத்தில் பிரசித்தமுடையவர், தான் தர்மகர்த்தா ஆவார், விஷ்ணு கைங்கரிய தர்மமுடையவர், விருத்தாப்பிய வயதில் தர்ம புத்தி யுடையவர், புத்திர மூலம் சுகமடைவார், கடைசி வயதில் ஞானமுடையவர், ஜாதகருடைய மூன்றாம் திசையில் பிதா மரிப்பார்.

(136) ஜென்ம லக்னம் மகரம் (மஞ்சுஸ்வநாம்சம்) ஆகி நான்காம் பாவாதிபதி செவ்வாய் லக்கினம் தவிர்த்து மற்ற கேந்திர திரிகோணங்களிலிருக்க சந்திரன் நீச்ச ராசியிலிருந்தால் ஜாதகர் தாய் மூலம் விசேஷ சௌக்கியமுடையவர், தாய் குணமுள்ளவள், சாது, கணவனுடைய மனம் கோணாமல் நடப்பவள், எப்பொழுதும் அன்னதானம் செய்வதில் பிரீதியுடையவள், சகோதர சௌக்கியமுடையவள், வம்சவிருத்தியுயைடவளும் பாக்கிய முள்ளவளும், புத்திர புத்திரியுடையவளும் ஆவாள், ஜாதகருடைய விபத்தார திசையில் தாய் மரிப்பாள்.

(137) ஜென்ம லக்னம் மகரம் (மஞ்சுஸ்வநாம்சம்) ஆகி மூன்றாம் பாவாதிபதி குரு சுயக்ஷேத்திரத்தில் இருந்து செவ்வாயால் பார்க்கப்பட்டால் ஜாதகருக்கு இரண்டு மூத்த சகோதரர்கள் உண்டு, பின் சகோதரர்கள் இல்லை, இரண்டு சகோதரிகள் சௌக்கியத்துடனும், புத்திர புத்திரிகளுடனும் கூடி சுகத்துடன் இருப்பார்கள், ஜாதகருடைய மூத்த சகோதரர்கள் நல்ல யோகமுடையவர், மூத்த சகோதரர்கள் அரசாங்கத்தில் பிரசித்தியுடையவர், எல்லா சகோதரருக்கும் மூத்த சகோதரனுக்கு நேரிளைய சகோதரன் ஜாதகருக்கு (நேர் மூத்தவன்) மிலேச்ச அரசனால் சுகமுடையவர், அந்த வழியாக எப்பொழுதும் பிரமுகர்களிடத்தில் கோபமும், சௌரியமும், கீர்த்தியுமுடையவர், அஸஹாய சமர்த்தன், பிரஜைகளுக்குப் பிரீதியை வளர்ப்பவர், தேசாந்திரத்தில் நற்கீர்த்தியுடையவர், அன்னிய அரசர்களுக்கு விரோத காரியம் செய்பவன், தன் அரசாங்க காரியத்தில் சமர்த்தன், வெகுதனமுடையவர், கீர்த்தியுடையவர், சுகமுடையவர்.

(138) ஜென்ம லக்னம் மகரம் (மஞ்சுஸ்வநாம்சம்) ஆகி மாளவீ யோகத்தில் புதத்திரிம்சாம்சத்தில் ஜெனித்த ஜாதகர் வெளுப்பு நிறமுள்ளவர், நல்ல அறிவாளி, அதிருஷ்டசாலி, மேதாவி, பொறுமையன சுபாவமுடையவர், சுகி பாலியம் முதல் சௌக்கிய முள்ளவர், தாய் தகப்பன் சுகத்துடன் கூடினவர், விஷ்ணு பக்தி, மதம் இவற்றையுடையவர், மதாச்சாரமுடையவர், வைஷ்ணவ ஆசாரமுடையவர், தேவப்பிராமண பக்தியுடையவர், உபாயமுடையவர், (சதுரன்) நான்குமறிந்தவர், கல்வியுடையவர், இனிமையாய்ப் பேசுவார், வினயமுடையவர், தர்மத்தைப் பரிபாலிப்பார், அநேக சாஸ்திரங்களில் எப்பொழுதும் பிரியமுடையவர், நன்மை, தீமையறிந்த விவேகி, குரு பக்தியுடையவர், நல்ல ஆசார செய்கையுடைய புத்திமான், நல்ல வழியில் எல்லோருக்கும் சீலமுடன் தானம் செய்வார், அதிகமான (உஷ்ண) சூட்டு வாயுவுடையவர்.

(139) ஜென்ம லக்கினம் மகரம் (மஞ்சுவஸ்வநாம்சம்) ஆகி லக்கின பாவத்துக்கு இரண்டாம் பாவத்தில் சனியிருந்தால் ஜாதகர் காமியாயும், போகத்திலேயே புத்தியுடையவனாகவுமிருப்பார்.

(140) ஜென்ம லக்கினம் மகரம் (மஞ்சுஸ்வநாம்சம்) ஆகி பத்தாம் பாவத்தில் கேது இருந்தால் ஜாதகர் ராஜ சேவை செய்து ஜீவிப்பார். நீச்ச அரசனிடம் எழுத்து மூலம் நல்ல ஜீவனமுடையவர், அரசாங்கத்தில் சௌக்கியமுடையவர், இருபது வயதுக்கு மேல் விசேஷமடைபவர், எழுதுவதில் நல்ல ஜீவனத்துடன் அரசாங்கத்தில் பிரசித்தியுடையவர், இருபத்தைந்து வயதுக்குமேல் நல்ல யோகமுடையவர், வாகனமும் கீர்த்தியும் உண்டாகும், கஜானாதிகாரி யாவார், சகோதரனால் நல்ல (அதிக) யோகமுடையவர், எப்பொழுதும் அரசப் பிரீதியுடையவர், இருபத்தேழாவது வயதில் நல்ல பாக்கியவானாவர், திரவிய சம்பாதனையில் சமர்த்தன். பல வழிகளிலும், தன சம்பாத்தியமுடையவர் முப்பது வயதுக்குமேல் நற்கீர்த்தியுடையவர், மேம்பாடான உத்தியோக சித்தியடைவர், சகோதரப் பிரபல யோகமுடையவர். முப்பத்து மூன்றாவது வயதில் மனோவியாதியும், தாய்க்குப்

பீடையும், மனஸ்தாபமும், அதனால் வியாக்கூலமும், முப்பத்து நான்காவது வயதில் தகப்பன் மரணமும், அச்சமயம் ஜாதகருக்குத் தேக ஜாட்டியமும், தாய் தகப்பன் ஜனங்களுக்கு நாசமும், அதனாலும் வியாகூலமும், முப்பத்தைந்தாவது வயதில் அதிக சுகமும், வாகனம் முதலிய நல்ல யோகமும் முப்பத்தெட்டில் ஜாதகருக்குத் தேக பீடையும், நாற்பதாவது வயதில் நல்ல சுகமும், அரசனுடைய பிரீதி விசேஷமும், தனலாபமும், நற்கீர்த்தியும், நாற்பத்திரண்டாவது வயது வரை ராஜ மந்திரியினால் விரோதமும் கெடுதியும் உண்டாகி அதற்குப் பிறகு சௌக்கியமுண்டாகி ஐம்பதாவது வயதில் நற்கீர்த்தியும், சுகமுமடைந்து வயோதிக வயதில் தர்ம புத்தியுடையவனாக இருப்பார், ஜாதகருக்கு ஜென்ம தார திசையில் பாலரோக பீடையும் தாய் தகப்பனுக்குச் சுகமும் உண்டாகும், ஐந்தாம் வயதில் ஜாதகருக்கு கல்வி பயிலுதலுக்கு ஆரம்பமும், பத்தாவது வயதில் பதின்மூன்றாவது வயதில் விவாகமும் அல்லது பதினான்கில் விவாகமும், இரண்டாம் திசையில் தகப்பனால் ஜாதகருக்குச் சுகமும், எல்லோருக்கும் மூத்த சகோதரன் நல்ல யோகமுடையவனும், வெளி தேசத்தில் கீர்த்தியுடையவனுமாவார். தன் தகப்பன் நல்ல கீர்த்தியுடையவனும், ராஜாங்கத்தில் நல்ல யோக முடையவனும், அரசனால் உண்டாக்கப்பட்ட கீர்த்தியுடையவனும், பிரபல உத்தியோக சௌக்கிய முடையவனும், வாகனம் முதலிய உத்தமமான சௌக்கிய முடையவனும் ஆவார், ஜாதகருக்கு சம்பத் திசையில் (கேது திசையில்) சந்திரனுடைய புக்தி அல்லது செவ்வாய் புக்தியில் விவாகமும் ஜாதகருடைய ஜென்ம பூமிக்கு வடக்கில் பாக்கிய விருத்தியுடையவளும், பதி பக்தியுடையவளும், வெளுப்பு நிறமானவளும், காலங்கடந்து புத்திரனைப் பிரசவிப்பவளுமான மனைவியை ஜாதகர் அடைவார்.

(141) ஜென்ம லக்னம் மகரம் (மஞ்சுஸ்வாம்சம்) ஆகி ஏழாம் பாவாதிபன் நீச்ச ராசியிலிருந்து செவ்வாயால் பார்க்கப்பட்டிருக்கச் சுக்கிரன், அதிமித்திராம்சத்தில் இருந்தால் ஜாதகர் ஒரே மனைவியுடையவர், விவாகத்திற்குப் பிறகு சௌக்கியமுடையவர், சுயப்பிரபலத்தால் பிரசித்தியடைவார், வீட்டில் லக்ஷ்மிகடாக்ஷமும் தசாந்தியத்தில் விசேஷ முடையவனாகவும் பிராமணனால் பிரசித்தியும், அரசாங்கத்தில் நல்ல யோக முடையவனும் எழுதுவதில் ஜீவனமுடையவனும், சுக்கிர திசையில் நல்ல யோகமுடையவனும், தன லாபமும், நல்ல வாகனமும், யோக மேன்மையுடையவனும் ஆவார்.

(142) ஜென்ம லக்னம் மகரம் (மஞ்சுஸ்வநாம்சம்) ஆகி ஐந்தாம் பாவாதிபதி லக்கின கேந்திரத்தில் சூரியன் புதனுடன் கூடியிருந்து ஐந்தாம் பாவத்தில் செவ்வாயிருந்தால் ஜாதகருக்குப் புத்திர சந்தானத்துக்கு இடைஞ்சலுண்டாகும், ஐந்தாம் பாவத்தில் செவ்வாயிருந்தால் ஜாதகர் அற்ப சந்தான யோகமுடையவர், குரு ஜாதகருடைய புத்திர ஸ்தானத்திற்கு மரணஸ்தானத்தை (எட்டாமிடத்தை) அடைந்திருந்தால் ஒன்றாவது இரண்டு, மூன்று புத்திரர்கள் நாசமடைவார்கள், சந்திர சூரியப் (சக்கிர) பிரதிமைகளைத் தானம் செய்தால் ஜாதகருக்குப் புத்திரபிராப்தி உண்டாகும், குரு மீன ராசியில் திரிகோணத்தில் கோச்சாரத்தில் வரும் சமயம் அல்லது ஜென்ம காலத்தில் குரு பார்க்கும் ராசிகளின் திரிகோணங்களிலாவது கோச்சாரத்தில் குரு வரும் சமயம் ஜாதகருக்குப் புத்திரப்பிராப்தி உண்டாகும், இரண்டு புத்திரிகளும் நீண்டகால ஆயுளுடையவர்களா யிருப்பார்கள், அதிகம் பிறந்தால் மரித்து விடும்.

(143) ஜென்ம லக்னம் மகரம் (மஞ்சுஸ்வநாம்சம்) ஆகி இரண்டு கிரகங்கள் சுயக்ஷேத்திரத்தில் முப்பத்து நான்காவது அம்சத்தில் இருந்தால் ஜாதகர் நல்ல ஜீவனமுடையவர், சுய க்ஷேத்திரத்திலிருக்கும் இரண்டு கிரகமும் புத சுக்கிரருடைய அம்சத்தில் இருந்தால் ஜாதகர் கிலேசமுடையவனாகவும், சகோதரத் துவேஷமும், கலக முடையவனுமாகவு மிருப்பார்.

(144) ஜென்ம லக்னம் மகரம் (மஞ்சுஸ்வநாம்சம்) ஆகி மகர ராசியிலுள்ள எட்டாம் பாவாதிபனான சூரியனுடைய திசை க்ஷேம திசையாக வந்தால் ஜாதகருக்கு எட்டாம் பாவாதிபன் திசை சுய புக்தியில் தேக பீடையும் மனைவிக்குப் பீடையும், அதிக செலவும், மனோவியாதியும், சந்திர புக்தியிலிருந்து சுகமும், புத்திர விருத்தியும், புத்திர வர்க்கத்தில் சுபமும் அத்திசையின் பிற்பாதியில் அரசவிரோதமும், தன் பந்துக்களிடம் மனஸ்தாபமும் உண்டாகும், விருச்சிக ராசியிலுள்ள சந்திர திசையாகிய ஐந்தாம் திசையில் நற்கீர்த்தியும், நீச்ச அரசனாலும் அவன் மூலம் பிரபுக்களாலும் எப்பொழுதும் அதிக சம்பத்தும் வாகனலாபமும், புத்திரப் பிரபலமும், முப்பதாயிரம் பொன்னுடைய தனமுடையவனாகவும், விசேஷ அரசப் பிரீதியும், வீட்டில் லக்ஷ்மி கடாக்ஷமும், எப்பொழுதும் தர்ம வழியில் இருந்தும், ரிஷப ராசியிலுள்ள செவ்வாய்திசை ஆறாம் திசை உத்தமமாகவும் தடாக, உத்தியான விஷ்ணு கைங்கரியம் முதலான தர்ம கைங்கரியங்களும் செய்து வயோதிக வயதில் புண்ணிய தீர்த்த யாத்திரையும் சகாதிபன் திசையில் சௌக்கியமும், ஏழாம் பாவாதிபன் புக்தியில் மனைவி நாசமும், திசையின் முடிவில் வியாக்கூலமும், அடைவார். மேஷ ராசியிலுள்ள ராகு தசை ஏழாம் திசையில் சுய புக்தியில் ஞானத்தை அடைவார்.

(145) ஜென்ம லக்னம் மகரம் (பங்கஜாம்சம்) ஆகி லக்கின பாவத்தில் குரு இருந்தாலும் குரு லக்கின பாவத்தைப் பார்த்தாலும் ஜாதகனுடைய தாய்க்குப் பிரசவ காலத்தில் வேதனை கொஞ்சமாயிருக்கும் உத்தராம்சத்தில் பிறந்தவன் தாய்க்கு வேதனை அதிகமாயிருக்கும். கொஞ்சம் பயமும், விசேஷ தோஷமும் உண்டு நான்காம் பாவாதிபன் சனியுடன் கூடியிருந்தால் பாலாரிஷ்டத்தால் பீடையும், வைசூரியால் பயமும் உண்டாகும்.

(146) ஜென்ம லக்னம் மகரம் (பங்கஜாம்சம்) ஆகி லக்கின பாவாதிபதி செவ்வாயுடன் கூடியிருக்க எட்டாம் பாவாதிபதி தன் உச்ச ராசியிலிருந்து குருவோடு சுக்கிரனும் சேர்ந்திருந்தால் எல்லா தோஷங்களும் விலகி ஜாதகர் சுகமடைவார், ஆயினும் ஜாதகர் பூர்ணாரம்ப வயதுடையவனாயினும் அறுபத்தொன்பது வயது வரை ஜீவித்திருப்பார்.

(147) ஜென்ம லக்னம் மகரம் (பங்கஜாம்சம்) ஆகிச் சூரியன் ராகுவுடன் கூடி ஒன்பதாம் பாவாதிபனுடனும் கூடியிருந்தால் ஜாதகருடைய தகப்பன் விசேஷ சௌக்கியமுடையவர். ஜாதகருடைய தகப்பன், வழிப்பாட்டனைக் காட்டிலும் மேலானவன், சகோதர சகோதரிகளை யுடையவர், விஷ்ணு பக்தி மதாச்சாரமுடையவர், தேவப்பிராமண பக்தியுடையவர், கல்வி அறிவுடைய விவேகி தன் கல்வியில் வல்லவர், எழுதுவதில் சமர்த்தர். வேறு பாஷையிலும் சிரமப்படுவார்.

(148) ஜென்ம லக்னம் மகரம் (பங்கஜாம்சம்) ஆகி ஒன்பதாம் பாவாதிபதி ராகுவுடன் கூடியிருந்தால் ஜாதகருடைய தகப்பன் கொஞ்சம் தாமதமாகக் காரியங்களைச் செய்பவர், மூர்க்க சுபாவமுடையவர், கொஞ்சம் லோபகுணமுடையவர்,சேர்க்கவும் கலைக்கவும் சாமர்த்தியமுள்ளவர், வாசாலகர். அழகாய்ப் பேசுபவர், மேலான இங்கிதம் அறிந்தவர், மேதாவி, சிநேகிதர்களை வஞ்சிக்கும் புத்தியுடையவர்.

(149) ஜென்ம லக்னம் மகரம் (பங்கஜாம்சம்) ஆகி ஒன்பதாம் பாவத்திற்கு ஒன்பதில் சுக்கிரனிருந்து அந்தச் சுக்கிரனுடன் குருவும் கூடியிருந்தால் ஜாதகருடைய தகப்பன் இரண்டு மனைவியரையுடையவர், இரண்டு தாரத்தினிடமும் புத்திரருடையவர், திரவிய சம்பாதனையில் சமர்த்தன் ஸ்ரீமானானவர், ஏழைகளுக்கிரங்குபவர், விசேஷ குரு பக்தியுடையவர், நல்ல செய்கை, ஆசார புத்தியுடையவர். சூரியன் கின்னராம்சத்தை அடைந்திருந்தால் ஜாதகருடைய தகப்பன் ராஜ சேவையால் ஜீவனம் செய்பவர். பாலியத்தில் அற்ப சுகவானாயிருந்து மத்திய அந்திய வயதுகளில் வெகு சௌக்கியமுடையவனாவார்,

எழுதுவதால் நல்ல ஜீவனமுடையவனும் அரசாங்கத்தில் பிரசித்தியடைபவனும், நீச்ச, அரசனிடம் எழுத்து மூலம் நல்ல யோகமும், நல்ல சௌக்கியமும், மத்திய அந்திய வயதுகளில் யோகவிருத்தியும், விசேஷமான பிரபு பிரீதியுடையவனும், அநேக கிராமங்களுக்கு அதிகாரியாகிப் பல வழிகளில் தனம் சம்பாதிப்பவனும், விசேஷ பீதியும், யோக பங்கமும், நல்ல யோகமுடைய ஐந்து சகோதரர்களையுடையவனும், அதிக விரயமும், மனோவியாதியும், ஜெயில் தண்டனை முதலிய பயமும், அரச கோபமும், சத்ருக்களால் பயமும், அதற்குப் பிறகு யோகவிருத்தியும், வெளிதேசத்தில் மட்டும் நற்கீர்த்தியும் பிரபல மேன்பாடான உத்தியோகத்தால் ஜீவிப்பவனும், தனலாபமும், அதிக சுகமுடையவனும், எப்பொழுதும் ராஜ வசியமுடையவனும், சௌரிய சாகசமுடையவனும், நீச்ச பிரபு சமஸ்தானத்தில் எழுத்தாளர்களுக்கு அதிகாரியாகவும், பெரிய உத்தியோகமும் மூன்று வாகனமுடையவனும், தன் பிரபுக்கும் அதிக சுகமுடையவனாகவும், அதனால் சௌக்யமும் ராஜகாரியத்தை நன்கு கவனிப்பவனும் தேசாந்திரத்தில் நற்கீர்த்தியும், எப்பொழுதும் தனம் சம்பாதிப்பவனும் மனைவி புத்திரன் முதலியவர்களுடைய சௌக்கியமும், வெளிதேசத்தில் கொண்டாடப்பட்ட கீர்த்தியும், ஐந்து வருஷம் நல்ல யோகமும் அதற்குப் பிறகு சுயதேச மடைந்து விசேஷமான ராஜப்பிரீதியையடைந்து பெரிய உத்தியோகத்தால் ஜீவிப்பவனும், ராஜனுக்கு மந்திரியுமாவார். விசித்திரமான வீடு கட்டுவார். லோகத்தில் பிரசித்தமான மிக்க கீர்த்தியுடையவர்.பெரிய அரசாங்கத்தில் ஸர்வாதிகாரமுடையவர், தன் ஜனங்களிடம் நல்லயோகமுடையவர். மூன்று வாகனமுடையவர், பற்பல தேசங்களில் புகழப்படுவார், வஸ்திரம், ஆபரணம் முதலியனவும், நவரத்தினங்களும் அதிகமாயுள்ளவனும், புத்திரமூலம் சுகவிருத்தியுடையவனும், வயோதிகவயதில் புத்திரவிருத்தியுடையவனும், தன்னுடைய புத்திரனுடைய முன் ஜென்மாந்திர பாபத்தினால் வயோதிக வயதில் புத்திர சோகமும் அடைவார், எப்பொழுதும் அன்னதானம் செய்பவனும் சந்தோஷமுடையவனும் நற்கதைகளை அதிகமாகக் கேட்பவனும், வயோதிக வயதில் விசேஷ யோகமுடையவனும், தேவப்பிராமண பூஜை செய்பவனும், நற்கீர்த்தியும், தனலாபமும், கிழவயதில் தர்மத்தை நன்கு கிரகிப்பவனுமான, ஜாதகருடைய தகப்பன் ஜாதகருடைய க்ஷேம திசையில் மரிப்பார்.

(150) ஜென்ம லக்னம் மகரம் (பங்கஜாம்சம்) ஆகி நான்காம் பாவாதிபதி மிதுன ராசியிலுள்ள சனியுடன் கூடியிருக்க நான்காம் பாவத்தில் சூரியன் தன்னுச்சத்தில் புதன் ராகு இவர்களுடன் கூடியிருந்து மீனராசியிலுள்ள சந்திரன் சனியால் பார்க்கப்பட்டால் ஜாதகர் தாய் கொஞ்சமான சுகமுடையவள். தாய் குணவதி, சாந்தமுடையவள், பதிபக்தியுடையவள், குணத்துடன் கூடியவள், வம்சவிருத்தி யுடையவள், புத்திரனுக்குப் பிரியமானதைச் செய்வாள். ஜாதகருடைய ஜென்ம திசையில் மரித்து விடுவாள், சந்திரன் சனி மங்களாம்சத்தில் இருந்தால் தாய் சுமங்கலியாகவே மரிப்பாள்.

(151) ஜென்ம லக்னம் மகரம் (பங்கஜாம்சம்) ஆகிக் குரு சுக்கிரனுடன் சேர்ந்திருந்தால் ஜாதகர் மாற்றாந்தாய் யோகமுடையவர்.

(152) ஜென்ம லக்கினம் மகரம் (பங்கஜாம்சம்) ஆகி மூன்றாம் பாவாதிபதி குரு ஐந்தாம் பாவாதிபதியான சுக்கிரனுடன் கூடி ஐந்தாம் பாவத்தில் இருக்க சகோதரகாரகன் மிதுன ராசியிலுள்ள சனியுடன் கூடியிருந்தால் ஜாதகர் அற்ப சகோதரனுடையவர், மூத்த சகோதரனில்லாதவர், ஜாதகருக்குப் பின் சகோதரன் ஒருவன் உண்டு, ஒரு சகோதரி சுகமுள்ளவளும், புத்திர புத்திரியுடனும், சுகத்துடனும் கூடியிருப்பாள். ஜாதகனுக்கு அதிகமான சகோதரர்களிருந்தாலும் மரித்து விடுவார்கள். மாற்றாந் தாய் பிள்ளைகள் (மாற்று சகோதரர்கள்) நால்வர் அல்லது ஐவர்கள், சகோதரிகள் மூவர்கள் அல்லது நால்வர்கள் சுகமுடையவர்களாக இருப்பார்கள். ஜாதகருடைய சகோதரன் நல்ல

யோகமுடையவர், தகப்பனால் நல்ல யோகமடைவார். பயனற்ற கெட்ட தகாதவழியில் தனவிரயம் செய்வார், காமி, போக ஸ்த்ரீயினுடைய சௌக்கியமுடையவர், சங்கீதப் பிரியர், போகி, வேசி ஸ்த்ரீகளுடைய சரசத்தில் பிரியமுடையவர்.

(153) ஜெனம் லக்னம் மகரம் (பங்கஜாம்சம்) ஆகி ரிஷபராசியிலுள்ள குருவுடன் கூட சுக்கிரனிருந்தாலும் சுக்கிரன் குருவால் பார்க்கப்பட்டாலும் ஜாதகர் தன் மனைவியிடம் துவேஷமுடையவர், அதிக காமமுடையவர், தகப்பன் வார்த்தையைத் துரும்பாக மதித்து கடினமான தண்டனை செய்பவர், பிரதாபமுடையவர், நீச்ச அரசனால் சௌக்கிய முடையவர், அனேக கிராம அதிகாரமுடையவர், பலதேசங்களிலும் பிரசித்தியுடையவர். வெளி தேசத்தில் நல்ல புகழுடையவர், வாகனம் முதலிய நல்ல யோகமுடையவர், தியாகம், போகம் , தானம் முதலியன கொடுக்கல் வாங்கல் உடையவர், எப்பொழுதும் பொருள் தேடுவார், சாகசமுடையவர், துஷ்டபுத்தியுடையவர்.

(154) ஜென்ம லக்னம் மகரம் (பங்கஜாம்சம்) ஆகிச் செவ்வாயுடன் சனி சேர்ந்திருந்தாலும், சனியால் செவ்வாய் பார்க்கப்பட்டாலும் ஜாதகர் அற்ப ஆயுளுடையவர்.

(155) ஜென்ம லக்னம் மகரம் (பங்கஜாம்சம்) ஆகி மாலிகா யோகத்தில் செவ்வாயின் திரிம்சாம்சத்தில் ஜெனித்தவர், வெளுப்பு நிறமுடையவர், நல்ல அறிவாளி, அதிருஷ்டசாலி, மேதாவி, சமதேகி, நல்ல ரூபமுடையவர், கல்வி அறிவுடைய விவேகி, தன் கல்வியில் வல்லவர். அன்னிய பாஷையில் அதிகமறிந்தவர், மூன்று பாஷையில் அதிகம் தெரிந்தவர்.

(156) ஜென்ம லக்னம் மகரம் (பங்கஜாம்சம்) ஆகி மிதுனராசியிலுள்ள செவ்வாயுடன் சனி சேர்ந்திருந்தாலும், சனியால் செவ்வாய் பார்க்கப்பட்டிருந்தாலும் ஜாதகர் நீச்ச பாஷையில் அதிக சிரமப்படுவார், சேர்க்கவும் அழிக்கவும் கலைக்கவும் சாமர்த்தியமுள்ளவர், வாசாலகன், சாதுர்ய யுக்தியுடையவர்,தேவப் பிராமண பக்தியுடையவர், விஷ்ணு பக்த மதத்தை அடைபவர், சங்கீதப் பிரியமுடையவர், காமீ, சந்தன வஸ்திர புஷ்பப் பிரியன், சிநேகிதர், தன் பந்துக்கள் இவர்களை ரக்ஷிப்பவர், குடும்பஸ்தன் ஜெனங்களைக் காப்பாற்றுபவர்.

(157) ஜென்ம லக்னம் மகரம் (பங்கஜாம்சம்) ஆகி இரண்டாம் பாவாதிபதி செவ்வாயுடன் மிதுன ராசியில் சேர்ந்திருந்தால் ஜாதகர் கோபக்காரர், பராக்கிரம முடையவர்.

(158)(159) ஜென்ம லக்னம் மகரம் (பங்கஜாம்சம்) ஆகி பத்தாம் பாவதிபன் குருவுடன் கூடி சுப க்ஷேத்திரத்திலிருந்தால் ஜாதகர் அரசாங்க உத்தியோகமுடையவர். பத்தாம் பாவத்தில் கேது இருக்கப் பிறந்தவர் எப்பொழுதும் நீச்சனிடம் தனக்குத் (தாழ்மையானவனிடம்) உத்தியோகம் செய்வார், அரசாங்கத்தில் புகழுடையவர், தகப்பன் மூலமாக நல்ல யோகமுடையவர், எழுதுவதில் சமர்த்தன், தன சம்பாதனையில் சமர்த்தன் ஐந்தாம் வயதில் அக்ஷர ஞானமுடையவர், தகப்பனுக்கு சுகமும். பத்தாவது வயதில் தாய் அரிஷ்டமும் உடையவர், பன்னிரண்டாம் வயதில் அல்லது பதின்மூன்றாம் வயதில் விவாகத்தையடைவார், ஏழாம் பாவாதிபதி இருக்கப்பட்ட அம்ச ராசியில் குரு கோச்சாரத் தில் வரும்போது ஜாதகருக்கு விவாகம் நடக்கும், தன் ஜென்ம பூமிக்கு (ஆக்கிநேய திக்கில்) தென்கிழக்கிலாவது, தெற்கிலாவது விவாகம் நடக்கம், மனைவி வெளுப்பு நிறமுடையவள், தன் மனைவி பதிபக்தியுடையவள், எப்பொழுதும் அன்னதானம் செய்வதில் பிரீதியுடையவள், புண்ணியவதி, சமர்த்தை, கடுத்த சொல்லுடையவள், புத்திரனிடம் பிரியமுள்ளவளாய் இருந்தாலும் வம்சத்தில் பாக்கிய விருத்தியுடையவள், ஜாதகர் விவாகமடைந்த பின்பு

சௌக்கியமும், வீட்டில் லக்ஷ்மீ கடாக்ஷமும் அடைவார், தகப்பனால் ஜாதகர் சுகம் அதிகமுள்ளவர், விசேஷ கல்விபயிலுவார், பதினைந்து அல்லது பதினாறாவது வயதில் சுயப் பிரபலமடைவார், அரசாங்கத்தில் பிரசித்தியுடையவர், அரசாங்க ஜன சினேகமுடையவர், எழுதுவதில் சமர்த்தர், அதனால் நல்ல ஜீவனமுடையவர், பதினேழாவது வயதிலிருந்து விசேஷமுடையவர், இருபது வயதுக்கு மேல் விசேஷ சுகமுடையவர், மனைவி சௌக்கியமும், அதிக சுபமும் உள்ளவர், வெளிதேசத்தில் யோகமுடையவர், ஆயினும் ஜாதகருடைய தகப்பன் மேம்பாடான யோகமுடையர், மேம்பாடான உத்தியோக லாபமும், நற்கீர்த்தியும் அரசப்பிரீதி விசேஷமும், இருபத்தாறாவது வயதில் புத்திர லாபமும் உடையவர், வாகனம் முதலிய நல்ல யோகமும், வெளிதேசத்தில் நல்ல கீர்த்தியும் இருபத்தொன்பதாவது, வயதில் அல்லது முப்பதாவது வயதில் யோக விருத்தியும் உடையவர், புத்திரன் பிறப்பதால் சந்தோஷமும், தன் தேசத்தில் நல்ல பிரசித்தமான கீர்த்தியும், தன் அரசனுக்கு அதிக சுகமும், சுயதேசத்தில் சௌக்கியமுடையவனாவார், அந்த அரச வழியில் பிரமுகர்களால் எப்பொழுதும் பொக்கிஷஸ்தானத்தில் பிரசித்தியுடையவனாவார். ஜாதகர் பொக்கிஷத்துக்கு அதிகாரி. பிரபல உத்தியோக பாக்கியமுடையவர், ஜாதகருடைய தகப்பன் கொண்டாடப்பட்ட புகழுடையவர், அரசாங்கத்தில் நற்பெயரெடுத்தவர், எழுத்தாளர்களுக்குத் தலைவனாகி லோகத்தில் அழிவில்லாதகீர்த்தியுடையவர், மூன்று வாகனமுடையவர், ஜாதகர் பிதா ராஜயோகமுடையவர், விசித்திரமான வீடு (கட்டுபவர்) நிர்மாணம் செய்பவர், பற்பல தேசங்களிலும் நல்ல புகழுடையவர், பிதா மூலம் சுகாதிகமுள்ளவனும், சுயார்ஜிதமும் சம்பாதிப்பார், மூன்று வாகனமுடையவர், பற்பல பிரபுக்களாலும் சுகமுடையவர், தனலாபமும் நற்கீர்த்தியுமுடையவர் முப்பத்துமூன்றாம் வயதில் வெகு பாக்கியமடைந்து ஐம்பத்து மூன்றாவது வயதில் நல்ல கீர்த்தியடைபவர், வீட்டில் சுப சோபனங்களும், புத்திர வர்க்கத்தில் சுபமும், முப்பத்தாறாம் வயதில் கொஞ்சம் வியாகூலமும், முப்பத்தெட்டாம் வயதில் மனோபீதியும் வேறு அரசனால் சுகமும் உண்டாகும். ஜாதகர் தகப்பனுக்குச் சத்துரு பீதியும், வேறு அரசன் வந்ததும் சுகமும், ஜாதகருக்க விவாகமும், வீட்டில் லக்ஷ்மீ கடாக்ஷமும், ஜாதகருடைய தகப்பனுக்கு நாற்பதாவது வயதில் விசேஷ பாக்கியமும், விசேஷ அரச பிரீதியுமடைவார், ஜாதகர் தகப்பனுக்குத் தேக ஜாட்டியமும், அபமிருந்து பயமும் உண்டாகும், நாற்பத்து நாலாம் வயதில் ஜாதகர் தகப்பனுக்கு யோக விருத்தியும், மேம்படான உத்தியோகமும், அரசாங்கத்தில் நல்ல யோகமும், எழுதுவதால் நல்ல யோகமும் அரச காரியத்தில் சுதந்திரமுடையவனாகவும், பற்பல தேசங்களிலும் கீர்த்தியுடையவனாகவும், தன் புத்திரர்களுக்குப் பிரபலமும், ஜாதகருடைய தகப்பனுக்கு வயோதிக வயதில் சுகமும், யோகமும் ஆயுளுள்ளவரையில் யோகமும் உண்டாகிப் பிதாவிருத்தாப்பிய வயதில் தர்மத்தைக் கிரகிப்பவனுமாவார்.

(160) ஜென்ம லக்னம் மகரம் (பங்கஜாம்சம்) ஆகி ஐந்தாம் பாவாதிபதி ரிஷப ராசியில் குருவுடன் கூடி சுய க்ஷேத்திரத்திலிருக்க சூரியன், ராகு இவர்களுடன் புதன் கூடியிருந்தால் ஜாதகர் அற்ப சந்தான யோகமுடையவர்.

(161) ஜென்ம லக்கினம் மகரம் (பங்கஜாம்சம்) ஆகிச் சுக்கிரனுக்குக் கேந்திரத்தில் சுக்கிரனிருக்குமிடம் தவிர்த்து மற்ற கேந்திரத்தில் குருவும், குரு இருக்கும் கேந்திரம் தவிர்த்து மற்ற கேந்திரத்தில் சுக்கிரனும் இருந்தால் ஜாதகர் ராஜ யோகமுடையவர், அரசனாகவாவது அரசனுக்குச் சமமான தனிகனாகவாவது இருப்பர், சுக்கிரன் ராஜ்ஜிய பூஜ்யாம்சத்தில் இரண்டாம் பாவத்திலாவது ஐந்தாம் பாவத்திலாவது இருந்தால் மிக்க அதிக சமர்த்துடையவனாகவும் போகியாயும், எல்லா சுதந்தர அதிகாரமுடையவனும் ஆவார்.

(162) ஜென்ம லக்னம் மகரம் (பங்கஜாம்சம்) ஆகி பன்னிரண்டாம் பாவாதிபன் சுக்கிரனுடன் கூடி ரிஷப ராசியிலிருந்தால் ஜாதகர் அந்தியத்தில் ஞானமுடையவனாவார்.

(163) ஜென்ம லக்னம் மகரம் (கமலாம்சம்) ஆகி பூர்வபாகத்தில் லக்கின பாவத்தில் குரு இருந்தாலும் லக்கின பாவத்தைக் குரு பார்த்தாலும் ஜாதகருடைய தாய்க்குப் பிரசவ காலத்தில் வேதனை சொற்பமாயிருக்கும். உத்தராம்சத்தில் பிறந்தவனுடைய தாய்க்குப் பிரசவத்தில் வேதனை அதிகமும், சூதி தோஷம் கொஞ்சமும் உண்டாகும், சந்திரன் சூரியனால் பார்க்கப்பட்டால் ஜாதகருடைய தாய்க்குக் கொஞ்சம் பயமும் ஜாதகருக்கு மாந்தசுரம், அம்மைசுரம், இரணபயம் முதலியவற்றாலும் கொஞ்சம் பயமுண்டாகும்.

(164) ஜென்ம லக்னம் மகரம் (கமலாம்சம்) ஆகி லக்ன பாவாதிபதி மித்திரா ராசியிலிருந்து புதன் சுக்கிரன் இவர்களால் பார்க்கப்பட்டுக் கேந்திரத் திரிகோணங்களில் குரு இருந்தால் ஜாதகர் எல்லாத் தோஷங்களும் விலகிச் சுகமடைவார், பூர்ணாரம்ப வயதுடையவனாயிருந்தாலும் ஜாதகர் எழுபத்தேழு வயதுவரை ஜீவித்திருப்பார்.

(165) ஜென்ம லக்னம் மகரம் (கமலாம்சம்) ஆகி நான்காம் பாவாதிபதி சூரியனுடன் கூடி மாதுருகாரகனாகிய சந்திரன் பத்தாம் பாவத்தில் இருந்தால் ஜாதகருடைய தாய் விசேஷ சௌக்கியமுடையவர், தாய் குணவதி, சாந்தமுடையவள், கணவனுடைய மனதை அனுசரித்து நடப்பவள், அன்னதானம் செய்வதில் பிரீதியுடையவள், புண்ணியவதி, வம்சத்தில் பாக்ய விருத்தியுடையவள், ஜாதகருடைய சம்பத் திசையில் தாய் மரிப்பாள், சந்திரன் மங்களாம்சத்தை அடைந்திருந்தால் ஜாதகருடைய தாய் சுமங்கலியாக மரிப்பாள்.

(166) ஜென்ம லக்னம் மகரம் (கமலாம்சம்) ஆகி மூன்றாம் பாவாதிபன் தன்னுச்சத்தில் லக்கின;ம தவிர்த்து கேந்திரத்தில் பலத்துடன் இருந்து சகோதரகாரகன் சூரியனுடன் கூடி சுய க்ஷேத்திரத்தில் பலத்துடன் இருந்தால் சகோதர சௌக்கியமுடையவனாயினும் மூத்த சகோதரனில்லாதவர், தன் மூத்த சகோதரி ஒருத்தி அற்ப ஆயுளால் சீக்கிர காலத்திலேயே மரித்து விடுபவள், ஜாதகருக்கு இளைய சகோதரர் மூவர் அல்லது நால்வர் சுகமுடையவர்களும், மூன்று சகோதரிகள் சௌக்கியத்துடனும், அதிகமிருந்தால் நாசமும் உண்டாகும், ஜாதகருடைய இளைய சகோதரன் நல்ல யோக முடையவர், ராஜாங்கத்தில் பிரசித்தியுடையவர், மற்ற ஒரு சகோதரன் வீட்டு வேலைகளில் சுதந்தரமுடையவர், க்ஷேத்திர கிராம விசாரனையுடையவர், அரசனுடைய சகோதரன் ராஜ யோகமுடையவர், பொக்கிஷ ஸ்தானத்தில் பிரசித்தியாவர், மற்றவர்கள் நல்ல சுக ஜீவிகள்.

(167) ஜென்ம லக்னம் மகரம் (கமலாம்சம்) ஆகி அதியோக ஜாதகத்தில் புதத் திரிம்சாம்சத்தில் ஜெனித்தவர் வெளுப்பு நிறமுடையவர், விசேஷ அறிவாளி, அதிருஷ்டசாலி, மேதாவி, சமதேகி, நல்ல ரூபவான், பித்த சுபாவமுள்ள தேகமுடையவர், கொஞ்சம் வாயு (கோப) அதிகமுள்ளவர், கொஞ்சமாய்ப் புசிப்பவர், மர்மமான மனதுடையவர், காமீ, பாலியம் முதலிருந்தே சௌக்கியமுடையவர், கல்வியுடையவர், இனிமையாய்ப் பேசுபவர், வினயமுள்ளவர், தர்மத்தைக் கொண்டாடுபவர், விஷ்ணுபக்தி மத ஆச்சாரமுடையவர், தேவப்பிராமண பக்தியுடையவர்.

(168) ஜென்ம லக்னம் மகரம் (கமலாம்சம்) ஆகி இரண்டாம் பாவத்தில் சனி யிருந்தாலும், இரண்டாம் பாவத்தைச் சனி பார்த்தாலும் ஜாதகர் ராஜனுடைய ஜெனங்களுக்குத் துவேஷமான காரியம் செய்வார், சேர்க்கவும், கலைக்கவும், திறமை யுடையவர், சாகசமுடையவர், பராக்கிரமமுடையவர்.

(169) ஜென்ம லக்னம் மகரம் (கமலாம்சம்) ஆகிப் பதினோராம் பாவாதிபதி செவ்வாய் சுயக்ஷேத்திரத்தில் சூரியனுடன் கூடியிருக்க வித்தியாகாரகன் மித்திர

ராசியிலிருக்கச் சுக்கிரன் சனியுடன் கூடி எட்டாம் பாவத்திலிருந்தால் ஜாதகர் வித்தியா சௌக்கியமில்லாதவர், மூன்று பாஷைகளில் வல்லவர், வேறு பாஷைகளில் வல்லவர், வேறு பாஷைகளில் நல்ல அறிவுடையவர், அன்னிய பாஷைகளை விசேஷம் அறிந்தவர், எழுதுவதில் சமர்த்தன், நாடக அலங்கார காவியங்களில் பிரியன், சங்கீதமறிந்தவர், பரஸ்த்ரீ சேர்க்கையிருந்தாலும், சந்தன, புஷ்ப, வஸ்திரப்பிரியன், சூரின் கின்னராம்சத்தில் இருந்தால் அரசாங்க உத்தியோகத்தால் ஜீவனமுடையவர், பாலியத்திலிருந்தே புகழுடையவர், போகி, தாய் தகப்பனுடைய சுகத்துடன் கூடியவர், அவர்களால் சௌக்கியமுடையவனாய் இருந்தாலும் தன் தகப்பனும் நல்ல யோகமுடையவர், ஜாதகர் ஐந்தாம் அக்ஷரஞானம் உடையவர், ஜாதகருக்கு வித்தியாப்பியாசமும், தகப்பனுக்குச் சுகமும் உண்டாகும். பதினைந்து அல்லது பதினாறாவது வயதில் அநேகமாக விவாகம் நடக்கும், சுயப்பிரப பலமும், நல்ல யோகமும் ராஜாங்கத்தில் பிரசித்தியும், எழுத்து மூலம் ஜீவனமும், தகப்பனுக்கு மேம்பாடான யோகமும் உடையவர், ஜாதகர் நீச்ச அரசாங்கத்தில் நீச்ச கல்வியால் நல்ல யோகமும், இருபது வயதுக்குமேல் நல்ல கிர்த்தியும், வாகனமும் உண்டாகும், இருபத்தைந்தாவது வயதில் பிரபல உத்தியோக பாக்கியமும், நல்ல கீர்த்தியும் எப்பொழுதும் ராஜசெயமுடையவனும், தனம் தேடுவதில் சமர்த்தனும், இருபத்தேழாம் வயதில் நல்ல சுகமும், முப்பதாவது வயதில் மனோவியாதியும், தாய்க்குப் பீடையும், மனஸ்தாபமும், முப்பத்து மூன்றாம் வயதில் நற்கீர்த்தி லோகம் எல்லாம் கொண்டாடுதலும், வேறு அரசன் ஏற்பட்டு ஜாதகர் மூன்று வாகனமுடையவனும், அதிக க்ஷேத்திர கிராமங்களுக்கு அதிகாரியாகி ஸ்ரீமானாகவும், அதிக தனம் ரத்தினம் முதலியன உள்ள பிரபுவாகவும், முப்பத்தொன்பதாம் வயதில் பிதாவினால் ஜாதகர் கிலேசமடைதலும், ஐம்பதாம் வயதில் மேலான புகழுடையவனும் பற்பல தேசங்களிலும் நற்புகழுண்டாகி ஆயுளுள்ளவரையில் யோகமுடையவனாகவும், வயோதிக வயதில் புத்திரயோகமுடையவனும் ஆவார்.

(170) ஜென்ம லக்னம் மகரம் (கமலாம்சம்) ஆகி ஐந்தாம் பாவாதிபன் சனியுடன் கூடி சுய க்ஷேத்திரத்தில் புதனுடன் கூடியிருந்து புத்திரகாரகன் தன் உச்ச ராசியிலுமிருந்தால் ஜாதகர் புத்திர சௌக்கியம் உள்ளவர், ஜாதகருக்கு மீனத்திரி கோணத்தில் கோச்சாரத்தில் குருவரும் சமயம் புத்திர லாபமும், அல்லது ஜென்ம காலத்தில் குருவின் பார்வையுள்ள ராசிகளின் திரிகோணங்களிலாவது முன் சொன்னபடி குருவரும் சமயம் ஜாதகருக்குப் புத்திர புத்திரி லாபமும் உண்டாகும், மூன்று புத்திரர்களும் இரண்டு புத்திரிகளும் நீண்ட ஆயுளுடையவர்களாயிருப்பார்கள், அதிகம் பிறந்தாலும் மறித்து விடும்.

(171) ஜென்ம லக்னம் மகரம் (கமலாம்சம்) ஆகிச் சுக்கிரனிருக்கிற கேந்திரம் தவிர்த்து மற்ற கேந்திரத்தில் குரு இருந்தாலும், குரு கேந்திரத்தில் சுக்கிரனுடன் இருந்தாலும் ஜாதகர் ராஜயோகம் அடைவார், ராஜாவாக அல்லது அவனுக்குச் சமமான பணக்காரனாகவாவது சுகியாக இருப்பவர், விருந்தாப்பிய வயதில் வெகு யோக முடையவர், தன் புத்திரனும் ராஜயோகமுடையவர், அரசன் மூலமாகவே எழுத்தாளர்கள் அனைவர்க்கும் அதிகாரியாவர். வேலைக்காரர், சேவகர் முதலானோருடன் கூடினவர், லோகத்தில் மிக்க மேன்மையுள்ள கீர்த்தியுடையவர்.

(172) ஜென்ம லக்னம் மகரம் (தனதாம்சம்) ஆகிப் பூர்வ பாகத்தில் லக்கின பாவத்தில் செவ்வாய் சந்திரனுடன் கூடி யிவர்களைக் குரு பார்த்தால் ஜாதகருடைய தாய் பிரசவகாலத்தில் கொஞ்சமான வேதனையுடையவள், உத்தராம்சத்தில் ஜாதகருடைய தாய்க்கு அதிக வேதனையும், கொஞ்சம் சூதி தோஷ பயமும் உண்டு, சுக்கிரன் குருவால் பார்க்கப்பட்டிருந்தால் ஜாதகருடைய தாய்க்குக் கொஞ்சம் பயமும், ஜாதகருக்கு ஐந்து வருஷம் வரை (கெடுதியும்) அவதியும் மாந்த சுரத்தாலும், வைசூரி சுரத்தாலும் பயமுண்டாகும்.

(173) ஜென்ம லக்னம் மகரம் (தனதாம்சம்) ஆகி லக்கின பாவாதிபன் இரண்டாம் பாவத்தில் சுய க்ஷேத்திரத்தில் வலுத்திருக்க எட்டாம் பாவாதிபன் புதனுடன் கூடி எட்டாம் பாவத்திலிருந்து எட்டாம் பாவத்தைச் சனி பார்த்துக் குருவும் கேந்திர திரிகோணங்களிலிருந்தால் ஸர்வ தோஷங்களின்றும் மீண்டு ஜாதகர் சுகமடைவார், எழுபத்தைந்து வயது வரை பரமாயுளுள்ளவர், முப்பத்திரண்டாம் வயதில் தேக வியாதியும், நாற்பதிலும் அப்படியே வியாதியும், பித்த உஷ்ண வாயு பீடைகளால் ஜன்னி பாதசுரம் உண்டாகும், ஐம்பதாம் வயதில் விஷத்தால் பயமும், அறுபதாவது வயதில் அபமிருத்துவும், அப்போது எண்ணைக்குடம், நெய் முதலிய தானம் நவக்கிரகப் பிரீதியும் மிருத்தியுஞ்சய ஜபமுதலானதும் பதினாயிரம் சிவார்ச்சினையாலும், சொர்ணலிங்க தானத்தாலும், சனிப் பிரிதி செய்து நீல வஸ்திரதானம், இரும்புத் தண்டம் முதலான தானத்தால் அபமிருத்து விலகி தாய் தகப்பன் ஜனங்களுக்கும், தனக்கு சமமான ஜனங்களுக்கு அவதியும், ஜாதகருக்கு தேகாரோக்கியமும், சுகமும் உண்டாகும்.

(174) ஜென்ம லக்கினம் மகரம் (தனதாம்சம்) ஆகி சூரியனுடன் ஒன்பதாம் பாவாதிபதியான புதன் கூடி நீச்சராசியிலிருக்க ஒன்பதாம் பாவத்தைக் குரு பார்த்தால் ஜாதகருடைய தகப்பன் விசேஷ சௌக்யமுடையவர், ஜாதகருடைய தகப்பன் சகோதரருடன் கூடினவர், ஜாதகர் பிதாவுக்கு ஒரு சகோதரி நீண்ட ஆயுளுடையவர் உண்டு, ஜாதகருடைய தகப்பனுடைய சகோதரியானவள் வீட்டு வேலைகளில் சுதந்தரமுடையவள், இருந்தாலும் அந்த சகோதரி ஜென்மாந்திர பாபத்தினால் விதவையாகித் துக்கத்தால் பிடிக்கப்படுபவள்.

(175) ஜென்ம லக்னம் மகரம் (தனதாம்சம்) ஆகி ஒன்பதாம் பாவாதிபன் சூரியனுடன் கூடி எட்டாம் பாவத்தில் இருந்தால் ஜாதகருடைய தகப்பன் சிவ பக்தியுடையவர், தேவப்பிராமண விசுவாசி, விஷ்ணு, சிவ பக்தியுடையவர், கல்வி அறிவுடைய விவேகி, சுவல்பமாயறிந்தவர், குணமுடையவர். வித்தையில் வல்லவர், எப்பொழுதும் உழுவதில் சமர்த்தர்.

(176) ஜென்ம லக்னம் மகரம் (தனதாம்சம்) ஆகி ஒன்பதாம் பாவத்திற்கு ஒன்பதாம் பாவாதிபதியான சுக்கிரன், ராகு, கேதுக்களுடன் கூடியிருந்தாலும், ராகு கேதுவால் பார்க்கப்பட்டிருந்தாலும், ஜாதகருடைய தகப்பன் எதையும் கூட்டவும், கலைக்கவும் சாமர்த்தியமுடையவர், சிநேக வஞ்சனை செய்யும் புத்தியுள்ளவர், எப்போதும் போக விஷயத்திலேயே மனமுடையவர், வேசி ஸ்த்ரீகளுடன் சரசமாடுவதில் பிரீதியுடையவர், சுக்கிரன் காமினியம்சத்தில் இருந்தால் ஜாதகருடைய பிதா சம்போக காலத்தில் வினோதமானவர், சூரியன் ஸ்ரீதாம்சத்திலிருந்தால் ஜீவனமுடையவர், சொர்ண, ரத்ன பரீக்ஷை செய்பவர், கிரைய விக்கிரையங்களில் ஒழுங்காய் நடப்பவர், தனம் சம்பாத்தியத்தில் சமர்த்தர், வியாபாரப் பெருக்குடையவர் பால்யம் முதல் கீர்த்தியுடையவர்,போகி, வியாபாரத்தில் நான்கும் தெரிந்தவர். இரத்தினம், நல்ல வஸ்திரம், தானிய முதலிய பற்பல வியாபாரமுடையவர், மத்திய அந்திய வயதில் யோகமுடையவர், தனவான், கீர்த்தியுடையவர், சுகமுடையவர், க்ஷேத்திர லாபமுடையவர், பயிர்த்தொழிலில் அதிக பலன் அடைவார், அரசாங்கத்தில் பிரசித்தியுடையவர், தன் ஜனங்களிடத்தில் நல்ல யோகமுடையவர், எப்பொழுதும் வியாபார விருத்தியுடையவர், நாலாவழிகளிலும் தனம் சம்பாதிப்பார், கொஞ்சம் தர்ம சித்தியுடையவர், சுகமான க்ஷேத்திர சௌக்கியமுடையவர், வியாபார விருத்தியும், தானிய சேர்க்கையால் லாபமும் உடையவர், வாகனம் முதலிய நல்ல யோக முடையவர், வெளி தேசங்களில் கீர்த்தியுண்டாகும், தடாகம், உத்யானம் முதலிய தர்மம் செய்பவர், வயோதிக வயதில் தர்மத்தைச் செய்து புத்திரமூலம் சுகமடைந்து தேவதா பக்தி, குரு பக்தி இவற்றுடன் கூடினவர், தீர்த்தயாத்திரா பலனடைந்து கொண்டாடப்பட்ட

கீர்த்தியுடையவனாகி பேரன் தரிசனத்தால் சந்தோஷமடைந்து நல்ல கீர்த்தியுடையவனாவார். ஜாதகருடைய க்ஷேம திசையில் பிதா மரிப்பார்.

(177) ஜென்ம லக்கினம் மகரம் (தனதாம்சம்) ஆகி நான்காம் பாவாதிபன் சந்திரனுடன் கூடி தன்னுச்சத்திலிருந்து குருவால் பார்க்கப்பட்டிருந்தால் நான்காம் பாவத்தில் சுக்கிரன் கேதுவுடன் கூடியிருந்தாலும் ஜாதகர் தாய் மூலம் விசேஷ சௌக்கியமுடையவர், ஜாதகர் தாய் குணவதி, சாந்தமுடையவள், கணவனுடைய மனதை அனுசரித்து நடப்பவள், அன்னதானம் செய்வதில் பிரீதியுள்ளவள், புண்ணியவதி, வம்சத்தில் பாக்கிய விருத்தியுடையவள், புத்திரனுக்குப் பிரியத்தைச் செய்பவள், ஆயினும் சமர்த்தை, கடுத்த பேச்சுடையவள், ஜாதகருடைய க்ஷேம திசையில் மரிப்பாள்.

குறிப்பு:- இந்தப் புத்தகத்தில் மகர லக்கினத்திற்கு 177-விதிகள் கொடுக்கப்பட்டிருக்கின்றன. இன்னும் உள்ள சுமார் 1,000-க்கு மேற்பட்ட மகர லக்கின விதிகள் நான்காம் பாகம், ஐந்தாம் பாகம் முதலிய பாகங்களில் மகர லக்ன பலனின் தொடர்ச்சியாகக் கொடுக்கப்படும் என்று அறியவும்.

நெ. 11-வது அத்தியாயம்

கும்ப லக்கின ஜாதகம்

(1) ஜென்ம லக்னம் கும்பம் (துர்த்தராம்சம்) ஆகிப் பூர்வ பாகத்தில் பிறந்தவர், சாத்துவீகர் குணம் நிறைந்தவர், பல பாஷைகளில் விசாரம் உள்ளவர்.

(2) ஜென்ம லக்னம் கும்பம் (துர்த்தராம்சம்) ஆகி இரண்டாம் பாவத்திற்குடைய குரு பத்தாமிடமான கேந்திரத்தில் இருந்தால் ஜாதகர் வாசாலகர், சாதுரியமுள்ளவர், யுக்தியுடையவர், தெலுங்கு பாஷையில் கெட்டிக்காரர், சாகித்தியம் அறிந்தவர், லக்ஷணமுடையவர்.

(3) ஜென்ம லக்னம் கும்பம் (துர்த்தராம்சம்) ஆகி ஓராம்பாவமாகிய லக்கின கேந்திரத்தில் கேது இருந்து ஏழில் செவ்வாயிருக்கப் பிறந்தவர் கொஞ்சகாலம் துராச்சாரனாவான். வேசி ஸ்த்ரீ சேர்க்கையால் பாபம் செய்வார், நீச்ச ஸ்த்ரீ சங்கமமுள்ளவர், பல ஜாதி ஸ்த்ரீ சேர்க்கையுள்ளவர்.

(4) ஜென்ம லக்னம் கும்பம் (துர்த்தராம்சம்) ஆகி சனி நீச்சனாகி மூன்றாம் ப்பாவத்திலிருந்தால் முன்பின் சகோதரனில்லாதவர், மூத்த சகோதரி ஒருத்தி வெகு காலம் ஜீவித்திருப்பாள்.

(5) ஜென்ம லக்னம் கும்பம் (துர்த்தராம்சம்) ஆகி பூர்வாம்சத்தில் பிறந்தவருக்குப் புத்திரஸ்தானாதிபதி பத்தாமிடத்தில் குரு சந்திரனிருவருடன் கூடியிருந்து புத்திர ஸ்தானத்தைச் சனி பார்த்தால் ஜாதகருடைய முதற் பிள்ளை நாசமடைவார், ஜாதகருக்கு ஐந்து, ஆறு புத்திரரும், மூன்று பெண்களும் உண்டு,ஒரு பெண் பாலியத்தில் விதவையாகிக் கொஞ்சகாலத்தில் மரிப்பாள் என்றும், இரண்டாவது பெண் கர்ப்பத்தால் மரிப்பாள் என்றும், புத்திர சுக மென்றும், பெண்ணால் சோகமும் உண்டாகுமென்றுஞ் சொல்லுவார்.

(6) ஜென்ம லக்கினம் (துர்த்தராம்சம்) ஆகி ஏழாமிடத்துக்குடைய சூரியன் ஒன்பதில் நீச்சமடைந்து ஏழாமிடத்தில் ராகு செவ்வாய் கூடியிருந்தால் ஜாதகர் பாலிய விவாகம் அடைந்து பல ஜாதி ஸ்த்ரீ புணர்ச்சியும் அடைவார்.

(7) ஏழாவது பாவம் கும்பமாகில் ஜாதகர் நிலையான புத்தியுடையவர், பிரியமாய்ப் பேசுகிறவர், அழகிய தேகமுடையவர், நல்ல சரீரம் அழகிய முகம், சித்தி உடையவர், புத்திரமித்திரர்களுக்கு நாயகர்.

(8) இரண்டாவது பாவம் மீனமாகில் ஜாதகர் தனதான்ய லாபம், மாதா பிதா சம்பாதித்த பொருள் சேரும் சந்தேகமில்லை.

(9) மூன்றாவது பாவம் மேஷமாகில் ஜாதகர் அன்னிய ஜாதி சிநேகம் செய்பவர், பரோபகாரம் செய்பவர், வித்தையுடையவர், அரசர்களால் வெகு மதிக்கத் தக்கவர்.

(10) நான்காவது பாவம் ரிஷபமாகில் ஜாதகர் நிச்சயமான சுகம், பலவிதமான போகாதிகள், விரத, நேம நிஷ்டையுடையவர்.

(11) ஐந்தாவது பாவம் மிதுனமாகில் ஜாதகர் குணத்துடன் கூடியதும், நல்ல நடவடிக்கை அழகுடன் கூடியதும், பலத்துடன் கூடியதுமான பெண் சந்ததி பிறக்கும்.

(12) ஆறாவது பாவம் கடகம் ஆகில் ஜாதகர் அரசருக்கு நிகரானவர், அழகிய புத்திரர்களையுடையவர்.

(13) ஏழாவது பாவம் சிம்மமாகில் ஜாதகர் கொடூரமாய்ப் பேசும் மனைவியுடையவர், கண்ணழகர், சபல புத்தியுடையவர், பொய் பேசுபவர் அற்ப சந்ததி உடையவர்.

(14) எட்டாவது பாவம் கன்னியாகில் ஜாதகர் அயலூரில் மரணம், வீட்டில் மனைவி முதலியோர் அழுது கர்மங்களை விதிப்படி செய்வர்.

(15) ஒன்பதாவது பாவம் துலாமாகில் ஜாதகர் ஆசாரம் ஒழுக்கம், செய்கை இவற்றில் பெயரெடுப்பார், தேவர்களைப் பூஜித்தல், பிராமணரிடம் பக்தி இவையுடையவர், அதிதிகளை பூஜிப்பதில் விருப்பமுள்ளவர்.

(16) பத்தாவது பாவம் விருச்சிகமாகில் ஜாதகர் தயையற்றவர், பெரியோர், தேவர் அதிதிகள் இவர்களிடம் பக்தியற்றவர்.

(17) பதினோராவது பாவம் தனுசு ஆகில் ஜாதகர் தனவான், சமர்த்தன், வில்வித்தையில் வல்லவர், புத்திர பௌத்திரர்களுடன் கூடியவர்.

(18) பன்னிரண்டாவது பாவம் மகரமாகில் ஜாதகர் எப்போதும் ஆடுவதில் பிரியர், நதி, வாவி, தடாகம் முதலியவைகளில் தனவிரயம்.

(19) ஜென்ம லக்னம் கும்பம் (முத்கராம்சம்) ஆகி லக்கின பாவாதிபன் பாபருடன் கூடி கேந்திர கோணங்களிலிருக்க, சந்திரன் பாபச் க்ஷேத்திரத்தையடைந்திருந்தால் ஜாதகருக்குப் பாலாரிஷ்டம் உண்டாகும், முத்கராம்சத்தில் சரலக்கினங்களில் பிறந்தவனுக்குப் பாலாரிஷ்டம் உண்டாகாது, சர லக்கினத்தில் முத்கராம்சத்தில் உத்தராம்சத்தில் பிறந்தவனுக்கு மரணச்சமமான அரிஷ்டம் உண்டாகி ஜீவிப்பார், வெகுவான அரிஷ்டத்தால் கெடுதலால் மூன்று வருஷம் வரையில் கஷ்டமுண்டாகும், முத்கராம்சத்தில் சர லக்கினத்தில் பூர்வ பாகத்தில் பிறந்தவனுக்குக் கொஞ்சம் பாலாரிஷ்டமுண்டாகிச் சீக்கிரமாக ஆரோக்கியமும், சௌக்கியமுண்டாகும், முத்கராம்சத்தில் உபய லக்கினங்களில் ஜெனித்தவனுக்குப் பாலாரிஷ்டத்தால் மரணம் உண்டாகும், ஸ்திர லக்கினங்களில் முத்கராம்சத்தில் ஜெனித்தவர் சகோதரர்களோடு நாசமடைவார், மூன்றாம் பாவத்தில் பாபரிருந்தால் ஜாதகருடைய மூத்த சகோதரன் மரணமடைவார்.

(20) ஜென்ம லக்னம் கும்பம் (முத்கராம்சம்) ஆகி நான்காம் பாவாதிபதி சுபருடன் கூடி தன்னுச்சத்தில் அல்லது சுயக்ஷேத்திரத்தில் நான்காம் பாவத்தில் இருந்தால் ஜாதகர் புண்ணிய க்ஷேத்திரத்தில் ஜெனித்தவர்.

(21) ஜென்ம லக்னம் கும்பம் (முத்கராம்சம்) ஆகி நான்காம் பாவாதிபதி சுக்கிரன் சுயக்ஷேத்திரத்தில் சுபருடன் கூடியிருந்தாலும், அல்லது குருவுடன் கூடியிருந்தாலும் ஜாதகர் தன்னுடைய வீட்டில் பிறந்தவர்.

(22) ஜென்ம லக்னம் கும்பம் (முத்கராம்சம்) ஆகி நான்காம் பாவாதிபதி தன்னுடைய நவாம்சத்தில் இருந்தால் ஜாதகர் பெரிய நதிப்பிராந்திய தேசத்தில் பட்டணத்தில் கிழக்கு மேற்குத் தெருவில் நாராசம் சமீபமாகவுள்ள வீட்டில் ஜெனித்தவர், உத்தராம்சத்தில் பிறந்தவர் தெற்கு பார்த்த வாயிற்படியுள்ள வீட்டில் பிறந்தவனாவார். சர லக்கினங்களில் நான்காம் பாவாதிபதி தன் நவாம்சத்தில் இருக்கும் போது ஜெனித்தவர் முன் சொன்ன லக்ஷணமுள்ள வீட்டில் ஜெனனமானவர், உபய லக்கினங்களில் மேலே சொல்லியிருக்கிற லக்ஷணப்படிக்குள்ள வீதியில் ஜாதகர் குக்கிராமத்தில் ஜெனித்தவர், மீன லக்கினத்தில் பிறந்த ஜாதகருக்கு ஒரு பக்கம் இடிந்து விழுந்து போன வீட்டில் ஜெனனம் நேரிடும், ஸ்திர லக்கினத்தில் ஜெனனமானல் ஜாதகர் வெகு சீக்கிரமாய்ப் பிரஸவ காலத்தில் பிரசவிக்கப்பட்டவர், ஜாதகருடைய ஜென்ம லக்னம் சர லக்கினமாகில் ஜாதகர் கொஞ்சம் கொஞ்சம் துக்கமடைவர், உபயலக்கினத்தில் நான்காம் பாவாதிபன் முன் சொன்னபடி நான்காம் பாவத்திலிருக்கும்போது ஜெனித்தால் ஜாதகர் அதிக துக்க மடைபவர், ஸ்திர லக்கினத்தில் ஜெனனமானால் ஜாதகர் தாய் தீர்க்காயுளுடையவள், தாய் வம்சத்தில் சுபமுள்ளவள், ஜாதகருடைய அம்மான் பிரபலமும், சுபமுமுடையவர்.

(23) ஜென்ம லக்னம் கும்பம் (முத்கராம்சம்) ஆகி பூர்வ பாகத்தில் சனி கேந்திரத் திரிகோணங்களிலிருக்க, சுக்கிரன் குருவுடன் கூடி கேந்திரத் திரிகோணங்களிலிருந்தால் ஜாதகர் தீர்க்காயுளுடையவர், சனி பாபரால் பார்க்கப்பட்டிருந்தால் ஜாதகர் மத்திய ஆயுளடைவார்.

(24) ஜென்ம லக்னம் கும்பம்(முத்கராம்சம்) ஆகிச் சூரியன் கேந்திர திரிகோணங்களிலிருந்து சுபராலும் பார்க்கப்பட்டிருந்தால் ஜாதகருடைய தகப்பன் தீர்காயுளுடையவர்.

(25) ஜென்ம லக்னம் கும்பம் (முத்கராம்சம்) ஆகி மூன்று, ஆறு, எட்டு முதலிய பாவங்களில் சூரியன் இருந்து, பாபக்கிரகங்களின் மத்தியிலிருந்தால் ஜாதகருடைய தகப்பன் மத்திய ஆயுளுடையவர், சகோதர சௌக்கியம் உடையவர், மூத்த சகோதரனுடன் கூடிய சீமான், இள்ளய சகோதரமில்லாதவர், ஜாதகர் தகப்பனுடைய சகோத்ரிகள் இருவர்கள் சுமங்கலியாய் மரிப்பார்கள். தன் தகப்பன் திடமுள்ளதும், காத்திரமுள்ளதுமான சரீரமுடையவர், அரசாங்கப் பிரசித்தியுடையவர்.

(26) ஜென்ம லக்னம் கும்பம் (முத்கராம்சம்) ஆகி மூன்றாம் பாவாதிபதி பலத்துடனிருந்தால் ஜாதகர் தகப்பனைக் காட்டிலும் மேன்மையான குணமுடையவர், கெம்பீரமான நிறைந்த புத்தியுடையவர், கொஞ்ச காலம் சுதந்தரமில்லாதவர், பிறகு சுதந்தர பாக்கியமுடையவர், எப்பொழுதும் அநாசாரமுடையவர், பரஸ்த்ரீ சேர்க்கையால் பாப முடையவர், அரசாங்கத்தில் பிரசித்தியுடையவர், அரசாங்க ஜன சிநேகமுடையவர்.

(27) ஜென்ம லக்னம் கும்பம் (முத்கராம்சம்) ஆகிச் சந்திரனுக்கு மூன்றாமிடத்தில் சூரியனிருந்து சூரியன் நின்ற ஸ்தானாதிபதி தன் நவாம்சத்தில் இருந்தால் ஜாதகருடைய தகப்பன் கர்ப்பத்திலிருந்தே ஸ்ரீமானானவர், போகி, தனிகர், கீர்த்தியுடையவர், சுக

முடையவர், பாலியத்தில் சௌக்யம் அபிவிருத்தியுடையவர், மத்திய வயதில் கொஞ்சம் தரித்திரத்தையடைவார், கொஞ்ச காலம் வரை ரேகா (அதாவது தரித்திர) யோகத்தால் கஷ்டமும், பிறகு பாக்கியமும் மேலும் மேலும் விருத்தியுடையவர்.

(28) ஜென்ம லக்னம் கும்பம் (முத்கராம்சம்) ஆகிப் பூர்வ பாகத்தில் சந்திரன் கேந்திரத் திரிகோணத்தை யடைந்திருக்க,நான்காம் பாவாதிபதி தன் நவாம்சத்தில் இருந்தால் ஜாதகருடைய தாய் தீர்க்காயுளுடையவள், தாய் வம்சத்தில் விசேஷ பாக்கியமுடையவர், தன் தாய் வெகுகாலம் ஜீவிப்பவள், தாய் வம்சத்தில் நல்ல பாக்கியமும், அம்மான் பிரபலமும் சுபமும் உண்டாகும்.

(29) ஜென்ம லக்னம் கும்பம் (முத்கராம்சம்) ஆகித் தாய் வழிப்பாட்டன் ஸ்தானாதிபதியான சனி ஐந்தாம் பாவத்தில் வர்க்கோத்தமாம்சத்தை அடைந்திருந்தால் ஜாதகருடைய தாய் வழிப் பாட்டன் பிரசித்தனாகவும், மகாராஜானுக்கிரக மடைந்தவனாகவும், அன்ன நேமம் என்னும் விரதத்தையுடையவனாக லோகத்தில் மிகப் பெரிய கீர்த்தியுடையவனாகவுமிருப்பான்.

(30) ஜென்ம லக்னம் கும்பம் (முத்கராம்சம்) ஆகி அம்மான் ஸ்தானாதிபனான ஆறாம் பாவாதிபன் சந்திரன் தன்னுச்சத்தில் கேந்திரத்தையடைந்திருக்க, சுப பாவாதிபன் தன் வீட்டிலேயேயிருந்தால் ஜாதகருடைய அம்மான் வெகுகாலம் ஜீவித்திருப்பான், தன் தாய் குணமுடையவள், சுத்தமுள்ளவள், பதிபக்தியுடன் கூடியவள்.

(31) ஜென்ம லக்னம் கும்பம் (முத்கராம்சம்) ஆகிச் சனி வர்க்கோத்தமாம்சத்தை அடைந்திருந்து, நான்காம் பாவாதிபன் குருவுடன் கூடியிருந்தால் ஜாதகர் மத்திய ஆயுளுடையவர் என்று எண்ணப்படுகிறது, மத்திய வயதுடையவனாயினும் புத்திரனில்லாததால் அதிக சஞ்சலமடைவர்.

(32) ஜென்ம லக்னம் கும்பம் (முத்கராம்சம்) ஆகி லக்கினத்திற்கு மூன்றாம் பாவத்தில் பாபக்கிரகமிருந்தால் ஜாதகருக்குச் சகோதர உற்பத்தியை நாசம் செய்யும், ஜாதகருடைய மூத்த சகோதரன் நாசமடைவார், ஜாதகர் இளைய சகோதர யோகமுடைவர், ஒரு சகோதரனும், இரண்டு சகோதரிகளும்இருப்பார்கள், அவர்களில் ஒரு சகோதரி சௌக்கியமுடையவள், சுவர்ணபிம்பம் போன்ற காந்தியுடையவள், ஆபரண பூஷிதையாவள், மற்ற ஒரு சகோதரி விதவையாகி எப்பொழுதும் துக்கத்தால் பீடிக்கப்படுவாள்.

(33) ஜென்ம லக்னம் கும்பம் (முத்கராம்சம்) ஆகி மூன்றாம் பாவத்தில் புதனுடன் கூடியிருக்க அந்த பாவாதிபதி சனியுடன் கூடியிருந்தால் ஜாதகருக்கச் சகோதர வர்க்கத்தில் அரிஷ்டமுண்டாகும், சகோதரர்கள் கிரகசங்கை தோஷத்தால் பீடிக்கப்படுவார்கள், அந்த தோஷத்துக்குச் சாந்தியாகப் புத்திமானானவர் சாந்தி செய்ய வேண்டியது, சொர்ணத்தால் செய்யப்பட்ட ராகுப் பிரதிமையை அர்ச்சித்து ஜோதிஷனுக்குத் தானம் செய்தும், ஞாயிற்றுக்கிழமையில் விரதமும், அந்த விரத தினத்தில் ஆகார மில்லாமல் ஒரு வருஷம் வரை அனுஷ்டித்தலும், புதப்பிரீதியும் செய்து இந்த மூன்று விதமான கல்பங்களால் சாந்தி செய்தால் சகோதரர்களுக்குச் சௌக்கியமுண்டாகும்.

(34) ஜென்ம லக்னம் கும்பம் (முத்கராம்சம்) ஆகிப் பூர்வ பாகத்தில் பிறந்த ஜாதகருக்குக் குரு கேந்திரத் திரிகோணங்களில் இருந்தால் ஜாதகர் தனவானாகவும், பாக்கிய விருத்தியுடையவனாகவுமிருப்பார், ஜாதகர் புத்திரனுடையவர், அறிவுடையவர், வித்தை சௌக்கியத்துடன் கூடினவர்.

(35) ஜென்ம லக்னம் கும்பம் (முத்கராம்சம்) ஆகி ஒன்பதாம் பாவாதிபதி நான்காம் பாவத்தில் சுபருடன் கூடியோ, சுபரால் பார்க்கப்பட்டோயிருந்து , லக்கின பாவாதிபனும் வர்க்கோத்தமாம்சத்தையடையந்திருந்து, பத்தாம் பாவாதிபதியுடன் கூடியிருந்தால் பத்தாம் பாவாதிபதியால் வர்க்கோத்தமாம்சத்திலிருக்கப்பட்ட லக்கின நாதன் பார்க்கப்பட்டாலும் ஜாதகர் பதினாறு வயதுக்குமேல் சௌக்கியமும், சுயப்பிரபலமுடையவர், தனவரவுடையவர், அரசாங்கத்தில் புகழுடையவர், ஒன்பதாம் பாவாதிபதி திசையின் முடிவில் ஜாதகருக்கு அரசாங்க ஜெனங்களின் நேசமும், வீட்டில் லக்ஷ்மீ விலாசமும் உண்டாகும்.

(36) ஜென்ம லக்னம் கும்பம் (முத்கராம்சம்) ஆகி நான்காம் பாவத்தில் சுக்கிரன் சுயக்ஷேத்திரத்திலிருக்க ஏழாம் பாவாதிபன் பலத்துடனிருந்தால் ஜாதகர் நல்ல மனைவி முதலிய சௌக்கியமுடையவர், ஏழாம் பாவாதிபன் பாபக்கிரகத்துடன் கூடியிருந்தால் ஜாதகர் இரண்டு தாரமுடையவர், ஆசையுடையவர்.

(37) ஜென்ம லக்னம் கும்பம் (முத்கராம்சம்) ஆகி ஏழாம் பாவாதிபன் ராகுடன் கூடியிருந்தால் ஜாதகர் மனைவி கொஞ்சம் ரோகமுடையவள், கிரக சங்கையால் பீடிக்கப்பட்டவள், ஸந்தான நாசத்தால் சோகத்தால் மிகவும் துக்கமுடையவள், என்று வேறு சிலர் சொல்லுகிறார்கள்.

(38) ஜென்ம லக்னம் கும்பம் (முத்கராம்சம்) ஆகி எந்த லக்கினத்தில் பிறந்தாலும் ஜாதகருக்கு லக்கினத்திற்கு மூன்றாம் பாவத்தில் பாபக்கிரகமிருந்தால் விவாகம் என்று யத்தினப்பட்டால் அப்பாப கர்மத்தால் ஜாதகருக்கு விவாகத்திற்கிடையூறு உண்டாகும். இரண்டு மூன்று தடவை பிரயத்தினப்பட்டும் பலனில்லாமல் ஆகிப் பிறகு விவாகயோ மடைவர், லக்கினத்திற்கு மூன்றாமிடம் (மாமனார் வீடு) பாபக்கிரகத்தால் அடையப்பட்டிருக்கிற ஜாதகருக்குப் பெண்ணைக் கொடுத்தால் பெண்ணைக் கொடுக்கும் மாமனாருக்கு பெரிய விபத்துண்டாகும், மூன்றாமிடத்தில் பாபக் கிரகமிருந்தால் (தலைப்பிள்ளை) மரித்துவிடும்.

(39) ஜென்ம லக்னம் கும்பம் (முத்கராம்சம்) ஆகி லக்கினத்திற்கு ஐந்தாம் பாவத்தில் சனி யிருந்து சனி நின்ற ராசிநாதன் பாபருடன் சம்பந்தப்பட்டிருந்தால் ஜாதகர் காலாந்தரத்தில் நல்ல புத்திரனுடையவர், அல்லது வேறு மனைவியிடம் புத்திரனையடைவார்.

(40) ஜென்ம லக்னம் கும்பம் (முத்கராம்சம்) ஆகி லக்கினத்திற்கு நான்காம் பாவத்தில் குருவுடன் சுக்கிரன் விரையாம்சத்தில் (அதாவது இங்கு மகராம்சத்தில்) கூடியிருந்தால் ஜாதகர் அற்ப சந்தானமுடையவர், ஒன்று அல்லது இரண்டோ மூன்றோ தீர்க்காயுளையடையும், மற்றவை நாசமாய்விடும், சந்திரனுக்குக் கேந்திரத்தில் குரு இருந்தால் ஸாம்ராஜ்ய கேஸரி யோகத்தில் ஜெனித்தவருக்குச் சந்தானம் அற்பமாயிருக்கும்.

(41) ஜென்ம லக்னம் கும்பம் (முத்கராம்சம்) ஆகி குரு இருக்கப்பட்ட கேந்திரத்தில் சுக்கிரனிருந்தாலும் சுக்கிரன் இருக்கும் கேந்திரம் தவிர்த்து மற்ற கேந்திரத்தில் குரு இருந்தாலும், ஒருவருக்கொருவர் க்ஷேத்திரம் மாறியிருந்தாலும் ஜாதகர் பெரிய அரசனால் வெகுமானிக்கப் படுபவர், கொஞ்ச காலம் ரேகாயோகமிருந்து பிறகு பாக்கியமடைவார்.

(42) ஜென்ம லக்னம் கும்பம் (திரைலோக்யாம்சம்) ஆகி லக்கின பாவாதிபதி ராகுவுடன் கூடியிருந்தால் பூர்வபாகத்தில் பிறந்தவருக்குச் சமுத்திரப் பிராந்தியத்தில் பட்டணத்தில் ஜனனமும், வாசமும் நேரிடும். ஜாதகர் நல்ல ஆகிருதி உடையவர், ஜாதகருடைய தாய் கொஞ்சமான பிரசவ வேதனை அடைவாள், உத்தராம்சத்தில் பிறந்தவனுக்கு வனப்பிராந்திய குக்கிராமத்தில் ஜனனம் நேரிடும், ஜாதகர் இரண்டு

சகோதரிகளுடையவர், ஆசையுடையவர், மூத்த சகோதரனால் சுகமடைபவர், ஜாதகருடைய தாய் பிரசவத்தில் அதிக வேதனையடைவாள்.

(43) ஜென்ம லக்னம் கும்பம் (திரைலோக்யாம்சம்) ஆகி சுக்கிரன் கன்யாம்சத்தில் மேஷ ராசியில் இருந்து, நான்காம் பாவாதிபன் தன் உச்சராசியையடைந்திருந்தால் ஜாதகருடைய தாய் வெகுகாலம் ஜீவித்திருப்பாள், தன் தாய் சம்பூர்ணமான குணமுடையவள், சகோதரருடன் கூடியவள், நல்ல பாக்கிய வம்சத்தில் உற்பவித்தவள், வம்சவிருத்தியுடையவள் கபத்தையுடையவள், தாய் வம்சத்தில் விசேஷ சௌக்கியமும், ஜாதகருடைய அம்மான் பிரபல சுகமுமுள்ளவர், ஜாதகர் தன் தகப்பனால் கொஞ்சம் சுகமுடையவர், அம்மானால் சௌக்கியமுடையவர், ஜாதகருடைய தாயின் சகோதரி, பாக்கியமுடையவள், அவள் புத்திர புத்திரிகளுடன் கூடியவள்.

(44) ஜென்ம லக்னம் கும்பம் (திரைலோக்யாம்சம்) ஆகி ஆறாம் பாவாதிபதி சந்திரன் சுபாம்சத்தில் மூன்றாமிடத்தில் பலத்துடன் இருந்தால் ஜாதகருடைய அம்மான் பிரபலமான ஆயுசுடையவர், ஜாதகருடைய தகப்பன் வம்சத்தில் தரித்திரமுடையவர்.

(45) ஜென்ம லக்னம் கும்பம் (திரைலோக்யாம்சம்) ஆகி ஒன்பதாம் பாவாதிபதி சுக்கிரன், கும்பாம்சத்தில் தன் உச்சராசியிலிருந்தால் தன் தகப்பன் மத்திம வயதுடையவர், விஷ்ணு, சிவபக்தியுடையவர், தேவ பிராமண பக்தியுடையவர், அற்ப சௌக்கியமுடையவர்.

(46) ஜென்ம லக்னம் கும்பம் (திரைலோக்யாம்சம்) ஆகி சூரியன் கேதுவுடன் கூடியிருந்தாலும், கேதுவால் சூரியன் பார்க்கப் பட்டிருந்தாலும் ஜாதகர் பிதா நிதான பாக்கியமுடையவர், ஜாதகர் பிதாவினுடைய வம்சத்தில் கொஞ்சம் வியாதியுடையவர், ஜாதகனுடைய மூன்றாம் திசையில் ஜாதகருடைய தகப்பன் மரிப்பான்.

(47) ஜென்ம லக்னம் கும்பம் (திரைலோக்யாம்சம்) ஆகி ஏழாம் பாவாதிபதி கேதுவுடன் கூடியிருந்தால் குரு இரண்டாம் பரியாயத்தில் கோச்சாரத்தில் கும்ப ராசியை அடையும் போது, அல்லது அதற்கு முன்பே மகரத்திலிருக்கும் போதேயாவாவது ஜாதகர் தன் பந்து வர்க்கத்தில் நன்கு பூஜிக்கப்பட்டுத் தன்மனைவி ரூபமுடையவளாக மாமனார் மாமியார் முதலானவர்களுடைய சௌக்கியத்துடன் விவாகத்தையடைவார்.

(48) ஜென்ம லக்னம் கும்பம் (திரைலோக்யாம்சம்) ஆகி பத்து பதினொன்று, இரண்டு, ஒன்பதுக்குடைய இவர்கள் கூடி ஒரு ராசியில் பலத்துடன் கூடியிருந்தாலும், நேசபாவத்தையடைந்திருந்தாலும் ஜாதகர் குதிரை, பல்லக்கு முதலியவை யுடையவனாயிருப்பார்.

(49) ஜென்ம லக்னம் கும்பம் (திரைலோக்யாம்சம்) ஆகி லக்கினபாவாதிபதியும், நான்காம் பாவாதிபதியும் ஒன்பதாம் பாவாதிபதியும், பத்தாமதிபதியும் லக்கினத்திலாவது, பத்திலாவது கூடி இருக்கின் ஜாதகர் வாகன லாபமுடையவர், சுக்கிரன் இவ்வாறு யிருந்தாலும் சதுரங்க பலமுடைய சதுரனாகவுமிருப்பார்.

(50) ஜென்ம லக்னம் கும்பம் (சுதாம்சம்) ஆகிக் குரு லக்னம் தவிர்த்துக் கேந்திரத்தில் விருஷபத்தில் உச்சாம்சத்தில் இருந்தாலும், அல்லது லக்கினத் திரிகோணத்தில் இருந்தாலும் ஜாதகர் இரண்டாவது கர்ப்பத்தில் ஜெனித்தவர் அல்லது மூன்றவது கர்பத்தில் ஜெனித்தவர், பின் சகோதரனில்லாதவர், பிறந்தாலும் மரித்து விடும், ஜாதகர் மூத்த சகோதரனுடன் கூடினவர், வேறு சிலர் ஒரு சகோதரி நீண்ட ஆயுளுடையவளாயிருப்பாளென்று சொல்லுகிறார்கள்.

(51) ஜென்ம லக்னம் கும்பம் (சுதாம்சம்) ஆகி லக்கின பாவாதிபதி நீச்ச ராசியிலிருக்க நான்காம் பாவாதிபதியும் நீச்ச ராசியிலிருந்தால் ஜாதகர் வனப்பிராந்தியப் பிரதேசத்தில் குக்கிராமத்தில் ஜனன மானவர்.

(52) ஜென்ம லக்னம் கும்பம் (சுதாம்சம்) ஆகி ஒன்பதாம் பாவத்தி ல் சந்திரனிருந்து சனியால் பார்க்கப்பட்டால் ஜாதகருக்குக் கொஞ்சம் பாலாரிஷ்டம் உண்டு.

(53) ஜென்ம லக்னம் கும்பம் (சுதாம்சம்) ஆகி லக்கினம் தவிர்த்த கேந்திரத்தில் குரு விருஷப ராசியில் தன் உச்சாம்சத்தில் இருந்தால் ஜாதகருக்குப் பாலாரிஷ்டம் சீக்கிரமாக நிவர்த்தியாகும், முன் புண்ணியவசத்தால் சுகமுண்டாகும், ஜாதகருடைய ஜென்ம திசையில் ஜாதகருக்கு கொஞ்சம் பீடையும், இரண்டாம் திசையில் சுய புக்தியில் பாலாரிஷ்டத்தால் கொஞ்சம் பீடையும் உண்டாகிச் சீக்கிரமாகவே நிவர்த்தியுமுண்டாகும், சம்பத் திசையில் தாயக்குச் சுகமும், பித்ரு பீடையால் விசாரமும், ஜாதகருடைய தகப்பனுக்கு மரணமும் உண்டாகி, சனி மிதுன ராசியில் கோச்சாரத்தில் வரும் சமயம் ஜாதகருடைய தகப்பன் நிச்சயமாய் மரித்துவிடுவார், தகப்பனுடைய மரணத்தினால் ஜாதகருக்குப் பற்பல வழிகளிலும் மனோவாதையும், கஷ்டமும் உண்டாகும்.

(54) ஜென்ம லக்னம் கும்பம் (சுதாம்சம்) ஆகி நான்காம் பாவாதிபதி கேந்திரத்தில் இருக்க குரு நான்காம் பாவத்தில் சுபாம்சத்தில் இருந்தால் ஜாதகர் தாய் குணமுடையவள், பாக்கியவம்சத்தில் பிறந்தவள், எப்பொழுதும் அன்னதானம் செய்வதில் பிரியமுள்ளவள், பந்துக்களுக்கு உபகாரம் செய்பவள், முன் பாபவசத்தால் கிலேசமுடையவள், வைதவ்விய வசத்தால் வீட்டிலேயே சதியாயிருப்பாள், ஜாதகருடைய விபத்தார திசையின் கடைசியில் மரணத்தையடைவாள், தாய் வம்சத்தில் கொஞ்சம் சௌக்கியமும், கொஞ்சம் துக்கமும் உண்டாகும்.

(55) ஜென்ம லக்னம் கும்பம் (சுதாம்சம்) ஆகி குரு விருஷப ராசியில் சுதாம்சத்தை அடைந்திருந்தால் ஸாம்ராஜ்ய சகடயோகத்தில் ஜெனித்த ஜாதகர் சிவப்பு நிறமுடையவர், நல்ல ஆகிருதி உடையவர், சூத்திர வம்சத்தில் ஜெனித்தவர், நல்ல மேதாவி, மூத்த சகோதரனை அடைபவர் சாத்துவீகர், அறிவாளி, ஞானி, நியாயவழியில் சம்பாதித்து நல்ல ஜீவனம் செய்பவர், நல்ல செய்கையும், எப்பொழுதும் ஆசாரமுடையவர், மத்திய வயதில் சௌக்கியமுடையவர், கொஞ்ச காலம் ரேகாயோக பலனும், பிறகு சௌக்கியமும் உண்டாகும். இருபத்தைந்து வயதுக்கு மேல் சுகமடைவார், (நான்காவது ஆச்ரமத்தை) சன்னியாசத்தை அடைவார். வயோதிய வயதில் ஞானம் நிறைந்தவனாவர், பாக்கிய யோகத்தையடைபவர்.

(56) ஜென்ம லக்னம் கும்பம் (சுதாம்சம்) ஆகிக் குரு சுபாம்சத்தில் கேந்திரத்தில் சுதாம்சத்தையடைந்திருந்தால் ஜாதகர் வெளி தேசத்தில் சிஷ்யர் மூலம் விசேஷ சௌக்கியத்தையும், சுகத்தையும் அடைபவர், சிநேக சிஷ்யக் கூட்டங்களை உடையவர், வெளி தேசத்திலேயே வசிப்பவர், வடக்குத் திசையை யடைந்து பிரயாணங்கள் செய்து அந்த தேசத்திலேயே சௌக்கியத்தையடைபவர், பற்பல வழிகளில் தனவரவுடையவர், அன்னதானம் செய்வதால் சுகமுடையவர், எப்பொழுதும் அன்னதானம் செய்யும் புண்ணியாத்துமா,சிவகைங்கரியம் செய்யும் புண்ணியமுடையவர்.

(57) ஜென்ம லக்னம் கும்பம் (சுதாம்சம்) ஆகி லக்கினத்திற்கு இரண்டாம்பாவத்தில் ராகு இருந்து, அந்த ராகு சந்திரனுக்கு ஆறாமிடத்திலிருப்பவன் ஆகவுமானால் அந்த ராகுவினுடைய திசையிலும், அந்தர் திசையிலும் விசேஷமான தனவரவுடையவனும், பதினாயிரத்துக்கு மேற்பட்ட தனமுடையவனாகவும், ராகு புக்தியில்

விசேஷ சம்பத்தும் அநேக தர்ம சித்தியும், சிவ தர்மத்தில் தீக்ஷையுடையவனும், ஏதோ கொஞ்சம் விஷ்ணுவுக்கும் தர்மம் செய்பவனாகவும், ஜாதகர் ஐந்தாம் திசையில் அதிக சுகமுடையவனும், தேசாந்திரத்திலும் விசேஷ கீர்த்தி உடையவனும் அரசனால் கொஞ்சம் சுபமும், அநேக சிஷ்யர்களுடன் கூடியவனும், ஆஸ்தானத்தில் சௌக்கியமுள்ளவனாகவும், அன்றி அதியோகத்தில் பிறந்தவர், பிரசித்தனாயும் ஞான மார்க்கத்தில் விசேஷ அறிவுடையவனும் ஆவார்.

(58) ஜென்ம லக்னம் கும்பம் (சுதாம்சம்) ஆகி அம்ச லக்கினத்தில் சந்திரனிருந்து அதி யோகத்தில் ஜெனித்தவர் ஞானியும், சதா சத்துவ குணத்தையே பிரதானமாக உடையவனும், வெகு கீர்த்தியுடையவனும், ஐந்தாம் திசையில் குரு புக்தியில் யோகத்தை யுடையவனும், சனி புக்தியில் கொஞ்சம் நோயுடையவனும், சீக்கிரம் சௌக்கியத்தையும் அடைந்து அத்திசை முழுவதும் நல்ல பாக்கியமுடையவனாகவுமிருப்பார்.

(59) ஜென்ம லக்னம் கும்பம் (சுதாம்சம்) ஆகி பன்னிரண்டாம் பாவாதிபன் சுபக்கிரகங்களால் நன்கு பார்க்கப்பட்டால் ஜாதகர் இந்த லோகத்தில் நல்ல புண்ணியத்துமாவாகவும் அந்தியத்தில் ஞானத்துடனும் இருந்து பரலோகத்தையும், சுகத்தையும் அடைவார்.

(60) ஜென்ம லக்னம் கும்பம் (தனஞ்ஜயாம்சம்) ஆகிப் பூர்வ பாகத்தில் ஜென்ம லக்கினத்தில் புதனிருக்க. நான்காம் பாவத்தில் சந்திரனிருந்தாலும், நான்காம் பாவத்தை சந்திரன் பார்த்தாலும், காட்டுத் தேசத்தில் அக்கிரகாரத்தில் நதி தீரத்தில் ஜாதகருக்கு ஜெனனம் நேரிடும், உத்தராம்சத்தில் பெரிய கிராமத்தில் ஜெனனம் நேரிடும், ஜாதகர் நான்காவது கர்ப்பத்தில் அல்லது மூன்றவதான கர்ப்பத்திலேயே ஜெனித்தவனாவார்.

(61) ஜென்ம லக்னம் கும்பம் (தனஞ்ஜயாம்சம்) ஆகி பூர்வ பாகத்தில் சந்திரன் உச்சராசியில் இருந்தால் ஜாதகர் தாய்க்குப் பிரசவவேதனை அற்பமாயிருக்கும், நான்காம் பாவாதிபன் செவ்வாயால் பார்க்கப்பட்டால் ஜாதகருடைய தாய் உத்தராம்சத்தில் விசேஷ பாதையடைவாள்.

(62) ஜென்ம லக்னம் கும்பம் (தனஞ்ஜயாம்சம்) ஆகி லக்கின பாவாதிபன் ராகுவுடன் கூடியிருந்தால் ஜாதகருக்குக் கொஞ்சம் பாலாரிஷ்டபயம் உண்டாகும், ஜென்ம திசையில் இரண்டு,மூன்று வாரம் பாலரோகத்தால் பீடிக்கப்படுவார், லக்கினாதிபதிக்குச் சுபர் பார்வை யிருந்தால் அக்காலம் தாய்க்குச் சுகமும், ஜாதகருக்குச் சுகமும் உண்டாகும்.

(63) ஜென்ம லக்னம் கும்பம் (தனஞ்ஜயாம்சம்) ஆகி எட்டாம்பாவாதிபதி ஸ்திர ராசியில் லக்ன பாவத்திலேயேயிருக்க குரு லக்கினத்திற்கு இரண்டாம் பாவத்திலிருந்தால் ஜாதகருக்கு எழுபத்து மூன்று வயது பூர்ணமாக உண்டாகும், ஜாதகருக்கு முப்பத்திரண்டாவது வயதில் தேக பீடையும் நாற்பதாவது வயதில் திரும்ப கொஞ்சம் பீடையும், ஐம்பத்தாறாவது வயதில் சூலை நோயும், சாந்தியால் சுகமும் உண்டாகும், எட்டாம் பாவாதிபதி நவாம்சத்தில் இருக்கப்பட்ட ராசியிலாவது அந்தநவாம்சத்தின் திரிகோணத்திலாவது சனி கோச்சாரத்தில் வருங்காலத்தில் தனக்குச் சமமான ஜெனங்களின் நாசமும், அல்லது தனக்குத் தேகபீடையும் உண்டாகும், சாந்தி செய்தால் சுகமுண்டாகும்.

(64) ஜென்ம லக்னம் கும்பம் (தனஞ்ஜயாம்சம்) ஆகி சூரியன் குருவுடன் கூடியிருக்க ஒன்பதாம் பாவத்தில் சுக்கிரன் இருந்தாலும், ஒன்பதாம் பாவத்தைச் சுக்கிரன் பார்த்தாலும், ஜாதகருடைய பிதா சுகமுடையவர், சூரியன் மேற்படி ராசியில்

(ஸ்ரீநாதாம்சத்தை) விஷ்ணு அம்சத்தை அடைந்திருந்தால் ஜாதக்ர் பிதா விஷ்ணு பக்தி யுடையவர், தேவப்பிராமண விசுவாசமுடையவர், உத்தியோகத்தில் சமர்த்தன், நல்ல அறிவாளி க்ஷேத்திர வியாபாரம் கொஞ்சம் உடையவர், அற்ப வித்தையுடையவர் அதிக தனமுடையவர், ஜாதகருயை மூன்றாம் திசையில் பிதா மரணமடைவார்.

(65) ஜென்ம லக்னம் கும்பம் (தனஞ்ஜயாம்சம்) ஆகி நான்காம் பாவாதிபதியான சுக்கிரன் பலமுடையவனாகி மூன்றாமிடத்திலிருக்க சந்திரன் தன் உச்ச ராசியை அடைந்திருந்தால் ஜாதகர் தாய் விசேஷ சௌக்கியமுடையவள், தாய் குணவதி, சித்தமுடையவள், சுத்தமான வம்சத்தில் பிறந்தவள், தாய் வம்சத்தில் கொஞ்சம் சுகமுடையவள், தாய் ஆயுளுடையவள், ஜாதகருடைய மூன்றாம் திசையில் மீனராசியின் அந்தியத்தில் சனியிருக்கும் போது ஜாதகருடைய தாய் மரிப்பாள், வேறுசிலர் மேஷம் முதலில் சனி வரும் சமயம் தாயின் மரணத்தைச் சொல்லுகிறார்கள்.

(66) ஜென்ம லக்னம் கும்பம் (தனஞ்ஜயாம்சம்) ஆகித் தன்னுச்சத்தில் இருக்கப்பட்ட செவ்வாயுடன் சனி கூடியிருந்து லக்கினத்திற்கு மூன்றில் சுக்கிரனிருந்தால் ஜாதகர் அற்ப சகோதரனுடையவர், பின் சகோதரன் ஒருவன் ஆயுளுடனும், சகோதரி இல்லாதவனும் ஆவார்.

(67) ஜென்ம லக்னம் கும்பம் (தனஞ்ஜயாம்சம்) ஆகி லக்ன பாவாதிபதி ராகுவுடன் கூடியிருந்தால் ஜாதகர் வாத+ரோக பீடையுடையவர்.

(68) ஜென்ம லக்னம் கும்பம் (தனஞ்ஜயாம்சம்) ஆகி புதன் லக்கின பாவத்தில் இருந்தால் ஜாதகர் கல்வி அறிவுடைய விவேகியாவார், எழுத்து வித்தையில் நல்ல நிபுணர், விசேஷ விஷ்ணுபக்தியுடையவர், வேத சாஸ்திரங்களை விசேஷமாயறிபவர், திரவிய சம்பாதனையில் சமர்த்தர், கொஞ்சமான பிதுரார்ஜிதமுடையவர், சுயார்ஜிதம் விசேஷமாய் சம்பாதிப்பார்.

(69) ஜென்ம லக்னம் கும்பம் (தனஞ்ஜயாம்சம்) ஆகி லக்கினத்திற்கு இரண்டாம் பாவத்தில் குரு இருந்தால் ஜாதகர் அழகாய்ப் பேசுபவர், சாதுரியமான யுக்தியையுடையவர்.

(70) ஜென்ம லக்னம் கும்பம் (தனஞ்ஜயாம்சம்) ஆகிப் பன்னிரண்டாம் பாவத்தில் சனி செவ்வாயுடன் கூடியிருந்தால் ஜாதகர் ராஜாங்க உத்தியோத்தால் ஜீவனம் செய்பவர், அந்த செவ்வாய் ராகு கேதுக்களுடன் கூடியிருந்தால் பன்னிரண்டாம் பாவத்திலேயே யிருந்தால் அயல் தேசத்தில் தனயோகமுடையவர், அரசாங்கத்தில் பிரசித்தியும், அரசாங்க ஜனங்களால் அடையப்படுவனுமாவார், ஜாதகருக்கு ஜென்ம திசையில் பாலரோகம் ஐந்து வயதுவரை அவதிப்படுத்தும், ஆறாம் வயதில் அக்ஷராப்பியாசமும் எட்டாம். வயதில் உபநயனமும் பதினாறு வயதுக்குப் பிறகு சுகமும், சுயப்பிரபலமும், தனவரவும் ஜாதகருக்கு பதினேழு அல்லது பதினெட்டாவது வயதில் விவாகமும், உண்டாகும், ஜாதகர் ஜென்ம தேசத்திலேயே விவாகமும், மாமியார், மாமனார் சுகமும் உடையவர் தன் மனைவி ரூபவதி. பாக்கியவம்சத்தில் பிறந்தவள், விவாகத்திற்குப் பிறகு ஜதகர் சுகமும், சுயப்பிரபலமும், விசேஷமும் உடையவர்.

(71) ஜென்ம லக்னம் கும்பம் (தனஞ்ஜயாம்சம்) ஆகி மூன்றாம்பாவம் ஜாதகருக்கு மாமனார் பாவம் ஆதலால் அந்த மூன்றாம் பாவம் சுபக்கிரகங்களால் அடையப்பட்டிருக்கிற ஜாதகருக்கு பெண் கொடுக்கும் மாமனாருக்கு விசேஷ சுகமுண்டாகும், ஜாதகருடைய மாமனாருக்குப் பலதேசங்களிலும் புகழுண்டாகும், ஜாதகருடைய மாமனார் பல்லக்கு முதலிய யோகமுடையவர், நீச்ச அரசாங்கத்தில் மேம்பாடான உத்தியோக பாக்கிய

முடையவர். தனதானியமுடைய ஸ்ரீமான், தாமத சுபாவமுடையவர், காமுகன், எப்பொழுதும் அனாசாரமுடையவர், யோகமுடையவர், தனமுடையவர், சுகமுடையவர்.

(72) ஜென்ம லக்னம் கும்பம் (தனஞ்ஜயாம்சம்) ஆகித் தன்னுடைய உச்சராசியில் செவ்வாயிருந்து ராகுவுடன் கூடியிருந்தால் ஜாதகர் தத்து புத்திரன் மூலமாகச் சுகமடைவார், மூன்றாம் திசையில் தன் குருப்பிரபலமுடையவர், அவர் மூலம் ஜாத்கர் அதிக சுபமடைவர், அநேக கிராமங்களுக்கு அதிகாரியாவர், இருபத்திரண்டாவது வயதில் பிரசித்தியும், சில கிராமங்களுக்கு அதிகாரியுமாவர், மூன்றாம் திசையில் பெரிய உத்தியோக சித்தியும், பிரபலமும் உண்டாகும், மூன்றாம் திசை சுய புக்தியில் ஜாதகர் விவாகமடைவார்.

(73) ஜென்ம லக்னம் கும்பம் (தனஞ்ஜயாம்சம்) ஆகி இரண்டாம் பாவத்தில் குருவும், மூன்றாம் பாவத்தில் சுக்கிரனும் இருந்தாலும், அல்லது ஒன்பதாம் பாவம் மூன்றாம் பர்வம், பதினோராம்பாவம், பன்னிரண்டாம் பாவம் முதலிய இடங்களில் குரு சுக்கிரர்கள் கூடி மேற்குறித்த இடங்களில் எங்கு இருந்தாலும் சக்கரயோகமென்று சொல்லப்படுகிறது, அந்த சக்கிரயோகத்தில் பிறந்தவர், சுகி, நல்ல வாசாலகர், நல்ல குமார சரீரமுடையவர், முப்பத்தைந்து வயதுக்குமேல் நல்லகீர்த்தியுடையவர், அநேக க்ஷேத்திரம், தனம் முதலியன சம்பாதிப்பவர், முப்பத்தாறாவது வயதில் புதையல் லாபமுடையவர், இருபதாயிரம் தனமுடையவர், லாபத்தோடு லாபமான தனமுடையவர், எப்பொழுதும் விஷ்ணுபூசையுடன் கூடியவர், தேவப்பிரமணர்களை ரக்ஷிப்பவர், கொஞ்சம் லோப சுபாவமுடையவர், மனைவி, புத்திரன் முதலியவர்களையுடையவர், அவர்களுடன் கூடியிருப்பவர். இரண்டு புத்திரர்கள் வெகு ஆயுளுள்ளவர்களும் அப்படியே இரண்டு புத்திரிகளுமுடையவர்.

(74) ஜென்ம லக்னம் கும்பம் (தனஞ்ஜயாம்சம்) ஆகி புத்திர யோகத்தில் ஜெனித்தவர், புத்திர மூலம் விசேஷ சௌக்கியமுடையவர், சாம்ராஜ்ய சகடயோகத்தில் ஜெனித்தவர் நல்ல பாக்யமுடையவர், ஸ்த்ரீ போகமுடையவர், பெரிய நதி (நதம்) முதலிய யாத்திரை செய்பவர், இனிமையான ஆகாரத்தைப் புசிப்பவர், சகோதரனுடன் கூடியவர், அரசனாலும் வணங்கக் கூடியவர், (அல்லது அரசனுடன் கூடவேயிருப்பவனென்றும் பொருள் ஆகிறது,) பணமுடையவர், தன்னுடைய நல்ல மனைவியிடம் சுகமுடையவர், எப்பொழுதும் அன்னதானம் செய்யும் தாதா, வெகுமானிக்கப்பட்டவர், நல்ல ஜீவனமுடையவர், கெம்பீரமாயும், இனிமையாயும், குளிர்ந்த வசனமும் உடையவர், நல்ல புத்திரனையுடையவர், ராஜசபையில் நன்கு பூஜிக்கப்படுபவர், சம அங்க புஷ்டியுடையவர், நல்ல முகமுடையவர், நல்ல தயாளுவாயிருப்பவர்.

(75) ஜென்ம லக்னம் கும்பம் (ஜகத்யாம்சம்) ஆகி பூர்வ பாகத்தில் லக்கின பாவாதிபதி தன் உச்சாம்சத்தில் பதினோராம் பாவத்தில் இருந்து நான்காம் பாவாதிபதி விருச்சிகராசியிலிருந்தால் ஜாதகருக்கச் சமுத்திர சமீபத்தில் ஜனனம் நேரிடும். உத்தராம்சத்தில் பிறந்தவனுக்கு நதி தீரத்தில் பட்டணத்தில் ஜனனம் நேரிடும், தான் நான்காவதான கர்ப்பத்தில் அல்லது மூன்றாவது கர்ப்பத்தில் ஜனனமானவர், முன் பின் சகோதரனில்லாதவர், உண்டானாலும் மரித்துவிடும்.

(76) ஜென்ம லக்னம் கும்பம் (ஜகத்யாம்சம்) ஆகி பூர்வபாகத்தில் இரட்டை ராசியில் எட்டாம் பாவத்தில் சந்திரன் இருக்க லக்ன பாவத்தில் ராகு இருந்தாலும், லக்கின பாவத்தை ராகு பார்த்தாலும் ஜாதகருடைய தாய் பிரசவகாலத்தில் வெகு வேதனையடைவாள், நான்காம் பாவத்தில் சுக்கிரனிருந்தாலும், சுக்கிரன் நான்காவது பாவத்தைப் பார்த்தாலும் ஜாதகருடைய தாய் பிரசவகாலத்தில் அல்ப வேதனை யடைவாள், பயமுண்டாகும், சந்திரன் குருவுடன் கூடி யிருந்தாலும், குருவால் பார்க்கப்பட்டாலும் பாலாரிஷ்ட தோஷம் நீங்கி விடும்.

(77) ஜென்ம லக்னம் கும்பம் (ஜகத்யாம்சம்) ஆகி பதினோராம் பாவத்தில் சனி இருக்கப் பத்தாம் பாவாதிபன் சுய க்ஷேத்திரத்தில் இருந்தால் ஜாதகர் மத்தியாயுள் யோகமுடையவர், எழுபத்திரண்டு வயது பூர்ணமாக உடையவர், முப்பதாறாவது வயதில் தேக பீடையுடையவர், நாற்பதாவது வயதிலும் அப்படியே பீடை உண்டாகும், ஐம்பத்தாறாவது வயதில் அதே பீடையுண்டாகும், சாந்தி செய்தால் சுகமுண்டாகும்.

(78) ஜென்ம லக்னம் கும்பம் (ஜகத்யாம்சம்) ஆகி சூரியன் வர்க்கோத்தமாம்சத்தில் ஆறு, எட்டு, பன்னிரண்டு முதலிய பாவங்களில் எங்கு இருந்தாலும், ஜாதகருடைய பிதா சௌக்கியமுடையவர், ஜாதகருடைய தகப்பன் தன் பிதாவைக் காட்டிலும் மேலான குணமுடையவர், ஜாதகனுடைய சிறிய தகப்பனும் சிவபக்தியுடையவர்.

(79) ஜென்ம லக்னம் கும்பம் (ஜகத்யாம்சம்) ஆகி சுக்கிரன் நிர்மலாம்சத்தில் இருந்தால் ஜாதகருடைய தகப்பன் நிர்மலமாவர், (அல்லது ஒரு தோஷமும் இல்லாதவர்)

(80) ஜென்ம லக்னம் கும்பம் (ஜகத்யாம்சம்) ஆகி சூரியன் குருவுடன் கூடியிருந்தாலும், குருவால் சூரியன் பார்க்கப்பட்டிருந்தாலும் ஜாதகருடைய தகப்பன் விசேஷ சிவபக்தியுடையவர், சூரியன் சாங்கரியாம்சத்தை அடைந்திருந்தால் சிவ தத்துவத்தை நிலைக்கச் செய்வார், தேவி சக்தியினுடைய கிருபைக்குப் பாத்திரமானவர், மந்திர சாஸ்திரத்தை நன்கு கஷ்டப்பட்டுப் பயின்றவர்.

(81) ஜென்ம லக்னம் கும்பம் (ஜகத்யாம்சம்) ஆகி சுக்கிரன் கேந்திரத் திரிகோணங்களில் இருந்து முப்பத்தேழாவது (சதாசிவ கலா) அம்சத்தை அடைந்திருந்தால் ஜாதகருடைய தகப்பன் சிவத் தியானம்செய்து யோகியாகி தெய்வானுக்கிரகமடைவார்.

(82) ஜென்ம லக்னம் கும்பம் (ஜகத்யாம்சம்) ஆகி சூரியன் பத்தாம் பாவாதிபனுடன் கூடியிருந்தால் ஜாதகருடைய தகப்பன் ராஜசேவை செய்வார், அரசனைவிட மேலான தனமுடையவர்.

(83) ஜென்ம லக்னம் கும்பம் (ஜகத்யாம்சம்) ஆகி சூரியன் நீச்சக் கிரகத்துடன் கூடியிருந்தால் ஜாதகருடைய தகப்பன் நீச்ச ராஜ்யத்தில் நல்ல யோகமடைந்து நீச்ச ராஜாங்கத்தில் பொக்கிஷ சாலைக்கு அதிபதியானவர், அந்தச்சூரியன் சர ராசியில் இருந்தால் வெளி தேசத்தில் யோகமுடையவர், பாலியத்தில் அற்ப சுகமுடையவர், கேமத்துரும பலனை அடைந்தவர், மத்திய வயதில் யோக முடையவர், தெய்வானுக் கிரகம் காரணமாக வார்த்தீகத்திலும், மத்திய வயதிலும் அதிக சம்பத்துடையவனாவார், தன் பந்து ஜனங்களை ரக்ஷிப்பவர், எப்பொழுதும் அன்னதானம் செய்பவர், சிவபக்தி செய்யும் ஜனங்களுடன் கூடியவர்.

(84) ஜென்ம லக்னம் கும்பம் (ஜகதயாம்சம்) ஆகி சனி ஒன்பதாம் பாவத்துக்கு ஏழில் இருந்தால் ஜாதகருடைய தகப்பன் தியாகியாயும், கெம்பீர புத்தியுடையவனும், நல்ல ஆசாரத்துடன் கூடியவனும், மூனறு வாகனமுடையவனும், எல்லாருக்கும் உபகாரம் செய்பவனும், சேர்க்கவும், கலைக்கவும் சாமர்த்தியமுடையவனும், பலதேசங்களிலும் பிரசித்தியுடையவனும், பல்லக்கு முதலிய வாகனமுடையவனுமாயிருப்பார்.

(85) ஜென்ம லக்னம் கும்பம் (ஜகத்யாம்சம்) ஆகி சூரியன் நீச்சக் கிரகத்துடன் கூடியிருந்தால் ஜாதகருடைய தகப்பன் நீச்ச வித்தையில் வல்லவர், நீச்ச அரசாங்கத்தில் தனம் சம்பாதிப்பதில் கண்ணுடையவர், சுதந்தரமுடையவர், தடாகம் உத்தியானம் முதலிய தர்மம் செய்பவர், தேவாலயம் முதலிய தர்மம் செய்பவர், சாந்தியுடையவர், ஜாதகருடைய க்ஷேம திசையில் மரிப்பார்.

(86) ஜென்ம லக்னம் கும்பம் (ஜகத்யாம்சம்) ஆகி ஒன்பதாம் பாவத்திற்கு ஏழாமிடத்தில் சனியிருந்தால் ஜாதகருடைய பிதா, ஆபத் சன்னியாச யோகமுடையவர், கோச்சாரத்தில் கன்னியா ராசித்திரிகோணத்தில் சனி வரும் சமயம், ஜாதகருடைய தகப்பனுக்கு வியாதி உண்டாகும், சாந்தி செய்தால் சுகமடைவார், ஜாதகருடைய லக்கினத்திற்கு நான்காம் பாவாதிபதியினுடைய தசையிலும் பிதாவுக்கு மரணம் உண்டாகும்.

(87) ஜென்ம லக்னம் கும்பம் (ஜகத்யாம்சம்) ஆகி ஜாதகருடைய (சிறிய தகப்பன் ஸ்தானாதிபதி) பதினோராம் பாவாதிபதியான குரு நீச்ச ராசியில் ஒன்பதாவது பாவாதிபதியின் அம்சத்தை அடைந்திருந்தால் ஜாதகருடைய சிறிய தகப்பன் ஒருவன் வெகு ஆயுளையுடையவர், இரண்டு தாரமுடையவர்.

(88) ஜென்ம லக்னம் கும்பம் (ஜகத்யாம்சம்) ஆகி ஜாதகருடைய ஜென்ம லக்கினத்திற்குப் பதினோராம் பாவத்திற்கு ஏழாமிடத்தில் ராகு இருந்தால் ஜாதகருடைய சிறிய தகப்பன் வேறுமனைவியிடம் (இரண்டாவது மனைவியிடம்) நல்ல புத்திரனை அடைவார்.

(89) ஜென்ம லக்னம் கும்பம் (ஜகத்யாம்சம்) ஆகி குரு ஜாதகருடைய (ஜென்ம லக்கினத்திற்குப் பன்னிரண்டில்) பதினோராம் பாவத்திற்கு இரண்டாமிடத்தில் சர ராசியில் குரு இருந்தால் ஜாதகருடைய சிறிய தகப்பன் வெளி தேசத்தில் யோகமுடையவர், தனமுடையவர். நீச்ச ராஜ்யத்தில் நீச்ச அரசனால் நல்ல ஜீவனமுடையவர், ஜாதகருடைய ஐந்தாம் திசையில் சூரிய புக்தியில் விருச்சிக ராசியின் கடைசியில் அல்லது தனுசு ராசியின் முதலில் கோச்சாரத்தில் சனி இரண்டாம் பரியாயத்தில் வரும் சமயம் ஜாதகருடைய சிறிய தகப்பன் மரணமடைவார்.

(90) ஜென்ம லக்னம் கும்பம் (ஜகத்யாம்சம்) ஆகி ஜாதகருக்கு சந்திரன் எட்டாம் பாவத்தில் இரட்டை ராசியிலிருந்து, சுக்கிரன் கேந்திரத்திரிகோணங்களிலிருந்தால் ஜாதகருடைய தாய் சௌக்கிய முடையவர், ஜாதகருடைய தாய் குணவதி, மேன்மை யானவள், தெய்வ சிந்தையுடையவள், கணவனிடம் பக்தியுடையவள், சாத்துவீகி, அன்னதானம் செய்வதில் பிரீதியுடையவள், குணமுடையவள், நான்காம் பாவாதிபதி வர்க்கோத்தமாம்சத்தை அடைந்திருந்தால் ஜாதகருடைய தாய் வம்ச விருத்தியுடையவள், ஜாதகருடைய க்ஷேம திசையில் சுக்கிர புக்தியில் இரண்டாம் பரியாயத்தில், மீனாந்திரத்தில் அல்லது மேஷ ராசியில் சனி கோச்சாரத்தில் வரும் சமயம் ஜாதகருடைய தாய் மரிப்பாள், அந்த திரிகோண ராசியில் தாய்க்குச் சமமான ஜனங்களுக்குக் கெடுதியும், மகர ராசியின் அந்தியத்தில் அல்லது கும்ப ராசியில் கோச்சாரத்தில் சனி வரும் சமயம் ஜாதகருடைய (பிதாமஹி) தகப்பன் வழிப்பாட்டி மரணமடைவாள்.

(91) ஜென்ம லக்னம் கும்பம் (ஜகத்யாம்சம்) ஆகி மூன்றாம் பாவாதிபதி சுய க்ஷேத்திரத்தில் லக்கினத்திற்கு மூன்றாம் பாவத்திலிருந்தால் ஜாதகருக்கு இளைய சகோதரனிரான், ஜாதகர் மூத்த சகோதரனுமில்லாதவர், இரண்டு சகோதரிகளை யுடையவர், ஜாதகருடைய மூத்த சகோதரி ஒருத்தி பாலியத்திலேயே விதவையாய் விடுபவள், இரண்டாவது சகோதரி அற்பாயுளடையவள், சுமங்கலியாகவே மரித்து விடுவாள், ஜாதகருக்கச் சகோதரர்கள் உண்டானாலும் மரித்து விடுவார்கள். (பொது) எந்த லக்கினமானாலும், ஜாதகருக்குச் செவ்வாய் வலுத்து மூன்றாம் பாவத்தில் இருந்தால் அந்த ஜாதகருக்குச் சகோதரனிரானென்று சர்வ நாடியிலும் சொல்லப்படுகிறது.

(92) ஜென்ம லக்னம் கும்பம் (காமின்யாம்சம்) ஆகி லக்கினாதிபனான சனி பத்தாம் பாவத்தில் துலாம்சத்தில் இருந்தாலும், அன்றி ஜென்ம லக்கினம் கும்பம் (காமின்யாம்சம்) ஆகி எட்டாம் பாவாதிபன் தன் வீட்டிலாவது, அன்றி தன் உச்சஸ்தானத்திலாவது இருந்தாலும், ஜென்மலக்கினம் கும்பம் (காமின்யாம்சம்) ஆகி லக்கினத்திற்காவது, அல்லது சந்திரனுக்காவது கேந்திரத்தில் குரு இருந்தாலும் ஜாதகர் தீர்க்காயுளுடையவர்.

(93) ஜென்ம லக்னம் கும்பம் (காமின்யாம்சம்) ஆகி லக்கினாதிபன் ஸ்திர ராசியில் இருந்தாலும், ஜென்ம லக்னம் கும்பம் (காமின்யாம்சம்) ஆகி எட்டாம் பாவாதிபன் இரட்டை ராசிகளில் இருந்தாலும் ஜாதகர் தீர்க்காயுளுடையவராவார், எழுபது வயதுடைய பரமாயுள் ஜாதகனாவார், எட்டாம் பாவாதிபன் இருக்கும் அம்சத்திலாவது, அதன் திரிகோணத்திலாவது ஸ்புட யோகத்தில் (அதாவது கோசாரத்தில்) சனி வரும் போது எட்டாம் பாவாதிபன் பார்க்கும் ராசியில் சனி வரும்போது ஜாதகருக்குக் கண்டமுண்டு, அல்லது தனக்குச் சமமான ஜெனமாவது நாசமுறும், ஜாதகர் சிவப்பு நிறம், அழகிய மேனி, மெலிந்து நீண்ட பித்த தேகமுடையவராவார்.

(94) ஜென்ம லக்னம் கும்பம் (காமின்யாம்சம்) ஆகி லக்கினாதிபனான சனி விருச்சிகத்தில் துலாம்சத்தில் இருந்தாலும், குருவால் பார்க்கப்பட்டாலும் ஜாதகர் ரஜோகுணமுடையவர், பல பாஷைகளில் சமர்த்தர், மூன்று எழுத்துக்கள் அறிந்தவர், நீச்சரைச் சேவிப்பார்,அதிக தனவான், சங்கீதம் நாட்டியமறிந்தவர், வாசனைத் திரவியங் களிலும், புஷ்பங்களிலும் பிரியர், காவிய, நாடகமறிந்தவர், வேதசாஸ்திரார்த்தங்களின் உண்மை அறிந்தவர், அரி சங்கர பக்தியுடையவர், தேவ பிராமணரைப் போஷிப்பார், அளவாய்ப் புசிப்பார், யோகசாலி, தாதா, புகழுடையவர், அயலார் இங்கிதமறிந்தவர், சமர்த்தர், வாசாலகர், சாதுர்யமான யுக்தியுடையவர், யுக்தா யுக்த விசேஷமறிந்தவர், பிராமணர்களைப் பணிவார், தேவாலயம், தடாகம், தோட்டம் முதலியன நிர்மாணம் செய்வார். அன்னதானம் செய்வார், தயையுடையவர், சாத்துவீகன், கோபமுடையவர் சீக்கிரம் தயையுடையவனாவார் உண்மை பேசுவார், சுகியானவர்.

(95) ஜென்ம லக்னம் கும்பம் (காமின்யாம்சம்) ஆகி ஏழாம் பாவ அம்சத்தில் சுக்கிரன் இருந்தால் ஜாதகர் வேறு களத்திரமுடையவர், பல ஜாதி ஸ்த்ரீ சங்கமமுடையவர்.

(96) ஜென்ம லக்னம் கும்பம் (துர்துராம்சம்) ஆகி இரண்டாம் பாவாதிபன் பத்தில் இருந்தால் ஜாதகர் வாசாலகர், சாதுரியமான புத்தியுடையவர், தெலுங்கு வித்தையில் சமர்த்தர், சாஹித்ய லக்ஷணமுடையவர்.

(97) ஜென்ம லக்னம் கும்பம் (துர்துராம்சம்) ஆகி கேது லக்கின கேந்திரத்தில் இருந்தாலும், ஜென்ம லக்னம் கும்பம் (துர்துராம்சம்) ஆகி ஏழாம் பாவத்தில் குஜனிருந்தாலும் ஜாதகர் சிலகாலம் துராசாரமுடையவர், தாசி சங்கமம் பாபகாரியம் செய்வார், நீச்ச ஸ்த்ரீ சேர்க்கையுடையவர், பலஜாதிப் பெண்களையணைபவர்.

(98) ஜென்ம லக்னம் கும்பம் (துர்துராம்சம்) ஆகி மூன்றாம் ஸ்தானமாகிய மேஷத்தில் சனி நீச்சனாய் இருந்தால் ஜாதகர் முன் பின் சகோதர மற்றவர், ஒரு மூத்த சகோதரர் விவாகத்திற்குப் பிறகு அல்பாயுளுடையவனாய் மரிப்பார், இரண்டாவது மூத்த சகோதரன் தன் தமையன் இறந்ததும், சில காலத்தில் விவாகமில்லாமல் அல்பாயுளுடையவனாய் மரிப்பார், ஒரு சகோதரி நல்லவளாய் சிரஞ்சீவியாய் இருப்பாள், இளைய சகோதரமில்லை, பிறந்தாலும் நாசமாகும்.

(99) ஜென்ம லக்னம் கும்பம் (துர்துராம்சம்) ஆகி ஐந்தாம் பாவாதிபன் புதன், குரு சந்திரனுடன் கூடி பத்தாம் பாவத்திலிருந்து, புத்திர பாவமாகிய ஐநதாம் பாவத்தைச் சனி பார்த்தால் ஜாதகர் மூத்த புத்திரன் மரிப்பார், ஐந்து அல்லது ஆறு புத்திரரும், மூன்று பெண்களுமுண்டு, ஒரு மூத்த பெண் வாலிபத்திலேயே விதவையாய் மரிப்பாள், இரண்டாம் பெண்ணும் சில காலத்தில் பயம் காரணமாக விசாரமடைவாள், பெண் வர்க்கம் சோகமுடையவராவார், புத்திரர் சுக ஜீவிகளாயிருப்பார்.

(100) ஜென்ம லக்னம் கும்பம் (துர்துராம்சம்) ஆகி ஏழாம் பாவாதிபனான சூரியன், ஒன்பதாம் ராசியாகிய துலாத்தில் நீச்சனாயிருந்து, ஏழாம் பாவத்தில் ராகு, குஜன் நின்றால் ஜாதகர் வாலிபத்திலேயே விவாகமில்லாமல் பல ஜாதிப் பெண்களை அனுபவிப்பார்.

(101) ஜென்ம லக்னம் கும்பம் (சுகதாம்சம்) ஆகி விருச்சிகத்தில் குரு கன்னியாம்சத்திலிருந்து, புதன் தன் உச்ச நவாம்சத்திலிருந்து, விப்பிரகாலத்தில் ஜெனித்த ஜாதகர் பிறவி முதல் செல்வவான். அதிக தனவான். வைசிய காலத்தில் ஜனித்த ஜாதகர் வைசியருக்குரிய தொழிலுடையவனாவார், க்ஷத்திரிக காலத்தில் ஜனித்தவனுமவ்விதமே க்ஷத்திரிதொழிலும், சங்கர காலத்தில் ஜெனித்த ஜாதகர் அவ்விதமே சங்கரத் தொழிலுடையவனாவார்.

(102) ஜென்ம லக்னம் கும்பம் (சுகதாம்சம்) ஆகி குரு விஸ்வம்பராம்சத்தில் திரிகோணத்திலாவது, அன்றி எட்டு பதினொன்று இந்த பாவங்களில் இருந்தால் ஜாதகர் பின் சகோதரனற்றவர், மாற்றாந்தாய் சகோதரமுடையவர், வெளுத்த நிறமும், அழகிய உருவமுடையவர், வித்தைக்குத் தடை உண்டாகும், சுகமுடையவர்.

(103) ஜென்ம லக்னம் கும்பம் (சுகதாம்சம்) ஆகி குரு, விருச்சிகத்தில் கன்னியாம்சத்திலிருந்தால் ஜாதகர் சமமான தேகமுடையவர், பெருமையுடையவர், தர்மம் செய்வார், சத்தியவான், தைரியவான், இங்கிதமறிந்தவர், ஜெனங்களால் விரும்பத்தக்கவர், எழுதுபவர், விடர்களுக்குரிய செய்கையுடையவர், இனிமையான குரலுடையவர், புத்திமான், தினந்தோறும் அரசசேவை செய்வார், இவன் தகப்பன் வட்டி மூலம் ஜீவனம் செய்வார்.

(104) ஜென்ம லக்னம் கும்பம் (சுகதாம்சம்) ஆகி குரு மித்திர க்ஷேத்திரத்தில் புதாம்சத்தில் இருந்தால் ஜாதகர் எப்போதும் அதிக காமமுடையவர், அரசசேவகனாவார் தனிகன் பிரசித்தஸ்தாபனை செய்வார், தாய், மக்கள் இவர்களிடம் பிரியமாய் இருப்பார்.

(105) ஜென்ம லக்னம் கும்பம் (சுகதாம்சம்) ஆகி ராகு லக்கினத்திலிருந்து சூரியனால் பார்க்கப்பட்டால் ஜாதகர், வாயு பித்த ரோகபீடையுடையவர், காலாந்தரத்தில் பந்து ஜென விரோதமுடையவர், தன் தாய் மூலம் அதிக சோகமுடையவர், வாலிபத்தில் தகப்பன் அரிஷ்டமடைவர், அதனால் துக்கமடைவார், மாற்றாந்தாய் சகோதரனால் சுகமடைவார், பின்னால் விரோதமுண்டாகும், சூத்திரர் மூலம் பொருள் நாசமடையும்.

(106) ஜென்ம லக்னம் கும்பம் (சுகதாம்சம்) ஆகி விஸ்வம்பராம்சத்தில் குரு இருந்து, லக்கினத்தில் ராகு இருந்தால் ஜாதகர் பிதா பாவத் தொழில் செய்வார், சூத்திர ஆசாரத்தில் பிரியன், மூத்த மனைவியின் புத்திரனை விரோதிப்பார், சூத்திரர் தோழமை யுடையவர், வர்த்தகத்தில் அதிக ஜீவனம் அதிக தனம் சம்பாதிப்பார்.

(107) ஜென்ம லக்னம் கும்பம் (சுகதாம்சம் பூர்வபாகம்) ஆகி குரு விஸ்வம்பராம்சத்திலிருந்தால் ஜாதகர் தன் உடன் பிறந்த சகோதரனற்றவர், சிலர் சகோதரி ஒருத்தி உண்டென்பர், இவன் தந்தையும் இவ்விதமே சகோதரமுடையவர், மாற்றாந் தாய்க்குப் பிறந்த சகோதரன் தீர்க்காயுளுடையவர், இரண்டு சகோதரிகளுடையவர்.

(108) ஜென்ம லக்னம் கும்பம் (சுகதாம்சம்) ஆகி லக்கினத்தில் ராகு இருந்து, பதினோராம் பாவாதிபன் பத்தாம் பாவத்தில் இருந்தால் ஜாதகர் மூத்த சகோதரன் ராகுவைப் போல் பாபகரமான மனதுடையவர், மூத்த சகேதரன் காமியாயும், பலவானாயும், விஷயாதிகளில் அலைபவனாயும், சூத்திராசாரப் பிரியனுமாவார், மேலும் சத்தியம் சௌசமற்றவனாயும், கெட்ட சகவாசமுடையவனாயும், உஷ்ணக்கிரந்தி பீடை யுடையவனாயும், தகப்பன் சொல்லை அசட்டை செய்து அயலார் சொற்படி நடப்பவனாயும், எப்போதும் தாசி சொற்படி நடப்பவனாயும் மனைவியை விரோதிப்பவனாயும், பாபியாயுமிருப்பார்.

(109) ஜென்ம லக்னம் கும்பம் (சுகதாம்சம்) ஆகி மாற்றாந்தாய் சகோதரன் (அதாவது பேதப் பிராதா) ஸ்தானத்திற்கு ஐந்தாம் பாவாதிபன் செவ்வாய் லக்கினத்திற்கு ஐந்தாம் பாவத்தில் மிதுனத்தில் ரிஷபாம்சத்திலிருந்தால் ஜாதகர் பேதப் பிராதாவானவர் பிறந்து மரிக்கும் சந்ததியுடையவர். சந்ததித்தடையுள்ளவர், பூர்வபாகமானால் மாற்றாந்தாய் சகோதரன் நல்ல புத்திரனுடையவனானாலும் அந்த புத்திரன் முன் செய் தீவினையினால் மரணமடைவார், அந்த பாவத்திற்குச் சாந்தியாக சேதுஸ்நானம் சிவபூஜை, ஷஷ்டி விரத உபவாசம் முதலியவைகளால் சந்ததியடைவார், வேறு கிரந்தத்தில் பேத சகோதரன் கோபாலப் பிரதிமை தானத்தால் புத்திரனடைவார் என்றும், சந்தான கோபால மூர்த்தியை மூன்று பலம் பொன்னால் செய்து கல்பத்தில் சொல்லியபடி உபசாரம் முதலியவைளால் பூஜித்து தானம் செய்திடில் ஆயுள், ஆரோக்கியம், சந்தான விருத்தி கிடைக்கும் என்று கூறுகின்றது.

(110) ஜென்ம லக்னம் கும்பம் (சுகதாம்சம் பூர்வபாகம்) ஆகி சூரியன் மஞ்சுஸ்வனாம்சத்திலிருந்து குஜனுடன் கூடினால் ஜாதகர் வாலிபத்திலேயே மாதா நாசமடைவாள், இவன் தந்தை சகோதரனற்றவர், புண்முதலிய உபத்திரவமுடைய சரீரமுடையவர், ஜென்ம திசையிலோ அல்லது இரண்டாம் திசையிலோ பிதாவுக்கு ஆபத்து நேரும்.

(111) ஜென்ம லக்னம் கும்பம் (சுகதாம்சம்) ஆகி சூரியன் மஞ்சுஸ்வனாம்சத்திலிருந்து ஜாதகர் குரு விஸ்வமராம்சத்திலிருந்தால் ஜென்ம திசையில் பிதாவுக்குக் கிலேசமுண்டாகும், கடன் முதலிய உபத்திரவம் நேரும், மூத்த மனைவியின் புத்திரருடன் விரோதமடைந்து பாகமும் பிரித்துக் கொள்வார், சம்பாதித்த பொருளழிவால் அதிகத் துக்கமடைவார்.

(112) ஜென்ம லக்னம் கும்பம் (சுகதாம்சம்) ஆகி லக்னத்திற்கு ஐந்தாம் பாவத்தில் குஜனிருந்து, ஒன்பதாம் பாவாதிபதி பாபருட ன் கூடி எந்த ராசியிலாவது இருந்தால் ஜாதகர் தகப்பன் மரண காலத்தில் புத்திரன் தேசாந்திரம் சென்றிருப்பார்.

(113) ஜென்ம லக்னம் கும்பம் (சுகதாம்சம்) ஆகி சூரியன் மஞ்சுஸ்வனாம்சத்தில் இருந்தால் ஜாதகர் தந்தை சிறிய கிராமத்தில் வசிப்பார், ஜாதகனுடைய தகப்பன் அஜீர்ணம் முதலிய நோயால் தன் புத்திரனில்லாத காலத்தில் மரணமடைவார்.

(114) ஜென்ம லக்னம் கம்பம் (சுகதாம்சம்) ஆகி குரு விஸ்வம்பராம்சத்தில் ஒன்பதாம் பாவாதிபனுக்குத் திரிகோண ஸ்தானங்களில் இருந்தால் ஜாதகர் பிதா யாத்திரை காலத்தில் மரணமடைவார்.

(115) ஜென்ம லக்னம் கும்பம் (சுகதாம்சம் பூர்வபாகம்) ஆகி சந்திரன் மீன ராசியில் குடிலாம்சத்திலுமிருந்தால் ஜாதகர் தாய் வம்சத்தில் அதிக பாபமுண்டு, தாய்

சண்டை மூட்டும் குணமுடையவள், தாயின் சகோதரி துக்கமுடையவள், பாட்டன் ஒருவன் மகாபாபியாக இருப்பார்.

(116) ஜென்ம லக்னம் கும்பம் (சுகதாம்சம்) ஆகி மாதுலாதிபனான சந்திரன் மீன ராசியில் குடிலாம்சத்திலிருந்து, புதனால் பார்க்கப்பட்டால் ஜாதகனுக்கு இரு அம்மான்கள் தீர்க்காயுளுடையவராவர், சிலர் அம்மான்கள் நாசமுறுவர் என்கின்றனர், ஜாதகர் தாய் துர்நடவடிக்கையுள்ளவள், சகோதர துக்கத்தால் வருந்துவாள், சக்களத்தி புத்திரனால் விரோத முடையவள், ஜாதகர் மாற்றந்தாய் வாலிபத்திலே விதவையாவாள், தாய் தீர்க்காயுள், ஜாதகர் தாய்ப்பாட்டி வெகுகாலம் சுமங்கலியாய் இருப்பாள், மத்தியில் புத்திர சந்தோஷ முடையவள்.

(117) ஜென்ம லக்னம் கும்பம் (சுகதாம்சம்) ஆகி மாற்றாந் தாய்க்குப் பிறந்தவர் சுதானத்தின் ஆரூடாதிபன் கும்பாம்சத்திலிருந்து, சனியுடன் கூடியிருந்தால் ஜாதகர் மாற்றாந் தாய்க்குப் பிறந்த சகோதரி ஒருத்தி நீண்ட காலம் சுமங்கலியாய் இருப்பாள்.

(118) ஜென்ம லக்னம் கும்பம் (சுகதாம்சம்) ஆகி சூரியன் சிம்மராசியில் மஞ்சுஸ்வநாம்சத்தில் இருந்தால் ஜாதகர் மாற்றந் தாய்க்குப் பிறந்த சகோதரி ஒருத்தி வாலிபத்திலேயே விதவையாவாள்.

(119) ஜென்ம லக்னம் கும்பம் (சுகதாம்சம்) ஆகி மீனராசியில் குடிலாம்சத்தில் சந்திரன் இருந்தால் ஜாதகர் மாற்றாந்தாய் மகள் இரட்டைப் பிள்ளை பெற்று அது நாசமடைவதனால் வருந்துவாள், அவள் கணவன் நோயாளியாயும், தன்னுடன் பிறந்த சகோதரனற்றவனுமாவார், நடுவில் பாக்கியமில்லாததால் ஏழ்மைத் தனத்தால் வருந்துவார், தன் பேத சகோதரரி புருஷன் அரசாங்கத்தில் கௌரவமுடையவர், காலாந்தரத்தில் பாக்ய விருத்தியுடைவர், புத்திரன் மூலம் அதிக பாக்கியமுடையவர், நரவாகனம் பூஷணம் முதலியன உள்ள யோகமுடையவர், புகழுடையவர், சுகவான்.

(120) ஜென்ம லக்னம் கும்பம் (சுகதாம்சம்) ஆகி விருச்சிக ராசியில் விஸ்வம்பராம்சத்தில் குரு இருந்தால் ஜாதகர் பேத சகோதரி ஒருத்தி சுகமுடையவளாயும், அற்ப புத்திரியுடையவளுமாவாள். ஜாதகர் பேதப் பிராதாவால் சுகமடைவார்.

(121) ஜென்ம லக்னம் கும்பம் (சுகதாம்சம்) ஆகி குரு புதனுடைய அம்சத்திலிருந்து புதன் தன் உச்சஸ்தானமாகிய கன்னியிலும் அம்சராசியில் நீச்ச ராசியிலும் இருந்தால் ஜாதகர் மாற்றாந்தாய் மகளின் புத்திரர், புத்திரி, புத்திரர்களுடையவர், சுகமாயிருப்பார், ஜாதகர் இரண்டாம் திசையில் மாற்றாந்தாய் மகளின் சொத்தை இவன் அடைவார், ஜென்ம திசையில் ஜென்ம வருஷத்தில் தன் பேத சகோதரி ஒருத்தி அதிக துக்கத்தால் வருந்துவாள், மாற்றந்தாய் மூலம் பேதப் பிராதாவுக்குத் துக்கம் நேரும்.

(122) ஜென்ம லக்னம் கும்பம் (சுகதாம்சம்)ஆகி சூரியன் சிம்மராசியில் மஞ்சுஸ்வனாம்சத்தில் இருந்தால் ஜாதகனுடைய தகப்பன் தன் புத்திரனை வஞ்சிப்பார், ஜாதகனுடைய தகப்பனுக்குப் பாபவசத்தால் இரண்டாம் திசையில் மரணம் நேரும். சந்தேகமில்லை.

(123) ஜென்ம லக்னம் கும்பம்(சுகதாம்சம்) ஆகி பதினோராம்பாவதிபன் விருச்சிக ராசியில் விஸ்வம்பராம்சத்திலிருந்து, லக்கின பாவாதிபன் ஏழாம் பாவ அம்சத்திலிருந்தால் ஜாதகர் எட்டு வயதுக்குமேல் சகோதர சித்த சுத்தியுடையவனாவார்,அவன் மனைவி சூரிய விரதம் செய்வாள், செல்வமும் அனுபவிப்பாள், சகோதர சுகமுடையவள், வெகுகாலம் சுமங்கலியாயிருப்பாள்.

(124)ஜென்ம லக்னம் கும்பம் (சுகதாம்சம்) ஆகி ஏழாம் பாவாதிபன் சிம்ம ராசியில் மஞ்சுஸ்வனாம்சத்திலிருந்தால் ஜாதகருக்குக் கஷ்டம், தடை இவைகளுக்கு விமோசன முண்டாகும், தன் மாற்றாந்தாய் மகன் மனைவி முதலியவர் சுகமடைவர், சூரிய விரத உபவாசத்தாலும், துலா ஸ்நானம் முதலிய காரணத்தாலும், பேதப் பிரதாவுக்குச் சித்தி சுத்தி உண்டாகும், அனேக அரிஷ்ட நாசமுண்டு, அந்த விரதாதிகளில்லாவிடில் பேதபிராதா தரித்திரனாவார்.

(125) ஜென்ம லக்னம் கும்பம் (சுகதாம்சம்) ஆகி சூரியன் மாற்றாந்தாய் மகன் ஸ்தானத்திற்கு பஞ்சமத்தின் ஆரூடத்தில் கேதுவுடன் கூடி இருந்து சுபர் பார்வை இல்லாதிருந்தால் ஜாதகர் கட்டுப்படுதலால் பீடையுடையவனாவர், ஆசையுடையவர், சூத்திரர் மூலம் உண்டான பொருள் நாசத்தால் வருத்தப்படுவார், அந்த நாசத்திற்குப் பிறகு பேதப்பிராதாவிற்கு க்ஷேமம் தரவல்ல அதிக சுகமடைவார், எட்டு வயதுக்குமேல் அல்லது பத்தாம் வருஷத்தில் தன் தந்தையின் தோழனான சூத்திரன் ஒருவன் நாசமடைவார், பேதப் பிராதாவிற்கு அதற்குமேல் செல்வமும், பெருக்கமான அதிக சுகபோகமுமுண்டு. பேத சகோதரி (மாற்றாந்தாய்மகள்) ஹானியடைவாள் அதற்கு முன் யோகமுண்டு,

(126) ஜென்ம லக்னம் கும்பம் (சுகதாம்சம்) ஆகி நான்கு ஒன்பதாம்பாவாதிபனான சுக்கிரன் ஆறாம் பாவத்தில் சனியுடன் இருந்தால் ஜாதகனுக்கு நல்ல வித்தை கிடைக்கும், அனேக கிராமங்களுக்கு அதிகாரியாக இருப்பார், எழுத்து வித்தையில் சமர்த்தர், மூன்று எழுத்துக்களை நன்றாய்ப்படிப்பார், எப்போதும் ராஜயோகத்துடன் கூடியவர், விஷ்ணு சங்கர பக்தியுயைடவர், தன் மாற்றாந்தாய் மகன் மூலம் ஜாதகனுக்கு அரை ஞாண் கட்டும் சடங்கு நடக்கும்.

(127) ஜென்ம லக்னம் கும்பம் (சுகதாம்சம்) ஆகி குரு விஸ்வம்பராம்சத்தில் இருந்து சூரியன் மஞ்சுஸ்வனாம்சத்தில் இருந்தால் ஜாதகனுக்கு மூன்றாம் திசையில் சுய புத்தியிலேயே விவாகம் நடைபெறும், ஆறாம் வயதில் அக்ஷராப்பியாசமும், ஏழாம் வயதில் உபநயனம், பன்னிரண்டாம் வயதில் விவாகம் நடைபெறும்.

(128)(129) ஜென்ம லக்னம் கும்பம் (சுகதாம்சம்) ஆகி சந்திரன் இரண்டாம் பாவத்தில் குடிலாம்சத்தில் இருந்தால் ஜாதகர் நேர்மையற்ற ஆலோசனையில் பிரியன், வாசாலகர், ராஜசேவை செய்வார், ராஜாங்கத்தில் நல்ல புகழுடையவர், கொஞ்சம் பாலாரிஷ்ட பயமும், வைசூரி, சுர கண்டமும் உண்டு.

(130) ஜென்ம லக்னம் கும்பம்(சுகதாம்சம்) ஆகி குரு விருச்சிக ராசியில் விஸ்வம்பராம்சத்தில் இருந்தால் ஜாதகர் இரண்டு தார யோகமுடையவர், சீமந்த சிசுநாசமடையும், பின்னால் உண்டாகும் சந்ததி தீர்க்காயுளாயிருக்கும், இருபத்துமூன்றில் புத்திரப்பேறு உண்டாகும், மறு மனைவியிடம் இரண்டு, மூன்று தீர்க்காயுளுடனிருக்கும் அம்சாஷ்டக வர்க்கத்தில் குருவிடம் எத்தனைப்பரல்களோ அத்தனைச் சந்ததி உண்டு, இரு பெண்கள் தீர்க்காயுளுடனிருப்பார், அவ்விதமே புத்திர யோகமுமுண்டு.

(131) ஜென்ம லக்னம் கும்பம் (சுகதாம்சம்) ஆகி குஜன் லக்கினத்திற்கு ஐந்தாம் பாவத்தில் இருந்து, அந்த ஐந்தாம் பாவாதிபன் எட்டாம் பாவத்தில் இருந்தால் ஜாதகர் காலாந்தரத்தில் புத்திரனடைவார், அவன் தீர்க்காயுளுடனிருப்பார், அவனுக்கு அனேக சந்ததிகள் மரிக்கும். அத்தோஷ பரிகாரத்திற்குக் குமார விரதம் செய்யவும், ஸேது ஸ்நானத்திற்குப் பிறகு தீர்க்காயுளுடைய புத்திரனுடையவனாவார், சுகமடைவார்.

(132) ஜென்ம லக்னம் கும்பம் (சுகதாம்சம்) ஆகி குரு விஸ்வம்பராம்சத்திலிருந்து, சூரியன் மஞ்சுஸ்வனாம்சத்திலிருந்தால் ஜாதகர் ஐம்பத்தாறாவது வயதில் மரணமடைவார்.

(133) ஜென்ம லக்னம் கும்பம் (துர்துராம்சம்)ஆகி குரு ஸ்திர லக்கினத்தில் சனியுடன் கூடியாவது, அன்றிச் சனியால் பார்க்கப்பட்டாவது இருப்பின் ஜாதகர் மூத்த சகோதரமில்லாதவர், பின் சகோதர முண்டு, செல்வனாவான், வாலிபத்திலே கிலேசத்திலே வருந்துவார், மூன்று தாரமுடையவர், ஆசையுடையவர், கோபி, சீக்கிரம் நௌிவடைவார், தினந்தோறும் வித்தை விருத்தியடைவார், இனிப்பு, துவர்ப்பு ரசத்தில் பிரியர். காமமுடையவர், தாயிடம் அன்புள்ளவர், தானம் செய்வார், யௌவனப்பெண்களுக்கு நாயகனாவார், பாதி பிதுரார்ஜித சொத்துடையவனாவார், தம்பியிடம் அன்புள்ளவர், வாலிபத்திலே சிற்றப்பன் நாசமடைவார், வைசூரி சுரகண்டமுடையவர், ரணத்தால் பீடிக்கப்பட்ட தேகமுடையவர், தந்த வாயு பீடையுடையவர், ராஜச குணமுடையவர், காமி, கொஞ்சம் சாத்துவீக குணமுள்ள காரியம்செய்வார், பொருள் சம்பாதிப்பதில் சமர்த்தர், சிசு நாசமடையும், ஜாதகருக்கு வேறு தாரத்திடம் புத்திரவிருத்தி உண்டு, மூன்று பெண்களும், மூன்று புத்திரரும் தீர்க்காயுளுடையவராயிருப்பார்கள்.

(134) ஜென்ம லக்னம் கும்பம் (துர்துராம்சம்) ஆகி லக்கினாதிபன் மோஹனாம்சத்தில் இருந்து, எட்டாம் பாவம் குருவால் பார்க்கப்பட்டால் ஜாதகருக்குக் கொஞ்சம் பாலாரிஷ்ட பயமுண்டு, சாந்தியால் தீரும், லக்கினத்திற்கு ஆறாவது ராசி முதலாக வரிசையாக கிரக மிருக்கும் மாலிகா யோகமுடையவனானால் ஜாதகர் யோகமுடையவர், ரூபவான், குணவான்.

(135) ஜென்ம லக்னம் கும்பம் (துர்துராம்சம்) ஆகி கன்னியில் சனியும் மீனத்தில் குருவும் இருந்தால் ஜாதகர் அற்ப சந்தானமுடையவர். மரித்த சந்ததியுடையவர், ஜாதகனுக்கு ஒரு புத்திரனும், ஒரு பெண்ணும் தீர்க்காயுளுடையவராவார்.

(136) ஜென்ம லக்னம் கும்பம் (துர்துராம்சம்) ஆகி மூன்றாம் பாவாதிபனான குஜன் துலாநவாம்சத்திலும், ராசியில் கேந்திர ராசியிலுமிருந்தால் ஜாதகருக்கு இரு சகோதரிகள் தீர்க்காயுளுடையவராவர், சகோதரிகளில் ஒருவள் கிலேசமுடையவள்.

(137) ஜென்ம லக்னம் கும்பம் (துர்துராம்சம்) ஆகி குரு துர்துராம்சத்தில் இருந்தால் ஜாதகனுக்கு ஒரு சகோதரியும் ஒரு தம்பியும் தீர்க்காயுளுடையவராவார், ஜாதகர் தூர்த்த ஸ்த்ரீ நாயகனாய் சுகியாய் இருப்பார், சந்தானத்தடையுடையவர், சகோதரத்துவேஷத்துடனிருப்பார்.

(138) ஜென்ம லக்னம் கும்பம் (துர்துராம்சம்) ஆகி மீனத்தில் குரு இருந்தால் ஜாதகர் தருமாத்துமா, நல்ல பாக்கியமுடையவர், தர்ம காரியம் செய்வார், எப்பொழுதும் நோயுடைய சரீரமுடையவர். சகோதரரிடம் பிரியமாயிருப்பார், ஒருவன் மூன்று களத்திர யோகமுடையவர், அந்த சகோதரன் புத்திரனுடைய்வர், அச்சகோதரன் புத்திமான், பணம் சம்பாதிப்பதில் சமர்த்தர்.

(139) ஜென்ம லக்னம் கும்பம் (துர்துராம்சம்) ஆகி சந்திரன் சுதாம்சத்தில் சுயக்ஷேத்திரமாகிய கடகத்தில் இருந்து குருவால் பார்க்கப்பட்டால் ஜாதகர் அம்மானுக்கு ஆயுள் விருத்தியுண்டாகும், வேறு கிரந்தத்தில் இவன் தகப்பனுக்குச் சகோதரனில்லை, வாலிபத்தில் பாக்கிய யோகமும் கிலேசத்தால் கஷ்டமுமடைவார் தகப்பனுக்கு வாலிபத்திலே அம்மான் வீட்டில் வாசமுண்டு, பிதாவின் சகோதரி, சகோதர, சகோதரி சினேகமதிகமாவுடையவள் எனக் கூறுகின்றது.

(140) ஜென்ம லக்னம் கும்பம் (துர்துராம்சம்) ஆகி மாதுலாதிபனான சந்திரன், சுதாம்சத்தில் குருவால் பார்க்கப்பட்டால் ஜாதகனுக்குத் தாய் வம்சம் விருத்தியதிகமாக உண்டு. இரு அம்மான்மார்களுண்டு.

(141) ஜென்ம லக்னம் கும்பம் (துர்துராம்சம்) ஆகி குரு துர்துராம்சத்திலிருந்து சனியால் பார்க்கப்பட்டால் ஜாதகருக்கு ஒரே ஒரு அம்மான் தானுண்டு என்று சில கிரந்தத்தில் காணப்படுகிறது. சிலர் இரு அம்மான்களுண்டென்கின்றனர், சிலர் அம்மானே இல்லை என்கிறார்கள், தாய் பாட்டன் தீர்க்காயுளுடையவனாவார், சிலர் இரண்டு அம்மான்களும், தாய் சகோதரிகள் இருவரும் உண்டென்கின்றனர், ஒரு பெண் தீர்க்காயுளுடையவள் கொஞ்சம் நோயுடையவள், தாய் சகோதரன் கிலேசத்தால் வருந்துவாள், காலாந்தரத்தில் புத்திரயோகத்தால் அதிக பாக்கியமுடையவளாவாள்.

(142) ஜென்ம லக்னம் கும்பம் (துர்துராம்சம்) ஆகி மீனத்தில் கும்பாம்சத்தில் குரு இருந்து, தனுசில் சுக்கிரன் இருந்தால் ஜாதகர் அதிக பாக்கியவான், தகப்பன் சகோதரி விவாக காலத்தில் இவன் அதியோகவானாய் இருப்பார், அதின் மூலம் பிரபலபோக முடையவனாவார், நரவாகன யோகமுடையவர்.

(143) ஜென்ம லக்னம் கும்பம் (துர்துராம்சம்) ஆகி லக்கினாதிபன் மோகனாம்சத்திலிருந்து, கன்னியில் இருந்து சுபனால் பார்க்கப்பட்டால் ஜாதகர் ஜென்மதிசையில் அதிக பாக்கியமுண்டு, இரண்டாம் வருஷம் அதிக சுகமடைவார்.

(144) ஜென்ம லக்னம் கும்பம் (துர்துராம்சம்) ஆகி பாட்டன் பாவாதிபனான புதன் ஒன்பதாம் பாவத்தில் சூரியனுடன் கூடி இரண்டாம் பாவத்தில் குருநின்றால் ஜாதகருடைய பிதாமகன் (பாட்டன்) பாக்கியவான் சகோதரனுடன் கஷ்டப்பட்டு ஜீவிப்பார், ஒரு சகோதரி யுடையவர், சகோதர நாசமுடையவர், பாட்டனுடைய சகோதரன் மகன் சகோதர சகோதரிகளுடன் கூடியவர், தினந்தோறும் விவசாயத் தொழில் செய்வார், அக்கிரஹாரத்தில் வசிப்பார், ஜாதகருக்குப் பயிர் ஜீவனம், வித்தையில்லாதவர், நற்புத்திரனுடையவர், காலாந்தரத்தில் புத்திர சோகமும், முதுமையில் தாரநாசமுமுடையவர், பாட்டனுடைய சகோதரி ஒருத்தி புத்திர புத்திரிகளுடன் கூடியவளாய் ஜாதகர் பிறப்பதற்கு முந்தியே விதவைத் தன்மையும், மரணமும் அடைவாள்.

(145) ஜென்ம லக்னம் கும்பம் (துர்துராம்சம்) ஆகி பதினோராம்பாவத்தில் சுக்கிரன் கதாம்சத்திலிருந்து, பன்னிரண்டாம் பாவாதிபன் மோகனாம்சத்திலிருந்தால் ஜாதகர் மாதா மகன் (தாய்ப்பாட்டன்) தீர்காயுளுடையவனாவார், பாட்டியும் தீர்க்காயுளுடையவளாவள். மாதா மகனுக்குத் தம்பி ஒருவன் தத்துப்புத்திரனுடையவன் ஆவார், அம்மான் ஒருவனே உண்டு, அம்மான் சகோதரிகள் மூவர் தீர்க்காயுளுடையவரா யிருப்பார்கள், ஜாதகர் இரண்டாம் திசையில் தன் அம்மான் வம்சத்தில் துக்கமும், மாதாமகனுக்கு மருமகன் அரிஷ்டத்தால் கிலேசமுமடைவார், தாய் சகோதரி சத்ருவினால் மரணமடைவாள்.

(146) ஜென்ம லக்னம் கும்பம் (துர்துராம்சம்) ஆகி மீனத்தில் குரு இருந்து சனியால் பார்க்கப்பட்டால் ஜாதகர் தாய் சகோதரி ஒருத்தி பெரும்பாட்டால் மரிப்பாள், இல்லாவிட்டால் அம்மான் மனைவியாவது மரிப்பாள், (தாய்ப்) பாட்டிக்கு அதன் மூலம் துக்கம் நேரிடும், மூன்றாம் திசையில் புத்திர நாசமடையும், இவன் தாய் தந்தையார் சோக முடையவராவார்கள்.

(147) ஜென்ம லக்னம் கும்பம் (துர்துராம்சம்) ஆகி சுகாதிபன் கதாம்சத்திலிருந்து நாலாம் பாவத்தில் கேது இருந்தால் ஜாதகர் மூன்றாம் திசையில் (தாய்ப்) பாட்டனுக்கு அரிஷ்டம், ஏழாம் பாவாதிபன் அம்சத்தில் திரிகோணங்களிலாவது, அல்லது ஏழாம் பாவாதிபன் பார்த்த ராசிகளிலாவது சனி வரும் போது (தாய்ப்) பாட்டன் நாசமடைவார், லக்கினாதிபன் அம்சத்தில் அதன் திரிகோண ஸ்தானங்களில் சனி ஸ்புடயோகத்தில்

(கோசாரத்தில்) வரும்போது (தாய்ப்) பாட்டி நாசமடைவாள், அம்மானுக்குக் கஷ்டங்கள் நேரிடும்.

(148) ஜென்ம லக்னம் கும்பம் (துர்துராம்சம்) ஆகி ஆறாம் பாவத்தில் சந்திரனும், எட்டாம்பாவத்தில் சனியுமிருந்தால் ஜாதகருக்கு இரண்டாம் திசையில் பெரிய ஆபத்தும், ஐந்து வருஷத்திற்கு மேல் இரண்டு வருஷம் கிலேசமுமடைவார், வாத அரிஷ்டபயமுண்டு, சாந்தி செய்தால் தீரும், தகப்பன் வம்சத்தில் அரிஷ்டமுண்டு, ஞாதிகள் குலத்தில் கிலேசம், பந்து வர்க்கத்தில் மனஸ்தாபம் தன் தகப்பன் தோழன் வர்க்கத்திலும் மனஸ்தாபம் நேரிடும் இரண்டாம் திசையில் அதிக வருத்தம் தரும் காரியங்கள் செய்வார்.

(149)ஜென்ம லக்னம் கும்பம் (துர்துராம்சம்) ஆகி ஆறாம் பாவாதிபதி இருக்கும் ராசி முதல் மாலிகா யோக ஜாதகர் தரித்திர யோகமுடையவர், வாலிபத்தில் கிலேச முடையவர்.

(150) ஜென்ம லக்னம் கும்பம் (துர்துராம்சம்) ஆகி எட்டில் பாபக்கிரகமிருந்து சுபர் பார்வை இல்லாமலிருந்தால் ஜாதகர் நிச்சயமாக தரித்திரத்தன்மையடைவார்.

(151) ஜென்ம லக்னம் கும்பம் (துர்துராம்சம்) ஆகி எட்டாம் பாவத்தில் சனியும், இரண்டாம் பாவத்தில் குருவுமிருக்கும் தரித்திர மாலிகா யோக ஜாதகர் பாக்கியமுடையவர், வாலிபத்தில் கொஞ்சம் சுகமுடையவர், முதுமையில் அதிக தரித்திரமடைவார், நடு வயதில் பாக்கிய விருத்தியுண்டாகும், நரவாகன யோகமுடையவர்.

(152) ஜென்ம லக்னம் கும்பம் (துர்துராம்சம்) ஆகி பதினோராம் பாவத்தில் சுக்கிரனும், இரண்டாம் பாவத்தில் குருவுமிருந்தால் ஜாதகர் அனேக கெட்ட அழிவுள்ள யோகங்களிலிருந்தாலும் தனவானாயும், புகழுடையவனாயும், வாசாலகனாயும், அரசாங்கத்தில் புகழுடையவனாயும் இருப்பார், மூன்றாம் திசையில் அதிக சுகமும், பின் பாதியில் விசேஷ பாக்கியமும், நித்திய சம்பத்தும், பெருமை புகழ், அதிக பாக்கிய மிவையுமுடையவனாயிருப்பார், ஜாதகருடைய தகப்பன் சகோதரி புத்திரயோககாலத்தில் சுகமடைவாள், ஜாதகருக்கு நான்கு, ஐந்து இந்த திசைகளில் சுபா சுபபலன்கள் அற்பம், ரோக யோகமுடையவனாவார், ஜாதகர் சேது யாத்திரை தன் தந்தையுடன் செல்வார், நடுவழியில் புத்திரன் மூலமாக இரண்டுநாள் மனஸ்தாபமடைவா, அத்தோஷத்திற்குப் பரிகாரமாகப் பாற்குடம் தானம் செய்யவும், பின்னால் சுகமடைந்து தன் தேசம் திரும்பியும் வருவார்.

(153) ஜென்ம லக்னம் கும்பம் (துர்துராம்சம்) ஆகி பத்தாம் பாவத்தில் ராகு இருந்தால் ஜாதகர் யாத்திரை செல்வார், புண்ணிய தீர்த்த பலனும், கங்காஸ்நான பலனுமடைவார்.

(154) ஜென்ம லக்னம் கும்பம் (துர்துராம்சம்) ஆகி குரு துர்துராம்சத்தில் இருந்தால் ஜாதகனுக்குக் கங்கா யாத்திரை தடை நேரும், மூன்று தரம் சேதுஸ்நானம் செய்து கங்காஸ்நான பலனை அடைவார்.

(155) ஜென்ம லக்னம் கும்பம் (துர்துராம்சம்) ஆகி பதினோராம்பாவத்தில் கதாம்சத்தில் சுக்கிரன் இருந்தால் ஜாதகர் நோயால் வருந்துவார், அக்னி மந்த பீடை யடைவார், மூன்று வருஷம் அடிக்கடி மேல் கண்டபீடை அடைவார்.

(156) ஜென்ம லக்னம் கும்பம் (துர்துராம்சம்) ஆகி லக்கினத்திற்கு எட்டாம் பாவத்தில் சனி இருந்தால் ஜாதகருக்கு வைசூரி சுர கண்டமுண்டு, கொஞ்சம் ஜன்னிபாத சுரபயமுமுண்டு, அதிசார பீடையடைவர்.

(157) ஜென்ம லக்னம் கும்பம் (துர்துராம்சம்) ஆகி நாலாம் பாவாதிபன் தனுசு ராசியில் கதாம்சத்தில் இருந்தால் ஜாதகருடைய முப்பதாவது வயதில் பிதா மரணமடைவார், அல்லது முப்பத்து நான்கு, முப்பத்தைந்து இந்த வயதுக்களில் பிதாவுக்குப் பெரிய ஆபத்து நேரிடும்.

(158) ஜென்ம லக்னம் கும்பம் (துர்துராம்சம்) ஆகி பத்தாம் பாவத்திலாவது அன்றி இரண்டாம் பாவத்திலாவது குரு இருந்து, பதினோராம் பாவத்தில் சுக்கிரன் இருக்கும் மாலாயோகமுடைய ஜாதகர் பாக்கியவான் பெரிய ஆற்றங்கரையின்தேசத்தில் பட்டணத்தில் பாக்கியமனுபவிப்பார், வெளி தேசத்தில் யோகமுடையவர், நீச்சப் பிரபுவை அண்டுவார், வர்த்தகர் சிநேகிதமுடையவர், ஆசையுடையவர், தியாகம் செய்வார், போகமனுபவிப்பார், மூன்றாம் திசையில் வாகனம் கிடைக்கும், புத்திரனடைவார், ஆனால் நோயுடையவனாவார், நாலாம் திசையில் அதிகப் புகழெடுப்பார், இருபத்தாறு வயதுக்குமேல் அதிக தனம் சம்பாதிப்பார், அதிகமாக தோழனான பிரபுவின் நாசத்தால் கிலேச மனுபவிப்பார், வேறு அரசனால் பாக்கியம் கிடைக்கும், பெண்ணின் விவாகத்திற்குப் பிறகு புத்திரன் விவாகம் நடக்கும்.

(159) ஜென்ம லக்னம் கும்பம் (துர்துராம்சம்) ஆகி பன்னிரண்டாம் பாவாதிபன் குருவால் பார்க்கப்பட்டால் ஜாதகர் பின் ஜென்மத்தில் முக்தியடைவார்.

(160) ஜென்ம லக்னம் கும்பம் (துர்துராம்சம்) ஆகி லக்கினாதிபனான சனி மோகனாம்சத்தில் எட்டில் இருந்து குருவால் பார்க்கப்பட்டால் ஜாதகர் எழுபத்துநான்கு வயது அம்சாயுளுடையவனாவார், நாற்பத்தொன்பது அல்லது ஐம்பத்திரண்டில் மரணமடைவார், ஜீவித்திருந்தால் பாக்கியம் நாசமடையும்.

(161) ஜென்ம லக்னம் கும்பம் (குஹாம்சம்) ஆகி சூரியனின்ற பாவத்திற்கு ஐந்தாம் பாவத்தில் சனி நேர் கெதியில் இருந்தால் ஜாதகருடைய தந்தை சம்பத்துடையவர், கருத்த நிறமுடையவர், நோயாளி, மெலிந்தவர், வாலிபத்தில் தரித்திரத்தால் வருந்தி பெரிய வியாதியால் பீடிக்கப்பட்டிருப்பார்,இரு சகோதரருடன் கூடியவர், பெருந்தன்மை வாய்ந்தவர் பெரிய சகோதரம் பிரிவடைவார்.

(162) ஜென்ம லக்னம் கும்பம் (குஹாம்சம்) ஆகி ஒன்பதாம் பாவாதிபன் குருவால் பார்க்கப்பட்டாவது, கூடியாவது இருந்தால் ஜாதகருக்கு பிதா லக்ஷ்மி கடாக்ஷமுள்ளவர், செல்வவான், தர்ம மார்க்கத்தை அனுசரிப்பார், ஞானவழியில் செல்வார், நித்தியம் தந்திரமான செய்கைகளில் பிரியன், வைதீகாசாரமுடையவர், புத்திமான் வாலிபத்திலே மந்தமான செய்கைகளும், நடுவிலும், கடைசியிலும் சாத்துவீக செய்கைகளுமுடையவர், சுகமுடையவர், தடாகம், உத்தியாவனம் முதலிய தர்மம் செய்வார், அனேக தோழர்களுடையவர், பொருளுடையவர், உத்தரபாகம் ஆனால் இவன் தந்தை சிவானுக்கிரகம் உள்ளவர், சாத்துவீகர், நற்குண நற்செய்கையுடையவர், வேதம் ஸ்மிருதி இவை அறிந்தவர், யாசகர்களுக்கு உதவி செய்வார், எப்போதும் தர்மம் செய்வார்.

(163) ஜென்ம லக்னம் கும்பம் (குஹாம்சம்) ஆகி பாக்கியாம்சத்தில் சுகாதிபன் பாபருடன் கூடினால் ஜாதகருடைய தந்தை இருதார முடையவர், அதிக புத்திரரும் பொருளும் நிறைந்தவர்.அதிகமான தாயாதிகளுடன் கூடியவர், சுகவான், ஜாதகர் பாக்கியம் நிறைந்தவர், பிதுர் புண்ணியத்தால் சுகமடைவார்.

(164) ஜென்ம லக்னம் கும்பம் (குஹாம்சம்) ஆகி எட்டாம் பாவத்தில் சுக்கிரன் பாபருடனிருந்து, சுபர் பார்வையில்லாதிருந்தால் ஜாதகர் பிதாவுக்கு அரிஷ்டமுண்டு.

(165) ஜென்ம லக்னம் கும்பம் (குஹாம்சம்) ஆகி சந்திர லக்கினத்திற்கு எட்டாம் பாவாதிபன் தன் சுயக்ஷேத்திரத்திலும்,- உச்சாம்சத்திலுமிருந்து இரு சுபருடன் கூடி இருந்தால் ஜாதகருக்குப் பாலாரிஷ்ட பயமில்லை.

(166) ஜென்ம லக்னம் கும்பம் (குஹாம்சம்) ஆகி சந்திரன் எட்டாம் பாவத்தில் விரயாம்சத்தில், இரு பாபிகளுடன் கூடி இருந்தால் ஜாதகருக்கு ஆயுட்பாவம் அற்பமாகும்.

(167) ஜென்ம லக்னம் கும்பம் (குஹாம்சம் உத்திராம்சம்) ஆகி சந்திரன் ராகுவுடன் கூடி ராசியில் இருந்து அம்சம் மீனம் ஆனால் ஜாதகனுக்குப் பாலாரிஷ்ட பயமுண்டு.

(168) ஜென்ம லக்னம் கும்பம் (குஹாம்சம்) ஆகி எட்டாம் பாவாதிபன் இருக்கும் ராசிநாதன் குருவுடன் கூடியாவது, குருவால் பார்க்கப்பட்டாவது இருந்தால் ஜாதகருக்குப் பாலாரிஷ்ட பயமில்லை.

(169) ஜென்ம லக்னம் கும்பம் (குஹாம்சம்)ஆகி மகர ஆரம்பத்திலும், கும்பத்தின் மத்தியிலும் சந்திரன் அமிசச் சக்கிரத்தில் பன்னிரண்டாம் அம்சமாகிய மகரத்திலிருந்தால் பூர்வாம்சத்தில் ஜெனித்த ஜாதகருக்குப் பாலாரிஷ்டமுண்டு, உத்திரபாகம் ஆனால் பாலாரிஷ்டமில்லை. உத்திராம்சத்தில் இவன் தந்தை தீர்க்காயுள், மிருத்தியுஞ்ஜய ஜபம் பத்தாயிரம் உருஜெபித்து வஸ்திரதானம் செய்தால் மரணம் நேராது.

(170) ஜென்ம லக்னம் கும்பம் (குஹாம்சம்) ஆகி பத்தாம் பாவத்தில் குரு மீனாம்சத்தில் இருந்தால் ஜாதகருக்கு பாலாரிஷ்ட பயமில்லை. உத்தராம்சத்தில் முதல் பாகத்தில் ஜெனித்த ஜாதகர் இளைய சகோதர நாசமுடையவர், மத்திய கண்டத்தில் சகோதரி பர்த்தா நாசம் செய்யும், சகோதர பலயோகமுண்டு, புகழுடையவர், சகோதரர் நால்வர் அல்லது ஐவர் சகோதரர்கள் உண்டு, ஜாதகர் பண்டிதர், அதிக புத்திரர், பொருள் நிறம்பியவர், வீட்டு வேலையில் சுதந்திரமுடையவர், சிற்றப்பன் ஒருவன் தெளிந்த மனமுடையவர், ரகசியத்தில் காரியங்கள் செய்வார், சுகமுடையவர், காலாந்திரத்தில் சித்த சுத்தியுடையவர், அரசாங்கத்தில் புகழுடையவர், பந்து, மித்திரர் பொருள் நிறைந்தவர், பிதாவுக்கு அரிஷ்டம் முதலிய பாவம் செய்வார், எல்லோருக்கும் மூத்த சிற்றப்பன் ஒரு தார முடையவர், சுகி, கோபமுடைய மனைவியுடையவர், தர்மங்களின் ரகசியங்களறிந்தவர், வாலிபத்திலே தரித்திர மடைந்தவர். தன் கையால் சம்பாதித்த பொருளுடையவர், ஜாதகர் தன் சிற்றப்பனிடம் பிரீதியுடையவர், புத்திரன், புத்திரிகளுடன் கூடியவர்.

(171) ஜென்ம லக்னம் கும்பம் (குஹாம்சம்)ஆகிப் பத்தில் புதனுடைய நவாம்சத்தில் குரு கேந்திர ராசியில் இருந்தால் ஜாதகருடைய தகப்பன் புண்ணியச் செய்கையுடையவர், ஆயுளாரோக்கிய விருத்தியுடையவர்..

(172) ஜென்ம லக்னம் கும்பம் (குஹாம்சம்)ஆகி பாக்கியாதிபனான சுக்கிரன் பத்தாம் ராசியாகிய விருச்சிகத்தில் குஜனுடன் கூடி இருந்தால் ஜாதகர் எந்த நாடியில் பிறந்திருந்தபோதிலும் அதிக பாக்கிய பொருள் யோகமுடையவர்.

(173) ஜென்ம லக்னம் கும்பம் (குஹாம்சம்) ஆகி பாக்கியாதிபனான சுக்கிரன், பத்தாம் ராசியாகிய விருச்சிகத்தில் லக்கினாதிபனான சனியுடன் கூடினால் ஜாதகருக்கு ராஜயோகமில்லை. வியாபார ஜீவனம், அதிகதனம் சம்பாதிப்பார். எந்த சகோதரர் தகப்பனிடம் பிரீதியாயிருப்பானோ அவனும், ஜாதகனும் சத்ருவாவானென்று சிலர் சொல்லுகிறார்கள், உத்திரபாகம் ஆனால் சிலசமயம் ஜாதகர் தம்பியிடம் பிரீதியுடையவனாக இருப்பார்.

(174) ஜென்ம லக்னம் கும்பம் (குஹாம்சம்) ஆகி சகோதர ஸ்தானாதிபனான குஜன் விருச்சிக ராசியில் தன் உச்சாம்சத்தில் சுபருடன் கூடி இருந்தால் ஜாதகருக்குச் சகோதரர் எட்டுப் பேர்களுண்டு, அவர்களில் இருவர் பிரபலமான புகழுடையவராவர்கள், அரசனை நாயகனாக உடையவராவார்.

(175) ஜென்ம லக்னம் கும்பம் (குஹாம்சம் உத்திரபாகம்) ஆகி பத்தாம் பாவத்தில் சுக்கிரன் இருந்தால் ஜாதகர் பிறந்தது முதல் சம்பத்துடையவனாவார், மாற்றாந்தாய் புத்திர துவேஷமுடையவர்.

(176) ஜென்ம லக்னம் கும்பம் (குஹாம்சம் பூர்வபாகம் முன்பாகம்)ஆகி பத்தாம் பாவத்தில் சுக்கிரனிருந்தால் ஜாதகர் தரித்திரனாவார்.

(177) ஜென்ம லக்னம் கும்பம் (குஹாம்சம்) ஆகி சந்திரன் இரண்டு பாபிகளுடன் கூடி எட்டாமிடத்தில் இருந்தால் ஜாதகர் பாபமனதுடையவர், தகப்பன் சொல்லைக் கேளாதவர், ரகசியமாய் திருடுவார்,யக்ஷினிதேவி சித்தியுடையுவர், எப்போதும் ரகஸ்ய காரியங்கள் செய்பவர், பாபத்தில் புத்தி செலுத்துவார்.

(178) ஜென்ம லக்னம் கும்பம் (குஹாம்சம்)ஆகி சந்திர லக்கினத்திலிருந்து குரு ஸ்தானம் சுக்கிரனால் பார்க்கப்பட்டால் ஜாதகர் எந்த லக்கினத்தில் பிறந்திருந்தபோதிலும் ஞானவானாயும் பாக்கியவானாகவும் இருப்பார்.

(குருஸ்தானம் என்பது ஒன்பதாம் பாவமாகும்.)

(179) ஜென்ம லக்னம் கும்பம் (குஹாம்சம்) ஆகி குரு லக்கின் அம்சாதிபனாகி சுக்கிரனுடனும், அங்காரகனுடனும் கூடினால் ஜாதகர் பாக்கியவனாகவும், வியாபாரத்தில் தனவானாகவும், இரண்டாயிரம் தனத்திற்கு அதிகாரியாயும், தன் சிற்றப்பன்மகனுக்குப் பிரியனுமாக இருப்பார், உத்தரபாகம் ஆனால் ஜாதகர் சிற்றப்பனுக்கு இருதாரமுண்டு. ஜாதகர் எப்போதும் பொருள் சம்பாதிப்பதிலேயே நோக்கமுடையவர், உள்ளத்திற்கபட முடையவர், நாலாம் திசையில் சகோதர விரோதமடைவார், இரண்டு அல்லது மூன்று வாரத்தில் பாகப்பிரிவினையாகும். மாற்றாந்தாய் மகன் செல்வனாவான், நல்ல பாக்கிய முடையவர், மூன்றாம் திசையில் சகோதரன் சந்தானமடைவார் மாற்றாந்தாயின் பெண்ணின் புத்திரி வாலிபத்தில் பாக்கிய சுகத்துடன் கூடியவளாய் பின்னால் தரித்திரமடைந்து புத்திர புத்திரிகளுடன் கூடியவளாவாள். அவள் கர்ப்பத்திலுதித்தவர் சாத்வீகர், சாந்தர், சகோதர சகோதரிகளுடன் கூடியவர், காலாந்தரத்தில் சகோதரர் மூலம் அதிக சௌக்கியமும், செல்வமுமடைவார்.

(180) ஜென்ம லக்னம் கும்பம் (குஹாம்சம்) ஆகி மாதுலாதிபனான சந்திரன் எட்டாமிடத்தில் இரு பாபருடன் கூடி இருந்தால் ஜாதருக்கு அம்மான்மார் அதிகமாக உண்டு, இருவர் அல்லது மூவர் தீர்க்காயுளுடையவராயிருப்பார்கள், அம்மான்களில் ஒருவன் தேசாந்திரத்தில் மரிப்பார், ஒருவன் நோயாளியாயிருப்பார், (நாஸ்தீகர்களின்) ஆசார முடையவர், இவன் தாய் பாட்டன் செய்த பாபத்தினாலே தாய் வம்சம் அழியும், இவன் தாய் விவாகத்திற்குப் பிறகு புருஷன் மூலம் சுகமடைவாள், அம்மானுக்குக் கொஞ்சம் சுகமும், கொஞ்சம் கஷ்டமும் நேரிடும்,இவன் தாய்க்குச் சகோதரர்கள் ஏழு அல்லது ஒன்பது பேர்கள் நிச்சயமாக உண்டு, இருவர் அல்லது மூவர் தீர்க்காயுளுடையவராவார்கள், அவர்களில் ஒருவன் நோயாளி, உத்தரபாகம் ஆனால் தாயின் சகோதரி மரிப்பாள், அம்மான் தரித்திரத்தில் கிலேசமுடையவனாய் ஜீவிப்பார்.

(181) ஜென்ம லக்னம் கும்பம் (குஹாம்சம்) ஆகி லக்கினத்திலிருந்து பன்னிரண்டாம் பாவத்தில் சனி இருக்கும் மீனாம்ச ஜாதகர் அம்மான் குலத்தில் ஒருவன் மனைவி துஷ்ட குணத்துடன் கூடியவளாவாள்.

(182) ஜென்ம லக்னம் கும்பம் (குஹாம்சம்) ஆகி ஆறாம் பாவத்தில் ஐந்தாம் ஸ்தானத்தில் குஜனிருந்து, குருவால் பார்க்கப்பட்டால் ஜாதகனுடைய அம்மான்களுள் ஒருவன் புத்திர புத்திரிகளுடன் கூடியவர், ஒருவன் மரித்த புத்திரனுடையவர், மற்றவர் புத்திரனற்றவனென்று நிச்சயிக்கவும் ஜாதகருடைய இரண்டாம் திசையில் அம்மான் வயிற்றுவலியால் பீடிக்கப்படுவார்.

(183)ஜென்ம லக்னம் கும்பம் (குஹாம்சம் உத்தரபாகம்) ஆகி மாமனார் ஸ்தானமென்ற மூன்றாம் பாவாதிபனான குஜன், விருச்சிக ராசியில் இரு சுபருடன் கூடி இருந்தால் ஜாதகர் விவாகத்திற்குப் பிறகு சௌக்கியமடைவார், ஜாதகர் கருத்த நிறமுள்ள மனைவியுடையவனாவார்.

(184) ஜென்ம லக்னம் கும்பம் (குஹாம்சம்) ஆகி லக்கினத்திலிருந்து பத்தாம் ஸ்தானமாகிய விருச்சிகத்தில் குஜனிருந்து, சுபக்கிரகத்தால் பார்க்கப்பட்டாலும், கூடினாலும் ஜாதகர் நற்கர்ம, நற்செய்கை ஆசாரமுடையவர், பிதாவின் தர்மத்தைச் செய்வார், ஜாதகருடைய தகப்பன் வழிப் (பாட்டன்) வம்சத்தில் அல்லது சிற்றப்பன் வம்சத்தில் கங்கா யாத்திரைப் பலனடைவார், (அழிந்ததைச் சீர்திருத்தம்) முதலிய தர்மம் செய்வார்.

(185) ஜென்ம லக்னம் கும்பம்(குஹாம்சம்) ஆகி குஜன், பத்தாம் பாவம், ஏழாம் பாவம், லக்கின பாவம் இவைகளில் இருந்தால் ஜாதகர் பதிவிரத ஸ்த்ரீக்குக் கணவனாவார், மனைவி லக்ஷ்மீகரம் பொருந்தியவள், அவனை விட்டுப்பிரியாள் ஜென்ம முதல் செல்வவான்.

(186)ஜென்ம லக்னம் கும்பம் (குஹாம்சம்) ஆகி சந்திரன் எட்டாம் பாவத்தில் சனி அம்சத்தில் இருந்து, லக்கினாதிபன் இருக்கும் பாவாதிபன் லக்கினத்திற்குக் கேந்திரத்திரிகோணங்களில் இருந்து சுபரால் பார்க்கப்பட்டால் ஜாதகர் தீர்க்காயுளுடையவர், பாபரால் பார்க்கப்பட்டால் ஜாதகர் அற்பாயுளுடையவர்.

(187) ஜென்ம லக்னம் கும்பம் (குஹாம்சம்) ஆகி சந்திரன் ஆறாம் பாவத்திலும், அதன் திரிகோணத்தில் விருச்சிகத்தில் சனி குஜனுடன் கூடி இருந்தால் ஜாதகருக்கு யமள யோகமென்பார்கள், இதில் இரட்டைப் பிறப்பாய்ப் பிறப்பார்கள், ஜென்ம வருஷத்திலும், மூன்றாம் வயதிலும் யமள யோக ஜாதகத்தில் பாலாரிஷ்டமுண்டு, பிழைப்பார்.

(188) ஜென்ம லக்னம் கும்பம் (குஹாம்சம்)ஆகி ஆறாம் பாவத்தில் சனியும், இரண்டாம் பாவத்தில் சந்திரனுமிருந்தால் ஜாதகருக்குப் பாலாரிஷ்டம் செய்யும், பிழைத்தால் பிதா நசமுறுவர்.

(189) ஜென்ம லக்னம் கும்பம் (குஹாம்சம்)ஆகி சந்திரன் மிருத்யு வாவஸ்தையில் சத்ரு ராசியில் இருந்தால் ஜாதகர் ஆறு மாதத்தில் அரிஷ்டமடைவார், தவறினால் மூன்றாம் வருஷம் ஆறாம் வருஷம் மரணம் நிச்சயமாய் அடைவார்.

(190) ஜென்ம லக்னம் கும்பம் (குஹாம்சம்)ஆகி ஆறாம் பாவத்தில் சந்திரன் இருந்தால் ஜாதகருடைய ஆறாம் வயது அல்லது எட்டாம் வயதில் மரணமடைவார், தவறினால் இவன் தாய் தந்தை, சகோதரி இவர்கள் நாசமவைார்கள்.

(191) ஜென்ம லக்னம் கும்பம் (குஹாம்சம்) ஆகி கேது பாபருடன் கூடி தனுசில் இருந்தாலும் அல்லது பாபர்களால் பார்க்கப்பட்டிருந்தாலும் ஜாதகர் நற்செய்கை செய்வார், புண்ணியவான், தனம் நிரம்பியவர், இவ்வுலகிலும், வேறு உலகிலும் சுகமுடையவர், உத்திராம்சத்தில் பிறந்திருந்தால் ஜாதகர் கண்ணோயடையவர். அதிக பாக்கியம் [illegible]யவர்.

(192) ஜென்ம லக்னம் கும்பம் (குஹாம்சம்) ஆகி கேது தனுசில் பாபருடன் கூடியாவது பார்க்கப்பட்டாவது இருப்பதுடன், சூரிய சந்திரரால் பார்க்கப்பட்டு, குரு பார்வை இல்லாதிருந்தால் ஜாதகர் நேந்திர வாயு பீடையுடையவர், அல்லது மூடிய கண்களை யுடையவர்.

(193) ஜென்ம லக்னம் கும்பம் (குஹாம்சம்) ஆகி கேது தனுசில் பாபருடன் கூடியாவது அன்றி பார்க்கப்பட்டாவது சிம்ம நவாம்சத்திலிருந்தால் ஜாதகருக்கு ராஜயோக முண்டு, பொக்கிஷ ஸ்தானத்திற்கு அதிகாரியாவார். இவனுக்குக் கண்களுக்குள் புழு உண்டு. பாலியத்திற் காதில் பீடையுண்டு. சுபர் பார்வை இருந்திடில் ஜாதகர் ஆரோக்கிய முடையவர், மந்திர மூலிகைகளால் சுகமுடையவர், காது ரோகமுடையவர்.

(194) ஜென்ம லக்னம் கும்பம் (குஹாம்சம்) ஆகி இரண்டாம் பாவத்தில் கேது இருந்து சனியால் பார்க்கப்பட்டு, கன்னியம்சத்தில் மத்தியில் சுபர் பார்வை இல்லாவிட்டால் ஜாதகர் காது ரோகமுடையவர்.

(195)ஜென்ம லக்னம் கும்பம் (குஹாம்சம்) ஆகி மீனத்தில் சனி, அங்காரகனிருந்து கன்னியாம்சத்தில் கேது இருந்தால் ஜாதகர் திருட்டுச்செய்கை செய்ததில் காது அறுபடுவார்.

(196) ஜென்ம லக்னம் கும்பம் (குஹாம்சம்) ஆகி சந்திரன் சோராம்சத்தில் குஜனுடன் கூடி இருந்து சோராம்சத்தில் ஜெனித்த ஜாதகர் காதறுபடுவார், அப்படி இல்லாவிட்டால் நடுவயதில் வாயுவால் செவிடராவார்.

(197) ஜென்ம லக்னம் கும்பம் (குஹாம்சம்)ஆகி சந்திரன் சோராம்சத்திலிருந்து குஜனால் பார்க்கப்பட்டு, சோராம்சத்தில் ஜெனித்த ஜாதகருக்கு காதடியில் புண் உபத்திரவமுண்டாகும்.

(198) ஜென்ம லக்னம் கும்பம் (குஹாம்சம்) ஆகி கேது மீனத்தில் துலாம்சத்தில் குருவுடன் கூடியாவது அன்றி பார்க்கப்பட்டாவது இருந்தால் ஜாதகர் வாசாலகர், பாபி, புணரத்தக்காதவரைப் புணர்வார்.

(199) ஜென்ம லக்னம் கும்பம் (குஹாம்சம்)ஆகி கும்பராசித் திரிகோணத்தில் குரு, கேதுவுடன் கூடி இருந்தால் ஜாதகர் பிராமண ஸ்த்ரீ சேர்க்கையுடையவர், பாபி, நடுவயதில் அரசனுக்குப் பிரியவனாவார், சுகமுடையவர்.

(200) ஜென்ம லக்னம் கும்பம் (குஹாம்சம்)ஆகி குரு குஜன் அம்சத்தில் குஜன் வீட்டில் கேதுவுடன் கூடி இருந்தால் ஜாதகர் ஜீவ இம்சை செய்வார்.. பாபி, துஷ்ட புத்தியுடையவர்.

(201) ஜென்ம லக்னம் கும்பம் (குஹாம்சம்) ஆகி கேது மீனத்தில் துலாம்சத்தில் இருந்தால் ஜாதகர் தார சுக மற்றவர், அயற்பெண்களின் சேர்க்கையுடையவர், காமி மூத்திரக் கிருச்ர பீடையுடையவர்.

(202) ஜென்ம லக்னம் கும்பம் (குஹாம்சம்) ஆகி கேது மீனத்தில் குஜாம்சத்தில் இருந்தால் ஜாதகர் மூத்திரத்துவாரத்தில் பீடையுடையவர்.

(203) ஜென்ம லக்னம் கும்பம் (குஹாம்சம்)ஆகி கேது மீனத்தில் குஜாம்சத்தில் இருந்து சனியால் பார்க்கப்பட்டால் ஜாதகர் அவயவங் குறைந்த தன்மையை அடைவார்.

(204) ஜென்ம லக்னம் கும்பம் (குஹாம்சம்) ஆகி குரு, குஜனால் பார்க்கப்பட்டாலும், ஜென்ம லக்கினம் கும்பம் (குஹாம்சம்) ஆகி குஜன் குருவால் பார்க்கப்பட்டாலும் ஜாதகர் சண்டையில் கத்தி தடுத்தால்ல ஊமையாகி காது நுனியில் பீடையுடையவர், கொஞ்சம் விகாரமானகாதுகளுடையவர்.

(205) ஜென்ம லக்னம் கும்பம் (குஹாம்சம்) ஆகி கேது பன்னிரண்டாம் பாவத்தில் புதனம்சத்தில் இருந்து குருவுடன் கூடியாவது அன்றிப் பார்க்கப்பட்டாவது இருந்தால் ஜாதகர் அரசன், குரு, பெரியோர், ஆசான் இவர்களுக்குத் துரோகம்செய்வார், மூத்த சகோதரர்களிடம் விரோதமுடையவனாவார்.

(206)ஜென்ம லக்னம் கும்பம் (குஹாம்சம்) ஆகி கேது கன்னியில் குருவுடன் கூடி இருந்தால் ஜாதகர் சகோதர நாசமுடையவர், பாலியத்தில் தரித்திரனாவார்.

(207) ஜென்ம லக்னம் கும்பம் (குஹாம்சம்) ஆகி கேது மீனத்தில் தனுசு அம்சத்திலிருந்து, சுக்கிரனால் பார்க்கப்பட்டால் ஜாதகர் மனைவிக்குக் கொஞ்சம் அபவாதம் நேரிடும், ஜாதகர் தர்மவான், அதி புத்திசாலி வாலிபத்தில் அதிக துர்மார்க்கமான செய்கையுடையவர், சகோதர கிலேசத்தால் நித்தம் வருந்துவார், துர்நடவடிக்கையுள்ள ஸ்த்ரீயின் கணவனாவார். சுகமுடையவர்.

(208)ஜென்ம லக்னம் கும்பம் (குஹாம்சம்) ஆகி மீன ராசி கேது, சனி இவர்களால் பார்க்கப்பட்டு, குருவின் பார்வை இல்லாமலிருந்தால் ஜாதகர் எந்த லக்கினத்தில் ஜனித்தவனானாலும் தன்னுடன் பிறந்த சகோதர சோகமுடையவர்.

(209) ஜென்ம லக்னம் கும்பம் (குஹாம்சம்) ஆகி கேது ஜென்மலக்கினாம்சத்திலிருந்து குருவால் பார்க்கப்பட்டால் ஜாதகர் மூத்த சகோதர நாசமுடையவர். காது நோய், காதின் சமீபத்தில் ரத்தப்பெருக்கு, புண் நோய் இவைகளுண்டு, அப்படியில்லாவிட்டால் காது நுனியில் நோயுண்டாகும், நித்தம் ராஜயோகத்துடன் கூடியவர், இறந்த சந்ததியுடையவர், புத்திரனில்லாதவர், ஞானமுடையவர், இவர் பெண்ணும் கண்ணோய் உடையவளாவாள்.

(210)ஜென்ம லக்னம் கும்பம் (குஹாம்சம்) ஆகி ஏழாம் பாவாதிபன் லக்கினத்திலிருந்து சனி அங்காரகர் இவர்களால் பார்க்கப்பட்டால் ஜாதகர் பல்லில் புண் முதலிய பயத்தால் பிடிக்கப்படுவார், கன்னங்களின் சமீபத்தில் பீடையுடையவர், இவர் மனைவி எப்பொழுதும் கர்ப்பசிராவம் முதலியவற்றால் கிலேசமடைவாள்.

(211) ஜென்ம லக்னம் கும்பம் (குஹாம்சம்)ஆகி லக்கினத்திற்கு ஐந்தாம் பாவத்தில் சுக்கிரன் மீனாம்சத்தில் குருவால் பார்க்கப்பட்டிருந்தால் ஜாதகர் காலாந்தரத்தில் புத்திரனடைவார், அல்லது வேறு மனைவியிடமாவது உண்டாகும், முன் செய்த புண்ணியவசத்தால் ஒரு புத்திரன் தீர்க்காயுளாயிருப்பார்.

(212) ஜென்ம லக்னம் கும்பம் (குஹாம்சம்)ஆகி லக்கினத்திற்கு ஏழாம் பாவத்தில் குஜன் இருந்து பன்னிரண்டாம் பாவாதிபனால் பார்க்கப்பட்டால் ஜாதகர் மறு மணம் செய்து கொள்வார், வேறு மனைவியிடம் புத்திரப்பேறு அடைவார்.

(213) ஜென்ம லக்னம் கும்பம் (நிர்மலாம்சம்)ஆகி குரு பாக்கியத் திரிகோணத்தில் 'கமலாகர' ஷஷ்டியம்சத்தில் இருந்து சுக்கிரன் சனி இவர்களுடன், கூடியாவது அன்றிச் சனி, சுக்கிரனிவர்களால் பார்க்கப்பட்டாவது இருந்து, அதன் திரிகோணத்தில் சந்திரன் இருந்தால் ஜாதகர் சிவந்த நிறமும், அழகிய தேகமும் உடையவனாவார்.

(214) ஜென்ம லக்னம் கும்பம் (நிர்மலாம்சம் பூர்வபாகம்) ஆகி நாலாம் பாவத்தில் மீனாம்சத்தில் சூரியனிருந்தால் ஜாதகருடைய தாய் தகப்பன் தீர்க்காயுளாயிருப்பார்கள்.

(215) ஜென்ம லக்னம் கும்பம் (நிர்மலாம்சம்) ஆகி சந்திரன் பதினோராம் பாவத்தில் சனியுடன் கூடி இருந்து, அந்தப் பதினோராம் பாவ ஸ்தானாதிபன் சுக்கிரனுடன் கூடி இருந்தால் ஜாதகர் மூத்த சகோதர நாசமுடையவர், இளைய சகோதரமில்லாதவர், பிறந்தால் மரிப்பார், உத்திராம்சம் ஆனால் மூத்த சகோதரனுடன் கூடியவர், சுகமுடையவர்.

(216)ஜென்ம லக்னம் கும்பம் (நிர்மலாம்சம்) ஆகி புதன் சிம்மாம்சத்தில் மேஷத்தில் கேதுவுடன் கூடி இருந்தால் ஜாதகர் நித்தம் விஷ்ணு பக்தியுடையவர், சகோதரனில்லாதவர்.

(217) ஜென்ம லக்னம் கும்பம் (நிர்மலாம்சம்) ஆகி மேஷத்தில் புதன் கேதுவுடன் கூடியிருந்து, லக்கினத்தில் குஜனிருந்தால் ஜாதகர் தைரியமுடையவர், சூரன், செல்வம் நிரம்பியவானாவார்.

(218) ஜென்ம லக்னம் கும்பம் (நிர்மலாம்சம்) ஆகி சனி, குரூர ஷஷ்டியாம்ச பாகத்திலிருந்தால் ஜாதகர் உள்ளில் கபடமுடையவர், காமி, தாமரை போன்ற பரந்த கண்களுடையவர், சீக்கிரம் கோபமுடையவர், தெளிந்த மனதுடையவர், சமமான தேக முடையவர்,அழகானவர்.

(219)ஜென்ம லக்னம் கும்பம் (நிர்மலாம்சம்) ஆகி புதன் மேஷத்தில் கேதுவுடன் கூடி சிம்மாம்சத்திலிருக்கும் லக்ஷ்மி யோகமுடைய ஜாதகர் கொஞ்சம் மூர்க்ககுணமுடையவர், உள்ளில் கோபமுடையவர், தெளிந்த மனமுடையவர், அரசாங்க ஜனத்தோழமையுடையவர்.

(220) ஜென்ம லக்னம் கும்பம்(நிர்மலாம்சம்)ஆகி புதன் மேஷத்தில் சிம்மாம்சத்தில் இருந்தால் ஜாதகர் வாலிபத்தில் தரித்திரமடைந்து ஐந்து வயதுக்கு மேல் சுகமடைவார்.

(221)ஜென்ம லக்னம் கும்பம் (நிர்மலாம்சம்)ஆகி ரிஷப ராசியில் மீனாம்சத்தில் சூரியன் இருந்தால் ஜாதகர் வாலிபத்தில் சக்கிர முத்திரை அடையாளம் தரித்து, வைஷ்ணவாசாரங் கைக்கொள்வார்.

(222)ஜென்ம லக்னம் கும்பம் (நிர்மலாம்சம்) ஆகி மாதா ஸ்தானாதிபனான சுக்கிரன் மிதுன ராசியில் சனி அம்சத்தில் குருவுடன் கூடி இருந்து, சந்திரன் குருவால் பார்க்கப்பட்டால் ஜாதகர் தாய் தீர்காயுளுடையவர்,சனி கோசாரத்தில் பூர்வபாகத்தில் ரிஷப பூர்வபாகத்தில் வரும்போது ஜாதகருண்டய தாய்க்கு அரிஷ்டம் நேரிடும்.

(223) ஜென்ம லக்னம் கும்பம் (நிர்மலாம்சம்) ஆகி லக்கினத்தில் குஜனிருந்து, சுக்கிரன் மிதுன ராசியில் சனியின் அம்சத்தில் குருவுடன் கூடி இருந்தால் ஜாதகர் மூன்று பாஷைகளில் வல்லவர், சங்கீத வித்தையில் தேர்ந்தவர், காவ்யங்கள், நாடகங்கள், சாஸ்திரங்கள் முதலியவற்றில் பிரியன், சங்கீதத்தில் அதிக விருப்பமுள்ளவர், சாத்துவீகர், பிரியமாய்ப் பேசுபவர், தேவப்பிராமணரிடம் பக்தியுடையவர்.

(224)(225)ஜென்ம லக்னம் கும்பம் (நிர்மலாம்சம் பூர்வபாகம்) ஆகி சுக்கிரன் மிதுன ராசியில் சனியின் அம்சத்தில் இருந்து சனியால் பார்க்கப்பட்டால் ஜாதகர் சிற்சில சமயங்களில் மந்தமான புத்தியுடையவர், ஜாதகர் பிதா வேதமறிந்தவர், நல்ல கேள்வி யுடையவர், குணமுடையவர், துஷ்டர்களிடம் துஷ்ட புத்தியுடையவர், சாதுக்களுக்கு சாத்துவீகர், இனியன், பிதாவின் பாக்கியமற்றவர், தன் கையால் சம்பாதித்த பொருளுடையவர், எல்லா சாஸ்திரங்களின் பொருளையும் விளக்கமாய் அறிந்தவர். நாலாம்பாவாதிபன் ஞானாம்சத்திலிருந்தால் ஜாதகர் எல்லோருக்கும் உபகாரம் செய்வார், பராக்கிரமத்தில் சந்தோஷமுடையவர், புகழுடையவர், நித்தம் நல்ல கதைகள் கேட்பார், சீமான், தீன ஜனங்களுக்குப் பிரியன் இவையனைத்தும் தகப்பனால் உண்டாகும் பலனாகும்.

மாதா பிதா தீர்காயுளுடையவராயிருப்பார்கள், ஜாதகர் சிவந்த நிறம் நல்லபுத்திமான், லோகோபகாரத்தில் பற்றுடையவர், பஞ்ச யக்ஞம் முதலிய வைதீக சடங்குகள் செய்வார், ஆஸ்திகர், எல்லா தர்மங்களும் அறிந்தவர், தாதா ஆழ்ந்த நேசமுள்ளவர்.

(226) ஜென்ம லக்னம் கும்பம் (நிர்மலாம்சம்) ஆகி லக்கினாதிபன் சுக்கிரனுடைய அம்சத்திலிருந்து, சுக்கிரன் மகராம்சத்திலிருந்தால் ஜாதகர் உள்ளில் கோபமுடையவர், தெளிந்த மனதுடையவர், கொஞ்சம் நிம்மதியுள்ள மனமுடையவனாவார்.

(227) ஜென்ம லக்னம் கும்பம் (நிர்மலாம்சம்) ஆகி குரு ஐந்தாம் பாவத்தில் சுபாம்சத்தில் இருந்தால் தேஜஸுடையவர், புத்திமான், தெளிந்த முகமுடையவர், சாமர்த்தியசாலி, பயந்தவர், வித்தை புத்தியுடன் கூடியவர், சுகமுடையவர்.

(228) ஜென்ம லக்னம் கும்பம் (நிர்மலாம்சம்) ஆகி சனி லாப பாவத்தில் துலாம்சத்திலிருந்தால் ஜாதகர் சாஸ்திரங்களின் பொருளை விளக்கமாய் அறிந்தவர், அதிதிகளுக்கு நித்தம் பிரீதி செய்வார், தனவான் சுகமுடையவர், பூர்வபாகமானால் ஜாதகர் அனேக கிராமங்களுக்கு அதிகாரியானவர், இவன் தந்தை வெகு பாக்கியமுடையவர், நன்மார்க்கச் செய்கைகள் செய்வார், நல்ல புகழுடையவர், தர்மங்களைப் பரிபாலனம் செய்வார், பயிர்,பசு இவைகளின் லாபமுடையவர், பூமிகள், கிராமங்கள் இவற்றுக்கதிகாரி, ஜாதகர் தகப்பனால் விசேஷ தனமடைவார்.

(229) ஜென்ம லக்னம் கும்பம் (நிர்மலாம்சம்)ஆகி குருவும், சுக்கிரனும் ஒன்றாய்ச் சேர்ந்து ஒரு ராசியில் இருந்தால் ஜாதகர் பத்தாயிரத்துக்கு மேற்பட்ட தனமுடையவர், மூன்று புத்திரர்கள், மூன்று புத்திரிகள் தீர்க்காயுளுடையவராயிருப்பார்கள், அதிகமும் உண்டாகும், சாந்தியால் புத்திர சுகமுண்டு.

(230) ஜென்ம லக்னம் கும்பம் (குந்தாம்சம்) ஆகி கடகத்தில் சனி இருந்தால் ஜாதகர் கிழக்கு மேற்கு வீதியில் தேவாலய சமீபத்தில் மூன்று ஐந்தாவது கர்ப்பத்தில் உதித்தவனாவார்.

(231) ஜென்ம லக்னம் கும்பம் (குந்தாம்சம்) ஆகி லக்கினாதிபனான சனி, கேந்திரத்திரிகோண ஸ்தானங்களில் சுபக்கிரகத்துடன் கூடி இருந்தால் ஜாதகர் சீக்கிரம் கோபமுடையவர், தெளிந்த மனதுடையவர், சமமான சரீரமுடையவர், கொஞ்சமாய்ப் புசிப்பவர், ஜலத்தில் பிரீதியுடையவர், மேதாவி, வெகு பாக்கியமுடையவர், தாய் தகப்பன் தீர்காயுளுடையவர், இவர் இரு சகோதரருடையவர், மூன்று சகோதரிகள் தீர்காயுளுடையவர், இவன் த்ந்தை இருதாரமுடையவர், இவர் பிதுர்பாக்கியம் அதிகமாகவுடையவர், தன் கையால் சம்பாதித்தப் பொருளுடையவர், பெருந்தன்மை வாய்ந்தவர், வேலையாட்களுடைய கிராமாதிகாரி, காலாந்தரத்தில் நல்லபாக்கியமும், வாலிபத்தில் கஷ்டமும் அனுபவிப்பார்,நடுவயதில் பாக்கியமுடையவர் முதுமையில் அதிக பாக்கியம், இரண்டாயிரத்திற்கு அதிகமான தனமுடையவர்.

(232) ஜென்ம லக்னம் கும்பம் (குந்தாம்சம்) ஆகி பிதா ஸ்தானாதிபனான சுக்கிரன் பாக்கியஸ்தானமாகிய ஒன்பதாம் பாவத்தில் வர்க்கோத்தமாம்சத்தில் இருந்தால் ஜாதகருடைய தந்தை இருதாரமுடையவர், யாகம் சந்தேகமில்லாமல் செய்வார்.

(233) ஜென்ம லக்னம் கும்பம் (குந்தாம்சம்) ஆகி லக்கினாதிபனான சனி பத்தாம் பாவ ராசியில் இருந்தால் ஜாதகர் பிறவி முதல் செல்வவானாக இருப்பார், எப்போதும் தரித்திரமே இல்லை.

(234) ஜென்ம லக்னம் கும்பம் (குந்தாம்சம் பூர்வபாகம்) ஆகி லக்கினத்தில் பாபிகள் கூடியாவது, பாபரால் லக்கினபாவம் பார்க்கப்பட்டாவது இருந்தால் ஜாதகர் வைத்தியனாவார், மருந்து மூலம் ஜீவனமடைவார்.

(235) ஜென்ம லக்னம் கும்பம் (குந்தாம்சம்) ஆகி ஐந்தாம் பாவாதிபனான புதன், ஸ்த்ரீ காலத்தில் இருக்க ஜனித்த ஜாதகர், முதலில் பெண் சந்தானமடைவார், இதற்குச் சந்தேகமே இல்லை.

(236) ஜென்ம லக்னம் கும்பம் (குந்தாம்சம்) ஆகி சுக்கிரன் தன்ராசியில் சுபாம்சத்திலும் அல்லது நவாம்சக்கிரத்தில் மீனத்திலும், இருந்தால் ஜாதகர் நான்கு புத்திர யோகமுடையவர், புத்திரிகள் சந்தேகமில்லாமல் நாசமடைவார்.

(237) ஜென்ம லக்னம் கும்பம் (குந்தாம்சம்) ஆகி ஐந்தாம் பாவாதிபன் கேதுவுடன் கூடி இருந்தால் ஜாதகருடைய தாரத்தின் கண்ணில் புழு உண்டாகும், கொஞ்சம் ரோகமுடைய களத்திரம் வாய்ப்பாள், விதிப்படி வருஷா விரதம், மாதா விரதாதிகளில் சாந்தி உண்டு,

(238) ஜென்ம லக்னம் கும்பம் (குந்தாம்சம்) அகி லக்கினாதிபனான சனி, பாக்கிய பாவமாகிய ஒன்பதாம் பாவம் அல்லது இரண்டாம் பாவத்தில் இருந்தால் ஜாதகர் மூன்றாம் திசையில் அதிக பாக்கியமுடையவர், ஐந்தாம் திசையில் சுபம் முதலானவை நடக்கும்.

(239) ஜென்ம லக்னம் கும்பம் (சுநிர்மலாம்சம் பூர்வபாகம்) ஆகி சந்திரன் சிற்றப்பன் ஸ்தானமாகிய பதினொன்றில் குருவுடன் கூடி இருந்தால் ஜாதகருக்கு இரு சிற்றப்பன்மார்களுண்டு, ஒரு சிற்றப்பன் மரிப்பார்.

(240) ஜென்ம லக்னம் கும்பம் (சுநிர்மலாம்சம்) ஆகி பிதா ஸ்தானாதிபனான சுக்கிரன், மகராம்சத்தில் சனியுடன் இருந்தால் ஜாதகருடைய தந்தை யோகவான், சுகமுடையவர், மண்டலாதிபதி, யோகத்தில் நரவாகன யோகமுடையவர், அதிக தேசங்களுக்கு அதிபன், அன்னதானம் செய்வார். நல்ல புகழுடையவர், விஷ்ணு கைங்கர்யம் செய்வார், அக்கிரா ரம்பம் முதலிய தர்மம் செய்வார், சில காலம் ஸ்மார்த்தரிடம் பிரீதியுடையவனாவார், வைஷ்ணவாசாரங் கைக்கொள்வார்.

(241) ஜென்ம லக்னம் கும்பம் (சுநிர்மலாம்சம் பூர்வபாகம்) ஆகி நான்காம் பாவத்தில் மீனாம்சத்தில் சூரியன் இருந்தால் ஜாதகர் சத்தியவாதி, பெரியோர்களிடம் பிரிய முடையவர்.

(242) ஜென்ம லக்னம் கும்பம் (சுநிர்மலாம்சம்) ஆகி ஏழாம் பாவாதிபனான சூரியன் ரிஷப ராசியில் மீனாம்சத்தில் ஸ்திர ராசியில் இருந்து, களத்திர காரகனான சுக்கிரன் குருவுடன் கூடி இருந்தால் ஜாதகர் ஒரே மனைவியுடையவர், அன்னிய ஸ்த்ரீ சேர்க்கையாலான பாபமுடையவர்.

(243) ஜென்ம லக்னம் கும்பம் (நிர்மலாம்சம் பூர்வபாகம்) ஆகி ஐந்தாம் பாவாதிபன் கேதுவுடன் கூடி மேஷ ராசியில் இருந்தால் ஜாதகர் புத்திரப் பேறுடையவர்.

(244) ஜென்ம லக்னம் கும்பம் (நிர்மலாம்சம்) ஆகி புத்திர ஸ்தானாதிபனான புதன் மேஷத்தில் சிம்மநவாம்சத்திலிருந்து,ஐந்தாம் பாவத்தில் சுபர் இருந்தால் ஜாதகருக்கு நான்கு புத்திரரும், இரண்டு பெண்களும் தீர்க்காயுளுடையவராவார், மற்றவர் நாச முறுவார்.

(245) ஜென்ம லக்னம் கும்பம் (நிர்மலாம்சம் பூர்வபாகம்) ஆகி நாலாம் பாவாதிபன் மிதுன ராசியில் மகராம்சத்தில் இருந்தால் ஜாதகர் நரவாகன யோகமுடையவர், சேனை, மந்திரி, ஜெனம் இவர்கள் நேசமுடையவர், அரசனுக்குப் பிரியமான சேவகனாவார்.

(246) ஜென்ம லக்னம் கும்பம் (நிர்மலாம்சம்) ஆகி லக்கினாதிபன் வர்க்கோத்தமாம்சத்தி லிருந்தாலும் அல்லது தன்னுச்ச ஸ்தானமாகிய துலாத்திலிருந்து குருவால் பார்க்கப்பட்டாலும் ஜாதகர் அத்துவைத மார்க்கத்திலிருப்பார், வேதாந்தத்தில் இருப்பார், பரமாத்மாவை அறிந்தவனாவார்.

(247) ஜென்ம லக்னம் கும்பம் (நிர்மலாம்சம்) ஆகி சூரியன் ரிஷப ராசியில் கரான ஷஷ்டியாம்சத்திலிருந்தால் பன்னிரண்டாம் அதிபதிக்குரிய ஜாதிக்குத்தகுந்த லோகத்தை முடிவில் ஞானவானாகி அடைவார்.

(248) ஜென்ம லக்னம் கும்பம் (வைஷ்ணவியம்சம்) ஆகி சுக்கிரன் தனுசு ராசியில் குந்தாம்சத்திலிருந்து, சனியுடன் கூடியாவது, அன்றி சனியால் பார்க்கப்பட்டாவது இருந்தால் ஜாதகர் மூத்த சகோதரனில்லாதவர், பின் சகோதரமுடையவர், பெருந்தன்மை வாய்ந்தவர், பிதாவின் பாக்கியமில்லாதவர், மாற்றாந்தாய் மகனுடையவர் ஜாதகர் தந்தை மூன்று தாரமுடையவனாவார்.

(249) ஜென்ம லக்னம் கும்பம் (வைஷ்ணவியம்சம்) ஆகி நாலாம்பாவாதிபன் தனுராசியில் குந்தாம்சத்தில் கூடியாவது பார்க்கப்பட்டாவது இருந்தால் ஜாதகர் எப்போதும் விஷ்ணு பக்தியுடையவர், வைஷ்ணவாசாரமுடையவர்.

(250) ஜென்ம லக்னம் கும்பம் (வைஷ்ணவியம்சம்) ஆகி பாக்கியாதிபனான சுக்கிரன் ஸ்திராம்சத்திலிருந்து சனியால் பார்க்கப்பட்டால் ஜாதகர் அரசாங்கத்தில் பிரசித்தமானவர்,மூன்றுவாகன யோகமுடையவர், இவன் தந்தை நடுவயதில் பல்லக்கேறும் பாக்கிய முடையவனாவார், எப்போதும் தற்புகழ்ச்சியில் பிரீதியுடையவர், பரோபகாரம் செய்வார், இவன் தந்தைக்கு ஐந்து சகோதரர்களும், சகோதரிகள் இருவருமுண்டு.

(251) ஜென்ம லக்னம் கும்பம் (வைஷ்ணவியம்சம்) ஆகி பதினோராம் ஸ்தானாதிபனான குரு குஜனுடன் கூடியாவது குஜனால் பார்க்கப்பட்டாவதிருந்தால் ஜாதகர் பின் சகோதரமில்லாதவர், மூத்த சகோதரனுடையவர்.

(252) ஜென்ம லக்னம் கும்பம் (வைஷ்ணவியம்சம்) ஆகி சுக்கிரன் பதினோராம் பாவத்திலிருந்து, சனியால் பார்க்கப்பட்டால் ஜாதகர் வனாந்தரத்திலுள்ள பட்டணத்தில் வசிப்பார், அருவருக்கதக்க பிரபுவைச் சேவிப்பார், இவன் தந்தை மூத்த சரேகதர நாசத்தால் கிலேசம்டைந்து வேறு தேசம் செல்வார், தென் தேசத்தில் வெகு பாக்கியமடைவார், பெரிய அரசன் வாயிலில் பிராமண ஸ்நேகமடைவார், இவன் தந்தை ராஜ பூஜிதனாவார், சத்ருநாசத்திற்குப் பிறகு சுகமடைவார், நரவாகனம், அணி, அலங்காரம் முதலியவை பெறுவார்.

(253) ஜென்ம லக்னம் கும்பம் (வைஷ்ணவியம்சம்) ஆகி குந்தாம்சத்தில் சுக்கிரன் தனுசு ராசியில் இருக்க, பிராமண காலத்தில் ஜெனித்த ஜாதகர் குரூர அந்தரம் நீங்கி, இதர காலங்களிற் சுகமடைவார், தகப்பனுக்கு நல்ல பாக்கியமுண்டு.

(254) ஜென்ம லக்னம் கும்பம் (ஜவஷ்ணவியம்சம்) ஆகி லக்கினாதிபனான சனி தன்னுச்ச ராசியிாகிய துலாத்தில் இருந்தால் ஜாதகருக்கு அதிபால்யத்திலேயே விவாகம் நடக்கும், ஜாதகர் மறுதார யோகமுடையவர், மூன்று பாஷைகளில் சமர்த்தர், சங்கீதவித்தை அறிந்தவர், சமஸ்கிருதம் அறிந்தவர், பெருந்தன்மை வாய்ந்தவர், புகழுடையவர்.

(255) ஜென்ம லக்னம் கும்பம் (வைஷ்ணவியம்சம்) ஆகி ஏழாம் பாவாதிபன் சத்ரு ராசியாகிய ஆறாம் ராசியில் இருந்து, புதனுடன் கூடி குந்தாம்சத்தில் சுக்கிரனிருந்தால் ஜாதகர் வீணை வித்தை அறிந்தவர், காந்தர்வயோகத்திலும், வீணை வாத்தியத்திலும் பிரியனுமாவார், அரசாங்கத்தில் நல்ல பாக்கியம் கிடைக்கும்.

(256) ஜென்ம லக்னம் கும்பம் (வைஷ்ணவியம்சம்) ஆகி நாலாம் பாவாதிபன் குந்தாம்சத்திலிருந்தால் ஜாதகருக்கு ஆறாவது திசையில் சுய புக்தியில் தகப்பன் அரிஷ்டமடைவார்.

(257) ஜென்ம லக்னம் கும்பம் (வைஷ்ணவியம்சம்) ஆகி நாலாம் பாவாதிபன் குந்தாம்சத்திலிருந்து, லாப பாவமாகிய பதினோராம் பாவம் சனியால் பார்க்கப்பட்டால் ஜாதகர் நாலாவது திசையில் அதிக பாக்கியமடைவார், மூன்று வாகன யோகமுடையவர்.

(258) ஜென்ம லக்னம் கும்பம் (வைஷ்ணவியம்சம்) ஆகி ஐந்தாம் பாவாதிபன் சூரியனுடன் கூடியிருக்க குந்தாம்சத்தில் சுக்கிரன் இருந்தால் ஜாதகர் இருதார யோக முடையவர், சிலர் மூன்று தாரமுண்டென்பர், ஜாதகருக்கு காலாந்தரத்தில் வேறு தாரத்திடம் புத்திரன் உண்டாகும்.

(259) ஜென்ம லக்னம் கும்பம் (வைஷ்ணவியம்சம்) ஆகி ஓராம் பாவத்தில் குரு இறந்த அவஸ்தையில் இருக்க மிருத்தியுகாலாம்சத்தில் ஜெனித்த ஜாதகர் இறந்த சந்ததி அதிகமாகவுடையவர், விதிப்படி சாந்தி செய்யவும், ஐந்தாம் திசாகாலத்தில் குரூர வேதக்கிரக அந்தர காலத்தில் தேக ஜாட்டியமுண்டாகும், சாந்தி செய்ய நிவர்த்தியுண்டாகும், ஆறாவது திசா காலத்தில் முன் பாதியில் சௌக்கியமும், பின் பாதியில் யோக பங்கமும் உண் டாகும்.

(260) ஜென்ம லக்னம் கும்பம் (சீதளாம்சம் பூர்வபாகம்) ஆகி லக்கினத்திற்கு ஐந்தாம் பாவத்தில் சனி இருந்தால் ஜாதகர் சகோதர, சகோதரிகளுடன் கூடியவனாவார்.

(261) ஜென்ம லக்னம் கும்பம் (சீதளாம்சம் உத்தரபாகம்) ஆகி லக்கினத்திற்கு ஐந்தாம் பாவத்தில் சனி இருந்தால் ஜாதகர் முன் பின் சகோதரமில்லாதவனாவார்.

(262) ஜென்ம லக்னம் கும்பம் (சீதளாம்சம்) ஆகி சனி மிதுனத்தில் இருந்தால் ஜாதகர் புத்திரமித்திரருடையவர், வாலிபத்தில் கிலேசத்தால் வருந்துவார்.

(263) ஜென்ம லக்னம் கும்பம் (சீதளாம்சம்) ஆகி லக்கினத்திற்கு ஐந்தாம் பாவத்தில் சனி இருந்தால் ஜாதகருக்கு தன் இரண்டாவது திசாகாலத்தில் விவாகம் நடக்கும், மூன்றாவது திசையில் பின் பாதியில் பிதா அரிஷ்டமடைவார்.

(264) ஜென்ம லக்னம் கம்பம் (சீதளாம்சம்) ஆகி சனி மிதுனத்தில் இருந்தால் ஜாதகர் புத்திர புத்திரிகள் சமர்த்தியுடையவர், முப்பது வருஷத்திற்குமேல் சுகமுண்டு, இருநூறு தனத்திற்கு அதிகமாகவுடையவர், விவசாயத் தொழிலால் ஆயுளுள்ளவரை நல்ல ஜீவனம் செய்வார், அறுபத்தொன்பதாவது வயதில் மரணமடைவார், புண்ணியத்தால் பிழைத்தால் எழுபத்திரண்டில் மரணமடைவார்.

குறிப்பு:– இந்தப் புத்தகத்தில் கும்ப லக்கினத்திற்கு 264–விதிகள் கொடுக்கப்பட்டிருக்கின்றன. இன்னும் உள்ள சுமார் 1,000–க்கு மேற்பட்ட கும்ப லக்கின விதிகள் நான்காம் பாகம், ஐந்தாம் பாகம் முதலிய பாகங்களில் கும்ப லக்கின பலனின் தொடர்ச்சியாகக் கொடுக்கப்படும் என்று அறியவும்.

நெ. 12–வது அத்தியாயம்.

மீன லக்கின ஜாதகம்

(1) ஜென்ம லக்கினம் மீனம் (மாலாம்சம்) ஆகி லக்கின பாவாதிபதி பத்தாம் பாவத்தில் இருந்து எட்டாம் பாவத்தில் இருக்கும் சனியால் பார்க்கப்பட்டு, லக்கினத்தைச் செவ்வாய் பார்த்தால் ஜாதகர் மகான், பிரபு, துக்கமடைந்த மனதுடையவர், அதிக செலவுடையவர், பந்துக்கள் பிரிவுடையவர், சம்சார சித்தமுடையவர், விரக்தியுமுடையவர், பரப்பிரம்மத்தினிடம் தியானமுடையவர், எப்போதும் உண்மையையே பேசுபவர், உலக நடையறிந்தவர், வணக்கமுடையவர், அனேகவாகனங்கள், பொருள்களுடையவர், தேசாதிபதியாகி நிர்மலமான மனதுடையவர்.

(2) ஜென்ம லக்னம் மீனம் (மாலாம்சம்) ஆகி பத்தாவது பாவாதிபதி பத்தாவது பாவத்திலேயே பலவானாயிருந்தால் ஜாதகர் சிம்மாசனமடைவார், நியாயத்தை அனுசரிப்பவர், பிராமண பக்தி தேசப்பக்தி இவைகளுடையவர், சிவந்த நிறமுடைய சரீர முடையவர், நல்ல வாலிப சரீரம் உடையவர்.

ஜென்ம லக்கினம் மீனம்:-

(3) (மாலாம்சம்) ஆகி சூரியன் துலா ராசியில் கராள ஷஷ்டியம்சத்திலும், சந்திரன் துலா ராசியிலேயே சோமலதாம்சத்திலுமிருந்தால் ஜாதகர் அழகுடையவர், புத்திமான், வாச்சாலகர், அழகிய முகமும் கண்களுமுடையவர், அதிருஷ்டசாலி, மேதாவி, தர்மாத்துமா, ராஜயோகமுடையவர், சூட்டுத்தேகி, பலபாஷைகளறிபவர், சமஸ்க்ருதத்தைப் பிரியமாய்ப் பேசுபவர், ஜோதிட மறிவார், ராஜ முத்திராதிகாரி, தேசங்கள் அல்லது கிராமங்களுக்கு அதிபதி, கொஞ்சமாய்ப் புசிப்பவர், அதையும் சீக்கிரமாய் புசிப்பவர், போகி, சந்தன புஷ்ப வஸ்திரப்பிரியர், காவிய நாடக சாரமறிபவர், வேதசாஸ்திர புராணமும் அறிபவர், விஷ்ணு பக்தகுலத்தில் பிறந்தவர், ஹரி சங்கர பக்தி உடையவர், பல்லக்கு முதலிய யோகமுடையவர், பிரபல உத்தியோக பாக்கியமடைபவர், இருவருடைய இரண்டாம் தசையில் முற்பகுதியில் தன் ஜென்ம தேசத்திற்குத் தெற்கில் அல்லது வடமேற்கில் புண்ணிய க்ஷேத்திரத்தில் வசிப்பவர், ஜாதகர் தன் சிறிய தகப்பனுக்குச் சுவீகார புத்திரனாவார், உத்தியோக மூலம் பல தேசங்களில் சஞ்சரிப்பார், நற்குணமுள்ளவர், எல்லோருக்கும் இதம் செய்பவர், சாத்துவீக குணமுடையவர்.

ஜென்ம லக்கினம் மீனம்:-

(4) (மாலாம்சம்) ஆகி இரண்டாம் பாவாதிபதி ஆறாவது பாவத்திலிருந்து, இரண்டாம் பாவம் குருவால் பார்க்கப்பட்டாலும் ஜென்மலக்னம் மீனம் (மாலாம்சம்) ஆகி இரண்டாம் பாவத்தைச் சனி, சூரியன், சுக்கிரன்,சந்திரனிவர்கள் பார்த்தாலும், ஜாதகர் யுக்தா யுக்தம் தெரிந்தவர், விசேஷம் தெரிந்தவர், முக்கியமாய்ச் சாதுரியமான யுக்தியுடையவர், நான்கு பாஷைகளில் வல்லவர், எழுத்து எழுதுவதில் சமர்த்தர், ஆயினும் இரண்டாம் பாவத்தைச் சனி பார்த்தால் அந்த தோஷத்தால் ஜாதகருடைய வித்தைக்குத் தடங்கலுண்டாகும், சொற்ப வித்தையடைவார், அழகான கண்களுடையவர், குடும்பி, தண்டிக்கும் அதிகாரமுடையவர், பல்விளக்கும்போது பல்லிலிருந்து ரத்தம் வடியும், கொஞ்சம் தந்தவாயு உடையவர். சில சமயம் கொஞ்சம் கொஞ்சம் காது நோய் உடையவர்,

தானாக சுயார்ஜிதமாகப்பதினாயிரத்துக்கு மேற்பட்டதனம் சம்பாதிப்பார் பிதுரார்ஜிதமான தனம் அற்பமாகவுடையவர்,வீடு, பூமி முதலிய உடையவர், சீக்கிரத்தில் கோபிப்பவர் தெளிந்த மனதுடையவர், பச்சாத்தாபமுடையவர்.

(5) (மாலாம்சம்) ஆகி மூன்றாம் பாவத்தில் கேது இருந்து,அந்த கேது நின்ற ராசிநாதன் பாபருடன் கூடியிருந்தால் ஜாதகர் மூத்த சகோதரமுடையவர். இளைய சகோதர மில்லாதவர், ஜாதகனுடைய மூத்த சகோதரி ஒருத்தி இரண்டு புத்திரருடையவள், அவர்களில் ஒருவன் ராஜாங்கத்தில் அதிகாரமுடையவர், தனிகன், நல்ல அந்தஸ்தடைவார், ஜாதகருடைய மேற்படி சகோதரி நல்ல அந்தஸ்தடைந்து பிறகு மரிப்பாள், அவளிறந்த இரண்டு மூன்று வருஷத்தில், அவள் சுணவன் அற்பாயுளாய் மரிப்பர்.

(6) (மாலாம்சம்) ஆகி மூத்த சகோதர ஸ்தானாதிபதியாகிய சனி சூரியனுடன் கூடி துலா ராசியில் உச்சனாகி இருந்தால் ஜாதகனுடைய மூத்த சகோதரர். தான் புத்திரபாவமுள்ள ஜாதகனாயினும் மலடியின் கணவனாவார், இவருக்குத் தன் தகப்பனிடமாவது, சகோதரனிடமாவது அன்பும், சிநேகிதமும் உண்டாகாது, சொற்ப உத்தியோக மூலம் ஜீவிப்பவர், தனமுடையவர்,எழுத்து எழுதத் தெரிந்தவர், நோயால் வருந்துவார், சாந்தி செய்தால் சுகமடைவார், ஜாதகனுடைய தாய் விசேஷ புண்ணியவதி, ஏழு பிரசவம் பிரசவிப்பவள், ஏழாவது பிரசவத்தினால் ஜாதகர் தாய் நோயுற்று மூன்று வருஷத்திற்கப் பிறகு மரிப்பாள்,ஜாதகர் ஆறாவது கெர்ப்பத்தில் ஜெனித்தவர், ஜாதகருக்குப் பின் பிறந்த சிசுவும் மரித்துவிடும், ஜாதகர் தன் சிற்றப்பனுக்குச் சுவீகார புத்திரனாகி சகோதரனில்லாத ஒண்டியாவார், வெளியில் திடமாகப் பேசுபவர், உள்ளுக்குள், கபடமாய் இருப்பர். மனதில் தைரியமற்றவனாவார்.

ஜென்ம லக்கினம் மீனம்:-

(7) (மாலாம்சம்) ஆகி நான்காவது பாவம் குருவால் பார்க்கப்பட்டு நான்காவது பாவாதிபதி ஒன்பதாம் பாவத்தில் இருந்தால் ஜாதகர் வீடு, தோட்டம், நிலம், பல்லக்கு முதலிய பாக்யமுடையவர், கபடமில்லாதவர்,அதிக போக முடையவர், நல்ல மனதுடையவர், கருணையுடையவர்.

(8) (மாலாம்சம்) ஆகி ஐந்தாம் பாவாதிபதி சந்திரன் துலா ராசியில் சூரியன், சுக்கிரன், சனியிவர்களுடன் கூடியிருந்து புத்திரகாரகனான குரு ராசியில் தனுசில் இருந்து நவாம்சத்தில் கன்னியில் கேதுவுடன் கூடியிருந்தால் ஜாதகருக்குப் பெண் சந்ததி தீர்க்காயுளுடையதாகும், புருஷ சந்ததி மரித்துவிடும்.

(9) (மாலாம்சம்) ஆகி புத்திரகாரகனும், லக்கின பாவாதிபதியும் ஆகிய குரு பத்தாவது பாவத்தில் பலத்துடனிருந்தால் ஜாதகருக்கு முன் ஜென்மாந்திரத்தின் தோஷமாகிய ஸ்த்ரீ தோஷத்தால் புத்திர சந்ததி உண்டாகாது, ஜாதகர் மனைவி முன் ஜென்மத்தில் சிசுவைக் கொலைசெய்த துஷ்ட நடவடிக்கையில் இருந்தவள், அந்த தோஷத்தால் இச்ஜென்மத்தில் ஜாதகருக்குச் சந்ததி மூத்த மனைவியிடம் உண்டாகாது. வேறு மனைவியிடம் ஜாதகனுக்குச் சந்ததி உண்டாகும். அதற்குச் சாந்தியாக ஏகாதசியில் கோதானமும், அரசமரப் பிரதிஷ்டையும் செய்த மஞ்சளால் சிவலிங்கம் செய்து பூஜித்து, சிம்சுமாரதானம், புத்திரகாமேஷ்டி யாகம் முதலியவை செய்து, சொர்ணத்தால் செய்யப்பட்ட சந்தான கோபால மூர்த்தியைப் பூஜித்துத் தானம் செய்து, இத்தகைய தோஷத்தை நீக்கிய பின்பு காலாந்தரத்தில் ஜாதகர் இரண்டாவது மனைவிடம் புத்திரனையடைவார். ஜாதகர் அநேக தாரம் கைக்கொள்வார்,சாந்தி செய்யாவிடில் புத்திரன் பிறந்து மரிக்கும், தனக்குப் புத்திரனில்லாத தோஷத்தால் ஜாதகருடைய மூத்த மனைவி ஜலத்தில் விழுந்து

துர்மரணமாக மரித்து விடுவாள். ஜாதகர் ஒரு புத்திரனையும் நான்கு பெண்களையும், இரண்டாவது மனைவியிடம் வெகு கஷ்டத்தால் சேது ஸ்நாநாதிகள் செய்து அடைவார்.

(10) (மாலாம்சம்) ஆகி ஆறாவது பாவாதிபதியாகிய சூரியன் எட்டாவது பாவத்தில் சந்திரன் சுக்கிரன், சனி இவர்களுடன் கூடியிருந்து ஆறாவது பாவத்தில் செவ்வாயிருந்தால் ஜாதகர் மேக ரோகத்தினால் பீடையுடையவனாவர், மூத்திர கிருச்சனம், வெள்ளை,மேக நீர் பெருக்கு உண்டாகும், சிலசமயம் ரத்தப்பெருக்கும் உண்டாகும், மறைவிட ரோகம், மூல ரோகம், வயிற்றுச்சூலை, சுரம், உஷ்ணபீடை, விரைவாதம் முதலியன உண்டாகும், தாயாதிகள் அதிக விரோதியாயிருப்பார்கள். ஆறாவது பாவத்தைக் குரு பார்த்தால் மேற்படி வியாதிகள் சீக்கிரத்தில் நிவாரணமுண்டாகும்.

(11) (மாலாம்சம்) ஆகி ஏழாவது பாவாதிபதி ஒன்பதாவது பாவத்தில் இருந்து, களத்திரகாரகனாகிய சுக்கிரன் சுயக்ஷேத்திரத்தில் இருந்தாலும், ஜென்ம லக்கினம் மீனம்(மாலாம்சம்) ஆகி புதன் விருச்சிக ராசியில் ராகுவுடன் கூடியிருந்து சிம்மராசியில் செவ்வாயிருந்து நவாம்சத்தில் செவ்வாயால் புதன் பார்க்கப்பட்டாலும் ஜாதகர் இருபத்தொன்றல்லது இருபத்திரண்டாவது வயதில் தன் வாசஸ்தலத்திற்கு வடக்கில் தூர தேசத்தில் புண்ணிய க்ஷேத்திரத்தில் தாயற்ற பெண்ணை மணப்பார், ஜாதகருடைய மாமனார் தீர்க்காயுளுடையவர், ஜாதகர் மாமனாருக்கு மூன்று தாரமுண்டு, அவருடைய முதலிருமனைவிகளுக்குச் சந்ததியுண்டாகாது, மூன்றாவது மனைவிக்குப் புத்திரி புத்திரருண்டு. ஜாதகருடைய மாமனார் சிலகாலம் துராச்சாரமுடையவனாகி ருது ஸ்த்ரீ சம்பந்தமுடையவனாவார் பல ஜாதிப் பெண்களை அணைந்தவர்,பின் வயதில் ஞான மடைந்து நன்னடவடிக்கையுடனிருப்பார், ஜாதகருடைய மாமனார் ராஜ முத்திரை தரித்து அதிகாரியாவார், தேசக்கிராம அதிகாரியாவார், தனவான், மருமகனிடம் அன்பில்லாதவர், ஜாதகனும் அவ்விதமே மாமனாரிடம் பிரீதியற்றவர்,மாமியார், நல்லவள், ஐந்து பெண்களையுடையவள்,அவள் அற்பாயுளாய் மரிப்பாள், ஜாதகருடைய மாமனாரின் இரண்டாவது மனைவி கொஞ்ச காலம் ஜீவித்திருப்பாள், மாமனார் தன் மூன்றாம் மனைவியிடம் சௌக்கியமாய் இருப்பார், ஜாதகருடைய மனைவியின் சகோதரிகள் நால்வரும் நாசமடைவார்கள்.

ஜென்ம லக்கினம் மீனம்:-

(12) (மாலாம்சம்) ஆகி புதன் விருச்சிக ராசியில் ராகுவுடன் கூடியிருந்தால் ஜாதகர் மனைவி கருப்பு நிறமுடையவள், தாமச குணமுடையவள், மந்த சுபாவமுடையவள், பதி பக்தி உடையவள், நல்லவள், சிரம யோகத்தால் புத்திரனுடையவள், ஜாதகனும் வாலிபத்தில் பலஜாதி ஸ்த்ரீகளையும், விதவை ஸ்த்ரீகளையும் அணைபவனாவார்.

(13) (மாலாம்சம்) ஆகி ஏழாம் பாவாதிபதி செவ்வாயால் பார்க்கப்பட்டால் ஜாதகர் ஒரு மனைவியுடன் சிறிது காலம் சுகமாய் வாழ்வார், பிறகு அவள் நதியிலாவது, கிணற்றிலாவது விழுந்து ஜலத்தினால் துர்மரணமாய் மரிப்பாள், ஜாதகர் மறு வருஷத்தில் வேறு மணம் செய்து கொள்ளுவார்.

(14) (மாலாம்சம்) ஆகி சுக்கிரன் பாபிகளுடன் கூடியிருந்தால் ஜாதகர் சிலகாலம் துராச்சாரமுடையவர், பச்சாதாபப்பட்டு பாபத்திற்குப் பயந்து வைதீக ஆச்சாரங்களைக் கொள்ளுவார், சிலர் ஜாதகர் இரண்டு தார யோகமுடையவர் என்று எண்ணுகின்றனர்.

(15) (மாலாம்சம்) ஆகி ஒன்பதாம் பாவத்தில் புதன் ராகுவுடன் கூடியிருந்து செவ்வாயால் பார்க்கப்பட்டாலும், ஜாதகர் ஜென்ம லக்னம் மீனம்(மாலாம்சம்) ஆகி உத்தரபாகத்தில் ஒன்பதாம் பாவத்தில் ராகு இருந்து செவ்வாயால் பார்க்கப்பட்டு சூரியன்

துலா ராசியில் பாபருடன் கூடி நீச்சராசியிலிருந்தாலும் ஜாதகருடைய தகப்பன் பூமி பாக்கியமுடையவர் ஜாதகருக்கு இரண்டு தகப்பன் மார்கள் உண்டு, அவர்களில் ஜாதகருடைய, ஜெனன தகப்பன் தீர்க்காளுடையவர், ஜாதகருடைய சுவீகாரத் தகப்பன் ஜாதகருடைய விவாகத்திற்குப் பிறகு யாத்திரை வழியில் சுரத்தால் மரிப்பார், சுவீகாரத் தாய் தீர்க்காயுளுடையவள்.

(16) (மாலாம்சம்) ஆகி குரு பத்தாவது பாவத்தில் இருந்து மேற்படி குரு நவாம்சத்தில் கன்னியில் கேதுவுடன் கூடியிருந்து பத்தாம் பாவம் சனியால் பார்க்கப்பட்டால் ஜாதகர் நல்ல ஆச்சாரமில்லாதவர், வேதாந்த ஞானமுடையவர், மானி, பிரபு, தண்டிக்கும் அதிகாரமுடையவர், தாஸி தாஸ ஜனங்களுடன் கூடியவர், மூன்று வாகன யோகமுடையவர், அதிக பூமி தனமுடையவர், அதிக தர்ம சிந்தையுடையவர், சுகி, பல வழியில் தன லாபமுடையவர், பத்தாம் பாவத்தில் குரு இருந்தால் தர்மத்தில் விசேஷ தனச்செலவு உண்டாகும்.

(17) (குந்தாம்சம்) ஆகி நான்காவது பாவத்தில் புதன் சுயக்ஷேத்திரத்தில் சூரியனுடன் கூடியிருந்து பத்தாம் பாவாதிபதியாகிய குருவால் பார்க்கப்பட்டால் ஜாதகர் நல்ல பாக்கியமுடையவர்.

(18) (குந்தாம்சம்) ஆகி சுக்கிரன் புதனுடைய க்ஷேத்திரத்தில் இருந்து அந்த சந்திர லக்கின அதிபதியாகிய புதன் சுயக்ஷேத்திரத்தில் குந்தாம்சத்திலிருந்து குருவால் பார்க்கப்பட்டு, விப்பரகாலத்தில் ஜாதகர் பிறந்தால் விப்பிரனாக பிறந்து பிதுரார்ஜித தனத்தைச் சேர்ப்பார். க்ஷத்திரியகாலத்தில் இப்படியிருக்கப்பிறந்தவர், விஷ்ணு பக்தி உடையவர், கிபரிய அரசர்களை அடைவார்,அல்லது பெரிய அரசனாவார், வைசியகாலத்தில் இப்படியிருக்கப் பிறந்தவர் அதிக வியாபார ஜீவனமுடையவர், தனதான்ய லாபமடைவார், பிராமணருடைய சிநேகமுடையவர், சுகி, சூத்திரகாலத்தில் இப்படியிருக்க ஜெனிததவர் ராஜ சேவை செய்வார், பூமி கிராம ஆதிபத்தியமடைவார், விவசாயம் செய்வார், பசு, தானியம் சமுர்த்தியாயுடைவர்.

ஜென்ம லக்கின்ம மீனம்:-

(19) (குந்தாம்சம்) ஆகி நான்காம் பாவாதிபதியாகிய புதன் சுயக்ஷேத்திரத்திலும் குந்தாம்சத்திலுமிருந்து ஆறாவது பாவாதிபதியான சூரியனுடன் கூடியிருந்தால் ஜாதகர் பிறந்த வருஷத்தில் ஜாதகனுடைய தாய் தகப்பனுக்குக் குரூரமான சுரபீடையும், கிலேசமும் உண்டாகும்.

.(20) (குந்தாம்சம்) ஆகி நான்காம் பாவாதிபதி நான்காவது பாவத்திலிருந்து குருவால் பார்க்கப்பட்டால் விப்பிரகாலத்தில் பிறந்தவர், இளைய சகோதரமில்லாதவர், மூத்த சகோதரனுடன் கூடியவர், ஜாதகர் பெருந்தன்மையுடையவர், பிதுர்பாக்கிய சமுர்த்தி உடையவர், மாற்றந்தாய்க்குப் பிறந்த பேத சகோதரனுடையவனாவார்.

(21) (குந்தாம்சம்) ஆகி ஏழாம் பாவாதிபதியாகிய புதன் நான்காம் பாவத்தில் குந்தாம்சத்திலிருந்தால் குருவால் பார்க்கப்படாவிட்டாலும் ஜாதகர் ஹரி சங்கரபக்தி உடையவர், தேவப்பிராமண பக்தர், தாய் தகப்பன் சுகமுடையவர், ராஜாங்கத்தில் பிரசித்தி அடைவார், மூன்று வாகனமுடையவர், ஜாதகருடைய தகப்பன் தன் மத்திய வயதில் பல்லக்கு முதலிய வாகன பாக்கியமுடையவர், எப்போதும் தன்னைத்தான் புகழ்ச்சி செய்து கொள்வார், எப்போதும் பரோபகாரம் செய்பவர், ஐந்து உடன் பிறந்த சகோதரர்களும். இரண்டு சகோதரிகளுமுடையவர், புத்திமான், தன் மூத்த சகோதரர் பிரிவால் ஜாதகருடைய தகப்பன் வருந்துவார். பிறகு ஜாதகருடைய தகப்பன் வெளி தேசம் செல்வார், தெற்கில்

அதிக பாக்கியமடைவார், பெரிய அரசன் பிராம்மண சிநேகமும் அடைவார், காட்டிலாவது பட்டிணத்திலாவது வசிப்பார், வைஷ்ணவ துவேஷ மூலமாக ஜாதகருடைய தகப்பன் கிலேசமுடையவனாவார்.

(22) (குந்தாம்சம்) ஆகி குந்தாம்சத்தில் புதன் சுயக்ஷேத்திரத்திலும் அம்சத்தில் மகர நவாம்சத்திலும் இருந்தால் ஜாதகருடைய தகப்பன் ஜாதகர் பிறந்த நான்காவது வயதில் மனோ துக்கத்தையடைவார், பிறகு பாக்கிய விருத்தியையடைவார், ஜாதகருடைய இரண்டாம் தசையில் ராஜயோகமும் சத்ரு நாசமும் அடைவார்.

(23) (குந்தாம்சம்) ஆகி ஏழாம் பாவத்தில் சந்திரனிருந்து கேசரி யோகத்தில் பிறந்த ஜாதகருடைய தகப்பன், தாய், தாய் வழிப்பாட்டி முதலானவர்கள் தீர்க்காயுள் உடையவர்களாயிருப்பார்கள்.

(24) (குந்தாம்சம்) ஆகி புதன் சுய க்ஷேத்திரத்தில் சூரியனுடன் கூடியிருந்து, புதன் குந்தாம்சத்திலுமிருந்தால் ஜாதகருடைய தாய் வழிப்பாட்டி தீர்க்காயுளுடையவளாய் இருப்பாள், ஜாதகர் இரு அம்மான்களுடையவர்.

ஜென்ம லக்கினம் மீனம்:-

(25) (குந்தாம்சம்) ஆகி ஏழாவது பாவாதிபதி குந்தாம்சத்தில் சுயக்ஷேத்திரத்தில் இருந்து குருவால் பார்க்கப்பட்டால் ஜாதகருக்குப் பத்து வயதுக்குமேல் பன்னிரண்டு வயதுக்குள் விவாகம் நடக்கும் என்று சிலரும், இன்னஞ் சிலர் அதிக பாலியத்திலேயே விவாகம் நடக்கும் என்று சொல்லுகின்றனர், ஜாதகர் அதிக சம்பத்துடைய குலத்தில் நல்லமனைவியைச் சுகமாய் விவாகம் செய்வார், காவிய நாடக சாரமறிபவர், மூன்று பாஷைகளில் வல்லவர், தேவபாஷை தெலுங்கு இந்த பாஷைகளில் கவியாவர்.

(26) (குந்தாம்சம்)ஆகி சூரியன் புதனுடைய க்ஷேத்திரத்தில் அம்புஜாம்சத்திலும், புதன் சுயக்ஷேத்திரத்திலேயே குந்தாம்சத்திலுமிருந்தால் ஜாதகருக்கு நான்காவது திசையில் லக்கினாதிபன் புக்தியில் விசேஷ பாக்கியமுண்டாகும். வீட்டில் லக்ஷ்மீகடாக்ஷமுண்டாகும், ஜாதகர் வெகு தனத்தையும், புத்திரரையும், ராஜயோகத்தையும் அடைவார். மேலும் அது முதல் தொடர்ந்து பத்து வருஷம் நல்ல யோகமுண்டாகும்,

(27) (குந்தாம்சம்) ஆகி ஏழாம் பாவாதிபதி சூரியனுடன் கூடி ஏழாம் பாவத்தில் சந்திரன் இருந்தால் ஜாதகர் இரண்டு மனைவியையுடையவர் என்று சிலரும் இன்னுஞ் சிலர் மூன்று மனைவியையுடையவர் எனச் சொல்லுகின்றனர்.

(28.) (குந்தாம்சம்) ஆகி பத்தாம் பாவாதிபதி சுயக்ஷேத்திரத்தில் தன் உச்சாம்சத்தில் இருந்து ராசியில் மிதுனத்திலும் அம்சத்தில் மகரத்திலும் இருக்கப்பட்ட புதனும் மேற்படி பத்தாம் பாவாதிபதியும் ஒருவரை ஒருவர் நவாம்சையில் பார்த்துக்கொண்டால் ஜாதகர் எப்பொழுதும் அன்னதானம் செய்யும் புண்ணியவான், தன் தகப்பனைவிட அதிக பாக்கியமடைவார்.

(29) (குந்தாம்சம்) ஆகி குரு கன்னியா ராசியில் அல்லது தன்னுடையதான மீன ராசியில் அம்சத்தில் மீனத்தில் இருந்தாலும்,தன் உச்சாம்சத்தில் சனி மேஷ ராசியிலிருந்தாலும் ஜாதகர் இறுதியில் பிரபலபுண்ணியலோகமடைவார், புதன் குந்தாம்சத்தில் சுயக்ஷேத்திரத்தில் இருந்தால் ஜாதகருடைய தகப்பனும் புண்ணியலோகமான இந்திரலோகமடைவார், ஜாதகருடைய தகப்பன் இரு சகோதரருடையவர், சுகவான்.

(30) (கமலாம்சம்) ஆகி சனி மேஷத்தில் சிம்மாம்சத்தில் இருந்தால் ஜாதகர் தன் மதத்தை விரோதிப்பார், தன் மதத்தில் நிலைத்திரான்.

(31) (கமலாம்சம்) ஆகி சனி மேஷத்தில் புதனுடன் கூடியிருந்தால் ஜாதகர் எப்பொழுதும் விஷ்ணு பக்தியில் ஆசையுடையவர், உடன் பிறந்த சகோதரனில்லாதவர்.

(32) (கமலாம்சம்) ஆகி சனி மேஷ ராசியில் சூரியனுடன் கூடியிருந்து மிதுன ராசியில் செவ்வாயுமிருந்தால் ஜாதகர் தீரன், சூரன், நல்ல புத்திமான், தேசாந்திரத்தில் பாக்கியமடைவார், அனேகரை வஞ்சிப்பவர்.

(33) (கமலாம்சம்) ஆகி சனி மேஷ ராசியில் ஷஷ்டியம்சமாகிய அபாம்பதியம்சத்தில் இருந்தால் ஜாதகர் யாகம் செய்வார்,தன் காரியத்தில் நோக்கமுடையவர், எல்லா மறிந்தவனாவார், சாத்துவீகன், கோபமுடையவர், மர்மத்தை போதிப்பார்,தாமச குணமுடையவர்.

(34) (கமலாம்சம்) ஆகி சனி மேஷ ராசியில் குரூர ஷஷ்டியம்சத்தில் இருந்தால் ஜாதகர் அருவருக்கத்தக்க புத்தியுடையவர், உள்ளத்தில் கபடமுடையவர், கோபமுள்ளவர், காமி, தாமரை இதழ்போன்ற விசாலமான கண்களுடையவர், அயலாருக்குத் துக்கந்தருபவர், சீக்கிரம் கோபமுடையவர், உடனே கோபத்திலிருந்து தெளிவடைவார், மெலிந்த தேகமுடையவர்.

ஜென்ம லக்கினம் மீனம்:-

(35) கமலாம்சம் ஆகி ஏழாம்பாவத்தில் ராகு இருந்து இரண்டாம் பாவத்தில் சனி ராசியில் மேஷத்திலும்,அம்சத்தில் சிம்ம நவாம்சத்திலும் இருந்து லக்ஷ்மி யோகமுண்டானால் ஜாதகர் கொஞ்சம் மூர்க்க சுபாவமுடையவர், உள்ளத்தில் கோபியாயினும் தெளிந்தமனதுடையவர், அரசன் அரசாங்க ஜெனம் சகலமானவருக்கும் சினேகமுடையவர், பிதுரு பாக்கியமில்லாதவர், தனது சிற்றப்பனால் பாக்கியமடைவார், சுயார்ஜிதமாய்ச் சம்பாதிப்பார், செல்வம் நிறைய உடையவர், நடுவயதில் சோகமடைவார்.

(36) (கமலாம்சம்) ஆகி சனி மேஷ ராசியில் சிம்மாம்சத்தில் இருந்தால் பாலியவயதில் ஜாதகர் தரித்திர மடைவார், முப்பதாம் வயதில் விசேஷபாக்கிய மடைவார், வாததேகி, மூர்ச்சை வாயு உடையவர், சகோதரியால் கிலேசமடைவார். ஆசையுடையவர், அங்கவீனமுள்ள புத்திரனையுடையவனாவார், அல்லது இரட்டைப் பிள்ளை பிறந்து அவை நாசமுறும்.

(37) (கமலாம்சம்) ஆகி செவ்வாயின் க்ஷேத்திரத்தில் புதனுடன் கூடியிருந்து செவ்வாயின் அம்சத்திலேயே சனி யிருந்தால் ஜாதகர் தன் தாய் சௌக்கியமில்லாதவர் தனக்கிளைய சகோதரி நாசமுடையவர், கோபசுபாவமுடையவர், ஆசையுடையவர், தாய் வழிப்பாட்டன் மதத்தை அடைவார், பாலியத்தில் விஷ்ணு பக்த மதத்தை அடைந்துப் பிறகு தந்தையின் மதத்தைப் பின்பற்றுவார், விவாகத்திற்குப் பிறகு சுகமடைவார், இருபது வருஷத்திற்குமேல் சுக முண்டாகும், ஜாதகனுடைய அம்மான் மரித்த பிறகு ஜாதகர் தன் தகப்பன் வீட்டில் வசிப்பார், ஜாதகர் மூன்று சிற்றப்பன்களையுடையவர், அவர்கள் தீர்க்காயுளுடனிருப்பார்கள், இரு அம்மான்கள் யோகமுடையவர்களாய் இருப்பார்கள். ஜாதகருடைய தாயின் சகோதரி பாக்கிய முடையவள், ஜாதகருடைய சிற்றப்பன் இருமனைவியை யுடையவன்.

(38) (கமலாசம்) ஆகி மேஷத்தில் கமலாம்சத்தில் சனி யிருந்தால் ஜாதகர் நான்கு சிற்றப்பன்களை உடையவர்,இவர்களில் இருவர் புத்திரனில்லாதவர்கள், மற்ற இருவர் புத்திர

பௌத்திர விருத்தி உடையவர்கள், ஜாதகருடைய தாயின் சகோதரி தன் கணவனுடைய பாக்கியமுடையவள், அந்தப் பாக்கியத்தையும் தன் தனத்தையும் ஜாதகர் அடைவார், தன் தாயின் சகோதரி ஜாதகர் பிறந்த வருஷத்தில் மரிப்பாள், அதனால் ஜாதகருடைய தாய் மனக்கிலேசமடைவாள், ஜாதகர் நல்ல பாக்கியவான் என்று பலராலும் சொல்லப்படுவார்.

(39) (கமலாம்சம்) ஆகி லக்கினத்திற்கு நான்காம் பாவத்தில் செவ்வாய் இருந்தாலும் அல்லது உச்சக் கிரகத்துடன் கூடியிருந்தாலும் ஜாதகர் பிறந்த வருஷத்தில் தாயின் உறவினர் வம்சத்தில் உபத்திரவமும், சோகமும், கலஹமும் உண்டாகும், ஜாதகர் தாய் வழிப்பாட்டி தீர்க்காயுளுடையவள், ஜாதகருக்கு ஒரு சிற்றப்பனும் தீர்க்காயுள் உடையவனாயிருப்பான்.

(40) (கமலாம்சம்) ஆகி பதினோராவது பாவத்திற்கு ஐந்தாமிடத்ததிபதி நீச்ச அம்சத்தில் தன் உச்சராசியில் இருந்தால் ஜாதகருடைய சிறிய தகப்பனுடைய புத்திரன் கிலேசமடைவார், நோயுறுவார், காமி, மலட்டுஸ்த்ரீ சேர்க்கையுடையவர், ஜாதகருடைய சிறிய தகப்பன்களில் ஒருவன் இரு மனைவியரை உடையவர், இவர்களைவிட அதிகம் புத்திரி புத்திரர் ஜாதகருடைய சிற்றப்பனுக்குப் பிறந்தாலும் அவர்கள் மரித்து விடுவார்கள்.

ஜெனம லக்கினம் மீனம்:-

(41) (கமலாம்சம்) ஆகி பதினோராவது பாவத்திற்குப் புத்திரஸ்தானாதிபதியாகிய சுக்கிரன் நீச்சாம்சத்தில் தன் உச்சராசியில் இருந்தால் ஜாதகருடைய சிறிய தகப்பன் துராச்சாரமுடையவர், அரசாங்கத்தில் பிரசித்தி உடையவர், அவர் மந்த புத்தியுள்ள புத்திரனுடையவர், காமி, புத்திரனிடத்தில் பற்றுதலுடையவர், இடையூறுடையவர், அவனுடைய தத்துபுத்திரனும் நாசமடைவார்.

(42) (கமலாம்சம்) ஆகி நான்காவது பாவத்தில் செவ்வாயிருந்தா ல் ஜாதகருடைய வீட்டில் கலஹம் நடக்கும், விரோத முண்டாகும், தகப்பனுக்குக் கொஞ்சம் பீடை முதலிய பயமுண்டாகும், ஜாதகருடைய விவாகத்திற்குப் பிறகு ஜாதகருடைய மனைவியின் தாய் மாத்திரம் நாசமடைவாள், இவன் மாமனார் மூன்று விவாகம்செய்து கொள்வார், இவன் சிற்றப்பன் அதிக சௌக்கியமுள்ளவர், தன் சகோதரனுக்கு ஏற்படும் கிலேசத்தால் கிலேசமடைவார்.

(43) (கமலாம்சம்)ஆகி இரண்டு கிரகங்கள் உச்சராசியிலிருந்து சனி நீச்சனாய் இருந்தால் ஜாதகருடைய சிற்றப்பன்பெண் ஒருவள் அற்ப புத்திரருடையவள், இவள் சோரம் போவாள், தரித்திரத்தன்மையடைந்து நடுவயதில் கணவன் நாசமுடைவளாவாள், ஜாதகருடைய சிற்றப்பன் தன் மனைவிக்கு அடங்கியிருப்பார், அவன் கலங்கமுடைய ஸ்த்ரீக்குப் புருஷனாவார், ஜாதகருடைய சிற்றப்பன் மனைவி மிக்க காமமுடையவள், பெண்களைப் பிரசவிப்பாள்.

(44) (கமலாம்சம்) ஆகி சனி கமலாம்சத்தில் மேஷராசியிலிருந்து சந்திரன் ஜென்ம லக்கினத்திலிருந்தால் ஜாதகர் நல்ல மனைவியும், அதிக தனமும் அடைவார், இவன் மனைவி வம்சத்தில் அபவாதம் நேரிடும், ஜாதகர் மனைவியின் சகோதரன் பாப காரியங்கள் செய்வார், சூத்திர ஸ்த்ரீக்கு அடங்கி ஜாதிப் பிரஷ்டனாகி சூத்திரச் செய்கைகளைச் செய்வார், காலாந்திரத்தில் தரித்திரனாவார், இவன் தன் பிதாவுக்குச் செய்த துரோகத்தால் இவனுக்குப் புத்திர சந்தானம் உண்டாகாது.

(45) (கமலாம்சம்) ஆகி சுக்கிரன் ராசியில் மீனத்திலும், நவாம்சத்திலும் இருந்து ஏழாவது பாவத்தில் ராகு இருந்தால் ஜாதகருடைய மனைவியின் சகோதரி துஷ்ட

நடவடிக்கையுடையவளாகி சோரம் போவாள் கிலேசமுடையவள், துஷ்டச் செய்கை யுடைவளாவள்.

(46) (சுமலாம்சம்) ஆகி சனி மேஷத்தில் சிம்மாம்சத்திலிருந்து அம்சத்தில் சந்திரனும் குருவும் மீன நவாம்சத்தில் இருந்து ஜென்மலக்கினம் தனுசு நவாம்சத்தில் இருந்தால் ஜாதகருக்குச் சந்தேகமில்லாமல் விசேஷ பாக்கியமுண்டாகும்.

(47) (கமலாம்சம்) ஆகி சந்திரன் சுப ராசியில் சுபாம்சத்திலிருந்து சுபராலும் பார்க்கப்பட்டால் ஜாதகர் லக்ஷ்மியோகமடைந்து ஸ்தானாதிபத்தியமுடையவனாவார், ஆசையுடையவர், அரசாங்கத்தில் நல்ல ஜீவனமுடையவனாவார். நாற்பது வயதுக்குமேல் மிகவும் விசேஷ பாக்கியமடைவார்.

(48) (கமலாம்சம்) ஆகி எட்டாம் பாவாதிபதி லக்கினத்திலிருந்து ராகுவுடன் கூடியிருந்தாலும் ராகுவால் பார்க்கப்பட்டாலும் குருவால் எட்டாம் பாவாதிபதி பார்க்கப்படாமலிருந்தால் ஜாதகர் மனைவி நாசமுண்டு,

ஜென்ம லக்கினம் மீனம்:-

(49) (கமலாம்சம்) ஆகி லக்கின திரிகோணத்தில் குரு இருந்து எட்டாம் பாவாதிபதி லக்கின கேந்திரத்தில் சந்திரனுடன் கூடியிருந்தால் ஜாதகர் லக்ன ராசி திசையில் மரணத்திற்குச் சமமாகிப் பின்பு பிழைப்பார், தன் தகப்பன் அதிக தரித்திரத்தையும்,கஷ்டத்தையும் அடைவார், ஜாதகருடைய சிறிய தகப்பன் விவாகத்தினால் சுகமடைவார், தாயாதி வர்க்கத்தால் கிலேசமடைவார்.

(50) (கமலாம்சம்) ஆகி இரண்டாம் பாவாதிபதி கேந்திர ராசியிலிருந்து ராகுவுடன் கூடி யிருந்தாலும், ராகுவால் பார்க்கப்பட்டாலும், இரண்டாம் பாவாதிபதி திசையில் ஜாதகர் தன நாசமடைவார்.

(51) (கமலாம்சம்)ஆகி மூன்றாவது பாவாதிபதியாகிய சுக்கிரன் ராசியில் தன்னுடைய உச்சஸ்தானத்திலும், அம்சத்தில் நீச்சாம்சத்திலுமிருந்தால் அத்திசையில் ஜாதகருடைய தாய் வம்சத்தில் ஒரு ஸ்த்ரீ மரணமடைவாள், தாய் வழிப்பாட்டன் மரணமடைவார், தாய் வமிசத்திற்கு அதிக ஆபத்து நேரிடும், பிதா வமிசத்திலும் தரித்திரத் தன்மை நேரிடும், ஜாதகருடைய சிற்றப்பனுக்குக் கொஞ்சம் சுக முண்டாகும்.

(52) (கமலாம்சம்) ஆகி நான்காவது பாவத்தில் செவ்வாய் ராகுவுடன் கூடியிருந்தால் ஜாதகர் பூமி, கன்று, காலி, கிருகம், க்ஷேத்திரம் இவை நாசமுடையவர், கொஞ்சம் சுரம் முதலிய உபத்திரவமுடையவர், விவாகத்திற்குப் பிறகு சௌக்கியமடைவார்.

(53) (கமலாம்சம்) ஆகி ஐந்தாம் பாவாதிபன் ஐந்தாமிடத்திலிருக்க அவன் பத்தாமதிபதியான குருவால் பார்க்கப்பட்டால் ஜாதகர் ஐந்தாம் பாவாதிபதி திசையில் முதலிலேயே அரசாங்கத்தில் பிரவேசிப்பார், புத்திர லாபமடைவார், மேற்படி திசையில் இரண்டு மூன்று வருஷம் விசேஷ பாக்கிய மனுபவிப்பார், இவன் தந்தை அரிஷ்டமடைவார்.

(54) (கமலாம்சம்) ஆகி ஐந்தாவது பாவாதிபதி சுயக்ஷேத்திரத்தில் மீனாம்சத்திலிருந்து குருவால் பார்க்கப்பட்டால் அந்த ஐந்தாம் பாவாதிபதியின் திசையில் ஜாதகர் விசேஷ சௌக்கியமும், அரசாங்கத்தில் சுபம் முதலானவையும் அடைவார்.

(55) (கமலாம்சம்) ஆகி நான்காம் பாவத்தில் செவ்வாயிருந்தால் ஜாதகர் முப்பத்து நான்கு வயதிற்கு மேல் கிலேசத்தை அடைவார்.

(56) (கமலாம்சம்) ஆகி மேஷத்தில் சூரியனும் பத்தாம் பாவத்தில் ராகுவும் இருந்தால் ஜாதகருக்கு ஆறாவது ராசினாதன் திசையில் தரித்திரத்தினால் பீடையும், மனக்கிலேசமும், அரசாங்கத்தில் அவமானமும் நேரிடும்.

(57) (கமலாம்சம்) ஆகி ஆறாம் பாவாதிபன் உச்ச ராசியில் பாக்கியாம்சத்தில் புதனுடன் கூடியிருந்தால் ஆறாம் ராசியாதிபன் திசையில் மூன்றாவது பாகத்தில் ஜாதகர் நல்ல பாக்கியத்தை யடைவார், திசையின் மத்தியில் மனஸ்தாபமும், திசையின் முதலில் சிற்றப்பன் மரணமும், ராஜத்துவேஷ மூலமாகத் துன்பமும், பெரிய வியாகூலமும், புத்திரியின் துக்க நாசம் முதலியவை உச்ச சூரியன் திசைப்பலன் என்று சொல்லப்படுகிறது, திசையின் முடிவில் புத்திரியின் விவாகமும், சுபசோபனமும், சினேகிதர்களால் சுகமும் அடைவார், மேலும் உச்சக்ஷேத்திரத்தில் இருக்கப்பட்ட சூரியனின் திசையில் மூன்றாம் பாகம் விசேஷமென்றும், திசையின் மூன்று பாகத்தில் ஜென்ம லக்ன மீனம் (கமலாம்சம்) ஆகி சூரியனுடைய உச்சராசியை மேஷத்தில் சனி நீச்சனாகியிருக்க அவனுடன்கூடிய சூரிய திசையில் முன் இரண்டு பாகத்தில் பலன் நாசமுறும், மேலும் இரண்டாவது பாகத்தின் முடிவில் ஆரம்பித்து மூன்றாம் பாவம் முடிய சத்ரு நாசமும், மூன்றாம் பாகமத்தியில் சத்ருவுக்கு அபஜெயமும், ஜாதகருக்கு யோகமும், கீர்த்தியும் உண்டாகும், அன்றி மேற்படி ஆறாவது பாவாதிபன் திசையில் ஆறாவது பாவாதிபதி நவாம்சையில் இருக்கும் ராசியை சனியாவது ராகுவாவது கோட்சாரத்தில் அடையும் போது ஜாதகருக்குச் சத்ரு ஜெனங்களால் பீடை உண்டாகும்.

ஜென்ம லக்கினம் மீனம்:-

(58) (கமலாம்சம்) ஆகி சனி மேஷத்தில் கமலாம்சத்தில் இருந்தால் ஆறாம் பாவாதிபன் திசையில் ஜாதகனுக்குப் (பிராம்மண) வைஷ்ணவர் மூலமாக துவேஷ மேற்படும்.

(59) (கமலாம்சம்) ஆகி மேஷத்தில் புதன் இருந்து கன்னியா ராசியதிபதி திசையானது வந்தால் அந்தத் திசையில் ஜாதகர் வெகு பாக்கியம் அடைவார்.

(60) (கமலாம்சம்) ஆகி இரண்டாம் பாவத்தில் புதனும், விருச்சிக ராசியில் குருவும் இருந்து மேற்படி குரு தன் அம்சத்தில் பூர்ணபலத்துடனிருந்தால் ஜாதகர் பல்லக்கு வாகனம் முதலியவற்றை அடைவார்.

(61) (கமலாம்சம்)ஆகி லக்ஷமியோகத்தில் தன்னுச்ச ராசியில் எட்டாம் பாவாதிபதி நீச்சாம்சத்திலிருந்து குருவால் பார்க்கப்பட்டால் ஜாதகர் மத்திய வயதுடையவர், தாயாதிகளால் பீடையடைபவர், தன் புத்திரனுக்கும் பீடை உண்டு, குரூர மாதத்தில் ஜாதகருடைய மனைவிக்குப் பீடையுண்டாகும், மேலும் எட்டாம் பாவாதிபதி திசையில் மூன்றாவது பாகத்தில் பெரிய ஆபத்து ஜாதகருக்கு உண்டாகும், இவைகள் சீக்கிரமாக நிவர்த்தியாகும், மேற்படி திசையின் முன் பகுதியில் புத்திர அபிவிருத்தியும் உண்டாகும், எட்டாம் பாவாதிபதி திசையின் சந்தி காலத்தில் ஜாதகருடைய ஜனங்களுக்கு மரணாதிகளும், பத்தாம் பாவாதிபதியின் திசையில் எட்டாம் பாவாதிபதி புக்தியில் ஜாதகருக்கு மரணமும் நேரிடும்.

(62) (கமலாம்சம்) ஆகி லக்ஷமீயோகத்தில் கேந்திரத்தில் இருக்கப் பட்ட ஒன்பதாம் பாவாதிபதியின் திசையில் ஜாதகருக்கு புத்திரப் பிரபலமும், சுகமும் விசேஷ பாக்கியமும் உண்டாகும்.

(63) (கமலாம்சம்)ஆகி லக்ஷமீயோகத்தில் ஏழாம் பாவத்தில் ஜென்ம காலத்தில் ராகு இருந்து பத்தாம் பாவாதிபதி திசை நடந்தால் ஜாதகருக்கு அந்த திசையில்

ஆபத்துண்டாகும், அவனுடைய திரிகோணாதிபதிகளின் திசையில் ஜாதகர் இறந்த மாதிரியாகப் பிழைப்பார்.

(64) (சீதளாம்சம்) ஆகி சனி சுதா ஷஷ்டியம்சத்தில் சர ராசியில் கடகத்தில் இருந்தாலும் ஜென்ம லக்னம் (சீதளாம்சம்) ஆகி நான்காவது கேந்திரத்தில் சனியிருந்தாலும் ஜாதகர் வெளுப்பு நிறமுடையவர். நல்ல ஆகிருதி உடையவர்.

(65) (சீதளாம்சம்) ஆகி ஐந்தாவது பாவத்தில் சனி சுக்கிரனுடன் கூடியிருந்தால் ஜாதகர் கறுத்த மேனியுடையவர், நல்ல ஆகிருதி உடையவர்.

(66) (சீதளாம்சம்) ஆகி சனி சர (கடக) ராசியில் இருந்தாலும் நான்காம் கேந்திரத்திலிருந்தாலும், ஜாதகருக்கு வித்தையும், யுத்தியும், நல்ல சம்பத்தும், சுகமும் உண்டாகும்.

(67) (சீதளாம்சம்) ஆகி சனி, கேது இவர்கள் கடக ராசியில் கூடி யிருந்தால் ஜாதகருடைய தகப்பன் பின் சகோதரனில்லாதவர், ஜாதகருடைய தகப்பனுடைய மூத்த சகோதரன் நாசமடைவார், ஜாதகருடைய தகப்பன் வேறு தேசத்தில் பாக்கிய யோகமடைவார், வாதம் நிறைந்த தேகமுடையவர், சுயார்ஜிதம் சம்பாதிப்பவர், பல்லக்கு முதலான வாகனமுடையவர், வைஷ்ணவன் காரணமாக அதிக விசாரமடைவார், அரசாங்கத்திலும் விரோதமடைவார்.

ஜென்ம லக்கினம் மீனம் :-

(68) (சீதளாம்சம்)ஆகி சுக்கிரன் சனி, கேது, இவர்கள் கூடி ஒரே ராசியில் இருந்து சனி சீதளாம்சத்தில் இருந்தால் ஜாதகருடைய தகப்பன் வைஷ்ணவனுடைய விரோதியாவார், அதனால் வியாகூலமடைந்து கிராமம், பூமி, தனம் இவைகள் நாசம் அடைவார். ஜாதகர் பிறப்பதற்கு முந்தியே மனஸ்தாபம், துக்கம் முதலியன அடைவார். ஜாதகருடைய தகப்பன் ஜாதகர் பிறந்த பிறகு மூன்றரை வருஷம் வரையில் கிலேசமடைவார், தன் நாற்பதாவது வயது வரையில் கிலேசமும், பின்னால் பாக்கிய விருத்தியும் ஜாதகருடைய ஜென்மதிசையில் கடைசியில் அடைவார்.

(69) (சீதளாம்சம்) ஆகி லக்கின்த்திற்கு ஐந்தாம் பாவத்தில் சனி சீதளாம்சத்தில் இருந்தால் ஜாதகர் தகப்பன் சீதள ஜுரத்தினாலும், அதிசாரத்திலும் பிடிக்கப்படுவார், ஜாதகருடைய ஜென்ம திசையில் ஜாதகருக்குச் சகோதர உற்பத்தியும், சகோதர நாசமும் ஜாதகருடைய தகப்பனுக்குப் பல வழிகளால் வியாகூலமும், மனஸ்தாபமும், வைசூரி சுரகண்டம் இவை உண்டாகும், அதற்குச் சாந்தியாக எள் நிறைந்த பாத்திரதானம் செய்தால் ஜாதகருடைய தகப்பனுக்கு ஆரோக்கியமுண்டாகும். மேலும் லக்ஷ்மீ பிரதிமை செய்து, பிறகு வெண்கலப் பாத்திரத்தில் நான்குபடி நெய்விட்டு நான்கு விரற்கடை பொன்னால்செய்த தகட்டை அந்த நெய்யில் போட்டு நான்கு விரற்கடை சொர்ணத்தைத் தக்ஷிணையாக மேலே கொடுத்து அந்த நெய்ப் பாத்திரத்தை வேதமோதியவனும், ஏழையும், குடும்பியும் ஆன ஜோதிஷ பண்டிதனுக்குத் தானம் செய்தால் அரசாங்கத்தில் அதிக சுபமும், சத்ரு நாசமும் முதலிய உண்டாகி ஆயுளும், ஆரோக்கியமும் உண்டாகும்.

(70) (சீதளாம்சம்) ஆகி லக்கினத்திற்கு ஐந்தாம் பாவத்தில் சுக்கிரன் பாபிகள் இருவருடன் கூடியிருந்தால் சொர்ணத்துடன் கூடிய நெய்யைத் தானம் செய்தால் வீட்டில் லக்ஷ்மி கடாக்ஷமுண்டாகும், ஜாதகருடைய ஐந்தாவது வயதிற்கு மேல் விசேஷ பாக்கியமடைவார், நான்காவது வயதில் கடைசியிலிருந்தே கொஞ்சம் சுகமுண்டாகும், ஐந்தாவது வயதிலிருந்து பலன் சுபாசுபமாகக் கலந்து நடந்து வரும், ஜாதகர் ஜென்ம திசையில் ஜென்ம

தேசத்தில் உபத்திரவத்தால் ஜாதகருடைய தகப்பன் அவதியும், ஜென்ம திசையில் கடைசியில் வெளி தேசத்தில் பாக்கியவிருத்தியும் அடைவார், இரண்டாம் திசையில் பாக்கிய விருத்தியும், சுகமும் ஜாதகருடைய பேத சகோதரனுக்கு தன விருத்தியும் உண்டாகும்.

(71) (சீதளாம்சம்) ஆகி ஐந்தாம் பாவத்தில் சனி சுக்கிரனுடன் கூடியிருந்தால் ஜாதகருடைய தகப்பன் ஜாதகருடைய ஜென்ம தார திசையில் வெளிதேசத்தில் பாக்கிய மடைவார், சுய தேசத்தில் அற்ப பாக்கியமும், வெளி தேசத்தில் அதிகமும் அடைவார்.

(72) (சீதளாம்சம்) ஆகி கடகராசியில் சனி சீதளாம்சத்தில் இருந்தால் ஜாதகருடைய இளைய சகோதரன் நாசமுறுவார், ஜாதகருடைய மாற்றாந்தாயின் மகளான பேத சகோதரியின் கணவன் அரசாங்கத்தில் பிரசித்தி அடைவார், மிக்க பாக்கிய மடைவார், சிலகாலம் பொறுத்து ஜாதகருடைய பேத சகோதரியின் மாமனார் மறித்து விடுவர்.

ஜென்ம லக்கினம் மீனம்:-

(73) (சீதளாம்சம்) ஆகி கடக ராசியில் சீதளாம்சத்தில் சனியும், கன்னியா ராசியில் சந்திரன் மகாமயாம்சத்திலுமிருந்தால் ஜாதகர் இரண்டு தீர்க்காயுளுள்ள சகோதரிகளும், இதே போல இரண்டு சகோதரர்களுமுடையவர், ஊதகருடைய மாற்றாந்தாய்க்குப் பிறந்த சகோதரன் தீர்க்காயுளுடனிருப்பார், சுகமடைவார், அவன் மனைவி காக மலடியாவாள், ஜாதகர் காலாந்திரத்தில் சற்புத்திரனை அடைவார். ஜாதகருடைய இரண்டாம் திசையில் இவருடைய மூத்த சகோதரியின் கணவனுக்குச செல்வப் பெருக்குண்டாகும். அவரும் சுகமுடைவராவார்.

(74) (சீதளாம்சம்)ஆகி லக்கினத்திற்கு ஏழாம் பாவத்தில் சந்திரனிருந்து மகா மாயாம்சத்திலிருந்தால் ஜாதகருக்கு மகாமாரி மூலம் (பெரியம்மையால்) பய முண்டாகும், வாலிபத்தில் சகோதர நாசமடைவார், ஜாதகருடைய தாய்ப்பாட்டி நீண்ட ஆயுளுடையவள், ஜாதகருக்கு இரு அம்மான்களுண்டு, அவர்களில் ஒருவர் நாசமுறுவார், மற்றவர் தீர்க்காயுளுடையவர்.

(75) (சீதளாம்சம்)ஆகி சனி கடக ராசியில் இருந்தால் ஜாதகருடைய தகப்பன் ஆபத்துச் சன்னியாச யோகமடைவார்.

(76) (சீதளாம்சம்) ஆகி ஐந்தாம் பாவாதிபதி சுயக்ஷேத்திரத்தில் இருந்து குரு கேந்திர திரிகோணத்தில் இருந்தால் ஜாதகர் பல்லக்கு வாகனம், ராஜயோகம் முதலானவற்றை அடைவார், இருபத்தேழு வயதுக்குமேல் விசேஷ பாக்கியமும், வீட்டில் தனம் தானியம், பசு முதலிய விருத்தியும் பிரபல உத்தியோகமும், அரசாங்கத்தில் நல்ல புகழும் அடைவார்.

(77) (சீதளாம்சம்)ஆகி கன்னியா ராசியில் சந்திரனிருந்தால் ஜாதகர் ராஜயோகத்தைத் தன்மத்திய வயதில் அடைவார்,அக்கிராகாரப் பிரதிஷ்டை செய்வார், எப்போதும் ராஜோபசாரமடைவார்.

(78) (சீதளாம்சம்)ஆகி லாபாதிபனான சனியின் அம்சத்திரிகோண ஸ்தானங்களில் சனி சுக்கிரனுடன் கூடி இருந்தால் ஜாதகர் தன் நாலாம் திசையில் ராஜயோகமடைவார், அப்போது ஜாதகருக்கு இரண்டாவது விவாகம் நடக்கும்.

(79) (சீதளாம்சம்) ஆகி ஐந்தாமதிபனான சந்திரன் ஏழில் கன்னியா ராசியில் இருந்தால் ஜாதகர் பெண் சந்ததி அதிகமாவுடையவர். ஆண் சந்ததி இரண்டு அல்லது மூன்று உண்டு ஜாதகர் இரு தாரங்களிடமும் நல்ல சந்தானமடைவார்.

(80) (சீதளாம்சம்) ஐந்தாம் பாவாதிபனான சந்திரன் கன்னியா ராசியில் மகராம்சத்தில் இருந்தால் ஜாதகர் வைசூரி சுரம் கண்டு நாசமடைந்த தன் புத்திரர்களுக்காக வருந்துவார், ஜாதகருடைய சகோதரர் கொஞ்சம் சுகமுடையவனாவார்.

(81) (சீதளாம்சம்) ஆகி சுக்கிரன் சனியுடன் கூடி இருந்து ஏழாம் பாவாதிபன் பதினோராம் ராசியாகிய மகர நவாம்சத்திலிருந்தால் ஜாதகர் ஜீவனுள்ள வரையில் நல்ல செல்வமனுபவிப்பார், யோகமாசத்தில் புண் முதலிய காயமடைவார்.

(82) (சீதளாம்சம்) ஆகி பன்னிரண்டாம் பாவாதிபன் கடக ராசியில் தன் உச்ச அம்சத்திலும், குரு ராசியில் தன் சுய க்ஷேத்திரமாகிய தனுசிலும், அமிசையில் தன்னுச்சாம்சத்திலுமிருந்தால் ஜாதகருக்குப் புண்ணிய லோகம் கிடைக்கும், ராஜயோக மடைவார். சில காலம் எம வேதனையும் படுவார், அதற்கு மேல் புண்ணிய லோகமடைவார், பின்னால் உத்தம ஜென்மத்தில் பிறப்பார்.

ஜென்ம லக்கினம் மீனம்:-

(83) (வசுதாம்சம்) ஆகி லக்கினாதிபனான குரு ஏழாம் பாவத்திலிருந்து, லக்னம் குஜனால் பார்க்கப்பட்டால் ஜாதகர் தனது முப்பதாவது வயதிற்கு மேல் பாக்கியமடைவார், நோயற்ற உறுதியான தேகமுடையவர்.

(84) (வசுதாம்சம் பூர்வபாகம்) ஆகி சந்திரன் மேஷத்தில் இந்திராம்ச நாடியில் இருந்தால் ஜாதகர் அழகானவர், புத்திமான், வாசாலகன், தெளிந்த முகமுங் கண்களுமுடையவர், அதிருஷ்டசாலி, தருமாத்துமா,ராஜயோகமுடையவர், சிவந்த நடுத்தர தேகமுடையவர், குள்ளமான தேகமுடையவர், போல் தோன்றுபவர்.

(85) (வசுதாம்சம் பூர்வபாகம்) ஆகி லக்கினாதிபனான குரு குஜனால் பார்க்கப்பட்டால் ஜாதகர் பிதுரார்ஜித பாக்கியமுடையவர், துஷ்டர்களிடம் துஷ்டபுத்தியும், குரூரர்களிடம் குரூர செய்கையுமுடையவர், எல்லோருக்கும் உபகாரம் செய்வார், சௌக்கியமுடையவர், சந்தோஷமுடையவர் புகழுடையவர், நித்தம் கதைகள் கேட்பார், சீமான் , தீனர்களுக்குப் பிரியன், குதிரை ஏறுவதில் சாமர்த்தியசாலி, அனேக சேனை குதிரைகளுக்கு நாயகன், சிஷ்டாசாரமுடையவர், காரிய சித்தியுடையவர், வேறு அரசனிடம் ராஜமுத்திரை தரித்து அதிகாரியாயிருப்பார்.

(86) (வசுதாம்சம் பூர்வபாகம்) ஆகி சகோதர ஸ்தானாதிபனான சுக்கிரன் தனுசில் கடகாம்சத்தில் இருந்தால் ஜாதகருடைய மூத்த சகோதரம் நாசமடையும், இளைய சகோதரன் யோகமுடையவனாவார், ஜாதகர் இரு சகோதரிகளுடையவனாவார்.

(87) (வசுதாம்சம் உத்தரபாகம்) ஆகி சுக்கிரன், தனுசில் கடகாம்சத்திலிருந்தால் ஜாதகர் மூன்று சகோதரிகளுடன் கூடியவர்,ஒரு சகோதரி நல்ல வாசமுடையவள், பால்யத்தில் அவளுக்குத் தரித்திரமுண்டாகும், ஒருத்தி புத்திர பாவத்தில் விசார முடையவள், அவளது கர்ப்பப்பையில் அதிக நோய், வயிற்றுவலியால் பீடைகளுண்டாகும், அந்த பாபத்திற்குச் சாந்தி செய்தால் தீரும்.

(88) (வசுதாம்சம் பூர்வபாகம்) ஆகி கன்னியா ராசியில் ஒன்பதாவது அம்சத்தில் குஜனிருந்தால் ஜாதகர் மூன்று சகோதரனுடையவர், சுகமுடையவர்.

(89) (வசுதாம்சம்) ஆகி பாக்கியாதிபனான செவ்வாய் ரிஷப ராசியிலிருந்து, எட்டாம் பாவதிபனால் பார்க்கப்பட்டால் ஜாதகர் யானை முதலிய ஐஸ்வரிய பாக்கிய முடையவனாவார்.

(90) (வசுதாம்சம்) ஆகி லக்கினம் நான்கு, இரண்டு, ஒன்பது,பத்து இந்த பாவாதிபர்கள், நான்கு, ஒன்பது , பத்து, இந்த ஸ்தானங்களில் இருந்தால் ஜாதகருக்கு வாகன சுகமுண்டு.

(91) (வசுதாம்சம்) ஆகி குரு நான்காம் பாவத்தில் இருந்து, சுக்கிரனால் பார்க்கப்பட்டால் ஜாதகர் பல்லக்கு வாகனமுடையவர், பூமண்டலாதிபனாவார், சபைத்தலைவனாவார், சிம்மாசனத்திலிருப்பார், சதுரங்க சேனையைக் காப்பாற்றுபவனாவார்.

(92) (வசுதாம்சம்) ஆகி கன்னியா ராசியில் குரு புஷகராம்சத்தில் குஜனுடன் கூடி இருந்து ராஜ்யாதிபனான சந்திரன் இரண்டாம் பாவத்திலிருந்தால் ஜாதகர் சாமரயோகமுடையவனாவார், இருபத்திரண்டுவயதுக்குமேல் சுகமடைவார், புகழுடையவர், நல்ல புத்திரர், தாரம், பாக்கியம் இவை உடையவர், சீமான், பிரசித்தன், மகான், பல்லக்கு முதலியவை பாவங்களுடன் வீட்டில் எப்போதும் செல்வமுடையவர். பண்டிதர்,சௌரிய பராக்கிரமமுடையவர், வேறு தேசங்களில் புகழுடையவர்.

ஜென்ம லக்கினம் மீனம்:-

(93) (வசுதாம்சம்) ஆகி ராஜ்ய ஸ்தானாதிபனான சந்திரன் இரண்டாம் பாவத்தில் சிம்மாம்சத்தில் இருந்தால் ஜாதகர் 'காஹள' யோகமுடையவனாவார், இதன் பலன் வெகு தனதான்னியம் சமுர்த்தியாகவுடையவர்,கந்தம் மாலை முதலியன அணிவார், சூரியனுக்கு நிகரான காந்தியுடையவர், புகழுடைய அரசனாவார், இவையெல்லாம் காஹள யோகத்தின் பலன்களாகும்.

(94) (வசுதாம்சம் பூர்வபாகம்) ஆகி தனுசு ராசியில் மேஷாம்சத்தில் சூரியனிருந்தால் ஜாதகருடைய தகப்பன் மூன்று சகோதரருடையவனாவர்.

(95) (வசுதாம்சம்) ஆகி ராசியில் சூரியன் தனுசில் இருந்து, அம்சத்தில் மேஷத்திலிருந்தால் ஜாதகருடைய பிதா தேசாந்தரம் சென்று சமஸ்காரம் அடையாதவனாவார், வயது இருபது அல்லது இருபத்திரண்டில் ஜாதகருக்குப் பிதா அரிஷ்டமடைவார், அவன் பெரிய அரசனைப் போய்ப் பார்த்து வந்து கொண்டிருப்பார், தன் தகப்பன் அரிஷ்டத்திற்கு முன்னமே ஜாதகர் தாய் அரிஷ்டமடைவாள்.

(96) (வசுதாம்சம்) ஆகி சூரியனும், குஜனும் சேர்ந்து ராஜ்ய ஸ்தானமாகிய ஐந்தாம் பாவத்தில் இருந்தாலும் அன்றி, ஜென்ம லக்கினம் மீனம் (வசுதாம்சம்) ஆகி பத்து அல்லது நான்கு இந்த பாவங்களை குஜன் பார்த்தாலும் ஜாதகர் எப்போதும் நோயுடையவர், ஜாரன், திருடர்களில் உயர்ந்தவனாவார், காவியம், அலங்காரம், நாட்டியம் இவற்றில் பிரியவனாவார், சங்கீதத்தில் தேர்ச்சி பெற்றவர், உதாரணகுணமுடையவர்,உண்மைபேசுவார்,கந்தம், மாலை, வஸ்திரம் இவற்றில் பிரியனாவார், பன்னிரண்டு வயதுக்குமேல் பாக்கியமும், பதினாறு வயதுக்கு மேல் செல்வப் பெருக்குமுண்டாகும், பல ஜாதிப் பெண்களை அணைபவர், எப்போதும் போகமாதர் சேர்க்கையுடையவர், எப்போதும் புணர்ச்சியில் விருப்பமுள்ளவர்.

(97) (வசுதாம்சம்) ஆகி சூரியன் தனுசு ராசியில் காலாம்சத்தில் இருந்தால் ஜாதகர் மகாராஜ சபை நடுவில் வாசாலகனாக இருப்பார், சாமர்த்தியமான யுக்தியுடையவர், முடியாததையும் தெய்வானுக்கிரகத்தினால் முடிப்பதில் சாமர்த்தியவானாவார்,பத்தாயிரம் குதிரைகளுக்கதிகாரி, இரண்டு லக்ஷம் பொன்னுடையவர், ராஜ்யாதிகாரத்துடன் கூடியவர் அதிக சௌக்கிய விருத்தி வீட்டிலுடையவனாவார், தனதான்னியம் நிரம்பப் பெற்றவர், புகழ், பெருமையுடையவர்.

(98) (வசுதாம்சம்) ஆகி குரு ராசியில் கன்னியிலும், நவாம்சத்தில் சிம்மாம்சத்திலுமிருந்து, ஐந்தாம் பாவாதிபன் இரண்டாம் பாவத்தில் இருந்தால் ஜாதகர் புத்திரி புத்திரர்களுடையவர், மூன்று புத்திரர். இரு பெண்களுடையவர்.

(99) (வசுதாம்சம்) ஆகி ஆறாம் பாவாதிபனான சூரியன் எட்டாம் பாவாதிபனுடன் கூடி ஆறாம் பாவாதிபன் குஜனால் பார்க்கப்பட்டால் ஜாதகர் சத்ருக்களை அழிப்பவனாகவும், பராக்கிரமமுடையவனாகவும், சொல்ப தாயாதி ஜெனங்களுடன் கூடியவனுமாவார்.

ஜென்ம லக்கினம் மீனம்:-

(100) (வசுதாம்சம்)ஆகி ஆறாம் பாவாதிபன் சுக்கிரனுடன் கூடினால் ஜாதகருடைய தகப்பன் போக பாக்கியமுடையவனாவார்.

(101) (வசுதாம்சம்) ஆகி பூர்வபாகத்தில் ஏழாம் பாவாதிபதி ராசியில் தனுசில் இருந்து துலா நவாம்சத்திலிருந்தால் ஜாதகருக்குத் தான் பிறந்த ஊருக்குத் தெற்கில் விவாகம் நடக்கும் என்று மனு சொல்கிறார். உத்தராம்சத்தில் பிறந்தவனுக்கு ஜென்ம பூமியிலேயே தன் ஊரிலேயே விவாகம் நடக்கும் என்றும், பூர்வபாகத்தில் பிறந்தவனுக்கு இருமனைவியர் உண்டு, என்று வேறுசிலரும்சொல்லுகிறார்கள்.

(102) (வசுதாம்சம்)ஆகி ஏழாம் பாவாதிபனான புதன் துலாம்சத்தில் ஸ்திர ராசியில் இருந்து காரகனான சுக்கிரனுடன் கூடி இருந்தால் ஜாதகர் இரு தாரயோக முடையவனாவார், முப்பத்தொன்பதாவது அல்லது முப்பத்தைந்தாவது வயதில் தாரம் அரிஷ்டமடைவார், ஜாதகருக்கு இருதாரத்திடமும் புத்திரர் உண்டாவார்கள்.

(103) (வசுதாம்சம்) ஆகி எட்டாம்பாவாதிபனான சுக்கிரன் ஆறாம் பாவாதிபனுடன் கூடி இருந்தால் பூர்ணாயுளுடையவனாவார்.

(104) (வசுதாம்சம்) ஆகி கர்மாதிபனான குரு ஏழாம் பாவத்தில் இரண்டாம் பாவாதிபனுடன் கூடி இருந்தால் ஜாதகர் சத்கர்ம ஆசாரமுடையவனாவார்.

(105) (வசுதாம்சம்) ஆகி ஆறாம் பாவாதிபன் பத்தாம் ராசியில் இருந்து, நவாம்சையில் கேந்திராம்சத்தில் இருந்தால் ஜாதகர் பேரிகை, மிருதங்கம் முதலிய வாத்தியங்களுடன் ராஜ முத்திரை தரித்தவனாவார்.

(106) (வசுதாம்சம்) ஆகி ராஜ்ய ஸ்தானாதிபனான சந்திரன் இரண்டாம் பாவத்தில் சிம்மாம்சத்திலிருந்தால் ஜாதகர் மண்டலாதிபன் வாசலில் எல்லோருக்கும் (தலைவனாய்) மேலான அதிகாரமுடையவனாவார்.

(107) (வசுதாம்சம்) ஆகி கர்மாதிபனான குரு ஏழாம்பாவத்திலிருந்து, பாக்கியாதிபனான குஜனால் பார்க்கப்பட்டால் ஜாதகருக்கு புண்ணிய பாப பலன்கள் சமமாக இருக்கும், இந்த உலகில் புண்ணியாத்துமாவாவார், முடிவில் சுவர்க்க மடைவார், ஆயுளுள்ள வரையில் பாக்கிய மனுபவிப்பார்.

(108) (கமலாம்சம்) ஆகி சனி கடகத்தில் கமலாம்சத்திலிருந்தால் ஆறாம் பாவாதிபதி தசையில் வைஷ்ணவர்களுடன் துவேஷமடைவார்.

(109) (கமலாம்சம்) ஆகி ஒன்பதாம் பாவத்தில் குரு இருந்து நவாம்சத்தில் தன் நவாம்சத்தில் பலத்துடன் இருந்தால் ஜாதகர் பல்லக்கு முதலிய வாகன பாக்கியமடைவார்.

(110) (கமலாம்சம்) ஆகி எட்டாம் பாவாதிபதி தன்னுச்ச ராசியில் இருந்து நவாம்சத்தில் நீச்ச மடைந்து இருக்க குருவால் பாாக்கப்பட்டால் ஜாதகர் மத்திய வயதடைவார்.

(111) (கமலாம்சம்) ஆகி ஒன்பதாம் பாவாதிபதி திசை வந்தால் ஜாதகர் அந்தத் திசை காலத்தில் தன் புத்திரன் மூலமாக விசேஷ சுகத்தையும், பாக்கியத்தையுமடைவார்.

(112) (கமலாம்சம்) ஆகி ஏழாம் பாவத்தில் ராகு இருந்தால் ஜாதகருக்குப் பத்தாம் பாவாதிபதி திசையில் பெரிய ஆபத்துண்டாகும், அந்த பத்தாம் பாவாதிபதி திசையே ஜென்ம திரிகோணாதிபதி திசையானால் ஜாதகர் மரணத்துக்குச் சமமான கெண்டமடைந்து பிழைப்பார்.

(113) (சுகதாம்சம்) ஆகி ஜென்ம லக்கினாதிபதியாகிய குரு ர்ாகுவுடன் கூடி யிருக்க ஜெனித்தவர் சிவந்த நிறமுள்ளவர், மெல்லிய தேகமுடையவர், குள்ளமானவர், மகா மானி, ராஜ லக்ஷணமுடையவர்.

ஜென்ம லக்கினம் மீனம் :-

(114) (சுகதாம்சம்) ஆகி இரண்டாம் பாவத்தை மூன்று கிரகங்கள் பார்த்தால் ஜாதகர் நான்கு வித்தைகளில் வல்லவர், பல பாஷையறிபவர், தானாகவே சாஸ்திரங் களுக்குத் தத்துவார்த்தம் செய்பவர், இங்கித மறிபவர், வெகு தனமுடையவர்,நீச்ச அரசனிடம் உத்தியோகமும், பணமும் சம்பாதிப்பார், பூமி, க்ஷேத்திரம், பசு முதலிய சமர்த்தியுடைவர், தகப்பனால் சம்பாதித்த விசேஷ பாக்கியமுடையவனாவார்.

(115) (சுகதாம்சம்)ஆகி மூன்றாம் பாவாதிபதி லாப பாவத்தில் இருந்து சகோதரகாரகன் எட்டாமிடத்தை யடைந்து இருந்தால் இவனுக்கு மூத்தவர் ஒருவர் பிறந்த ஒரு வருஷத்துக்குள் மரிப்பார், இவனுக்கு இளையவர்கள் ஐந்து அல்லது நான்கு பேர்கள் இருப்பார்கள், மூன்று சகோதரிகள் இருப்பார்கள், அவர்களில் மூத்தவள் விதவையாய் பாலியத்திலேயே மரிப்பாள், மற்ற இருவரும் தீர்க்க ஜீவிகளாயிருப்பார்கள்.

(116) (சுகதாம்சம்) ஆகி தனுசில் சந்திரனும், புதனும் கூடியிருந்தால் ஜாதகருடைய தாய் தீர்க்க ஆயுளுடையவள், ஜாதகருடைய அம்மான் பாக்கியவான், அவன் பயிர், வியாபாரத்தால் ஜீவனம் செய்வார்.

(117) (சுகுதாம்சம்) ஆகி நான்காமிடத்தில் சனி இருந்தால் ஜாதகர் மூன்று வாகனமுடையுவர், வீடு, பூமி முதலியன சமிர்த்தியாயுடையவர், பத்தாயிரத்திற்கு மேற்பட்ட தனமுயைடவனாவார்.

(118) (சுகதாம்சம்) ஆகி புத்திர பாவத்துக்குடைய சந்திரன் புதனுடன் கூடி சனியால் பார்க்கப்பட்டு புத்திர காரகனான குரு, ராகு, செவ்வாயிவர்களுடன் கூடி எட்டாமிடத்தில் இருக்க புத்திர அபாயமுள்ள ஜாதகர் புத்திர சந்ததிக்குத் தத்து எடுப்பார், முதலில் இரண்டு புத்திரர்கள் பிறந்து மரித்து விடுவார்கள், பிறகு ஒரு பெண் பிறக்கும். அதுவும் சில தினத்தில் மரித்து விடும். முன் ஜென்மாந்திரத்தில் ஜாதகர் விஷ்ணு ஆலய தனத்தைத் திருடியும் , துர்க்காலயத்தில் அதிகாரம் செய்து அந்த பணத்தையும் வெகுவாய் அபகரித்த அந்த ஜென்மாந்திர தோஷத்தால் அற்ப வயதில் இறந்து விடுகிற பிள்ளைகளைப் பெறுகிறார். இந்த தோஷ நிவிருத்திக்குச் சாந்தி செய்து ஏகாதசியில் கோதானம்செய்து அரசப்பிரதிஷ்டை செய்து, சொர்ண சந்தான கோபாலப் பிரதிமை தானம் சிம்கசார தானமும் செய்து, சேதுஸ்நானம் செய்து, மிருதசஞ்ஜீவி ஹோமமும் செய்து. சந்திரப் பிரதிமை தானம்

செய்தால் காலாந்திரத்தில் புத்திரனுண்டாவானென்று சிலரும், இன்னும் சிலர் வேறு மனைவியிடம் புத்திரப்பிராப்தி உண்டாகும் என்றும் சொல்லுகிறார்கள். முன் சொன்ன சாந்தி செய்தால் இரண்டு புத்திரரும், இரண்டு புத்திரியும் தீர்க்காயுசுடையவர்களா யிருப்பார்கள், அப்படிச் சாந்தி செய்யாவிடில் புத்திரர்கள் பிறந்து பிறந்து மரிப்பார்கள்.

(119) (சுகதாம்சம்) ஆகி ஏழாம் பாவாதிபதி புதன் பத்தாமிடத்தில் இருந்து சனியின் பார்வை யடைந்து, சந்திரனுடன் கூடியிருந்தால் ஜாதகருக்குத் தான் பிறந்த பதினெட்டு வயதில் அல்லது அதற்குப் பிறகாவது விவாகம் ஆகும்.

(120) (சுகதாம்சம்) ஆகி ஒன்பதாம் பாவாதிபதியாகிய செவ்வாயானவர் குரு, ராகு இவர்களுடன் கூடி இருந்தால் ஜாதகருடைய தகப்பன் ராஜயோகத்தால் தனத்தைச் சம்பாதிப்பவர், பூர்ணாயுளுடையவர், நீச்ச அரச சபையில் ஆயுளுள்ள வரையில் யோகமுடையவர், காவிய, நாடக தத்துவமறிந்தவர், வேத சாஸ்திரமறிந்தவர், சம்ஸ்கிருதத்தைப் பிரியமாய்ப் பேசுபவர், விஷ்ணு சிவபக்தியுடையவர், தெலுங்கு பாஷையிலும் சாகித்தியம் செய்வதிலும் தேர்ச்சியுள்ளவர், அனேக ஆயிரம் தனமுடையவர், பிரபு லக்ஷணமுடையவர், புத்திரி புத்திர சமிர்த்தியுடையவர்.

ஜென்ம லக்கினம் மீனம்:-

(121) (தனதாம்சம்) ஆகி லக்கின பாவாதிபதி பத்தாம் பாவத்தில் சுயக்ஷேத்திரத்தில் இருந்தால் பூர்வ பாகத்தில் ஜெனித்தவருக்கு வடக்குத் தெற்கு வீதியில் மேற்குப் பாகத்தில் உள்ள வீட்டில் நதிப்பிராந்தியத்திலுள்ள அக்கிரஹாரத்தில் ஜெனனம் நேரிடும், உத்தராம்சத்தில் ஜெனித்தவனுக்குக் கிழக்கு மேற்கு வீதியில் தெற்குப் பக்கத்திலுள்ள வீட்டில் ஜெனனம் நேரிடும்.

(122) (தனதாம்சம்) ஆகி நான்காம் பாவாதிப்பதி புதன் சுயக்ஷேத்திரத்தில் சூரியன், ராகு இவர்களுடன் கூடியிருந்தால் ஜாதகருடைய தாய் பிரசவகாலத்தில் அற்ப வேதனை யுடையவர், உத்தராம்சத்தில் பிறந்தவனுடைய தாய்க்குப் பிரசவத்தில் வேதனை அதிகமாயிருக்கும்.

(123) (தனதாம்சம்) ஆகி லக்கின பாவாதிபதி கேதுவுடன் கூடியிருந்தால் ஜாதகருக்குக் கொஞ்சம் பாலாரிஷ்ட பயமுண்டாகும், லக்ன பாவாதிபதி சுய க்ஷேத்திரத்தில் கேதுவுடன் கூடியிருந்தால் ஜாதகருக்குப் பாலாரிஷ்ட நிவர்த்தியுண்டாகும்.

(124) (தனதாம்சம்) ஆகி எட்டாம் பாவாதிபன் ஸ்திர ராசியில் இருக்கச் சனி சுயக்ஷேத்திரத்தில் இருந்து லக்கினம் தவிர்த்த மற்றக் கேந்திரத்தில் குரு இருந்தால் ஜாதகர் பூர்ணாயுள் யோகமுடையவர், சுகமுடையவர், தாய் தகப்பனுக்குச் சுகமும், ஜாதகருக்குத் தேக புஷ்டியும் உண்டாகும், ஜென்ம திசையில் இரண்டு, மூன்று வாரம் பாலரோகத்தால் விசேஷபயம் உண்டாகிச் சீக்கிரத்தில் ஆரோக்கியமும் சுகமும் உண்டு.

(125) (தனதாம்சம்) ஆகிச் சுக்கிரன் ஒன்பதாம் பாவத்தை அடைந்து அம்சத்தில் நீச்சனாயிருந்தாலும், அல்லது பத்தாம் பாவத்தை அடைந்திருந்தாலும் ஜாதகருடைய தகப்பன் தனவானாயிருந்தாலும் போகமுடையவனாயிருப்பார், அரசாங்கத்தில் பூஜிக்கப்படுவார், அரசாங்க ஜென நேசமுடையவர், கூட்டவும் கலைக்கவும் சாமர்த்தியமுடையவர், ராஜ தரிசனமுடையவர், அநேக கிராம அதிகாரமும், வாகனமும், கீர்த்தியும் உண்டாகும், துஷ்டர்களுக்கு துஷ்ட புத்தியுடையவனாகவும் குரூரமானவர் களுக்குக் குரூர கிருத்தியமுடையவனாகவும், பாலியத்தில் அற்பசுகமுடையவனாகவும், காமியாயும் இருப்பார். ஜாதகருடைய சிறிய தகப்பனும் ராஜ வல்லபவானகவும், பத்திய

அந்திய வயதுகளில் யோகமுடையவனாகவும் இருப்பார், பூர்ணா ஆயுளுடைய தகப்பன் ஜாதகருடைய ஆறாம் திசையில் நான்காம் பாவாதிபன் புக்தியில் சுய அந்தரத்தில் அல்லது கேது புக்தியில் கோச்சாரத்தில் தனுசு ராசியில் சனி வரும்போது கார்த்திகை பங்குனி, ஆடி முதலான மூன்று மாதங்களில் ஜாதகருடைய தகப்பன் மரண மடைவானென்று சிலரும், வேறு சிலர் இச்சமயம் ஜாதகருடைய தகப்பனுக்குப் பீடையுண்டாகும், சாந்தி செய்தால் சுகமுண்டாகும் என்றும், அதற்குப் பிறகு ஒன்பதாம் பாவாதிபனுடைய திசையில் கோச்சாரத்தில் சந்திர லக்கினத்திற்கு இரண்டாமிடத்தில் சனி வந்த பிறகு ஜாதகருடைய பிதா மரணமடைவானென்றும் சர்வ நாடியிலும் சொல்லுகிறார்கள்.

(126) (தனதாம்சம்) ஆகிச் சூரியன் கேந்திரத் திரிகோணங்களிலிருக்க ஒன்பதாம் பாவாதிபன் மூன்றாம் பாவத்தில் இருந்தால் ஜாதகனுடைய தகப்பன் பிரசித்தமானவர்.

ஜென்ம லக்கினம் மீனம்:-

(127) (தனதாம்சம்) ஆகிச் சூரியன் கேந்திரத் திரிகோணங்களிலிருந்து புதனுடனும், ராகுவுடனும் கூடியிருந்தால் ஜாதகருடைய தகப்பன், ராஜஸ கீர்தயங்களையுடையவர், விஷ்ணு சிவ பக்தியுடையவர், தேவப்பிராமண பக்தியுடையவர், சூரியன் ராகுவுடனும் கூடியிருந்தால் ஜாதகருடைய தகப்பன் கொஞ்சம் அனாசாரம் உடையவர், சூரியனுக்குக் குரு பார்வையிருந்தால் ஜாதகருடைய தகப்பன் பாக்கிய யோகமுடையவர், க்ஷேத்திர மூலம் சுகமுடையவர், வாசாலகர், தனமுடையவர், தானிய சேர்க்கையுடையவர்.

(128) (தனதாம்சம்) ஆகிப் புதன் கன்னியில் ராசியில் வர்க்கோத்தமாம்சத்தில் ருக் , சந்திரன் கும்பாம்சத்தையடைந் து, நீச்ச ராசியிலிருந்தால் ஜாதகருடைய தாய் விசேஷ சௌக்கியமுடையவள், குணமுடையவள், சாந்தமுடையவள்,பந்துக்களைப் பூஜிப்பவள், நல்ல வம்சத்தில் பிறந்தவள், அன்னதானம்செய்வதில் பிரீதியுடையவள், சாது, தன் குலத்தில் பாக்கியசாலியானவள். முன் ஜென்மந்திர பாப சேஷத்தால் மரிக்கப்பட்ட குழந்தைகளைப் பெறுவாள். ஜாதகருடைய க்ஷேம திசையில் சந்திர லக்கினத்திற்கு எட்டாமிடத்தைக் கோச்சாரத்தில் சனி அடையும்போது க்ஷேமதார திசையில் புத புக்தியில் ஜாதகருடைய தாய் மரிப்பாள் கன்னியா ராசியில் புதன் வர்க்கோத்தமத்தில் இருந்தால் சுமங்கலியாகவே மரிப்பவளாவாள்.

(129) (தனதாம்சம்) ஆகி அமலாயோகத்தில் ஜெனித்தவர் பிராமண ஜென்மம், தனமுடையவர்,சூரன்,மேதாவி, கலஹப்பிரியன், சண்டையில் பிரியமுள்ளவர், வாயுநிறைந்த தேகமுடையவர், சமகாத்திரமுடைய்வர், நல்ல ரூபமுடையவர்.

(130) (தனதாம்சம்) ஆகிப் பத்தாம் பாவாதிபதி சுயக்ஷேத்திரமான லக்கின பாவத்தையடைந்திருந்தாலும், அல்லது பத்தாம் பாவத்தையடைந்திருந்தாலும், புதன் வர்க்கோத்தமாசத்தையடைந்திருந்தால் ஜாதகர் க்ஷேத்திரமூலம் சுகமுடையவர், தனமுடையவர், பிதுரார்ஜித தனத்துடன் கூடியவர், சுயார்ஜிதமும் சம்பாதிப்பவர், திட்டமாய்ப் புசிப்பவர், மர்மமான மனமடையவர், கொஞ்சமான நித்திரையுடையவர், அதிக ஜாக்கிரத்தையுள்ளவர், தேவபிராமண விசுவாசமுடையவர், தர்மபுத்தியுடையவர் உதார புத்தியுடையவர், விஷ்ணு சிவபக்தியுடையவர் , பரோபகாரமான காரியங்களைச் செய்பவர், கொஞ்சம் கெட்டவழியில் செலவு செய்பவர், நல்வழியில் விசேஷமாய்ச் செலவு செய்பவர், க்ஷணத்தில் கோபிப்பவர், தெளிந்த மனமுடையவர், கொஞ்சம் தாமதமாக வேலை செய்பவர், திரவிய சம்பாதனையில் சமர்த்தர், தனமுடையவர், தானிய சேர்க்கை செய்பவர்,

அரசாங்கத்தில் பிரசித்தியுடையவர், தகப்பன் மூலமாக நல்ல யோகமுடையவர், பற்பல கிராமங்களிலும் பிரசித்தியுடையவர், வாகனம் முதலிய நல்ல யோகமுடையவர், சேர்க்கவும் அழிக்கவும் வல்லவர். தகப்பனால் நல்ல யோகமுள்ளவர், மூத்த சகோதரனில்லாதவர், பின் சகோதரனுமில்லாதவர், சகோதரிகளை உடையவர், ஒரு சகோதரி அல்பாயுசு உடையவர், லக்கினத்திற்கு மூன்றாம் பாகத்தில் செவ்வாயிருந்தால் ஜாதகருக்குச் சகோதரர் உற்பத்தியானாலும் அந்த சகோதரம் நாசம் ஆய்விடும், ஒரு சகோதரி தீர்க்க ஆயுளுடையவள், வைதவ்வியத்தையடைந்து சகோதரனுடன் துக்கிப்பவள். இந்த ஜாதகனுக்கு இதற்குமேல் அதிக சகோதரன் பிறந்தாலும் மறித்துவிடும்.

ஜென்ம லக்கினம் மீனம்;-

(131) (தனதாம்சம்) ஆகி ஐந்தாம் பாவாதிபதி சந்திரன் கும்பாம்சத்தில் தன் நீச்ச ராசியிலிருந்து புத்திர காரகனான குருவும் நீச்சனுடன் கூடியிருந்தால் ஜாதகருக்கு இரண்டு அல்லது மூன்ற ஆண் குழந்தைகள் தீர்க்காயுளுடனிருக்கும். ஸ்திரீ சந்ததியும் இப்படியே யிருக்கும், மற்றவை நாசமடையும்.

(132) (தனதாம்சம்) ஆகி லக்கினத்திற்கு மூன்றாம் பாவத்தில்செவ்வாய் இருந்து பாபியான சந்திரனுடன் கூடியிருந்தாலும், நீச்சமடைந்திருக்கிற சந்திரனால் செவ்வாய் பார்க்கப்பட்டாலும், பதினோராம் பாவாதிபதி பலத்துடனிருந்தால் ஜாதகர் தெய்வயோகம் அடைந்து தனத்தையடைவார்.

(133) (தனதாம்சம்) ஆகி சுக்கிரன் சனியுடன் கூடியிருந்தாலும், சனியால் சுக்கிரன் பார்க்கப்பட்டாலும், ஜாதகர் பரதார கமனம் செய்பவர், புதையல் தனத்தை அறிபவர், அதை அடைபவர் , நாற்பது வயதுக்கு மேல் புதையல் தனத்தை ஜாதகர் அடைபவர், செவ்வாய் திசை ஆறாவது திசையாக வந்து அந்த செவ்வாய் திசை வந்து ஐம்பத்தாறாவது வயதுமானால் அந்த வயதில் ஜாதகர் ஜயதுர்க்கையினுடைய அருளையடையவர், ஜயதுர்க்காதேவி பிரதிமையைத்தானம் செய்து, ஐம்பத்தாறாவது வயதில் புதையல் தனத்தையடைவார், ஜாதகருடைய ஐம்பத்துநான்காவது வயதில் சனியும், சூரியனுடன் கூடி லக்கினத்திற்குப் பத்தாமிடத்தில் இருக்கும் காலத்தில் செவ்வாய் திசையில் கேது அந்தரகாலத்தில் ஜாதகருடைய பிதா மரிப்பார். ஜாதகர் இருபத்துநான்கு வயதுக்குமேல் சுகத்தையும், புத்திர பௌத்திர அபிவிருத்தியையுமுடையவர், புத்திர வர்க்கத்தில் சுபமுடையவர், ஐம்பதாம் வயதில் தனதானியமுடையவர், ஐம்பத்தாறாவது வயதில் நல்ல யோகமுயைடவர், இருபதாயிரம் தனமுடையவர், நல்ல புத்திரன், தனம் தானியம் முதலியன உடையவர், அநேக க்ஷேத்திர தனமுயைடவர், அறுபதாவது வயதில் அபமிருத்து உடையவர், சாந்தியால்சுகமடைபவர், எழுபதாவது வயதில் ஜுர பீடையுடையவர், சாந்தியால் சுகமுண்டாகும், எழுபதாவது வயதில் அச்சம்யம் ஜாதகருடைய மனைவி மரிப்பாள், எண்பத்திரண்டாவது வயதில் ஜாதகர் மரணமடைவார்.

(134) (தனதாம்சம்) ஆகி விருச்சிக ராசியில் சந்திரன் கும்பாம்சத்தில் லக்கினத்திற்குக் கோணங்களிலிருந்தால் தனதாம்சத்தில் பிறந்தவனுக்கு ஜென்ம திசையில் விப்ரகாலத்தில் பிறந்தவனுக்கு விவாகமும், வேறு சிலர் மூன்றாம் திசையில் விவாகம் நடக்கும் என்றும் சொல்லுகிறார், ஜாதகருடைய ஜென்ம பூமிக்கு மேற்கிலாவது, நைருதி மூலையிலாவது விவாகம் நடக்கும், மனைவி வெளுப்பு நிறமுள்ளவள், நல்ல ரூபமுடையவள், சாதாரண கிரஹஸ்தன் வீட்டில் பிறந்தவள், ஜாதகர் விபத் திசையில் முற்பாதியில் தேசாந்தரம் செல்வார், சுயதேசத்திலேயே பாக்கிய முடையவனாவார், க்ஷேம திசையின் முடிவில் தாய்மரணமடைவாள்.

(135) (பங்கஜாம்சம்)ஆகி லக்கின பாவாதிபதி குரு தனுசு அம்சத்தில் இரண்டாம் பாவத்தில் இருக்க பூர்வபாகத்தில் ஜெனித்தவருக்கு துர்க்காரண்ணியப் பிரதேசத்தில் மேட்டுப் பிரதேச பட்டணத்தில் தேவாலயத்துடன் கூடிய பட்ணத்தில் ஜென்னம் நேரிடும், உத்திராம்சத்தில் பிறந்தவருக்கு நதிப்பிராந்தியத்தில் புண்ணிய க்ஷேத்திரத்தில் ஜெனனம் நேரிடும், பூர்வபாகத்தில் ஜெனித்தவருக்கு பின் சகோதரர்கள் நால்வரும் அப்படியே நான்கு சகோதரிகளும் அல்லது அதிக சகோதரிகளும் உண்டாவார்கள். உத்திராம்சத்தில் பிறந்தவருக்கு ஆயுளுடைய ஒரு மூத்த சகோதரனும், சில இளைய சகோதரர்களும், இளைய சகோதரிகளும் உண்டு.

ஜென்ம லக்கினம் மீனம்:-

(136) (பங்கஜாம்சம்) ஆகிச் சந்திரன் லக்கின கேந்திரத்தில் இருந்து ஐந்தாம் பாவத்திலிக்கும் குருவால் பார்க்கப்பட்டால் ஜாதகருடைய தாய் பிரசவகாலத்தில் சீக்கிரமாக வேதனையடைந்து சீக்கிரம் பிரசவிப்பாள், சந்திரன் சனியால் பார்க்கப்பட்டால் உத்தராம்சத்தில் ஜெனித்தவருடைய தாய்க்கு விசேஷ வேதனையுண்டாகும், கொஞ்சம் சூதி தோஷ பயமுண்டாகும், பூர்வ பாகத்தில் பிறந்தவருக்குச் சூதிதோஷ பயமுண்டாகாது, சந்திரன் சனியுடன் கூடியிருந்தாலும், சனியால் பார்க்கப்பட்டாலும் ஜாதகருக்குக் கொஞ்சம் பாலாரிஷ்ட பயமுண்டாகும், சந்திரனைச் சுபர் பார்க்கின் ஜாதகருக்குச் சுகமுண்டாகும்.

137) (பங்கஜாம்சம்)ஆகி சூரியன் செவ்வாயுடன் கூடித் தன்னுச்சாம்சத்தில் இருக்கப்பட்ட குருவால் பார்க்கப்பட்டால் ஜாதகருடைய தகப்பன் நீண்ட ஆயுளுடையவர்.

(138) (பங்கஜாம்சம்) ஆகி ஒன்பதாம் பாவத்தில் புதனிருந்தால் ஜாதகருடைய தகப்பன் விஷ்ணுபக்தியுடையவர்.

(139) (பங்கஜாம்சம்)ஆகி ஒன்பதாம் பாவத்திற்கு ஐந்தாமிடத்தில் சந்திரனிருந்தால் ஜாதகருடைய தகப்பன் அரசாங்கத்தில் பிரசித்தியுடையவர்.

(140) (பங்கஜாம்சம்) ஆகி ஒன்பதாம் பாவத்தில் புதனிருந்தால் ஜாதகருடைய தகப்பன் எழுத்துமூலம் நல்ல ஜீவனமுடையவர்.

(141) (பங்கஜாம்சம்) ஆகி ஒன்பதாம் பாவத்தில் சூரியனும் செவ்வாயும் கூடியிருந்தாலும், அல்லது சூரியனும், செவ்வாயும் ஒருவரை ஒருவர் பார்த்துக்கொண்டாலும், ஜாதகருடைய தகப்பன் சூத்திரப் பிரபுவால் சுகமடைவர் அரசாங்க ஜெனி சிநேகத்தால் தன் தகப்பன் விசேஷ சௌக்கியத்தை அடைவார், ஜாதகருடைய பிதா பாலிய வயதில் அற்பசுகமுடையவர் காமீ, மத்திய வயதில் யோகமுடையர், அந்திய வயதில் புத்திரன் மூலமாகப் பல்லக்கு முதலான பாக்கிய முடைய்வர், புத்திர புத்திரி சுகத்துடன் கூடியவர், வயோதிக வயதில் புண்ணிய சேர்க்கையுடையவர், எப்பொழுதும் விஷ்ணு பக்தியுயைடவர், தன தானியத்துடன் கூடியிருப்பவர், ஜாதகருடைய க்ஷேம திசையில் அல்லது ஐந்தாம் திசையில் சுய புக்தியில் ஜாதகருடைய தகப்பன் மரணமடைவார்.

(142) (பங்கஜாம்சம்) ஆகி நான்காம் பாவாதிபதி ஒன்பதாம் பாவத்திலிருக்க, நீச்சாம்சத்தில் குருவின் வீடான லக்கினத்தில் குரு வீட்டில் சந்திரனிருக்க ஜாதகருடைய தாய் விசேஷ சௌக்கியமுடையவள், குணமுள்ளவள், பொறுமையுடையவள், கணவனுடைய மனதை அனுசரித்து நடப்பவள்,ரூப லக்ஷணத்துடன் கூடியவள், வம்சத்தில் பாக்கிய விருத்தியுடையவர், ஜாதகருடைய நான்காம் திசையில் கேது புக்தியில் சனி மிதுன ராசியில் கோச்சாரத்தில் சஞ்சார காலத்தில் ஜாதகருடைய தாய் மரணமடைவாள்.

(143) (பங்கஜாம்சம்) ஆகி மேஷாம்சத்தில் செவ்வாய் எட்டாம் பாவத்தை யடைந்து, குருவால் செவ்வாய் பார்க்கப்பட்டால் ஜாதகருக்கு அநேக சகோதரர்கள் உண்டு.

ஜெம்ன லக்கினம் மீனம் :-

(144) (பங்கஜாம்சம்) ஆகி சுக்கிரன் குருவுடன் கூடியிருந்தாலும், குருவால் சுக்கிரன் பார்க்கப்பட்டிருந்தாலும் ஜாதகருக்கு அநேக சகோதரிகள் உண்டு, ஜாதகருக்கு மூன்று சகோதரர்கள் அல்லது நான்கு சகோதரர்கள் உண்டு, சகோதரிகளும் அப்படியேயாவது அல்லது அதிகமாகவாவது இருப்பார்கள், ஜாதகருடைய சகோதரர்களில் எவனாவது ஒருவன் அரசாங்கத்தில் பிரசித்தியுடையவர், ஒருவன் இரண்டு மனைவிகளையடைபவர், மற்றவர்கள் சுக ஜீவிகளாயிருப்பார்கள்.

(145) (பங்கஜாம்சம்) ஆகி புதத்திரிம்சாம்சத்தில் அமலா யோகத்தில் ஜெனித்தவர் பித்தம் நிறைந்த தேகமுடையவர், வெண்மை நிறமுள்ளவர், நல்ல வடிவுடையவர், வாயு கொஞ்சம் அதிகமுள்ளவர், சம அங்கமுடையவர், அறிவாளி,தீரன், அரசலக்ஷணத்துடன் கூடியவர், மிருதுவான வசியமுள்ள சரீரமுடையவர், சாது, தாமரை இதழ் போன்ற கண்களுடையவர், புதன் ஸாரஸ்வதாம்சத்தில் இருந்தால் வித்தையுடையவர், அறிவாளியாவர்.

(146) (பங்கஜாம்சம்) ஆகி லக்கினத்திற்கு இரண்டாம்பாவத்தில் குரு இருந்தால் ஜாதகர் வாசாலகர், சாதுரிய புத்தியுடையவர், மூன்று பாஷைகளில் வல்லவர், அன்னிய பாஷைகளில் மேலான சிரமப்படுபவர், நாடக அலங்கார காவியங்களைப் பிரியமாய்ச் சொல்பவர், அதிகம் தெரிந்தவர், நீச்சாம்சத்தில் லக்கினத்தில் சந்திரனிருந்தால் ஜாதகர் நீச்ச வித்தையில் வல்லவர், எழுதுவதில் நல்ல நிபுணர், சேர்ப்பதிலும் கலைப்பதிலும், பிரிய முடையவர், லக்கினத்திற்குப் பதினோராம் பாவத்தில் சனியிருந்தால் ஜாதகர் தியாகியாயும். கெம்பீரமுடையவனாயும், புத்திமானாகவுமிருப்பார்.

(147) (பங்கஜாம்சம்) ஆகி பத்தாம் பாவாதிபனும், சந்திரனும் அம்சத்தில் நீச்சமடைந்திருக்கப்பட்ட சனியால் பார்க்கப்பட்டால் ஜாதகர் நீச்ச ராஜியத்தில் நீச்ச பிரபுவால் நல்ல யோகமுடையவர், தமிழ் பாஷையில் விசேஷ அறிவுடையவர், கப்பல் வியாபாரம் செய்யும் பிரபவால் உத்தியோகமடைவார், நீச்ச அரசன் மூலமாக எப்பொழுதும் பிரமுகனாகி மந்திராலோசனை செய்வதில் மேன்மையுடன் கூடியிருப்பார்.

(148) (பங்கஜாம்சம்) ஆகி ஐந்தாம் பாவாதிபதி லக்கின கேந்திரத்திலிருந்து நீச்சாம்சத்திலிருக்கப்பட்ட சனியால் பார்க்கப்பட்டு குருசெவ்வாயின் க்ஷேத்திரத்திரத்தை யடைந்திருந்தால் ஜாதகருடைய தலைப்பிள்ளை (சீமந்த சிசு) மரித்து விடும், ஜாதகருக்கு முதலில் பெண் குழந்தையும் பிறகு ஆண்குழந்தையும் பிறக்கும்.

(149) (பங்கஜாம்சம்) ஆகி புத்திர ஸ்தானத்திற்கு ஆரூடத்தில் புதன் இருந்து புத்திர பாவம் சனியால் பார்க்கப்பட்டு, புத்திரகாரகனான குரு செவ்வாயால் பார்க்கப்பட்டால் ஜாதகருக்கு மரித்தக்குழந்தைகள் பிறக்கும், அல்லது குழந்தைகள் பிறந்து பிறந்து மரித்துவிடும், அந்த தோஷ பரிகாரத்தின் பொருட்டு சிம்சுமார தானமும், சந்தான கோபாலப் பிரதிமை தானமும் செய்தால் ஜாதகருக்குப் புத்திர பிராப்தி உண்டாகும், ஜாதகருடைய க்ஷேமதார திசையில் சுயபுத்தியில் சிம்மத்தில் அல்லது கன்னியில் கோச்சாரத்தில் குரு வரும் சமயம் தோஷ பரிகாரம் செய்தால் ஜாதகருக்குப் புத்திர உற்பத்தியுண்டாகும். தீர்க்காயுளுடைய இரண்டு புத்திரர்களும், மூன்று புத்திரிகளும் உண்டாவார்கள் அதிகம்

பிறந்தாலும் இறந்துவிடும், சந்திர லக்கின ரீதியாய்ப் பார்க்கும்போது கூடச் சந்திர லக்கினத்திற்கு மேற்படி கிரக அமைப்பு இருந்தால் லக்கின ரீதியாய்ப் பார்க்கும் போது என்னபலன் சொல்லி இருக்கிறதோ அதே பலன்கள் தான் உண்டாகும். க்ஷேமதார திசையில் ஜாதகருக்கு தன் அரசனுடன் விரோதம் உண்டாகும், ஜாதகருக்கு தேக பீடையுண்டாகி சீக்கிரம் குணமாகிவிடும், க்ஷேமதிசையில் பூர்வபாகத்தில் இப்பலனும், பிற்பாதியில் விசேஷ சுகமும் உண்டாகும். முப்பது வயதுக்கு மேல் ஜாதகர் யோகமுடையவர், முப்பத்திரண்டாவது வயதில் அனேக ஏவலாளர்களை உடையவர், உத்தராம்சத்தில் பிறந்த ஜாதகருக்கு முப்பத்தைந்து வயதுக்கு மேல் யோகமுண்டாகும், கப்பல் வியாபாரப் பிரபு மூலம் ஜாதகர் வாசாலகனாகி சாதுரிய யுக்தியுடையவனாவார், கும்ப ராசியில் சனி கோச்சாரத்தில் வரும் சமயம் ஜாதகருடைய க்ஷேமதிசையில் வேறு அரசன் ஏற்பட்டு அவர் மூலம் எப்பொழுதும் பிரமுகனாகி பன்னிரண்டு வருஷம் காலம் யோகமடைவார்.

ஜென்ம லக்கினம் மீனம்:-

(150) (பங்கஜாம்சம்) ஆகி சந்திரன் நீச்சாம்சத்தில் லக்கின கேந்திரத்திலிருக்க, அந்த பாவாதிபன் வலுத்து லக்ஷ்மீ ஸ்தானமான ஐந்தாவது பாவத்தையடைந்திருந்தால் ஜாதகர் லக்ஷ்மி யோகத்தை அடைவார், லக்ஷ்மீ யோகத்தில் பிறந்தவர், வாசாலகர், சுகமுடையவர், நல்ல வாலிப சரீரமுடையவர், எப்பொழுதும் விஷ்ணுபக்தியுடன் கூடியவர், மஹா தனிகர், கர்ப்பத்திலிருந்தே ஸ்ரீமானாவர், சுக்கிரன் பத்தாம் பாவத்திலிருந்தால் ஜாதகர் அழகான சொர்ணம், இரத்தினம் முதலிய ஆதார லக்ஷ்மியை உடையவர், கிரீடை யுடையவர், சந்தோஷமுடையவர், நாட்டியம், சங்கீதம் முதலிய எல்லாவற்றிற்கும் முதலில் நிர்ப்பவர், நல்ல அரசர்களால் சந்தோஷத்துடன் நன்கு கொண்டாடப்பட்டு வெகு மானிக்கப்பட்டவர், நல்ல குணத்தையுடையவர், நல்ல செய்கைகளுக்குச் சமுத்திர போன்றவனாயிருப்பவர், லக்ஷ்மி யோகத்தில் பிறந்தவர், முப்பத்தைந்துக்கு மேல் சுகமடைவார். இருபதாயிரம் தனமுடையவர், அநேக கிராம அதிகாரங்களையுடையவர், பெரிய அரசன் மூலமாக ஸர்வாதிகாரமுடையவர், நாற்பது வயதுக்குமேல் சௌக்கிய மடைபவர்,அயல் தேசத்தில் அரச சேவை செய்பவர், அந்த தேசத்தில் கொஞ்சகாலம் வாசம் செய்பவர், நல்ல யோக்கியதையுள்ளவர், சந்தோஷத்துடன் கூடினவர், அயல் தேசத்தில் விசேஷ சௌக்கியமுடையவர், அனேக இரத்தினம், தனம் முதலியவற்றைச் சம்பாதிப்பவர், மூன்று வாகனங்களுண்டாகும்.

(151) (பங்கஜாம்சம்) ஆகி ஐந்தாம் தாராதிபதி சூரியனாகி அந்த சூரியன் ராசியில் நீச்சத்தை யடைந்து நவாம்சத்தில் உச்சத்திலிருந்தால் அந்த திசையில் ஜாதகருக்கு விசேஷ சௌக்கியமுண்டு, நீச்ச அரசாங்கத்தில் பிர்தானமானவனாக இருப்பார், பற்பல தேசங்களிலும் பிரசித்தியும், ஜனன திசையிலிருந்து ஐந்தாம் திசையில் அதிக சம்பத்தும் அடைவார்.

(152) (பங்கஜாம்சம்) ஆகி தன் உச்சத்தில் நீச்சாம்சத்தில் முன் பாராவின்படி செல்லப்பட்ட சூரியன், அல்லது மற்ற கிரகங்களும் இருந்தால் அந்த திசையில் ஜாதகருக்குத் துக்கமும், உச்சராசியில் நீச்சாம்சத்தில் கிரகங்களிலிருந்தால் ஜாதகர் சுகமும் அடைவார்.

(153) (பங்கஜாம்சம்) ஆகி இரண்டாம் பாவாதிபதி எட்டாம் ராசியை அடைந்திருக்கும்போது எட்டாம் ராசி முதலாய்க் கிரகங்கள் வரிசையாய் இருக்கப்பட்ட கிரக மாலிகா யோகத்தில் எட்டாம்பாவத்தில் பாபக் கிரகமிருந்தால் ஜாதகர் மிலேச்ச அரசனுடைய அதிகார முத்திரை தரித்து அவரால் பிரமுகனாவார், ஐந்தாம் திசையில் ஐந்து வருஷம்

வரையோகமுண்டாகும், புத்திரன் மூலமாகவும் நல்ல யோகமடைவார், ஐந்தாம் திசையில் அநேக க்ஷேத்திரம் தனம் இவற்றை அடைவார், புது வீடுகட்டுவார், புண்ணிய க்ஷேத்திரத்தில் வாசம் செய்வார், எப்பொழுதும் திருப்தியான இஷ்டான போஜன முடையவர், நிரந்தரமான அன்னதானம் செய்வார், உடன் பிறந்த சகோதரனால் பூமிவியாபாரத்தில் லாபமடைவார், ஜாதகருக்கு ஐந்தாவது திசையில் பிற்பாதியில் யோகபங்கம் உண்டாகும், சத்ரு விருத்தியுண்டாகும், மனஸ்தாபமுண்டாகும், இரண ரோகத்தால் பீடையுண்டாகும், சூரியப் பிரீதிக்கு ஜபம் செய்தால் இரண சாந்தியுண்டு.

ஜென்ம லக்கினம் மீனம்:-

(154) (பங்கஜாம்சம்) ஆகி சுக்கிரன் வலுத்து, லக்கின கேந்திரத்தில் இருக்க ஆறாவதாக அந்த சந்திரதிசை வந்தால் அந்த திசையில் ஜாதகருக்கு ராஜயோகம் உண்டாகும், நல்ல கீர்த்தியுண்டாகும், அரசாங்கத்தில் பிரதானமானவனாவர், பேரிகை, சங்கம், மிருதங்கம் முதலானவை உடையவர், அரச முத்திரை, கொடை, சாமரம் முதலியவற்றுடன் கூடி அநேக சைனியங்களுக்கு நாயகனாவர், வாகனமேறுவதில் வல்லவர், ராஜகாரியத்தில் வெகு துரந்தரன், பற்பல தேசங்களிலும் கீர்த்தியடைந்து சந்திர திசையில் நல்ல கீர்த்தியடைவர்.

(155) (பங்கஜாம்சம்) ஆகி பத்து, ஒன்பது, பதினொன்று, முதலிய பாவங்களில் சூரியன் முதலிய எல்லாக் கிரகங்களும் இருந்தால் கேந்திராதியோகம் என்ற யோகம் உண்டாகும், இந்த அதியோகத்தில் பிறந்தவர், ஆயுளுள்ள வரையில் சுகியாயிருப்பார், ஸ்ரீமானாவார், பிரசித்தமான பிரபுவாகயிருப்பார், குதிரை, பல்லக்கு, வாகனம் முதலிய வைபவங்களுடையவர், எப்பொழுதும் வீட்டில் சம்பத்துடையவர், நல்ல புத்திரன், நல்ல மனைவி, பாக்கியம் இவற்றுடன் கூடினவர், பிரபாவமுடையவர், சௌரியமுள்ளவர், கோபமுடையவர், தேசாந்திரத்திலும் கீர்த்தியுடையவர், மேல் சென்ன ஆறாவது திசையில் முழுவதிலும் நல்லயோகமுடையவர், புத்திரனால் நல்ல யோகமும், தர்மச் செய்கையும் உடையவர், வாவி கிணறு, தடாகம் வெட்டுதல், அக்கிரகாரம், தேவாலய பிரதிஷ்டை செய்தல் முதலிய தர்மத்தைச் சந்திரதிசையில் செய்வார், லக்ஷத்துக்கு மேற்பட்ட தனத்தையும், சம்பத்தையும் அடைவார்.

(156) (பங்கஜாம்சம்) ஆகி லக்கின பாவாதிபதி லக்கினத்தில் வர்க்கோத்தமாம்சம் அடைந்தாலும், அல்லது தனது சுய நவாம்சத்தில் இருந்தாலும், அல்லது செவ்வாயினால் பார்க்கப்பட்டாலும், ஜாதகர் அத்வைதமென்கிற சாஸ்திர மார்க்கத்தால் உண்மையான வேதாந்த நிஷ்டையை அடைந்து உண்மையான சொரூபமுள்ள பரமாத்மாவை அறிவார்.

(157) (பிராம்ஹியம்சம்) ஆகி ஜென்ம லக்கினத்தில் அல்லது சுபக்ஷேத்திரத்தில் லக்கின பாவாதிபதி சந்திரனுடன் கூடியிருந்தால் ஜாதகருக்கு பெரிய நதிப்பிராந்தியத்தில் புண்ணிய க்ஷேத்திரத்தில் ஜெனனம் நேரிடும். உத்தராம்சத்தில் பிறந்த ஜாதகருக்குச் சிறிய கிராமத்தில் ஜெனனம் நேரிடும் பூர்வ பாகத்தில் பிறந்தவனுடைய தாய்க்குப் பிரசவத்தில் அதிகவேதனையும் உத்தராம்சத்தில் பிறந்தவனுடைய தாய்க்குப் பிரசவ வேதனை கொஞ்சமாகவும் இருக்கும்.

(158) (பிராம்ஹியம்சம்) ஆகி சந்திரன் சனியுடன் கூடியிருந்தாலும் சனியால் பார்க்கப்பட்டாலும் ஜாதகருடைய தாய்க்குக் கொஞ்சம் பயமும், பீடையும் ஜாதகருக்குப் பாலாரிஷ்டமும், பாபர் சேர்க்கையால் கஷ்டமும், சுபர் சேர்க்கையால் சுபமும் உண்டாகும், சாந்தி செய்தால் சுகமுண்டாகும், குரு பார்வையிருந்தால் சௌக்கியமும், தாய்க்கு ஆரோக்கியமும் உண்டாகும்.

ஜென்ம லக்கினம் மீனம்:-

(159) (பிரம்ஹியம்சம்) ஆகி எட்டாம் பாவாதிபதி லக்கின பாவாதிபதி இவர்கள் வலுத்து இருந்தால் ஜாதகருக்குத் தீர்க்காயுள் யோகமுண்டாகும், ஜாதகருடைய தாய் தகப்பனுக்கு ஆரோக்கியமும், தேகசௌக்கியமும் உண்டாகும்.

(160) (பிராம்ஹியம்சம்) ஆகி ஒன்பதாம் பாவாதிபதி தன் ராசியிலிருக்க, கேந்திரத்திலாவது பதினோராம் பாவத்திலாவது சூரியனிருந்தால் ஜாதகருடைய தகப்பன் வெகு ஆயுளுடையவர், உடன்பிறந்த சகோதரர்களுடன் கூடியவர், பாலியத்தில் கிலேசமும் தரித்திரமுடையவர், மத்திய வயதில் பாக்கியமடைந்தவர்.

(161) (பிராம்ஹியம்சம்) ஆகிப் பதினோராம் பாவத்தில் சூரியன் புதனுடன் கூடியிருந்தால் ஜாதகருடைய தகப்பன் விஷ்ணு பக்தியுடையவர், வைதீக ஆசாரமுடையவர், எப்பொழுதும் வேத சாஸ்திர விசாரமுடையவர்.

(162) (பிராம்ஹியம்சம்) ஆகி ஒன்பதாம் பாவாதிபதி குருவுடன் கூடியிருந்தால் ஜாதகருடைய தகப்பன் சகல சாஸ்திர தத்துவங்களை அறிந்தவர், கல்விமூலம் நல்ல கீர்த்தி யுடையவர், எல்லோருக்கும் உபதேசம் செய்பவர், அரசாங்கத்தில் நன்கு பூஜிக்கப்படுபவர், உலகத்தில் நல்ல பெயரும் புகழுமுடையவர்.

(163) (பிராம்ஹியம்சம்) ஆகி ஒன்பதாம் பாவாதிபன் சனியுடன் கூடியிருந்தால் ஜாதகருடைய தகப்பன் தன் பிதாவைக்காட்டிலும் அதிக வயது அடைபவர்.

(164) (பிராம்ஹியம்சம்) ஆகி நிர்மலாம்சத்தில் சர ராசியில் பதினோராம் பாவத்தில் சூரியன் இருந்து இரண்டாம் பாவாதிபதியான செவ்வாய் சாமதாம்சத்தில் சுயக்ஷேத்திரத்தில் இருந்தால் ஜாதகருடைய தகப்பன் சாஸ்திரத்தைச் செய்பவனாகவும், நல்ல வாசாலகனாகவும், நிர்மல சுபாவமுடையவனாகவும், தன் பிதாவின் சுகமுடையவனாகவும், யாவராலும் எங்கும் பூஜிக்கப்பட்டவனாகவும் இருப்பார்.

(165) (பிராம்ஹியம்சம்) ஆகி நான்காம் பாவாதிபதி பதினோராம் பாவத்திலிருந்து, சந்திரன் கேந்திர திரிகோணங்களிலிருந்தால் ஜாதகருடைய தாய் தீர்க்காயுளுடையவள், குணவதி, சாந்தமுடையவள், பாக்கிய வம்சத்தில் பிறந்தவள், சகோதரர்களுடன் கூடியவள், வம்சத்தில் பாக்ய விருத்தியுடையவள், தாய் வம்சத்தில் விசேஷ சௌக்கியமுடையவள், ஜாதகருடைய அம்மான் பிரபலமும் சுபமும் உடையவர்.

(166) (பிராம்ஹியம்சம்) ஆகி தாய் வழிப்பாட்டன் ஸ்தானாதிபதியான சனி கேந்திர திரிகோணங்களில் சுபாம்சத்தில் இருந்தால் ஜாதகருடைய தாய் வழிப்பாட்டன், வெகு ஆயுளுடையவர். உலகத்தில் பிரக்யாதியான, கீர்த்தியுடையவர், இரண்டு தாரமுடையவர், போகி, கல்வி மூலம் நல்ல கீர்த்தியுடையவர்.

(167) (பிராம்ஹியம்சம்) ஆகி ஜாதகனுடைய அம்மான் ஸ்தானாதிபதியான சூரியன், புதனுடன் கூடி பதினோராம் பாவத்தில் இருந்தால் ஜாதகருடைய அம்மான் பிரபல முடையவர், சுகமுடையவர், ஜாதகர் தாய் வம்சத்தில் விசேஷ சுகமுடையவர்.

ஜென்ம லக்கினம் மீனம்:-

(168) (பிராம்ஹியம்சம்) ஆகி நான்காம் பாவாதிபதி புதன், பதினோராம் பாவத்தில் பலத்துடனிருக்க,இரண்டாம் பாவாதிபதி ஒன்பதாம்பாவத்தில் சுயக்ஷேத்திரத்தில் குரு, சந்திரனிவர்களுடன் கூடியிருந்தால் ஜாதகர் சகல சாஸ்திரங்களையும் கற்றறிபவர், வேதாந்த பரிசீலன யுடையவர், கேந்திரத்திலாவது கோணங்களிலாவது குரு இருந்தாலும்

சாரதாம்சத்திலிருந்தாலும் ஜாதகர் ஆறு சாஸ்திரங்களிலும் வல்லவர், ஸ்ரீமான், சாரஸ்வதாம்சத்திலிருந்தால் அறிவுடையவர், நல்ல யோகமுடையவர், ராஜாதி ராஜர்களால், வெகுமானித்துப் பூஜிக்கப்படுபவர், ஸமஸ்கிருத, பாஷையில் பிரசண்ட கவியாயும், அரசனால் வணங்கக்கூடியவனாவும், தன் குலத்தில் பிறந்தவர்களில் பிரசித்தனாகவும் இருப்பார்.

(169) (பிராம்ஹியம்சம்) ஆகி ஒரு ராசியில் சூரியனும், புதனும் கூடியிருந்து லக்கின பாவாதிபதியுடனும் கூடி ஒரே ராசியில் அல்லது ஒரே அம்சத்தில் இருந்தாலும், தன் உச்ச ராசிகளில் குருவும் சூரியனுமிருந்தாலும், தேவகுரு மட்டும் தன் உச்ச ராசியில் பலத்துடனிருந்தாலும், ஜாதகருக்குப் பண்டித யோகமுண்டாகும், பண்டிதயோகத்தில் யார் யார் ஜெனிக்கிறார்களோ அவர்கள் மகான்களாகவும், பண்டிதர்களாகவும், (பிராம்மணனானால், பிராமண சிரேஷ்டனாகவும்) அரசர்களுடைய இஷ்டப்படி சாஸ்திரம் பார்ப்பவர்களாகவும், வித்துவான்களாகவும், பண முடையவர்களாகவும், அரசர்களுடைய கூட்டங்களால் துதிக்கப்படுபவர்களாகவும், கோப்தாவாகவும், ஞானமுடையவர்களாகவும், தர்ம சீலர்களாகவுமிருப்பார்கள்.

(170) (பிராம்ஹியம்சம்) ஆகி ஒன்பதாம் பாவத்திலாவது,பத்தாம் பாவத்திலாவது, சுபாம்சத்தில் தேவ குரு இருந்து பாபக்கிரகங்களின் பார்வையடையாமலு மிருந்தால்ஜாதகர் நல்ல அறிவாளியாயும், தர்மசீலனாகவு மிருப்பார்.

(171) (ஸ்ரீதராம்சம் பூர்வபாகம்) ஆகி சுயக்ஷேத்திரத்தில் லக்கின பாவாதிபதியும், லக்கினத்திற்கு ஐந்தாம் பாவத்தில் சனியுமிருந்தால் ஜாதகர் பெரிய கிராமத்தில் அக்கிரகாரத்தில் இரண்டாவதாக அல்லது மூன்றாவது பிள்ளையாக ஜெனிப்பார்,ஜாதகர் பின் சகோதரர்களுடையவர், சகோதரரியில்லாதவர்,உத்தராம்சத்தில் பிறந்தவர், சகோதர சகோதரிகளையுடையவர்.

(172) (ஸ்ரீதராம்சம்) ஆகி சந்திரன் கேதுவுடன் கூடியிருந்தால் ஜாதகருடைய தாய் அதிக பிரசவ வேதனை யடைவாள், பூர்வபாகத்தில் அற்ப பிரசவ வேதனையும் உண்டாகும், குருவின் பார்வை சந்திரனுக்கு யிருந்தால் அச்சமயம் தாய்க்குச் சுகமும், சௌக்யமும் உண்டாகும்.

(173) (ஸ்ரீதராம்சம்) ஆகி லக்கினத்திற்கு ஐந்தாம் பாவத்தில் சனி இருந்தால் ஜாதகருக்குத் தாய் மூலம் தோஷமுண்டாகும், அந்த ராசியிலேயே ஐந்தாமிடத்தில் சுபாம்சத்தில் சனியிருந்தால் சாந்திமூலம் ஜாதகருக்குச் சௌபாக்கியமுண்டாகும்.

(174) (ஸ்ரீதராம்சம்) ஆகி லக்கினம் தவிர்த்த கேந்திரத்தில் பத்தாம் பாவத்தில் குரு இருந்தால் ஜாதகர் சகல தோஷங்களும் விலகப் பெற்று சுகமடைவார்.

(175) (ஸ்ரீதராம்சம்) ஆகி சுக்கிரன் தன் உச்ச ராசியிலிருக்கப் பத்தாம் பாவாதிபதி சுயக்ஷேத்திரத்தில் இருந்தால் நிச்சயமாக ஜாதகருக்கு வயது எழுபதாகும். ஒரு சமயம் புண்ணிய வசத்தால் அதற்குமேல் ஜீவித்திருந்தால் எழுபத்தேழு வயது வரையிருப்பார்.

ஜென்ம லக்கினம் மீனம்:-

(176) (ஸ்ரீதராம்சம்) ஆகி லக்கின பாவத்தில் சூரியனுடன் புதன் கூடியிருக்கச் செவ்வாய் தன் உச்ச ராசியிலிருந்தால் ஜாதகருடைய தகப்பன் சுகமுடையவர், வேதமறிந்தவர், ஸ்ரீமான், விஷ்ணு சிவபக்தியுடையவர், வைதீகாசாரமுடைய புண்ணியாத்துமா, திரவியம் சம்பாதித்து மேன்மையான சுகமுடையவர், பிராமண கிராமத்தில் நன்கு பூஜிக்கப்படுபவர், தன் பிதாவிற்கு கிராமத்தில் கிராம புரோகிதன் என்று

பெயர், யாகாதிகள் செய்விப்பவர், கிராமத்தில் மேன்மையானவர், செவ்வாய் சனியுடன் கூடியிருந்தாலும், சனியால் செவ்வாய் பார்க்கப்பட்டாலும் ஜாதகருடைய தகப்பன் குரூரமான கிருத்தியங்களையுடையவர், ஜாதகருடைய மூன்றாம் திசையில் செவ்வாய் புக்தியில் ஜாதகருடைய பிதா மரிப்பார்.

(177) (ஸ்ரீதராம்சம்) ஆகி சந்திரன் தன் உச்ச ராசியிலிருக்க புதன் நீச்ச ராசியிலிருந்தால் ஜாதகருடைய தாய் அல்பாயுசு உடையவள், தாய் குணவதி, பொறுமையுடையவள், கொஞ்சம் ரோகத்துடன் கூடியவள், பதிவிரதை, சுபமுள்ளவள், சாது, வம்சவிருத்தியுடையவள், ஜாதகருடைய மூன்றாம் திசையில் ஜாதகருடைய தாய் மரணமடைவாள்.

(178) (ஸ்ரீதராம்சம்) ஆகி சுக்கிரன் தன் உச்சராசியிலிருக்க, மூன்றாம் பாவத்திற்கு ஒன்பதில் செவ்வாய் இருந்தால் ஜாதகர் இரண்டு இளைய சகோதரர்களை யுடையவர், மூத்த சகோதரனில்லாதவர், சகோதரிகளில்லாதவர், ஜாதகர் பிரசித்தி யுடையவர்.

(179) (ஸ்ரீதராம்சம்) ஆகி மீன ராசியில் புதன் காளகூடாம்சத்திலிருந்து, சுக்கிரன் சூரியனுடன் கூடியிருந்தால் ஜாதகருடைய மனைவி அற்பமான பாக்கியமுடையவள், அற்பாயுசுடையவள்.

(180) (ஸ்ரீதராம்சம்) ஆகி லக்கினத்திற்கு ஐந்தாம் பாவத்தில் சனியிருந்தால் ஜாதகருக்கு புத்திரசந்ததி உண்டாகாது, ஜாதகருக்குக் கடவுளிடம் பக்தி மட்டும் உண்டாகும், அம்சாவதாரமானவர், பாலியத்திலேயே ஞான விசேஷமடைவார்.

(181) (ஸ்ரீதராம்சம்) ஆகி லக்கின கேந்திரத்தில் சுக்கிரனிருந்து, அந்தச் சுக்கிரனிருக்கிற கேந்திரம் நீங்கிய மற்ற கேந்திரங்களில் குரு இருந்து, லக்கினத்திற்கு ஐந்தாம் பாவத்தில் சனி இருந்தால் ஜாதகர் அம்சாவதாரமடைவார், ஞானியாவார், தத்துவ விவேகமடைவார்.

(182) (ஸ்ரீதராம்சம்) ஆகி ஏழாம் பாவாதிபதி நீச்சமடைந்து, ஏழாம் பாவம் சனியால் பார்க்கப்பட்டால் ஜாதகருக்கு "ப்ரவிரஜா" என்கிற சன்னியாசி யோகமேற்படும்,அல்லது ஜாதகருடைய மனைவி நாசமடைவாள்.

(183) (ஸ்ரீதராம்சம்) ஆகி லக்கின பாவாதிபதி பத்தாம் பாவத்திலிருக்க ஜாதகர் குருத்திரிசாம்சத்தில் பிறந்தால் வெளுப்புநிறமுடையவர்,குணத்துடன் கூடினவர், சாத்துவிகர், அறிவாளி, ஞானி, விஷ்ணு சிவபக்தியுடையவர், விசேஷ விஷ்ணுபக்திஉடையவர், சமதேகி, நல்ல ரூபமுடையவர் நல்ல அறிவுடையவர், நன்மையுடையவர், அழகுடையவர், விஷ்ணுவைத் தியானம், பாராயணம் முதலியவை செய்பவர், பாலியத்தில் குருவின் கிருபைக்குப் பாத்திரமானவர், தெய்வானுக்கிரக யோகமுடையவர், அம்சாவதாரன் என்று புகழுடையவர், யோகமுடையவர், பாலியத்தில் ஞானம் விசேஷமாயுள்ளவர், விஷய போகத்தை வெறுத்தவர், நல்ல பரிசுத்தாத்மா, ஜிதேந்திரியன்,பக்தியுடைய ஜனங்களை சேர்த்துக் கொள்ளுபவர், வயதின் மத்தியில் குருவாவன், அவனுக்கு யத்தினமில்லாமல் ஞானசித்தியுண்டாகும், விஷ்ணுபக்த ஜனங்களால் அடையப்படுவார், பற்பல தேசங்களிலும் பிரசித்தியுடையவர், தீன ஜனங்களுக்குப் பிரியமானவர், விஷ்ணு கீர்த்தனங்களைப் பாடும் புண்ணியாத்துமா, தெய்வானுக்கிரக சித்தியுடையவர் சனி பிரம்மஞானாம்சத்தில் இருந்தால், பிரம்மத்தியான [illegible]யனாகவும், தபோநிதியாகவும் இருப்பார், ஐந்தாம் வயதில் அகூடிஞான மடைபவர்,

விப்ர காலத்தில் பிறந்த எட்டாம் வயதில் பிராமண கர்மமடைபவர், பன்னிரண்டாம் வயதில் அவனுக்கு விவாகமுண்டாகும், பதினெட்டாம் வயதில் அவன் தாய் மரிப்பாள், இருபதாம் வயதில் ஜாதகருடைய மனைவி மரணமடைவார், இருபத்தைந்தாம் வயதில் ஜாதகருடைய தகப்பன் மரணமடைவார். இருபத்தைந்து வயதுக்குமேல் ஜாதகருக்குக் கீர்த்தியும் பற்பல தேசங்களில் புகழும் உண்டாகும். ஜாதகர் முப்பது வயதுக்குமேல் நல்ல யோகமடைவார், பற்பல கிராமங்களிலும் சஞ்சாரம் செய்வார்,அனேக சிஷ்யக் கூட்டங்களுடையவர், தன்னுடைய முப்பத்தைந்தாவது வயதில் நல்ல வாகனமடைவார், அரசாங்கத்தில் நன்கு பூஜிக்கப்படுபவர், அரசனாலும் மற்ற இதரமான ஜனங்களாலும் வணங்கப்படுபவர், ராமநாம விரதமுடையவர், விஷ்ணுபக்த ஜனங்களுடன் கூடியவர், எப்பொழுதும் அன்னதானம் செய்பவர், புண்ணியாத்மா

ஜென்ம லக்கினம் மீனம்:-

(184) (ஸ்ரீதராம்சம்) ஆகி மீனத்தில் சுக்கிரன் சுந்தர்வாம்சத்திலிருந்து லக்கினத்தில் புதனிருந்தால் ஜாதகர் புல்லாங்குழல் பாட்டின் ரசமறிவார், தெய்வ யோகமடைவார், நல்ல கீர்த்தனங்களைச் செய்வார் அன்ன நேம மென்கிற விரதமுடையவர், நல்ல மார்க்கத்தில் நல்லவர்களால் சம்பாதிக்கப் பெற்று நல்ல மனதுடன் கொடுக்கப்படும் திரவியத்தைப் பெற்று அதன் மூலம் ஜீவிப்பார், அனேக சிஷ்ய கூட்டங்களை உடையவர் குடை, சாமரம் முதலிய விருதுகளுடன் கூடியவர், ஆயுளுள்ளவரையில் வைபத்துடனும் நல்ல ஜீவனமுடையவனாயுமிருப்பார்.

(185) (ஸ்ரீதராம்சம்) ஆகி ஐந்தாம் பாவத்தில் அல்லது ஏழாவது பாவத்தில் அல்லது ஒன்பதாம் பாவத்தில் சனியிருந்தால் ஜாதகர் தன் மனைவி புத்திரனிவர்களை இழந்து விடுவார், அல்லது இவர்களை விட்டுப்பிரிந்து விடுவார், அன்றி சர ராசியில் மேற்படி கிரகம் மேற்சொன்னபடி இருப்பின் ஜாதகர் நானாதேசங்களிலும் சஞ்சரிப்பார், ஸ்திர ராசியில் மேற்படி கிரகம் மேற்சொன்னபடி இருப்பின் ஜாதகர் பிறந்த ஊரில் மட்டும் பிரசித்தியும், உபயராசியிலானால் ஜாதகர் தன் தேசத்திலும் பிரசித்தியும் அடைவார், வெளி கிராமங்களில் சஞ்சரித்து விஷ்ணு பக்த ஜெனங்களுக்குத் தலைவனாகி பதினேழாவது வயதில் தாயை இழந்து விடுவார்.

(186) (ஸ்ரீதராம்சம்) ஆகி ஏழாவது பாவாதிபதி காளகூடாம்சத்திலிருந்து ஏழாம் பாவம் சனியால் பார்க்கப்பட்டாலும், ஜென்மலக்கினம் மீனம் (ஸ்ரீதராம்சம்) ஆகி பூர்வபாகத்தில் பிறந்தவனுக்குச் சுக்கிரன் சூரியனுடன் கூடியிருந்தாலும், ஜாதகர் மனைவியால் சௌக்கியமடையமாட்டார். இப்படி யிருந்து, உத்தர பாகத்தில் பிறந்த ஜாதகர் பரஸ்த்ரீ சேர்க்கை செய்பவனாவார், மனைவி மரித்த பின்பு, விஷய போகங்களில் வெறுப்டைந்து ஞானியாகிப் பற்பல தேசங்களிலும் சஞ்சாரம் செய்வார், கல்வியுடையவர், புத்திமான், சூரியனைப்போல் தேஜசுடையவனாவார், இருபது வயதுக்குமேல் குருவின் அருளடைந்து வல்லவனாகிப் பற்பல ஆகமங்களில் தேர்ந்து வயோதிக வயதில் ஞானியாவர், அரசனால் பூஜிக்கப்படுவார்.

குறிப்பு:- இந்தப் புத்தகத்தில் மீன லக்கினத்திற்கு 186-விதிகள் கொடுக்கப் பட்டிருக்கின்றன. இன்னும் உள்ள சுமார் 1,000-க்கு மேற்பட்ட மீன லக்கின விதிகள் நான்காம் பாகம், ஐந்தாம் பாகம் முதலிய பாகங்களில் மீன லக்கின பலனின் தொடர்ச்சி யாகக் கொடுக்கப்படும் என்று அறியவும்.

அத்தியாயம்–13

கடிக பதங்களின் விளக்கம்.

ஆருடம் அல்லது லக்கின ஆரூடம் அல்லது ஆரூட லக்கினம் அல்லது பத லக்கினம் என்பது லக்கினாதிபதி லக்கினத்திலிருந்து எத்தனையாவது விட்டிலிருக்கின்றாரோ அத்தனை வீடு லக்கினாதிபதி இருக்கும் வீட்டில் இருந்து எண்ண வருகின்ற வீடே ஆகும். உதரணமாகத் தனுசு லக்கினத்திற்கு ஐந்தாவது வீடாகிய மேஷத்தில் குரு இருந்தால் ஆரூட லக்கினம் என்பது சிம்மம் ஆகும். ஏனென்றால் லக்கினபதியாகிய குரு மேஷத்திலிருப்பதால் லக்கினம் முதல் மேஷம் வரையிலும் எண்ண ஐந்து வீடாகும். லக்கினாதிபதியாகிய குரு இருக்கும் வீடாகிய மேஷத்திலிருந்து மேலே எண்ணிவந்த ஐந்து வீட்டை எண்ண சிம்மம் வரும். ஆகையாப் சிம்மம் தான் ஆரூட லக்கினமாகும். லக்கினத்திற்கு அதாவது லக்கின பாவத்திற்கு ஆரூடம் இருப்பது போலவே ஒவ்வொரு பாவத்திற்கும் ஆரூடம் உண்டு, அதாவது தனாரூடம், சகோதர ஆரூடம், மாதுராருடம், புத்திரராரூடம், களத்திர ஆரூடம், பாக்கிய ஆரூடம், பிதுராரூடம் போன்ற முதலிய ஆரூடங்கள் உண்டு. ஒரு பாவத்திற்கு ஆரூடம் அறிய வேண்டுமானால் அந்தப் பாவத்தையே லக்கினமாகப் பாவித்து லக்கின ஆரூடம் கண்டுபிடிப்பது போல அந்தப் பாவத்திற்குக் கண்டுபிடிக்க வருகின்ற வீடே அந்தப் பாவத்தின் ஆரூடமாகும். உதாரணமாகத் தனுசு லக்கின ஜாதகத்தில் குரு மேஷத்திலிருந்தால், இதற்கு மாதுரு ஆருடம் கணிப்போம். தனுசு லக்கினத்திற்கு மாதுருபாவம் மீனம் ஆகும். ஆகையால் மீனத்தை லக்கினமாகப் பாவிக்கவும். இப்படி பாவிக்க இந்த மீன லக்கினாதிபதியாகிய குரு மேஷத்தில் . அதாவது மீனத்திலிருந்து இரண்டாவது. வீட்டிலிருக்கின்றார். ஆகையால் மேஷத்திலிருந்து இரண்டு வீடு எண்ண ரிஷபம் வரும் ஆகையால் இந்த ரிஷபமே மாத்ரு ஆரூடமாகும். தனுசு லக்கின ஜாதகத்தில் சூரியன் மகரத்தில் இருந்தால் இந்த ஜாதகத்திற்குப் பித்ராரூடம் அறிவோம், பிதுர் ஸ்தானம் தனுசிலிருந்து ஒன்பதாவது வீடாகிய சிம்மம் ஆகும். சிம்மத்திற்கு அதிபதியாகிய சூரியன் மகரத்தில் அதாவது சிம்மத்தில் இருந்து ஆறாவது வீட்டில் இருக்கின்றார். ஆகையால் இந்த ஆறு வீடு மகரத்திலிருந்து எண்ண வருகின்ற மிதுனமே பித்ரு ஆரூடமாகும். இவ்விதமாகவே ஒவ்வொரு பாவத்திற்கும் ஆரூடம் கண்டறியவும்.

"உபபதம்" அல்லது "உபபத லக்கினம்" என்பது பன்னிரண்டாம் பாவத்தின் ஆரூடம் ஆகும். சிலர் "உபபதம்" அல்லது உபபத லக்கினம் என்பது ஏழாம் பாவத்தில் ஆரூடம் என்கின்றார்கள், ஆனால் இது சரியானதென்று தோன்றவில்லை.

கதலிமலடி கதலிவந்தியா என்றால் ஒரு ஸ்த்ரீ ஒரே தரம் பிரசவித்துப் பின்னால் பிரசவிக்காமல் இருத்தல்.

காகமலடி, காகவந்தியா என்றால் ஒரு ஸ்த்ரீ குழந்தைகளைப் பெற்றும், அக்குழந்தைகள் இறந்து விடுவதினாலும், அல்லது வேறு விதத்தால் அக்குழந்தைகள் தன்னை விட்டுவிட்டுப் போய்விடுவதாலும் குழந்தைகள் இல்லாமல் இருப்பது.

காலச்சக்கிர தானம் என்பது சனிக்கிரகச் சக்கிரம் தானம் செய்தல்.

கான வித்தை என்பது (இராகம்) சங்கீத வித்தை. கானம் என்றால் இசைப்பாட்டு.

கிரகசங்கை என்பது பிசாசு பாதை காற்று பிடிப்பதால் உபத்திரவம்.

கீர்வாண பாஷை என்பது சமஸ்கிருத பாஷை.

சகோதரப் பிராதா என்பது உடன் பிறந்த சகோதரன்.

சங்கா தோஷம் என்பது பேய், பிசாசு முதலிய காற்று தோஷம்.

தாந்திரிகன் என்பது கலைவல்லோன், நூல் வல்லோன்.

தாந்திரீகஜுரம் என்பது ஜன்னி சம்மந்தமான ஜுரம்.

நிதனம் என்பது எட்டாமிடம்.

நைதனதார திசை என்பது ஏழாவது திசை.

பரமமைத்திர திசை என்பது ஒன்பதாவது திசையாகும்.

பிதாமகி என்பது தகப்பனைப் பெற்ற பாட்டி, பிதுர்வழி பாட்டி.

பிதாமகன் என்பது தகப்பனைப் பெற்ற பாட்டன், பிதுர்வழி பாட்டன்.

பித்ருவ்வியன் என்பது சிறிய தகப்பன்.

பிரத்தியத்தார திசை என்பது ஜெனன காலத்திய திசையிலிருந்து எண்ண ஐந்தாவது திசையாகும், அதாவது ஐந்தாந்திசை.

பிரபிதா மகன் என்பது தகப்பனுக்குப் பிதுர்ப் பாட்டன்.

பிருஹத்பீஜம் என்பது பெரியவிரை, இது வாய்வு நோயால் உண்டாவது பிராதா என்பது சகோதரன்.

பின்ன சகோதரன் என்பது மாற்றாந்தாயின் பிள்ளை.

பின்ன சகோதரி என்பது மாற்றாந்தாயின் புத்திரி.

புத்திர ஸம்ஸ்காரமில்லாதவர் என்பது புத்திரனால் தனக்குத் தகனக் கிரியைகள் நடைபெறாதவர்.

பேத சகோதரன் என்பது மாற்றாந்தாயின் பிள்ளை, மாற்றாந் தாய்க்குப் பிறந்த சகோதரன்.

பேத சகோதரி என்பது மாற்றாந்தாயின் புத்ரி

பேதமாதா என்பது மாற்றாந்தாய்.

மத்திம அற்பாயுள் :- என்பது மத்திய ஆயுளில் அற்பாயுள் என்பதாம், ஆயுள் அற்பாயுள், மத்திமாயுள்; பூர்ணாயுள் என்று மூன்று வகைப்படும். இந்த ஒவ்வொரு ஆயுளிலும் அற்பம், மத்திமம், பூர்ணம் என்று மூன்று விதம் உண்டு, அதாவது அற்பத்தில் அற்பம், அற்பத்தில் மத்திமம், அற்பத்தில் பூர்ணம், மத்திமத்தில் அற்பம், மத்திமத்தில் மத்திமம்,மத்திமத்தில் பூர்ணம், பூர்ணத்தில் அற்பம், பூர்ணத்தில் மத்திமம், பூர்ணத்தில் பூர்ணம் என்று ஆகும்.

மாதாமகன் என்பது தாயைப் பெற்ற பாட்டன், தாய் வழிப்பாட்டன்.

மாதாமகி என்பது தாயைப்பெற்ற பாட்டி, தாய்வழிப் பாட்டி.

மாதுலன் என்பது அம்மான்.

மிருதபுத்ராம்சம் என்பது புத்திரநாசத்தையுண்டாக்கும் அம்சம்.

மிருதாவஸ்தை என்பது மரணாவஸ்தை,

மைத்திர திசை என்பது எட்டாவது திசை.

யமளாம்சம் என்பது இரட்டை யமசங்களாகிய 2, நவாம்சங்கள்.

ரேகா யோகம் என்பது தரித்திர யோகம்.

வார ஸ்த்ரீ என்பது போகமாது, வைப்பாட்டி, தேவடியாள், வேசி

விபத்தார திசை என்பது மூன்றாவது திசை.

ஜலாமசம் என்பது கடக, கன்னி, மகர, மீன நவாம்சங்கள்

ஜன்ம தார திசை என்பது ஜாதகர் ஜனித்த நக்ஷத்திர திசை.

ஜாரன் என்பது சோரன், திருடன்.

ஸம்பத் தார திசை என்பது இரண்டாந்திசை

ஸாதகத் தார திசை என்பது ஆறாவது திசை.

க்ஷேம தார திசை என்பது நான்காந்திசை.

யோக விளக்கம்

(இப்புத்தகத்தில் உபயோகப்படுத்தியுள்ள யோகங்களின் விபரம்)

அமலாயோகம்—ரிஷப லக்கினத்தில் 125-வது அயிட்டம் பார்க்கவும்.
இந்திர யோகம்—கன்னி—நெ.102. துலா 85 காத்தரி யோகம்—கடகம்—நெ.51
கேந்திராதி யோகம்—கடகம்—நெ. 50 154, துலாம் நெ.42, 88.,
கேசரி யோகம்—சந்திர கேந்திரத்தில் குரு இருத்தல்
சாமர யோகம்—கடக லக்கினத்தில் 49–5து அயிட்டம் பார்க்கவும்
சாமரயோகம் என்பது ஐந்தாம் பாவத்தில் சுக்கிரனிருப்பதால் ஏற்படுகிற ஒருவித யோகம்.
சாம்ராஜ்ய கேசரி யோகம் என்பது சந்திரனுக்கு ஒன்றில் பத்தில் குரு இருப்பது.
சாம்ராஜ்ய சகடயோகம் என்பது பத்தாமாதிபதி ஒன்பதிலிருந்து சந்திரன் பத்தாமாதிபதிக்கு ஆறில் இருந்தால் ஏற்படும் ஒருவித யோகம்.
சுபயோகம் —கடக லக்கினத்தில் 121-வது அயிட்டம் பார்க்கவும்
பண்டித யோகம்—ரிஷப லக்கினத்தில் 229-வது அயிட்டம் பார்க்கவும்.
மங்கள யோகம் என்பது சந்திர கேந்திரத்தில் செவ்வாயிருப்பது.
மதங்க யோகம் என்பது குரு தன் உச்சராசியிலாவது, மேஷத்திலாவது சுக்கிரனுடன் கூடியிருந்தால் ஏற்படுகிற ஒருவித யோகம்
மாளவி யோகம்—கடக லக்கினத்தில் 154 ஒருவித யோகம்
பண்டிதயோகம் லக்கினத்தில் 221 ஒருவித யோகம்.
லக்கினாதி மாலிகா யோகம் என்பது லக்கினம் முதலாக கிரகங்கள் வரிசையாயிருப்பதால் ஏற்படும் மாலிகா யோகம்.
லட்சுமியோகம்—ரிஷப லக்கினத்தில் 224-வது அயிட்டம் பார்க்கவும்.
ஸ்ரீ சந்திரிகா யோகம் லக்கினத்தில் 222-வது அயிட்டம் பார்க்கவும்.
ஸ்ரீ யோகம் சிம்மம் லக்கினத்தில் 78-வது அயிட்டம் பார்க்கவும்

அத்தியாயம் –14
விளக்கமும் குறிப்புகளும் முதலியன

(1) இப்புத்தகத்திலுள்ள ஒவ்வொரு அயிட்டத்தைப் படித்தவுடனே அந்த அயிட்டம் விஷயமாக இங்கு ஏதாகிலும் விவரம் சொல்லி இருக்கிறதா என்று பார்த்து இதில் சொல்லிய விவரத்தையும் கவனித்து அந்த அயிட்டத்திலுள்ள விஷயத்தை அறியவேண்டும், இது அவசியமாகும்.

(2) நாடிக் கிரந்தங்களில் உபயோகப்படுத்தப்பட்டுள்ள மூலக் கிரந்தங்களின் விதிகள் அந்த மூலக் கிரந்தங்களில் கொடுக்கப்பட்ட பிரகாரமே நாடிக் கிரந்தங்களில் உபயோகப்படுத்தப்பட்டிருக்கின்றன. சந்தர்ப்பத்திற்குத் தகுந்தாற்போல ஒரு ஜாதகத்தை உதாரணமாக எடுத்துக் கொண்டு அந்த ஜாதகத்தின் பலா பலன்களை நிர்ணயம் செய்வதற்காக இவ்விதிகள் பூராவாகவாவது அல்லது அந்த ஜாகத்திற்குப் பொருந்துபடியாய் தேவையான வரையிலுமாவது உபயோகப்படுத்தப்பட்டிருக்கின்றன. அல்லது யாதொரு ஜாதகத்தையும் உதாரணமாக எடுத்துக் கொள்ளாமல் விதிகள் மாத்திரம் நாடிக் கிரந்தங்களின் பலாபலன்கள் சொல்வதற்குக் காரணங்களாகக் கொடுக்கப்பட்டிருக்கின்றன. அப்படிப்பட்ட விதிகளைத் திரட்டி இந்தப் புத்தகத்தில் கொடுக்கப்பட்டிருக்கிறது. உதாரணமாக ஜாதகத்தைக் கொடுத்து அந்த ஜாதகத்திற்காக உபயோகப்படத்தப்பட்டுள்ள விதிகளுக்கு மாத்திரம் இந்த "விளக்கத்தில்" இராசிச் சிக்கரத்தில் கிரகம் இருக்கும் நிலையை "இராகு குரு மீனத்தில் இருக்கின்றார்", "இங்கு சனி விருச்சிகத்தில் இருக்கின்றார்" என்று விபரமாகச் சொல்லி இருக்கிறது. உதாரண ஜாதகம் கொடுக்காமல் காரணங்களாகப் பொதுவாகக் கொடுக்கப்பட்ட விதிகள் ஏற்கெனவே துல்லியமானவை. அவை மிகவும் உபயோகமுள்ளவை. ஆயினும், உதாரண ஜாதகத்தில் கொடுத்துள்ளதைப் போலவே இராசிச் சக்கரத்தின் கிரக நிலையும் நாம் எடுத்து ஆராய்ச்சி செய்கின்ற ஜாதகத்தில் உள்ளதைப் போலவே அமையுமானால் மேற்சொல்லியபடி பொதுவாகக் கொடுக்கப்பட்டுள்ள விதிகளில் சொல்லிய பலாபலன்கள் இன்னும் துல்லியமானவையாக இருக்கும். இந்தக் காரணத்தை முன்னிட்டே அந்த அந்த அயிட்டத்திற்கு இந்த விளக்கத்தில் 'இங்கு குரு மீனத்தில் இருக்கின்றார்', 'இங்கு சனி விருச்சிகத்தில் இருக்கின்றார்', 'இங்கு குருவும் சுக்கிரனும் ரிஷபத்தில் இருக்கின்றார்கள்' என்று விளக்கிக் காட்டியிருக்கின்றது. உதாரணமாக மேஷ லக்கின ஜாதகத்தில் 51வது அயிட்டத்தில் "ஒன்பதாம் பாவாதிபதி சனி செவ்வாய் இவர்களால் பார்க்கப்பட்டால் ஜாதகருடைய தகப்பன் தீர்க்காயுளுடையவர்" என்று சொல்லப்பட்டிருக்கிறது. இந்தப் பலன் ஒரு உதாரண ஜாதகத்தில் சொல்லி இருக்கின்றது. அந்த உதாரண ஜாதகத்தில் ஒன்பதாம் பாவாதிபதி மீனத்தில் இருக்கின்றார். ஆகையால், நாம் எடுத்துக் கொண்டு பரிசீலனை அல்லது ஆராய்ச்சி செய்யும் மேஷ லக்கின ஜாதகத்தில் கூடி ஒன்பதாம் பாவாதிபதி மீனத்தில் இருந்தால் இந்த 51வது அயிட்டத்தில் சொல்லிய பலன் இன்னும் துல்லியமாக இருக்கும் என்று அறியவும்.

(3) "மேஷ ராசி" அல்லது "மேஷத்தில், ரிஷப ராசி" அல்லது "ரிஷபத்தில்" என்று இருந்தால் இராசிச் சக்கரத்தில் மேஷத்தில், ரிஷபத்தில் என்று அறியவும். 'மேஷாம்சம்', 'ரிஷபாம்சம்' என்று இருந்தால் நவாம்சச் சக்கிரத்தில் மேஷம், ரிஷபம் என்று அறியவும். இவ்விதமாகவே மற்ற பத்து ராசிகளுக்கும் அறியவும்.

நிறைந்தது